“காந்தியைக் கொன்ற ஒரு வெறியனுக்குப் பின்னிருந்த அரசியலையும் உளவியலையும் தகுந்த ஆதாரங்களுடன் இந்நூலில் திரேந்திர கே.ஜா தோலுரித்துக் காட்டியிருக்கிறார். அதேபோல, நவீன இந்தியாவின் ஒரு மோசமான இரகசிய வரலாற்றையும் அவர் வெளிக்கொண்டு வந்திருக்கிறார். நாசகரமான நிகழ்காலத்தைப் புரிந்துகொள்வதற்கு இந்நூலில் எழுதப்பட்டிருக்கும் கடந்தகால வரலாறு மிகவும் அவசியமானதாகும்”

– **பங்கஜ் மிஸ்ரா,** எழுத்தாளர்

“மகாத்மா காந்தியைக் கொல்வதற்கு செய்யப்பட்ட சதித்திட்டங்களைத் தாண்டியும்சென்று பலவற்றை கவனமாக பகுப்பாய்வு செய்து எழுதியிருக்கிறார் நூலாசிரியர். 1940களில் இந்திய அரசியல் வானில் ஆர்.எஸ்.எஸ்.–இன் பங்கினையும் செயல்பாட்டினையும் வெளிச்சம்போட்டு இந்நூல் காட்டுகிறது. ஆங்கிலேய காலனியாதிக்கத்தை எதிர்த்துப் போராடாமலும், தேர்தல்களில் போட்டியிடாமலும் இருந்தது மட்டுமல்லாமல், இந்தியாவின் முதல் இந்துத்துவ இயக்கமான இந்துமகாசபையின் தலைவராக இருந்த சாவர்க்கருடன் மிக நெருங்கிய உறவினையும் ஆர்.எஸ்.எஸ். பேணி வந்திருக்கிறது. மிகமுக்கியமாக, காந்தியின் கொலையாளியான நாதுராம் கோட்சே உருவாக்கிய இந்து இராஷ்டிர தளம் என்கிற இயக்கத்துடன் இயல்பாகவே இணைந்திருந்த இயக்கமாகவும் ஆர்.எஸ்.எஸ். இருந்துவந்திருக்கிறது. எல்லாவற்றுக்கும் மேலாக ஆர்.எஸ்.எஸ்.இல் இருந்து எந்தக்காலத்திலும் கோட்சே வெளியேறவே இல்லையென்பதையும் இந்நூலில் ஆதாரப்பூர்வமாக நிறுவுகிறார் திரேந்திர கே. ஜா.”

– **கிறிஸ்டோபர் ஜாஃப்ரலெட்,** ஆய்வு இயக்குநர், சயின்சஸ் போ – சர்வதேசத் தொடர்புகள் குறித்த ஆய்வு மையம், இந்திய அரசியல் மற்றும் சமூகத்துறை பேராசிரியர், கிங்க்ஸ் இந்தியா இன்ஸ்டியூட்

"காந்தி கொலையில் செய்யப்பட்ட சதியையும், அதில் ஈடுபட்டவர்களையும் குறித்து சுவாரசியமாகவும் நம்பகமாகவும் எழுதப்பட்ட ஒரு ஆவணம்தான் திரேந்திர கே. ஜா எழுதிய இந்நூல். காந்தியைக் கொன்றவனின் உளவியலையும் பகுப்பாய்வு செய்து எழுதப்பட்டிருக்கிறது. அது மட்டுமல்லாமல், இந்து மகாசபை, ஆர்.எஸ்.எஸ்., சாவர்க்கர் போன்ற அவ்வியக்கங்களின் தலைவர்கள் என பலரின் பரந்த அரசியலையும் ஒரு விரிவான ஆய்வுக்கு உட்படுத்தி இந்நூலை எழுதியிருக்கிறார். அதுதான் இன்றைய சூழலுக்கு பொருத்தமானதாகவும் அவசியம் படித்தே ஆகவேண்டிய நூலாகவும் இதனை மாற்றியிருக்கிறது"

– மிருதுளா முகர்ஜி, (ஓய்வுபெற்ற) பேராசியர், நவீன இந்திய வரலாறு, வரலாற்று ஆய்வு மையம், ஜவஹர்லால் நேரு பல்கலைக்கழகம்

திரேந்திர கே. ஜா

இந்நூலாசிரியரான திரேந்திர கே. ஜா. ஒரு பத்திரிகையாளர். இதற்கு முன்னர் 'நிழல் இராணுவங்கள்: இந்துத்துவாவின் உதிரி அமைப்புகளும் அடியாட்படைகளும்', 'ஆன்மிக அரசியல்' மற்றும் 'அயோத்தி: இருண்ட இரவு' ஆகிய நூல்களை எழுதியிருக்கிறார். கேரவன், ஓப்பன், ஸ்கிரால்.இன், தி டெலிகிராஃப் உள்ளிட்ட பல்வேறு இணைய மற்றும் அச்சு ஊடகங்களிலும் தொடர்ந்து எழுதிவருகிறார். தற்போது டெல்லியில் வசித்து வருகிறார்.

இ.பா. சிந்தன்

மென்பொருள் வல்லுனராகப் பணிபுரிந்துவரும் இ.பா.சிந்தன், சர்வதேச அரசியலில் கொண்ட ஆர்வத்தின் காரணமாக பல நாடுகளின் அரசியல் சூழல் குறித்து இணையத்திலும் பத்திரிகைகளிலும் தொடர்ந்து எழுதிவருகிறார். ‘அரசியல் பேசும் அயல்சினிமா’, ‘பாலஸ்தீன வரலாறும் சினிமாவும்’, ‘உக்ரைனில் என்ன நடக்கிறது’, ‘ஜானகி அம்மாள்’ என இதுவரை நான்கு நூல்களை எழுதியிருக்கிறார்.

மொழிபெயர்ப்புகள்:

1. நிழல் இராணுவங்கள்
2. இந்தியா ஏமாற்றப்படுகிறது
3. இந்தியத் தேர்தல்களை வெல்வது எப்படி
4. ஆன்மிக அரசியல்

நாதுராம் கோட்சே

உருவான வரலாறும் இந்தியா குறித்த அவனது பார்வையும்

திரேந்திர கே.ஜா

தமிழில்:

இ.பா. சிந்தன்

எதிர் வெளியீடு

நாதுராம் கோட்சே உருவான வரலாறும் இந்தியா குறித்த அவனது பார்வையும்
திரேந்திர கே. ஜா
தமிழில் இ.பா. சிந்தன்

முதல் பதிப்பு: ஜனவரி 2023

எதிர் வெளியீடு,
96, நியூ ஸ்கீம் ரோடு, பொள்ளாச்சி - 642 002
தொலைபேசி: 04259 226012, 99425 11302

விலை: ரூ. 500

Gandhi's Assassin
The Making of Nathuram Godse and his Idea of India
Dhirendra K Jha

Copyright: © Dhirendra K. Jha 2021
The author has asserted his moral rights.

Translated by EP. Chinthan
First Edition: January 2023

Published by
Ethir Veliyeedu, 96, New Scheme Road, Pollachi - 2
email: ethirveliyedu@gmail.com
www.ethirveliyeedu.com

ISBN: 978-81-959664-0-0
Cover Design: Vijayan
Printed at Jothy Enterprises, Chennai.

All rights reserved. No part of this book may be reprinted or reproduced or utilised in any form or by any electronic, mechanical or other means, now known or hereafter invented, including photocopying and recording, or in any information storage or retrieval system, without permission in writing from the Publisher.

பொருளடக்கம்

பகுதி - I : சூழ்ச்சி

1. நாது 11
2. சாவர்க்கரா? காந்தியா? 28
3. பம்பாய் பார்ப்பனர்கள் 52
4. சங்கமும் சபையும் 73
5. நாதுராமாக மாறிய இராமச்சந்திரா 90
6. ஒரு இராணுவக் கனவு 115
7. நாதுராமும் நாளிதழும் 136
8. பாலுணர்வுளப் பிரச்சனை 160
9. 'தற்கொலை செய்துகொள்ளுங்கள் காந்தி' 180

பகுதி - II : சதி

10. திட்டம் 211
11. பொய்யும் புரட்டும் 231
12. உளவு பார்த்தல் 248
13. வேட்டைக்காரன் 264
14. துப்பாக்கியைக் கண்டடைந்த கோட்சே 281
15. குளிர்கால மாலையை நடுங்கவைத்த வெடிச்சத்தம் 298
16. காவல்துறை விசாரணைகள் 312
17. நீதிமன்ற விசாரணைகளும் இறுதித் தீர்ப்பும் 328
18. தூக்குமேடை 350
19. ஆசிரியர் குறிப்பு 360
20. நன்றிக்குறிப்பு 367
21. மேற்கோள் குறிப்புகள் 369
22. உதவிய நூல்கள் 395

பகுதி - I
சூழ்ச்சி

1
நாது

அது 1948ஆம் ஆண்டு ஜனவரி 30ஆம் தேதி.

புது டெல்லியில் இருக்கும் பிர்லா மாளிகையில்தான் அப்போது காந்தி தங்கியிருந்தார். அந்த மாளிகையோடு ஒரு புல்வெளி மைதானம் இருந்தது. அதன் அருகில் இருந்த நுழைவாயிலை நோக்கியே தனது கவனம் முழுவதையும் வைத்திருந்தான் நாதுராம் கோட்சே. அப்போது புல்வெளியில் ஏராளமானோர் கூடியிருந்தனர். தினமும் மாலையில் அந்த வழியாக நடந்துவந்துதான் புல்வெளிக்கு அருகில் இருக்கும் மேடையில் அமர்ந்து வழிபாட்டினை மேற்கொள்வார் காந்தி. அந்த விவரங்களை எல்லாம் நன்கு அறிந்தவனாக, நுழைவாயிலில் இருந்து சுமார் 25 அடி தொலைவில் காந்தி வரும் பாதையிலேயே நின்று அவருக்காகக் காத்துக் கொண்டிருந்தான் கோட்சே. காந்தி வரும் நேரமாகிவிட்டதையும் அவன் அறிவான். மாலை ஐந்தேகால் மணியாகிவிட்டது. டெல்லியில் அது குளிர்காலமென்பதால், அவனுடைய முகத்தில் குளிர்ந்த காற்று வீசிக்கொண்டிருந்தது. வானம் சாம்பல் நிறத்திற்கு மாறியிருந்தது. இன்னும் சற்று நேரத்தில் இருளை அள்ளி சூடிக்கொள்ளவும் அது தயாராகத்தான் இருந்தது.

அப்போது அங்கு கூடியிருந்த கூட்டத்தில் ஒரு சலசலப்பு ஏற்பட்டது. புல்வெளிக்கு அருகில் இருந்த நுழைவாயிலில் இருந்து காந்தி வருவதை கோட்சே பார்த்துவிட்டான். காந்தியின் சகோதரர்வழிப் பேத்திகளான மனுவும் அபாவும் அவரது வலதுபுறத்திலும் இடதுபுறத்திலும் கைத்தாங்கலாகப் பிடித்து அவரை அழைத்துக்கொண்டு வந்தனர். கூட்டத்தைப் பார்த்ததும் காந்தி அங்கேயே நின்றார். மனு மற்றும் அபாவின் தோள்களில்

இருந்து தன்னுடைய கைகளை விடுவித்துக்கொண்டு, கூட்டத்தைப் பார்த்து மெல்லிய புன்னகையை உதிர்த்தபடியே கும்பிட்டார்[1].

அப்போது கோட்சே தன்னுடைய கால்சட்டைப் பையில் கையைவிட்டு ஒளித்துவைத்திருந்த துப்பாக்கியை எடுக்கத் தயாரானான்[2]. அப்படியே கொஞ்ச நேரம் காத்திருந்தான். அவனுடைய முகத்தில் அப்போது எந்த பயமும் தென்படவில்லை. அந்தத் துப்பாக்கியை எப்போது எடுப்பது என்கிற குழப்பம் மட்டும்தான் இருந்தது. வழிபாட்டிற்கு நேரமாகிவிட்டதால், மேடையை நோக்கி காந்தி வேகமாக நடந்தார். சுற்றியிருந்த மக்கள் கூட்டம் அவருக்காக வழிவிட்டு ஒதுங்கியது. தனக்கு அருகே வந்ததுமே, காந்தியின் காலில் ஆசீர்வாதம் வாங்குவதைப் போன்ற தோற்றத்தைக் கொடுத்தபடியே மனுவைத் தாண்டிச் செல்ல முயன்றான் கோட்சே. பொதுவாக காலில்விழுவது காந்திக்குப் பிடிக்காத ஒன்று. காந்திக்கு நேரமாகிவிட்டது எனச் சொல்லி கோட்சேவை தடுக்க முயன்றார் மனு. ஆனால் மனுவின் பேச்சுக்கு மதிப்பளிக்காத கோட்சே, அவரை வலுக்கட்டாயமாகத் தள்ளினான். அதில் நிலைகுலைந்து பின்னோக்கி விழப்போனார் மனு. ஒரு மாலை, மூக்குக் கண்ணாடியை வைக்கும் பெட்டி, பேனா, நோட்டுப் புத்தகம் மற்றும் சில கட்டுரைகள் என பொதுவாக வழிபாட்டுக்கு செல்கையில் மனு எப்போதும் வைத்திருக்கும் காந்தியின் பொருட்கள் அனைத்தும் அவரது கையிலிருந்து தரையில் சிதறி விழுந்தன[3].

அப்போது காந்திக்கு நேர் எதிராக வந்து நின்றான் கோட்சே. இரண்டு கைகளுக்கு நடுவில் துப்பாக்கியை வைத்திருந்தான். "இப்போது காந்திக்கும் எனக்கும் சுமார் ஒன்றரை அடி தூரம்தான் இடைவெளி இருந்தது. 'வணக்கம் காந்திஜீ' என்று கூறிவிட்டு, துப்பாக்கியை அவரது நெஞ்சுக்கு நேராக குறிபார்த்து சுட்டேன்" என்று கோட்சே பின்னாளில் வாக்குமூலம் கொடுத்திருந்தான்[4]. குறி தப்பாத தூரத்தில் நின்று காந்தியை நோக்கி மூன்று குண்டுகளை சுட்டான் கோட்சே. முதல் குண்டு காந்தியின் நெஞ்சிலும், அடுத்த இரண்டு குண்டுகள் அவரது வயிற்றிலும் பாய்ந்தன[5]. முதல் குண்டு துளைத்தபோது, காந்தியின் கால்கள் தடுமாறினாலும் கீழே விழாமல் அவரால் நிற்கமுடிந்தது. சுடுவதற்கு முன்னர் வணக்கம் சொல்வதற்காக அவர் கைகளைக் கூப்பியிருந்தார். முதல் குண்டு துளைத்தப்போதும், கைகளை அப்படியே வைத்திருந்தார். ஆனால், இரண்டாவது மற்றும் மூன்றாவது குண்டுகள் துளைத்ததும்,

அவர் நிலைகுலைந்து, "ஹே ராம்" என்று தன்னுடைய இறுதி வார்த்தைகளை உதிர்த்துவிட்டு கீழே சரிந்தார்[6]. அப்போது சரியாக மாலை ஐந்து மணி பதினேழு நிமிடங்கள் ஆகியிருந்தது.

அங்கு கூடியிருந்த சுமார் 200க்கும் மேற்பட்டோர் அதிர்ச்சியில் உறைந்துவிட்டனர். காந்திக்கு அருகில் நின்றுகொண்டிருந்த டெல்லி அமெரிக்க தூதரக அதிகாரியான ஹெர்பர்ட் ரைனர்தான் அங்கே என்ன நடந்தது என்பதை முதலில் பார்த்து புரிந்துகொண்டவர், "அங்கு கூடியிருந்த மக்கள் அனைவரும் அப்படியே உணர்வற்றவர்களாக மாறினர். நான் நின்றுகொண்டிருந்த இடத்தில் இருந்து நகர்ந்து, கோட்சேவின் தோள்களை இறுக்கமாகப் பிடித்து அவனை சுழற்றினேன். அதன்பின்னர் அவன் நழுவிடாதவாறு அவனுடைய தோள்களை அழுத்தமாகப் பிடித்தேன்" என்று பின்னாளில் நியுயார்க் ஹெரால்ட் டிரிபியூன் பத்திரிகைக்கு வழங்கிய நேர்காணலில் ஹெர்பர்ட் ரைனர் தெரிவித்திருந்தார்[7].

32 வயது அமெரிக்கரான அவர் டெல்லியில் இருந்த அமெரிக்க தூதரகத்தின் நிதித்துறை அதிகாரியாக இருந்தார். அமெரிக்காவில் இருந்த அவருடைய அம்மாவின் வற்புறுத்தலின் பேரில்தான் காந்தியை சந்தித்து அவரது வழிபாட்டு நிகழ்வில் கலந்துகொள்ள அன்றைய தினம் ஹெர்பர்ட் ரைனர் வந்திருந்தார்[8]. காந்தி சுடப்பட்டதும், அவரும் பிர்லா மாளிகையின் தோட்டக்காரரான இரகுநாத் நாயக்கும்தான் கோட்சேவை தப்பிக்கவிடாமல் இருபுறமும் இருக்கிப் பிடித்தனர். அப்போது தன்னுடைய கையில் வைத்திருந்த மண்வெட்டியை வைத்து கோட்சேவின் தலையில் ஓங்கி ஒரு அடியையும் போட்டிருந்தார் இரகுநாத் நாயக். இவர்கள் இருவரும் கோட்சேவைத் தப்பிக்கவிடாமல் பிடித்திருந்தபோது, அங்கிருந்து சுமார் 2 மீட்டர் தொலைவில் நின்றுகொண்டிருந்த காவல்துறை இணை ஆய்வாளரான அமர்நாத் வேகமாக ஓடிவந்து, கோட்சேவை தன்னுடைய கட்டுப்பாட்டில் எடுத்துக்கொண்டார்[9].

அங்கிருந்து இழுத்துக்கொண்டுபோய், பிர்லா மாளிகையின் தரைத்தளத்தில் இருந்த ஓர் அறையில் கோட்சேவை அடைத்துவைத்தனர். அதன்பின்னர் டெல்லியின் மத்திய பகுதியில் இருந்து சுமார் ஒன்றரை கிலோமீட்டர் தொலைவில் இருந்த துக்ளக் சாலை காவல் நிலையத்தில் கொண்டுபோய் கோட்சேவை ஒப்படைத்தனர்.

துக்ளக் சாலை காவல் நிலையத்திற்கு கோட்சேவை அழைத்து வரும்போது, "பார்ப்பதற்கு மிக அமைதியாகத் தெரிந்ததாக" ஒரு பத்திரிகையாளர் தெரிவித்தார். அப்போது கைவிலங்கிடப்பட்டு, பத்துக்கு பத்து அடி அளவிலான வெளிச்சமில்லாத ஒரு இருட்டு அறையில் கோட்சே உட்கார வைக்கப்பட்டிருந்ததாக அந்த பத்திரிகையாளர் கூறினார். எந்த வழியிலும் கோட்சேவை தப்பிக்க விட்டுவிடக்கூடாது என்பதற்காக, அந்த அறையின் இரும்புக் கதவுக்கு வெளியே ஆயுதமேந்திய காவலர்கள் பலரும் காவலுக்கு நின்றுகொண்டிருந்தனர். ஒரு வெள்ளை சட்டையும், சாம்பல் நிற கால்சட்டையும், காக்கி நிற மேலங்கியும் அணிந்திருந்தான் கோட்சே. அவனது தலையில் இருந்து வெளியான இரத்தம், முகத்தின் இடதுபுறம் வழியாக வழிந்து சொட்டிக்கொண்டு இருந்தது.

"காந்தியை சுட்டவுடன் மற்றவர்களால் அவர் தாக்கப்பட்டதால்தான் அவருடைய தலையில் இரத்தம் வந்து கொண்டிருக்கிறது. அவர் தற்கொலை செய்ய முயன்றார் என்பதெல்லாம் வெறும் வதந்திதான்" என்று அந்த பத்திரிகையாளரிடம் காவல்துறையினர் கூறியிருக்கின்றனர்.[10]

பத்திரிகையாளர் நெருங்கி வருவதைப் பார்த்ததும், தன்னுடைய இருக்கையில் இருந்து கோட்சே எழுந்தான். அவனிடம் பல கேள்விகளைக் கேட்டார் அந்தப் பத்திரிகையாளர். அனைத்திற்கும் அவன் பதில் கூறினான். தன்னுடைய உண்மையான பெயரையும், தன்னுடைய சொந்த ஊரின் பெயரையும் அவன் தெரிவித்தான். ஆனால் வயதைக் குறிப்பிடும் போது மட்டும் அவனிடம் கொஞ்சம் தடுமாற்றம் தெரிந்திருக்கிறது. தன்னுடைய வயதை வைத்து, தன்னை ஒரு வயதானவன் என்று கருதிவிடக் கூடாது என்கிற கவனம் அவனிடம் இருந்திருக்கிறது. அடுத்த நாள் இந்துஸ்தான் டைம்ஸ் பத்திரிகையில் கோட்சேவுக்கு இருபத்தி ஐந்து வயது என்கிற தகவல் வெளியாகி இருந்தது. ஆனால், கோட்சேவை சந்தித்த பத்திரிகையாளரோ அவனுடைய வயது குறித்து அவன் கூறிய பொய்யை நம்பிவிடவில்லை.

"தனக்கு 25 வயதாகிறது என்று அவரே கூறினார். ஆனால் அவரைப் பார்ப்பதற்கு அதைவிடவும் வயதானவராகத்தான் எனக்குத் தெரிந்தார்" என்று அந்த பத்திரிகையாளர் குறிப்பு எழுதிவைத்திருக்கிறார்.[11]

௸

அந்த பத்திரிகையாளர் சரியாகத் தான் கணித்திருக்கிறார். காந்தியைக் கொன்றபோது கோட்சேவின் வயது இருபத்தி ஐந்து அல்ல. அவனது உண்மையான வயது முப்பத்தியெட்டு. இளவயதில் இருந்தே கோட்சேவின் அடிமனதில் ஆழமாகப் பதிந்திருந்த வயது குறித்த எண்ணங்களின் வெளிப்பாடாகத்தான் இதைப் பார்க்க வேண்டும். எப்போதுமே இளவயதுக்காரனாகவும் வலிமை பொருந்தியவனாகவுமே தன்னைக் காட்டிக்கொள்ள அவன் முயன்றிருக்கிறான். இளவயதைக் கடந்துவிட்டதாகவும் நடுத்தரவயதை எட்டிவிட்டதாகவும் அவனிடம் யாராவது சொன்னாலே அவனுடைய கோபம் உச்சத்திற்குப் போகும்.

தான் எப்படியானவனாகத் தோற்றமளிக்க வேண்டும் என்று கோட்சேவுக்கு இருந்த இந்த எண்ணம்தான் அவனது கடந்தகால வாழ்க்கையின் செயல்பாடுகளைத் தீர்மானித்தது. அது காந்தியைக் கொன்றபிறகும் தொடர்ந்தது. அவனது இளவயதிலேயே அத்தகைய எண்ணம் உருவாகி அவனுக்குள் ஒரு ஆதிக்கத்தையும் அது செலுத்தியிருக்கிறது.

பம்பாய் மாகாணத்தின் பூனா மாவட்டத்தில் இருந்த ஒரு சிறிய நகரமான பரமதியில்தான் 1910ஆம் ஆண்டு மே மாதம் 19ஆம் தேதியன்று கோட்சே பிறந்தான். அஞ்சல் துறையில் ஆங்கிலேய அரசின் பணியாளராக இருந்தார் கோட்சேவின் தந்தையான விநாயக்ராவ் கோட்சே. அவனது தாய் இலட்சுமி குடும்பத்தலைவியாக இருந்தார். அவர்கள் பார்ப்பனக் குடும்பத்தைச் சேர்ந்தவர்கள். இந்த உலகைப் படைத்ததாக சொல்லப்படும் புராணக் கதாப்பாத்திரமான பிரம்மாவின் மூளையில் இருந்து பிறந்தவர்கள்தான் பார்ப்பனர்கள் என்று அவர்களே சொல்லிக் கொள்வார்கள். சிலைகள், நட்சத்திரங்கள், கோள்கள், ஆறுகள், மரங்கள், புனித விலங்குகள் மற்றும் தெய்வீக மனிதர்கள் என கற்பனைக்கு எட்டாத அதிசய சக்திகள் இருப்பதாக நம்பப்படும் இந்து மதத்தின் பாதுகாவலர்களாகத் தங்களைத் தாங்களே பார்ப்பனர்கள் கருதிக்கொள்கிறார்கள். அதிலும், பிறப்பால் மனிதர்களை ஒரு படிநிலைக்குள் அடைக்கும் 'சாதி' என்கிற ஒரு கருத்தியலுக்கு முக்கியத்துவம் கொடுக்கிறது அம்மதம். சாதியென்கிற படிநிலையை, ஒரு 'சமூகப் பிரமிடு' என்றுதான் சொல்ல வேண்டும். அந்த பிரமிடின் உச்சத்தில் இருந்துகொண்டு எல்லாவித சலுகைகளையும், மற்றவர்களைக் கட்டுப்படுத்தும் அதிகாரத்தையும் பிறப்பிலேயே பெற்றுக்கொண்டு வாழ்கிறார்கள் பார்ப்பனர்கள்.

மதத்தின் பெயரால் எழுதப்பட்ட வேதங்களையும், அதன் அடிப்படையில் உருவாக்கப்பட்ட சடங்குகளையும், ஒவ்வொரு சாதிக்கும் திணிக்கப்பட்ட பழக்க வழக்கங்களையும் கடுமையாகப் பின்பற்றும் சாதிய சமூகமாக மாற்றப்பட்டிருந்தது. மூடநம்பிக்கைகளினாலும் புராணக் கதைகளினாலும் மக்களுடைய வாழ்க்கை தீர்மானிக்கப்பட்டிருந்த காலத்தில்தான் கோட்சே பிறந்தான். அந்த காலகட்டத்தில்தான் அதற்கு முன்பில்லாத ஒருசில மாற்றங்களும் சமூகத்தில் ஏற்படத் துவங்கின. நவீன அறிவியலைக் கற்பித்த கல்வியினாலும் தாராளவாத (லிபரல்) சிந்தனைகள் பரவத் துவங்கியதாலும் சாதியும் மதமும் காலங்காலமாக உருவாக்கி வைத்திருந்த அடிமைச்சமூகத்தில் சிறிய சலசலப்பு ஏற்பட ஆரம்பித்தது. அதுவும் மிகக்குறிப்பாக பத்தொன்பதாம் நூற்றாண்டின் இறுதியிலும் இருபதாம் நூற்றாண்டின் துவக்கத்திலும் இந்த மாற்றங்கள் அதிவேகமாக நடைபெறத் துவங்கின.

குடும்பத்தின் நான்காவது மகனாகப் பிறந்தான் கோட்சே. 1901, 1904 மற்றும் 1907 ஆகிய ஆண்டுகளில் கோட்சேவுக்கு முன்னதாகப் பிறந்த மூன்று ஆண் குழந்தைகளும் மிகச்சிறிய வயதிலேயே இறந்துவிட்டன. கோட்சேவுக்கு முன்னதாகப் பிறந்த குழந்தைகளிலேயே 1898ஆம் ஆண்டில் பிறந்த மதுரா என்கிற பெண் குழந்தை மட்டும்தான் உயிர்ப்பிழைத்தது. கொஞ்சமேனும் மருத்துவ உதவியை நாடியிருந்தால் மற்ற குழந்தைகளையும் காப்பாற்றியிருக்க வாய்ப்பிருந்திருக்கும். ஆனால், கோட்சேவின் மூதாதையர்களைப் போலவே அவனது பெற்றோரும் மூடநம்பிக்கையில் திளைத்திருந்ததால், அக்குடும்பத்தில் பிறக்கும் ஆண் வாரிசுகள் அனைத்தையும் ஏதோ தீயசக்திதான் கொன்றுவிடுகிறது என்று நம்பினர். ஆக, ஆண் குழந்தையாகப் பிறந்த கோட்சேவின் உயிரைக் காப்பாற்ற வேண்டுமென்றால், அக்குழந்தையை ஆணாக வளர்ப்பதற்கு பதிலாக பெண்ணாகவே வளர்க்க வேண்டும் என்று முடிவு செய்தனர் அவனது பெற்றோர்.

தீயசக்தியை ஏமாற்றுவதாக நினைத்துக்கொண்டு, கோட்சேவுக்கு மூக்குக் குத்தினர். அதில் ஒரு மூக்குத்தியையும் அணிந்துவிட்டனர்[12]. அதன்மூலம் காத்துக்கருப்பை அண்டவிடாமல் தடுக்கமுடியும் என்று நம்பினர். அத்துடன் அவர்களது குல தெய்வமான சிவனின் மறு உருவமாக விளங்கும் ஹரேஸ்வரரையும் அவரது இணையரான யோகேஸ்வரியையும் சாந்தப்படுத்தினால் கோட்சேவை உயிர்ப்பிழைக்க வைக்கமுடியும் என்றும் எண்ணினர். கோட்சேவுக்கு

இராமச்சந்திர விநாயக் கோட்சே என்று அதிகாரப்பூர்வமாக பெயர் சூட்டியிருந்த போதும், 'மூக்குத்தி அணிந்தவர்' என்கிற பொருள்படும்படி 'நாது' என்கிற பெயரிலேயே கோட்சேவை அழைக்கத் துவங்கினர். அதனுடன் கோட்சேவின் அதிகாரப்பூர்வ பெயரில் இருக்கும் ராமும் கூடவே ஒட்டிக்கொண்டதால், நாதுராம் என்று ஆகிவிட்டது.

மற்ற ஆண் வாரிசுகளைப் போலல்லாமல், இறக்காமல் கோட்சே உயிர்ப்பிழைத்துவிட்டான். அதற்கும் அவனது பெற்றோரின் மூடநம்பிக்கை செயல்பாடுகளுக்கும் எவ்விதத் தொடர்பும் இல்லையென்றாலும், அவர்களுக்கு மூடநம்பிக்கையின் மீது ஒரு நம்பிக்கை ஏற்பட்டது. ஒரு சில ஆண்டுகளுக்குப் பிறகு, கோட்சேவின் தாய்க்கு தத்தாத்ரேயா என்கிற மற்றொரு ஆண் குழந்தையும் பிறந்தது. அதனைத் தொடர்ந்து சாந்தா என்கிற பெண் குழந்தையும், கோபால் மற்றும் கோவிந்த் ஆகிய மேலும் இரண்டு ஆண் குழந்தைகளும் பிறந்தன. கோட்சேதான் அவர்களுடைய குடும்பத்திற்கு ஏற்பட்டிருந்த சாபத்தைத் தீர்த்துவைத்தான் என்று அவனது பெற்றோர் முழுமையாக நம்பினர்.

ஆனால் சிறுவயதில் கோட்சேவை பெண்ணாக வளர்க்க முயன்ற அவனது பெற்றோரின் செயல்பாடுகளால்தானோ என்னவோ, தன்னுடைய பாலினம் தொடர்பான குழப்பங்கள் எப்போதும் அவனுக்கு இருந்தன. பெண் குழந்தைகளுடன் மட்டுமே விளையாடுவது, அம்மாவுடனும் சகோதரிகளுடனும் மட்டுமே நெருக்கமாக இருப்பது என தன்னை ஒரு பெண்களின் வட்டத்திற்குள்ளேயே கோட்சே வைத்துக்கொண்டான்[13]. பெண்களின் ஆடைகளை அணியவும் அவனுக்கு அவனது பெற்றோர் முழு அனுமதி வழங்கியிருந்தனர். சிறுவயதில் துவங்கிய இந்த மனக்குழப்பம் அவனது ஆயுள் முழுவதும் அவனைத் துரத்திக்கொண்டேதான் இருந்தது[14].

மூடநம்பிக்கையையும் பாலினம் தொடர்பான குழப்பங்களையும் மத சடங்குகளையும் அவனது மனதின் ஆழம் வரையிலும் சிறுவயதிலேயே விதைத்துவிட்டதனால், ஆண் குழந்தையாக அடையாளப்படுத்திக்கொண்டு பள்ளிக்கு செல்லத் துவங்கிய போதுமேகூட, மூடநம்பிக்கைகளையும் மதம் தொடர்பான ஆழமான பிடிப்பையும் அவனுடைய மனது விடாமல் இறுக்கமாகப் பிடித்துக் கொண்டது. கோட்சேவின் குழந்தைப்பருவம் குறித்து நமக்குக் கிடைத்த தகவல்களுமே, யாருடனும் பேசாதவனாகவும், கேட்கும்

கேள்விகளுக்கும்கூட பதில்சொல்லமுடியாமல் தவித்தவனாகவும், குல தெய்வங்களை அனுதினமும் வழிபடுபவனாகவுமேதான் நமக்கு எடுத்துக்காட்டுகின்றன. ஒரு கட்டத்தில் வளரிளம் பருவத்தை அடைந்தபோது, கோவில்களுக்குச் சென்று மதம் குறித்து உரையாற்றத் துவங்கினான். ஒரு வைதீகப் பார்ப்பனக் குடும்பத்தில் பிறந்த கோட்சேவின் இந்த செயல்பாட்டினால் அவனது குடும்பத்தினர் பெருமைப்பட்டுக்கொண்டனர். அபூர்வமான குழந்தையாக தங்களது மகன் தேர்ந்தெடுக்கப்பட்டிருப்பதாக மகிழ்ந்தனர்.

இப்படியாக மதபோதனைகளை செய்துகொண்டிருந்த கோட்சே, ஒருகட்டத்தில் தன்னையொரு கடவுளின் குழந்தையாகக் காட்டிக்கொள்ளவே ஆரம்பித்துவிட்டான். ஒருமுறை அவனது தங்கை மதுராவிற்கு உடல்நிலை சரியில்லாமல் போனது. நோய் குணமாகாமல் நீண்டநாட்கள் தொடர்ந்ததால், கணவர் வீட்டில் இருந்து பெற்றோர் வீட்டிற்கு வந்த மதுராவிற்கு ஒரு அரிய வழிபாட்டு யாகம் நடத்தி குணப்படுத்துவதாக கோட்சே தெரிவித்தான்.

"கோட்சே அப்படிச் செய்தபின்னர் மதுராவுக்கு உடல்நிலை சீராகிவிட்டது" என்று பின்னாளில் கோட்சேவின் தம்பியான கோபால் எழுதிய நூலில் குறிப்பிடப்பட்டிருக்கிறது[15]. அவனது குடும்பத்தினரின் பாராட்டும் அங்கீகாரமும் கிடைத்தபடியால், தனக்கு அபரிமிதமான சக்தி இருப்பதாக அவன் நினைக்கத் துவங்கிவிட்டான்.

அவன் அப்போது மதுராவுக்காக செய்த வழிபாடு குறித்து கோபாலின் நூலில் விரிவாகக் குறிப்பிடப்பட்டிருக்கிறது.

"பசுவின் சாணத்தை எடுத்துக்கொண்டு அறையின் ஒரு சுவற்றின் ஓரத்தில் மொழுகினார். பின்னர் சாம்பலை எண்ணெயில் கலந்து பசைபோலாக்கி, அதனை வைத்து ஒரு தட்டினுள் கையளவிற்கு ஒரு வட்டத்தை வரைந்தார். அந்த தட்டை சுவற்றில் சாய்த்து வைத்து, அதனருகே ஒரு விளக்கையும் ஏற்றிவிட்டு எதிரே கோட்சே அமர்ந்தார். அப்படியே ஏதோ முனுமுனுத்துக்கொண்டே வழிபாட்டை நடத்தினார். அந்த வேளையில் யாராவது அது குறித்து அவரிடம் என்ன கேள்வி கேட்டாலும், அதற்கு அவர் வழங்கிய பதில்களையெல்லாம் கடவுளே நேரடியாக வழங்கியதாகவும் கூறினார். அவர் வைத்த தட்டின் நடுவில் கடவுளின் படம்

வருவதாகவும் கூறினார். அவரிடம் கேட்கப்பட்ட பல கேள்விகளுக்கு அவர் அளித்த பதில்களெல்லாம் தொடர்பில்லாமல்தான் இருந்தன. அதனால் அவர் வழங்கிய பதில்களை குறியீடுகளாகக் கொண்டு சுற்றியிருந்தவர்கள் தோராயமாகத்தான் எதையோ புரிந்துகொண்டனர். இப்படியே சுமார் ஒரு மணி நேரம் வரையிலும் அந்த வழிபாட்டினை நடத்தினார் கோட்சே" என்று கோபால் கோட்சே தெரிவித்தார்[16].

வாழ்க்கைப்பயணத்தில, போகப்போக மதபோதனை செய்வதை அவன் மெதுமெதுவாக நிறுத்திக்கொண்டான். ஆனால், ஆண்களின் உலகில் பெரிய மனிதனாக ஏற்றுக்கொள்ளப்படவேண்டும் என்கிற அவனது ஆசைமட்டும் எப்போதும் தொடர்ந்து கொண்டேதான் இருந்தது. அதுவே அவனது ஆளுமையையும், அவனது பல முக்கியமான முடிவுகளையும் தீர்மானித்தது. தன்னுடைய குழந்தைப்பருவம் குறித்து பேசுவதற்கு அவன் எப்போதும் தயக்கம் காட்டிய படியேதான் இருந்திருக்கிறான். மகாத்மா காந்தியைக் கொன்றபிறகு நடைபெற்ற விசாரணைகளில் கூட, தன்னுடைய குழந்தைப்பருவம் குறித்து பெரிதாக எதையும் அவன் சொல்லவே இல்லை. அவன் எழுதி வாசித்த 92 பக்க வாக்குமூலத்தில்கூட வெறுமனே மூன்று பக்கங்களைத்தான் அவனது குழந்தைப் பருவத்திற்கு ஒதுக்கியிருந்தான். பருவ வயதை எட்டியபிறகான வாழ்க்கை குறித்து மட்டும்தான் விரிவாக அதில் எழுதியிருந்தான்[17].

ஆங்கிலேய அரசின் அலுவலகத்தில் அவனது அப்பா பணிபுரிந்ததால், அடிக்கடி பணியிட மாற்றம் ஏற்பட்டுக்கொண்டே இருக்கும். பெரும்பாலும் பம்பாய் மாகாணத்தின் சிறுநகரங்களுக்குத்தான் அவர் மாற்றப்படுவார். கோட்சே பிறந்த பராமதியில் மூன்றாம் வகுப்பு வரையிலும் மராத்தி வழியில் கற்பிக்கும் பள்ளியில் படித்தான்.

"என்னுடைய அப்பாவை பூனா மாவட்டத்தின் கேத் மற்றும் லோனாவாலா ஆகிய ஊர்களுக்கு மாற்றினார்கள். அங்கேதான் என்னுடைய தொடக்கக் கல்வியை முடித்தேன்" என்று பின்னாளில் கோட்சே கூறியிருக்கிறான்[18].

கோட்சேவின் அப்பா பணிபுரிந்த சிறுநகரங்களில் ஆங்கில வழிக்கல்வியில் படிப்பதற்கான பள்ளிக்கூடங்கள் இல்லாததால், பூனாவில் இருந்த மேல்நிலைப் பள்ளிக்கு அவனை அனுப்பினார்கள்.

அங்கே அவனுடைய அத்தை வீட்டில்தான் தங்கிப் படித்தான். அதுநாள் வரையிலும் பெற்றோருடன் தங்கியிருந்துவிட்டு, திடீரென அத்தை வீட்டில் வேறொரு ஊரில் தங்கத்துவங்கியதும், ஒரு புதிய மாற்றத்தை அவனால் உணர முடிந்தது. சொந்த வீட்டில் அவனுக்குக் கிடைத்துவந்த கவனம் அத்தைவீட்டில் கிடைக்கவில்லை என்பதைப் புரிந்துகொண்டான். அதுமட்டுமில்லாமல் அவனது மதபோதனைப் பேச்சுத்திறனை அத்தை விட்டில் யாரும் பெரிதாகக் கண்டுகொள்ளவும் இல்லை, பாராட்டவும் இல்லை. அதனால் அவன் அதிக கவனம் பெறாத ஒரு தனியாளாகவே அங்கு இருந்தான். பள்ளி விடுமுறை நாட்களில் கூட பெற்றோரை சந்திப்பதற்கு செல்லமுடியாத சூழல் அத்தைவீட்டில் நிலவியது. அத்தை வீட்டில் அவனுக்கு விதிக்கப்பட்ட கட்டுப்பாடுகளையும் அவனால் சமாளிக்கமுடியவில்லை[19].

எப்போதாவது பெற்றோர் வீட்டுக்கு வரும்போது மட்டும் தன்னுடைய பழைய வழிபாடுகளை செய்துகொண்டிருந்தான் என்று கோபாலின் நூலில் குறிப்பிடப்பட்டிருக்கிறது. ஆனால் பள்ளியில் அடுத்தடுத்த வகுப்புகளுக்கு சென்றபோது, அவனது மதபோதனைப் பேச்சுகள் குறைந்துவிட்டிருக்கிறது. கடவுளுக்கும் தன்னுடைய குடும்பத்திற்கும் இடையிலான ஒரு இணைப்பாக நினைத்துக்கொண்டிருந்த அந்த செயல்பாட்டினை பதினாறு வயதாகிறபோது முற்றிலுமாக நிறுத்திக்கொண்டான்[20]. அதிலிருந்து வெளியே வந்தாலும், அந்த நேரத்தை படிப்பிற்கு பதிலாக நண்பர்களுடன் இருப்பதற்கே செலவிட்டான். பத்தாம் வகுப்பு பொதுத் தேர்வுக்கு சில மாதங்களே இருந்தபோது, 1928ஆம் ஆண்டின் இறுதிவாக்கில் அத்தை வீட்டில் இருந்து வெளியேறி தனியாக ஒரு அறையை வாடகைக்கு எடுத்து தங்கினான். குடும்பத்தில் பொருளாதார நெருக்கடி இருந்தபோதும் கூட, மகனின் அறை வாடகைக்கும் மற்ற செலவுகளுக்கும் பணம் அனுப்பிக் கொண்டிருந்தார் கோட்சேவின் தந்தை. பள்ளிப் படிப்பை முடித்து, வேலைக்கு சென்று குடும்பத்திற்கு கோட்சே உதவுவான் என்று நம்பினார் அவரது தந்தை.

ஆனால் கோட்சேவுக்கோ படிப்பில் எல்லாம் நாட்டமே இல்லை. அவன் அத்தை வீட்டில் இருந்து வெளியே வந்ததே சுதந்திரமாக சுற்றித்திரிவதற்காக மட்டும்தான். படிக்காமல், எப்போதும் நண்பர்களுடன்தான் நேரத்தை செலவிட்டுக் கொண்டிருந்தான். அதன்பிறகு நீச்சல் அவனது புதிய பொழுதுபோக்குகளில் ஒன்றாக

உருவெடுத்தது. அதுவே அவனது பெரும்பாலான நேரத்தை ஆக்கிரமித்தது.

"நீச்சல் அடிப்பது எனக்கு மிகவும் பிடித்த ஒரு பொழுது போக்கானது. தொடர்ந்து இரண்டு மைல் தூரம் வரையிலும் இடைவெளி விடாமல் என்னால் நீச்சலடிக்க முடியும்" என்று பின்னாளில் கோட்சே தெரிவித்தான்[21].

வாடகை வீடு, நண்பர்கள், நீச்சல் என்று பொழுதினை போக்கியே காலமும் கடந்தது. அவனது தேர்வுகளும் நெருங்கின. ஒழுங்காகப் படிக்காத காரணத்தினால், 1929ஆம் ஆண்டு நடைபெற்ற பொதுத் தேர்வில் கோட்சே தேர்ச்சி பெறாமல் தோல்வியுற்றான். ஆங்கிலத்தில் அவன் மிகமோசமான மதிப்பெண்கள் பெற்றதால், பொதுத் தேர்வு எழுதிய சான்றிதழ் கூட அவனுக்குக் கிடைக்காமல் போனது. அதன் காரணமாக, படிப்பின் மீதே நிரந்தரமாக அவனுக்கு ஒரு வெறுப்பு உண்டாயிற்று. அதனால், அதன்பிறகு அவன் எப்போதும் பள்ளிக்கூடத்திற்கு செல்லவே இல்லை. சிறுவயதில் பெண் குழந்தையாக வளர்க்கப்பட்ட காரணத்தால் தோல்வியுற்ற இளம்பருவத்தை வாழ்ந்ததாக நினைத்த அவன், பொதுத்தேர்வில் தேர்ச்சி பெறாமல் போனதை தன்னுடைய வாழ்க்கையின் இரண்டாவது தோல்வியாக நினைத்தான்.

தேர்வில் தோல்வியடைந்த பிறகு என்ன செய்வதென்றே தெரியாமல், மீண்டும் பெற்றோர் வசிக்கும் வீட்டிற்கே திரும்பிச் சென்றான். அப்போது மும்பைக்கும் பூனாவுக்கும் இடையில் இருந்த கர்ஜத் என்கிற ஊரில்தான் அவனது பெற்றோர் வாழ்ந்து வந்தனர். அடுத்த சில மாதங்களிலேயே அவனது தந்தைக்கு பதவி உயர்வுடன் கூடிய பணிமாறுதல் கிடைத்து இரத்தினகிரிக்கு செல்ல வேண்டியிருந்தது. அதனால் அப்பாவுடன் கோட்சேவும் சென்றான். பம்பாய் மாகாணத்தில் அரபிக் கடலையொட்டிய நகரமான இரத்தினகிரிதான் கோட்சேவின் தந்தை கடைசியாக வேலை பார்த்த இடம். அது தான் முதன்முதலாக அவர் வேலை பார்த்த பெரிய நகரமும் கூட.

அந்த ஒட்டுமொத்த குடும்பத்திற்குமே இரத்தினகிரி நகரை மிகவும் பிடித்துப்போனது. ஆனால் அந்த அழகான நகரத்தில்தான் அவர்களது வாழ்க்கையின் தலையெழுத்தே கொடூரமாக மாறப்போகிறது என்பதை அவர்கள் ஆரம்பத்தில் உணரவில்லை.

৵

1915ஆம் ஆண்டு தென்னாப்பிரிக்காவில் இருந்து இந்தியாவுக்குத் திரும்பும்போது காந்தியின் வயது 46. அப்போது ஆங்கிலேயப் பேரரசையே அசைத்துப்பார்க்கப் போகிற தலைவராக உருவாகப் போவதாக அவர் எந்த எதிர்பார்ப்பையும் ஏற்படுத்தவில்லை. தென்னாப்பிரிக்காவில் இந்தியர்களுக்காகப் போராடியதால் கிடைத்த அனுபவங்களை வைத்து, இந்தியாவிலும் ஆங்கிலேயர்களுக்கு எதிராகப் போராடுவதற்கான எண்ணத்தினை வளர்த்துக்கொண்டு இந்தியாவுக்கு வந்தார். தென்னாப்பிரிக்காவில் போராடியவர் என்கிற வகையில் அவர்மீது ஒரு பெரிய எதிர்பார்ப்பு இந்தியாவில் இருந்தபோதும், அவர் அதனை பிரமாண்டமாக ஊதிப்பெருக்க விரும்பவில்லை. 1869ஆம் ஆண்டு அக்டோபர் மாதம் 2ஆம் தேதியன்று குஜராத்தின் ஒரு நடுத்தர வர்க்க இந்துக் குடும்பத்தில் காந்தி பிறந்தார். 1891ஆம் ஆண்டு இலண்டன் சென்று வக்கீல் படிப்பை முடித்துவிட்டு, அதற்கடுத்த இருபது ஆண்டுகள் தென்னாப்பிரிக்காவில் வாழ்ந்தார். அந்த காலகட்டத்தில்தான் தென்னாப்பிரிக்காவில் இந்தியர்கள் மீதான ஆங்கிலேயர்களின் காலனி ஆதிக்கத்தையும் நிறவெறியையும் நேரில் கண்டார். அதனை எதிர்த்து பரிசோதனை முயற்சியாக அகிம்சை முறையில் போராடினார்.

இந்தியா திரும்பியதும் சிலகாலம் இந்தியா முழுக்க பயணம் மேற்கொண்டு பல்வேறு தரப்பு மக்களை சந்தித்து, அதில் கிடைத்த அனுபவங்களை வைத்து இந்தியாவை ஆழமாகப் புரிந்துகொள்ள முயற்சி செய்தார். பீகார் மாகாணத்தின் வடக்கு மாவட்டத்தில் விவசாயிகளை சாயத்திற்குத் தேவையான அவுரி செடிகளைப் பயிரிடுமாறு ஆங்கிலேயர்கள் வற்புறுத்தினர். ஆனால் அதனைப் பயிரிடுவதால் நிலம் மாசுபடுவதோடு நிற்காமல் உணவுத் தட்டுப்பாடும் வரும் என்பதால் விவசாயிகள் தயங்கினர். இதனைப் பயன்படுத்தி காந்தி களத்தில் இறங்கினார். ஆங்கிலேய நிலவுடமையாளர்களை எதிர்த்து 1917இல் காந்தி தலைமையில் நடைபெற்ற போராட்டம் மிகப்பெரிய வெற்றியை ஈட்டியது. அதுவே ஒத்துழையாமை என்கிற போராட்ட வடிவத்திற்கு 1920இல் நாடெங்கிலும் மக்களை இட்டுசென்றது.

ஆங்கிலேய அரசை முற்றிலுமாக புறக்கணித்து, இந்தியாவின் முழுமையான விடுதலையைக் கோரும் போராட்டமாக அது உருவெடுத்தது. இயக்கமாக மாறிய அப்போராட்டத்திற்கு இந்தியாவின் பலதரப்பட்ட மக்களிடமிருந்தும் மிகப்பெரிய

வரவேற்பு கிடைத்தது. சாதி, மதம், வயது, பொருளாதாரப் பின்னணி என சமூகத்தின் அனைத்து முரண்பாடுகளையும் தாண்டியதொரு ஆதரவாக அது மாறியது. ஒரு மிகப்பெரிய வெற்றியை எதிர்நோக்கி அனைவரும் போராட்டக்களத்தில் தீவிரமாக இருந்த நேரத்தில், 1922ஆம் ஆண்டு பிப்ரவரி மாதத்தில் அப்போராட்டத்தை திரும்பப் பெற்றுக்கொள்வதாக காந்தி அறிவித்துவிட்டார். இந்தியாவின் மத்திய மாகாணங்களின் கோராக்பூர் மாவட்டத்தில் சௌரி சௌரா என்னும் இடத்தில் ஒத்துழையாமைப் போராட்டத்தில் கலந்துகொண்ட மக்களை நோக்கி ஆங்கிலேய காவல்துறையினர் துப்பாக்கிச்சூடு நடத்தினர். அதற்கு எதிராக மக்கள் கிளர்ந்தெழுந்து ஆங்கிலேயர்களின் காவல்நிலையத்தை தீயிட்டுக் கொளுத்தினர். இப்படியான வன்முறையை, தான் ஆதரிக்கவில்லை என்று சொல்லி, ஒத்துழையாமைப் போராட்டத்தையே முழுவதுமாக நிறுத்துவதாக அறிவித்தார் காந்தி.

'போராட்டம் உச்சத்தில் இருக்கிற இந்தவேளையில் எல்லாவற்றையும் நிறுத்தச் சொல்கிறாரே' என்று காந்தியின் ஆதரவாளர்களுக்கே கூட அதிர்ச்சியாகத்தான் இருந்தது.

"அனைத்தையும் நிறுத்தச் சொல்லும் என்னுடைய முடிவு அரசியல்ரீதியாக நியாயமானதாகவோ அறிவுப்பூர்வமானதாகவோ இல்லாமல் தோன்றலாம். ஆனால் அகிம்சை வழிப் போராட்டம் என்பதும் ஒரு மதம் போன்றது தான். அந்த மதத்தில் வன்முறைக்கு இடமில்லை. அதனால் அகிம்சை என்கிற மதக் கட்டுப்பாட்டின்படி, நான் எடுத்த இந்த முடிவு சரியானதே" என்று விளக்கம் கொடுத்தார் காந்தி[22].

ஆனாலும் விடுதலைப் போராட்ட வீரர்களை அந்த பதில் எவ்வகையிலும் சமாதானப்படுத்தவில்லை. இந்திய விடுதலைப் போராட்டத்தின் மையப்புள்ளியாக இருந்த இந்திய தேசிய காங்கிரசும் கூட காந்தியின் இந்த முடிவினால் அதிர்ச்சியடைந்தது. முதன்முறையாக நாடெங்கிலும் போராட்டத்திற்கு வந்திருந்த பலதரப்பட்ட மக்களையும் கூட அம்முடிவு ஏமாற்றத்திற்கு உள்ளாக்கியது. ஒத்துழையாமை இயக்கமே நிறுத்தப்பட்டுவிட்டதால், காந்தியின் அதிகாரம் குறைந்துபோயிருந்தது. அதனைப் பயன்படுத்தி, அவரை கைதுசெய்துவிட்டது ஆங்கிலேய அரசு. 1922ஆம் ஆண்டு மார்ச் மாதம் முதல் 1924ஆம் ஆண்டு பிப்ரவரி மாதம் வரையிலுமான இரண்டாண்டுகள் அவரை பூனாவின் ஏர்வாடா சிறையில் அடைத்துவைத்திருந்தார்கள். அதற்கடுத்த

நான்காண்டுகள் பெரும்பாலும் கிராமம் கிராமமாக சுற்றுப்பயணம் செய்தார் காந்தி. அந்தப் பயணத்தின்போது தீண்டாமைக்கும் சமூகத்தில் புரையோடிப் போயிருந்த மூடநம்பிக்கைகளுக்கும் எதிராகப் போராடினார். அதுமட்டுமல்லாமல் இந்தியாவின் இரண்டு பெரிய சமூகங்களாக வாழ்ந்துவந்த இந்துக்களையும் முஸ்லிம்களையும் இணைக்கும் பாலத்தினை அமைக்கவும் தனது சுற்றுப்பயணத்தை அவர் பயன்படுத்திக்கொண்டார்.

1929ஆம் ஆண்டு வாக்கில் அடுத்தகட்ட அறவழி அகிம்சைப் போராட்டத்திற்கு தேசத்தை தயார் செய்யத் துவங்கினார். அந்த காலகட்டத்தில்தான் காந்திக்கு மிகநெருக்கமானவராக மோதிலால் நேருவின் மகனான ஜவகர்லால் நேரு மாறி இருந்தார். முன்பு காந்தி நடத்திய ஒத்துழையாமை இயக்கத்தில் பங்கெடுப்பதற்காகவே தன்னுடைய வக்கீல் தொழிலை விட்டுவிட்டு போராட்டக் களத்திற்கு வந்தவர் நேரு. ஒத்துழையாமை இயக்கத்தை காந்தி திரும்பப் பெற்றதைக் கண்டு அதிர்ச்சியடைந்தவர்களில் நேருவும் ஒருவர். காந்தியின் மீது நேருவுக்கு அளவுகடந்த பற்று இருந்தபோதும், அறவழிப் போராட்டத்தை ஒரு மதம்போல் காந்தி உருவகப்படுத்துவதை நேரு ஏற்கவில்லை. அக்கருத்தில் அவர் மாறுபடவும் செய்தார்.

"அறவழி அகிம்சைப் போராட்ட வடிவத்தினை ஒரு மதமாகப் பார்ப்பதில் எனக்கு உடன்பாடு இல்லை. மதம் என்று வந்துவிட்டாலே எந்தக் கேள்வியும் கேட்காமல் அப்படியே ஏற்கவேண்டிய சூழலுக்குத் தள்ளப்பட்டுவிடுவோம். அதனால் அதனை ஒரு கொள்கையாகவோ போராட்ட வழிமுறையாகவோ பார்ப்பதே சரியாக இருக்கும். அறவழி அகிம்சைப் போராட்டத்தினால் கிடைக்கிற பலன்களையும் முடிவுகளையும் ஆய்வுக்குட்படுத்தி புரிந்துகொள்ள வேண்டும்" என்று பல ஆண்டுகளுக்குப் பின்னர் தன்னுடைய சுயசரிதையில் அதுகுறித்து எழுதினார் நேரு[23].

ஒத்துழையாமை இயக்கத்தை காந்தி நிறுத்தியபின்னர், ஐரோப்பாவின் பல நாடுகளுக்கு சுற்றுப்பயணம் மேற்கொண்டார் நேரு. அதன்மூலம் இந்தியா மட்டுமல்லாமல் சர்வதேச அளவிலும் நேரு பிரபலமானார். அதிலும் மிகமுக்கியமாக இளைஞர்கள் மத்தியில் நேருவின் செல்வாக்கு பெருகியது. இந்திய தேசிய காங்கிரசின் செயலாளராக அப்போது நேரு இருந்தார். அதனால் இந்திய இளைஞர்களிடம் பேசுவதற்கான பாலமாக நேருவைக்

கருதினார் காந்தி. அதனைத் தொடர்ந்து காந்திக்கும் நேருவுக்குமான இடைவெளி குறைந்தது. சில ஆண்டுகள் நேரடி அரசியல் போராட்டங்களில் கலந்துகொள்ளாமல் அமைதியாக இருந்த காந்தி, மீண்டும் ஆங்கிலேயர்களை எதிர்த்துப் போராடத் துவங்கினார். இம்முறை ஒட்டுமொத்த தேசத்தையும் தனக்கான ஆதரவாக மாற்றினார். ஒத்துழையாமை இயக்கம் தொடர்பான முடிவுகளால் காங்கிரஸ் இயக்கத்தில் ஏற்பட்டிருந்த மனக்கசப்புகளும் பிளவுகளும் மறைந்து புதிய நம்பிக்கையை காந்தியின் வருகை கொடுத்தது.

1929ஆம் ஆண்டு செப்டம்பர் மாதத்தில் இந்தியாவின் மத்திய பகுதிகளை உள்ளடக்கிய பெரிய மாகாணமான ஐக்கிய மாகாணத்தில் நீண்டநெடிய சுற்றுப்பயணத்தினைத் துவங்கினார் காந்தி. அடுத்த இரண்டரை மாதங்களில் பொதுக்கூட்டங்களில் பேசியபடியே ஏராளமான மாணவர்களையும் பெண்களையும் வெகுமக்களையும் கதர் ஆடை அணிந்து காங்கிரசில் இணையுமாறு கேட்டுக்கொண்டார். காந்தியின் கோரிக்கையைப் பார்த்து உற்சாகமடைந்து, நாடெங்கிலும் இருந்த காங்கிரஸ் தலைவர்களும் போராட்டத்தில் குதித்து அவரவர் வசிக்கும் பகுதியில் தொடர்ச்சியான பொதுக்கூட்டங்கள் நடத்தி ஆங்கிலேயர்களுக்கு எதிராக மக்களைத் தூண்டினர்.

போராட்டக்களத்தில் உருவான ஒரு மாறுபட்ட சூழல் காரணமாக முழுமையான அரசியல் விடுதலையைக் கோரும் விவாதங்களும் துவங்கப்பட்டன. ஆங்கிலேயர்களின் ஆட்சிமுறையையும் அதிகார உத்தரவுகளையும் முழுவதுமாக மறுத்து, முழுமையான விடுதலையைக் கோரும் இயக்கங்கள் உருவாக்கப்பட்டன.

୶

அப்போது கோட்சே வசித்த இரத்தினகிரியையும் காந்தி துவங்கிய போராட்டங்கள் விட்டுவைக்கவில்லை. கோட்சேவுக்கு இதெல்லாம் புதிதாகத் தோன்றியது. அதற்கு முன்னர் காந்தியால் துவங்கப்பட்டு நிறுத்தப்பட்ட ஒத்துழையாமை இயக்கத்தின் போதெல்லாம் கோட்சே சிறுவனாக இருந்தான். அதனால் அந்த வயதில் அதெல்லாம் புரிந்திருக்கவோ அல்லது எதையாவது செய்திருக்கவோ வாய்ப்பு இருந்திருக்கவில்லை. ஆனால் இம்முறை அப்படியல்ல. கோட்சேவுக்கு படிப்போ அல்லது வேறு எந்த வேலையோ இல்லாத காரணத்தால், தன்னைச்சுற்றி என்ன நடக்கிறதென்று உற்று கவனிக்கும் வாய்ப்பும் இருந்தது.

ஆன்மிகத் தேடலைத் தவிர தனக்கு வேறு விருப்பு வெறுப்புகளே இல்லையென்றுதான் கோட்சே நீண்டகாலமாக நம்பிக் கொண்டிருந்தான். ஆன்மிகம் மட்டுமே அவனுடைய வீட்டுக்குள்ளும் அவனுக்கு ஒருவித தனிமரியாதையையும் பெற்றுக்கொடுத்திருந்தது. அவனுடைய குடும்பப் பின்னணியினாலும், ஆன்மிகப் பின்புலத்துடனேயே அவன் வளர்க்கப்பட்ட விதத்தினாலும் காலனி ஆதிக்கம் குறித்தெல்லாம் அவனுக்கு அதிகமாக தெரிந்திருக்கும் என்று யாரும் எதிர்பார்க்கக்கூட முடியாது. ஆனால், காலனி ஆதிக்கத்திற்கு எதிரான போராட்டங்கள் நாடெங்கிலும் வலுக்க ஆரம்பித்த சூழலில், அனைத்தையும் தாண்டி கோட்சேவையும் அச்செய்திகள் சென்று சேரத்துவங்கின. போராட்டங்களின் வீரியம் அதிகரித்ததால், ஆங்கிலேயர்களும் மிகக்கடுமையாக மக்களை ஒடுக்க ஆரம்பித்தனர். ஆங்கிலேயர்களுக்கு நெருக்கமாக இருந்து, பல பலன்களை அனுபவித்துக்கொண்டிருந்த சிறு குழுக்களைக் கூட ஆங்கிலேயர்கள் நம்பத் தயாராக இல்லாத சூழல் உருவானது. எங்கிருந்து வேண்டுமானாலும் யார் வேண்டுமானாலும் தங்களுக்கு எதிராகத் திரும்பலாம் என்று ஆங்கிலேயர்கள் நினைத்தார்கள்.

என்ன நடந்தாலும் ஆங்கிலேயர்களுக்கு எதிரான நிலைப் பாட்டோடு, தேசிய விடுதலைப் போராட்டங்களில் மட்டும் கலந்துகொண்டுவிடவே கூடாது என்கிற முடிவோடு இருந்த மதவாத அமைப்புகளெல்லாம் கோட்சேவுக்கு அப்போது அறிமுகமாகி இருக்கவில்லை. அதனால், இரத்தினகிரியில் தேசிய விடுதலைப் போராட்ட உணர்வோடு இருந்த இளைஞர்களுடன் கைகோர்க்கும் ஆர்வம் வேறுவழியின்றி இயல்பாகவே கோட்சேவுக்கு ஏற்பட்டது.

“ஆங்கிலேய அரசுக்கு எதிராக நடத்தப்பட்ட போராட்டக் கூட்டங்களிலும் ஊர்வலங்களிலும் நான் கலந்துகொள்ள ஆரம்பித்தேன். பள்ளிகளையும் கல்லூரிகளையும் புறக்கணிக்கச் சொல்லி அறைகூவல் விடுக்கப்பட்டபோது, நான் தேர்ச்சிபெறாமல் விட்ட மெட்ரிகுலேசன் தேர்வினை மீண்டும் எழுதும் எண்ணத்தையே கைவிட்டேன்” என்று பின்னாளில் கோட்சே நினைவுகூர்ந்திருக்கிறான்[24, 25].

படிப்பைத் தொடராமல் விட்டது மட்டுமல்லாமல், அவ்வப்போது அவன் வாழ்ந்த ஊரில் நடைபெற்ற போராட்டங்களில் உரை நிகழ்த்துவது, சில கூட்டங்களை ஏற்பாடு செய்வது என காந்திய இயக்கத்தில் தன்னை இணைத்துக்கொள்ளவும் செய்தான் கோட்சே.

“ஆரம்பத்தில் மேடையில் ஏறி எப்படிப் பேசுவது என்றே எனக்குத் தெரியவில்லை. ஆனால், இரண்டு மூன்று கூட்டங்களில் பேசியபின்னர், பார்வையாளர்களின் கருத்துகளைக் கேட்டறிந்து என்னைத் திருத்திக்கொண்டேன். மேடையில் பேசுவதற்கான தைரியமும் தன்னம்பிக்கையும் எனக்கு அதிகரித்தன. அதன்பிறகு என்னுடைய ஊரில் காங்கிரஸ் இயக்கம் ஏற்பாடு செய்யும் எல்லா கூட்டங்களிலும் நான் தொடர்ச்சியாகப் பேசும் மேடை பேச்சாளர் ஆனேன்” என்று கோட்சே பின்னாளில் சொல்லியிருக்கிறான்[26].

ஆங்கிலேய காவல்துறையினரால் கோட்சே கலந்துகொண்ட போராட்டங்களில் கோட்சேவுடன் சேர்த்து ஐம்பது போராட்டக் காரர்களாவது ஓரிரு முறை கைதும் செய்யப்பட்டிருக்கின்றனர். ஆனால் ஒருசில மணிநேரங்களில் கோட்சேவும் மற்றவர்களும் விடுவிக்கப்பட்டிருக்கின்றனர்[27].

ஆனால் காந்தியால் வழிநடத்தப்பட்ட விடுதலைப் போராட்டங் களில் தீவிரமாக கோட்சே பங்கெடுக்க ஆரம்பித்த அதே 1930களில், அவனுக்குப் புதிதாக மற்றொரு நபருடன் தொடர்பு ஏற்பட்டது. அவன் அடிக்கடி சந்திக்கத் துவங்கிய அந்த நபருக்கு காந்தியப் போராட்டத்தில் கோட்சே கலந்துகொள்வதெல்லாம் சுத்தமாகப் பிடிக்கவே இல்லை[28]. தனக்கென்று ஒரு அடையாளத்தை உருவாக்கும் நோக்கில் எதையோ தேடிக்கொண்டே இருந்த கோட்சேவுக்கு, காந்தியும் காந்திய வழிப் போராட்டமும்தான் ஊன்றுகோலாக இருக்குமென்று அவனுக்கு தோன்றியிருந்தது இருப்பினும், தனக்கான ஒரு குருவைத் தேடும் முயற்சியை அவனுடைய மனது விட்டுவிடவில்லை என்றுதான் சொல்லவேண்டும்.

தந்தைக்கு நிகரான ஒரு வழிகாட்டும் குருவை கோட்சே ஏறத்தாழ கண்டுபிடிக்கும் தருவாயில் அப்போது இருந்தான். அந்த குரு வேறு யாருமல்ல. விநாயக் தாமோதர் சாவர்க்கர் தான்.

2
சாவர்க்கரா? காந்தியா?

கோட்சேவின் ஆளுமையை மிகுந்த கவனத்தோடு செதுக்கினார் சாவர்க்கர். ஆரம்பகாலத்தில் ஆங்கிலேயர்களுக்கு எதிராக உறுதியாக நின்றவர்தான் சாவர்க்கர். ஆனால், சாவர்க்கரை கோட்சே சந்தித்த காலகட்டத்தில், தேசநலனையெல்லாம் தூர எறிந்துவிட்டு, முஸ்லிம்களுக்கு எதிராக இந்துக்களைத் திரட்டும் பணியில் முழுவீச்சாக இறங்கியிருந்தார் சாவர்க்கர். இந்திய மக்களுக்காக எந்தத் தியாகத்தையும் செய்யாமலேயே, எல்லாவற்றையும் செய்துவிட்ட மிகப்பெரிய ஆளுமையாகத் தன்னை உயர்த்திக்காட்டிக்கொண்டு, அதற்கான பலன்களையும் அனுபவித்த வகையில், இந்திய சுதந்திரப் போராட்ட வரலாற்றிலேயே சாவர்க்கரை மிஞ்ச எவரும் இல்லை[1].

தன்னுடைய தனிப்பட்ட வாழ்க்கையையும் உண்மையான இலட்சியத்தையும் மிகவும் கவனமாக மறைத்தே வந்திருக்கிறார் சாவர்க்கர். அவருடைய சுயசரிதை நினைவுகளில்கூட மனைவியின் பெயர் யமுனா என்பதோடு மட்டுமே நிறுத்தியிருக்கிறார். அதனைத் தாண்டி பெரிதாக எவ்விதமான தனிப்பட்ட தகவல்களையும் எங்கேயும் அவர் குறிப்பிட்டதே இல்லை. அவருடைய சிறுவயது காலகட்டத்தைக்கூட அவருடைய வயதான காலத்து பிம்பத்திற்கு ஏற்றவாரே உருவகப்படுத்தித் தான் எழுதியும் சொல்லியும் வந்திருக்கிறார்[2].

1883ஆம் ஆண்டு மே மாதத்தின் 28ஆம் நாளன்று பம்பாய் மாகாணத்திற்குள் இருந்த நாசிக் நகரத்திற்கு அருகாமை கிராமமான பாகூரில்தான் சாவர்க்கர் பிறந்தார். சிறுவயதில் இருந்தே மிகத்தீவிரமாக நூல்கள் வாசிக்கும் பழக்கம் கொண்டவர்.

அதுமட்டுமல்லாமல், சிறப்பான நினைவாற்றல் திறனும் கொண்டவராக இருந்திருக்கிறார். நாசிக்கில் பள்ளிப் படிப்பையும், பூனாவில் கல்லூரிப்படிப்பையும் முடித்தார். விடுதலைப் போராட்டத்தை அமைதிவழியில் காந்தி நடத்துவதற்கு முன்னர், பாலகங்காதர திலகர்தான் முக்கியப் போராளியாக இருந்தார். அப்போது 1906ஆம் ஆண்டில் சாவர்க்கருக்காக இங்கிலாந்திலேயே சட்டம் படிப்பதற்கான உதவித்தொகைக்கு பாலகங்காதர திலகர் ஏற்பாடு செய்தார். இந்திய மாணவர்களும் இந்திய விடுதலைப் போராட்டத்திற்கு ஆதரவான அதிதீவிர கருத்துகளைக் கொண்டிருந்தவர்களும் இலண்டனின் இந்திய ஹவுஸ் கட்டடத்தில்தான் தங்கியிருந்தனர். இதனால், இந்திய ஹவுசில் தங்கிய சாவர்க்கருக்கு இயல்பாகவே ஆங்கிலேய எதிர்ப்பு மனநிலை ஏற்பட்டுவிட்டது.

தன்னைச்சுற்றி ஒரு இளைஞர் பட்டாளத்தைக் கூட்டிவைத்து, அவர்களிடத்தில் தேசப்பற்றையும் ஆங்கிலேய எதிர்ப்பையும் வளர்த்தார் சாவர்க்கர். 'வெடிகுண்டு செய்வது எப்படி' என்கிற விரிவாக விளக்கும் ஒரு கையேட்டு நூலைத் தயாரித்து, அச்சிட்டு, அவற்றை இந்தியாவுக்கு அனுப்பினார்[3]. 1857ஆம் ஆண்டு நடைபெற்ற முதல் விடுதலைப் போராட்டத்தின் ஐம்பதாவது ஆண்டு நினைவைக் குறிக்கும் வகையில் "முதல் விடுதலைப் போர் - 1857" என்கிற துண்டுப்பிரசுரத்தையும் 1907ஆம் ஆண்டு வெளியிட்டார். முதல் விடுதலைப் போர் துவங்கியதன் நினைவாக மே 10ஆம் தேதியை தியாகிகள் நாளாக 1907ஆம் ஆண்டு தன்னுடைய சீடர்ப்படையுடன் கொண்டாடினார்.

ஆனால் தேசப்பற்றுள்ளவராக இருந்ததாக சொல்லப்பட்ட அந்த காலகட்டத்தில்கூட மிகவும் கவனமாக தனக்கு எந்தப் பிரச்சனையும் வந்துவிடாமலும் மாட்டிக்கொள்ளாதவாறும்தான் சாவர்க்கர் செயல்பட்டார். சாவர்க்கர் ஈடுபட்டதாக சொல்லப்படும் அனைத்திலும் யாரையோ தூண்டிவிட்டு, அதனை களத்தில் செய்யவைத்து, மாட்டிக்கொள்ளாமல் ஒளிந்துகொள்வதே சாவர்க்கரின் வழக்கமாக இருந்துவந்தது. 1909ஆம் ஆண்டு ஜூலை மாதத்தில் இந்தியாவிற்கான வெளியுறவுத்துறை அமைச்சக உயரதிகாரியான கர்சன் வில்லீ என்பவர் கொல்லப்பட்டார். அந்தக் கொலையின் போதுதான் சாவர்க்கரின் தந்திரமுகம் வெளிப்பட்டது.

1906ஆம் ஆண்டு பஞ்சாபில் இருந்து மதன் லால் திங்காரா என்கிற ஒரு பணக்கார குடும்பத்து இளைஞர் மேல்படிப்பிற்காக

இங்கிலாந்து வந்தார். இலண்டனில் சாவர்க்கர் வசித்த இந்தியா ஹவுசில் வசிக்கவில்லை என்றாலும் கூட, அந்த இளைஞர் சாவர்க்கரின் கண்ணில் பட்டுவிட்டார். தேசத்திற்காக உயிரைக் கொடுப்பது குறித்து தொடர்ந்து மதன் லாலிடம் சாவர்க்கர் பேசிக்கொண்டே இருந்தார். ஒருகட்டத்தில் சாவர்க்கரின் பேச்சில் மயங்கி, மதன் லாலும் அதற்காக மனதளவில் தயாராகிவிட்டார். சாவர்க்கர் என்ன சொன்னாலும் எந்தக் கேள்வியும் கேட்காமல் பின்பற்றத் தயாராகும்படியான ஒப்புதல் பிரமாணமே எடுக்கும் நிலைக்குத் தள்ளப்பட்டுவிட்டார் மதன் லால்[4].

சாவர்க்கரின் அதிகாரப்பூர்வ சுயசரிதையை எழுதிய தனஞ்சய கேர் என்பவரின் வாக்குமூலப்படி, இந்தியாவிற்கான ஆங்கிலேய வைசராயாக இருந்த லார்ட் கர்சனைத்தான் மதன்லால் திங்காரா முதலில் கொல்வதாகத் திட்டமிடப்பட்டிருந்தது. ஆனால், மதன்லால் அதில் தோல்வியடைந்துவிட்டார்[5]. அதன்பிறகுதான் வில்லீயைக் கொல்வதற்கான திட்டம் வரையறுக்கப்பட்டது.

“1909 ஏப்ரல் மாதம் மூன்றாம் தேதி முதலே சில்கிளேர் சாலையில் இருந்த பி.சி.பால் இல்லத்தில் இருந்த மாணவர் விடுதியில்தான் சாவர்க்கர் தங்கியிருந்தார். அந்த இல்லத்தில் 1909ஆம் ஆண்டு ஜூன் மாதத்தின் கடைசி நாளில் சாவர்க்கரை சந்திக்கச் சென்றார் மதன்லால். அங்கே அவர்கள் இருவரும் பேசிக்கொண்டனர். அங்கிருந்து சாவர்க்கரும் சாவர்க்கரின் மற்றொரு சீடரான நிரஞ்சன் பாலும் மதன்லாலுடன் நாட்டிங் ஹில் கேட் இரயில் நிலையத்திற்கு உடன் சென்றனர். தான் கொண்டுவந்த துப்பாக்கியை எடுத்து மதன்லாலிடம் கொடுத்தார் சாவர்க்கர். ‘இந்த முறையும் நீ தோற்றுப்போனால், என் முகத்தில் இனி முழிக்காதே’ என்று மதன்லாலிடம் சொல்லிவிட்டுத்தான் அங்கிருந்து விடைபெற்றிருக்கிறார் சாவர்க்கர்.

எச்சரித்துவிட்டபோதும் கூட, கொடுத்த வேலையை மதன்லாலால் சரியாக செய்துமுடிக்கமுடியுமா என்று சாவர்க்கருக்கு சந்தேகம் இருக்கத்தான் செய்தது. அதனால், கொலை செய்யத் திட்டமிடப்பட்டிருந்த இம்பீரியல் இன்ஸ்டியூட்டுக்கு மதன்லாலைக் கண்காணிக்க ஹெச். கே.கோர்கோயங்கர் மற்றும் ஜி.சி.வர்மா ஆகிய தன்னுடைய சீடர்களில் இருவரை அடுத்த நாளே சாவர்க்கர் அனுப்பிவைத்தார். அங்குதான் இந்திய தேசிய சங்கத்தின் ஆண்டுவிழா நடைபெறுவதாக இருந்தது. திட்டமிட்டபடி

நிகழ்வும் துவங்கியது. அங்கே மதன் லால் திங்கராவும் வந்தார். அவரைக் கண்காணிக்க சாவர்க்கரின் இரண்டு சீடர்களும் ஒளிந்திருந்தனர். நிகழ்வும் முடிந்து இரவானதும், இந்தியாவைக் கண்காணிப்பதற்காக ஆங்கிலேய அரசினால் உருவாக்கப்பட்டிருந்த அயல்துறை அலுவலகத்தின் பொறுப்பாளராக இருந்த கர்சன் வில்லீயை நோக்கி மதன் லால் திங்கரா துப்பாக்கியால் சுட்டார்[6].

இந்தத் தகவலையெல்லாம் சாவர்க்கர் உயிரோடு இருக்கும் வரையிலும் அவரது சுயசரிதையை எழுதியவர் குறிப்பிடவே இல்லை. அதனால் 1950ஆம் ஆண்டில் வெளியான அந்த நூலின் முதல் பதிப்பிலெல்லாம் இவை எதுவுமே இருக்காது. ஆனால் சாவர்க்கர் இறந்து பத்து மாதங்கள் கழித்து 1966ஆம் ஆண்டு டிசம்பர் மாதத்தில் வெளியான திருத்தப்பட்ட பதிப்பில் இவற்றையெல்லாம் தெளிவாகக் குறிப்பிட்டிருக்கிறார் நூலாசிரியர் தனஞ்செய் கீர். சாவர்க்கருக்கு கொடுத்த வாக்கின்படி, வழக்கு விசாரணையின் போது சாவர்க்கரின் பெயரைச் சொல்லாமல் நேர்மையாக நடந்துகொண்டார் மதன்லால். தனியாகவே திட்டமிட்டு, தனியாகவே கொலை செய்ததாக நீதிமன்றத்தில் வாக்குமூலம் கொடுத்தார் மதன்லால். வழக்கு விசாரணையெல்லாம் முடிந்து இறுதியாக 1909ஆம் ஆண்டு ஆகஸ்ட் மாதம் 17ஆம் தேதியன்று மதன்லாலுக்கு மரண தண்டனையை நிறைவேற்றியது ஆங்கிலேய அரசாங்கம்.

சாவர்க்கருக்கும் இந்த கொலைக்கும் தொடர்பு இருப்பதாக ஆங்கிலேய காவல்துறையினர் சந்தேகப்பட்டுக்கொண்டேதான் இருந்தார்கள். ஆனால் சரியான ஆதாரம் இல்லாததால் அவர்களால் சாவர்க்கரை எதுவும் செய்யமுடியவில்லை. இருப்பினும் அந்த கொலை வழக்கில் தானும் மாட்டிக்கொள்வோமோ என்கிற பயம் சாவர்க்கருக்கு இருக்கத்தான் செய்தது. அதனால் இலண்டன், பிரிட்ஜ்டவுன், வேல்ஸ் உள்ளிட்ட பல பகுதிகளுக்கு இடம்பெயர்ந்துகொண்டே இருந்தார் சாவர்க்கர். அவர் ஒவ்வொரு இடமாக மாறிக்கொண்டிருப்பதை ஆங்கிலேய அரசு கண்காணித்துக் கொண்டுதான் இருந்திருக்கிறது.

அதே ஆண்டின் டிசம்பர் மாதம் 21ஆம் தேதியன்று நாசிக்கின் மாவட்ட ஆட்சியரும் நீதிபதியுமான ஏ.எம்.டி.ஜாக்சன் சுட்டுக்கொல்லப்பட்டார். அவரைக் கொன்ற ஆனந்த் கன்கேரே என்பவர் கைது செய்யப்பட்டு, விசாரணையின் முடிவில்

குற்றம் நிரூபிக்கப்பட்டு தூக்கிலிடப்பட்டார். பம்பாயில் ஆங்கிலேயர்களுக்கு எதிராக செயல்பட்டதாக சாவர்க்கரின் அண்ணனான கணேஷ் தாமோதரன் என்கிற பாபாராவை ஜூன் 8ஆம் தேதியன்று அந்தமான் சிறைக்கு அனுப்பியதில் ஜேக்சனுக்கு பெரும்பங்கு இருந்ததாக சொல்லப்படுகிறது[7].

ஜேக்சனுடைய கொலைவழக்கை விசாரிக்கையில்தான் இலண்டனில் இருந்து துப்பாக்கிகளை இந்தியாவுக்கு சாவர்க்கர் கடத்திய விவரம் தெரியவந்திருக்கிறது. அப்படியாகக் கடத்தப்பட்ட துப்பாக்கிகளில் ஒன்றைத்தான் ஜாக்சனைக் கொல்வதற்கு கேர் பயன்படுத்தியிருக்கிறார்[8]. அந்தத் துப்பாக்கிக்கும் சாவர்க்கருக்கும் இடையிலான தொடர்பினை ஆங்கிலேய காவல்துறையினர் கண்டுபிடிப்பதற்கு முன்னரே சாவர்க்கர் தலைமறைவாகிவிட்டார். அது முன்கூட்டியே திட்டமிடப்பட்டதாகவே இருந்திருக்கக் கூடும். 1910ஆம் ஆண்டு ஜனவரி மாதத் துவக்கத்தில் பிரான்சு நாட்டின் பாரிஸ் நகருக்கு நகர்ந்திருக்கிறார். சுமார் இரண்டு மாதங்களுக்குப் பிறகு அங்கிருந்து மீண்டும் இலண்டனுக்கே வந்திருக்கிறார். இனிமேல் யாரும் கைதுசெய்யமாட்டார்கள் என்றும் இலண்டனின் சட்டம் தன்னைக் காக்கும் என்றும் நம்பித்தான் இலண்டனுக்குத் திரும்பியிருக்கிறார்[9]. ஆனால் சாவர்க்கரின் கனவும் கணக்கும் பொய்த்துப்போனது. இலண்டனுக்கு இரயிலில் வந்திறங்கிய மறுவிநாடியே கைதுசெய்து இந்தியாவுக்கு அழைத்துச்சென்றது இலண்டன் காவல்துறை.

இங்கிலாந்தில் இருந்து கப்பல் மூலமாக பிரெஞ்சுக் கடற்கரை நகரமான மார்சேவுக்கு அழைத்துவருகையில் அங்கிருந்து தப்பிக்க முயன்றார். மார்சேவில் கப்பல் நின்றுகொண்டிருக்கும் போது, தப்பிக்க முயன்றபோது ஆங்கிலேயர்கள் கண்டுபிடித்து அவரை மடக்கிப் பிடித்துவிட்டனர். இந்தியா சென்றடைந்ததும் வழக்கு விசாரணை நடத்தப்பட்டது. இறுதியாக, குற்றம் நிரூபிக்கப்பட்டதும் இரட்டை ஆயுள் தண்டனை விதிக்கப்பட்டு, அடுத்த ஐம்பதாண்டுகள் அந்தமான் சிறையில் தண்டனை அனுபவிக்க வேண்டும் என்று தீர்ப்பு வழங்கப்பட்டது.

அந்தமானில் சாவர்க்கர் அடைத்துவைப்பட்ட அறை 7.5 அடி அகலமும் 13.5 அடி நீளமும் கொண்டதாக இருந்தது. மற்ற சிறைவாசிகளைப் போன்றே, விடுதலையாகும் ஆண்டினை எழுதிய

ஒரு பலகையை சாவர்க்கரின் கழுத்தில் மாட்டிவிட்டார்கள். அதில் '1960' என்று எழுதப்பட்டிருந்தது. மிகக்கொடூரமான சித்தரவதைகள் சூழப்பட்ட ஒரு சிறைச்சாலையாகவும் அந்தமான் சிறை இருந்தது. தேங்காய் உடைப்பது, செக்கிழுத்து எண்ணை வடிப்பது போன்றவை சிறைவாசிகளின் அன்றாடப் பணிகளாக இருந்தது. ஒவ்வொரு சிறைவாசிக்கும் அன்றாடம் ஒதுக்கப்பட்ட வேலை அளவினை முடிக்காவிட்டால், அடியும் பலமாக விழுந்தது.

அடுத்த ஐம்பதாண்டுகள் இப்படியான சித்தரவதைகளை அனுபவிக்கவேண்டுமே என்று சாவர்க்கர் நினைத்திருக்கக் கூடும். சிறைக்குள் சென்று இரண்டு மாதங்கள் ஆவதற்கு முன்பே ஆங்கிலேய அரசுக்கு மன்னிப்புக் கடிதம் எழுத ஆரம்பித்துவிட்டார் சாவர்க்கர். மன்னிப்பை மட்டும் வழங்கிவிட்டால், ஆங்கிலேய அரசுக்கு காலம் முழுக்க நன்றியுள்ளவனாக இருக்கப் போவதாகவும், ஆங்கிலேய அரசுக்கு எந்தவிதமான உதவியையும் செய்யத் தயாராக இருப்பதாகவும் அந்த மன்னிப்புக் கடிதத்தில் எழுதியிருந்தார். 1911ஆம் ஆண்டு ஜூலை மாதம் 4ஆம் தேதிதான் அவரை அந்தமான் சிறைக்குள் அடைத்தார்கள். ஆகஸ்ட் 30ஆம் தேதியிலேயே முதல் மன்னிப்புக் கடிதத்தை எழுதிவிட்டார்[10]. அந்த முதல் கடிதம் நமக்குக் கிடைக்கவில்லையென்றாலும், அதற்கடுத்ததாக 1913ஆம் ஆண்டு நவம்பர் மாதம் 24ஆம் தேதியன்று எழுதப்பட்ட மூன்றாவது மன்னிப்புக் கடிதத்தில் முதல்கடிதம் குறித்து குறிப்பிடப்பட்டுள்ளது.

> "அரசுக்கு எந்த மாதிரியான வேலையை செய்வதற்கும் நான் தயாராக இருக்கிறேன். இதனை என்னுடைய மனசாட்சிக்குக் கட்டுப்பட்டு சொல்கிறேன். என்னை நீங்கள் சிறையிலேயே வைத்திருப்பதால் உங்களுக்கு எந்தப் பலனும் இல்லை. அதிகாரமும் வல்லமையும் படைத்த நீங்கள் நினைத்தால் எனக்கு மன்னிப்பு வழங்கமுடியும். என்னுடைய சொந்தப் பெற்றோரின் வீடாக நினைத்தே இந்த அரசாங்கத்தின் கதவுகளைத் தட்டிக்கொண்டிருக்கிறேன். நான் வேறென்ன செய்யமுடியும்?"

என்று தன்னுடைய மூன்றாவது மன்னிப்புக் கடிதத்தில் குறிப்பிட்டிருக்கிறார் சாவர்க்கர்.[11]

அந்த மன்னிப்புக் கடிதங்களுக்கெல்லாம் ஆங்கிலேய அரசு பதிலளிக்கவில்லை என்ற போதிலும் சாவர்க்கரும் விடுவதாக இல்லை. தொடர்ச்சியாக சீரான இடைவெளியில் மன்னிப்புக்

கடிதங்கள் எழுதிக்கொண்டே இருந்தார். அதேவேளையில் சிறை அதிகாரிகளுடன் நட்பினை ஏற்படுத்திக்கொள்ளவும் சாவர்க்கர் முயன்றார். 1916ஆம் ஆண்டில் வங்காளத்தில் இருந்து தேசவிடுதலைப் போராட்டத்தில் கலந்துகொண்டதால் திரிலோகையா நாத் சக்கரவர்த்தியும் அந்தமான் சிறையில் அடைப்பட்டார். அந்த நேரத்திலெல்லாம் சாவர்க்கரும் சாவர்க்கரின் சகோதரரான பாபாராவும் அங்கிருந்த சிறை அதிகாரிகள் அனைவரின் செல்லப்பிள்ளைகளாக மாறிவிட்டிருந்தனர்[12].

சிறையில் செய்யப்படுகிற சித்தரவதைகளையும் கொடுமைகளையும் கைதிகள் நடத்தப்படுகிற விதத்தையும் எதிர்த்து பெரும்பாலான சிறைக்கைதிகள் இணைந்து நடத்திய போராட்டத்திற்கு அழைப்புவிடுத்தும் கலந்துகொள்ள மறுத்துவிட்டனர் சாவர்க்கர் சகோதரர்கள்.

“சிறை அதிகாரிகளுடன் இருந்த நெருக்கத்தினால் சாவர்க்கர் சகோதரர்களுக்கு கிடைத்துவந்த சலுகைகளை எல்லாம், எங்களுடன் சேர்ந்து போராடுவதால் இழந்துவிட அவர்கள் தயாராக இல்லை. மறைமுகமாகப் பேசும்போது எங்களின் போராட்டங்களை ஆதரிப்பது போல் பேசுவார்கள். ஆனால் பொதுவெளியில் எந்தப் போராட்டத்திலும் கலந்துகொள்ளாமல் ஒதுங்கியே இருந்தார்கள்” என்றார் வங்காளப் போராளியான சக்கரவர்த்தி[13, 14].

ஒருபுறம் தேசபக்தி இருப்பதாகக் காட்டிக்கொண்டே, மறுபுறம் தங்களுடைய சொந்த பாதுகாப்பை மட்டுமே எப்போதும் கவனத்தில் கொண்டு செயல்பட்டிருக்கிறார்கள் சாவர்க்கர் சகோதரர்கள்.

சாவர்க்கரின் மன்னிப்புக் கடிதங்களுக்கும், ஆங்கிலேய அதிகாரிகளிடம் அவர் காட்டிய நன்னடத்தையும் இணைந்து அவருக்கு ஒரு நல்ல செய்தியைக் கொண்டுவந்து சேர்த்தது. 1921ஆம் ஆண்டு மே மாதத்தில் அந்தமானில் இருந்து பம்பாய் மாகாண சிறைச்சாலைக்கு சாவர்க்கரும் அவரது சகோதரரும் மாற்றப்பட்டனர். 1922ஆம் ஆண்டு செப்டம்பர் மாதத்தில் சாவர்க்கரின் சகோதரர் எவ்வித நிபந்தனையுமின்றி விடுதலை செய்யப்பட்டார். 1924ஆம் ஆண்டு ஜனவரி மாதத்தில் அரசியலில் ஈடுபடக்கூடாதென்றும் அரசு அதிகாரிகளின் அனுமதியின்றி இரத்தினகிரியைத் தாண்டிச் செல்லவேகூடாது என்றும் நிபந்தனை விதித்து சாவர்க்கரை ஆங்கிலேய அரசு விடுதலை செய்தது. 1924ஆம்

ஆண்டு ஜனவரி மாதம் 5ஆம் தேதியன்று சாவர்க்கரை விடுதலை செய்வதாக பம்பாய் மாகாண அரசு அரசாணை பிறப்பித்தது.

"என்னுடைய வழக்கில் முறையாக விசாரணை நடத்தப்பட்டு நியாயமாக தீர்ப்பும் வழங்கப்பட்டது என்பதை நான் ஏற்றுக்கொள்கிறேன். அதேபோல நான் கடந்த காலங்களில் வன்முறை செயல்களில் ஈடுபட்டதற்காக மிகவும் வருந்துகிறேன். இந்த அரசுக்கும் சட்டத்திற்கும் அரசியல் அமைப்பிற்கும் கட்டுப்பட்டு நடப்பேன் என்றும் அரசின் அனுமதி கிடைக்குமானால் அரசு கொண்டுவரும் சீர்திருத்தங்களுக்கு என்னாலான உதவிகளை முடிந்தவரை செய்வேன் என்றும் உறுதிகூறுகிறேன்"

என்று சாவர்க்கர் தன்னுடைய விடுதலை ஒப்புதல் கடிதத்தில் எழுதியிருப்பதாக ஆங்கிலேய அரசு தெரிவித்தது[15].

எப்படியாவது ஆங்கிலேய அரசாங்கத்தை ஏமாற்றிவிட்டு சிறையில் இருந்து வெளியேவந்து ஆங்கிலேய ஏகாதிபத்தியத்தை எதிர்த்துப் போராடுவதற்காகத்தான் பொய்யாக அப்படியான மன்னிப்புக் கடிதங்களை சாவர்க்கர் எழுதினார் என்று அவரது ஆதரவாளர்கள் எல்லாம் இப்போதும் சொல்லிக்கொண்டு இருக்கிறார்கள்[16]. சிறையில் இருந்து எப்படியாவது தப்பிக்க வேண்டும் என்று எழுதினார் என்பது உண்மைதான். ஆனால் மீண்டும் தேசிய விடுதலைக்காகப் போராடத்தான் வெளியே வந்தார் என்பது முற்றிலும் பொய்யே. சிறையில் இருந்து விடுதலையான பிறகு எந்த சுதந்திரப் போராட்டத்திலும் ஒரு ஓரமாகக் கூட சாவர்க்கர் நிற்கவில்லை என்பதுதான் நிதர்சனமான உண்மை. அதற்கு பதிலாக, இந்தியாவில் இருக்கும் முஸ்லிம்களை அழித்து ஒழிப்பதற்கான வாய்ப்பாகவும் வரமாகவும்தான் ஆங்கிலேய அரசை அவர் பார்த்தார்[17].

ஆங்கிலேய எதிர்ப்பில் இருந்து முஸ்லிம் வெறுப்புக்கு அவர் மாறியதற்கான காரணங்களும் சூழல்களும் தெளிவாக நமக்குத் தெரியவில்லை. ஆனால் அவர் பள்ளியில் படிக்கும்போதே சக இந்து மாணவர்களுடன் இணைந்து அவருடைய ஊரில் இருந்த மசூதியை பெருமையோடு இடித்து சேதப்படுத்தி, முஸ்லிம் சிறுவர்களுடன் அடிதடியிலும் ஈடுபட்டு வந்திருக்கிறார் என்று சாவர்க்கரின் வாழ்க்கை வரலாற்றை எழுதிய கேர் குறிப்பிடுகிறார்[18].

இருப்பினும் பள்ளிப்பருவம் முடிந்தவுடன் மதவெறியோடு அவர் நடந்துகொண்டதாக எந்த விவரங்களும் நம்மிடம் இல்லை. வளர்ந்து பெரியவனானதும் ஓரளவுக்கு மதச்சார்பற்றவராகவும் வகுப்புவாத வெறிபிடித்தவராக இல்லாமலும் ஆங்கிலேய அரசுக்கு எதிரான அரசியல் தலைவராகவும்தான் தன்னைக் காட்டிக்கொண்டார். இந்து மேலாதிக்க சிந்தனைகள் அவரது சிறுவயது முதலே கூடவே வந்திருந்தாலும் அதெல்லாம் அவரது ஆரம்பகட்ட விடுதலைப் போராட்ட காலத்தில் வெளிப்பட்டதற்கான சரியான ஆதாரங்களும் நம்மிடம் இல்லை[19]. இந்துக்களும் முஸ்லிம்களும் இணைந்து 1857இல் இந்தியாவின் முதல் விடுதலைப் போராட்டத்தை துவங்கியதை சாவர்க்கர் வெகுவாகக் கொண்டாடினார் என்பதும் ஒரு உதாரணம்.

ஆனால் சிறையில் இருந்து வெளியே வந்ததும், பழையபடி சுதந்திரப் போராட்டத்தில் கலந்துகொள்ளும் எண்ணமெல்லாம் அவரிடம் இல்லை. முஸ்லிம்கள் மீது அதிதீவிர வெறியுடன் செயல்படுபவராக மாறிவிட்டார். இது எப்படி நிகழ்ந்தது? அதற்கான ஆதாரப்பூர்வமான பதில் ஏதும் நம்மிடம் இல்லை என்றுதான் சொல்ல வேண்டும். சிறையில் சாவர்க்கருக்கு ஏற்பட்ட அனுபவங்கள்தான் சாவர்க்கரின் முஸ்லிம் வெறுப்பை கூர்மையாக்கியது என்று சாவர்க்கரின் ஆதரவாளர்கள் மட்டுமல்லாமல் சாவர்க்கரே கூட சொல்லியிருக்கிறார். அந்தமான சிறையில் ஆங்கிலேய சிறை அதிகாரிகளால் நியமிக்கப்பட்ட சில முஸ்லிம் வார்டன்கள் அவரை மோசமாக நடத்தியதாகவும் சிறையிலேயே அவர்கள் மதமாற்ற நடவடிக்கைகளில் ஈடுபட்டதாகவும் 1927இல் வெளியான “தி ஸ்டோரி ஆஃப் மை ட்ரான்ஸ்போர்டேசன் ஆஃப் லைஃப்” (*The story of my transportation of life*) என்கிற தன்னுடைய வாழ்க்கை வரலாற்று நூலில் சாவர்க்கர் குறிப்பிட்டிருக்கிறார்[20]. இதனையே எழுத்தாளர் கேரும் அவரது நூலில் எழுதியிருக்கிறார்[21].

சாவர்க்கரும் அவரது ஆதரவாளர்களும் கூறிய இந்த காரணத்திற்கு எவ்வித அடிப்படை ஆதாரமும் இருப்பதாகத் தெரியவில்லை. அந்தமான் சிறையில் இருந்த முஸ்லிம் வார்டன்களால் இந்து சிறைக்கைதிகள் திட்டமிட்டு தாக்கப்பட்டதாக வேறு எவருமே குற்றச்சாட்டு வைத்திருக்கவில்லை. ஒரேயொரு இந்து கூட கட்டாயப்படுத்தப்பட்டு முஸ்லிமாக மாற்றப்பட்ட விவரமோ ஆவணமோ கூட இல்லை[22]. ஆகவே அந்தமான் சிறையில்

யாருக்குமே நடக்காத ஒன்றை சாவர்க்கருக்கு மட்டுமே நடந்ததாக ஆதாரமின்றி சொல்வதெல்லாம் ஏறக்குறைய பொய்யாகத்தான் இருக்கமுடியும் என்று நாம் புரிந்துகொள்ளலாம்.

நம்மிடம் இருக்கும் ஆதாரங்களெல்லாம் சொல்வதெல்லாம் ஒன்றுதான். சாவர்க்கரின் முஸ்லிம் வெறுப்பென்பது அவரால் உருவாக்கப்பட்டதுதான். அதற்கு வெளியில் இருந்தெல்லாம் ஏதும் அழுத்தமோ கட்டாயமோ வந்திருக்கவில்லை. அதனை பயன்படுத்திய விதத்தில் நேரடியாகவே அவர் ஆங்கிலேய அரசுக்குத்தான் ஆதரவாக செயல்பட்டிருக்கிறார். முஸ்லிம்கள் என்கிற உள்ளூர் எதிரிகளுக்கு எதிராக இந்துக்களை இணைக்கிற பணியைச் செய்வதாகக் கூறிக்கொண்டு, உண்மையான எதிரியான ஆங்கிலேய அரசை எதிர்க்கும் போராட்டத்தில் இந்தியர்களின் ஒருசாராரைக் கலந்துகொள்ளவிடாமல் தடுத்தார் சாவர்க்கர். அதன்மூலம் மதமாக மக்களைப் பிரித்தாளும் ஆங்கிலேயர்களின் திட்டத்தை அமல்படுத்துவதற்கு சாவர்க்கர் உதவியிருக்கிறார்.

சிறையில் இருந்து வெளிவருவதற்கு ஓராண்டிற்கு முன்னர், "இந்துத்துவா: யார் இந்து?" என்கிற நூலை 1923ஆம் ஆண்டில் எழுதினார்.

"இன்றைய இந்துக்களின் நரம்புகளில் ஓடும் இரத்தத்திலேயே நாமெல்லாம் வேதத்தின் தந்தைகளிடம் இருந்து வந்தவர்கள்தான் என்பது எழுதப்பட்டிருக்கிறது. இந்துக்களாகிய நாமெல்லாம் ஒன்று. நாமெல்லாம் ஒரே தேசம். நாமெல்லாம் ஒரே இனம். நாமெல்லாம் ஒரே கலாச்சாரத்தைக் கொண்டவர்கள்" என்று எழுதியிருக்கிறார் சாவர்க்கர்[23,24]. அவரைப் பொறுத்தவரையில் இந்தியா மொத்தமும் இந்துக்கள் வாழ்வதற்கான பகுதி மட்டுமே என்றும், அது இந்துக்களின் புனிதப் பகுதி என்றும், அங்கே முஸ்லிம்களுக்கும் கிருத்துவர்களுக்கும் எந்த உரிமையுமில்லை என்பதும்தான் அவரது கருத்தாக இருந்திருக்கிறது.

இந்துக்களையெல்லாம் ஒருங்கிணைத்து அவர்கள் அனைவரும் ஒரே தேசத்தைச் சேர்ந்தவர்கள் என்று நம்பவைத்து அரசியல்ரீதியாக அணிதிரட்டுவதுதான் சாவர்க்கரைப் பொறுத்தவரையில் இந்துத்துவா என்பதாகும். அவருடைய இந்த தேசியம் குறித்த பார்வையில் முஸ்லிம்களுக்கும் கிருத்துவர்களுக்கும் இடமில்லை. அவரைப் பொறுத்தவரைக்கும் வேதகாலத்துப் பெரியவர்களின் வார்த்தைகளை அப்படியே பின்பற்றுபவர்கள்தான்

இந்துக்களாவர். இதை நம்பாதவர்களை எதிர்ப்பது குறித்தும் விரிவாக எழுதியிருக்கிறார் சாவர்க்கர். அதிலும் குறிப்பாக முஸ்லிம்களுக்கு எதிராகத் திரண்டு எழவேண்டும் என்பது அவரது வேண்டுகோள். முஸ்லிம் மன்னரான முகமது கஜினி சிந்து நதியைத் தாண்டியதே இந்துக்களின் வாழ்வா சாவா போராட்டமாக மாறியது என்றும் அவருடைய கருத்துக்கு உதாரணமாக குறிப்பிட்டு எழுதியிருக்கிறார்[25].

“அதனால் உருவான மோதலுக்குப் பிறகுதான் நம் இந்து மக்களுக்கு நம்முடைய தேசம் குறித்த புரிதல் ஏற்பட்டு இந்துக்களாக உணர்ந்து இந்து தேசத்தைக் காக்கவேண்டும் என்கிற வெறியும் உருவாகியது” என்று சாவர்க்கர் எழுதிவைத்திருக்கிறார்[26].

ஆகவே முஸ்லிம்களுக்கு எதிராக இந்துக்களை நிறுத்தவேண்டும் என்கிற ஒரே நோக்கத்தோடுதான் சாவர்க்கர் இவற்றையெல்லாம் எழுதியிருக்கிறார். இந்துத்துவா என்பது ஒரு தத்துவமெல்லாம் இல்லை. அது எவ்வித அடிப்படையோ ஆதாரமோ இல்லாத முன்முடிவுகளுடன் கூடிய ஒரு கருத்தியல் என்பதைத் தாண்டி வேறொன்றுமில்லை. தத்துவமென்றாலே அரசாங்கத்திடம் ஏதாவது கோரிக்கைகள் வைப்பவையாக இருக்க வேண்டும். அல்லது அரசு இயங்கும் முறையில் ஏதோவொரு மாற்றத்தைக் கோருபவையாக இருக்கும். சோசலிசத்தையோ முதலாளித்துவத்தையோ அல்லது வேறெந்த தத்துவத்தையோ எடுத்துக்கொண்டாலும் அவை ஆட்சிமுறையில் ஏதோவொரு வகையில் மாற்றத்தைக் கோரும் தத்துவங்களாகும். ஆனால் இந்துத்துவம் என்பது இப்படியான எந்தக் கொள்கையும் கோரிக்கையும் இல்லாததுதான்[27].

இந்துக்களிடம் இருந்த ஆங்கிலேய எதிர்ப்பினை அப்படியே திசைதிருப்பி முஸ்லிம் எதிர்ப்பாக மாற்றுவதுதான் சாவர்க்கருடைய எழுத்தின் நோக்கமாக இருந்தது. இதன்மூலம் இந்திய நிலப்பரப்பில் வாழ்ந்த ஒரு மதத்தினருக்கு மட்டும் தனியாக ஒரு தேசம் வேண்டும் என்கிற கருத்தை முதன்முதலாக வைத்தது சாவர்க்கர்தான். அப்படியான கருத்தை சாவர்க்கர் முன்வைத்து சுமார் பதினேழு ஆண்டுகளுக்குப் பிறகு 1940இல் தான் இந்துக்களுக்கும் முஸ்லிம்களுக்கும் தனித்தனி தேசம் வேண்டுமென்று முகமது அலி ஜின்னாவின் முஸ்லிம் லீக் ஒரு தீர்மானத்தை நிறைவேற்றியது.

சிறையில் இருந்து விடுதலையானபிறகு இரத்தினகிரியில் நம்பகமான சீடர்களோடு மட்டுமே பெரும்பாலான நேரத்தைக்

கழித்தார் சாவர்க்கர். தன்னுடைய இந்துத்துவ கருத்தியலை அவர்களுக்கு விளக்குவதும், அதற்காக இந்துக்களை ஒருங்கிணைத்து ஆங்கிலேயர்களை எதிர்க்காமல் முஸ்லிம்களை மட்டுமே எதிர்க்க வைப்பது குறித்து பேசுவதுமாகவே எப்போதும் இருந்தார்.

இவர்களுக்கும் ஆங்கிலேய ஆட்சியைத் தூக்கி எறிவதற்காகப் போராடியவர்களுக்கும் மிகப்பெரிய இடைவெளி இருந்தது. இந்தியாவின் பெரும்பாலான மக்கள் முழுவிடுதலைக்காகப் போராடிக்கொண்டிருந்த அதேவேளையில், முஸ்லிம் எதிர்ப்பு வேலைத்திட்டத்தை உருவாக்குவதிலேயே நேரத்தைக் கழித்துக்கொண்டிருந்தது சாவர்க்கரின் குழு.

சாவர்க்கரை கோட்சே எப்படிச் சந்தித்தான் என்பதற்கோ, அவர்களின் சந்திப்புக்கு யார் ஏற்பாடு செய்தது என்பதற்கோ சரியான ஆதாரம் ஏதும் நம்மிடம் இல்லை. சாவர்க்கரும் கோட்சேவும் இரத்தினகிரிக்கு இருவேறு காரணங்களால் 1929ஆம் ஆண்டு இடம்பெயர்ந்தபின்னர், அவர்கள் இருவரும் இயல்பாகவே நெருங்கிவிட்டார்கள் என்று கோட்சேவின் சகோதரரான கோபால் கோட்சே பின்னாளில் தெரிவித்திருக்கிறார்.

“அப்பாவின் வேலை காரணமாக நாங்கள் இரத்தினகிரிக்கு சென்றோம். நாங்கள் குடிபெயர்ந்த வீட்டில்தான் எங்களுக்கு முன்னர் சாவர்க்கர் வசித்திருந்திருக்கிறார். அவர் புதிதாக வேறுவீட்டிற்கு மாறியதும், நாங்கள் அந்த வீட்டிற்கு சென்றிருக்கிறோம். அவர் புதிதாகக் குடியேறிய வீடும்கூட எங்கள் வீட்டில் இருந்து வெகுதொலைவில் இல்லை. நாங்கள் வசித்த அதே தெருவின் மற்றொரு முனையில்தான் சாவர்க்கரும் தங்கியிருந்தார். இப்படித்தான் நாங்கள் சந்திக்கிற வாய்ப்பு இயல்பாகவே ஏற்பட்டது” என்று கோபால் கோட்சே நினைவுகூர்ந்திருக்கிறார்[28].

கோட்சேவைப் பொறுத்தவரையில் அண்ணாந்து பார்க்கக் கூடிய மிகப்பெரிய போராளியாகத்தான் சாவர்க்கர் அறிமுகமாகி இருந்தார். கோட்சேவின் குடும்பம் இரத்தினகிரிக்கு குடிபெயர்ந்த மூன்றாவது நாளே சாவர்க்கரை சந்திக்கச் சென்றிருக்கிறான் கோட்சே[29]. 1930க்கு முன்னரே சாவர்க்கரை சந்தித்திருந்தாலும், 1930இல் தான் சாவர்க்கரின் முழுமையான சீடராக கோட்சே மாற்றமடைந்திருக்கிறான் என்று நம்பத்தகுந்த ஆதாரங்கள் தெரிவிக்கின்றன.

சாவர்க்கரை முதன்முதலாக சந்தித்தபோது கோட்சேவுக்கு வெறுமனே பத்தொன்பது வயதுதான் ஆகி இருந்தது. மெலிந்த தேகத்துடன் காணப்பட்டாலும், சாவர்க்கரை விட அப்போது ஆரோக்கியமானவனாக கோட்சே இருந்தான். அந்தமானில் பத்தாண்டுகள் சிறைவாசம் அனுபவித்துவிட்டு வந்திருக்கும் ஒரு மாபெரும் போராளியாக கோட்சேவின் கண்களுக்குத் தெரிந்தார் சாவர்க்கர். அதனால் ஒருவிதமான மரியாதையும் தன்னிச்சையாகவே அடக்கத்தைப் பேணவைக்கும் சூழலும் சாவர்க்கரின்மீது கோட்சேவுக்கு ஏற்பட்டுவிட்டது. கோட்சேவுக்கு அந்த வயதில் அரசியல் புரிதலெல்லாம் இருந்ததா என்றுகூட தெரியவில்லை. ஆனால் இருப்பதாக கோட்சே நம்பியதுகூட தெளிவற்ற குழப்பநிலையாகத்தான் இருந்தது. ஆங்கிலேய அரசுக்கு எதிராக காங்கிரஸ் இயக்கம் நடத்திய ஊர்வலங்களிலும் போராட்டங்களிலும் கலந்துகொண்டும், ஒருசில கூட்டங்களில் பேசியும் இருந்தபோதுகூட தன்னுடைய எதிர்காலம் குறித்த சரியான பாதையைத் தேர்ந்தெடுக்காத ஒரு குழப்பமான நிலையில்தான் இருந்தான் கோட்சே. இருப்பினும் அந்த அரசியல் போராட்டங்களிலெல்லாம் காணப்பட்ட கோபமும் வேகமும் அவனை ஈர்த்திருந்தது என்றுதான் சொல்லவேண்டும். அதனாலேயே விடுதலைப் போராட்டங்களில் அவன் பங்கெடுத்து வந்திருந்தான்.

சாவர்க்கரின் சீடனாகி, இந்துத்துவாவின் முக்கியமான பங்களிப்பாளராக மாறியதெல்லாம் அவ்வளவு எளிதாக நடந்து விடவில்லை. இந்து வகுப்புவாத தத்துவத்தின் தலைமையினால் பிறப்பிக்கப்பட்ட கட்டளைகளையெல்லாம் ஆரம்பகாலத்தில் உடனுக்குடன் ஏற்றுக்கொண்டு கோட்சே செயல்படவில்லை என்பதை கோட்சேவே தன்னுடைய வாக்குமூலத்தில் தெரிவித்திருக்கிறான்.

"பள்ளிகளையும் கல்லூரிகளையும் புறக்கணிக்குமாறு காந்தி விடுத்த அறைகூவலுக்குக் கட்டுப்பட்டு மெட்ரிகுலேசன் தேர்வினை எழுதாமல் தவிர்த்ததை சாவர்க்கரிடம் தெரிவித்தேன். அதைக் கேட்டதும் அவர் எரிச்சலடைந்தார். படிப்பைத் தொடர்வது எவ்வளவு அவசியம் என்பதை எனக்கு இரண்டு அல்லது மூன்றுமுறை திரும்பத்திரும்ப சொல்லிக்கொண்டே இருந்தார். என்னுடைய முடிவை மாற்றிக்கொள்ளுமாறும் வற்புறுத்தினார்" என்று பின்னாளில் கோட்சே நினைவுகூர்ந்திருக்கிறான்[30].

மேலோட்டமாக இன்றைய நிலையில் இருந்து பார்க்கையில் சாவர்க்கரின் அறிவுரையை ஒரு மூத்தவரின் சரியான அறிவுரையைப் போன்று தோன்றலாம். ஆனால் அன்றைய காலகட்டத்தில் மிகப்பெரிய எண்ணிக்கையில் எழுச்சியுடன் தேச விடுதலைக்காகப் மக்கள் போராடிக்கொண்டிருந்தபோது அதிலிருந்து கோட்சேவை விலக்கிக் கொண்டுவருவதற்கான முயற்சியைத்தான் சாவர்க்கர் செய்தார் என்பதைப் புரிந்துகொள்ளமுடியும். சாவர்க்கர் எவ்வளவு சொல்லியும், தன்னுடைய முடிவில் இருந்து மாறுவதற்கு கோட்சே தயாராக இருக்கவில்லை. ஆங்கிலேய எதிர்ப்பிலிருந்து கோட்சேவை வெளியே கொண்டுவருவதற்கான சாவர்க்கரின் முதல் முயற்சி தோல்வியில்தான் முடிந்தது[31].

சாவர்க்கரின் ஆணையை ஆரம்பத்தில் கேட்காமல் கவனமாக மறுத்திருந்தாலும் தன்னுடைய மனதில் சாவர்க்கரின் கருத்திற்கு கொஞ்சம் கொஞ்சமாக இடம்கொடுத்துக்கொண்டுதான் இருந்தான் கோட்சே. மகாராஷ்டிராவில் முன்பொரு காலத்தில் பேஷ்வாக்கள் ஆட்சிசெய்தபோது, சித்பவன் பார்ப்பனர்கள்தான் மன்னர்களாக இருந்தனர். அந்த வம்சத்தில் வந்த சித்பவன் பார்ப்பனர்களெல்லாம் சாவர்க்கரை மரியாதையுடன் நடத்தியதைப் பார்த்து, அதில் மெய்சிலிர்த்துப்போனான் கோட்சே. அதற்காகவே அவருடன் நெருக்கமாக இருக்க விரும்பினான். சாவர்க்கரைப் போல கோட்சேவும் அதேவகை பார்ப்பன பாரம்பரியத்தில் பிறந்து வந்தவன்தான். தன்னுடைய சாதி மேலாதிக்கமும் அதே சாதியைச் சேர்ந்தவர்களுடன் மட்டுமே நெருக்கமாகப் பழகிவந்ததுவும் சேர்ந்துதான், மற்ற அனைத்து சாதி இந்துக்களைவிடவும் தன்னை மேலானவனாகவே கோட்சே எப்போதும் நினைத்துக்கொண்டான்.

சித்பவன் பார்ப்பனர்கள் இந்திய வரலாற்றில் ஒரு அபூர்வமான பார்ப்பனர்கள். பொதுவாக கோவில் பூசாரிகளாகவும் அதனையொட்டிய வேலைகளையும் செய்துகொண்டு சமூகத்தில் சிறப்பு சலுகைகளைப் பெற்று பார்ப்பனர்கள் வாழ்வார்கள். ஆனால் இதற்கு மாறாக, போரில் சண்டையிட்டும் மன்னர்களாக ஆட்சிசெய்தும் வந்தவர்களாக சித்பவன் பார்ப்பனர்கள் இருந்தனர். அவர்கள் ஆட்சிசெய்துவந்த காலங்களில் முகலாய மற்றும் பதான் மன்னர்களுடன் போரிட்டுக்கொண்டிருந்தார்கள். அது வெறுமனே இரு ஆட்சியாளர்களுக்கு இடையிலான சண்டையாக மட்டுமே இருந்தபோதிலும், அதனை அப்படியே இந்து மற்றும் முஸ்லிம் மன்னர்களுக்கு இடையில் நடந்த சண்டையாகத் திரித்து

பெருமை பேசத் துவங்கிவிட்டனர் பிற்காலத்தைய சித்பவன் பார்ப்பனர்கள். இந்தப் புள்ளியில் இருந்துதான் இந்து தேசியம் என்கிற கருத்தியலையும் முன்வைத்து, அதனைக் கட்டிக்காப்பதற்கு முஸ்லிம்களை எதிர்க்கவேண்டிய கட்டாயம் இருப்பதாகவும் முன்னிறுத்தத் துவங்கிவிட்டனர்[32].

எப்படியாகினும் இந்துமதப் பெருமையை மீளுருவாக்கம் செய்வதற்கு ஆர்வமாகக் காத்திருந்தவர்களைத் தூண்டிவிட்டு சாவர்க்கர் பெருமைப்படவைத்ததார். அது, கோட்சேவுக்கு அந்நியமாகப்படவில்லை. சாதி அடையாளத்தின் காரணமாக, அதனைத் தனக்கேற்ற கருத்தாகப் பார்த்தான் கோட்சே. பூனா நகரத்துடன் பூர்வீக உறவினைக் கொண்டிருந்த கோட்சேவுக்கு இதுகுறித்த உணர்வு கொஞ்சம் அதிகமாகத்தான் இருந்தது. பூனாதான் சித்பவன் பார்ப்பனர்களுக்கு இந்துத்துவ எண்ணத்தை மீட்டெடுக்க சரியான இடமென அவர்கள் கருதினார்கள். பூனாவிற்கு பக்கத்திலிருக்கும் மலையில்தான் மராட்டிய மன்னரான சிவாஜி பிறந்தார். அங்கிருந்துதான் முகலாயப் பேரரசரான ஔரங்கசீப்பை கொரில்லாத் தாக்குதலெல்லாம் செய்துகாட்டினார் மன்னர் சிவாஜி. அவர் சத்திரிய வம்சத்தைச் சார்ந்தவராக இருந்தாலும், அவருடைய பிரதம அமைச்சர்களும் அவருக்குப் பின்னால் வந்த பேஷ்வாக்களும் சித்பவன் பார்ப்பனர்களாகத்தான் இருந்தனர்.

மராட்டிய மன்னர் சிவாஜிக்குப் பிறகு முகலாயர்களையும் பதான்களையும் சிலகாலம் ஆங்கிலேயர்களையும் பேஷ்வாக்களால் ஓரளவுக்குத் தடுத்து நிறுத்தமுடிந்தது பூனாவில்தான். 1818ஆம் ஆண்டு இறுதியில் ஆங்கிலேயர்களிடம் பேஷ்வாக்கள் அடிபணிந்துவிட்டனர். ஆங்கிலேயர்களை எதிர்க்கிற ஒருசில சித்பவன் பார்ப்பனர்களும் பூனாவைச் சேர்ந்தவர்களாகத்தான் இருந்தனர். காங்கிரஸ் தலைவராக இருந்த திலகரும் பூனாவில் இருந்து வந்தவர்தான். அதே போல 1897ஆம் ஆண்டு ப்ளேக் நோயைக் கட்டுப்படுத்துவதற்கு ஆங்கிலேய அரசால் நியமிக்கப்பட்ட ஆணையரான வால்டர் சார்லஸ் ரேண்ட் என்பவரைக் கொன்ற தாமோதர ஹரி சாப்பேக்கர், பாலகிருஷ்ண ஹரி சாப்பேக்கர் மற்றும் வாசுதேவ ஹரி சாப்பேக்கர் ஆகிய சாப்பேக்கர் சகோதரர்கள் மூவருமே பூனாவைப் பூர்வீகமாகக் கொண்டவர்கள்தான்.

கீழ்நடுத்தர வர்க்கக் குடும்பத்தின் அங்கமாக இருந்தபோதிலும் பூனாவுக்கு அருகில் உள்ள உக்சான் என்கிற கிராமத்தைப்

பின்புலமாகக் கொண்ட சித்பவன் பார்ப்பன சாதியைச் சேர்ந்தவன் கோட்சே. அங்கிருந்து பதினேழாம் நூற்றாண்டின் இறுதியில் அவனுடைய முன்னோர்கள் இடம்பெயர்ந்து மகாராஷ்டிராவின் இராய்கத் மாவட்டத்தில் அரபிக்கடலுக்கு அருகே சாவித்திரி ஆற்றோரம் ஹரிஹரேஸ்வர் என்கிற கிராமத்திற்கு வந்து சேர்ந்தனர். பதினேழாம் நூற்றாண்டில் இடம்பெயர்ந்த இராமச்சந்திர கோட்சேவில் துவங்கி அவரது எட்டாவது தலைமுறை வாரிசான நாதுராம் கோட்சேவின் தந்தை விநாயக்ராவ் கோட்சே வரையிலுமான சித்பவன் பார்ப்பனர்களுடைய கோட்சே குல வரலாற்றை 'கோட்சே குல்விரிதந்த்' என்கிற தொகுப்பில் எழுதிவைத்திருக்கிறார்கள்[33]. இடைப்பட்ட காலத்தில் வாழ்ந்த கோட்சே பரம்பரையினர் குறித்து பெரியளவுக்கு விரிவான தகவல்கள் ஏதும் எழுதப்படவில்லை. ஆனால், பதினெட்டாம் நூற்றாண்டில் பேஷ்வா மன்னர்களின் ஆட்சிக்காலத்தில் நிலங்களும் மானியங்களும் கோட்சே பரம்பரையினருக்கு கிடைத்திருக்கின்றன என்பதை மட்டும் ஓரளவுக்கு அறியமுடிகிறது. பேஷ்வா மன்னர்களின் ஆட்சிக்காலம் முடிந்தபின்னர், மானியங்கள் வருவது குறைந்துவிட்டது. பிற்காலத்தில் கோட்சே குடும்பத்திற்கு இருந்த நிலங்களை அவர்களது வம்சத்தினர் பிரித்து எடுத்துக்கொண்டதில், நாதுராம் கோட்சேவின் அப்பாவிற்கு சொற்பமான நிலமே கிடைத்திருக்கிறது.

தன்னுடைய முன்னோர்களைப் போல கோட்சேவின் தாத்தாவான வாமனராவும் விவசாயத்தையும் செய்துகொண்டு கோவில் பூசாரியாகவும் இருந்துவந்திருக்கிறார். ஆனாலும் நவீனக் கல்வியைப் பெற்று அடுத்தகட்டத்திற்கு நகர்ந்துவிட வேண்டும் என்பதில் அவர் கவனமாக இருந்தார். அதனால்தான் அவருடைய மகனான விநாயக்ராவை பள்ளிக்கு அனுப்பிப் படிக்கவைத்தார். விநாயக்ராவ்தான் அவர்களது வம்சத்திலேயே முதன்முதலாக மெட்ரிகுலேசன் படித்துமுடித்தவர்[34]. அதன்பிறகு அவருக்கு ஆங்கிலேய அரசின் அஞ்சல் துறையில் வேலை கிடைத்தது. அவருடைய வேலையின் தன்மை காரணமாக பல ஊர்களுக்கு அவர் மாற்றல் ஆகிக்கொண்டே இருந்ததால், பிறந்து வளர்ந்த சொந்த ஊரில் அவரால் வாழமுடியவில்லை. இருப்பினும் சொந்த ஊரில் இருந்த ஒரு சிறிய விவசாய நிலத்தையும் ஒரு பெரிய வீட்டினையும் மட்டும் விற்காமல் அப்படியே வைத்திருந்தார்.

இத்தகைய சித்பவன் பார்ப்பன குடும்பப் பின்னணியில் பிறந்ததாலேயே, சாவர்க்கர் காட்டிய வழியை அந்நியமாகப் பார்க்காமல் நாதுராம் கோட்சேவால் இயல்பாகவே புரிந்துகொள்ள முடிந்தது. கடந்தகால குடும்பப் பாரம்பரியம் மற்றும் சாதி அடையாளம் குறித்து கோட்சேவுக்கு இருந்த கருத்தைத் தாண்டி, அவனால் காந்தி காட்டிய ஏகாதிப்பத்திய எதிர்ப்புலகத்திலும், சாவர்க்கர் காட்டிய முஸ்லிம்களுக்கு எதிராக இந்துக்களைத் திரட்டிப் போராடவைக்கிற இந்துத்துவ உலகத்திலும் மாறிமாறி தன்னுடைய இளவயதில் ஒரேநேரத்தில் பயணிக்க முடிந்தது.

ஆனால் போகப்போக சாவர்க்கரின் உலகம் மட்டுமேதான் கோட்சேவின் உலகமாக மாறிப்போனது. தன்னுடைய சொந்த சாதியைச் சேர்ந்தவர்களே சாவர்க்கரின் இந்த திட்டத்தில் பெரும்பாலும் இருந்ததால், கோட்சேவுக்கு அவர்களுடன் பழகவும் அதில் வலம்வரவும் எளிதாக இருந்தது. மத நம்பிக்கை உள்ளவர்களும், மதநம்பிக்கை இல்லாதவர்களுமாக அக்குழுவில் இருந்தபோதிலும், அவர்கள் அனைவரும் சாதி அடிப்படையில் சித்பவன் பார்ப்பனர்களாக இருந்தனர். அதுதான் அவர்களை ஒன்றுசேர்த்திருந்தது. சாதியும் சாவர்க்கரின் தலைமையும்தான் அவர்களுக்கான இணைப்புப் பாலமாக இருந்தது. கோட்சேவின் தந்தை ஆங்கிலேய அரசில் பணிபுரிந்துவந்ததால், விடுதலைப் போராட்டத்தில் கலந்துகொண்டால் ஆங்கிலேய அதிகாரிகளிடம் இருந்து தந்தைக்குப் பிரச்சனை வந்தாலும் வரலாம் என்கிற எண்ணமும் கோட்சேவை விடுதலைப் போராட்டங்களில் இருந்து தள்ளிவைத்ததாக பின்னாளில் தெரிவித்திருக்கிறான்.

“என்னுடைய செயல்பாட்டினால் தன்னுடைய வேலைக்கு ஆபத்து வந்துவிடுமோ என்று என் தந்தை பயந்தார். அதனால் சட்டத்தை மீறும் எதிலும் கலந்துகொள்ள வேண்டாம் என்று என்னிடம் அவர் கேட்டுக்கொண்டார்” என்று நினைவுகூர்ந்திருக்கிறான் கோட்சே[35].

தேச விடுதலைப் போராட்டத்தின் பக்கமாக சாயாமல், சாவர்க்கரின் பக்கமாக சாய்ந்ததற்கு கோட்சேவின் குடும்ப வற்புறுத்தல் காரணமா அல்லது சாவர்க்கரின் அழுத்தம் காரணமா என்பதைப் புரிந்துகொள்வதற்கான ஆதாரங்கள் ஏதும் நம்மிடம் இல்லை. காங்கிரஸ் இயக்கம் நடத்திய போராட்டங்களில் கலந்துகொண்டபோதெல்லாம் கோட்சேவின் அப்பா அழுத்தம் கொடுக்கத்தான் செய்திருப்பார். ஆனால் அப்போதெல்லாம் அதை நிறுத்தாத கோட்சே, தன்னுடைய வாழ்க்கையில் சாவர்க்கர்

வந்தபின்னர்தான் விடுதலைப் போராட்டத்தில் பங்கெடுப்பதை நிறுத்தியிருக்கிறான்.

இருப்பினும் சாவர்க்கர் மிகவும் கவனமாகத்தான் அடியெடுத்து வைத்தார். ஆவேசமாகப் பேசுவதைப் போலவே தோன்றினாலும் ஆங்கிலேயர்களை எதிர்த்து தப்பித்தவறிகூட எதையும் பேசிவிடாமல் தவிர்த்தார்.

“சிறையில் இருந்து விடுதலையாகும் போதே அரசியல் பேசமாட்டேன் என்று ஆங்கிலேய அரசுக்கு அளித்த வாக்குறுதியின்படி எங்களிடம் அரசியல் குறித்து சாவர்க்கர் பேசவே இல்லை” என்று நினைவுகூர்ந்தான் கோட்சே[36]. ஆனால் கோட்சேவுக்கே தெரியாமல், சாவர்க்கர் பேசியதும் ஒருவகையில் தீவிர மதவெறி அரசியல்தான்.

தன்னை பழமைவாதியாகவோ அல்லது முற்போக்குவாதியாகவோ காட்டிக்கொள்ள காந்தி முயலவில்லை. அதற்கு பதிலாக இவ்விரு தரப்பினரையும் இணைந்து செயல்படவைக்கிற பணியைச் செய்தார். ஆனால் அவர் முன்வைத்த சமூக மாற்றங்களும் அரசியல் செயல்பாடுகளும் சாவர்க்கர் போன்றவர்கள் பேசிய இந்துத்துவாவுக்கு எதிரானதாக இருந்தது[37]. பார்ப்பனரல்லாத உழைக்கும் எளிய மக்களையும் ஆங்கிலேய எதிர்ப்புப் போராட்டத்திற்கு அழைத்துவரும் வேலையை காந்தி செய்தார். அதனால், இந்து மதத்தை இந்தியாவில் மீளுருவாக்கம் செய்து இந்துவெறியைப் பரப்பமுயன்ற சாவர்க்கர் வகையறாக்களுக்கு அச்சத்தைக் கொடுத்தார் காந்தி. ஆணாதிக்கத்தை எதிர்த்து பெண்களையும் விடுதலைப் போராட்டத்தில் ஆண்களுக்கிணையாக பங்குகொள்ள வைத்த காந்தியின் இந்த செயல்பாட்டினைக் கூட சகித்துகொள்ளமுடியாமல் அஞ்சினார்கள் சாவர்க்கர் வகையறா இந்துக்கள். பார்ப்பனிய மேலாதிக்கத்தை தகர்க்க காந்தி முயன்றார் என்றாலுமே கூட, தன்னையொரு சமூக சீர்திருத்தவாதியென்று அவர் உரிமை கோரவும் இல்லை. ஒரு சனாதன இந்துவாகத்தான் அவர் கருதிக்கொண்டார். இதுவும் சாவர்க்கர் கூட்டத்திற்கும் பயத்தினை ஏற்படுத்தியது.

காந்தியின் இந்தப்பார்வையினைத் தகர்ப்பதுதான் தன்னுடைய அரசியல் வாழ்க்கையின் முக்கியமான பகுதியாக சாவர்க்கர் பார்த்தார். அப்படிச் செய்தால்தான் தன்னுடைய அரசியல் பயணத்தில் வெற்றிகரமாக முன்னேறமுடியும் என்றும்

புரிந்துவைத்திருந்தார் சாவர்க்கர். அரசியலில் பார்ப்பனர்களின் ஆதிக்கத்தை ஆதரித்தவர்களிடம் மட்டுமல்லாமல், எதிர்த்தவர்களிடம் கூட, சாவர்க்கரால் நெருங்க முடிந்தது. பார்ப்பனர்கள் ஆதிக்கம் செலுத்துவதைக் கண்டுகொள்ளாமல், இந்து மதத்தின் அனைத்து சாதியினரையும் முஸ்லிம் வெறுப்பு என்கிற ஒற்றைப் புள்ளியில் இணைக்க வேண்டும் என்று வலியுறுத்தினார் சாவர்க்கர். அதன்மூலம், ஏற்கனவே இருந்துவருகிற சாதிய ஏற்றத்தாழ்வினை மாற்றத்திற்கு உட்படுத்தாமல் அப்படியே வைத்திருக்கமுடிகிற வாதத்தைத்தான் சாவர்க்கர் முன்மொழிந்தார்.

இந்த புள்ளியில் காந்தி பெரிதாக மாறுபட்டார். இந்து-முஸ்லிம் ஒற்றுமையினை தொடர்ந்து வலியுறுத்தியும், பார்ப்பனர்களை மையமாக வைத்தே அரசியல் நடப்பதை புறந்தள்ளிவிட்டு அனைத்து மக்களும் பங்கெடுக்கிற சூழலை உருவாக்க முயற்சி செய்துவந்த காந்தியின் நடவடிக்கைகள் அனைத்துமே சாவர்க்கருக்கும் அவரது குழுவினருக்கும் அச்சத்தையே கொடுத்தது. தங்களை முன்னிறுத்தி மட்டுமே அரசியல் நடவடிக்கைகள் இருக்கவேண்டும் என்று விரும்பிய சித்பவன் பார்ப்பனர்களின் கனவெல்லாம் நிகழ்கால சமூக அரசியல் மாற்றங்களினால் முற்றிலும் மாறத்துவங்கி இருக்கிறது. இதனால் அவர்கள் பதட்டம் அடைய ஆரம்பித்துவிட்டனர். தங்களுடைய கடந்தகாலப் பெருமைகளை மீட்டெடுக்க விரும்பிய அவர்களுக்கு, காந்தியின் கொள்கைகளும் அரசியலும் ஏற்புடையதாகவே இல்லை.

அதற்குள்ளே பார்ப்பனிய சாதியப் பார்வையும் ஒளிந்திருந்தது என்பதையும் மறுக்க முடியாது. பம்பாய் மாகாணத்தின் சமூகப் பண்பாட்டுப் பகுதியான குஜராத்தில் வியாபாரம் செய்யும் பனியா சாதிப்பிரிவைச் சேர்ந்தவர்தான் காந்தி. அதே பம்பாய் மாகாணத்தின் மற்ற பகுதிகளில் ஆதிக்கம் செலுத்திவந்த பார்ப்பனர்களுக்கு குஜராத்தைச் சேர்ந்த பனியா சாதியினர் மீது பெரிய மதிப்பெல்லாம் இருந்ததில்லை. பனியா சாதியினரை வஞ்சனையும் சூழ்ச்சியும் மிக்க மனிதர்களாகவே பார்ப்பனர்கள் பார்த்து வந்தனர்[38].

காந்தியை இரண்டுமுறை சாவர்க்கர் சந்தித்திருக்கிறார். பல ஆண்டுகளுக்கு முன்னர் 1909ஆம் ஆண்டு, ஆங்கிலேய எதிர்ப்பைக் கைவிடுவதற்கு முன்னர் லண்டனில் இருந்தபோது

காந்தியை சாவர்க்கர் சந்தித்திருக்கிறார். அப்போது இந்திய விடுதலைப் போராட்டத்தில் காந்தி கலந்துகொள்ளத் துவங்கவில்லையென்றாலும், தென்னாப்பிரிக்காவில் இந்தியர்களின் உரிமைக்காகப் போராடிக்கொண்டிருந்த காரணத்தால் அவர் இந்தியாவுக்கு வந்து இந்தியர்களுக்காகவும் போராடுவார் என்கிற எதிர்பார்ப்பு பலரிடமும் இருந்தது. தென்னாப்பிரிக்காவில் இந்தியர்களுக்கு எதிராக இருந்துவந்த இனவெறிச் சட்டங்களை நீக்குமாறு கேட்பதற்காக 1909ஆம் ஆண்டு அக்டோபர் 24ஆம் தேதியன்று லண்டன் வந்திருந்தார் காந்தி. அப்போது லண்டன்வாழ் தமிழர்கள் ஏற்பாடு செய்திருந்த விஜயதசமி திருவிழா நிகழ்வில் கலந்துகொள்வதற்கு ஏற்பாடு செய்யப்பட்டிருந்தது. இராவணனை இராமன் வென்றுவிட்டதற்காகச் சொல்லி, தசரா பண்டிகையின் இறுதிநாளில் கொண்டாடப்படுவதுதான் விஜயதசமி. அப்போதெல்லாம் லண்டனில் மிகப்பிரபலமாக இருந்துவந்த சாவர்க்கரையும் அந்நிகழ்வில் பேசுவதற்கு முக்கியப் பேச்சாளராக அழைத்திருந்தனர்.

அந்த நிகழ்வில் அரசியல் குறித்தெல்லாம் பேசக்கூடாது என்று அவர்கள் இருவருக்கும் அன்புக்கட்டளை போடப்பட்டிருந்தது. ஆனால் அதையும் தாண்டி, அங்கு கூடியிருந்த சுமார் 70 பேருக்கும் மேலானவர்களிடம் தங்களது அரசியல் நிலைப்பாட்டினை இருவருமே மேடையிலேறி பேசிவிட்டுத்தான் இறங்கினர். இந்துக்களும் முஸ்லிம்களும் இணக்கமாகவும் ஒன்றாகவும் வாழமுடியும் என்கிற காந்தியின் கருத்தை அப்போது சாவர்க்கரும் ஏற்றுக்கொண்டார்[39]. இராமர் தொடர்பான பண்டிகைக் கொண்டாட்டம் என்பதால், 'எல்லோரையும் அனுசரித்துப் போகும் தன்மையும் தியாகமனப்பான்மையும் கொண்டவர்தான் இராமர்' என்று பேசினார் காந்தி. அப்பண்டிகையின் இறுதிநாள் குறித்து பெரிதாக அலட்டிக்கொள்ளாமல், அதற்கு முந்தைய ஒன்பது நாட்களில் தீய எண்ணங்கொண்ட கொடுங்கோல் மன்னர்களை எதிர்த்து இந்துக்கடவுள்கள் சண்டையிட்டு வெற்றிகண்டதையும், அதேபோல ஆங்கிலேயர்களையும் ஆயுதம் கொண்டே தோற்கடிக்கமுடியும் என்றும் குறிப்பிட்டு சாவர்க்கர் பேசினார்[40].

அதன்பிறகு பதினெட்டு ஆண்டுகள் கழித்துதான் சாவர்க்கரும் காந்தியும் மீண்டும் சந்தித்துக்கொண்டனர். அப்போது இந்திய விடுதலைப் போராட்டத்தின் மிகப்பெரிய தலைவராக காந்தி

உருவெடுத்திருந்தார். ஆனால் சாவர்க்கரோ ஆங்கிலேய எதிர்ப்பையெல்லாம் மூட்டைகட்டிவிட்டு முஸ்லிம் எதிர்ப்பில் மிகத்தீவிரமாக இறங்கிவிட்டார். தேசிய விடுதலைப் போராட்டத்திற்கு சாவர்க்கரின் ஆதரவைப் பெறும் ஒரே நோக்கில் காந்தியால் முன்னெடுக்கப்பட்ட சந்திப்பாகத்தான் அது இருந்தது. அதைத்தவிர வேறெந்த நோக்கமும் காந்திக்கு இருக்கவில்லை.

ஆனால் சாவர்க்கரோ காந்தியை ஒருவித சந்தேகப் பார்வையுடனேயே அணுகினார். இந்து-முஸ்லிம் ஒற்றுமைக்கும் ஆங்கிலேய எதிர்ப்புக்கும் காந்தி முக்கியத்துவம் தருவதை கவனத்தோடுதான் எதிர்கொள்ள வேண்டும் என்று சாவர்க்கர் நினைத்திருந்தார். ஆயினும் தன்னுடைய கருத்திற்கு எதிர்த்திசையில் இருக்கிற காந்தியின் எண்ணவோட்டம் என்னவாக இருக்கிறது என்பதைத் தெரிந்துகொள்வதற்கான வாய்ப்பாகவும் அந்த சந்திப்பைப் பயன்படுத்த நினைத்தார் சாவர்க்கர்.

1927ஆம் ஆண்டு மார்ச் மாதம் ஒன்றாம் தேதியன்று இரத்தினகிரியில் இருந்த சாவர்க்கரின் இல்லத்தில் இரண்டாவது முறையாக அவர்களின் சந்திப்பு நடைபெற்றது. இந்து மதத்தில் பிறப்பால் ஒடுக்கப்பட்ட சாதியைச் சேர்ந்த மக்களிடம் காட்டப்படும் தீண்டாமைப் பழக்கம் குறித்து என்னமாதிரியான கருத்தினை காந்தி கொண்டிருக்கிறார் என்று கேட்டார் சாவர்க்கர். அதேபோல முஸ்லிம்களை இந்துமதத்திற்கு மதமாற்றம் செய்யும் 'சுத்தி' என்கிற வழக்கத்தை காந்தி ஆதரிக்கிறாரா இல்லையா என்றும் சாவர்க்கர் கேட்டிருக்கிறார்[41].

அதற்கான தன்னுடைய பதில்களை ஆழமாக இல்லையென்றாலும் புரியும்படியாக மேலோட்டமாக காந்தி வழங்கியிருக்கிறார். அந்த பதில்கள் முறையாக ஆவணமாக்கப்படவில்லை என்றாலும் கூட, பார்ப்பனிய ஆதிக்கமும் தீண்டாமையும் ஒருசேர ஒதுக்கப்படவேண்டும் என்றும் இந்துமதத்திற்கு மற்றமதத்தினரை மாற்றுவதெல்லாம் எந்தப் பிரச்சனைக்கும் தீர்வு கிடையாது என்றும் அவர் தொடர்ச்சியாக வலியுறுத்தி வரும் கருத்தினை ஒட்டியே பதிலளித்திருப்பார் என்பதை நம்மால் எளிதாக ஊகிக்கமுடிகிறது.

"இன்றைக்கு நீண்ட நெடியநேரம் நம்மால் உரையாட முடியாது. ஆனால் உண்மையின் பக்கம் நிற்கும் ஒருநபராக நீங்கள் இருக்கிறீர்கள் என்பதை நான் உறுதியாக நம்புகிறேன். அதுமட்டுமில்லாமல், நம்முடைய இலக்கு ஒன்றுதான் என்பதால்,

நமக்கிடையே இருக்கிற முரண்பாடுகள் அனைத்தையும் விவாதித்து சரிசெய்துகொள்வதற்கு நான் உங்களுக்கு ஒரு அழைப்பு விடுக்கிறேன். உங்களால் இப்போதைக்கு இரத்தினகிரியில் இருந்து வெளியே போகமுடியாது என்பதை நான் அறிவேன். அதனால் இதையெல்லாம் பேசித்தீர்ப்பதற்கு ஒன்றிரண்டு நாட்களை ஒதுக்கி உங்களுடன் வந்து தங்குவதற்கான வாய்ப்பினை நான் உருவாக்கவும் முயற்சி செய்கிறேன்" என்றார் காந்தி[42].

ஆனால் சாவர்க்கரோ தீர்க்கமான பதில் எதையும் சொல்லவில்லை.

"உங்களுக்கு நன்றி தெரிவித்துக்கொள்கிறேன். ஆனால் நீங்கள் சுதந்திர மனிதராக இருக்கிறீர்கள். நானோ அடைபட்ட மனிதனாக இருக்கிறேன். அதனால் உங்களையும் என்னைப் போன்றதொரு சூழலுக்குள் தள்ள நான் விரும்பபில்லை. ஆனால் நிச்சயமாக உங்களை ஒருநாள் தொடர்பு கொள்வேன்" என்றார் சாவர்க்கர்[43].

அந்த சந்திப்பு காந்திக்கு ஏமாற்றத்தைத்தான் தந்திருக்கும். இந்து முஸ்லிம் ஒற்றுமைக்கு எதிரான கருத்தியலைக் கொண்டவராக சாவர்க்கர் இருந்த காரணத்தினாலேயே அவரது ஆதரவை காந்தியால் பெறமுடியாமல் போனது. அதன்பிறகு அவர்கள் இருவரும் ஒருபோதும் சந்திக்கவே இல்லை. ஆனால் காந்தியை ஒரு விரோதியாகத்தான் தன்னுடைய வாழ்க்கை முழுவதும் பார்த்தார் சாவர்க்கர்.

1929இல் இரத்தினகிரிக்கு கோட்சே வந்துசேர்ந்ததும், ஆங்கிலேய எதிர்ப்பில் இருந்து முஸ்லிம் எதிர்ப்புக்கு மாறுவதில் எவ்வித மனத்தடையும் உறுத்தலும் இல்லாமல் பார்த்துக்கொண்டது சாவர்க்கர்தான். ஆனால் காந்தியின் விடுதலைப் போராட்டத்தால் ஈர்க்கப்பட்ட ஒரு துடிப்புள்ள இளைஞனை அங்கிருந்து மெதுவாக வாழைப்பழத்தில் ஊசியை ஏற்றுவது போல கவனமாக மாற்றும் பணியையும் சாவர்க்கர் செவ்வனே செய்தார்.

துப்பாக்கியேந்திய தன்னுடைய கடந்தகால வரலாற்றையும் அந்தமான் சிறையில் கழித்த நாட்களின் அனுபவங்களையும் முன்வைத்துப் பேசியதால், ஆங்கிலேய அரசுக்கு எதிரானவராகக் காட்டிக்கொள்ளாமலேயே கோட்சேவை சாவர்க்கரால் ஈர்க்கமுடிந்தது. சாவர்க்கர் யாரென்று குழம்பிய மனநிலையில் இருக்கையிலேயே, சாவர்க்கரின் பேச்சுக்கள் அனைத்தும் நிச்சயமாக

ஆக்ரோசமான தேசியவாதமாகத்தான் இருக்க வேண்டும் என்று கோட்சே யூகித்துக்கொண்டு சாவர்க்கரின் பின்னால் சென்றான்.

சாவர்க்கரின் பக்கம் முழுவதும் சாய்ந்துவிட்ட பின்னர், அந்தப் புதிய உலகிற்குள் ஒவ்வொரு அடியாக மெதுவாக எடுத்துவைக்கக் கற்றுக்கொடுக்கப்பட்டான். சீரான இடைவெளிகளில் சாவர்க்கருடன் பல்வேறு தலைப்புகளில் நிறைய விவாதங்களை கோட்சே நடத்தினான். ஒரு விவாதத்திற்கும் அதற்கடுத்த விவாதத்திற்கும் இடையில் இந்துத்துவா குறித்து எழுதப்பட்ட நூல்களை வாசித்தான். அத்துடன் நிற்காமல், அந்த நூல்களை தன்னுடைய கைப்பட அப்படியே எழுதி பிரதியெடுத்து வைத்துக்கொண்டான்[44].

"சாவர்க்கர் எழுதிய 'இந்திய விடுதலைப் போர் 1857' என்கிற நூலை வீட்டுக்குக் கொண்டுவந்து இரவு முழுக்க கோட்சே படித்தார். அவருக்கு ஏதாவது புரியாதபோது, எங்களுடைய தந்தை விரிவாக விளக்கினார்" என்று கோபால் கோட்சே பின்னாளில் தெரிவித்தார்[45].

அத்துடன் நிற்காமல் என்னென்ன மாதிரியான நூல்களைப் படிக்கவேண்டும் என்றும் கோட்சேவுக்கு சாவர்க்கர் வழிகாட்டினார். அதன்மூலம் கோட்சேவின் வாசிப்புப் பழக்கத்தை, தான் விரும்பிய திசைக்குத் திருப்பிவிட்டார் சாவர்க்கர்[46]. கோட்சேவைப் பொறுத்தவரையில் தானொரு படிப்பாளி ஆகிக்கொண்டிருக்கிறோம் என்கிற நினைப்பு வரத்துவங்கியது. ஆனால் சாவர்க்கரின் கட்டுப்பாட்டிலேயே கோட்சேவின் வாசிப்புப் பழக்கம் இருந்தபடியால், கோட்சேவால் சாவர்க்கரைத் தாண்டி யோசிக்கவே முடியவில்லை என்பது கோட்சேவுக்குத் தெரியவில்லை.

இப்படியாக சாவர்க்கரின் சகபயணியாக கோட்சே மாறிக் கொண்டிருந்த காலத்தில்தான் ஒத்துழையாமை இயக்கத்தை காந்தி துவங்கினார். 1930ஆம் ஆண்டு ஏப்ரல் மாதம் 6ஆம் தேதியன்று குஜராத்தின் கடலோர கிராமமான தண்டியில் நுழைந்து, ஆங்கிலேயர்களின் சட்டத்தைமீறி அங்கிருந்து உப்பை அள்ளினார். ஒட்டுமொத்த தேசமும் காந்தியின் அந்தப் போராட்டத்தை உற்றுகவனித்தது. அதேபோன்ற அறவழிப் போராட்டங்கள் நாடெங்கிலும் நடக்கத்துவங்கின. ஆங்கிலேயர்களுக்கு எதிரான மிகப்பெரிய போராட்ட வடிவமாக அது மாறிக்கொண்டிருந்தது.

சாவர்க்கரும் கோட்சேவும் தங்கியிருந்த இரத்தினகிரியும் கடலோரப் பகுதியென்பதால், அங்கேயும் காந்தி வழிகாட்டியதைப் போன்ற போராட்டங்கள் நடைபெற்றன. உப்பு சத்தியாகிரகப் போராட்டத்தின் முக்கியப் பகுதியாக இரத்தினகிரி மாறியது.

ஆனால் விடுதலைப் போராட்டத்தின் இத்தகைய கவனிக்கத்தக்க முன்னேற்றங்களும் மாற்றங்களும் அதே ஊரில் வாழ்ந்து கொண்டிருந்த கோட்சேவை கொஞ்சமும் பாதிக்கவும் இல்லை அசைக்கவும் இல்லை. சாவர்க்கருடனான அவனுடைய நட்பு மேலும் ஆழமாகத்தான் அப்போது மாறியிருந்தது. வெளியே நடக்கும் எந்தப் போராட்டம் குறித்தும் சாவர்க்கரும் அவரது கூட்டாளிகளும் கண்டுகொள்ளவோ விவாதிக்கவோ இல்லை. இந்திய விடுதலைக்காக தியாகம் செய்துகொண்டிருந்தவர்களுக்கும் கோட்சேவுக்குமான இடைவெளி மிகப்பெரியதாக மாறியிருந்தது. எந்தப் போராட்டமும் கோட்சேவை ஈர்க்காமல் போனது.

ஒருவழியாக சாவர்க்கர் வென்றார். கோட்சேவின் வாழ்க்கை முறையே புதிய மாற்றத்தை நோக்கி நகரத் துவங்கியது.

3
பம்பாய் பார்ப்பனர்கள்

சாவர்க்கருடைய வழிகாட்டுதலின்படி விடுதலைப் போராட்டத்தில் கலந்துகொள்வதை கோட்சே முழுவதுமாக நிறுத்திவிட்டான். ஆனால், அவனது இயல்பான குணத்திலெல்லாம் அது பெரிய மாற்றத்தை ஏற்படுத்திவிடவில்லை. தாழ்வு மனப்பான்மையும் விரக்தியும் கொண்ட வாழ்க்கையை வாழும் ஒரு இளைஞனாகவே அவன் தொடர்ந்து இருந்தான். சாவர்க்கரின் மூலமாக அவனுக்கு வந்து சேர்ந்திருந்த அரசியல் கருத்துகளால் அனைவரையும் முன்முடிவுகளோடு பார்க்கிற குணமும் கூடவே சேர்ந்துகொண்டது. இருப்பினும் இந்தப் புதிய கண்ணோட்டத்தை வைத்துக்கொண்டு என்ன செய்வது என்று கூட அவனுக்குத் தெரியவில்லை. அவனுக்கான பாத்திரமும் இதில் சரியாக தீர்மானிக்கப்படவில்லை. அதனால் சாவர்க்கரின் கட்டுப்பாட்டில் இருந்த அந்த காலகட்டத்தில் பெரிதாக எதையுமே செய்யாமல் அமைதியாகத்தான் இருந்தான். அவனுக்கென்று அந்த ஊரில் நண்பர்களும் இல்லாமல் போனது. அது அவனுடைய தனிமையை மேலும் இறுக்கமாக்கியது. 1932ஆம் ஆண்டின் கோடை காலம் வரும்வரையிலும் அவனுடைய வாழ்க்கையில் பெரிதாக எந்த மாற்றமும் ஏற்படாமல் மந்தமாகத்தான் சென்றுகொண்டிருந்தது.

அந்த ஆண்டில்தான் இத்தார்சி என்கிற ஊரில் இருந்து, அவனுடைய மூத்த சகோதரியான மதுரா வந்திருந்தார். அன்றைய மத்திய இந்தியாவிலேயே மிகப்பெரிய இரயில் நிலையங்களை எல்லாம் கொண்டிருந்த ஊர்தான் இத்தார்சி. அங்கே ஒரு இரயில்வே ஊழியராக பணிபுரிந்துகொண்டிருந்தார் மதுராவின் கணவர் பி.டி.மராத்தே.

"எங்களுடைய வீட்டிற்கு வந்துவிட்டு இத்தார்சிக்கு திரும்பிச் செல்கையில் நானும் என்னுடைய அக்கா மதுராவுடன் இத்தார்சிக்குச் சென்றேன்" என்று நினைவுகூர்ந்தான் கோட்சே[1].

கோட்சேவை அழைத்துக்கொண்டு சென்ற இரண்டே மாதங்களில் மதுராவின் கணவரை நாசிக் அருகே இருந்த மற்றொரு இரயில்வே நிலையத்திற்கு பணிமாற்றம் செய்துவிட்டார்கள். ஆனால் கோட்சேவுக்கோ இத்தார்சியை மிகவும் பிடித்துவிட்டது. அதனால் அவனது அக்காவுடன் நாசிக்கிற்கு செல்லாமல் இத்தார்சியிலேயே தங்கிவிட்டான். அங்கே இருந்துகொண்டு ஏதாவது வேலை செய்து பிழைக்கலாம் என்று முடிவு செய்தான். "நான் அங்கே கதர் ஆடைகள் விற்க ஆரம்பித்தேன்" என்றான் கோட்சே[2].

அங்கேதான் இந்தியாவின் வடக்கு மற்றும் மத்திய பகுதிகளில் பேசப்பட்டுவந்த இந்தி மொழியை அவன் அதிவேகமாகக் கற்றுக்கொண்டான். இந்தியில் சில பக்திக் கீர்த்தனைப் பாடல்களைப் பாடும் அளவிற்கு அம்மொழியைக் கற்றுத் தேர்ந்துவிட்டான்[3]. அதே காலகட்டத்தில்தான் இத்தார்சி இரயில் நிலையத்தின் அருகே இருந்த ஒரு நூலகத்தைக் கண்டுபிடித்தான். அங்கிருக்கும் நூல்களை முழுவதுமாகப் படிக்கிற ஆவலில் அவசர அவசரமாக நிறைய நூல்களைப் படித்ததாக, பின்னாளில் அதுகுறித்து கோட்சே சொல்லியிருக்கிறான்.

இருப்பினும் வெகுவிரைவிலேயே அவனுக்கு அனைத்தின் மீதும் ஒரு எரிச்சல் வந்துவிட்டது. அவனுக்குப் பிடித்தமாதிரியான புதுவகையான வேலையையும் வழிகளையும் தேட ஆரம்பித்தான். இத்தார்சி இரயில் நிலையத்தின் அருகில் இருந்த ஒரு மளிகைக் கடையில் வேலைக்குச் சேர்ந்தான். அந்த கடைக்குத் தேவையான பொருட்களை பல ஊர்களுக்குச் சென்று வாங்குவதுதான் அங்கே அவனுடைய வேலை. அதனால் அவனுக்கு இரயிலில் பயணிப்பதற்கான மாதச்சந்தா செலுத்தி பயணச்சீட்டை வாங்கிக் கொடுத்திருந்தார்கள். அதுமட்டுமில்லாமல் அவன் பயணம் செய்வதற்கான எல்லா செலவுகளையும் அந்த மளிகைக்கடையே ஏற்றுக்கொண்டது.

"கடைக்குத் தேவையான பொருட்களை வாங்கிமுடித்ததும், மிச்சமிருக்கிற நேரத்தில் லக்னோ, அலகாபாத், ஜபல்பூர், போபால் மற்றும் ஜான்சி உள்ளிட்ட ஊர்களுக்கு இரயிலில்

பயணம் செய்வதற்கும் அந்த இரயில் பயணச்சீட்டைப் பயன்படுத்திக்கொண்டேன்"

என்று பின்னாளில் நினைவுகூர்ந்தான் கோட்சே[4]. இப்படியாக அவனுடைய அந்த புதிய வேலையால் கிடைத்த சலுகைகளால் அந்த வேலை அவனுக்குப் பிடித்துப்போனது.

கோட்சே கூறிய இவற்றில் எதெல்லாம் உண்மை என்று நமக்குத் தெரியவில்லை. ஆனால், 1932 முதல் 1934 வரையிலுமான காலகட்டத்தில் இத்தார்சியில் யாருடைய உதவியுமின்றி கோட்சே சமாளித்திருக்கிறான் என்பது மட்டும் உண்மை. அவனுக்குப் பிடித்தவகையிலும், அவன் விருப்பத்திற்கு ஏற்றவகையிலும் அங்கே வாழ்ந்திருக்கிறான். அப்போதுதான் அவனுடைய தந்தையிடம் இருந்து அவனுக்கு ஒரு கடிதம் வந்தது.

"1934ஆம் ஆண்டுவாக்கில் என்னை மீண்டும் வீட்டிற்கே திரும்பி வருமாறு அழைத்து, என்னுடைய தந்தை எனக்கு ஒரு கடிதம் அனுப்பினார். அவர் வேலையில் இருந்து ஓய்வு பெற்றுவிட்டதாகவும், அவருடைய உடல்நிலை சரியில்லாத காரணத்தால் அவரால் குடும்பத்தின் சுமையை தனியாக சமாளிக்கமுடியவில்லை என்றும், உடனடியாக உதவிக்கு வருமாறும் அக்கடிதத்தில் எழுதியிருந்தார்" என்றான் கோட்சே[5].

1933ஆம் ஆண்டின் மத்தியில் விநாயக்ராவ் பணியில் இருந்து ஓய்வு பெற்றார். அதன்பிற்கு அவருடைய மாத வருமானம் நின்றுபோனது மட்டுமல்லாமல், வேலை பார்த்தபோது தங்குவதற்கு அரசு கொடுத்திருந்த வீட்டையும் திரும்ப எடுத்துக்கொண்டுவிட்டது. அரசிடம் இருந்து கிடைத்த ஓய்வூதியத்தை வைத்துக்கொண்டு குடும்பத்தை நடத்தமுடியவில்லை. அதிலும் புதிதாக மாறியிருந்த வீட்டின் வாடகையை மாதாமாதம் செலுத்துவதே கடினமாக இருந்தது. அதனால் விலைவாசியும் வாடகையும் குறைவாக இருக்கிற வேறொரு ஊருக்கு இடம்பெயர்ந்துவிடலாம் என்று முடிவெடுத்தார். அவருக்கு வேண்டிய நண்பர்களும் சொந்தங்களும் இருக்கிற மாதிரியான ஊராகவும் அவர் தேடினார். அதன்படி அவர்கள் ஏற்கனவே தங்கியிருந்த இரத்தினகிரியில் இருந்து சுமார் 175 கிலோமீட்டர் தள்ளியிருந்த சாங்கிலி என்னும் ஊருக்கு புலம்பெயர முடிவெடுத்தார்.

தந்தையின் கடிதத்தைப் பார்த்ததும் உடனடியாக வேலையை விட்டுவிட்டு தன்னுடைய பொருட்களையெல்லாம்

எடுத்துக்கொண்டு, இத்தார்சியில் இருந்து சாங்கிலிக்குப் புறப்பட்டான் கோட்சே. சாங்கிலிக்கு சென்றுசேர்ந்த முதல் சிலமாதங்களில் அங்கிருந்த இந்துத்துவ ஆதரவாளர்களுடனோ அல்லது வேறெந்த கட்சியினருடனோ தொடர்பு கொண்டதாக எந்த ஆவணங்களும் ஆதாரமும் நம்மிடம் இல்லை. மாறாக அந்த புதிய இடத்தில் தனக்கான அடையாளம் ஏதும் இல்லாமல் அமைதியாகவே இருந்திருக்கிறான். அதற்கு முன்னர் இரத்தினகிரியிலும் இத்தார்சியிலும் நண்பர்களே இல்லாமல் இருந்த அதே சூழல்தான் சாங்கிலியிலும் அவனுக்குத் தொடர்ந்தது. குடும்பப் பொறுப்பு அதிகரித்ததுகூட, வேறு எதைக்குறித்தும் அவன் யோசிக்காமல் இருந்ததற்கான காரணமாக இருந்திருக்கலாம். குடும்பத்துடன் நெருக்கமாக தன்னை இணைத்துக்கொள்ள அவன் முயன்றான். குடும்பத்தின் வருமானத்தை அதிகரிக்க அவனது அப்பாவுடன் இணைந்து பல முயற்சிகளை மேற்கொண்டான். குடும்பத்தின் பொருளாதார நிலை மிகவும் மோசமாக இருந்தது. அதற்கு ஓராண்டிற்கு முன்னர்தான் அவனுடைய தங்கையான சாந்தாவுக்கு திருமணம் நடந்திருந்தது. அதனால் அதற்காக வாங்கிய கடன்களும் சேர்ந்து குடும்பத்தின் பொருளாதார நிலைமையை மோசமாக்கியிருந்தது. அவனுடைய தம்பிகளான தத்தாத்ரேயாவும் கோபாலும் கோவிந்தும் கூட அப்போது பள்ளிப்பிடிப்பினை முடித்திருக்கவில்லை. ஆக, அவனது அப்பாவிற்கு கிடைத்துக்கொண்டிருந்த குறைவான ஓய்வூதியத்தை மட்டுமே வைத்துத்தான் அவனுடைய குடும்பம் ஓடிக்கொண்டிருந்தது. அது போதுமானதாகவும் இருக்கவில்லை.

பள்ளிப்படிப்பைக்கூட முடிக்காததால் கோட்சேவுக்கும் நல்ல ஊதியத்தை பெற்றுத்தரக்கூடிய வேலைகள் ஏதும் கிடைக்கவில்லை. அதனால் சாங்கிலியில் ஒரு கிருத்துவ மிசினரியில் சேர்ந்து தையல் கலையைக் கற்கத் துவங்கினான். அந்த காலத்தில் தையல் வேலையென்பதை இந்துப் பெண்களுக்கும், முஸ்லிம்களுக்குமான வேலையாகத்தான் இந்து ஆண்கள் பார்த்தார்கள். ஆனால், கோட்சேவின் உறவினர்களில் ஒருவர்தான், தையல் கற்றுக்கொண்டால் வருமானத்திற்கு வழிகிடைக்கும் என்று கோட்சேவுக்கு அறிவுரை கூறியிருக்கிறார். அந்த உறவினரும் தையல் கற்றுக்கொண்டு ஒரு கடையை நடத்திவந்ததால் அனுபவத்தின் அடிப்படையில் இப்படியான ஆலோசனையை கோட்சேவுக்கு வழங்கியிருக்கிறார். பெரிய எதிர்பார்ப்புடன் கோட்சேவும் தையல் கற்றுக்கொண்டு 'சரிதார்த்த உத்யோக்' என்கிற பெயரில் ஒரு தையல்

கடையைத் துவங்கினான். தன்னுடைய பெரும்பாலான நேரத்தை அந்தக் கடையில்தான் கழித்தான். விரைவிலேயே கடையில் இருந்து வருமானமும் இலாபமும் வரத்துவங்கிவிட்டது. ஆனால் அந்த வருமானமும் அவனுடைய குடும்பத்திற்கு போதவில்லைதான். அதனால் அந்த தையல் கடைக்கு அருகிலேயே ஒரு சிறிய பழக்கடையையும் திறந்தான்.

பொதுவாகவே ஆடம்பரமான செலவு செய்பவனல்ல கோட்சே. அதனால் பெரியளவுக்கு செலவுகள் ஏதும் செய்யாமல் கடுமையான உழைப்பையும் அந்தக் கடைகளில் செலுத்தினான். இருப்பினும் ஒரு கடையை நடத்துவதற்குத் தேவையான சகிப்புத்தன்மை மட்டும் அவனிடம் இல்லை. எதுவொன்றிலும் முழுமையாக கவனம் செலுத்தாமல் போகிற அவனது குணத்தினால் பல தவறான முடிவுகளை வியாபாரத்தில் எடுக்கத் துவங்கினான். அதனால் வியாபாரத்தை சரியாக அவனால் நடத்தமுடியாமல் போனது. அவன் எதிர்பார்த்த வருமானம் கிடைக்காதபோது, வியாபாரத்தில் பல குளறுபடிகளையும் குழப்பங்களையும் செய்ய ஆரம்பித்துவிட்டான். இறுதியாக அவன் துவங்கிய முதல் வியாபாரம் தோல்வியில்தான் சென்றுமுடிந்தது.

வியாபாரத்தை இழுத்துமூடியபின்னர், மீண்டும் தன்னுடைய அடுத்த புதிய தேடலை கோட்சே துவங்கிவிட்டான். அடுத்ததாக அவன் சென்று சேர்ந்தது ஆர்.எஸ்.எஸ். என்கிற இயக்கத்தின் மடியில் தான். ஆர்.எஸ்.எஸ். என்பது கோட்சேவின் குருவான சாவர்க்கரின் அரசியல் பார்வைக்கு ஒரு வடிவம் கொடுத்து நடைமுறைப்படுத்தும் நோக்கில் இந்து ஆண்களை மட்டுமே கொண்டு உருவாக்கப்பட்ட ஒரு அமைப்பாகும்.

ஏற்கனவே இப்படித்தான் வேறெதிலாவது கவனத்தைத் திருப்ப முயன்றபோது இரத்தினகிரியில் சாவர்க்கரின் பின்னால் சென்ற கோட்சே, இப்போது ஆர்.எஸ்.எஸ். இன் பின்னால் செல்ல ஆரம்பித்தான்.

∽

நாக்பூர் என்கிற ஊரில்தான் ஆர்.எஸ்.எஸ். இயக்கம் துவங்கப்பட்டு எழுச்சி பெற்றது. மத்திய இந்தியாவின் தலைநகராக இருந்த நாக்பூரில் பார்ப்பன சாதியினரிடம் இருந்துதான் ஆர்.எஸ்.எஸ். இயக்கத்திற்கான தூண்டுகோலே உருவானது. அங்கிருந்து அப்படியே கொஞ்சம் கொஞ்சமாக அந்த இயக்கம் பரவி, கோட்சே தங்கியிருந்த

சாங்கிலி வரைக்கும் வந்துசேர்ந்திருந்தது. சாங்கிலிக்கு ஆர்.எஸ்.எஸ். வந்துசேர்ந்த அதே காலகட்டத்தில்தான் கோட்சேவும் தனக்கான அடுத்த குறிக்கோளை நோக்கி ஓடத்துவங்கியிருந்தான். ஆர்.எஸ்.எஸ். இயக்கத்தை உருவாக்கிய கேசவ் பலிராம் ஹெட்கேவர், பி.எஸ். மூஞ்சே, எல்.வி.பரஞ்பே, பி.பி.தொல்கர் மற்றும் சாவர்க்கரின் அண்ணனான கணேஷ் சாவர்க்கர் ஆகிய அனைவருமே பார்ப்பன சாதியைச் சேர்ந்தவர்கள்தான். அந்த இயக்கம் உருவானபோது அதில் பார்ப்பனர்கள்தான் பெரும்பாலும் உறுப்பினர்களாக இருந்தனர். உள்ளூர் குழுவாகத் துவங்கப்பட்ட ஆர்.எஸ்.எஸ்., படிப்படியாக இந்து ஆண்களின் ஒரு தனியார் இராணுவமாக வளரத்துவங்கிவிட்டது. காந்தியையும் காந்தியால் பிரச்சாரம் செய்யப்பட்டு வந்த இந்து-முஸ்லிம் ஒற்றுமையையும் வலுவாக ஆர். எஸ்.எஸ்.காரர்கள் ஆரம்பம் முதலே எதிர்த்துவந்தனர். அத்துடன் இந்திய விடுதலைப் போராட்டத்தில் இருந்து முற்றுமுழுவதுமாக ஒதுங்கியும் இருந்தனர். உள்ளூர் எதிரிகளான முஸ்லிம்களை எதிர்ப்பதற்கான பயிற்சியையே தன்னுடைய இயக்கத்தின் உறுப்பினர்களுக்கு வழங்குவதாக ஆர்.எஸ்.எஸ். இயக்கத்தின் தலைவர்கள் சொல்லிக்கொண்டனர். ஆர்.எஸ்.எஸ். இயக்கத்தின் முதல் தலைவரான ஹெட்கேவரோ, முஸ்லிம்களை "பாம்புகள்" என்று குறிப்பிட்டார்[6].

1926ஆம் ஆண்டில் காலனியாதிக்க அரசுகளுடைய காவல்துறையினர் அணிந்த சீருடையைப் போன்றே ஆர்.எஸ். எஸ். உறுப்பினர்களும் காக்கி நிற சட்டையும் கால்சட்டையும் அணியவேண்டும் என்கிற விதியை உருவாக்கினர். அதன்பின்னர் சில ஆண்டுகள் கழித்து, அதில் கருப்புத் தொப்பியும் இணைக்கப்பட்டது. இயக்கம் துவங்கப்பட்ட அதே ஆண்டில், தினந்தோறும் உடற்பயிற்சிகளையும் ஆயுதப்பயிற்சிகளையும் அணிவகுப்புகளையும் தத்துவார்த்த வகுப்புகளையும் ஆர்.எஸ். எஸ். உறுப்பினர்களுக்கு நடத்தத் துவங்கிவிட்டனர். அப்படியே கொஞ்சம் கொஞ்சமாக கொடியேற்றம், உறுதிமொழியேற்பு, மராத்தியிலும் இந்தியிலும் பிரார்த்தனைப் பாடல்களைப் பாடுவது என மேலும் சிலவற்றை இணைத்துவிட்டனர். 1939ஆம் ஆண்டுவாக்கில் ஆர்.எஸ்.எஸ். இயக்கம் பல்வேறு பகுதிகளுக்குப் பரவியபின்னர், பிரார்த்தனைப் பாடலை சமஸ்கிருதத்திலும் இந்தியிலும் கலந்து பாடத் துவங்கிவிட்டனர். சட்டையின் நிறமும் காக்கியில் இருந்து வெள்ளைக்கு மாற்றப்பட்டுவிட்டது.

இதையெல்லாம் உருவாக்கியபின்னரும் ஆர்.எஸ்.எஸ். அமைப்பின் இலட்சியங்களையோ குறிக்கோளையோ வெளிப்படையாகச் சொல்லும் அமைப்புவிதிகளைக் கொண்ட ஆவணம் எதையும் அவர்கள் எழுதவே இல்லை. இருப்பினும் மகாராஷ்டிர பார்ப்பனர்கள் ஒன்றுகூடி பழைய பார்ப்பன பேஷ்வாக்களின் மன்னராட்சியினை மீண்டும் கொண்டுவரத் துடிக்கிற அமைப்பாகத்தான் மற்றவர்களால் ஆர்.எஸ்.எஸ். பார்க்கப்பட்டது. ஆங்கிலேயர்கள் எப்போதாவது இந்தியாவைவிட்டு வெளியேறினால், உடனே தாவிப்போய் அந்த இடத்தை ஆர்.எஸ்.எஸ். இயக்கத்தின் மூலமாக ஆக்கிரமித்து, பார்ப்பனர்களின் ஆட்சியை அமைத்துவிட வேண்டும் என்பதே அவர்களின் இலட்சியமாகப் புரிந்துகொள்ளப்பட்டது. அதுதான் உண்மையான இலக்கு என்பதைச் சொல்லும்விதமாக, பழைய பேஷ்வா மன்னர்களின் கொடியான காவிக்கொடியைத்தான் தனது கொடியாக ஆர்.எஸ்.எஸ். இயக்கமும் வைத்துக்கொண்டது. இதையெல்லாம் வைத்துப் பார்த்துதான், பார்ப்பனர்களல்லாத மகாராஷ்டிர மக்களெல்லாம் ஆர்.எஸ்.எஸ். இயக்கத்தை ஒரு பொருட்டாகவே அப்போது கருதவில்லை.

சாதி அடிப்படையிலான தீண்டாமை என்பது மிகவும் தவறான ஒரு வழக்கம் என்கிற கருத்தியல் பரவ ஆரம்பித்த காலத்தில்தான் ஆர்.எஸ்.எஸ். இயக்கம் துவங்கப்பட்டிருந்தது. அந்தக் கருத்தைக் கடந்துவிட்டு ஆர்.எஸ்.எஸ். இயக்கத்தால் போகமுடியாமல் போனது. அதனால் தீண்டாமையை ஆர்.எஸ்.எஸ். இயக்கமும் எதிர்க்கிறது என்று வெறுமனே வெளித்தோற்றத்திற்காக மட்டும் அறிவித்துக்கொண்டார்கள். ஆனால் தனது செயல்பாடுகள் அனைத்திலும் பார்ப்பனிய மேலாதிக்கத்தை அப்படியே தக்கவைத்துக்கொள்ளும் பணியை ஆர்.எஸ்.எஸ். செவ்வனே செய்துகொண்டுதான் இருந்தது. ஏற்கனவே இருக்கிற சாதியக் கட்டமைப்பை ஒரு பிரச்சனையாகவே பேசாமல், 'முஸ்லிம்களால்தான் ஒட்டுமொத்த இந்துக்களுக்கும் ஆபத்து' என்று வேறொரு தளத்தில் பிரச்சனையைத் திசைதிருப்பும் வேலையை ஆர்.எஸ்.எஸ். செய்தது. இந்தியா என்கிற தேசத்தை இந்து மதத்துடன் சேர்த்து பிரச்சாரம் செய்து, மத அடையாளத்தையும் தேசப்பற்றையும் இணைத்து இளைஞர்களைத் தூண்டும் பணியை ஆர்.எஸ்.எஸ். முடுக்கிவிட்டது. விடுதலைப் போராட்டம் நடந்தகொண்டிருந்த காலகட்டம் என்பதால், இந்திய தேசியம் என்கிற கருத்தியல்தான் முன்னணியில் இருந்துவந்தது. அதனை

அப்படியே இந்து தேசியம் என்று திசைதிருப்ப முயன்றது ஆர். எஸ்.எஸ்.. 'இந்து' தேசியத்தில்தான் எல்லா பிரச்சனைகளுக்கும் தீர்வுகள் இருக்கின்றன என்றும் 'இந்திய' தேசியம் என்பதே போலி என்றும் இளைஞர்களை நம்பவைக்கும் முயற்சியில் ஆர்.எஸ்.எஸ். இறங்கியது. சாவர்க்கர் எழுதிய "இந்துத்துவா - யார் இந்து?" என்கிற நூலில் இதுகுறித்து விரிவாக எழுதியிருக்கிறார். அதுவே ஆர்.எஸ். எஸ். இயக்கத்திற்கான கையேடாக இருந்தது.

முஸ்லிம் மக்களுக்கு எதிரான வன்முறைகளில் அதிகமான பங்களிப்பை செலுத்திய ஆர்.எஸ்.எஸ். இயக்கம், இந்திய தேசிய விடுதலையைக் கண்டுகொள்ளாமல் இருந்தது[7]. 1930ஆம் ஆண்டில் உப்பு சத்தியாகிரகப் போராட்டத்தையும் ஒத்துழையாமை இயக்கத்தையும் காந்தி துவங்கியபோது, ஆர். எஸ்.எஸ். இயக்கத்திற்குள்ளேயே சலசப்பு உண்டானது. ஆர். எஸ்.எஸ். இயக்கத்தின் உண்மையான நோக்கத்தை அறியாத எளிய உறுப்பினர்களெல்லாம் காந்தியின் போராட்டத்தில் கலந்துகொள்வதற்கு ஆதரவாகவே இருந்தனர். அதனால் வெளிப்படையாக காந்தியின் போராட்டத்தை எதிர்க்கவும் முடியாத சூழலுக்கு ஆர்.எஸ்.எஸ். தள்ளப்பட்டது. இருப்பினும் ஆங்கிலேயர்களுக்கு எதிரான போராட்டத்தில் கலந்துகொள்வதற்கு அமைப்பை பயன்படுத்தவும் அவர்கள் விரும்பவில்லை. அதனால், தனிநபர்களாக யாருக்காவது விருப்பம் இருந்தால் விடுதலைப் போராட்டத்தில் கலந்துகொள்ளலாம் என்றும், ஆர். எஸ்.எஸ். அமைப்பின் பெயரை எந்தப் போராட்டத்திற்கும் கொண்டுபோகக்கூடாது என்றும் அன்றைய தலைவராக இருந்த ஹெட்கேவர் அமைப்பின் அனைத்துக் கிளைகளுக்கும் கடிதம் எழுதி அனுப்பினார்[8]. அத்துடன், நாடே கொந்தளித்து ஆங்கிலேயர்களுக்கு எதிராகப் போராடிக்கொண்டிருந்தபோது, ஆர்.எஸ்.எஸ். அமைப்பின் தலைவர் மட்டும் அமைதியாகக் கண்டுகொள்ளாமல் இருந்தால், அமைப்பில் இருந்து எல்லோரும் வெளியே போய்விடும் அபாயமும் இருப்பதை ஹெட்கேவர் நன்கு உணர்ந்திருந்தார். அதனால், விடுதலைப் போராட்டத்தில் அமைப்பு கலந்துகொள்ளவே கொள்ளாது என்று சொல்லிவிட்டு, தான்மட்டும் உப்பு சத்தியாகிரகத்தில் பட்டும்படாமலும் கலந்துகொண்டார். ஆனால் போராட்டத்தில் கலந்துகொள்வதற்கு முன்னர் என்ன செய்தார் தெரியுமா? ஆர்.எஸ்.எஸ். தலைவர் பதவியைத் துறந்துவிட்டுத்தான் விடுதலைப் போராட்டத்தில் கல்ந்துகொண்டார்[9]. அப்படிச் செய்ததன் மூலம் ஆர்.எஸ்.எஸ்.

அமைப்பு ஆங்கிலேயர்களை எதிர்த்துப் போராடவில்லை என்பதை நிரூபித்தார் ஹெட்கேவர்.

உப்பு சத்தியாகிரகத்தில் கலந்துகொண்டு ஒன்பதுமாதம் சிறை சென்றதற்கான காரணமாக ஆர்.எஸ்.எஸ். இயக்கம் கொடுத்த பதில்தான் இதையெல்லாமும் விட வேடிக்கையாக இருந்தது. போராட்டத்தில் கலந்துகொண்டு சிறைசென்றால் அங்கே வருகிற மற்ற தேசபக்திமிக்க இளைஞர்களை சந்தித்து உரையாட முடியும் என்பதாலேயே ஹெட்கேவர் சிறைக்குச் சென்றார் என்று விளக்கமும் கொடுத்தார்கள். இப்படியாக விடுதலைக்காகப் போராடி சக்தியை வீணாக்க வேண்டாம் என்றும், ஆர்.எஸ்.எஸ். அமைப்பை வலுப்படுத்துவதே அவசியம் என்றும் அவர்களிடம் சிறைச்சாலையில் உரையாடத்தான் ஹெட்கேவர் சென்றாராம். அதன்மூலம் ஆர்.எஸ்.எஸ். இயக்கத்திற்கான ஆள்சேர்ப்பாகக்கூட அது மாறலாம் எனக் கணித்தனர்[10]. எது உண்மையான காரணமென்று தெரியாவிட்டாலும், ஆர்.எஸ்.எஸ். இயக்கத்திலிருந்து ஒருவர் பெயரளவிற்காவது விடுதலைப் போராட்டத்தில் கலந்துகொண்டது அதுதான் முதலும் கடைசியும். அதன்பின்னர் எப்போதும் தேச விடுதலைப் போராட்டத்தில் இருந்து ஆர்.எஸ்.எஸ். இயக்கம் தள்ளியே இருந்து வேடிக்கைதான் பார்த்துக்கொண்டிருந்தது. அதுமட்டுமில்லாமல் தேச விடுதலைப் போராட்டத்தில் இணையவிரும்பிய இந்துக்களை தடுக்கவும் செய்தது ஆர்.எஸ்.எஸ்..

அதற்கு நேர்மாறாக முஸ்லிம்களுக்கு எதிரான எல்லா கலவரங்களிலும் ஆர்.எஸ்.எஸ். இயக்கம் முழுமையாக இறங்கியது. 1929ஆம் ஆண்டு யாரோவொரு முக்கியமான முஸ்லிம் தலைவரைக் கொல்வதற்காக பாபாராவ் தலைமையில் திட்டமிட்டதை ஆங்கிலேய உளவுத்துறையினர் கண்டுபிடித்துவிட்டார்கள். இதுகுறித்து கொல்கத்தாவில் இருந்து பம்பாய் மாகாணத்தின் துணை ஆணையர் கவாஸ்ஜி ஜே.பெட்டிகாராவுக்கு 1929ஆம் ஆண்டு செப்டம்பர் மாதம் 13ஆம் தேதியன்று ஒரு கடிதத்தை ஆங்கிலேய உளவு அமைப்பு அனுப்பியிருக்கிறது.

"இந்து தலைவர்களான சர்தானந்த் மற்றும் ராஜ்பால் ஆகியோரைக் கொன்றதற்கு பதிலடி கொடுக்கும்விதமாக முக்கியமான முஸ்லிம் தலைவர் ஒருவரை டெல்லியிலோ அல்லது பம்பாயிலோ கொல்வதற்கு கணேஷ் தாமோதர சாவர்க்கர் என்பவர் அனுப்பப்பட்டிருக்கிறார் என்று

நம்பத்தகுந்த வட்டாரத்திலிருந்து செய்தி கிடைத்திருக்கிறது. இது தொடர்பாக மேலதிக தகவல்கள் ஏதும் எனக்குக் கிடைக்கவில்லை"

என்று அக்கடிதத்தில் எழுதப்பட்டிருந்தது[11].

ஆயுதங்கள் வாங்குவதற்காக பாபாராவ் கொல்கத்தா வந்ததாகவும், அவரால் கைத்துப்பாக்கியோ வெடிகுண்டோ வாங்கமுடியாமல் போனது என்றும் அந்த அறிக்கையில் குறிப்பிடப்பட்டிருக்கிறது[12]. அந்தக் கடிதம் வந்துசேர்ந்து நான்கு நாட்கள் கழித்து செப்டம்பர் 17ஆம் தேதியன்று பாபாராவ் கொல்வதற்கான வாய்ப்பு கொண்டவர்களின் பட்டியலொன்று புலனாய்வுத்துறையின் தலைமையகமான சிம்லாவில் இருந்து டெல்லி காவல்துறையின் துணை ஆணையராக இருந்த ஏ.சி.ஃப்ரையருக்கு அனுப்பப்பட்டது. அந்தப் பட்டியலில் உள்ளவர்களையெல்லாம் தீவிரமாகக் கண்காணிக்குமாறும் அறிவுறுத்தப்பட்டிருந்தது.

"முகமது அலி, டாக்டர் அன்சாரி, அபுல் கலாம் ஆசாத் மற்றும் முஃப்தி கிஃபாதுல்லா ஆகியோரில் ஒருவரைக் கொல்லத்தான் கணேஷ் தாமோதர சாவர்க்கர் முடிவு செய்திருக்க வாய்ப்பிருக்கிறது. ஆனால் எந்த முஸ்லிம் தலைவராக இருக்கக்கூடும் என்று எங்களைவிட உள்ளூர்க்காரர்களான உங்களால்தான் சரியாகக் கணிக்கமுடியும். இந்து மதத்திற்கு எதிராகவோ அல்லது பிரிவினைவாதமோ பேசுகிற முஸ்லிம் தலைவர்களைக் கொல்வதற்கு முயற்சி செய்ய அதிகமான வாய்ப்பிருக்கிறது" என்று அதில் குறிப்பிடப்பட்டிருந்தது[13]. அந்த சதித்திட்டம் குறித்த மேலதிக தகவல்களோ அல்லது அது ஏன் தோல்வியுற்றது என்பது குறித்தோ வேறெந்த புலனாய்வு அறிக்கைகளும் நமக்கு கிடைக்கப்பெறவில்லை. ஆனால், அவர்கள் குறிவைத்த அனைவருமே அன்றைக்கு விடுதலைப் போராட்டத்தில் தீவிரமாகப் பங்கெடுத்திருந்த இந்திய தேசிய காங்கிரசின் தலைவர்கள் என்பது குறிப்பிடத்தக்கது.

1922ஆம் ஆண்டிலேயே எவ்வித நிபந்தனையுமின்றி கணேஷ் தாமோதர சாவர்க்கர் என்கிற பாபாராவ் விடுதலை செய்யப்பட்டார். அதன்பிறகு, பம்பாய் மாகாணத்தின் மராத்தி மொழிபேசும் பகுதிகள் முழுவதிலும் அதிதீவிரமாக களமிறங்கி ஆர்.எஸ்.எஸ். இயக்கத்தை ஒரு பலமிக்க சக்தியாக மாற்ற உழைத்தார். தான் ஏற்கனவே உருவாக்கி நடத்திவந்த இளைஞர் அமைப்புகளான 'தருண் இந்து சபா' மற்றும் 'முக்தேஷ்வர்

தள்' ஆகியவற்றை 1930களின் துவக்கத்தில் ஆர்.எஸ்.எஸ். அமைப்புடன் இணைத்துவிட்டார். அதுமட்டுமில்லாமல், ஆர்.எஸ்.எஸ். தலைவரான ஹெட்கேவரை அழைத்துக்கொண்டு மேற்கு மகாராஷ்டிரா முழுவதிலும் சுற்றிக்காட்டி தனக்குத்தெரிந்த அனைத்து உள்ளூர் அதிதீவிர இந்துத்துவத் தலைவர்களையும் அறிமுகப்படுத்தி வைத்தார். சாவர்க்கரின் சகோதரரான பாபாராவ் என்கிற கணேஷ் தாமோதர சாவர்க்கரின் உதவியினால்தான் இந்தியாவிலேயே நாக்பூருக்குப் பிறகு ஆர்.எஸ்.எஸ். இயக்கத்தின் இரண்டாவது முக்கிய நகரமாக பூனா மாறியது.

தினந்தோறும் உடற்பயிற்சி கொடுக்கப்படுவதால் இளைஞர்கள் ஆர்வமாக ஆர்.எஸ்.எஸ். இயக்கத்திற்குள் வர ஆரம்பித்தனர். உடல்வலிமை பெறுவதுதான் ஆண்மைக்கான அடையாளம் என்று காலங்காலமாக இருந்துவந்த பழமைவாதக் கருத்தினைக் கொண்டிருந்த அந்த இளைஞர்களெல்லாம், ஆர்.எஸ்.எஸ். இயக்கம் கொடுக்கும் பயிற்சியினால் தானொரு வீரமிக்க ஆண்மகனாக மாறுவதாக அந்த இளைஞர்கள் நினைத்துக்கொண்டார்கள். ஆண்மை கொண்ட பார்ப்பனராக அடையாளப்படுத்தப்பட வேண்டும் என்று விரும்பிக்கொண்டிருந்த கோட்சேவுக்கெல்லாம் ஆர்.எஸ்.எஸ். இயக்கம்தான் மிகச்சரியான இயக்கமாகத் தோன்றியது.

✿

சாங்கிலியில் ஆர்.எஸ்.எஸ். செயல்பாடுகளெல்லாம் உச்சத்தில் இருந்தபோது, அதே ஊரில் காசிநாத் பாஸ்கர லிமயே என்கிற சித்பவன் பார்ப்பனரும் உடற்பயிற்சியில் அதிக ஆர்வமாக இருந்தார். அவருடைய உடலையும் கட்டுக்கோப்பாக வைத்திருந்தார். அவர் தினமும் விடியற்காலையில் எழுந்து பல்வேறு உடற்பயிற்சிகளை மேற்கொண்டுவிட்டு, அதன்பின்னர் ஆர்.எஸ்.எஸ். நடத்திய ஷாகாக்களில் கலந்துகொண்டார். ஆர்.எஸ்.எஸ். இயக்கத்தைப் பொறுத்தவரையில் காலையில் ஆறுமணிக்கு விருப்பப்படும் உறுப்பினர்களெல்லாம் ஒன்றாக ஒரு மைதானத்தில் கூடி இராணுவ வீரர்கள் பயிற்சி செய்வதைப் போன்ற உடற்பயிற்சியினை மேற்கொள்வதை ஷாகா என்கிறார்கள்[14].

1934ஆம் ஆண்டின் இறுதியில் பாஸ்கர லிமயேவை கோட்சே சந்திக்கும்போது அவருடைய வயதோ நாற்பத்தி ஒன்று. ஆனால் அப்போதும் அவர் திடகாத்திரமான உடல்வலிமையோடு

இருந்தார். சிறிதுநேரம் கூட அமைதியாக ஓரிடத்தில் இருக்காமல் அங்கும் இங்கும் ஓடியாடிக்கொண்டு சுறுசுறுப்பாக இயங்கிக்கொண்டிருந்தார். ஆர்.எஸ்.எஸ். இயக்கத்தின் மகாராஷ்டிர பகுதிக்கான தலைவராகவும் அவர் நியமிக்கப்பட்டிருந்தார். மகாராஷ்டிர ஆர்.எஸ்.எஸ்.-இன் தலைமையகமாக பூனா இருந்தபோதிலும், அவர் பெரும்பாலான நேரங்களில் சாங்கிலியில் இருந்துகொண்டேதான் செயல்பட்டார். அங்கே முஸ்லிம் வெறுப்பிலும் பார்ப்பனியத்தை உயர்த்திப்பிடிக்கிற வகையிலும் அவரை அப்படியே பின்பற்றுகிற சீடர்கள் பலரை உருவாக்கி வைத்திருந்தார்[15].

கோட்சேவைப் போலவே லிமயேவின் கல்விகுறித்தும் மிகச்சரியான தகவல்கள் நம்மிடம் இல்லை. சாங்கிலி நகரத்தின் அருகாமையில் உருன் இஸ்லாமாபூர் என்கிற கிராமத்தில் ஆரம்பக் கல்வி படித்ததாக சொல்லப்படுகிறது[16]. அதன்பின்னர் பக்கத்தில் இருக்கும் கோலாபூரில் உயர்நிலைப்பள்ளியில் படித்திருக்கிறார். அங்கே மெட்ரிகுலேசன் தேர்வில் தேர்ச்சி பெற்றதும் பூனாவில் பணக்காரக் குடும்பத்தினர் படிக்கக்கூடிய ஃபெர்குசன் கல்லூரியில் இடைநிலைக் கலைப்பிரிவில் சேர்ந்தார். ஆனால் குடும்பத்தின் பொருளாதார சூழல்காரணமாக படிப்பைத் தொடரமுடியாமல் பாதியிலேயே நின்றுவிட்டார்[17].

1916இல் கல்லூரிப் படிப்பை பாதியில் நிறுத்திவிட்டு சாங்கிலிக்குத் திரும்பிவந்ததும், அங்கே உள்ளூர் மன்னர் நடத்திய உயர்நிலைப் பள்ளியில் ஆசிரியராக சேர்ந்தார்[18]. இரண்டாண்டுகள் அங்கே வேலைசெய்துவிட்டு, அதன்பின்னர் தன்னைப் போன்ற மற்றொரு சித்பவன் பார்ப்பனரான திலகரால் ஈர்க்கப்பட்டு காங்கிரசில் இணைந்தார். அப்படியே டெக்கான் கமர்சியல் கம்பெனி என்கிற தனியார் நிறுவனத்தைத் துவங்கி சுதேசி பொருட்களை வாங்கி விற்கத் துவங்கினார். ஆனாலும் ஆசிரியராக இருந்த காலகட்டத்தில் ஊரில் அவருக்குக் கிடைத்த “வாத்தியார் லிமயே” என்கிற பெயர் அப்படியே நிலைத்துவிட்டது[19]. 1920இல் திலகரின் மரணத்தைத் தொடர்ந்து காந்தியின் வருகையால் அமைதிவழிப் போராட்டமும் இந்து-முஸ்லிம் ஒற்றுமையும் காங்கிரசின் அடையாளமாகிப் போனது. அக்கொள்கைகளை ஏற்றுக்கொண்டவர்களே சாங்கிலியிலும் காங்கிரஸ் இயக்கத்தின் பொறுப்பிற்கு வந்தார்கள். அதனால் காங்கிரசில் இருந்து விலகினார் லிமயே[20].

ஆனால் வியாபாரத்தை மட்டும் விடாமல் தொடர்ந்தார். சுதேசி பொருட்களை விற்பதற்காக ஹைதராபாத், கர்நாடகா மற்றும் மகாராஷ்டிராவின் பல பகுதிகளுக்கு பயணித்தார். 1920 களின் மத்தியில்தான் அவர் சாவர்க்கரை சந்தித்தார். அதன்பிறகு இரத்தினகிரியில் வாழ்ந்த சாவர்க்கரை அடிக்கடி சென்று பார்த்தார் லிமயே. சாவர்க்கரின் பிரசங்கங்களில் கலந்துகொண்டு சாவர்க்கர் பேசுவதைக் கேட்டுவிட்டு, அவற்றையெல்லாம் அப்படியே சாங்கிலியில் அவருடைய ஊரில் இருந்த பலருக்கும் கடத்தினார். சாவர்க்கரின் சகோதரரான பாபாராவுடனும் லிமயேவுக்கு நட்பு ஏற்பட்டது. வெகுவிரைவிலேயே சாவர்க்கரின் குடும்பத்தில் ஒருவராகவே மாறிவிட்டார் லிமயே[21]. அடுத்த சில ஆண்டுகள் தொடர்ச்சியாக வியாபாரத்தை கவனித்துக்கொண்டே காந்தியின் ஆங்கிலேய எதிர்ப்பைப் புறந்தள்ளிப் பேசுவதும் முஸ்லிம்களுடன் சண்டையிடுவதற்கான வழிகள் குறித்து ஆலோசிப்பதுமாகவே லிமயேவின் நாட்கள் கழிந்தன.

ஆர்.எஸ்.எஸ். இயக்கத்தை மகாராஷ்டிராவின் மராத்தி பேசும் மக்களிடம் கொண்டு செல்வதற்காக 1932ஆம் ஆண்டில் ஹெட்கேவர் சுற்றுப்பயணம் மேற்கொண்டார். அப்போதுதான் அவரை சந்திக்கும் வாய்ப்பு லிமயேவுக்குக் கிடைத்தது. அந்தக் காலகட்டத்தில் நாக்பூரிலும் அதன் சுற்றுவட்டார மத்திய மாகாணங்களிலும் மட்டுமேதான் ஆர்.எஸ்.எஸ். இயக்கத்திற்கு உறுப்பினர்கள் இருந்தார்கள். அது வெறுமனே ஒரு உள்ளூர் இயக்கமாகத்தான் இருந்தது. மகாராஷ்டிராவில் ஆர்.எஸ்.எஸ். இயக்கத்தைக் கொண்டுசென்று பரவலாக்கியதில் சாவர்க்கரின் சகோதரரான பாபாராவுக்குத்தான் முக்கியப் பங்கிருப்பதாக ஆதாரங்கள் தெரிவிக்கின்றன.

“1932ஆம் ஆண்டில் கணேஷ் தாமோதர சாவர்க்கர்தான் ஹெட்கேவரை சாங்கிலிக்கு அழைத்துவந்து லிமாயேவை சந்திக்கவைத்தார். லிமயேவின் வீட்டில் அவர்கள் நான்கு நாட்கள் தங்கியிருந்து, இந்து தேசம் அமைப்பது குறித்தும், இந்துத்துவா குறித்தும், ஒழுக்கமான இராணுவக் கட்டமைப்பைக் கொண்ட இயக்கத்தை தொடர்ந்து நடத்துவது குறித்தும் விரிவாக அப்போது பேசினார்கள்” என்று லிமயேவின் வாழ்க்கை வரலாற்றை எழுதிய டி.எஸ்.ஹர்ஷே குறிப்பிடுகிறார்[22]. அப்போதுதான் ஆர்.எஸ்.எஸ். இயக்கத்தில் சேர்வதற்கான உறுதிமொழியை ஏற்றுக்கொண்டு அதிகாரப்பூர்வமாக தன்னை இணைத்துகொண்டார்.

அதன்பிறகுதான் சாங்கிலியின் முதல் ஆர்.எஸ்.எஸ். ஷாகாவை அவர் துவங்கிவைத்தார்[23].

ஆர்.எஸ்.எஸ். இயக்கத்திற்கு லிமயே புதியவர் என்பதால், கொடியேற்றுவது, சீருடை அணிவது, அணிவகுப்பு நடத்துவது, பிரார்த்தனைகள் பாடுவது போன்ற அவ்வியக்கத்தின் அடிப்படைகள் ஏதும் அவருக்குத் தெரியவில்லை. அதனால் அதனையெல்லாம் அவருக்குக் கற்றுக்கொடுப்பதற்காகவே நாக்பூரில் இருந்து ஒருவரை சாங்கிலிக்கு அனுப்பியது ஆர்.எஸ்.எஸ். தலைமையகம். அப்படியாக அனுப்பப்பட்டவரின் பெயர் யால்குந்தவர் என்றும், அவர் சிலகாலம் லிமயேவுடனே தங்கியிருந்து ஆர்.எஸ்.எஸ். இயக்கத்தின் ஷாகாக்களை நடத்தும் முறையினை கற்றுக்கொடுத்ததோடு மட்டுமல்லாமல் புதிதாக ஆர்.எஸ்.எஸ். இயக்கத்தில் சேர்பவர்களுக்கு எவ்வாறு பயிற்சியளிப்பது என்றும் சொல்லிக்கொடுத்தார்[24]. யால்குந்தவர் வகுப்பெடுக்கும்போது கவனமாக லிமயே கற்றுகொண்டார். அவரிடம் வந்துசேர்ந்த மற்ற புதிய ஆர்.எஸ்.எஸ். இளைஞர்களையும் இராணுவத்தில் இணைந்திருக்கிற வீரர்களைப் போல கட்டுக்கோப்பாக லிமயே நடத்தினார்.

தன்னுடைய வியாபாரத்திற்காக லிமயே மேற்கொள்ளும் பயணத்தில் அவர் சந்திக்கும் இளைஞர்களிடமும்கூட ஆர்.எஸ்.எஸ். இயக்கத்தில் சேருமாறு பிரச்சாரம் செய்ய ஆரம்பித்தார். அவருடைய இந்த செயல்பாடுகளெல்லாம் அவருக்கு ஏற்கனவே அறிமுகமாகியிருந்த தேசிய விடுதலைப் போராட்டப் பங்கெடுப்பாளர்களுக்கு கோபத்தைத்தான் ஏற்படுத்தியது. ஆனால் பழைய பார்ப்பன பேஷ்வா ஆட்சியினை மீண்டும் கொண்டுவந்தால் நன்றாக இருக்குமே என்று ஆசைப்பட்டுக்கொண்டிருந்த மகாராஷ்டிர பார்ப்பனர்களுக்கு லிமயேவின் இந்த செயல்பாடுகளெல்லாம் மகிழ்ச்சியைக் கொடுத்தன. லிமயேவின் கடும் உழைப்புக்கு பலன் கிடைக்கத் துவங்கியது. ஹெட்கேவரின் கற்பனைக்கு எட்டாத தூரத்திற்கு மகாராஷ்டிராவில் ஆர்.எஸ்.எஸ். இயக்கம் வளர்ச்சியடைந்துகொண்டிருந்தது. மகாராஷ்டிராவில் ஆர்.எஸ்.எஸ். இயக்கத்தின் வளர்ச்சிக்கான லிமயேவின் பங்களிப்பைப் பாராட்டி ஆர்.எஸ்.எஸ். தலைவரான ஹெட்கேவர் 1932ஆம் ஆண்டு டிசம்பர் மாதம் 10ஆம் தேதியன்று ஒரு கடிதம் அனுப்பினார்.

"மகாராஷ்டிராவில் ஆர்.எஸ்.எஸ். இயக்கத்தின் வளர்ச்சிக்கு நீங்கள் ஒருவர்தான் முக்கியமான காரணம். இதனை நான் இதற்கு

முன்னரும் கூட குறிப்பிட்டு பேசியிருக்கிறேன். இதேபோல தொடர்ந்து உழைத்தால், இன்னும் பல வெற்றிகளை உங்களால் குவிக்கமுடியும் என்கிற நம்பிக்கை எனக்கு இருக்கிறது.[25] வருகிற விஜயதசமிக்கு நாக்பூரில் ஆர்.எஸ்.எஸ். சார்பாக நடக்கப்போகிற நிகழ்வில் நீங்கள் பங்கெடுக்க வேண்டும் என்று நான் விருப்பப்படுகிறேன். விஜயதசமிக்கு உங்களால் வரமுடியாமல் போனால், கிருஸ்துமசின் போது நமது இயக்கத்தின் பயிற்சி முகாம் நடக்கும். அதற்காகவாவது நீங்கள் வர வேண்டும்" என்று ஹெட்கேவர் அந்த கடிதத்தில் குறிப்பிட்டிருந்தார். லிமயேவுடன் நெருங்கிய நட்பினையும் வைத்துக்கொள்ள ஹெட்கேவர் விரும்பினார்[26].

ஆர்.எஸ்.எஸ். இயக்கத்தின் மகாராஷ்டிரப் பிரிவின் தலைவராக உடனடியாக லிமயே நியமிக்கப்படவில்லை. சுமார் இரண்டாண்டுகளுக்குப் பிறகு அப்பதவி அவருக்கு வந்து சேர்ந்தது. "1934ஆம் ஆண்டு பூனாவில் முதன்முதலாக நடந்த ஆர்.எஸ்.எஸ். பயிற்சிமுகாமில் கலந்துகொள்ள ஹெட்கேவர் வந்திருந்தார்" என்று அப்போது நடந்தவற்றை லிமயேவுடன் ஆர்.எஸ்.எஸ். இயக்கத்தில் இருந்தவரான என்.ஜி.அபயங்கர் பின்னாளில் நினைவுகூர்ந்தார்.

"அப்போது கே.பி.லிமயே, பாவுராவ் தேஷ்முக், விநாயக்ராவ் ஆப்தே உள்ளிட்டோருடன் ஹெட்கேவர் ஒரு சந்திப்புக்கு ஏற்பாடு செய்திருந்தார். என்னையும் சேர்த்தே அவர் அழைத்திருந்தார். அப்போதுதான் ஆர்.எஸ்.எஸ். இயக்கத்தின் மகாராஷ்டிரப் பிரிவுக்கு பூனாவைத் தலைநகராக அறிவித்தார். [...] அந்தக் கூட்டத்தில்தான் மகாராஷ்டிராவுக்கு லிமயேவையும், பூனாவிற்கு என்னையும், பூனாவின் கிராமப்புறப் பகுதிகளுக்கு தேஷ்முக்கையும், பூனாவின் நகர்ப்புறப் பகுதிகளுக்கு ஆப்தேவையும் தலைவர்களாக ஹெட்கேவர் நியமித்தார்[27].

1933ஆம் ஆண்டுவாக்கில் சாங்கிலியில் ஆர்.எஸ்.எஸ். இயக்கம் நடத்திய ஷாகாவில் கலந்துகொண்ட பாபுசாஹேப் புஜாரி என்பவர் லிமயே குறித்த தன்னுடைய நினைவுகளைப் பகிர்ந்திருக்கிறார். ஒரு தந்தையைப் போல லிமயே இருந்ததாகவும், மகாராஷ்டிரா முழுவதிலும் அப்போது ஆர்.எஸ்.எஸ். உறுப்பினர்களாக இருந்த அனைவருடைய பெயரும் லிமயேவுக்கு மனப்பாடமாக நினைவிருந்தது என்றும் பாபுசாஹேப் சொல்கிறார். இந்தியாவின் எல்லா பகுதிகளுக்கும் சென்று, வெகுசீக்கிரத்தில் அனைவரையும் மாற்றியாகவேண்டும் என்றும் அப்போதுதான் இந்து தேசத்தை

நம்மால் விரைவாக உருவாக்கமுடியும் என்றும் லிமயே அடிக்கடி குறிப்பிட்டதாக பாபுசாஹேப் தெரிவிக்கிறார்[28]. ஆர்.எஸ்.எஸ். இயக்கத்தில் சேருவதற்கு முன்னரே இப்படியான கொள்கையைக் கொண்டவராகத்தான் லிமயே இருந்திருக்கிறார். ஆர்.எஸ்.எஸ். தலைவராகப் பதவியேற்றபின்னர், அவரது கருத்தில் மிகத்தீவிரமாகவும் மாறிவிட்டிருக்கிறார். வெகுவிரைவிலேயே ஹெட்கேவரின் நம்பிக்கைக்குப் பாத்திரமான ஒருவராக லிமயே மாறியிருந்தார்.

"அப்போது மகாராஷ்டிராவில் ஆர்.எஸ்.எஸ். இயக்கம் புதிதாக வந்திருந்தது" என்று பல ஆண்டுகளுக்குப் பின்னர் காந்தியைக் கொலைசெய்தபிறகு நடத்தப்பட்ட விசாரணையின்போது கோட்சே தெரிவித்தான்.

"இந்து மக்களின் விடுதலைக்காக உழைப்பதாகச் சொல்லியதால் ஆர்.எஸ்.எஸ். இயக்கத்தில் நான் சேர்ந்தேன்" என்று கோட்சே ஒப்புதல் வாக்குமூலம் கொடுத்திருக்கிறான்[29]. சாங்கிலிக்கு இடம்பெயர்ந்ததும் அடுத்ததாக என்ன செய்யலாம் என்று அவன் தேடிக்கொண்டிருந்த நேரத்தில் தான் இந்துக்களுக்காக உருவாக்கப்பட்டதாக சொல்லப்பட்ட ஆர்.எஸ்.எஸ். இயக்கம் அவனுடைய கண்ணில் பட்டிருக்கிறது. அவன் ஏற்கனவே இரத்தினகிரியில் இருந்தபோது சாவர்க்கரிடம் பெற்ற இந்துத்துவப் பாடங்களுடன் ஆர்.எஸ்.எஸ். இயக்கத்தின் நோக்கங்கள் ஒத்துப்போனதால் அந்த இயக்கத்தில் சேர்வதில் கோட்சேவுக்கு எந்த மனத்தடையும் இருக்கவில்லை.

அதுமட்டுமல்லாமல் தனக்கான அடையாளத்தை உருவாக்குவதற்கான சரியான இடத்தையும் அவன் தொடர்ச்சியாக தேடிக்கொண்டேதான் இருந்திருக்கிறான். அதற்கு ஆர்.எஸ்.எஸ். இயக்கம் நடத்திய ஷாகாக்கள்தான் சரியான தேர்வாக இருந்தது. உடலை மையப்படுத்திய ஆண்மையைக் கொண்டுவருவதாக சொல்லப்பட்ட பயிற்சிகள் அவனை அதிகமாகக் கவர்ந்தன. அவனிடம் ஏற்கனவே இருந்த பிற்போக்குத்தனக் கருத்துகளை ஏற்றுக்கொண்டும் அதற்குத் தீனிபோடும் வகையிலான கொள்கையையும் ஆர்.எஸ்.எஸ். கொண்டிருந்தபடியால் அதுவே சரியான இயக்கமாக அவனுக்குத் தோன்றியது.

இந்தியா தன்னுடைய நவீனகால வரலாற்றின் மிகமுக்கியமான காலகட்டத்தில் அடியெடுத்து வைத்திருந்த வேளையில், ஆர்.எஸ்.எஸ்.காரர்களோ ஷாகாக்களை நடத்திக்கொண்டும் மைதானத்தில் விளையாடிக்கொண்டும் உடல்வலிமையைக் காட்டி அணிவகுப்பு நடத்திக்கொண்டும் வேறொரு உலகில் வாழ்ந்துகொண்டிருந்தார்கள். அதுவும் இந்து தேசத்தை உருவாக்குவதற்கான தியாகம்தான் இதெல்லாம் என்றும் சொல்லிக்கொண்டார்கள்.

வட்டவடிவிலான சிறிய தட்டுகளை இணைத்து ஒரு மரக்கட்டையில் கட்டப்பட்ட 'லெசிம்' என்கிற இசைக்கருவியை வாசிப்பது ஆர்.எஸ்.எஸ். பயிற்சிகளில் முக்கியமானதாக இருந்துவருகிறது. ஆர்.எஸ்.எஸ். தலைவர் விசிலடிக்க, பதினைந்து வயதுக்குட்பட்ட சிறுவர்கள் லத்தியை வைத்துக்கொண்டு சுத்தியபடியே வலம்வருவார்கள். எதிர்காலத்தில் எந்த அடிதடியென்றாலும் இறங்கி சண்டையிடுவதற்குத் தயார்ப்படுத்துவதுதான் அதன் நோக்கமாக இருந்தது[30].

முஸ்லிம்கள்தான் இந்தியாவை இந்து தேசமாக மாற்றுவதற்குத் தடையாக இருக்கும் சதிகாரர்களென்று அடையாளப்படுத்தி, அவர்களைக் குறிவைத்தே ஆர்.எஸ்.எஸ். ஸ்வயம்சேவகர்களால் ஷாகாக்கள் நடத்தப்பட்டன. ஸ்வயம்சேவகர்கள் என்பவர்கள் ஆர்.எஸ்.எஸ். இயக்கத்தின் உறுப்பினர்களாக இருந்துகொண்டு அவ்வியக்கத்தின் குறிக்கோள்களை அடைவதற்காக உழைப்பவர்கள் எனலாம். இராணுவப்படைகளின் பயிற்சிகளை அப்படியே பிரதியெடுத்தது போன்றுதான் ஆர்.எஸ்.எஸ். இன் ஷாகாக்கள் திட்டமிட்டு வடிவமைக்கப்பட்டன.

இப்படியாக நடத்தப்பட்ட ஆர்.எஸ்.எஸ். ஷாகாக்களைப் பார்த்தபோது, அவற்றில் ஒரு வரலாற்று நியாயம் இருப்பதாகவே கோட்சே நம்பினான். அதே காரணத்தால்தான் பலரும் ஆர்.எஸ்.எஸ். அமைப்பிற்கு வந்தார்கள். அவர்களில் பெரும்பாலானவர்கள் பார்ப்பனர்களாகத்தான் இருந்தார்கள். ஆங்கிலேயர்கள் இந்தியாவைவிட்டு வெளியேறியதும் மீண்டும் பார்ப்பனர்கள் தலைமையிலான பழைய பேஷ்வாக்களின் ஆட்சியை அமைத்துவிடும் நோக்கில்தான் ஆர்.எஸ்.எஸ். இயக்கத்தில் பார்ப்பனர்கள் இணைந்தார்கள்.

இந்து மதத்தில் செல்வாக்கு மிக்கவர்களான பார்ப்பனர்களே ஆதிக்கம் செலுத்தும் வகையிலான ஒரு மன்னராட்சியைத்தான்

அவர்கள் எதிர்பார்த்துக் கனவுகண்டார்கள்[31]. ஆங்கிலேயர்கள் இந்தியாவுக்கு வருவதற்கு முன்னர் கடைசியாக பேஷ்வாக்கள்தான் ஆட்சி செய்துகொண்டிருந்தார்கள் என்றும் அதனால் ஆங்கிலேயர்கள் வெளியேறியவுடன் இந்தியாவை ஆட்சிசெய்யும் உரிமை பேஷ்வாக்களின் வாரிசுகளுக்குத்தான் உண்டு என்றும் அவர்கள் வாதிட்டார்கள்[32].

பம்பாய் மற்றும் மத்திய இந்திய மாகாணங்களில்தான் ஆர்.எஸ்.எஸ். வலுவாக இயங்கிக் கொண்டிருந்தது. அங்கெல்லாம் பார்ப்பனரல்லாதவர்கள் ஆர்.எஸ்.எஸ். இயக்கத்தை கேலிசெய்துகொண்டும் சிலசமயங்களில் நேரடியாகவே தாக்கிக்கொண்டும்தான் இருந்தனர். 1938ஆம் ஆண்டு முதல் 1946ஆம் ஆண்டு வரையிலும் பூனாவில் ஆர்.எஸ்.எஸ். இயக்கத்தின் முக்கியமான உறுப்பினராக செயல்பட்டுக்கொண்டிருந்தவர் எஸ்.ஹெச்.தேஷ்பாண்டே. பார்ப்பனர்கள் அல்லாதவர்களெல்லாம் ஆர்.எஸ்.எஸ். உறுப்பினர்களைத் தாக்குவதை எப்படி எதிர்கொள்வதென்றே புரியாமல்தான் இருந்தது என்கிறார் எஸ்.ஹெச்.தேஷ்பாண்டே.

அப்போது ஷாகாவில் கலந்துகொள்ள வருபவர்களில் பெரும்பாலானோர் பூனாவின் மேற்குப் பகுதியில் இருந்துதான் வந்திருக்கிறார்கள். அதுதான் பார்ப்பனர்கள் அதிகமாக வாழ்ந்துவந்த பகுதியாக இருந்திருக்கிறது. ஆனால் எஸ்.ஹெச்.தேஷ்பாண்டேவோ பார்ப்பனராக இருந்தாலும் பார்ப்பனர்கள் அல்லாதோர் அதிகமாக வாழ்ந்த பூனாவின் கிழக்குப் பகுதியில் வாழ்ந்தவர்.

"அப்போதெல்லாம் ஷாகாவை முடித்துவிட்டு மாலையில் வீடுதிரும்பும்போது பூனாவின் கிழக்குப் பகுதியில் வாழும் பார்ப்பனர் அல்லாதோரெல்லாம் எங்களை நோக்கிக் குரல் எழுப்பிக் கிண்டல் செய்வார்கள். ஒருசில நேரங்களில் எங்களை நெருங்கிவந்து பயமுறுத்துவார்கள். ஒருமுறை என்னை ஒருவர் குச்சியால் அடித்துவிட்டு இருளில் மறைந்துவிட்டதுகூட எனக்கு நினைவுக்கு வருகிறது. இதுபோன்ற சம்பவங்களைப் பார்த்தபோது, கிழக்குப் பகுதியில் வாழ்ந்த பார்ப்பனர் அல்லாதோரெல்லாம் ஆர்.எஸ்.எஸ். இயக்கத்தை ஒரு பார்ப்பன சங்கமாக மட்டும்தான் பார்த்தார்கள் என்பதை நான் நன்றாகப் புரிந்துகொண்டேன்" என்கிறார் எஸ்.ஹெச்.தேஷ்பாண்டே[33].

அந்தக் காலகட்டத்தில் பார்ப்பனர்களைப் பொறுத்தவரையிலும், ஆர்.எஸ்.எஸ். இயக்கத்தை வெறுமனே ஷாகா பயிற்சி செய்யும் அமைப்பாக மட்டுமே அவர்கள் பார்க்கவில்லை. தங்களைச் சுற்றியிருந்த பார்ப்பனரல்லாதோரிடம் இருந்து தற்காத்துக்கொள்வதற்கான ஒரு பார்ப்பன சங்கமாகத்தான் ஆர்.எஸ்.எஸ். இயக்கத்தைப் பார்த்தனர். அதற்காகவே ஆர்.எஸ்.எஸ். என்கிற அக்குடையின் கீழே பார்ப்பன ஆண்கள் ஒன்றுகூடினர். காலங்காலமாக மற்ற அனைத்து சாதியினரையும் ஒடுக்கியே வாழ்ந்த அவர்களைமீறி, எல்லா சாதியைச் சேர்ந்தவர்களும் படிக்க ஆரம்பித்த காலம் அது. அதனால் நவீன கல்விமுறையில் பார்ப்பனரல்லாதோருடன் போட்டிபோட்டு அதற்கு மேலும் தாக்குப்பிடிக்க முடியாத நிலையும் பார்ப்பனர்களுக்கு வரத்துவங்கியது. அது அவர்களுக்கு கோபத்தையும் வெறுப்பையும் உண்டாக்கியது. காலாங்காலமாக பார்ப்பனர்களாக இருந்த ஒரே தகுதியாலேயே தங்களுக்குக் கிடைத்துவந்த சலுகைகளெல்லாம் குறையத்துவங்கியதை அவர்களால் தாங்கிக்கொள்ளவே முடியவில்லை. அதனால் ‘இந்துத்துவா’ என்கிற புதிய திட்டத்தின் மூலம் தாங்கள் இழந்ததை மீட்டெடுத்து, சமூகத்தில் மீண்டும் உயர்ந்து, உயரிய தலைமைப் பதவிகளைப் பெற்றிட முயன்றனர். அதற்கு ஆர்.எஸ்.எஸ். இயக்கமும் அவர்கள் நடத்தும் ஷாகாக்களில் பார்ப்பன இளைஞர்களுக்கு கிடைக்கும் மரியாதையும் சரியான தேர்வாக பார்ப்பன இளைஞர்களுக்குத் தோன்றியது.

தன்னுடைய தையல் வேலையை சரிவர கவனிக்காமலும், குடும்பத்தைக் காப்பாற்றுவதற்கு அப்பாவிற்கு உதவ வேண்டியிருந்ததைக்கூட பெரிதாகக் கண்டுகொள்ளாமலும், ஆர்.எஸ்.எஸ். இயக்கத்தின்பால் கோட்சே வெகுவாக ஈர்க்கப்பட்டதற்கான மிகமுக்கியமான காரணங்கள் இவைதான். அப்போது அவனுக்கு வயது இருபத்தி நான்கு. அதுவரை அவன் வாழ்ந்த பெரும்பாலான காலகட்டங்களில் தனியாகத்தான் நேரத்தைப் போக்கியிருக்கிறான். மகாராஷ்டிர ஆர்.எஸ்.எஸ். இயக்கத்தின் தலைவரான லிமயேவின் துணை அப்போது அவனுக்கு சாங்கிலியில் கிடைத்தது. லிமயேவைப் பெருமையோடும் ஆச்சர்யமாகவும் பார்த்தான் கோட்சே. கோட்சேவின் வாழ்க்கையை அதன்பிறகு அதிகமாக ஆக்கிரமித்து வழிகாட்டியதில் லிமயேவுக்கு பெரும்பங்குண்டு. சாவர்க்கரின் சீடர்களாகவும், ஒரே சாதியைச் சேர்ந்தவர்களாகவும், ஒரே மாதிரியான எண்ணங்களைக் கொண்டவர்களாகவும், இருவரும் வியாபாரம்

செய்துகொண்டிருந்ததாலும், அவர்களுக்கிடையில் இணைபிரியாத நட்பு உருவானது. தன்னுடைய வியாபாரத்தையும் ஆர்.எஸ்.எஸ். செயல்பாடுகளையும் சரியாக இணைத்துக்கொண்டு வெற்றிகரமாக வாழ்ந்தார் லிமயே. ஆனால் தன்னால் உருவாக்கப்பட்ட தையல் கடையை சரிவர கவனிக்கமுடியாமல், முழுநேர இந்துத்துவக் காப்பாளனாக மாறுவதே கோட்சேவுக்கு விருப்பமாக இருந்தது.

கோட்சேவை லிமயே முழுவதுமாக நம்பத்துவங்கினார். கோட்சேதான் ஆர்.எஸ்.எஸ். இயக்கத்தின் பிரச்சார வேலைகளுக்கு சரியான ஆளாக இருப்பான் என்று லிமயே முடிவு செய்தார்[34]. கோட்சேவின் வயதுடைய மற்றவர்கள் விடுதலைப் போராட்டத்திலோ அல்லது பெண்களின் மீதோ ஈர்ப்புகொண்டிருந்தபோது, அவ்விரண்டிலுமே கோட்சேவுக்கு விருப்பமே இல்லாமல் இருந்தது. ஆனாலும் ஆர்.எஸ்.எஸ். இயக்கத்தில் எதையாவது நிரூபிக்கவேண்டும் என்கிற ஆர்வக்கோளாறில் எப்போதும் எதையாவது செய்துகொண்டிருந்தான் கோட்சே. இதை நன்கு கவனித்துவிட்ட லிமயே, சாங்கிலி மற்றும் அதன் சுற்றுவட்டாரப் பகுதிகளில் ஆர்.எஸ்.எஸ். இயக்கத்தின் பிரச்சாரப் பணிகளை கண்காணிக்கும் பொறுப்பை கோட்சேவுக்குக் கொடுத்தார். வெகுவிரைவிலேயே ஆர்.எஸ்.எஸ். இயக்கத்தின் அர்ப்பணிப்புமிக்க ஸ்வயம்சேவராக கோட்சே மாறிவிட்டான். பெற்றோருடன்தான் தங்கியிருந்தான் என்றாலுமே கூட, ஆர்.எஸ்.எஸ். இன் அலுவலகம்தான் அவனுடைய புதிய வீடாக மாறிப்போயிருந்தது. காபி குடிக்கும் பழக்கத்தைத் தவிர வேறெந்த பழக்கமும் அவனிடம் இருக்கவில்லை. புகைபிடிப்பது, மது அருந்துவது, பெண்களின் பின்னால் சுற்றுவது என எதிலுமே அவனுக்கு நாட்டமில்லை. அவனுடைய எல்லா சக்தியையும் கவனத்தையும் ஆர்.எஸ்.எஸ். பணிக்கே செலவிட்டான்.

அதன் விளைவாக அவன் ஏற்கனவே சரிவர கவனிக்காமல் இருந்த தையல் தொழிலில் மேலும் சரிவடைந்தான். அதனால் அதில் இலாபம் குறைந்து அதிக இழப்பைத்தான் சந்திக்க நேரிட்டது. அது அப்படியே குடும்பத்தின் வருமானத்தையும் பாதித்தது.

“ஒரு நாள் என்னுடைய அப்பா என்னை அழைத்து, ஆர்.எஸ். எஸ். இயக்கத்தின் செயல்பாடுகளில் கலந்துகொண்டிருந்த என்னுடைய பொதுவாழ்க்கையில் இருந்து விலகிக்கொள்ளுமாறு கேட்டுக்கொண்டார். ஆனால் அவர் சொல்கிற காலகட்டத்தில், நான் ஆர்.எஸ்.எஸ். இயக்கத்தின் எல்லா செயல்பாடுகளிலும்

ஊறிப்போயிருந்தேன். என்னால் அதற்கு மேல் பொதுவாழ்க்கையில் இருந்து வெளியேறுவதெல்லாம் சாத்தியமே இல்லாத நிலைக்கு வந்து சேர்ந்திருந்தேன்" என்று கோட்சே பின்னாளில் நினைவு கூர்ந்தான்[35].

ஆர்.எஸ்.எஸ். இயக்கத்துடன் கோட்சேவுக்கு நெருக்கமான உறவு ஏற்படுவதற்கு லிமயேதான் காரணமாக இருந்தார். அவர்தான் அவனை அந்த இயக்கத்தின் உள்ளே இழுத்து, இயக்கத்தின் பொறுப்புகளை கவனிப்பதற்கு அனுமதியளித்து, நண்பனாகவும் வழிகாட்டியாகவும் செயல்பட்டார். தன்னுடைய வருமானம் குறைவாக இருப்பதாலும் ஆர்.எஸ்.எஸ். இயக்கத்திற்காக அதிகமான நேரத்தை செலவிடுவதால் குடும்பம் படுகிற பாட்டையும் லிமயேவிடம் நட்பின் காரணமாக பகிர்ந்துகொண்டான் கோட்சே. தையல் தொழிலை மேம்படுத்துவதற்காக ஆர்.எஸ். எஸ். இயக்கத்தில் செலவிடும் நேரத்தைக் குறைத்துக்கொள்ளும் பேச்சுக்கே இடமில்லாமல் இருந்தது. அப்போதுதான் இயக்கத்தில் பல தொடர்புகள் அவனுக்குக் கிடைக்கத் துவங்கியிருந்தது. அவனில்லாமல் இயக்கத்தில் பல வேலைகள் நடக்காது என்கிற நிலை வந்திருந்ததால், முதன்முதலாக அவனுடைய வாழ்க்கையில் முக்கியமானவனாக தன்னைத்தானே கருதிப் பெருமைப்பட்டுக்கொண்டான். இதுதான் முதன்முதலாக வேண்டாவெறுப்பாக செய்யாத ஒரு வேலையாக அவனுக்குத் தோன்றியது. அவனுக்கான இலட்சியங்களும் அதில்தான் வலுவடைந்தன. ஆனாலும் அவனுடைய குடும்பத்தின் வறுமையை அதற்கு மேலும் கண்டும்காணாமல் அவனால் இருக்கமுடியாத நிலை உருவானது. அதனால் கோட்சேவும் லிமயேவும் பேசி ஒரு முடிவுக்கு வந்தனர். அதன்படி கோட்சேவை பூனாவுக்கு சென்று அங்கிருந்து இயங்குமாறும், அங்கே சென்றால் பொருளாதாரத்தை மேம்படுத்திக்கொள்ளவும் அவனுடைய வியாபாரத்தைப் பெருக்கிக்கொள்ளவும் முடியும் என்பது அவர்களது எண்ணம். சாங்கிலியில் இருந்து வெகுதூரத்திலெல்லாம் பூனா இருக்கவில்லை. அதனால் தேவைப்படும் நேரத்தில் பூனாவில் இருந்து சாங்கிலிக்கு ஓடிவந்துவிடவும் முடியும் என்கிற புரிதலில் பூனாவுக்குச் செல்வதென்று முடிவெடுத்தான் கோட்சே.

4
சங்கமும் சபையும்

1930களில் ஒட்டுமொத்த இந்தியாவும் அதிவேக மாற்றங்களை சந்தித்துக்கொண்டிருந்த வேளையில், பூனாவில் பழமைவாதக் கருத்துக்களுடன் சில சித்பவன் பார்ப்பனர்கள் மட்டுமே பழம்பெருமை பேசிக்கொண்டு கூட்டமாக சுற்றிக்கொண்டிருந்தார்கள். மகாராஷ்டிராவின் அதிகாரப்பூர்வமற்ற பாரம்பரிய நகரமாக பூனா இருந்தது. 1818ஆம் ஆண்டு ஆங்கிலேயர்களின் கையில் போகும்வரையிலும் பேஷ்வாக்கள்தான் மராட்டியப் பேரரசை ஆட்சி செய்துவந்தனர். ஒருகட்டத்தில் அவர்கள் உச்சத்தில் இருந்தபோது டெல்லிவரையிலும் அவர்களது அதிகார எல்லை விரிவடைந்திருந்தது. மன்னராட்சியின் மிச்சசொச்சமாகவே தொடர்ந்து அதே அதிகார வாடையைக் கொண்டே பூனா நகரம் இருந்தது என்றுகூட சொல்லலாம்.

பூனா நகரம் முழுவதும் கடந்தகாலக் கருத்தியலோடே வாழ்ந்துகொண்டிருந்தது. அதிலும் கடந்தகாலப் பெருமைகளை எதிர்காலத்தில் நிறைவேற்ற எதிர்பார்த்துக் காத்துக் கொண்டிருந்ததாகத்தான் அந்நகரம் இருந்தது. பூனாவில் மெத்தப்படித்தவர்களாக சொல்லிக்கொண்டவர்கள் கூட பத்தொன்பதாம் நூற்றாண்டின் அறிவை வைத்துக்கொண்டுதான் இருபதாம் நூற்றாண்டிலும் கனவு கண்டுகொண்டிருந்தார்கள். இதுபோன்ற பல்வேறு காரணங்களால் பல நகரங்களை ஒப்பிடுகையில் பூனா பின்தங்கி இருந்ததைக்கூட அவர்கள் உணரவில்லை. இந்தியாவின் வேறெந்த பகுதியிலும் பூனாவைப் போல இந்துமதத்தை மீட்டெடுக்கிற பணியேதும் நடக்கவில்லை.

பூனாவில் அப்படியான நம்பிக்கை ஒருசிலரிடமாவது அழுத்தமாகப் பரவியிருந்ததென்றால், அதற்கு பார்ப்பனியக் கருத்தியலுடனான இந்துப் பேரரசை அமைத்துவிட வேண்டும் என்கிற விருப்பத்தால் மட்டும்தான் சாத்தியமாகியது. 1930களில் காந்தியத்தை உயர்த்திப் பிடித்த காங்கிரஸ்காரர்கள் வெள்ளைத் தொப்பியை அணிந்துகொண்டு போராட்டக்களத்தில் நின்ற அதேவேளையில், அவர்களுக்கு அருகிலேயே போட்டியாக கருப்புத் தொப்பியணிந்துகொண்டு இந்துத்துவத்தை முன்னிறுத்திய இந்து மேலாதிக்க ஆண்களும் வலம்வந்துகொண்டிருந்தார்கள். காந்தியத்திற்கு எதிராகவே களத்தில் நின்றுகொண்டிருந்தார்கள் அந்த இந்துத்துவவாதிகள்.

பூனாவில் ஏற்கனவே கொஞ்சகாலம் தன்னுடைய பள்ளிக்கூட இறுதியாண்டின்போது கோட்சே தங்கி இருந்திருக்கிறான். அப்போது மெட்ரிகுலேசன் தேர்வில் தோல்வியடைந்ததும் அங்கிருந்து 1929ஆம் ஆண்டு வீட்டிற்கு திரும்பிவிட்டான். இப்போது இரண்டாவது முறையாக பூனாவிற்கு வந்தபோது கோட்சே மட்டுமல்லாமல் அந்த நகரமும் கூட அவனளவில் நிறைய மாறியிருந்தது. இம்முறை ஆர்.எஸ்.எஸ். இயக்கத்தின் ஸ்வயம்சேவராகி பூனாவிற்கு வந்திருக்கிறான். அங்கே இந்துமதத்தை மீட்டெடுக்கும் எண்ணம் பரவியிருந்ததைப் பார்த்தான். அதற்கு நடுவே பணிசெய்யத்தான் அவன் வந்திருந்தான்.

பூனாவிற்கு மிகச்சரியாக எப்போது வந்தான் என்பதற்கான ஆதாரமேதும் இல்லை. அவன் பூனாவிற்கு வந்துசேர்ந்தவுடன்தான், இரத்தினகிரியில் தங்கியிருந்த சாவர்க்கருக்கும் முழுமையான விடுதலையை ஆங்கிலேய அரசு வழங்கியதாக பின்னாளில் கோட்சே நினைவுகூர்ந்தான்[1]. அப்படிப் பார்த்தால், 1937ஆம் ஆண்டு மே 10ஆம் தேதியன்றுதான் சாவர்க்கருக்கு வீட்டுக்காவலில் இருந்து விடுதலை கிடைத்தது. ஆக, 1936ஆம் ஆண்டின் இறுதியிலோ அல்லது 1937ஆம் ஆண்டின் துவக்கத்திலோதான் பூனாவிற்கு கோட்சே வந்து சேர்ந்திருக்க வேண்டும். ஒரு மிகப்பெரிய எதிர்பார்ப்புடன்தான் கோட்சே பூனாவிற்கு வந்திருந்தான். ஒரு பெரிய நகரத்தில் தையல் தொழிலை நடத்தி, அதிகமாக சம்பாதிக்க வேண்டும் என்கிற ஆசையும் அதில் அடங்கும்.

"என்னுடைய தையல் எந்திரங்களையும் உபகரணங்களையும் நான் பூனாவிற்கு என்னுடன் சேர்த்தே கொண்டுவந்தேன்"

என்று காந்தி கொலைவழக்கின் போது அளித்த வாக்குமூலத்தில் தெரிவித்திருக்கிறான்[2]. பூனாவிற்கு வந்தபோது கோட்சேவின் வயது இருபத்தியேழு.

மெட்ரிகுலேசன் தேர்வில் தோற்றுப்போய் வெளியேறிய ஒரு நகரத்திற்கு, வேறொரு கனவுடன் மீண்டும் திரும்பி வருவது கோட்சேவுக்கு ஒரு மாறுபட்ட அனுபவம்தான். அதனால் பெரிய முயற்சிகள் எடுப்பதில் கோட்சேவுக்கு ஒருவித தயக்கம் இருக்கத்தான் செய்தது. தனியாக ஒரு தையல் கடையைத் திறக்க நினைத்து பூனாவிற்கு வந்தவன், இறுதியாக அந்த முடிவையும் கைவிட்டான். அதற்கு பதிலாக பூனாவில் ஏற்கனவே ஒரு தையல் கடையை நடத்திவந்த உள்ளூர் ஆர்.எஸ்.எஸ்.காரரான விஷ்னுபாந்த் அனகாலின் தொழிலில் பங்குதாரராக இணைந்துகொண்டான் கோட்சே[3]. சாங்கிலியில் பல்வேறு தொழிலை முயற்சி செய்து அவனுக்குக் கிடைத்த மோசமான அனுபவங்களின் காரணமாகவும்கூட, புதிய நகரமான பூனாவில் தனியாக எதையும் துவங்குவதற்கு அவன் பயந்திருக்கக்கூடும். அனகாலுடன் கோட்சேவுக்கு எப்படித் தொடர்பு ஏற்பட்டது என்பது குறித்தும் நமக்குத் தெரியவில்லை. கோட்சேவும் அதுபற்றி எங்கேயும் எதையும் குறிப்பிடவில்லை. கோட்சேவை பூனாவுக்கு அனுப்பிய லிமயேதான் அனகாலையும் கோட்சேவையும் சந்திக்கவைத்து வியாபாரக் கூட்டாளிகளாகவும் மாற்றியிருக்கக்கூடும்[4].

பூனாவில் ஆர்.எஸ்.எஸ். ஊழியர்களின் ஆதிக்கத்தில் இருந்த மிகப்பிரமாண்டமான ஆடை வியாபாரத் தொழிலுக்குள் நுழைவதற்கான வழியையும் கோட்சேவுக்குக் காட்டியது லிமயேதான். தங்களுடைய ஆர்.எஸ்.எஸ். சீருடைகளைத் தைப்பதற்கு ஸ்வயம்சேவகர்கள் அந்த தையற்கடைக்குத்தான் வழக்கமாக வருவார்கள்[5]. அதனால் அந்தக் கடையின் வருமானமும் கோட்சேவின் பங்கு இலாபமும் வெகுசீக்கிரத்திலேயே அதிகரித்தது. சாங்கிலியில் இருந்த தன்னுடைய அப்பாவிற்கு மாதாமாதம் 70 முதல் 75 ரூபாய் வரையிலும் அவனால் அனுப்ப முடிந்தது. அது மிகப்பெரிய தொகையாக இல்லாவிட்டாலும், வருமானமே இல்லாமல் இருந்த அவனுடைய குடும்பத்தைப் பொறுத்தவரை அந்தப் பணம் பேருதவியாக இருந்தது[6].

தையற்கடைக்கு வருகிற ஆர்.எஸ்.எஸ். உறுப்பினர்களுடன் தொடர்பை ஏற்படுத்திக்கொண்டான் கோட்சே. ஒருகட்டத்தில் கடையின் வருவாயில் பாதியைப் பெறுமளவிற்கு கோட்சே

உயர்ந்தான். ஆனால் எப்போதும்போல எதுவொன்றிலும் நீண்டநாட்கள் தொடர்ச்சியாக நீடித்திருக்காத கோட்சேவால், இம்முறை அனகாலின் தையற்கடையில் இருந்தும் தன்னுடைய ஆர்வத்தைக் குறைக்க ஆரம்பித்தான். ஆர்.எஸ்.எஸ். உறுப்பினர்களின் எண்ணிக்கையும் அவர்கள் துணிதைக்க வருவதும் அதிகரித்துக்கொண்டே இருந்ததால், கோட்சேவின் இந்த சோம்பேறித்தனத்தை அப்போதைக்கு அனகால் பெரிதாகக் கண்டுகொள்ளவில்லை.

∽

1937ஆம் ஆண்டு மே மாதத்தில் சாவர்க்கர் மீது ஏற்கனவே போடப்பட்டிருந்த அனைத்துக் கட்டுப்பாடுகளையும் ஆங்கிலேய அரசு நீக்கியது. அப்போது சாவர்க்கரின் வயது ஐம்பத்தி ஐந்து. அந்தமான் சிறையில் இருந்தபோது ஆங்கிலேயர்களுக்கு தொடர்ச்சியாக கடிதம் எழுதினார்தானே. அதேபோல, கட்டுப்பாடுகளுடன் கூடிய விடுதலைபெற்று இரத்தினகிரியில் தங்கியிருந்த போதும்கூட, 1934ஆம் ஆண்டு முதலே தொடர்ந்து ஆங்கிலேயர்களுக்கு கடிதம் எழுதிக்கொண்டே இருந்தார். கட்டுப்பாடுகளை நீக்கி முழுமையாக விடுதலை செய்தால், அரசியலுக்குப் போனாலுமேகூட ஆங்கிலேய அரசுக்கு ஆதரவாகவும் சட்டத்தை மதிக்கும்படியும் நடந்துகொள்வதாக அக்கடிதங்களிலெல்லாம் உறுதியளித்தார் சாவர்க்கர். அந்தக் கடிதங்களெல்லாம் அவருக்கு முழுவிடுதலை கிடைப்பதற்கான அடிப்படைக் காரணங்களாக இருந்திருக்கலாம்[7]. அதுமட்டுமல்லாமல் இந்து மகாசபையின் தலைவராக இருந்த மூஞ்சேவின் முயற்சியால் சாவர்க்கரை விடுதலை செய்யக்கோரி ஒரு மிகப்பெரிய கையெழுத்து இயக்கம் நடத்தப்பட்டது. 1937ஆம் ஆண்டு பம்பாய் மாகாணத்தில் நடைபெற்ற தேர்தலைத் தொடர்ந்து, அங்கே இடைக்கால அரசை அமைத்திருந்த ஜம்னாதாஸ் மேத்தா என்கிற சாவர்க்கர் ஆதரவாளரின் தூண்டுதலும் சாவர்க்கரின் விடுதலைக்கு உதவியது[8]. இறுதியாக எந்த அரசியல் கட்சியில் வேண்டுமானாலும் சேர்வதற்கும், ஆங்கிலேய நிர்வாகத்தின் அனுமதியின்றி தேசத்தின் எந்தப் பகுதிக்கும் செல்வதற்குமான அனுமதி சாவர்க்கருக்கு வழங்கப்பட்டது.

1924 முதல் 1937 வரையிலுமான கட்டுப்பாடுகள் முடிவடைந்த நிலையில், தன்னுடைய அடுத்தகட்ட அரசியல் பயணத்தை மிகவும் கவனமாக அடியெடுத்து வைத்தார் சாவர்க்கர்.

ஆங்கிலேயர்களுடன் அரவணைத்துப் போகிற நிலைக்கு சென்றுவிட்டார். ஆங்கிலேயர்களின் எதிரிகளையெல்லாம் தன்னுடைய எதிரிகளாகப் பார்க்கும் அளவிற்கான எல்லைக்கு சென்றுவிட்டார் சாவர்க்கர். காந்தியை மட்டுமல்லாமல் தேச விடுதலைக்காக போராடிய அனைவரையுமே எதிர்க்கத் துவங்கினார் சாவர்க்கர்.

அரசியல் களத்தில் செயல்படுவதற்கும், சுதந்திரம் கிடைத்தபின்னர் இந்துகளுக்கும் முஸ்லிம்களுக்கும் இடையிலான மிகப்பெரிய போரையே உருவாக்கும் அளவுக்கு திட்டமிட்டு சாவர்க்கர் வேலை செய்தார். 'இந்துத்துவா' என்கிற அவருடைய கருத்தியல் மூலமாக அவர் ஏற்கனவே விரிவான திட்டத்தை வகுத்து வைத்திருந்தார். அடுத்தகட்டமாக பார்ப்பனர்களை மட்டுமல்லாமல் ஒட்டுமொத்த இந்துக்களையுமே அவருடைய திட்டத்திற்காக குரல் கொடுப்பவர்களாக மாற்றுவதற்கான வழிகளை ஆராய்ந்தார். அப்படியொன்று நடந்துவிட்டால் இந்தியாவின் இந்துக்கள் அனைவருக்கும், ஒரே தலைவராக உருவெடுத்துவிடலாம் என்பதும் சாவர்க்கரின் கனவாக இருந்தது. விடுதலையான பின்னர் மராட்டிய மன்னரான சிவாஜியின் வாரிசுகள் காலங்காலமாக தங்கியிருக்கும் கோலாப்பூரை நோக்கித்தான் அவரது முதல் பயணத்தையே திட்டமிட்டு அமைத்துக்கொண்டார்[9].

அங்கிருந்து இந்துமதத்தின் புனிதத்தலமான பந்தர்பூருக்கு சென்று அங்கிருந்த மகாராஷ்டிர இந்துத் துறவிகளை சந்தித்து ஆசியும் பெற்றார்[10]. இதன்மூலம் இந்துமக்களுக்காக குரல் கொடுக்கப்போவதான ஒரு பிம்பத்தை உருவாக்கினார். மிகவும் குறிப்பாக பழமைவாத இந்துக்களின் ஒட்டுமொத்த ஆதரவையும் தன்பக்கம் திருப்ப முயன்றார்.

அடுத்த சில மாதங்கள் இந்தியாவின் மேற்குப் பகுதிகளில் மராட்டி மொழிபேசும் பகுதிகளுக்கெல்லாம் சுற்றுப்பயணம் மேற்கொண்டார். அவருடைய சீடர்கள் ஏற்பாடு செய்த பொதுக்கூட்டங்களிலும் தனிக்கூட்டங்களிலும் கலந்துகொண்டு பேசினார். அதனையெல்லாம் முடித்துக்கொண்டு இறுதியாக பம்பாயின் தாதர் பகுதியில் இருந்த அவருடைய பூர்வீக வீட்டிற்கு சென்று தங்கினார்.

மீகநீண்ட இடைவெளிக்குப் பிறகு தன்னுடைய அரசியல் வருகையினை உலகிற்கு வெளிக்காட்டவே அக்கூட்டங்களிலெல்லாம்

சாவர்க்கர் உரையாற்றினாலும், அதனால் ஆங்கிலேயர்களுக்கு அவர் எந்தவகையிலும் அச்சுறுத்தலாக இருக்கவில்லை. ஆனாலும் அவருடைய அந்தமான் சிறைவாழ்க்கையை மட்டும் அவரும் அவரது அன்றைய சீடர்களும் வருங்கால சீடர்களும் உயர்த்திக்காட்டிப் பேசுவதற்குத் தவறியதே இல்லை. காந்திய வழியைப் பின்பற்றிய தலைவர்களை விடவும் சாவர்க்கர் மேலானவர் என்பதற்கு அதனைத்தான் அவர்கள் உதாரணமாக சொல்லிவருகிறார்கள்.

சாவர்க்கரின் விடுதலைக்கு முக்கியக் காரணமாக இருந்த மேத்தா துவங்கிய அரசியல் கட்சியான ஜனநாயக ஸ்வராஜ்ய கட்சியில்தான் சாவர்க்கர் முதலில் இணைந்தார். காந்தி துவங்கிய ஒத்துழையாமை இயக்கத்தைப் பிடிக்காத திலகரின் பழைய ஆதரவாளர்களெல்லாம் ஒன்றிணைந்து ஆரம்பித்த கட்சிதான் அது. ஆங்கிலேயர்களுக்கு ஒத்துழைப்பு கொடுத்துக்கொண்டே விடுதலையைக் கோரவேண்டும் என்பதே அவர்களின் பார்வை[11].

இந்துத்துவக் கொள்கைகளோடு மிகவும் நெருக்கமாக இருந்த சாவர்க்கருக்கு காங்கிரசை விடவும் மேத்தாவின் கட்சிதான் தத்துவார்த்த முறையில் நெருக்கமான கட்சியாக இருந்தது[12]. இருப்பினும் அக்கட்சிக்கு பம்பாய் மாகாணத்தின் ஒருசில பகுதிகளில் மட்டுமே ஆதரவாளர்கள் இருந்தபடியால், அதனைவிடவும் பெரிய இயக்கமொன்றை சாவர்க்கர் தேடினார். நாட்டின் பல்வேறு பகுதிகளில் ஓரளவுக்குப் பரவியிருந்த அகில இந்திய இந்துமகாசபை இயக்கத்தை தனக்கேற்ற இயக்கமாகப் பார்த்தார் சாவர்க்கர். அதனால் 1937ஆம் ஆண்டு அக்டோபர் மாதத்தில் மேத்தாவின் கட்சியில் இருந்து விலகி இந்துமகாசபையில் இணைந்தார்.

1915 துவங்கப்பட்ட இந்து மகாசபை இயக்கமானது, ஒரு நேரடி அரசியல் கட்சியைப் போன்று அல்லாமல் ஒரு பண்பாட்டு இயக்கமாக மட்டுமே இயங்கிவந்தது. காங்கிரஸ் கட்சிக்கு எதிரான ஒரு இயக்கமாக அது தன்னைக் காட்டிக்கொள்ளவில்லை. மேற்குலகக் கலாச்சாரத்தின் ஆக்கிரமிப்பிலிருந்து இந்துக்களைக் காப்பாற்றுவதற்காக பஞ்சாப் பகுதிகளில் செயல்பட்டுக்கொண்டிருந்த ‘பஞ்சாப் இந்து சபை’ என்கிற இயக்கத்தைப் பார்த்துதான் தேசிய அளவில் இந்து சமூகத்தைக் காக்கும் நோக்கில் இந்து மகாசபை இயக்கம் உருவாக்கப்பட்டது[13].

ஆனால் 1920களில் கொள்கையளவில் அதிரடியாக மாற்றம் ஏற்பட்டது. மேற்குலக கலாச்சாரத்தில் இருந்து இந்துக்களைப் பாதுகாக்கிறோம் என்கிற புள்ளியில் இருந்து விலகி, முஸ்லிம்களிடம் இருந்து மீட்கிறோம் என்று மாறி, முஸ்லிம் லீக்கிற்கு எதிரான இயக்கமாக இந்து மகாசபை உருமாறியது. டெல்லியைத் தலைமையகமாகக் கொண்டு பஞ்சாபில் அதிகமான ஆதரவாளர்களைப் பெற்று இயங்கிவந்த ஆர்ய சமாஜம் என்கிற அதிதீவிர இந்து இயக்கத்தின் நிலைப்பாட்டை ஒத்ததாக இந்துமகாசபை மாறியது. இந்துமதத்தை மீட்டெடுப்பதற்காக பத்தொன்பதாம் நூற்றாண்டின் இறுதியில் உருவாக்கப்பட்ட ஆர்ய சமாஜம்தான் முஸ்லிம் வெறுப்பிற்கான விதையினை ஏராளமானோரிடம் விதைக்கும் ஒரு இயக்கமாக இருந்தது. ஆர்ய சமாஜத்திற்கு வரும் அனைவரிடமும் முஸ்லிம் வெறுப்பை மறக்காமல் விதைத்துவிடும் தன்மை அவ்வியக்கத்திற்கு இருந்தது.

இந்து மகாசபை உருவாக்கப்பட்ட ஆரம்பகாலத்திலேயே கூட ஆர்யசமாஜம் முஸ்லிம் வெறுப்பை உருவாக்குவதில்தான் கவனம் செலுத்திவந்தது. ஆனால் அப்போதெல்லாம் இந்து மகாசபையோ காங்கிரசுடன்தான் நெருக்கம் காட்டிவந்தது. ஏராளமான இந்துமகாசபை தலைவர்கள் காங்கிரஸ் இயக்கத்திலும் உறுப்பினராக இருந்து வந்தனர். 1932ஆம் ஆண்டில் மாகாணத் தேர்தல்களில் முஸ்லிம்களுக்கு தனியாக தொகுதிகள் ஒதுக்கீடு செய்வதற்கான வகுப்புவாரி பிரதிநிதித்துவ சட்டம் நிறைவேற்றப்பட்டது. இதனை ஆதரித்ததற்காக காங்கிரசையும் காந்தியையும் இந்துமகாசபை வன்மையாகக் கண்டித்துவிட்டு, காங்கிரசிடம் இருந்து விலகிநிற்கத் துவங்கியது.

ஆங்கிலேயர்கள் கொண்டுவந்த வகுப்புவாரிப் பிரதிநிதித்துவத்தை அமல்படுத்தினால் வங்கத்திலும் பஞ்சாபிலும் முஸ்லிம்களின் கை ஓங்கிவிடும் என்று இந்துமகாசபை கடுமையாக விமர்சித்தது. முஸ்லிம்களுக்கு ஆதரவாக செயல்படுவதாக காங்கிரசையும் காந்தியையும் குற்றச்சாட்டிக்கொண்டே இருந்தது இந்துமகாசபை. அதன்பிறகு இந்துமகாசபை உள்ளிட்ட வகுப்புவாத மதவெறி அமைப்புகளில் அங்கம்வகிக்கும் எவரும் காங்கிரஸ் கட்சியில் உறுப்பினராக இருக்கமுடியாது என்று காங்கிரஸ் தடைவிதித்தது[14]. இந்துமத வகுப்புவாதக் கருத்து வலுவாக எழத்துவங்கிய காலகட்டமும் அதுதான். முஸ்லிம்களுக்கு எதிரான ஒரு

ஆயுதந்தாங்கிய இந்து கட்சியைத் துவங்கியே ஆகவேண்டும் என்று அப்படியானவர்களிடம் ஒரு கருத்தும் உருவாகியது.

ஆக, சாவர்க்கர் இணைந்த நேரத்தில் இந்துமகாசபை என்கிற இயக்கமானது, வெறுமனே ஒரு பண்பாட்டு இயக்கமாக மட்டுமே இருக்கவில்லை. சாவர்க்கர் இணைவதற்கு முன்பே அவருடன் அவ்வியக்கத்தின் தலைவர்கள் தொடர்பிலேயே இருந்தனர். இந்துத்துவா என்கிற சித்தாந்ததின் உயரிய தலைவராக அவரை ஏற்கனவே அங்கீகரித்தும்விட்டனர். இரண்டு மாதத்திற்குப் பின்னர் 1937ஆம் ஆண்டு அகமதாபாத்தில் இந்துமகாசபையின் ஒன்பதாவது ஆண்டுக்கூட்டம் நடைபெற்றது. அதில் சாவர்க்கரும் கலந்துகொண்டார். எவ்வித எதிர்ப்புமின்றி அவரையே இந்துமகாசபையின் தலைவராக ஒருமனதாக அக்கூட்டத்தில் தேர்ந்தெடுத்தனர்[15].

"இந்தியா என்கிற நாட்டிற்குள்ளேயே இரண்டு எதிரெதிர் நாடுகள் இருந்துகொண்டிருக்கின்றன. இந்தியாவில் ஏற்கனவே அனைவரும் இணக்கமாக வாழ்ந்துகொண்டிருக்கிறார்கள் என்று பொய்யாக நம்பியோ அல்லது அப்படியாக நம்பவைத்தால் அனைவரும் இணக்கமாக வாழ்ந்துவிடுவார்கள் என்கிற நினைப்பிலோ பல அரசியல்வாதிகள் சிறுபிள்ளைத்தனமாகப் பேசிக்கொண்டிருக்கிறார்கள். இந்தியா என்கிற தேசத்தை ஒற்றை தேசமாக இப்போது கருதிவிடவே முடியாது. அதற்கு மாறாக, இந்தியா என்கிற ஒற்றை தேசத்திற்குள் இந்துதேசமும் முஸ்லிம் தேசமுமாக இரட்டை தேசங்கள் இருக்கின்றன" என்று இந்துமகாசபையின் தலைவராகப் பதவியேற்றுக்கொண்ட அதே கூட்டத்தில் சாவர்க்கர் பேசினார்[16].

இந்தியா என்கிற தேசத்தை இரண்டு தேசமாகப் பார்த்த அவரின் பார்வையை வெளியிலிருந்து கவனித்த பலரும் அதிர்ச்சிக்குள்ளாகினர். அவருடைய இதே கருத்தை அன்றிலிருந்து சுமார் பதினான்கு ஆண்டுகளுக்கு முன்பே அவருடைய நூலிலும் எழுதியிருந்தார்[17]. ஆனால் அந்த இடைப்பட்ட காலத்திலெல்லாம் அது ஆர்.எஸ்.எஸ். மற்றும் இந்து மகாசபையின் அதிதீவிர ஆதரவாளர்களைத் தவிர வேறு யாரிடமும் பெரிதாக சென்றுசேரவில்லை.

ஒரு பெரிய அழிவைநோக்கி இட்டுச்செல்லக்கூடிய அரசியல் கருத்தாக அது இருந்ததால், நாடெங்கிலும் இங்கொன்றும்

அங்கொன்றுமாக இருந்த மதரீதியான பிளவுகள் மேலும் வலுப்பெற்றன. சாவர்க்கர் பேசிய மூன்று ஆண்டுகளுக்குப் பிறகு உருவான சூழலினைக் கருத்தில்கொண்டு, முஸ்லிம்களுக்கு தனிதேசம் வேண்டுமென்று முஸ்லீம் லீக்கும் கோரிக்கை வைத்தது. இந்துமகாசபை அதனை தன்னுடைய வெற்றியாகத்தான் பார்த்தது. இந்துமகாசபைக்கு அத்தனை ஆண்டுகளாக இல்லாத அளவிற்கு மிகப்பெரிய நம்பிக்கையினையும் அது கொடுத்தது. சாவர்க்கரின் தலைமையில் இந்துமகாசபை இயக்கத்தை பரந்துபட்ட ஆதரவைக்கொண்ட ஒரு வெகுமக்கள் இயக்கமாக மாற்றும் ஆசை அதன் உறுப்பினர்களுக்கும் மற்ற தலைவர்களுக்கும் வந்துவிட்டது. அதற்கான சாத்தியங்களும் இருப்பதாக அவர்கள் நம்பினார்கள். அதனை அடைவதற்கான வழியில் மிகவும் கவனமாக நடைபோட்டார் சாவர்க்கர். ஒருபுறம் ஆங்கிலேய அரசுக்கு இணக்கமாக இருந்துகொண்டும், மறுபுறம் காந்தியவாதிகளின் போராட்டங்கள் எதுவுமே வீரியமிக்கதாக இல்லையென்று விமர்சித்துக்கொண்டும் இரண்டு வேடங்களையும் சரியாக ஏற்றுக்கொண்டு முன்னேறினார்.

☙

சாவர்க்கருக்கு விதிக்கப்பட்ட அனைத்துக் கட்டுப்பாடுகளையும் நீக்கிய செய்தியைக்கேட்டு, ஆர்.எஸ்.எஸ். போன்று மகிழ்ச்சியில் துள்ளிக்குதித்த இயக்கம் வேறெதுவும் இல்லை என்றே சொல்லலாம். சாவர்க்கரின் விடுதலையைக் கொண்டாடும்விதமாக ஏராளமான கொண்டாட்ட நிகழ்ச்சிகளை ஆர்.எஸ்.எஸ். உறுப்பினர்கள் நடத்தினார்கள்[18]. 1937இல் சாவர்க்கர் தீவிர அரசியலில் மீண்டும் களமிறங்கியதும், காந்திக்கும் காங்கிரசுக்கும் மாற்றே கிடையாதா என்று எதிர்பார்த்துக்கொண்டிருந்த இந்துத்துவவாதிகளுக்கு மகிழ்ச்சியையும் நம்பிக்கையையும் கொடுத்தது. ஜனநாயக ஸ்வராஜ்ய கட்சியின் தலைவரான மேத்தாவுக்கும் இந்துமகாசபையின் தலைவரான மூஞ்சேவுக்கும் சாவர்க்கருக்கு விடுதலை பெற்றுத்தந்ததில் எந்தளவுக்கு பங்கு இருக்கிறதோ, அதே அளவிற்கு இந்துத்துவாவிற்காக எதையாவது அதிரடியாக செய்துவிடவேண்டும் என்று துடிப்புடன் இருந்த ஏராளமான இளைஞர்கள் மத்தியில் சாவர்க்கரின் விடுதலையைக் கொண்டாடும் விதமாகக் கொண்டுசென்றதில் ஆர்.எஸ்.எஸ். இயக்கத்திற்கும் பங்கிருக்கிறது.

விடுதலைப் போராட்ட வரலாற்றில் இந்தியா ஓரளவுக்கு அமைதியாக இருந்த காலகட்டமும் அதுதான். மாணவர்கள் மீண்டும் படிக்கச் சென்றனர். தொழிலாளர்கள் மீண்டும் தொழிற்சாலைக்கு பணிசெய்யச் சென்றனர். 1935ஆம் ஆண்டு ஆங்கிலேய அரசால் இயற்றப்பட்ட சட்டத்தின்படி, 1937ஆம் ஆண்டு பிப்ரவரி மாதத்தில் மாகாணத் தேர்தல்கள் நடைபெற்றன. அதில் பெரியளவுக்கு நம்பிக்கை இல்லாவிட்டாலும் தேர்தலில் காங்கிரஸ் கட்சி பங்கெடுத்தது.

தேர்தலில் பங்கெடுக்கும் முடிவினை காங்கிரஸ் கட்சி எடுத்திருந்த போதிலும், தேர்தல் பிரச்சாரத்தில் பங்கெடுக்காமல் தவிர்த்தார் காந்தி. தேர்தல் முடிவுகளெல்லாம் வந்தபின்னர், ஆங்கிலேய கவர்னர்களுக்கும் வெற்றிபெற்று பதவிக்கு வந்திருந்த காங்கிரஸ் அமைச்சர்களுக்கும் இடையில் பேச்சுவார்த்தைகள் நடத்தி ஒரு புரிதலுக்குக் கொண்டுவந்தார் காந்தி[19]. தேச ஒற்றுமை கூடிவந்துகொண்டிருந்த சூழலாக அந்த காலகட்டம் மாறியிருந்தது.

அந்த அமைதியான சூழலையும் கெடுத்து அதிலிருந்து ஏதேனும் ஆதாயம் தேடவே எதிர்தரப்பின்னர் முயற்சி செய்தனர். அதற்கு முன்னரான பத்தாண்டுகளில் மிகக்கடுமையாக முயன்றும் கூட, தேசம் முழுமைக்குமான ஒரு மாபெரும் இந்துத்துவத் தலைவரை உருவாக்கிவிடமுடியாத காரணத்தால், இந்துமகாசபையினாலும் ஆர்.எஸ்.எஸ். இயக்கத்தினாலும் பெரியளவுக்கு வளர்ந்துவிடமுடியவில்லை. சாவர்க்கரின் வருகையினால் ஒரு பொதுவான வேலைத்திட்டத்தை அவர்களால் உருவாக்க முடிந்தது. அவரால்தான் காந்திக்கு இணையான ஒரு தலைவராக உருவெடுத்து காங்கிரசுக்கு எதிரான ஒரு அரசியலை திடமாகப் பேசமுடியும் என்று அவ்விரு இயக்கங்களும் நம்பிக்கை கொள்ளத் துவங்கின. அதனால் தனித்தனியாக இந்துத்துவா பேசிக்கொண்டிருந்த அனைவரும் புதிய தன்னம்பிக்கையோடு ஒன்றாகக் கைகோர்த்தனர். மகாராஷ்டிர பார்ப்பனர்கள் பலரும் உறுப்பினர்களாக இருந்த காரணத்தால் மற்ற அனைத்து இயக்கங்களைவிடவும் ஆர்வத்தோடு ஒருபடி முன்னே சென்றது ஆர்.எஸ்.எஸ்..

நாக்பூரிலும் மராத்தி மொழிபேசும் மத்திய மாகாணங்களின் மற்ற மாவட்டங்களிலும் ஹெட்கேவரே நேரடியாக களமிறங்கி சாவர்க்கருக்கான பாராட்டு விழாக்களை மேற்பார்வையிட்டு நடத்தினார். 1937ஆம் ஆண்டு செப்டம்பர் மாதம் 23ஆம் தேதியன்று

தன்னுடைய இயக்கத்தில் முக்கியமான ஒருவரான பாபுராவ் மோருக்கு ஹெட்கேவர் இதுதொடர்பாக ஒரு கடிதமும் எழுதினார்.

> "எதிர்வரும் செப்டம்பர் மாதம் 24ஆம் தேதிமுதல் அக்டோபர் மாதம் 8 தேதிவரையிலும் நமது மரியாதைக்குரிய வீர சாவர்க்கர் அவர்கள் மத்திய மாகாணங்களில் சுற்றுப்பயணம் மேற்கொள்ளப்போகிறார். செப்டம்பர் மாதம் 24ஆம் தேதியன்று அகோலாவிற்கு வருகை தருகிறார். அவரை நேரில் வரவேற்பதற்காக செப்டம்பர் 23ஆம் தேதியன்றே அகோலாவிற்கு நான் செல்கிறேன். அங்கே அவருடன் நான்கு நாட்கள் நான் போகிறேன். அவர் அகோலாவிலிருந்து வன்காடு பகுதிக்கு சென்றபிறகுதான் நான் நாக்பூருக்குத் திரும்புவேன். அவர் அக்டோபர் 3ஆம் தேதியன்று நாக்பூருக்கு வருகை தருகிறார். இங்கே அவர் இரண்டு நாட்கள் தங்கியிருப்பார். அக்டோபர் நான்காம் தேதியன்று நம்முடைய சங்கத்தின் மைய மைதானத்தில் அவருக்கு இராணுவ முறையிலான மரியாதை கொடுக்கவேண்டும். அதற்கு நமது சங்கத்தின் நாக்பூர் கிளைதான் பொறுப்பேற்க வேண்டும். அதன்பிறகு அவர் பந்தாரா, சந்தா மற்றும் வார்தா ஆகிய ஊர்களுக்கு அக்டோபர் 5, 6, 7 மற்றும் 8ஆம் தேதிகளில் பயணித்து, அங்கிருந்து அக்டோபர் 9ஆம் தேதியன்று பம்பாய் திரும்புகிறார். இந்த பயணம் முழுக்கவே அவர் செல்லும் இடங்களிலெல்லாம் நம்முடைய ஆர்.எஸ்.எஸ். கிளைகளைச் சேர்ந்தவர்கள் அணிதிரண்டு, நம்முடைய சக்திக்கேற்ப அவருக்கு மிகச்சிறப்பான மரியாதையை வழங்கவேண்டும்."

என்று ஹெட்கேவர் அக்கடிதத்தில் குறிப்பிட்டிருக்கிறார்[20].

பம்பாய் மாகாணத்தில் சாவர்க்கருக்கு இதைவிடவும் சிறப்பான மரியாதை கிடைத்தது. இரத்தினகிரியில் சாவர்க்கருக்கு கட்டுப்பாடுகள் தளர்க்கப்பட்ட பின்னர், ஆர்.எஸ்.எஸ். இயக்கத்தின் மகாராஷ்டிர பிரிவின் தலைவராக இருந்த லிமயே மாவட்டந்தோறும் ஏராளமான பாராட்டுக் கூட்டங்களை சாவர்க்கருக்காக ஏற்பாடு செய்தார். அந்தக் கூட்டங்களுக்கெல்லாம் அவருடன் சென்று அவரை நல்லவிதமாக கவனித்துக்கொண்டார்[21]. யாருடைய ஆணைக்காகவும் காத்திருக்காமல் இதையெல்லாம் மனமுவந்து செய்தார் லிமயே. இந்துத்துவத் தத்துவத்தின் ஆசான் என்கிற வகையில் மட்டுமல்லாமல், தன்னுடைய வழிகாட்டி

என்பதையும் மனதில் வைத்துதான் சாவர்க்கருக்கான பாராட்டு விழாக்களை நடத்தினார் லிமயே.

பூனாவில் இருந்த பெரும்பாலான மற்ற ஆர்.எஸ்.எஸ். ஸ்வயம்சேவகர்களைப் போல கோட்சேவும் சாவர்க்கருக்கு ஏற்பாடு செய்யப்பட்ட அனைத்து பாராட்டு விழாக்களிலும் கலந்துகொண்டான். லிமயேவை உதாரணமாக எடுத்துக்கொண்டு, பூனாவில் நடந்த பாராட்டு விழாக்களில் கலந்துகொள்வதோடு நிறுத்திக்கொள்ளாமல், கோலாபூர், மிராஜ் மற்றும் சாங்கிலி உள்ளிட்ட பல்வேறு ஊர்களில் நடந்த நிகழ்வுகளிலும் கோட்சே பங்கெடுத்தான்[22]. அந்த நிகழ்வுகளெல்லாம் கோட்சேவை சாவர்க்கருக்கு மிக நெருக்கமாகக் கொண்டு சென்றது. அதற்கு முன்னர், 1929 முதல் 1932 வரையிலும் இரத்தினகிரியில் வசித்தபோது சாவர்க்கருடன் கோட்சே நெருக்கமாக இருந்தான். ஆனால் அதன்பின்னர் சாவர்க்கரை சந்திக்கவே இல்லை. 1935ஆம் ஆண்டில் மட்டும் ஒரேயொரு முறை சாங்கிலியில் இருந்து ஒரு இளைஞர் குழுவுடன் சாவர்க்கரை சந்திக்க இரத்தினகிரிக்கு சென்றுவந்ததோடு சரி. அதைத்தாண்டி அந்த இடைப்பட்ட ஆண்டுகளில் சாவர்க்கரை கோட்சே பார்க்கவே இல்லை[23].

ஆர்.எஸ்.எஸ். இயக்கத்தில் இணைந்தபிறகு சாவர்க்கரின் தாக்கம் கோட்சேவிடம் மேலும் அதிகரித்திருந்தது. சாவர்க்கரின் தியாகங்களையும் அந்தமான் சிறையில் அவர் அனுபவித்த துன்பங்களையும் தன்னைச் சுற்றியிருப்பவர்கள் சொல்லிக்கொண்டே இருப்பதைக் கேட்டு சாவர்க்கரின் மீது கோட்சேவுக்கு மிகப்பெரிய மரியாதை ஏற்பட்டுவிட்டது. சாவர்க்கருக்குப் பிடித்தமாதிரியே அனைத்தையும் செய்யவேண்டும் என்கிற எண்ணத்தை வார்த்து, அதற்காக தன்னுடைய வேலையையும் வாழ்க்கைமுறையையுமே கோட்சே மாற்றிக்கொண்டான்.

"இருபத்தியேழு ஆண்டுகளாக நேரடியாகவும் மறைமுகமாகவும் சிறையில் இருந்துவிட்டு, தற்போது தன்னுடைய ஐம்பத்தியேழாவது வயதில் இந்த சமூகத்திற்காக உழைக்க வந்திருக்கிற இந்த மனிதனைப் பார்த்து நான் ஆச்சர்யப்பட்டுப் போனேன். ஆனால் நானோ வெறுமனே பணம் சம்பாதிப்பதில் மட்டும்தான் அதிக கவனம் செலுத்திக்கொண்டு இருந்தேன்" என்று கோட்சே அதனை நினைவுகூர்ந்தான்[24].

இந்தப் புரிதலின் காரணமாகத்தான் தன்னுடைய தையல் தொழிலில் இருந்து கொஞ்சம் கொஞ்சமாக விலகவும் ஆரம்பித்தான் கோட்சே. பூனாவுக்கு வரும்போதே தொழிலில் முன்னேற வேண்டும் என்றும் சம்பாதிக்க வேண்டும் என்றும் ஆசைப்பட்டுத்தான் வந்திருந்தான். ஆனால் அதெல்லாம் காற்றோடு போனது[25]. தொழிலில் பங்குதாரராக இருந்தபோதும், அதனை கவனிக்காமல் சாவர்க்கருடன் நெருக்கமாவதற்கான வேலைகளை செய்வதில்தான் அவனது கவனம் முழுக்க இருந்தது. பூனாவைப் பொறுத்தவரையிலும் அவன் ஒரு வெளியூர்க்காரன் என்பதால், அங்கே அரசியலில் தானாகவே பெரியாளாக வருவதற்கான வாய்ப்புகள் குறைவு என்பதையும் அவன் கணித்திருக்கக்கூடும். அதனால், சாவர்க்கரின் அரசியல் நுழைவை தனக்கான பெரிய வாய்ப்பாகவும் அவன் பார்த்தான். சாவர்க்கருக்கு தெரிந்தவனாக இருப்பதைப் பயன்படுத்திக் கொள்ளவும் அவன் விரும்பினான்.

காந்தி கொல்லப்படுவதற்கு முன்புவரையிலும் ஆர்.எஸ்.எஸ். இயக்கமும் இந்துமகாசபையும் மிகவும் நெருக்கமாகத்தான் இயங்கிவந்தன. இரண்டு இயக்கங்களிலும் ஒரே நேரத்தில் உறுப்பினர்களாக இருப்பதைக்கூட அவர்கள் அனுமதித்தார்கள். ஒரு இயக்கத்தின் தேவைக்காக சூழலுக்குத் தகுந்தவாறு மற்றொரு இயக்கத்தினர் உதவுவதும் அவ்வப்போது நடந்துகொண்டேதான் இருந்தது[26]. அதனால் கோட்சேவைப் பொறுத்தவரையில் ஆர்.எஸ். எஸ். இயக்கத்தில் இருந்துகொண்டு இந்துமகாசபையின் தலைவராக இருந்த சாவர்க்கருடன் நெருக்கத்தைப் பேணிக்கொண்டதெல்லாம் அந்த சூழலில் இயல்பானதாகத்தான் இருந்தது.

1925ஆம் ஆண்டில் ஆர்.எஸ்.எஸ். இயக்கத்தின் ஆரம்பகட்ட கூட்டத்தில் கலந்துகொண்ட அனைவருமே இந்துமகாசபையிலும் உறுப்பினர்களாகத்தான் இருந்தனர். இன்னும் சொல்லப்போனால் ஆர்.எஸ்.எஸ். இயக்கத்தின் முதல் தலைவரான ஹெட்கேவரே கூட, 1926 முதல் 1931 வரையிலும் இந்துமகாசபையின் செயலாளராகப் பதவி வகித்து வந்திருக்கிறார்[27]. ஆக, இரண்டு இயக்கத்தையும் பொதுவாகப் பார்த்ததென்பது கோட்சேவுக்கு மட்டுமல்லாமல், அன்றைக்கு பெரும்பாலான இந்துத்துவவாதிகளின் வழக்கமாகத்தான் இருந்திருக்கிறது.

காந்தி கொல்லப்பட்டதற்குப் பிறகு எழுதப்பட்ட ஆர்.எஸ். எஸ். இயக்கத்தின் ஆவணங்களில் எல்லாம் ஹெட்கேவர் என்கிற ஒருவரின் மாபெரும் முயற்சியால்தான் அந்த இயக்கமே உருவாக்கப்பட்டது போல அவருக்கே எல்லா பெருமைகளும் கொடுக்கப்பட்டிருக்கிறது. ஆனால் காந்தி கொல்லப்படுவதற்கு முன்னர் எழுதப்பட்ட பழைய ஆவணங்கள் சொல்வதெல்லாம் வேறுமாதிரியாக இருக்கின்றன. ஹெட்கேவர் வெறுமனே ஆர். எஸ்.எஸ். இயக்கத்தின் அதிகாரப்பூர்வ நிறுவனராக மட்டுமே இருந்திருக்கிறார். அதற்கு மேல் அந்த இயக்கத்தை நடத்துவதிலோ பரவலாகக் கொண்டு சென்றதிலோ அவரைவிடவும் சாவர்க்கரின் சகோதரரான பாபாராவுக்கும் மூஞ்சேவுக்கும்தான் பெரும்பங்கு இருந்ததாக அந்த பழைய ஆவணங்களெல்லாம் சொல்கின்றன. ஆர்.எஸ்.எஸ். இயக்கத்தை ஒரு பலமிக்க இயக்கமாக மாற்றுவதற்கு கடுமையாக உழைத்த அந்த இருவருமே இந்துமகாசபையின் முக்கியமான தலைவர்கள் ஆவர்.

1931ஆம் ஆண்டில்தான் ஏற்கனவே நடத்திவந்த ‘தருண் இந்துசபை’ என்கிற இயக்கத்தை ஆர்.எஸ்.எஸ். இயக்கத்துடன் இணைத்து, பம்பாய் மாகாணத்தில் அவ்வியக்கத்துக்கு வலுசேர்த்தார் பாபாராவ்.[28] மூஞ்சேவோ இன்னும் மிகவிரிவான உதவிகளையெல்லாம் செய்தார். ஹெட்கேவருக்கு அரசியல் குருவாக இருந்து பலவற்றையும் கற்றுக்கொடுத்தார் மூஞ்சே. ஹெட்கேவரை நாக்பூரில் உள்ள தன்னுடைய வீட்டிற்கு அழைத்து தங்கவைத்து, அங்கிருந்து கொல்கத்தாவில் இருக்கும் தேசிய மருத்துவக் கல்லூரியில் படிக்க மூஞ்சே அனுப்பினார்[29].

1933ஆம் ஆண்டு ஆங்கிலேய உளவுத்துறையால் எழுதப்பட்ட ஒரு அறிக்கையில், மூஞ்சேவின் முயற்சியால்தான் மத்திய மாகாணங்களில் இருக்கும் மராத்தி பேசும் மாவட்டங்களில் எல்லாம் 1927ஆம் ஆண்டிலேயே ஆர்.எஸ்.எஸ். இயக்கம் முழுமையாக மறுசீரமைப்பு செய்யப்பட்டது என்று குறிப்பிடப்பட்டிருக்கிறது[30]. அதே ஆண்டில்தான் இந்துமகாசபையின் தலைவரானார் மூஞ்சே. அவர் 1931ஆம் ஆண்டு மார்ச் மாதத்தில் இத்தாலிக்கு சென்று முசோலினியை சந்தித்ததோடு நிற்காமல், பாசிசக் கருத்துகளை இளைஞர்களின் மூளைக்குள் திணிக்கும் பயிற்சி மையங்கள் நடத்தப்பட்டுவந்த பலில்லா மற்றும் அவங்குவார்டீ ஆகிய இரண்டு இடங்களுக்கும் சென்று நேரடியாகவே பார்வையிட்டார். அதன்பின்னர் அங்கு கற்றுவந்த நடைமுறைகளை எல்லாம் ஆர்.

எஸ்.எஸ். இயக்கத்தில் அமல்படுத்தியதில் முக்கியப் பங்காற்றினார் மூஞ்சே[31].

இந்தியாவின் வடக்கு மற்றும் மேற்குப் பகுதிகளில் எல்லாம் இந்துமகாசபையின் உதவியினால் ஆர்.எஸ்.எஸ். இயக்கத்திற்கு புதிய தொடர்புகளும் கிளைகளும் கிடைத்தன. 1932ஆம் ஆண்டு நடைபெற்ற இந்துமகாசபையின் கூட்டத்தில் ஆர்.எஸ்.எஸ். இயக்கத்தை அங்கீகரித்தும் பாராட்டியும் ஒரு அதிகாரப்பூர்வ தீர்மானமே நிறைவேற்றப்பட்டது[32]. அதே ஆண்டின் இறுதியில் இந்துமகாசபையின் தலைவராக இருந்த பாய் பரமானந்தின் தலைமையில் 'இந்து யுவக் பரிக்ஷத்' என்கிற பெயரில் கராச்சியில் அகில இந்திய இந்து இளைஞர் மாநாடு நடத்தப்பட்டது. அதில், 'ஆர்.எஸ்.எஸ். இயக்கத்தின் செயல்பாடுகள் நாடு முழுவதிலும் விரிவுபடுத்தப்பட வேண்டும்' என்று மற்றொரு தீர்மானம் நிறைவேற்றப்பட்டது[33].

ஹெட்கேவரை பாபாராவ்தான் அந்த மாநாட்டிற்கு அழைத்துசென்றார். அங்கே ஆறு நாட்கள் தங்கியிருந்து பல இந்துமகாசபைத் தலைவர்களையும் சிந்து மற்றும் பஞ்சாப் மாகாணங்களில் இருந்து வந்திருந்த இளைஞர்களையும் சந்தித்து இயக்கத்தின் பிரச்சனைகள் குறித்து விரிவாக விவாதித்தார் ஹெட்கேவர்[34]. இந்துமகாசபை நடத்திய கூட்டங்களில் ஹெட்கேவருக்குக் கிடைத்த தொடர்புகள்தான், அடுத்தடுத்த ஆண்டுகளில் ஆர்.எஸ்.எஸ். இயக்கத்தை வளர்த்தெடுப்பதற்கு உதவியாக இருந்தன.

ஆர்.எஸ்.எஸ். இயக்கத்தின் எந்தப் பதவியிலும் எப்போதும் மூஞ்சே இருந்திருக்காவிட்டாலும், ஸ்வயம்சேவர்களுடன் நேரடியாகப் பேசுவதற்கு அவருக்கு அனைத்து உரிமையும் இருந்தது. 1936ஆம் ஆண்டு மே மாதம் 8ஆம் தேதியன்று ஒரு மூத்த ஆங்கிலேய அதிகாரியுடன் பேசும்போது, ஆர்.எஸ்.எஸ். தலைவர்களுடனும் தொண்டர்களுடனும் தனக்கு நெருங்கிய தொடர்பு இருப்பதாக மூஞ்சே ஒப்புக்கொண்டிருக்கிறார். "அவர்கள் (ஸ்வயம்சேவகர்கள்) அவ்வப்போது என்னிடம் கலந்தாலோசிப்பார்கள். மற்ற எவரையும் விட, ஹெட்கேவரைப் போல ஆர்.எஸ்.எஸ். ஊழியர்களை எனக்கும் நன்றாகத் தெரியும்" என்றார் மூஞ்சே[35].

இந்துத்துவா என்கிற தத்துவத்தைக் கொடுத்த ஒரு சித்தாந்தவாதியாக 1930களிலும் 1940களிலும் ஆர்.எஸ்.எஸ். அமைப்பின் அசைக்க

முடியாத சக்தியாக சாவர்க்கர் இருந்தார். அதிலும் அவர் முழுமையாக விடுதலை செய்யப்பட்ட 1937ஆம் ஆண்டிற்குப் பிறகு அவருடைய தேவை ஆர்.எஸ்.எஸ். இயக்கத்திற்கு அதிகமாக இருந்தது.

"ஆர்.எஸ்.எஸ். இயக்கத்தின் தொண்டர்களுக்கும் ஆதரவாளர்களுக்கும் சாவர்க்கரின் எழுத்தும் பேச்சும்தான் அறிவுப்பசியைப் போக்கும் உணவாக இருந்தது. ஒருமுறை மாலைவேளையில் பூனாவில் சாவர்க்கர் பேசுவதாக அறிவிக்கப்பட்டிருந்தபோது, எப்போதும் நடைபெறும் ஆர்.எஸ்.எஸ். ஷாகாக்களைக்கூட இரத்துசெய்துவிட்டு, ஆர்.எஸ்.எஸ். தொண்டர்களை வீட்டுக்குப் போகலாம் என்று அறிவித்திருக்கிறார்கள். (சாவர்க்கரின் கூட்டத்திற்குப் போகலாம் என்பதைத்தான் மறைமுகமாக அப்போது அப்படித் தெரிவித்தார்கள்). இதுபோன்று ஷாகாவினை வேறெந்த காரணத்திற்கும் அதற்கு முன்னரோ அல்லது பின்னரோ அவர்கள் இரத்து செய்ததே இல்லை. சாவர்க்கருக்காக மட்டும்தான் அன்றைய தினம் இரத்துசெய்தார்கள். அந்தளவுக்கு சாவர்க்கருக்கு ஆர்.எஸ்.எஸ். இயக்கத்தில் அளவிடமுடியாத மரியாதை இருந்தது" என்று எஸ். ஹெச்.தேஷ்பாண்டே குறிப்பிடுகிறார்[36].

ஆர்.எஸ்.எஸ். மற்றும் இந்துமகாசபை என இரண்டு இயக்கங்களைச் சேர்ந்தவர்களையும் ஒரே நேரத்தில் ஈர்க்கும் ஆளுமையும் பழக்கவழக்கமும் சாவர்க்கரிடம் இருந்தது. ஆர்.எஸ்.எஸ். ஸ்வயம்சேவகர்களிடம் அவருக்கு இருந்த மரியாதையை அவர் பெருமையோடு ஏற்றுக்கொண்டார். எந்த ஊருக்கு சென்றாலும் அங்கே நடக்கிற ஷாகாக்களைப் பார்வையிடுவதையும் பேசுவதையும் அவர் தவறவிட்டதே இல்லை. அவருடைய நாட்குறிப்பில் எழுதப்பட்ட நினைவுகளையும், கூட்டங்களில் பேசியதையும், எழுதிய கட்டுரைகளையும், இன்னபிற குறிப்புகளையும் தொகுத்து 'வேர்வின்ட் ப்ரோப்பகேண்டா: தலைவரின் நாட்குறிப்பில் இருந்து எடுக்கப்பட்டவை, 1937 டிசம்பர் முதல் 1941 வரையிலான நேர்காணல்கள்' என்கிற பெயரில் ஒரு நூல் வெளியிடப்பட்டது. அதைப் படித்தால் அவர் சென்ற இடமெல்லாம் ஏராளமான ஆர்.எஸ்.எஸ். உறுப்பினர்களை சந்தித்திருப்பது குறித்து தெரிந்துகொள்ள முடியும்[37]. இந்துமகாசபையின் தலைவராக பதவியேற்றபின்னரும், பல்வேறு தருணங்களில் ஆர்.எஸ்.எஸ். இயக்கத்தினை அதன் பணிகளுக்காகவும் ஒழுக்கத்திற்காகவும் சாவர்க்கர் பாராட்டியிருக்கிறார். ஆர்.எஸ்.எஸ். இயக்கம்

அவ்வப்போது நிறைய பணம் வசூல் செய்து மரியாதை நிமித்தமாக சாவர்க்கருக்கு வழங்கி வந்திருக்கிறது. 1930களிலும் 1940களிலும் இதுபோன்ற பல சம்பவங்களை ஆங்கிலேய புலனாய்வுத்துறை ஆவணப்படுத்தியிருக்கிறது[38].

1940ஆம் ஆண்டு ஜூன் மாதம் 21ஆம் தேதியன்று ஆர்.எஸ்.எஸ். இயக்கத்தின் தலைவர் ஹெட்கேவர் மரணமடைந்தார். அதனைத் தொடர்ந்து புதிய தலைவராக மாதவ் சதாசிவராவ் கோல்வால்கர் பதவியேற்றுக்கொண்ட பின்னரும் ஆர்.எஸ்.எஸ். இயக்கத்துடன் நெருக்கமான தொடர்பில்தான் சாவர்க்கர் இருந்தார். ஆர்.எஸ்.எஸ். இயக்கம் எப்படியெல்லாம் செயல்படுகிறது என்று ஒரு கள ஆய்வினை ஆங்கிலேய உளவுத்துறை மேற்கொண்டு ஒரு அறிக்கையினை தயார் செய்தது. அதில் 1940ஆம் ஆண்டு பம்பாய் மாகாணத்தில் நடைபெற்ற ஆர்.எஸ்.எஸ். ஸ்வயம்சேவகர்களின் கூட்டமொன்றில் கோல்வால்கர் பேசியதைப் பதிவு செய்திருக்கிறார்கள். "இந்துமகாசபை அமைக்கப்போகும் இந்துக்களுக்கான பிரிக்கப்படாத ஒரே தேசம்" என்கிற திட்டத்தை முன்மொழிந்திருக்கிறார் கோல்வால்கர்[39]. அவர் ஆர்.எஸ்.எஸ். தலைவராகி அப்போது ஐந்து மாதம்தான் ஆகியிருந்தது. ஆக, துவக்கத்தில் இருந்தே ஹெட்கேவரைப் போல இந்துமகாசபையுடன் கோல்வால்கரும் இணக்கமாகத்தான் இருந்திருக்கிறார்.

ஆர்.எஸ்.எஸ். இயக்கத்திற்கும் இந்துமகாசபைக்குமான உறவென்பது 1940 களில் மிகவும் நெருக்கமானதாகவும் ஒருவருக்கொருவர் உதவியபடியும்தான் இருந்திருக்கிறது. 1948ஆம் ஆண்டு ஜனவரி மாதம் 30ஆம் தேதிக்குப் பின்னரான நிகழ்வுகள் வரையிலும் அது தொடர்ந்து கொண்டுதான் இருந்தது.

5
நாதுராமாக மாறிய இராமச்சந்திரா

ஆர்.எஸ்.எஸ். இயக்கத்தில் எந்தக் காலத்திலும் உறுப்பினராக இருந்திருக்காத சாவர்க்கரின் வழிகாட்டுதலில் ஒரு புதிய வாழ்க்கையைப் பெற்றுக்கொண்டிருப்பதாக நினைத்தபோதும் ஆர்.எஸ்.எஸ். இயக்கத்தில்தான் முழு அர்ப்பணிப்புடன் கூடிய ஒரு உறுப்பினராக இருந்தான் கோட்சே. இந்துமகாசபையின் தலைவராக சாவர்க்கர் பொறுப்பேற்றுக்கொண்ட பிறகும்கூட, உடனடியாக இந்துமகாசபையில் கோட்சே இணையவில்லை.

அடுத்த சில மாதங்கள் நிலைமை எப்படிப் போகிறதென அமைதியாக கவனித்துக்கொண்டிருந்தான். சாவர்க்கரின் அந்தமான் சிறைவாசம் குறித்து பெருமையாகப் பேசிவந்தான். இருபத்தியேழு ஆண்டுகளாக சிறைவாசம் அனுபவித்துவிட்டு மீண்டும் அரசியலில் களமிறங்கிய சாவர்க்கரின் வாழ்க்கைதான் தனக்கான உத்வேகத்தை அளித்தது என்று கோட்சே வாக்குமூலமும் கொடுத்திருக்கிறான். ஆனாலும் இந்துமகாசபையில் சேர்வதற்கு அவன் உடனடியாக அவசரப்படவெல்லாம் இல்லை. ஆர்.எஸ்.எஸ். இயக்கத்துடனான அவனுடைய தொடர்பும் உறவும் மிகவும் ஆழமாகிவிட்டிருந்தது. அதிரடியாக இறங்கி வேலை செய்வதற்கான சரியான இயக்கமாக அவன் ஆர்.எஸ்.எஸ். அமைப்பைத்தான் பார்த்தான். இயக்கமாக ஆர்.எஸ்.எஸ்.சுடன் பயணித்தாலும் தனக்கான ஒரு தலைவரைத் தேடிக்கொண்டிருந்த போது சாவர்க்கரைத் தேர்ந்தெடுத்தான்.

கோட்சே மிகவும் கவனமாகவும் நிதானமாகவும் எதிர்கொண்டு, சாவர்க்கருக்கு இதுகுறித்து ஒரு கடிதமும் எழுதினான். 'இரண்டு இயக்கங்களும் ஒருங்கிணைந்து செயல்படவேண்டும்' என்று வலியுறுத்தி அக்கடிதத்தில் குறிப்பிட்டிருந்தான். இரண்டு

இயக்கங்களை இணைக்கும் பாலமாக தன்னைத்தானே கோட்சே நினைத்துக்கொண்டான். அந்தக் கடிதம் எப்போது எழுதப்பட்டது என்பது குறித்த தகவல் ஏதும் கிடைக்கப்பெறவில்லை என்றாலும், 1938ஆம் ஆண்டு ஆகஸ்ட மாதத்திற்கு முன்புதான் எழுதப்பட்டிருக்கவேண்டும்.

"மகாராஷ்டிராவில் மட்டுமல்லாமல் ஒட்டுமொத்த இந்தியாவிலும் இந்து ஒற்றுமை ஏற்படவேண்டுமென்றால், சக்திவாய்ந்த ஒரேயொரு இயக்கம் மட்டும் முன்னிறுத்தப்படுவது நல்லது. அது ஆர்.எஸ்.எஸ். இயக்கமாகத்தான் இருக்கமுடியும். அந்த இயக்கத்தில் அங்கம் வகிப்பவர்கள் அதற்குத் தகுதியானவர்கள். இன்றைய தேதியில் இளைஞர்களை ஈர்க்கும் இயக்கமாக ஆர்.எஸ். எஸ். இயக்கம்தான் இருக்கிறது. இனிவரும் காலங்களில் இந்து மக்களை முன்னிறுத்தி செய்யப்படும் எந்தவொரு செயல்பாடாக இருந்தாலும், ஆர்.எஸ்.எஸ். தலைவராக இருக்கிற டாக்டர் ஹெட்கேவரைக் கலந்தாலோசித்து செய்தால் சிறப்பாக இருக்கும். பத்து தலைவர்கள் இணைந்து செய்யமுடியாத வேலையை எல்லாம் ஒற்றையாளாக செய்யக்கூடிய திறன் கொண்டவர்தான் ஹெட்கேவர். உங்களுடைய ஆளுமைக்கு இணையானவர் அவர் எனச் சொல்லலாம்"

என்று சாவர்க்கருக்கு கோட்சே எழுதிய கடிதத்தில் குறிப்பிட்டிருந்தான்[1].

கோட்சேவைப் பொறுத்தவரையில் ஆர்.எஸ்.எஸ். இயக்கத்தின் நம்பிக்கையான ஆதரவாளனாக தன்னை நினைத்துப் பெருமைப்பட்டுக்கொண்டான். அத்துடன் ஆர்.எஸ்.எஸ். இயக்கத்தின் வளர்ச்சிக்காக இயக்கத்தின் தலைவர்களைக் காட்டிலும் ஒருபடி முன்னே யோசிக்கும் சிந்தனை கொண்டவனாகவும் தன்னை நினைத்துக்கொண்டான். அமைதியாகவும் எதிலும் தயங்கித்தயங்கி வெட்கப்பட்டுக்கொண்டு முன்னே செல்லாமல் இருந்த ஒருவனை நான்கே ஆண்டுகளில் தைரியமாக முன்னின்று பேசவைத்தது ஆர்.எஸ்.எஸ். இயக்கம். அங்கிருந்து இந்துமகாசபையில் இணைவதன் மூலம் ஆர்.எஸ். எஸ். இயக்கம் கற்றுக்கொடுத்ததை அதிகமாகப் பயன்படுத்தி இந்துத்துவக் கொள்கையை அமல்படுத்தமுடியும் என்றுதான்

நினைத்தானேயொழிய, ஆர்.எஸ்.எஸ். இயக்கத்தின் மீது எவ்வித வெறுப்பும் அவனுக்கு இருக்கவில்லை.

அதே கடிதத்தில் இந்துமகாசபையில் புதிய உறுப்பினர்களை இணைப்பதற்காக, தான் எடுத்திருக்கும் முயற்சிகளையும் குறிப்பிட்டிருக்கிறான்.

"புதிய உறுப்பினர்களை சேர்ப்பதற்கான வேலையைத் துவங்கிவிட்டேன். (1938ஆம் ஆண்டு ஆகஸ்ட் ஒன்றாம் தேதியன்று உங்களை சந்திக்கும்போது அதுகுறித்த முழுவிவரங்களை உங்களிடம் நான் தெரிவிக்கிறேன்" என்று எழுதியிருந்தான்[2].

அந்தக் கடிதத்தை எழுதியபோது இந்துமகாசபையில் அதிகாரப்பூர்வமாக அவன் இணைந்திருக்கவில்லை. ஆர்.எஸ்.எஸ். இயக்கத்தில் இருந்துகொண்டே, சாவர்க்கரின் அமைப்புக்காகவும் கோட்சே வேலை பார்த்துக்கொண்டிருந்தான். 1938ஆம் ஆண்டு அக்டோபர் மாதம் ஒன்றாம் தேதியன்றுதான் அவன் இந்துமகாசபையில் இணைந்துவிட்டதற்கான உறுதியான ஆதாரம் கிடைத்தது. இந்துக்களின் மத உரிமைகள் ஒடுக்கப்படுவதாக ஹைதராபாத் முஸ்லிம் நிஜாம் அரசை எதிர்த்து இந்துமகாசபை அன்று நடத்திய போராட்டத்தில் அதன் உறுப்பினராக அவன் கலந்துகொண்டிருந்தான்[3].

இந்துமகாசபையில் அதற்கு முன்னரே உறுப்பினராக இணைந்திருக்க வாய்ப்பிருக்கிறது என்றாலும், அதற்கான உறுதியான தேதியோ தகவலோ நம்மிடம் இல்லை. எந்த ஆவணத்திலும் அதுகுறித்து எங்கேயும் குறிப்பிடப்படவே இல்லை. காந்தியைக் கொன்றபிறகு நடைபெற்ற விசாரணையின்போது 1948ஆம் ஆண்டு மார்ச் 4ஆம் தேதியன்று மராத்தி மொழியில் கொடுத்த வாக்குமூலத்திலோ அல்லது 1948ஆம் ஆண்டு நவம்பர் மாதம் 8ஆம் தேதியன்று கோட்சேவால் வாசிக்கப்பட்ட ஆங்கில வாக்குமூலத்திலோ இந்துமகாசபையில் இணைந்த தேதிகுறித்து எதுவுமே குறிப்பிடப்படவில்லை. ஆர்.எஸ்.எஸ். இயக்கத்தில் உறுப்பினராக அரசியல் வாழ்க்கையைத் துவங்கியதாகவும், அதில் இருந்து விலகியதாக எங்கேயும் குறிப்பிடாமல் இந்துமகாசபையில் இணைந்ததாகவும் சொல்லப்பட்டிருக்கிறது[4]. அதற்கு மாறாக நீதிமன்றத்திலோ ஆர்.எஸ்.எஸ். இயக்கத்தில் இருந்து விலகியபின்னரே இந்துமகாசபையில் இணைந்ததாக வாக்குமூலம் கொடுத்திருக்கிறான். ஆனால் அது எப்போது நிகழ்ந்தது என்கிற

தகவலை அவன் கொடுக்கவே இல்லை. ஆக காவல்துறையினர் நடத்திய விசாரணையில் ஒருவிதமாகவும், நீதிமன்ற விசாரணையில் வேறுமாதிரியாகவும் மாற்றியே கோட்சே சொல்லியிருக்கிறான்.

"இந்துக்களின் முன்னேற்றத்திற்காக உழைத்துக்கொண்டிருந்த நான், இந்துக்களின் உரிமைகளுக்காக கொடுக்கப்படும் குரல்களோடு இணைந்து ஒலிப்பது அவசியம் என்று உணர்ந்தேன். அதனால் சங்கப்பரிவாரில் இருந்து விலகி இந்துமகாசபையில் இணைந்தேன்" என்று நீதிமன்ற விசாரணையின் போது கூறியிருக்கிறான்.[5]

கோட்சேவின் வாழ்க்கை குறித்து நடத்தப்படும் விவாதங்களில் மிகமுக்கியமான புள்ளி இது. ஆர்.எஸ்.எஸ். ஆதரவு எழுத்தாளர்களெல்லாம் இதனை தங்களுக்கு சாதகமாகப் பயன்படுத்திக் கொள்கின்றனர். காந்தியைக் கொல்வதற்கு பத்தாண்டுகளுக்கு முன்னரே ஆர்.எஸ்.எஸ். இயக்கத்தில் இருந்து வெளியேறி இந்துமகாசபையில் கோட்சே இணைந்துவிட்டதாக கட்டுக்கதை சொல்கிறார்கள்.

ஆர்.எஸ்.எஸ். இயக்கத்திற்கு ஆதரவாகவோ அல்லது நேரெதிராகவோ எழுதும் எழுத்தாளர்கள் அனைவருமே சாவர்க்கரின் அரசியல் வருகைக்குப் பின்னர்தான், ஆர்.எஸ்.எஸ். இயக்கத்தில் இருந்து விலகி இந்துமகாசபையில் கோட்சே இணைந்தான் என்று நம்பவும், நம்பியதை எழுதவும் பழகிவிட்டார்கள். ஆர்.எஸ்.எஸ். குறித்து முதன்முதலாக அமெரிக்காவில் இருந்துவந்து ஆய்வு செய்து எழுதிய ஜே.ஏ.குரன் என்கிற ஆய்வாளர் மட்டும்தான் இதில் இருந்து கொஞ்சம் மாறுபட்டு எழுதினார். அமெரிக்காவின் நியூயார்க் நகரத்தில் இருக்கும் இன்ஸ்டிட்யூட் ஆஃப் பசிபிக் ரிலேசன்ஸ் என்கிற அமைப்புக்காக 1951இல் ஒரு விரிவான ஆய்வறிக்கையினை எழுதினார்.

"1934இல் ஆர்.எஸ்.எஸ். இயக்கத்தில் கோட்சே இணைந்தார். அங்கே முக்கியமான பேச்சாளராகவும் ஒருங்கிணைப்பாளராகவும் இருந்தார். ஆர்.எஸ்.எஸ். இயக்கத்தை ஒரு முழுமையான அரசியல் இயக்கமாக மாற்றாமல் பண்பாட்டு இயக்கமாகவே ஹெட்கேவர் வைத்திருப்பதை விரும்பாமல்தான் 1934ஆம் ஆண்டு ஆர்.எஸ். எஸ். இயக்கத்தைவிட்டு கோட்சே வெளியேறினார்" என்று அந்த அறிக்கையில் குறிப்பிடப்பட்டிருக்கிறது.[6]

அந்த அறிக்கையில் பொதுவாக எதை எழுதும்போதும் அது தொடர்பான ஆதாரங்களை இணைப்பதில் குரன் கவனம்

செலுத்தினார். ஆனால் கோட்சே குறித்த இந்த தகவலுக்கு மட்டும் எந்த ஆவணத்தையும் ஆதாரமாகக் குறிப்பிடவில்லை. நேரடியாக யாரிடமும் பேசியதாகவும் எழுதவில்லை. வரலாற்றுத் தரவுகள் சொல்வதும், கோட்சே கொடுத்த வாக்குமூலமுமே முரண்பட்டிருந்த வேளையில், அவை இரண்டிலிருந்துமே குரனின் அறிக்கை மாறுபட்டு இருந்தது. அதுவும் குரன் ஆய்வு செய்த காலகட்டமானது, இந்தியாவில் காந்தி கொல்லப்பட்டு பதட்டமாக இருந்த *1949–50* ஆண்டுகளாகும். அந்த காலகட்டத்தில் எதை எழுதுவதாக இருந்தாலும் ஆதாரத்துடன் எழுதுவது மிக அவசியமாகும்.

அதேகாலகட்டத்தில்தான் கோட்சே சொல்வதெல்லாம் உண்மையென்றும், காந்தியைக் கொல்வதற்கு பல ஆண்டுகளுக்கு முன்பே ஆர்.எஸ்.எஸ். இயக்கத்தில் இருந்து விலகி இந்துமகாசபையில் அவன் இணைந்தான் என்று ஆர்.எஸ்.எஸ். எழுத்தாளர்களும் பத்திரிகையாளர்களும் முழுவீச்சில் நாலாபுறமும் பிரச்சாரம் செய்துகொண்டிருந்தனர். அதற்கு வலுசேர்க்கும்விதமாக, ஆர்.எஸ்.எஸ். இயக்கமும் இந்துமகாசபையும் ஒன்றுக்கொன்று முரண்பட்டு எதிரும்புதிருமாக இயங்கியது என்றும், சாவர்க்கரின் இந்துமகாசபையில் இணைந்தபிறகு ஆர்.எஸ்.எஸ். இயக்கத்தில் தொடர்ந்து இருந்திருக்கவே முடியாது என்றும் நிறுவ முயற்சி மேற்கொள்ளப்பட்டது.

“ஒன்றரை ஆண்டுகளாக ஆர்.எஸ்.எஸ். இயக்கத்துடன் பயணித்ததனால் கிடைத்த தகவல்களைக் கொண்டே இந்நூலின் பெரும்பகுதியை எழுதினேன்” என்று ஆய்வறிக்கையில் குரன் குறிப்பிட்டிருக்கிறார்[7]. கோட்சேவிடமிருந்தும் காந்தி கொலைவழக்கில் இருந்தும் தள்ளியிருப்பதாகக் காட்டிக்கொண்ட காலத்தில்தான் குரனை அந்த இயக்கத்தின் உள்ளே பார்வையிட அனுமதி கொடுத்தனர். அதுவும் குரன்தான் ஆர்.எஸ்.எஸ். இயக்கத்தை உள்ளே சென்று பார்க்கமுடிந்த முதல் வெளியாள். குரனுக்கு தகவல்களைக் கொடுத்த ஆர்.எஸ்.எஸ்., திட்டமிட்டே கோட்சேவை விலக்கிவைப்பதற்காக குரனிடம் இப்படியாகத் திரித்து சொல்லியிருக்கக் கூடும். குரனாலும் இதெல்லாம் உண்மையா என்பதை சரிபார்க்கவே முடியாத சூழல் இருந்தது.

ஆர்.எஸ்.எஸ்.இல் இருந்து வெளியேறியது குறித்து தவறான தகவலைப் பதிவுசெய்தது மட்டுமல்லாமல், இந்துமகாசபையில் இணைந்தது குறித்தும் தவறாகத்தான் குரன் ஆவணப்படுத்தியிருக்கிறார்.

1934ஆம் ஆண்டுக்கு முன்னர் அரசியல் களத்தில் முறையாக கோட்சே பணியாற்றியதாக எந்த ஆதாரமும் இல்லை. தன்னுடைய சொந்த வாழ்க்கையில் பலவிதக் குழப்பங்களுடனும் தனிமையிலும் தவித்துக்கொண்டிருந்த ஒரு இளைஞனாகத்தான் அவன் இருந்தான். குடும்பத்தின் பொருளாதார சுமையைத் தாங்கமுடியாமல் அவனுடைய அப்பா அவனுக்கு அழுத்தம் கொடுத்தபின்னர்தான் தையல் தொழிலெல்லாம் கற்றுக்கொண்டு செய்யத் துவங்கினான். அதற்கு முன்னரெல்லாம் பெரிதாக பலருடன் இணைந்து பணியாற்றுவதற்கான தைரியம்கூட அவனுக்கு இருந்ததில்லை.

காலனிய எதிர்ப்பில் அவனுக்கு ஆரம்பகாலத்தில் ஈடுபாடு வரத்துவங்கியதுமே அதனை முற்றிலுமாக முளையிலேயே கிள்ளி எறிந்துவிட்டார் சாவர்க்கர். அதனாலேயே அவனைச் சுற்றியிருந்த ஒட்டுமொத்த உலகமும் காந்தி துவங்கிய ஒத்துழையாமை இயக்கத்தில் கலந்துகொண்டபோது கூட, அவன் அமைதியாக வேடிக்கை மட்டும்தான் பார்த்தான். அதற்குப் பிறகு இந்துத்துவ அரசியல் குறித்த நூல்களை வாசிப்பதும், உரைகளைக் கேட்பதுமாக அவன் சிலகாலம் கழித்திருக்கிறான். அந்த காலகட்டத்தில் ஆர்.எஸ்.எஸ். நடத்திய ஷாகாக்களிலும் அவன் பங்கேற்றிருக்கிறான். ஆனாலும் 1934ஆம் ஆண்டு சாங்கிலியில் லிமயேவை சந்திக்கும் வரையிலும் இந்துத்துவ அரசியல் களத்தில் முழுமையாக இறங்கி வேலை செய்வதற்கு அவனுக்கு ஒருவித தயக்கம் இருந்துவந்திருக்கிறது. ஆகவே 1934ஆம் ஆண்டிற்கு முன்னர் அவன் அரசியலில் கால்பதிக்கவே இல்லை என்பது உறுதியாகிறது.

எப்படியாகினும் ஆர்.எஸ்.எஸ்.இல் சில ஆண்டுகள் கோட்சே இருந்திருக்கிறான். இந்துமகாசபையில் பெரிய ஆர்ப்பாட்டமில்லாமல் அமைதியாக இணைந்திருக்கிறான். சாவர்க்கரின் மீதான ஈர்ப்பில் துவங்கி, 1937இல் சாவர்க்கருக்கு விதிக்கப்பட்ட அனைத்துக் கட்டுப்பாடுகளும் நீக்கப்பட்டபிறகு இந்துமகாசபையுடனான நெருக்கம் அதிகரித்திருக்கிறது. அதிலும், இந்துமகாசபையின் தலைவராக சாவர்க்கர் பொறுப்பேற்றுக்கொண்டு ஓராண்டு கழித்து 1938இல்தான் முழுமையாகத் தன்னை இந்துமகாசபையில் ஈடுபடுத்தத் துவங்கினான் கோட்சே. நீதிமன்றத்தில் கோட்சே சொன்னதுபோல எந்த முரண்பாடோ சண்டையோ சச்சரவோ ஆர்.எஸ்.எஸ். இயக்கத்துடன் அவனுக்கு எப்போதும் இருந்ததே இல்லை.

~

சாவர்க்கர் கலந்துகொண்ட ஹைதராபாத் நிஜாமுக்கு எதிராக நடத்தப்பட்ட போராட்டத்தில்தான் அதிகாரப்பூர்வமாக இந்துமகாசபையின் உறுப்பினராக கோட்சே அறியப்பட்டான். 1938ஆம் ஆண்டு ஆகஸ்ட் மாதத்தில் ஹைதரபாத் போராட்டத்தை இந்துமகாசபை கையிலெடுக்க வேண்டியதன் அவசியத்தை வலியுறுத்தி சாவர்க்கருக்கு தேதி குறிப்பிடப்படாத கடிதம் ஒன்றினை கோட்சே எழுதினான்.

"இந்து மகாசபையின் சார்பாக நாமே சுயமாக முயன்று ஏதாவது பிரச்சனையைக் கையில் எடுக்காவிட்டால், நம்முடைய பலம் என்றைக்கும் அதிகரிக்காது" என்று அக்கடிதத்தில் கோட்சே குறிப்பிட்டிருந்தான்[8]. எதை நினைத்து சாவர்க்கருக்கு அந்தக் கடிதத்தை கோட்சே அனுப்பினான் என்றும், அவனுடைய கடிதத்தினால் ஈர்க்கப்பட்டுதான் ஹைதராபாத் போராட்டத்திற்கு சாவர்க்கர் வந்தாரா என்பதுவும் நமக்குத் தெரியவில்லை. சாவர்க்கர் கலந்துகொண்டதாக சொன்னாலுமே கூட, அவர் நிஜாம் எல்லைக்குள் நுழையவே இல்லை. எல்லைக்கு வெளியே நின்றுகொண்டுதான் போராட்டத்தை வழிநடத்தினார் சாவர்க்கர். ஆனால் கோட்சேவோ இந்துமகாசபையின் கொடியினை ஏந்திக்கொண்டு அந்தப் போராட்டத்தில் நேரடியாகக் கலந்துகொண்டான். சத்தியாகிரகம் என்றே அப்போராட்டம் அழைக்கப்பட்டது.

அந்த சத்தியாகிரகப் போராட்டத்தை 1938ஆம் ஆண்டின் மத்தியில் இந்திய தேசிய காங்கிரஸ் கட்சியின் ஹைதராபாத் பிரிவாக இயங்கிவந்த ஹைதராபாத் காங்கிரஸ் கட்சிதான் துவங்கி வைத்தது. நிஜாம் ஆட்சியாளர்களிடம் இருந்து சில அரசியல் சலுகைகளைப் பெறுவதற்காகத்தான் அப்போராட்டமே துவங்கப்பட்டது. அமைதியான அறவழிப் போராட்டமாகத்தான் காங்கிரஸ் தொண்டர்கள் சத்தியாகிரகம் செய்தனர். ஆனால் விரைவிலேயே இந்துக்களின் மத உரிமைகளை நிஜாம் ஆட்சியாளர்கள் ஒடுக்குவதாகக் குற்றஞ்சாட்டி, காங்கிரஸ்காரர்கள் சத்தியாகிரகம் நடத்திக்கொண்டிருந்த அதேவேளையில் மற்றொரு போட்டி சத்தியாகிரகத்தைத் ஆரிய சமாஜத்தினர் துவங்கிவிட்டனர். இதனை வேடிக்கை பார்த்துக்கொண்டிருந்த இந்துமகாசபைக்கும் அதில் கலந்துகொள்ள ஆசை வந்துவிட்டது. அதனால் களத்தில் குதித்து போராட்டத்தைத் தனதாக்கிக்கொள்ள முடிவெடுத்தது[9]. ஆரிய சமாஜமும் இந்துமகாசபையும் இணைந்து ஒரு மதவெறிப்

பிரச்சாரத்தை அங்கே நடத்துவதைப் பார்த்து, காந்தி மற்றும் நேருவின் ஆலோசனையின் பேரில் 1938ஆம் ஆண்டு டிசம்பர் மாதத்தில் காங்கிரஸ் சார்பாக நடைபெற்றுவந்த சத்தியாகிரகப் போராட்டத்தை நிறுத்தச்சொல்லி ஹைதராபாத் மாநில காங்கிரஸ் மூலமாக உத்தரவிடப்பட்டது[10].

ஹைதராபாத் சத்தியாகிரகப் போராட்டத்திலிருந்து காங்கிரஸ் வெளியேறியபின்னர், மக்களும் அதில் இருந்து ஒதுங்கியிருக்கத் துவங்கினர். ஹைதராபாத் நிஜாம் ஆட்சிப் பகுதியில் இந்து அமைப்புகளுக்கு மிகப்பெரிய வரவேற்பு இல்லாத காரணத்தால், அந்தப் போராட்டத்திற்கான வரவேற்பும் குறைந்துவிட்டது. நிஜாம் எல்லைக்கு வெளியே இருந்துகொண்டு பணம் அனுப்புவதும் போராட்டத்தை வழிநடத்துவதுமாக இருந்தனர் இந்து அமைப்பின் தலைவர்கள். அந்தப் போராட்டத்தில் கைதானவர்கள் கூட பெரும்பாலும் நிஜாம் ஆட்சிப் பகுதிக்கு வெளியே ஆங்கிலேய கட்டுப்பாட்டு மாகாணங்களில் இருந்து உள்ளே வந்தவர்களாகத்தான் இருந்தனர்[11].

சாவர்க்கரின் இந்துமகாசபையைப் பொறுத்தவரை ஒவ்வொரு பகுதிக்குமான தலைவரை "டிக்டேட்டர்" என்றுதான் அழைக்கிறார்கள். அந்த காலத்தில் ஐரோப்பாவை ஆட்டிப்படைத்த சர்வாதிகாரத்தின் விளைவாக அதையே பின்பற்றி இருக்கிறார்கள். ஐரோப்பா சென்று இத்தாலியில் முசோலினியை மூஞ்சே சந்தித்துவிட்டு திரும்பியபின்னர்தான் இந்துமகாசபையும் ஆர்.எஸ்.எஸ். இயக்கமும் ஐரோப்பிய பாசிசம் மீதும் நாஜியிசம் மீதும் அதிக ஈடுபாட்டுடன் அவ்வியக்கங்களை பிரதியெடுக்கத் துவங்கின. 1920 களில் துவங்கி, ஆங்கிலேய அரசுடன் நெருக்கமாக இருந்துகொண்டே, ஐரோப்பிய சர்வாதிகாரிகளுடனும் இந்து அமைப்புகள் இணக்கமாக இருக்கத்துவங்கியதாக இத்தாலிய அறிஞர் மார்சியா கசோலரி குறிப்பிட்டிருக்கிறார்[12].

இத்தாலியில் பாசிசம் ஆட்சிக்கு வந்ததில் இருந்தே அதனை பழமைவாதப் புரட்சி என்றே குறிப்பிட்டு மராட்டிய ஊடகங்கள் எழுதிவந்தன. அதேபோன்ற பழமைவாதப் புரட்சியை இந்திய மண்ணிலும் செய்துவிடும் ஆசையில் பாசிசத்தை உயர்வாகப் பார்த்தன இந்துமகாசபையும் ஆர்.எஸ்.எஸ். அமைப்பும்[13]. சமூகத்தை இராணுவமயமாக்கியதும் ஒற்றைத் தலைவரால் சர்வாதிகார ஆட்சியமைத்ததும்தான் இத்தாலிய பாசிசத்தின்

செயல்பாடுகளிலேயே இந்துத்துவவாதிகளை அதிகம் கவர்ந்த அம்சங்களாக இருந்தன[14].

இந்துத்துவ இயக்கங்களை இயக்கிய மகாராஷ்டிரிய பார்ப்பனர்கள்தான் ஐரோப்பிய சர்வாதிகாரிகளை தங்களது வழிகாட்டிகளாகக் கொண்டனர். பாசிசத்தையும் நாஜியிசத்தையும் போற்றிப் புகழ்ந்து எழுதிவந்த அனைத்து மராட்டிய பத்திரிகைகளும் பதிப்பு நிறுவனங்களும் பார்ப்பனர்களுக்கு சொந்தமானதாகவே இருந்தன. பாசிசத்தையும் நாஜியிசத்தையும் குறித்து ஏராளமான கட்டுரைகளை எழுதி, அதில் முன்னணியில் இருந்தது கேசரி பத்திரிகைதான். பத்தொன்பதாம் நூற்றாண்டின் இறுதியில் திலகரால் துவங்கப்பட்ட அப்பத்திரிகை, இந்துமகாசபையின் ஒரு பிரச்சார பீரங்கியாகவே விளங்கியது.

கடந்தகாலத்தில் முகலாயர்களுக்கு எதிராகப் போரிட்ட பேஷ்வாக்களைப் போலவும் சிவாஜியைப் போலவும் போராடப்போவதாகக் காட்டிக்கொண்டே சாதிவெறியை மையமாகக் கொண்டு செயல்பட்டனர் இந்துத்துவப் பார்ப்பனர்கள். அதற்கு ஐரோப்பிய பாசிஸ்ட்டுகளின் பழமைவாதக் கருத்துகளையும் அவற்றை கட்டாயப்படுத்தி அமல்படுத்தும் அவர்களது வழிமுறைகளையும். தங்களுக்காகவே உருவாக்கப்பட்டதாக நினைத்து ஏற்றுக்கொண்டனர் இந்துத்துவப் பார்ப்பனர்கள். சித்பவன் பார்ப்பனர்களின் உடற்பயிற்சிகளும் உடல்வலிமை சார்ந்த விளையாட்டுகளும் சமூகத்தை இராணுவயமாக்கி அடக்கியாள்வதற்கு ஏதுவானதாக இருக்குமென்றும் கருதினர். அதுதான் மீண்டும் சித்பவன் பார்ப்பன பேஷ்வாக்களின் பழைய ஆட்சியை மீட்டுக்கொண்டுவருவதற்கான ஒரே வழியென்றும் முடிவுசெய்தனர்.

ஹைதராபாத் சத்தியாகிரகத்தில் இந்துமகாசபை இணைந்தபோது, இந்துத்துவா என்பதை வெறுமனே தத்துவமாகவும், ஐரோப்பிய சர்வாதிகாரிகள் அமல்படுத்திய விதத்தைப் பார்த்து ஈர்க்கப்பட்ட ஆர்வக்கோளாறாகவும் மட்டுமே இல்லாமல், ஒவ்வொரு ஜதாக்களின் தலைவர்களையும் ஹைதராபாத்துக்கு வரச்சொல்லி அறைகூவல் விடப்பட்டது. ஜதா என்பது இந்துத்துவ இயக்கங்களை படைப்பிரிவுகளாகப் பிரித்து, ஒவ்வொரு படைக்கும் தனித்தனி தலைவர்களை நியமித்திருப்பார்கள். அந்தத் தலைவர்களைத்தான் சர்வாதிகாரிகள் என்று அழைத்தார்கள். அப்படியாக ஒரு ஜதாவின் சர்வாதிகாரியாக இருந்த கோட்சேதான் நிஜாம் எல்லைக்குள்

நுழைந்த முதல் சர்வாதிகாரி. அதற்காக 1938ஆம் ஆண்டு அக்டோபர் மாதம் ஒன்றாம் தேதியன்று கைதுசெய்யப்பட்டான் கோட்சே[15].

“நான் சர்வாதிகாரியாக செயல்பட்ட எட்டு முதல் பத்து பேர்வரை கொண்ட முதல் குழு உள்ளே நுழைந்தது” என்றான் கோட்சே[16]. அதனைத் தொடர்ந்து கைதுசெய்யப்பட்டு, பனிரெண்டு மாதங்கள் சிறைதண்டனை வழங்கப்பட்டு ஹைதராபாத் சிறைக்குள் அடைக்கப்பட்டான்[17].

அந்தப் போராட்டத்தில் கலந்துகொண்டதும் அதற்காக சிறைசென்றதும் பலவகையில் கோட்சேவுக்கு பலனளிப்பதாக மாறியது. களத்தில் இறங்கி இந்துத்துவாவிற்காக எதையாவது செய்வதற்கான வாய்ப்பைக் கொடுத்த அரசியல்தளத்தையும் விரிவுபடுத்தியது. அதுமட்டுமல்லாமல் காந்திக்கு எதிராகவும் முஸ்லிம்களின் மீதான வெறுப்புக் கருத்தியலையும் அந்தப் போராட்டம் மிக ஆழமாக அவனுடைய மனதில் விதைத்துவிட்டுப் போனது.

> “அந்தப் போராட்டத்தை முதலில் காங்கிரஸ் கட்சி தான் துவக்கியது. ஆனால் இரண்டு அல்லது மூன்று மாதங்களுக்குள்ளாகவே போராட்டத்திலிருந்து காங்கிரஸ் விலகிக்கொண்டது. [...] ஆரிய சமாஜத்தின் தலைவரான கன்ஷ்யாவுக்கு அழுத்தம்கொடுத்து அவர்களையும் போராட்டத்தில் இருந்து வெளியேறுமாறு கோரினார் காந்திஜி. ஆனால் அதில் காந்தி தோற்றுத்தான் போனார். நிஜாம் அரசை தர்மசங்கடமான நிலைக்குத் தள்ளுவதற்கு தனக்கு விருப்பமில்லை என்றும் அதனால் இப்போராட்டத்தில் இருந்து ஹைதராபாத் மாநில காங்கிரஸ் வெளியேறுவதாகவும் அறிவித்து காந்தியே ஒரு அறிக்கையையும் வெளியிட்டார். ஒரு முஸ்லிம் அரசாக இருந்ததாலேயே நிஜாம் அரசின் கொடூரங்களைப் பொறுத்துக்கொண்டு எதிர்க்காமல் இருந்தது வெளிச்சத்திற்கு வந்தது. அதே காலகட்டத்தில் அவர் எழுதிய ஒரு கட்டுரையில், முஸ்லிம்களின் போபால் அரசைப்பார்த்து இராம இராஜியத்தின் ஆட்சியைப் போன்று அவர்கள் சிறப்பாக ஆட்சிசெய்வதாக காந்தி பாராட்டியிருக்கிறார். இந்த இரண்டு நிகழ்வுகளிலும் காந்தியின் கருத்து எனக்கு எரிச்சலைக் கொடுத்தது.”

என்று கோட்சே பின்னாளில் குறிப்பிட்டிருக்கிறான்[18].

காந்தி மீதான வெறுப்பு அங்கிருந்து கோட்சேவுக்கு அதிதீவிரமாகத் துவங்கியது. அவனுடைய கடைசி மூச்சு இருக்கும்வரையிலும் அது தொடர்ந்தது. அந்த நிகழ்வுக்கு முன்புவரையிலும் கோட்சேவோ அல்லது மற்ற ஆர்.எஸ்.எஸ். தலைவர்களோ பேசியதைக் கேட்டும் எழுதியதைப் படித்தும்தான் காந்தி மீதான எதிர்ப்பை தனக்குள் வளர்த்து வைத்திருந்தான். ஹைதராபாத் போராட்டத்தின் போதுதான் களத்திலிருந்தும் அவனுக்கு காந்தி மீதான வெறுப்புணர்வு வளரத்துவங்கியது.

அந்தப் போராட்டத்தில்தான் முதன்முறையாக அவனுடைய பெயரே அதிகாரப்பூர்வமாக அரசு ஆவணங்களில் மாற்றம் பெற்றது. சிறுவயதில் இருந்தே அவனை எல்லோரும் 'நாதுராம்' என்று அழைத்துவந்திருந்தாலும், பிறந்தபோது அவனுக்கு வைத்திருந்த இராமச்சந்திரா என்கிற பெயர்தான் அரசு ஆவணங்களில் இருந்தது. பள்ளிக்கூடத்தில் படிக்கிறபோது கூட 'இராமச்சந்திரா' என்கிற பெயர்தான் பயன்படுத்தப்பட்டு வந்தது. ஹைதராபாத்தில் அவன் கைதுசெய்யப்பட்டபோது, அதிகாரப்பூர்வப் பெயரான இராமச்சந்திராவைக் குறிப்பிட அவன் பயந்தான். அதனால் தன்னுடைய உண்மையான ஆவணப் பெயரை மறைத்து, 'நாதுராம்' என்றே காவல்துறையினரிடம் குறிப்பிட்டான்[19]. அதன்பிறகு அவன் எப்போதும் எல்லா ஆவணங்களிலும் 'இராமச்சந்திரா' என்பதற்கு பதிலாக 'நாதுராம்' என்றே குறிப்பிடத் துவங்கினான்.

கோட்சேவுக்கு ஓராண்டு சிறைதண்டனை வழங்கப்பட்டிருந்தது. அதில் சுமார் பத்து மாதங்கள் அவன் சிறையில் இருந்தான். தண்டனைக் காலம் முடிவதற்கு ஒன்றரை மாதங்கள் இருந்தபோது சிறையில் இருந்து விடுவிக்கப்பட்டான்.[20] நிஜாம் அரசுக்கு எதிரான அப்போராட்டம் 1939ஆம் ஆண்டு ஜூலை மாதத்தில் கைவிடப்பட்ட பின்னர், அதற்கு பதிலாக ஒரு நல்லெண்ண நடவடிக்கையாகவே கோட்சேவும் இன்னபிறரும் தண்டனைக் காலம் முடிவதற்கு முன்னரே அதே ஆண்டு ஆகஸ்ட் மாதத்தில் விடுவிக்கப்பட்டனர். இந்துக்களுக்கு சில சலுகைகளை அளிப்பதாக நிஜாம் அரசு வாக்குறுதி கொடுத்ததாலேயே போராட்டத்தைக் கைவிடுவதாக இந்துமகாசபை அறிவித்தது. ஆனால் உண்மை என்னவென்றால், அப்போராட்டத்தில் இருந்து 1938ஆம் ஆண்டு டிசம்பர் மாதத்தில் காங்கிரஸ் வெளியேறிய பிறகு, 1939ஆம் ஆண்டின் துவக்கத்தில் இருந்தே நிஜாம் அரசின் எல்லைக்குள் அப்போராட்டத்திற்கு எந்த வரவேற்பும் இல்லை.

அதனால் தன்னுடைய தோல்வியை ஒப்புக்கொள்வதற்கு பதிலாக நிஜாம் அரசு அறிவித்த சலுகைகளைக் காரணம் காட்டி போராட்டத்தைக் கைவிடுவதாக அறிவித்தது இந்துமகாசபை. ஆனால் இந்துமகாசபைக்கு பயந்தெல்லாம் நிஜாம் அரசு சலுகைகளை அறிவிக்கவில்லை. நிஜாம் அரசின் எல்லைக்கு வெளியே ஆங்கிலேய அரசின் கட்டுப்பாட்டில் இருந்த பகுதிகளில் எல்லாம் இந்து-முஸ்லிம் வெறுப்பும் வன்முறையும் தலைதூக்கும் அபாயம் உருவானதைக் கண்டு, அதனைக் கட்டுப்பாட்டில் கொண்டுவரும் நோக்கில்தான் நிஜாம் அரசு சில சலுகைகளை அறிவித்தது[21].

೦

அந்த ஹைதராபாத் போராட்டத்தில் ஒரு இந்துமகாசபை உறுப்பினராக கோட்சே கலந்துகொண்டான் என்பது உண்மைதான். ஆனால் அவனுடைய தாய்க்கழகமான ஆர்.எஸ்.எஸ். அமைப்பைவிட்டு வெளியேறியதற்கோ அல்லது ஆர்.எஸ்.எஸ். இயக்கமே அவனை வெளியேற்றியதற்கோ எவ்வித ஆதாரமும் இல்லை. ஹைதராபாத் சிறையில் இருந்து விடுதலையாகி பூனாவுக்கு திரும்பிச் சென்றதும் முன்பைப் போலவே ஆர்.எஸ்.எஸ். இயக்கத்தின் முக்கியமான ஸ்வயம்சேவகனாகத்தான் வாழ்க்கையைத் தொடர்ந்தான். அவனுடைய உடையில்கூட எந்த மாற்றமும் ஏற்படவில்லை. ஆர்.எஸ்.எஸ்.காரர்கள் அணியும் அதே காக்கி அரைக்கால்சட்டையும் வெள்ளை நிறத்திலான அரைக்கை சட்டையும் கருப்புத் தொப்பியுடனும்தான் வலம் வந்தான். இந்துமகாசபையின் தொப்பியும் அதே கருப்பு நிறம்தான் என்றாலும், அது ஆர்.எஸ்.எஸ். தொப்பியைப் போலல்லாமல் வட்டவடிவமாக இருக்கும். ஆனால் அந்த இந்துமகாசபையின் தொப்பியை கோட்சே அணியவே இல்லை[22]. சில ஆண்டுகள் கழித்து அரைக்கால் சட்டைக்கு பதிலாக வேட்டி அணிய ஆரம்பித்தான். அப்போதுமே கூட, இந்துமகாசபையின் தொப்பியை அணியாமல் ஆர்.எஸ்.எஸ். தொப்பியைத்தான் அவன் எப்போதும் அணிந்தான்.

ஹைதராபாத் சிறையில் இருக்கும்போது உள்ளேயே சிறைவாசிகளுக்கு ஆர்.எஸ்.எஸ். இன் ஷாகா வகுப்புகள் நடத்தி, தொடர்ச்சியாக உடற்பயிற்சிகளை அளித்திருக்கிறான். அதுவும் அங்கே கைதாகியிருந்த இந்துமகாசபை உறுப்பினர்களுக்கே ஆர்.எஸ்.எஸ். இயக்கத்தின் ஒரு அங்கமான ஷாகாவை நடத்தியதில் எந்தப் பிரச்சனையும் அவனுக்கு இருக்கவில்லை[23]. இந்துமகாசபையின்

தலைவர்களுள் ஒருவராக இருந்த வி.ஜி.தேஷ்பாண்டேவும் ஹைதராபாத் போராட்டத்தில் கைதுசெய்யப்பட்டு இரண்டாம் கட்ட கைதிகளாக கோட்சே இருக்கும் சிறையில் அடைக்கப்பட்டார். அப்போது கோட்சே நடத்திய ஷாகாவில் கலந்துகொண்டதாகவும், அதனைத்தொடர்ந்து எடுக்கப்பட்ட ஆர்.எஸ்.எஸ். உறுதிமொழியை எடுத்ததாகவும் அவர் ஒரு நேர்காணலில் தெரிவித்திருக்கிறார்[24]. இந்துமகாசபை அமைப்பின் ஒரு தலைவராக மட்டுமே தன்னைக் காட்டிக்கொள்ளாமல் ஆர்.எஸ்.எஸ். இயக்கத்தின் ஒரு முன்னணி ஊழியராகவும் தன்னை முன்னிறுத்தினான் கோட்சே.

கோட்சேவின் இப்புதிய வாழ்க்கை துவங்கிய இரண்டாண்டுகளில் அவ்விரண்டு இயக்கங்களும் ஒன்றோடொன்று பின்னிப் பிணைந்திருப்பது குறித்து இந்துமகாசபையின் தலைவர் பரஞ்பே கோடிட்டுக் காட்டியிருக்கிறார். 1925ஆம் ஆண்டு ஆர்.எஸ்.எஸ். இயக்கத்தைத் துவங்கிய ஐவரில் இவரும் ஒருவராவார். 1930ஆம் ஆண்டு காந்தி துவங்கிய ஒத்துழையாமை இயக்கத்தில் பங்கெடுத்து ஹெட்கேவர் சிறைசென்ற ஒன்பது மாதங்களில் ஆர்.எஸ்.எஸ். இயக்கத்தை தலைமையேற்று நடத்தியவரும் பரஞ்பேதான். ஹெட்கேவர் இறந்ததற்குப் பிறகு, 1940ஆம் ஆண்டு ஜூலை மாதம் 5ஆம் தேதியன்று கேசரி பத்திரிகையில் பரஞ்பே ஒரு கட்டுரை எழுதியிருந்தார்.

"ஆர்.எஸ்.எஸ். இயக்கத்தின் முதல் தலைவரான ஹெட்கேவரே இந்துமகாசபையின் செயலாளராக நீண்டகாலமாக இருந்துவந்தார். சமீபத்தில்தான் அவர் இந்துமகாசபையின் துணைத் தலைவராகவும் ஆனார். ஆர்.எஸ்.எஸ். உள்ளிட்ட சங்கப்பரிவார இயக்கங்களுக்கு அதன் உறுப்பினர்கள் முழு உழைப்பையும் செலுத்தவேண்டும். அதே வேளையில் இந்துமகாசபையில் வேலைசெய்ய வேண்டும் என்று விரும்பும் ஆர்.எஸ்.எஸ்.காரர்களுக்கு எவ்விதத் தடையும் கிடையாது. இந்துத்துவ தத்துவத்திற்காகவும் இந்தியா இந்துக்களுக்காகத்தான் என்கிற இலட்சியத்திற்காகவும் ஆர்.எஸ்.எஸ்.காரர்களாகிய நாம் எவ்வகையிலாவது பங்களிப்பை செலுத்தியாகவேண்டும்" என்று பரஞ்பே அக்கட்டுரையில் குறிப்பிட்டிருக்கிறார்[25].

ஹெட்கேவருக்குப் பின்னர் ஆர்.எஸ்.எஸ். இயக்கத்தின் தலைவராக கோல்வால்கர் பதவியேற்றுக்கொண்ட பின்னரும் இந்த வழக்கம் தொடர்ந்தது. 1940கள் முழுவதுமே அப்படித்தான் இரு இயக்கங்களும் இயங்கிவந்தன என்பதை அவ்வியக்கங்கள் குறித்து ஆய்வு செய்து பம்பாய் காவல்துறையின் புலனாய்வுத்துறையினர்

1947ஆம் ஆண்டு செப்டம்பர் மாதம் தயாரித்த அறிக்கையில் தெளிவாகக் குறிப்பிடப்பட்டுள்ளது.

“ஆர்.எஸ்.எஸ். இயக்கத்தின் பெரும்பாலான முக்கிய உறுப்பினர்களும் ஊழியர்களும் இந்துமகாசபையின் உறுப்பினர்களாகத்தான் இருந்தனர்” என்று அந்த அறிக்கையில் குறிப்பிடப்பட்டிருக்கிறது[26].

உறுப்பினர்களின் பின்னணி, முஸ்லிம் வெறுப்பு, கொள்கை, தத்துவம் என அனைத்திலுமே ஆர்.எஸ்.எஸ். மற்றும் இந்துமகாசபை என இரண்டு இயக்கங்களுக்குமே ஒரேமாதிரியான இலட்சியங்களும் குறிக்கோளும்தான் இருந்தன. மேலும், ஆங்கிலேயர்கள் இந்தியாவை விட்டு வெளியேறியதும் இந்தியாவை ஒரு இந்து தேசமாக மாற்றிவிட வேண்டும் என்கிற குறிக்கோளிலும் அவ்விரண்டு இயக்கங்களுக்கும் எவ்வித முரண்பாடும் இல்லை. இரண்டு இயக்கங்களிலும் பாரம்பரியமாக தங்களுக்குக் கிடைக்கும் மரியாதையும் அதிகாரத்தில் உரிமையும் தரப்பட்டதால் அவற்றின் மீது மகாராஷ்டிர பார்ப்பனர்களுக்கும் உறுதியான நம்பிக்கை இருந்தது[27]. இந்துமகாசபையின் தலைவராக இருந்தபோதும்கூட, ஆர்.எஸ்.எஸ். இயக்க உறுப்பினர்களின் தத்துவார்த்தப் புரிதலுக்கு சாவர்க்கரின் பேச்சுகளும் எழுத்துகளும்தான் பயன்படுத்தப்பட்டன[28].

மறைமுகமாக இயங்கும் விதத்திலும் உறுப்பினர்களின் இராணுவக் கட்டுக்கோப்பான ஒழுங்கிலும்தான் இந்துமகாசபையில் இருந்து ஆர்.எஸ்.எஸ். இயக்கம் மாறுபட்டது. அதிகாரப்பூர்வமாக அங்கீகரிக்கப்பட்ட ஒரு அரசியல் கட்சியாக இந்துமகாசபை இயங்கியது. ஆனால் ஆர்.எஸ்.எஸ். இயக்கமோ அரசிடம் இருந்து எவ்வித அங்கீகாரத்தையும் பெறாத ஒரு மதவாத இராணுவ அமைப்பாகத்தான் இருந்தது. ஆர்.எஸ்.எஸ். இயக்கத்தின் திட்டமும் இயங்குகிற முறையும் மிகப்பெரிய இரகசியமாகவே காக்கப்பட்டு வந்தது. அதில் இணைந்திருப்பவர்களின் உறுப்பினர்கள் குறித்த விவரங்களைக்கூட எங்கேயும் எழுதிவைத்துப் பாதுகாக்கவில்லை. அப்படித்தான் பல காலமாக அவ்வியக்கம் இயங்கிவந்தது. காந்தி கொல்லப்பட்ட பிறகு 1948ஆம் ஆண்டு டிசம்பர் மாதத்தில் இந்தியாவின் உள்துறை அமைச்சரான வல்லபாய் பட்டேலுக்கு, அப்போது காங்கிரஸ் தலைவராக இருந்த டாக்டர் இராஜேந்திர பிரசாத் ஒரு கடிதம் எழுதினார்.

"ஆர்.எஸ்.எஸ். இயக்கம் எப்படியாக இயங்கிக் கொண்டிருக்கிறது என்பது குறித்த எந்த ஆவணமும் இல்லை. உறுப்பினர் பதிவேட்டினைக் கூட அவர்கள் பராமரிப்பதில்லை. அவர்களுக்கான வருமானம் எங்கிருந்து வருகிறது என்றோ, அவற்றை எப்படியாக செலவு செய்கிறார்கள் என்பது குறித்தோ கூட எதுவுமே எழுதிவைக்கப்படுவதில்லை. ஆகையால் ஆர்.எஸ்.எஸ். இயக்கமே இரகசியமாக இயங்கிவரும் ஒரு இயக்கம்தான். பாசிசத் தத்துவத்தின் அடிப்படையில் உருவான ஆர்.எஸ். எஸ். இயக்கத்தினால் பொதுமக்களின் அமைதிக்கு எப்போதும் ஆபத்துதான்"

என்று அந்த கடிதத்தில் குறிப்பிடப்பட்டிருந்தது[29].

மத்திய மாகாணங்களில் இருந்த காங்கிரஸ் அரசு கொடுத்த தகவல்களின் அடிப்படையில்தான் டாக்டர் இராஜேந்திர பிரசாத் அந்த அறிக்கையை வல்லபாய் பட்டேலுக்கு அனுப்பியிருந்தார். அதில் குறிப்பிடப்பட்ட எதுவும் மிகைப்படுத்தப்படாத உண்மைகளே. 1930 களிலும் 1940 களிலும் தயாரிக்கப்பட்டதாக சொல்லப்பட்ட சில பொய்யான ஆவணங்களைத் தவிர, காந்தி கொல்லப்பட்டபிறகு நாக்பூரில் இருக்கும் ஆர்.எஸ்.எஸ். தலைமையகத்தில் புலனாய்வு அமைப்பினரால் நடத்தப்பட்ட பரிசோதனையில்கூட அதன் உறுப்பினர்கள் குறித்த தகவல்கள் எதையுமே கண்டெடுக்க முடியவில்லை.

உறுப்பினர்கள் குறித்த தகவல்களை எங்கேயும் பதிவுசெய்து வைக்காமல் இருப்பதால் கிடைக்கும் நன்மைகளை ஆர்.எஸ். எஸ். இயக்கத்தின் தலைவர்கள் முன்கூட்டியே யோசித்துதான் அம்முடிவுகளை எடுத்திருப்பார்கள் என்பதை நம்மால் புரிந்துகொள்ளமுடிகிறது. இயக்கத்தின் வழிகாட்டுதலின்படி அதன் உறுப்பினர்கள் ஏதாவது வன்முறையிலோ சட்டவிரோத நடவடிக்கையிலோ ஈடுபட்டு காவல்துறையிடம் சிக்கிக்கொண்டால், சிக்கியவருக்கும் ஆர்.எஸ்.எஸ். இயக்கத்திற்கும் எவ்விதத் தொடர்பும் இல்லை என்று சொல்வதற்கு அதன் தலைவர்களுக்கு எளிதாக இருக்குமல்லவா. அதற்காகத்தான் உறுப்பினர் பதிவு உள்ளிட்ட அனைத்தையும் இரகசியமாகவே வைத்திருந்தது ஆர்.எஸ்.எஸ்.. இப்படியாக அனைத்தையும் இரகசியமாக வைத்ததனாலேயே, பின்னாளில் 1949ஆம் ஆண்டு ஜூலை மாதத்தில் அவ்வியக்கத்திற்கு விதிக்கப்பட்ட தடையை நீக்கியபின்னர், பழைய தவறுகள் எதற்கும்

பொறுப்பேற்றுக்கொள்ளாமல் அவ்வியக்கம் தப்பித்து புதிய பயணத்தைத் துவக்கமுடிந்தது.

∽

ஹைதராபாத் சிறையில் இருந்து வெளியே வந்ததும் அதற்கு முன்னர் வருமானத்திற்கான தேடலில் அவன் கண்டடைந்துகொண்டிருந்த ஒருசில வழிகளும் அவனைவிட்டு தள்ளிப் போயிருந்தன. சிறை செல்வதற்கு முன்னர் தையல் தொழிலின்மூலம் அவனால் அவனுடைய குடும்பத்திற்குக் கிடைத்துக்கொண்டிருந்த வருமானமும் அவன் சிறையில் இருந்தபோது இல்லாமல் போனது.

"நான் சிறையில் இருந்து வெளியே வந்தபோது என்னுடைய குடும்பம் வாழ்வதற்கே போராடிக்கொண்டிருந்தது" என்று அவன் பின்னாளில் குறிப்பிட்டான்[30]. அவன் இல்லாத காலத்தில், தையல் தொழிலில் அவனுடைய கூட்டாளியாக இருந்தவரின் கடினமான முயற்சியையும் உழைப்பையும் தாண்டி அக்கடையைக் காப்பாற்றுவது இயலாத காரியமாகிப் போனது. கடையை மூடும் நிலைமைக்கு வந்திருந்தது.

தையல்கடையில் வருமானமே இல்லாமல் போனதற்கு மற்றொரு முக்கியமான காரணமும் இருந்தது. பூனாவைச் சேர்ந்த ஆர்.எஸ்.எஸ். இயக்கத்தின் ஸ்வயம்சேவகர்கள்தான் அந்தக் கடைக்கு முக்கியமான வாடிக்கையாளர்களாக இருந்தனர். ஆனால் ஹைதராபாத் போராட்டம் நடந்துகொண்டிருந்த அந்த பத்து மாதங்களில், அவர்கள் அனைவரும் ஹைதராபாத்திலோ அல்லது அதற்கு அருகாமைப் பகுதிகளிலோ போராட்டங்களில் பங்கெடுத்து அதற்காக சிறைக்குச் சென்றிருந்தனர். அப்போராட்டத்தில் அதிகாரப்பூர்வமாக ஆர்.எஸ்.எஸ். இயக்கம் பங்கெடுக்கவில்லையென்றாலும், அதன் உறுப்பினர்கள் மிகுந்த ஆர்வத்தோடு ஹைதராபாத்தில் இந்துமகாசபையுடன் கைகோர்த்திருந்தனர்[31]. வாடிக்கையாளர்களே சிறையில் இருந்தால் யார்தான் தையல்கடைக்கு வந்து துணி தைப்பார்கள். இப்படியாக ஹைதராபாத் போராட்டத்தில் ஆர்.எஸ்.எஸ். ஸ்வயம்சேவகர்களின் பங்களிப்பினால் கோட்சேவின் தையல்தொழிலே நொடிந்துபோனது.

ஹைதராபாத் போராட்டம் முடிந்துவிட்டதால், இனிமேலாவது ஆர்.எஸ்.எஸ். மற்றும் இந்துமகாசபையின் அன்றாட நிகழ்வுகளில் அதிகமாகக் கலந்துகொள்ளாமல் தையல் தொழிலில் கவனம் செலுத்தி குடும்பத்தை பொருளாதார நெருக்கடியில் இருந்து

எப்படியாவது காப்பாற்ற வேண்டுமென்று முடிவுசெய்தான் கோட்சே. அனகலுடன் இணைந்து கடுமையாக உழைத்து கடையை முன்னேற்ற முயன்றான். கடைக்கு வரும் வாடிக்கையாளர்களுடன் பேசி துணிகளைப் பெறுவது, பெற்ற துணிகளைத் தைப்பது, தைத்த துணிகளைக் கொண்டுபோய் வாடிக்கையாளர்களிடம் நேரடியாக சேர்ப்பது, புதிய வாடிக்கையாளர்களைத் தேடிப்பிடிப்பது ஆகியவை அவனது அன்றாட வழக்கமாகிப் போயிருந்தது. அந்த உழைப்பின் பலனாக 1939ஆம் ஆண்டின் இறுதியில் அவனுடைய தொழிலும் ஓரளவுக்கு முன்னேறத் துவங்கியது. அவனுடைய பெற்றோருக்கு பணம் அனுப்பும் அளவுக்கு அவன் வளர்ந்திருந்தான்.

அந்த காலகட்டத்திலும் கூட முற்றிலுமாக வியாபாரத்திலேயே மூழ்கிப்போகாமல் அரசியல் நடவடிக்கைகளிலும் அவ்வப்போது ஒருகாலை வைத்துக்கொண்டுதான் இருந்தான். இந்துமகாசபையின் கூட்டங்களிலும் செயல்பாடுகளிலும் கலந்துகொள்ள முடியாவிட்டாலும், ஆர்.எஸ்.எஸ். இயக்கத்தின் நிகழ்வுகளில் மட்டுமாவது தலையைக் காட்டிக்கொண்டுதான் இருந்தான். ஆர்.எஸ்.எஸ். ஊழியர்களும் உறுப்பினர்களும்தான் அவனுடைய கடையின் முக்கியமான வாடிக்கையாளர்கள் என்பதால் கூட அத்தகைய ஈடுபாட்டினை ஆர்.எஸ்.எஸ். இயக்கத்துடன் தொடர்ந்து வைத்திருந்தான் என்றும் புரிந்துகொள்ளலாம். அன்றாட ஷாகாக்களிலும் செயல்பாடுகளிலும் பங்கெடுக்கமுடியாவிட்டாலும், பூனாவில் நடக்கும் முக்கியமான ஆர்.எஸ்.எஸ். கூட்டங்களை அவன் தவறவிட்டதே இல்லை. கோட்சே ஓரளவுக்கு அமைதியாக இருந்த அந்த காலகட்டத்திலும் அவன் என்னென்ன மாதிரியான உதவிகளையெல்லாம் ஆர்.எஸ்.எஸ். இயக்கத்திற்கு செய்தான் என்பதற்கான ஆதாரங்கள் நிறைந்த ஆவணங்களை சுமார் பத்தாண்டுகளுக்குப் பிறகு நாக்பூர் தலைமையகத்தில் காந்தி கொல்லப்பட்ட பிறகான விசாரணையில் புலனாய்வுக்குழுவினர் கைப்பற்றினர்.

கோட்சே சிறையில் இருந்து வெளியாகி சுமார் மூன்று மாதங்களுக்குப் பிறகு, 1939ஆம் ஆண்டு டிசம்பர் மாதம் 9ஆம் தேதியன்று நடைபெற்ற ஒரு முக்கியமான ஆர்.எஸ்.எஸ். கூட்டம் குறித்த ஒரு ஆவணமும் அதில் சிக்கியது. அதாவது கோட்சே இந்துமகாசபையில் சேர்ந்த ஓராண்டிற்குப் பிறகுதான் அக்கூட்டம் நடைபெற்றிருக்கிறது. மகாராஷ்டிராவின் முக்கியமான ஆர்.எஸ்.எஸ். ஒருங்கிணைப்பாளர்களும் பல்வேறு பகுதிகளைச் சேர்ந்த

'உண்மையான ஆர்.எஸ்.எஸ். உறுப்பினர்களும்' கூட்டத்தில் கலந்துகொண்டதாக அந்த ஆவணத்தில் குறிப்பிடப்பட்டிருக்கிறது. கூட்டத்தில் சாங்கிலியைப் பிரதிநிதிப்படுத்தி 'உண்மையான ஆர்.எஸ்.எஸ். உறுப்பினராக' கோட்சே கலந்துகொண்டதாக மிகத்தெளிவாக அந்த ஆவணத்தில் குறிப்பிடப்பட்டிருக்கிறது[32].

அதேபோல 1940ஆம் ஆண்டு மே 11ஆம் தேதியன்று பம்பாய் மாகாண ஆர்.எஸ்.எஸ். கூட்டம் குறித்த ஆவணமும் கைப்பற்றப்பட்டது. அதாவது கோட்சே இந்துமகாசபையில் இணைந்து இரண்டாண்டுகள் கழித்து நடந்த ஆர்.எஸ்.எஸ். கூட்டம் அது. இதற்கு முந்தைய ஆவணத்தில் ஆர்.எஸ்.எஸ். இயக்கத்தின் சாங்கிலி பகுதியைச் சேர்ந்த உறுப்பினராகக் கலந்துகொண்டதாகக் குறிப்பிட்டிருந்தது அல்லவா. ஆனால், இந்த ஆவணத்தின்படி அதிலிருந்து ஒருபடி உயர்ந்து, ஆர்.எஸ்.எஸ். இயக்கத்தின் பூனா பகுதியுடைய ஒருங்கிணைப்பாளராக கோட்சே கலந்துகொண்டதாக குறிப்பிடப்பட்டிருக்கிறது[33].

"1940ஆம் ஆண்டு நடைபெற்ற பம்பாய் மாகாண ஆர்.எஸ்.எஸ். கூட்டம் குறித்த விவரங்களை ஒரு ஆவணத்தில் குறிப்பிட்டிருக்கிறார்கள். அதன் எட்டாவது பக்கத்தில் ஆர்.எஸ்.எஸ். இயக்கத்தின் ஒருங்கிணைப்பாளர்கள் பெயர்களைக் குறிப்பிட்டிருக்கிறார்கள். அந்தப் பட்டியலில் தையல் தொழில் செய்யும் என்.வி.கோட்சே என்று கோட்சேவின் பெயரும் இடம்பெற்றது. ஒருங்கிணைப்பாளர்களின் கூட்டம் 1940ஆம் ஆண்டு மே மாதம் 11ஆம் தேதியன்று நடந்திருக்கிறது. அக்கூட்டத்தில் தத்யாராவ் சாவர்க்கர் (சாவர்க்கரின் மற்றொரு பெயர்), பம்பாய் மாகாண ஒருங்கிணைப்பாளரான காசிநாத் பாண்ட் லிமயே, நாக்பூரிலிருந்து ஆர்.எஸ்.எஸ். தலைவர் ஹெட்கேவர், நாக்பூரிலிருந்து மாதவ் ராவ் கோல்வால்கர், பெரார் மாகாண ஒருங்கிணைப்பாளரான பாபூர் சாஹப் சோஹோனி, வர்தா மாவட்ட ஒருங்கிணைப்பாளரான அப்பாஜி ஜோஷி மற்றும் நாசிக், பூனா, சத்தாரா, இரத்தினகிரி, பம்பாய் கிழக்கு, காந்தேஷ் உள்ளிட்ட மற்ற பகுதியிலிருந்து வந்திருந்த ஒருங்கிணைப்பாளர்களின் பெயர்களும் அதில் குறிப்பிடப்பட்டுள்ளன. கோட்சேவின் பெயர் அப்பட்டியலில் மேலிருந்து மூன்றாவது இடத்தில் இருந்தது"

என்று அந்த ஆவணம் குறித்து புலனாய்வுத் துறையினர் விவரித்திருக்கின்றனர்[34].

ஒருவகையில் ஆர்.எஸ்.எஸ். இயக்கத்தைப் பொறுத்தவரையில் அது மிகவும் முக்கியத்துவம் வாய்ந்ததொரு கூட்டமாகும். 1940ஆம் ஆண்டு ஜூன் மாதம் 21ஆம் தேதியன்று அவ்வியக்கத்தின் முதல் தலைவரான ஹெட்கேவர் மறைந்தார். அவருடைய மறைவுக்கு முன்னர் கடைசியாக அவர் கலந்துகொண்ட கூட்டம் அதுதான். லிமயேவின் வாழ்க்கை வரலாற்றை எழுதிய டி.எஸ்.ஹர்ஷேவும் அந்தக் கூட்டத்தில் கலந்துகொண்டு நேரில் பார்த்திருக்கிறார். பூனாவில் ஆர்.எஸ்.எஸ். உறுப்பினர்களால் நடத்தப்படும் என்.எம். வித்யாலயா என்கிற பள்ளிக்கு சொந்தமான பெரிய அரங்கில்தான் அந்தக் கூட்டம் நடந்திருக்கிறது என்கிறார் டெ.எஸ்.ஹர்ஷே. அதில் சங்கப்பரிவாரின் மூன்று முக்கியமான தலைவர்களான ஹெட்கேவரும் கோல்வால்கரும் லிமயேவும் கலந்துகொண்டார்கள் என்று அவர் குறிப்பிட்டிருக்கிறார்.

"கூட்டத்தில் முழுமையாக சாவர்க்கர் பங்கெடுக்கவில்லை. சிறிதுநேரம் மட்டுமே இருந்தார். ஆனால் கூட்டத்திலிருந்து வெளியேறும் முன்னர், மைய நோக்கங்களை முன்வைத்து மேடையில் ஏறி உரையாற்றிவிட்டுத்தான் சென்றார்" என்று ஹர்ஷே எழுதியிருக்கிறார்[35].

அதற்குள் கோட்சேவின் பொருளாதார நிலையும் ஓரளவுக்கு மேம்பட்டிருந்தது. மாதாமாதம் 125 ரூபாய் முதல் 150 ரூபாய் வரையிலும் குடும்பத்திற்கு அனுப்பத் துவங்கினான்[36]. அந்த நேரத்தில்தான் கோட்சேவின் தம்பியான தத்தாத்ரேயாவும் பூனாவுக்கு வந்துசேர்ந்தார். அவரும் ஒரு வியாபாரத்தை ஆரம்பித்தார்.

"வெறுமனே 75 ரூபாயுடன் துணி தேய்த்துக்கொடுக்கிற ஒரு தொழிலை அவர் துவங்கினார். அவருடைய தொழில் வேகமாக வளர ஆரம்பித்தது. ஓராண்டுக்குள்ளாகவே அவரும் குடும்பத்திற்கு பணம் அனுப்ப ஆரம்பித்தார். குடும்பத்திற்கு தத்தாத்ரேயா உதவ ஆரம்பித்ததும், எனக்கு கொஞ்சம் ஓய்வு நேரம் கிடைக்க ஆரம்பித்தது" என்று கோட்சே பின்னாளில் குறிப்பிட்டான்[37].

1941ஆம் ஆண்டின் இறுதியில்தான் இதெல்லாம் நடந்து கொண்டிருந்தது. அப்போதுதான் தன்னுடைய அமைதிக்காலத்தை முடித்துக்கொண்டு கொஞ்சம் கொஞ்சமாக வெளியே வரத்துவங்கினான் கோட்சே.

"சுமார் இரண்டாண்டுகளுக்குப் பிறகு அப்போதுதான் மீண்டும் இந்துமகாசபைக்காக நான் வேலை செய்யத் துவங்கினேன். அதேவேளையில் நான் ஆர்.எஸ்.எஸ். இயக்கத்திலும் சுறுசுறுப்பாக வேலை செய்தேன்" என்று கோட்சேவே குறிப்பிட்டிருக்கிறான்[38].

கோட்சேவுக்கு அவ்விரண்டு இயக்கங்களோடும் இருந்த மிகநெருக்கமான தொடர்பு தான் அவனுடைய ஆசைகளையும் இலட்சியங்களையும் செதுக்க உதவியது.

༄

அதுதான் 'இந்து தேசிய இராணுவம்' என்கிற ஆசையை அவனது நெஞ்சில் விதைத்தது. 1939ஆம் ஆண்டு முதல் இந்துமகாசபைக்கும் ஆர்.எஸ்.எஸ். இயக்கத்திற்கும் ஒருசேர இருந்த கனவும் அதுதான். பாசிசப் புரட்சியைப் பாதுகாக்கும் பொருட்டு ஐரோப்பிய பாசிஸ்ட்டுகள் உருவாக்கிய 'தேசிய இராணுவம்' தான் இந்திய இந்துத்துவவாதிகளையும் ஈர்த்து அதுபோல ஒன்றை உருவாக்கவேண்டும் என்று தூண்டியிருக்கிறது[39].

இரண்டாம் உலப்போர் துவங்கிய நேரத்தில், இந்து தேசிய இராணுவத்தை உருவாக்கும் ஆசை இந்து அமைப்புகளுக்கு அதிகரித்தது. ஆனால் இரண்டாம் உலகப் போரின் காரணமாக ஆர்.எஸ்.எஸ். அமைப்பிற்கு ஆங்கிலேய அரசு விதித்த கட்டுப்பாட்டின் காரணமாக, இராணுவத்தை உருவாக்கும் எண்ணத்தை இந்துத்துவ இயக்கங்கள் தற்காலிகமாக கிடப்பில் போட்டன. ஹைதராபாத் போராட்டம் தோல்வியில் முடிந்ததற்குப் பின்னர் அனைத்து இந்துத்துவ அமைப்புகளும் ஒருங்கிணைந்து செயல்பட்டு ஒரு இராணுவத்தை உருவாக்க வேண்டும் என்று இந்துமகாசபைதான் முதலில் முயற்சி செய்தது.

ஆங்கிலேயர்களுக்கும் ஜெர்மனியர்களுக்கும் இடையிலான போர் துவங்கி ஒரு வாரத்திற்குள்ளாக 1939ஆம் ஆண்டு செப்டம்பர் 10ஆம் தேதியன்று, இந்துமகாசபையின் தலைவரான சாவர்க்கரின் தலைமையில் பம்பாயில் அக்கட்சியின் செயற்குழு கூட்டம் நடைபெற்றது. இந்து இராணுவத்தை உருவாக்கவேண்டும் என்கிற தீர்மானத்தை அக்கூட்டத்தில் நிறைவேற்றினார்கள்.

"நாட்டின் ஒவ்வொரு மாகாணத்திலும் 18 வயது முதல் 40 வயது வரையிலான இந்து இளைஞர்களைக் கொண்டு ஆங்காங்கே உடனடியாக இந்து இராணுவத்தை அமைத்திட

வேண்டும். கூடுமானவரை அதிகமான உறுப்பினர்களை அதில் வெகுவிரைவாக இணைக்கவேண்டும்” என்று அந்த தீர்மானத்தில் குறிப்பிடப்பட்டிருந்தது[40]. முஸ்லிம்களைத் தாக்குவதுதான் துவக்கம் முதலே அதன் முக்கிய நோக்கமாக இருந்துவந்தது. இருப்பினும் ஆங்கிலேயர்கள் கண்ணுக்கு எதிரியாகத் தெரிந்துவிடக்கூடாது என்பதற்காக, உண்மையான நோக்கத்தை வெளிப்படையாக சொல்லாமல் மறைத்து, இரண்டாம் உலகப் போரின்போது ஆங்கிலேய அரசுக்கு ஏற்படப்போகும் அவசர தேவைகளுக்கு உதவவே இந்து இராணுவத்தை அமைப்பதாக இந்துத்துவ அமைப்புகள் காட்டிக்கொண்டன.

அந்த தீர்மானத்தை நிறைவேற்றியதுமே, அதில் சொல்லப்பட்டதைப் போன்றதொரு இந்து இராணுவத்தை உருவாக்குவதற்கான பொறுப்பினை, ஆர்.எஸ்.எஸ். மற்றும் சாவர்க்கருடன் நெருக்கமான உறவினைக் கொண்டிருந்த மூஞ்சே ஏற்றுக்கொண்டார். இந்து இளைஞர்களை இந்துத்துவா என்கிற தத்துவத்திற்கும் உடலளவில் வ்லிமையாக இருப்பதற்கும் தயார்ப்படுத்துவதற்காகவே நாசிக்கில் போன்சாலா இராணுவப் பள்ளியொன்றை மூஞ்சே ஏற்கனவே நடத்திவந்தார். இந்து இராணுவத்திற்குத் தேவையான விதிமுறைகளையும் கட்டுப்பாடுகளையும் உருவாக்குவதற்கான குழுவிற்கு மூஞ்சேவையே தலைவராகவும் நியமித்தார்கள். அதன்படி புதிதாக இணைபவர்களுக்கு பயிற்சி கொடுப்பதற்கும் ஒழுங்குமுறைகளைக் கற்றுக்கொடுப்பதற்குமான முன்தயாரிப்பு வேலைகளைச் செய்யவேண்டி இருந்தது[41]. அதற்கும் மூஞ்சேதான் பொறுப்பாளராக நியமிக்கப்பட்டார். இந்து இராணுவம் அமைக்கும் இம்முயற்சியின் முக்கியத்துவத்தை மற்ற இந்துத்துவவாதிகளுக்கும் புரியவைப்பதற்காக, இந்துமகாசபையின் தலைவராக இருந்த சாவர்க்கரும் அக்குழுவில் உறுப்பினராக இணைந்தார்.

ஒரு இந்து இராணுவத்தை அமைப்பதற்கு ஆர்.எஸ்.எஸ். இயக்கத்தின் பங்கு எவ்வளவு முக்கியமானது என்பதை மூஞ்சேவும் நன்கு அறிந்திருந்தார். இந்து இராணுவம் அமைக்கும் யோசனைக்கு முழு ஆதரவு தருமாறு ஹெட்கேவரிடம் கேட்பதற்காகவே பரஞ்பேவை அனுப்பினார் மூஞ்சே.

“மூஞ்சேவின் அறிவுறுத்தலின்படி, நான் டாக்டர் ஹெட்கேவரிடம் சென்று அதுகுறித்து விவாதித்தேன். சில ஸ்வயம்சேவகர்களை அப்பணிக்கு உதவ அனுப்புமாறும் கேட்டுக்கொண்டேன். அவரும் சில பயிற்சிபெற்ற ஸ்வயம்சேவகர்களை அளித்து உதவுவதாக

வாக்குறுதி கொடுத்தார்" என்று பரஞ்பே நினைவுகூர்ந்திருக்கிறார்[42]. 1940ஆம் ஆண்டு ஜூலை மாதம் 5ஆம் தேதியன்று கேசரி பத்திரிகையிலும் இதுகுறித்து பரஞ்பே எழுதியிருக்கிறார்.

ஆங்கிலேயர்களுக்கும் ஜெர்மானியர்களுக்கும் இடையே துவங்கியிருந்த போரின் பாதிப்பாக இந்தியாவிலும் ஏதாவது உள்நாட்டு மற்றும் வெளிநாட்டு எதிரிகள் தலைதூக்கினால், அவர்களை எதிர்கொள்வதற்காகத்தான் ஒரு இந்து இராணுவத்தை உருவாக்கப்போவதாக, 1939ஆம் ஆண்டு அக்டோபர் மாதம் 8ஆம் தேதியன்று நடைபெற்ற இந்துமகாசபைத் தலைவர்களின் கூட்டத்தில் மூஞ்சே தெரிவித்தார். இந்து இராணுவத்திற்கான நோக்கங்களையும் இலட்சியங்களையும் அவர் வரையறுத்துப் பேசினார்[43]. இதனை முன்னோடியாக இருந்து முதலில் துவக்கி வைத்திடவேண்டுமென மகாராஷ்டிர இளைஞர்களுக்கு அறைகூவல் விடுத்தார்.

"இதற்கான முயற்சியை முதலில் மகாராஷ்டிராவில் இருந்தே துவக்கிடவேண்டும். இங்கிருந்து அது நாடெங்கிலும் பரவி மிகப்பெரிய சக்தியாக இந்து இராணுவம் மாறவேண்டும். அதனை மகாராஷ்டிரத்தைச் சேர்ந்தவர்களே தலைமையேற்று நடத்திடவேண்டும்" என்று மூஞ்சே குறிப்பிட்டுப் பேசினார்[44].

முஸ்லிம்களைத் தாக்குவதுதான் இந்த இந்து இராணுவத்தின் ஒரே முக்கியமான நோக்கம் என்பதை எளிதாகப் புரிந்துகொள்ளலாம். பூனாவில் இந்துமகாசபையின் கூட்டம் நடைபெற்ற பத்து நாட்களுக்குப் பிறகு ஒரு ஆர்.எஸ்.எஸ். தலைவருக்கு மூஞ்சே ஒரு கடிதம் எழுதினார்.

"முஸ்லிம்கள் 'பெரும் தொல்லையாக' இருக்கிறார்கள். அவர்களுக்கு எதிராகப் பேசுவதற்கு பதிலாக உள்ளூர் காங்கிரஸ் அரசும் அடிபணிந்துவிடும். அதனால் இந்துமகாசபையும் ஆர்.எஸ்.எஸ். இயக்கமும் இணைந்து உருவாக்கப்போகும் இந்து இராணுவத்தைக் கொண்டு காங்கிரஸ் அரசோடும் முஸ்லிம்களோடும் ஒருநேரத்தில் ஒருசேர சண்டையிட வேண்டும்" என்று அக்கடிதத்தில் மூஞ்சே குறிப்பிட்டிருந்தார்[45].

ஆனால் இந்து இராணுவப்படை துவங்குவதற்கு முன்னரே, இரண்டாம் உலகப் போர் தொடர்பான நடவடிக்கைகளின் ஒரு பகுதியாக ஆர்.எஸ்.எஸ். உள்ளிட்ட தன்னார்வ அமைப்புகளுடைய 'சீருடை அணிந்து அணிவகுப்பு' நடத்துவதையெல்லாம் 1940ஆம்

ஆண்டு ஜூலை மாதம் 31ஆம் தேதியன்று ஆங்கிலேய அரசு தடைசெய்து உத்தரவிட்டது[46].

அந்தத் தடை குறித்தும் அதனை ஆர்.எஸ்.எஸ். எப்படியாக எதிர்கொண்டது என்பது குறித்தும் அப்போது உளவுத்துறையின் இயக்குநராக இருந்த இ.ஜே.பெவரிட்ஜ் என்பவர் 1942ஆம் ஆண்டு எழுதிய ஒரு அறிக்கையில் விரிவாகக் குறிப்பிட்டிருக்கிறார்[47]. அதில்,

"அத்தடையினால் சங்கப்பரிவார இயக்கங்கள் பெரிதும் பாதிக்கப்பட்டன. சீருடை அணிந்துகொண்டு கம்பீரமாக அணிவகுப்பு செய்வதுதான் இளைஞர்களை எளிதாக ஈர்க்க அவர்கள் பயன்படுத்திய உத்தியாக இருந்துவந்தது. ஆங்கிலேய அரசு என்ன சொன்னாலும் கேட்கவேண்டும் என்பது சங்கப்பரிவாரத்தின் அதிகாரப்பூர்வ நிலைப்பாடு என்பதால் அவர்கள் இத்தடையினை ஏற்றுக்கொண்டார்கள். ஆனாலும் அத்தடையினை புறந்தள்ளிவிட்டு சீருடை அணிந்து அணிவகுப்பு நடத்திய ஒருசில நிகழ்வுகளும் உண்டு. அதிலும் மத்திய மாகாணங்களிலும், டெல்லியிலும், பம்பாயிலும், மதராசிலும், சிந்து பகுதியிலும், பஞ்சாபிலும், ஐக்கிய மாகாணங்களிலும் தடையை மீறிய சம்பவங்கள் அடிக்கடி நடக்கத்தான் செய்தன. ஆனாலும், சங்கப்பரிவாரங்களின் தலைவர்கள் மீது வெறுமனே மூன்றே மூன்றுமுறை மட்டும்தான் நடவடிக்கை எடுக்கப்பட்டிருக்கிறது. பம்பாயில் ஒருமுறையும், மதராசில் ஒருமுறையும் பஞ்சாபில் ஒருமுறையும் மட்டும்தான் வழக்குப்பதிவு செய்யப்பட்டுள்ளன. பஞ்சாபைப் பொறுத்தவரையில் அணிவகுப்பின் போது வாள் மற்றும் கத்தி உள்ளிட்ட ஆயுதங்களை வைத்திருந்ததாக ஆயுதத் தடை சட்டத்தில் வழக்கு பதிவுசெய்யப்பட்டுள்ளது"

என்று எழுதியிருக்கிறார் இ.ஜே.பெவரிட்ஜ்[48].

1940ஆம் ஆண்டு போடப்பட்ட தடையினால் பல கட்டுப்பாடுகளின் நடுவில்தான் ஆர்.எஸ்.எஸ். இயக்கத்தினால் இயங்க முடிந்தது. ஆங்கிலேயர்கள் ஆதிக்கம் செலுத்திய இந்திய மாகாணங்களில் எல்லாம் இயக்கத்தின் செயல்பாடுகளை ஒருங்கிணைப்பதும் புதிதாக உறுப்பினர்களை சேர்ப்பதும் கடினமாக இருந்தது. அந்தக் காலகட்டத்தில் ஆர்.எஸ்.எஸ். ஷாகாக்களும் அணிவகுப்புகளும் நடத்துவது முற்றிலுமாக நிறுத்தப்பட்டுவிட்டதாக பூனாவில் 1938 முதல் 1946 வரையிலும் ஆர்.எஸ்.எஸ். இயக்கத்தில்

உறுப்பினராக அதிதீவிரமாக இயங்கிவந்த எஸ்.ஹெச்.தேஷ்பாண்டே குறிப்பிட்டிருக்கிறார்[49]. இந்தத் தடையின் காரணமாக ஆர்.எஸ். எஸ். இயக்கத்தினால் ஒட்டுமொத்த இந்தியாவையும் அதிகாரம் செலுத்தமுடியாமல் போகப்போகிறதோ என்றும், அவ்வியக்கமே ஒரு மிகப்பெரிய தோல்வியடைந்த இயக்கமாக மாறப்போகிறதோ என்றும் ஆங்கிலேய அரசு தடை விதித்த ஓராண்டிற்குள்ளாகவே ஆர்.எஸ்.எஸ். இயக்கத்தில் பலரும் அஞ்சினர்.

அப்படியான சூழலில் இந்து இராணுவப்படையினை உருவாக்கி இருக்கவே முடியாதுதான். அதனை உருவாக்கும் முயற்சியில் முன்னணியில் இருந்த ஆர்.எஸ்.எஸ். இயக்கமோ ஆங்கிலேய அரசு விதித்த தடையின் கட்டுப்பாடுகளால் கடுமையாக பாதிக்கப்பட்டிருந்தது. மறுபுறம், இந்துமகாசபையினால் புதிய இளைஞர்களை ஈர்க்கவும் முடியவில்லை. தன்னுடைய போர் நடவடிக்கைகளுக்கு எந்த பாதிப்பும் வந்துவிடக்கூடாது என்பதற்காக துணை இராணுவப் படைகள் போன்று இயங்கிவந்த தனியார் அமைப்புகளின் மீது மிகக்கடுமையான கட்டுப்பாடுகளை அமல்படுத்தியது ஆங்கிலேய அரசு. இந்நிலைமையை இரண்டாம் உலகப்போர் முடியும் வரையிலும் அப்படியே வைத்திருந்து 1946ஆம் ஆண்டுதான் தடையை விலக்கிக்கொண்டு கட்டுப்பாடுகளைத் தளர்த்தியது.

ஆர்.எஸ்.எஸ். மற்றும் இந்துமகாசபை என இரண்டு இயக்கங்களுடன் மிக நெருக்கமான தொடர்பில் இருந்ததால், அவ்விரண்டு இயக்கங்களும் இரண்டாம் உலகப் போரின்போது எதிர்கொண்ட சரிவையும் கலக்கத்தையும் கோட்சே நன்கு அறிந்திருந்தான். ஆகவே, அவன் அரசியலில் மீண்டும் நுழைந்தபோது ஆர்.எஸ்.எஸ். இயக்கத்திற்கும் இந்துமகாசபைக்கும் இணைப்புப் பாலமாக இருக்க விரும்பிய அவனது விருப்பத்திற்கு இப்புதிய சூழலினால் ஒரு புதிய கோணமும் அவசியமும் ஏற்பட்டது.

“இயக்கத்தின் எதிர்காலம் குறித்து அப்போது சங்கப்பரிவார உறுப்பினர்கள் தொடர்ச்சியாக விவாதித்துக்கொண்டே இருந்தனர். ஆர்.எஸ்.எஸ். இயக்கத்தின் மைய நோக்கமாக வைத்து துவங்கப்பட்ட அதே புள்ளியில் தொடர்ந்து பயணிப்பதா, அல்லது புதிய வழிமுறைகளைக் கண்டறிவதா அல்லது ஒரு அரசியல் கட்சியாக மாறி நேரடி அரசியலில் குதிப்பதா என்று பல்வேறு விவாதங்கள் தொடர்ந்து நடைபெற்றன. ஒரு ‘இந்து இராஷ்டிர தளம்’ அமைத்து, இந்து சமூகத்தைக் காப்பதோடு மட்டுமல்லாமல்

இந்து மதத்தை வலுவாக்கிடவும் வேண்டும் என்பதே என்னுடைய கருத்தாக இருந்தது" என்று அக்காலகட்டம் குறித்து பின்னாளில் கோட்சே குறிப்பிட்டான்[50].

ஆர்.எஸ்.எஸ். இயக்கத்தின் பூனா வட்டாரக் குழுவில் கோட்சே முன்மொழிந்த இக்கருத்தென்பது, கோட்சேவே சொந்தமாக உருவாக்கிய கருத்தா அல்லது அவன் தொடர்ச்சியாக அதேகாலகட்டத்தில் பங்குபெற்றுவந்த இந்துமகாசபைக் குழுக்கூட்டத்தில் அக்குழுவினரால் முன்வைக்கப்பட்ட கருத்தைத்தான் தன்னுடையதாக அவன் ஆர்.எஸ்.எஸ். கூட்டத்தில் முன்மொழிந்தானா என்பது தெளிவாகத் தெரியவில்லை. ஆனால், இந்துமகாசபையின் வட்டாரத்தில்தான் இந்து இராஷ்டிரய தளம் உருவாக்கும் எண்ணம் உதித்திருக்க அதிகமான வாய்ப்பிருக்கிறது. அங்கிருந்துதான் ஆர்.எஸ்.எஸ். இயக்கத்தில் இருந்த சாவர்க்கரின் விசுவாசிகள் மூலமாக ஆர்.எஸ்.எஸ். இயக்கத்திற்குள்ளும் நுழைந்து, அங்கேயும் ஆதரவைப் பெற்றிருக்கிறது என்று நம்மிடம் இருக்கிற பல்வேறு ஆதாரங்களும் உறுதிசெய்கின்றன.

6

ஒரு இராணுவக் கனவு

பூனாவிற்கு அருகாமையில் இருக்கும் அகமதுநகரில் நாராயண தத்தாத்ரேய ஆப்தே என்பவன் வசித்துவந்தான். அவனும் சாவர்க்கரின் உதவியுடன் இந்து இராணுவப் படையைப் போன்றே ஒன்றைத் தோற்றுவிக்க முயற்சி செய்தான். 1941ஆம் ஆண்டு பூனாவில் இருக்கும் அமெரிக்கன் மிசன் பெண்கள் உயர்நிலைப் பள்ளியில் ஆசிரியர் பயிற்சிக்காக சேர்ந்தான்[1] சாங்கிலியில் இருக்கும் ஹங்காடி என்கிற கிராமத்தில்தான் ஆப்தே பிறந்துவளர்ந்தான். பின்னர் பூனாவில் இருக்கும் ஃபெர்குசன் கல்லூரியில் 1932ஆம் ஆண்டு அறிவியலில் பட்டப்படிப்பு முடித்துவிட்டு 1930களின் மத்தியில் அமெரிக்கன் மிசன் பள்ளியில் இணைந்தான்[2].

கோட்சேவைப் போல தத்தாத்ரேய ஆப்தேவும் சித்பவன் பார்ப்பன சாதியைச் சேர்ந்தவன்தான். 1938ஆம் ஆண்டு பிப்ரவரி மாதத்தில் இந்துமகாசபையின் தலைவராக சாவர்க்கர் பதவியேற்றபின்னர் அவருடைய அதிதீவிர விசுவாசியாகவும் ஆப்தே மாறிவிட்டிருந்தான். 1938ஆம் ஆண்டு பிப்ரவரி மாதம் 28ஆம் தேதியன்று சாவர்க்கருக்கு அவன் ஒரு கடிதம் எழுதினான். அதில்,

“இரத்தினகிரியில் உங்களுக்கான கட்டுப்பாடுகளை நீக்கியபிறகு, இந்தியா இந்துக்களுக்கே என்று முழங்கும் என்னைப் போன்றோரின் மனதில் தெய்வீகத் தீயினை மூட்டிவிட்டீர்கள். அதிலும் இந்துமகாசபையின் தலைவராக நீங்கள் பதவியேற்றுக்கொண்ட பிறகு, எங்களுடைய கனவெல்லாம் நிறைவேறிவிடும் என்கிற நம்பிக்கையினைக் கொடுத்துவிட்டீர்கள்” என்று குறிப்பிட்டிருந்தான் தத்தாத்ரேய ஆப்தே[3].

‘இந்து தேசம்’ என்கிற இலட்சியமே காங்கிரஸ் கட்சியின் தத்துவார்த்த ஊசலாட்டத்தால் தடுமாறிக் கிடந்தது என்றும் அக்கடிதத்தில் தத்தாத்ரேய ஆப்தே எழுதியிருந்தான். அதனை சரிசெய்வதற்கு பெரும்பான்மையான ஆர்.எஸ்.எஸ். உறுப்பினர்களைக் கொண்டு ‘தேசிய தன்னார்வ இராணுவம்’ ஒன்றினை உருவாக்க வேண்டும் என்கிற ஆலோசனையையும் முன்வைத்தான் ஆப்தே.

“மகாராஷ்டிராவைப் பொறுத்தவரையிலும் இந்து தேசத்தை உருவாக்கவேண்டும் என்கிற எண்ணத்தில் ஐம்பதாயிரம் தன்னார்வலர்கள் ஆர்.எஸ்.எஸ். இயக்கத்தில் மனமுவந்து உழைக்கிறார்கள். உங்களுடைய இலட்சியமும் அவர்களைப் போன்றே இந்து தேசத்தை அமைப்பது தானே. அவர்கள் பஞ்சாபில் துவங்கி கர்நாடகா வரையிலும் பரந்துவிரிந்து வளர்ந்திருக்கிறார்கள் [...]. இந்த உண்மைகளெல்லாம் உங்களுக்கும் தெரிந்திருக்கும் என்று நம்புகிறேன். இப்படியான சூழலில் ஒட்டுமொத்த இந்து சமூகமே உங்களுடைய வழிகாட்டுதலுக்கும் அறிவுறுத்தலுக்கும் காத்துக்கொண்டிருக்கிறது” என்று சாவர்க்கருக்கு தத்தாத்ரேய ஆப்தே எழுதிய கடிதத்தில் குறிப்பிட்டிருக்கிறான்[4].

ஆப்தே ஒரு தீவிர இந்துத்துவ இலட்சியவாதியாக இருந்திருக்கிறான் என்பது தெளிவாகவே தெரிகிறது. இந்துமகாசபையின் ஒட்டுமொத்த அதிகாரப் படிநிலையையும் தாண்டி நேராக சாவர்க்கருக்கு கீழே இரண்டாம்நிலைத் தலைவர் பதவி வேண்டும் என்று விரும்பியிருக்கிறான் ஆப்தே. அந்தப் பதவிக்கு ஒருபடி குறைவாகக் கூட பெறுவதற்கு அவன் விரும்பவில்லை என்பது புரிகிறது. ‘தேசிய தன்னார்வ இராணுவம்’ அமைக்கிறேன் என்று சொல்லிக்கொண்டு, சாவர்க்கருடன் நேரடியாகத் தொடர்பினை ஏற்படுத்திக்கொண்டான். அதனைத் தொடர்ந்து மகாராஷ்டிராவின் பல்வேறு பகுதிகளில் துப்பாக்கிப் பயிற்சி கொடுக்கும் பள்ளியினைத் துவங்கினான் தத்தாத்ரேய ஆப்தே[5]. அதற்குத் தேவைப்படும் துப்பாக்கி உரிமைகளைப் பெறுவதற்கும் பயிற்சிக்கான மாணவர்களை சேர்ப்பதற்கும் சாவர்க்கர் மற்றும் சாவர்க்கரின் விசுவாசிகளின் உதவியை அவ்வப்போது நாடியிருக்கிறான் ஆப்தே.

ஆர்.எஸ்.எஸ். இயக்கத்தில் அங்கம்வகித்த உறுப்பினர்களைக் கொண்டு, மகாராஷ்டிராவில் ஆயுதந்தாங்கிய இளைஞர் படைகளின் வலைப்பின்னலை உருவாக்கி, அவர்களுக்கு துப்பாக்கிப் பயிற்சி

கொடுப்பதுதான் அவர்களது நோக்கமென்பதை சாவர்க்கருக்கு ஆப்தே எழுதிய கடிதத்தில் இருந்து நம்மால் புரிந்துகொள்ளமுடியும். அப்படியான வலைப்பின்னலுடன் கூடிய மையங்களை தேசிய தன்னார்வப் படையாக இயங்க வைப்பதுதான் ஆப்தேவின் கனவாக இருந்தது. அதேபோன்ற திட்டத்தைத்தான் பின்னாளில் 'இந்து தேசியப் படை' என்கிற பெயரில் இந்துமகாசபையும் கையிலெடுத்தது குறிப்பிடத்தக்கது.

1938ஆம் ஆண்டு அக்டோபர் மாதம் 27ஆம் தேதியன்று துப்பாக்கிப் பயிற்சி மையம் அமைப்பதற்கான உரிமம் ஆப்தேவுக்குக் கிடைத்தது. அதுதான் அவனது முயற்சிக்குக் கிடைத்த முதல் வெற்றி. அனுமதி கிடைத்த இரண்டே நாளில் சாவர்க்கருக்கு நன்றி தெரிவித்து ஒரு கடிதம் எழுதி அனுப்பினான்.

"நான்கு துப்பாக்கிகளைப் பயன்படுத்தி இங்கே பயிற்சி செய்வதற்கும் பழகுவதற்கும் அக்டோபர் 27ஆம் தேதியன்று மாவட்ட ஆட்சியர் நமக்கு அனுமதி வழங்கியிருக்கிறார். இதனை எங்களால் சாதிக்க முடிந்ததென்றால் அதற்கு முதல் காரணமே நீங்கள்தான். உங்களை முன்னோடியாகக் கொண்டு துவங்கப்பட்டது என்பதாலும் தொடர்ச்சியாக நிறைய கடிதங்கள் எழுதி எங்களை நீங்கள் உற்சாகப்படுத்தியதாலும்தான் இது சாத்தியமாகி இருக்கிறது" என்று அக்கடிதத்தில் ஆப்தே குறிப்பிட்டிருந்தான்[6].

அனுமதி கிடைத்த சில வாரங்கள் கழித்து 1939ஆம் ஆண்டு ஜனவரி மாதம் 13ஆம் தேதியன்று சாவர்க்கருக்கு மற்றொரு கடிதம் எழுதினான் ஆப்தே. அகமதுநகரில் துப்பாக்கிப் பயிற்சி துவங்கிவிட்ட மகிழ்ச்சியை சாவர்க்கரிடம் அதில் தெரிவித்திருக்கிறான்.

> "நான்கு துப்பாக்கிகள் வாங்குவதற்கு நமக்கு அனுமதி உண்டு. இதுவரை மூன்று துப்பாக்கிகள் வாங்கிவிட்டோம். நான்காவது துப்பாக்கியையும் விரைவிலேயே வாங்கிவிடுவோம். தற்போது பத்துபேர் துப்பாக்கிசுடும் பயிற்சி எடுத்துக்கொண்டிருக்கிறார்கள். ஏற்கனவே நாங்கள் வான் துப்பாக்கிப் பயிற்சியைத் துவக்கி நடத்திக்கொண்டிருக்கிறோம் என்பதை முன்னரே ஒரு கடிதத்தில் குறிப்பிட்டிருக்கிறேன். அதில் இதுவரையிலும் சுமார் நூறுபேர் பயிற்சி பெற்றிருக்கிறார்கள். [...] அவர்களில் சிறப்பாக செயல்பட்ட பத்து பேரைத்தான் துப்பாக்கிசுடும் பயிற்சிக்காக நாங்கள்

தேர்ந்தெடுத்திருக்கிறோம். துப்பாக்கிசுடும் பயிற்சியைப் பொறுத்தவரையிலும் மாணவர்களுக்குப் பஞ்சமே இருக்காது என்பதுதான் எங்களது கணிப்பு"

என்று அக்கடிதத்தில் பெருமைபொங்க சாவர்க்கருக்கு எழுதியிருந்தான் ஆப்தே[7].

1939ஆம் ஆண்டு மே மாதத்திற்குள் அகமதுநகர், பூனா, சத்தாரா மற்றும் சோளாபூர் என நான்கு இடங்களில் துப்பாக்கிப் பயிற்சி மையங்கள் துவங்கப்பட்டுவிட்டன. அது மட்டுமில்லாமல் சாலிஸ்கோன், ஜல்கோன் மற்றும் டொம்பிவாளி உள்ளிட்ட இடங்களில் துவங்குவதற்கான ஆரம்பகட்டப் பணிகளும் முடுக்கிவிடப்பட்டன[8]. மகாராஷ்டிராவின் அனைத்து மாவட்டங்களிலும் அதேபோன்ற துப்பாக்கி மையங்களைத் துவங்கி, அவையனைத்தையும் ஒரே குடையின்கீழ் சாவர்க்கர் தலைமையேற்கும் அமைப்பாகக் கொண்டு வந்துவிடவேண்டும் என்று முடிவெடுத்து அதிதீவிரமாக வேலை செய்துகொண்டிருந்தான் ஆப்தே.

"மகாராஷ்டிராவின் ஒவ்வொரு மாவட்டத்திற்கும் சென்று துப்பாக்கிப் பயிற்சி மையத்தை உருவாக்குவதற்கான பணிகளைத் துவக்கப்போவதாக என்னுடைய முந்தையை கடிதத்தில் குறிப்பிட்டிருந்தேன் அல்லவா. நான் சொல்லியதைப் போன்று செய்துமுடித்ததும் உங்களுக்கு நிச்சயமாக மற்றொரு கடிதம் எழுதுவேன்" என்று 1939ஆம் ஆண்டு மே மாதம் 10ஆம் தேதியன்று சாவர்க்கருக்கு எழுதிய கடிதத்தில் ஆப்தே குறிப்பிட்டிருந்தான்[9].

இப்படியாக ஆப்தே உருவாக்கிவந்த அனைத்து துப்பாக்கிசுடும் பயிற்சி மையங்களையும் ஒரு அமைப்பின் கீழ் கொண்டுவந்து, அதற்கு சாவர்க்கரைத் தலைவராக்க வேண்டும் என்கிற தன்னுடைய விருப்பத்தையும் அதே கடிதத்தில் ஆப்தே குறிப்பிட்டிருக்கிறான்.

"மகாராஷ்டிர துப்பாக்கி மன்றம் என்பது போன்ற ஒரு அமைப்பை நாம் உருவாக்கலாம். துப்பாக்கி பயிற்சி மையங்களில் என்னென்ன செய்யலாம் என்பதை அந்த புதிய அமைப்பு தீர்மானிக்க வேண்டும். பயிற்சி மையங்கள் இல்லாத ஊர்களிலெல்லாம் துவங்குவதற்கான உதவிகளையும் அந்த அமைப்பின் மூலமாக செய்யலாம். இது போன்ற அமைப்புரீதியான அனுபவங்களைக் கொண்டிருக்கும் வல்லுநர்களையும் ஆர்.எஸ்.எஸ். தலைவரான டாக்டர்

மூஞ்சே போன்ற முக்கியமான மனிதர்களையும் இணைத்து அந்த அமைப்பை உருவாக்க வேண்டும். அந்த அமைப்பிற்கு தாங்கள்தான் தலைமையேற்க வேண்டும்."

என்று ஆப்தே அக்கடிதத்தில் எழுதியிருந்தான்[10].

இப்படியாக துப்பாக்கிப் பயிற்சி மையங்கள் உருவாக்கப்பட்டதன் உண்மையான நோக்கங்கள் அனைத்தும் சாவர்க்கருக்கே முழுமையாகத் தெரிந்திருக்கிறது. இதுகுறித்து ஆப்தேவுக்கு 1939ஆம் ஆண்டு ஜூன் மாதம் 28ஆம் தேதியன்று அவர் எழுதிய கடிதத்தில் குறிப்பிட்டிருக்கிறார்.

"துப்பாக்கிப் பயிற்சிகள் குறித்தும், அவற்றை நடைமுறையில் எப்படியாகப் பயன்படுத்தப் போகிறோம் என்பது குறித்தும் நீங்கள் குறிப்பிட்டவற்றை வாசிக்கையில் நாம் எதை அடைய நினைக்கிறோமோ அதை அடைந்துவிடுவோம் என்கிற நம்பிக்கையை தாங்கள் கொடுத்திருக்கிறீர்கள். பயிற்சி மையங்களில் உறுப்பினர்களைச் சேர்க்கையில் மிகவும் கவனமாக இருக்க வேண்டும். அதிலும் புதிதாக மையத்தைத் துவங்கும் பணியில் இருக்கிற அனைவரும் ஒரே மாதிரியான எண்ணங்களுடனும் குறிக்கோளுடனும் செயல்படுகிறவர்களாக இருக்க வேண்டும்" என்று சாவர்க்கர் அக்கடிதத்தில் குறிப்பிட்டிருக்கிறார்[11].

சாவர்க்கரைப் பொறுத்தவரையில் துப்பாக்கிப் பயிற்சி மையங்கள் உருவாக்கும் செயல்பாட்டினை மிகமுக்கியமான தேசியப் பணியாகப் பார்த்தார். அந்த எண்ணத்திற்கு மறைமுகமாக ஒரு வடிவம் கொடுத்து, அதனை அடுத்த கட்டமாக களத்தில் கொண்டு செல்வதற்கு இந்துமகாசபைக்குள்ளேயே ஒரு இரகசிய துறையை உருவாக்கினார். பின்னர் அதனை செயல்படுத்தும் பணியை ஆப்தேவிடம் நம்பிக் கொடுத்தார்[12].

1939ஆம் ஆண்டு செப்டம்பர் மாதம் 10ஆம் தேதியன்று 'தேசிய இந்துப் படை' ஒன்றினை உருவாக்க வேண்டுமென்று இந்துமகாசபையின் செயற்குழுவினால் ஒரு தீர்மானம் போடப்பட்டது. அதற்கு செயல்வடிவம் கொடுப்பது எப்படியென்பதை சாவர்க்கர் நன்கு அறிந்துவைத்திருந்தார். ஆனால், இரண்டாம் உலகப் போரில் இங்கிலாந்து பங்குபெற்றதைத் தொடர்ந்து நடந்த நிகழ்வுகளால் சாவர்க்கருடைய கனவு தகர்ந்துதான் போனது. ஒருபுறம், 1940ஆம் ஆண்டில் ஆர்.எஸ்.எஸ். இயக்கத்தின் மீது கடுமையான கட்டுப்பாடுகள் போடப்பட்டன.

மறுபுறம் ஆப்தே உருவாக்கிய துப்பாக்கிப் பயிற்சி மையங்களுக்குக் கொடுக்கப்பட்ட அனுமதிகள் திரும்பப் பெறப்பட்டன. இதனால் 'தேசிய தன்னார்வ இராணுவம்' உருவாக்கும் திட்டத்தினை துவங்க முடியாமலேயே போனது.

ஆங்கில வழிக்கல்வியில் படித்து, புகைபிடிக்கும் பழக்கமும் விஸ்கி அருந்தும் பழக்கமும் கொண்ட முப்பது வயதுகூட ஆகாத ஆப்தேவால் சாவர்க்கருடன் இணைந்து பணியாற்றிய காலத்திலும் ஒரு இந்துத்துவவாதிக்கான எந்த அடையாளமும் இருக்கவில்லை. ஆனால் இலட்சியமேதும் இல்லாமலெல்லாம் இல்லை. துப்பாக்கிப் பயிற்சி மையங்களை உருவாக்குவதற்கு செலவிட்ட இரண்டாண்டுகளில் இந்துமகாசபையின் கொள்கைகளை நன்றாகப் படித்து உள்வாங்கிக்கொண்டு அந்த அமைப்பின் உறுப்பினரானான்[13]. ஆனால் தத்துவார்த்த புரிதலைவிடவும் அவனுடைய எல்லைகளற்ற இலட்சியங்களால்தான் அவன் பெரிதாக அறியப்பட்டான். சாவர்க்கருடன் அவனுக்கு ஏற்பட்ட நெருக்கத்தினைப் பயன்படுத்தி, அவன் அடைய நினைத்திருந்த கௌரவமும் அதிகாரமும் ஒரு பள்ளி ஆசிரியராக அவனுடைய எல்லைக்கெல்லாம் அப்பாற்பட்ட கனவாக இருந்தது. சாவர்க்கரிடம் ஆப்தேவுக்கு இருந்த விசுவாசமெல்லாம் கோட்சேவுக்கு இருந்ததை விடவும் முற்றிலும் வேறாகத்தான் இருந்தது. கோட்சே மீது சாவர்க்கருக்கு இருந்த எண்ணங்கள் அளவிற்கு ஆப்தே மீது சாவர்க்கருக்கு இல்லை என்பதுதான் உண்மை. ஆப்தேவின் கனவும் இலட்சியமும்தான் சாவர்க்கரை நெருங்கவைத்தது. அதுவே சாவர்க்கரின் எழுத்துகளுக்கு மிக அருகில் கொண்டு சென்றதாகவும் ஆப்தே குறிப்பிட்டிருந்தான்.

1930களின் இறுதியில் ஆப்தேவின் திட்டங்களை ஆர்.எஸ்.எஸ். அறிந்துகொண்டிருந்தாலும், கோட்சேவைப்போல அந்த இயக்கத்தில் ஆப்தே இணையவே இல்லை. அதனால் கோட்சேவை அதற்கு முன்னர் ஆப்தேவுக்கு அறிமுகம் இல்லை. 1942ஆம் ஆண்டில்தான் பூனாவில் 'இந்து இராஷ்டிர தளம்' என்கிற அமைப்பினை உருவாக்குவதற்காகக் கூட்டப்பட்ட கூட்டத்தில் அவர்கள் இருவரும் முதன்முதலாக நேருக்கு நேர் சந்தித்தனர். அவர்களைச் சந்திக்க வைத்தவர்கள் யாரென்றும் சந்திக்கும்போது என்ன பேசிக்கொண்டார்கள் என்பதும் தெரியவில்லை. அவர்கள் இருவருக்கும் பொதுவாக இருந்த ஒரே மனிதர் சாவர்க்கர்தான்

என்றாலும், அவர்கள் இருவரையும் இணைத்தது யாரென்று அவர்களேகூட இறுதிவரையிலும் எங்கேயும் சொல்லவே இல்லை. அவர்களுக்கிடையிலான உறவின் துவக்கம் குறித்து அப்போதைய ஊடகங்களோ அல்லது வேறு யாரோகூட எதுவுமே எழுதவில்லை.

துப்பாக்கிசுடும் பயிற்சிகளைப் பெற்ற இளைஞர்களின் படையை உருவாக்க வேண்டும் என்று ஆசைப்பட்ட ஆப்தே, இறுதியாக இந்துத்துவ உலகிற்குள் இணைந்துவிட்டான். 1940களின் துவக்கத்தில் இரண்டாம் உலகப் போரால் அவனுடைய கனவுத் திட்டம் நிறைவேறாமல் தடைபட்டுப் போனது. ஆனால் அவனுடைய கனவினை அவனால் கைவிடமுடியவில்லை. எதையும் செய்யாமல் அமைதியாக இருந்து ஏமாந்துபோவதைவிட அழிவுப் பாதையில் செல்வதாக இருந்தாலும் பரவாயில்லை என்பதே ஆப்தேவின் விருப்பமாக இருந்தது. ஆர்.எஸ்.எஸ். மற்றும் இந்துமகாசபையினை இணைத்து இந்து இராஷ்டிர தளத்தை அமைக்கும் கோட்சேவின் ஆசையும் அதிரடிப்படையினை உருவாக்கிவிட வேண்டும் என்கிற ஆப்தேவின் விருப்பமும் மிகச்சரியாக ஒத்துப்போயின. ஆக, 1942ஆம் ஆண்டில் அவர்கள் இருவரும் சந்தித்துக்கொண்டதென்பது, இரண்டு மனிதர்கள் சந்தித்துக்கொண்ட நிகழ்வு மட்டுமல்ல. இரண்டு கனவுகளும் இரண்டு இலட்சியங்களும் சந்தித்துக்கொண்ட நிகழ்வாகவே இருந்தது. அன்று துவங்கிய அவர்களது நட்பானது, இருவரும் தூக்குமேடைக்கு செல்லும் வரையிலும் தொடர்ந்தது.

1942ஆம் ஆண்டில் அவர்கள் இருவரும் சந்தித்துக்கொள்ளும் போதே ஆப்தேவுக்கு இருபத்தி ஒன்பது வயதாகி இருந்தது. கோட்சேவை விட மூன்று வயது இளையவனாக இருந்தான் ஆப்தே. அவன் நன்கு படித்த ஒரு குடும்பத்திலிருந்து வந்த கணித ஆசிரியர். அவனுடைய தந்தையான தத்தாத்ரேய ஆப்தே ஒரு சமஸ்கிருத அறிஞர். அவனுடைய மாமாவான ஹரி நாராயண ஆப்தே மராத்தி மொழி நாவலாசிரியர்[14]. மராட்டிய மண்ணின் பெருமையாக மன்னர் சிவாஜியைத்தான் ஏற்று இருந்தான் ஆப்தே. அவனும் பழைய பேஷ்வாக்களின் ஆட்சியைத்தான் மீட்டுக்கொண்டுவர வேண்டும் என்று விரும்பினான். கோட்சேவுக்கும் அதே கனவுதான் இருந்ததென்றாலும், சாவர்க்கரின் எழுத்துகளைப் படித்தும் உரைகளைக் கேட்டும்தான் கோட்சேவுக்கு அப்படியான எண்ணம் உருவாகியிருந்தது. ஆனால் ஆப்தேவுக்கோ, அவனுடைய தந்தை எழுதிய மன்னர் சிவாஜியின் வாழ்க்கை வரலாற்று நூலை

சிறுவயதில் படித்ததில் இருந்துதான் அவனுடைய கனவுகள் செதுக்கப்பட்டன.

ஐந்தடி எட்டு அங்குலம் உயரத்தையும் எப்போதும் திடமான நம்பிக்கையோடு இருப்பதைப்போன்ற முகத்தோற்றமும் கொண்டவனாக ஆப்தே இருந்தான். அடர்த்தியான கருப்பு முடியும், எதையும் வெளிப்படுத்தும் திறன்கொண்ட கண்களும், எப்போதும் உதிர்ப்பதற்குத் தயாராக இருக்கிற சிரிப்பும்தான் அவனது முக்கியமான அடையாளங்கள். தன்னுடைய தேவைகளை வெளிப்படையாகப் பேசி, காரியத்தை சாதித்துக்கொள்ளும் திறன் படைத்தவனாக இருந்தான் ஆப்தே. ஆனால் கோட்சேவோ இதற்கெல்லாம் நேர் மாறானவனாக இருந்தான். ஐந்தடிக்கு சற்று கூடுதலான உயரம் கொண்டவனாகவும் அமைதியாக எதையும் உற்று கவனிப்பவனாகவும் அதிகம் பேசாதவனாகவுமே இருந்தான் கோட்சே. அவன் தன்னம்பிக்கையற்றவனாகவே எப்போதும் காட்சியளித்தான்.

அவர்கள் இருவரும் தேர்ந்தெடுத்து அணியும் ஆடைகளிலுமே கூட மிகப்பெரிய வேறுபாடுகள் இருந்தன. பழமைவாதம் அப்பட்டமாகத் தெரியும் விதத்தில்தான் கோட்சேவின் ஆடைகள் இருக்கும். ஆனால் ஆப்தேவோ, மேற்கத்திய உடைகளையே விரும்பி அணிந்தான். கருப்பு அல்லது சாம்பல் நிறத்தாலான கால்சட்டையும், மென்மையான சட்டைகளும்தான் ஆப்தேவின் விருப்பமான உடைகளாக இருந்தன. குளிர்காலத்தில் மேலங்கியும் காலரை மடிக்காமல் சட்டையும் அணிவதுதான் ஆப்தேவுக்குப் பிடிக்கும். எதற்கும் வளைந்துகொடுக்காதவனாகவும் எப்போதும் பரபரப்பாகவும் கோட்சே இருந்தான். ஆனால் ஆப்தேவோ சூழலுக்குத் தகுந்தவாறும் இலாபத்திற்காக எதையும் செய்பவனாகவும் இருந்தான். காபியைத் தவிர வேறெந்த உணவிலும் பெரியளவுக்கு அதீத ஈடுபாடு கோட்சேவுக்கு இருக்கவில்லை. ஆனால் ஆப்தேவோ உணவு உண்பதிலும், புகைப்பிடிப்பதிலும், மது அருந்துவதிலும் தனிக்கவனம் செலுத்தினான்.

எல்லாவற்றிற்கும் மேலாக பெண்களின் மீதான அணுகுமுறையில் அவர்கள் இருவரும் இரண்டு எதிரெதிர் துருவங்களாக இருந்தனர். கோட்சேவைப் பொறுத்தவரையிலும் ஒரு உண்மையான மதநம்பிக்கை கொண்ட இந்துவாகவும் ஆர்.எஸ்.எஸ். இயக்கத்தின் ஸ்வயம்சேவகனாகவும் இருப்பதால் மனைவியையும் அம்மாவும் சகோதரியையும் தவிர வேறுபெண்களை ஏறெடுத்துக்கூட

பார்க்கக்கூடாது என்கிற புரிதலில்தான் இருந்தான். இன்னும் சொல்லப்போனால் பெண்கள் இருக்கும் இடத்தையே அருவருப்பாகவே உணர்ந்தான். அதனால் இறுதிவரையிலும் கோட்சே திருமணமே செய்துகொள்ளவில்லை. ஆனால் ஆப்தேவோ கண்ணில்படுகிற பெண்களின் பின்னாலேயே செல்லும் எண்ணங்கொண்டவன். 1932ஆம் ஆண்டே அவனுக்குத் திருமணமாகி ஒரு மகன் இருந்தபோதும் கூட, மற்ற பெண்களின் மூலம் பாலியல் பலன்கள் கிடைக்குமா என்று எப்போதும் அலைந்துகொண்டேதான் இருந்தான் ஆப்தே.

கோட்சேவுக்கும் ஆப்தேவுக்கும் மிக அபூர்வமாகத்தான் ஒற்றுமைகளே இருந்தன. ஆனாலும் அவர்களுக்கு இருந்த இந்துத்துவக் கொள்கை மீதான ஈர்ப்புதான் அவர்களை ஒன்றிணைத்திருக்கிறது. சாவர்க்கரின் பேச்சைக் கேட்டு நடப்பதிலும் பேஷ்வாக்களின் பழைய ஆட்சியை மீட்டுக்கொண்டுவருவதற்காக சித்பவன் பார்ப்பனர்களுடன் இணைந்து செயல்படுவதிலும் அவர்கள் இருவருக்கும் ஒற்றுமை இருந்தது. தனிப்பட்ட குணநலன்களில் நிறைய வேறுபாடுகளும் முரண்பாடுகளும் இருந்தபோதிலும், இருவரும் ஒன்றாகப் பயணிப்பதுதான் இருவருக்குமே நல்லது என்று அவர்கள் இயல்பாகவே புரிந்துகொண்டனர். இல்லையென்றால் இலக்கில்லாமல் எங்கேயோ சுற்றிக்கொண்டிருக்க வேண்டிவரும் என்பதையும் யூகித்துவிட்டனர். அதனால் மாறுபட்ட குணநலன்களை ஒதுக்கிவைத்துவிட்டு, ஒரேமாதிரியான கனவுகளைக் கருத்தில்கொண்டு அவர்கள் கைகோர்த்தனர்.

∞

1942ஆம் ஆண்டின் கோடைகாலத்தில் துவங்கப்பட்ட இந்து இராஷ்டிர தளத்தின் உருவாக்கத்திற்கு கோட்சேவையும் ஆப்தேவையும் விட மிக அதிகமான உழைப்பைக் கொடுத்தது ஆர்.எஸ்.எஸ்.தான். கோட்சேவும் ஆப்தேவும் மட்டுமல்லாமல் இந்துமகாசபையின் உறுப்பினர்களும் உதவினார்கள்தான் என்றாலுமேகூட, ஆர்.எஸ்.எஸ்.தான் தன்னுடைய ஒட்டுமொத்த பலத்தையும் பயன்படுத்தி அதனை சாத்தியமாக்கியது. இந்து இராஷ்டிர தளம் என்பதை இந்துமகாசபையின் அதிகாரப்பூர்வமற்ற உட்பிரிவாக பரவலாக சொல்லப்பட்டாலும், ஆர்.எஸ்.எஸ்.தான் அதன் உருவாக்கத்தில் முக்கியப்பங்காற்றியிருக்கிறது. ஆனால் அந்த உண்மையை எப்போதும் வெளிப்படையாக ஆர்.எஸ்.

எஸ். ஒப்புக்கொண்டதே இல்லை. ஆர்.எஸ்.எஸ். இயக்கமும் கோட்சே புதிதாக இணைந்திருந்த இந்துமகாசபையும் ஒன்றோடு ஒன்று பின்னிப்பிணைந்துதான் செயல்பட்டன என்பதற்கு இந்து இராஷ்டிர தளமும் ஒரு மிகமுக்கியமான உதாரணமாகும்.

சுறுசுறுப்பான கூட்டமாக சுற்றிக்கொண்டிருந்த ஆர்.எஸ்.எஸ். இயக்கத்தினுடைய இளஇரத்தம் பாய்ந்த ஸ்வயம்சேவர்களின் ஆர்வமும் வேகமும் 1940களின் துவக்கத்தில் குறைய ஆரம்பித்திருந்தது. தங்களை ஒரு இராணுவப் படையின் வீரர்களாக நினைத்துக்கொண்டிருந்த அவர்களை ஆங்கிலேய அரசின் தடைதான் கொஞ்சம் தளர்த்திவிட்டுப் போயிருந்தது. ஆர்.எஸ்.எஸ். இயக்கத்தின் ஷாகாக்களில் கலந்துகொள்வதுதான் வீரத்திற்கும் ஆண்மைக்குமான அடையாளமாக நினைத்திருந்த அவர்கள் கொஞ்சம் சோர்ந்துதான் போயிருந்தனர். ஷாகாக்களுக்கு தடைவிதிக்கப்பட்ட பின்னர் மைதானங்களில் எந்தப் பயிற்சியும் செய்யமுடியாமல் அமைதியாக அவர்களுடைய தலைவர்களின் பேச்சைமட்டுமே கேட்டுக்கொண்டிருக்க வேண்டிய நிலைக்குத் தள்ளப்பட்டனர். எதற்குமே பயன்படாத ஒரு வாழ்க்கையாக அதனைப் பார்க்கத் துவங்கினர்.

வாழ்க்கையே வெறுத்துப்போனதாக நினைத்துக்கொண்டிருந்த நிலையில்தான் ஆர்.எஸ்.எஸ். இயக்கத்தில் கோட்சே சேர்ந்திருந்தான். அதே போன்ற நிலையை ஆங்கிலேய அரசு விதித்த தடையினால் ஆர்.எஸ்.எஸ். இயக்கத்தின் ஸ்வயம்சேவகர்களும் அடைந்திருந்தனர். அந்தத் தடை குறித்தும் அதனால் இயக்கத்தில் ஏற்பட்ட பாதிப்புகள் குறித்து, பூனா மற்றும் அதனைச் சுற்றியும் வாழ்ந்துவந்த ஸ்வயம்சேவகர்கள் வருத்தத்துடன் இருந்தனர். இந்து இராஷ்டிர தளத்தினால் ஏற்பாடு செய்யப்பட்ட துவக்கவிழா மற்றும் பயிற்சி முகாமில் கலந்துகொள்வதற்காக ஏராளமானோர் கூட்டங்கூட்டமாக வந்திருந்தனர்.

"மே ஒன்றாம் தேதி முதல் பதினெட்டாம் தேதி வரையிலும் முதலாம் முகாம் நடத்தப்பட்டது. அதில் 160 ஸ்வயம்சேவகர்களும் ஆதரவாளர்களும் பங்கெடுத்தனர்"

என்று கோட்சே நினைவுபடுத்தினான்.[15] கோட்சேவின் நெருங்கிய நண்பரான லக்ஷ்மண் கணேஷ் தத்தே என்பவரும் அதில் கலந்துகொண்டார். அவர் இந்துமகாசபையின் உறுப்பினரும் கூட

"ஆர்.எஸ்.எஸ். இயக்கத்தில் இருக்கும் நம்பிக்கையான ஆண்களைக் கொண்டுதான் இந்து இராஷ்டிர தளமே உருவாக்கப்பட்டது" என்று அவர் குறிப்பிட்டிருக்கிறார்[16].

ஆர்.எஸ்.எஸ். இயக்கத்துடன் நல்லிணக்கத்தோடு இந்து இராஷ்டிர தளம் பணியாற்றியது. இந்து இராஷ்டிர தளத்தில் இணைந்ததற்காக ஒரேயொரு ஆர்.எஸ்.எஸ்.காரர் கூட அமைப்பில் இருந்து விலக்கிவைக்கப்படவில்லை. அதுமட்டுமில்லாமல் இந்து இராஷ்டிர தளத்தில் இருந்து தள்ளியிருக்குமாறு கூட ஆர்.எஸ். எஸ். இயக்கமோ அதன் தலைவர்களோ ஒரேயொரு அறிக்கை கூட வெளியிடவில்லை. அதனால் ஆர்.எஸ்.எஸ். இயக்கத்தில் இருந்து பிரிந்துபோன இயக்கமென்கிற பார்வையெல்லாம் ஏற்படாமல், இந்து இராஷ்டிர தளத்திலும் கலந்துகொள்வதற்கேற்ப இயல்பானதொரு கூட்டணியாக அது அமைந்தது.

ஆர்.எஸ்.எஸ். இயக்கத்தின் மகாராஷ்டிர தலைவரான லிமயேதான் இந்து இராஷ்டிர தளத்தின் முதல் மகாராஷ்டிர தலைவராகவும் செயல்பட்டார்.

"எங்களது மாநில தலைவராக ஸ்ரீகாசிநாத் லிமயே அவர்கள் செயல்படத் துவங்கினார்" என்று பிற்காலத்தில் உண்மையைப் போட்டு உடைத்தான் கோட்சே[17]. இந்து இராஷ்டிர தளத்திற்கும் ஆர். எஸ்.எஸ். இயக்கத்திற்கும் எவ்விதத் தொடர்புமே இல்லையென்றும், அந்த புதிய இயக்கமே இந்துமகாசபையின் ஒரு கிளை அமைப்பாக அதன் தலைவரான சாவர்க்கரின் விசுவாசிகளால் உருவாக்கப்பட்ட இயக்கம்தான் என்றும் நம்பவைக்கப்பட்டிருந்த காலத்தில்தான் கோட்சே இந்த உண்மையை போட்டுடைத்தான்.

"இதுபோன்ற விவாதங்களும் வகுப்புகளும் இந்துக்களின் ஒட்டுமொத்த தற்கால நிலையினை மேம்படுத்துவதற்காகவும் இந்து ஒற்றுமையை பலப்படுத்துவதற்காகவும்தான் நடத்தப்படுகின்றன" என்று பூனா முகாம் குறித்து கோட்சே தெரிவித்தான்[18]. ஆனால் இதற்குப் பின்னால், இந்து இராஷ்டிர தளம் உருவாக்கப்பட்டதற்கு மறைமுகமான வேறுசில நோக்கங்கள் இருந்தன. அரசியலற்ற அமைப்பாக வெளியில் தன்னைக் காட்டிக்கொண்டே, இந்துமகாசபையோ அல்லது ஆர்.எஸ்.எஸ்.சோ வெளிப்படையாக செய்துவிட முடியாத வன்முறை வெறியாட்டங்களை மறைமுகமாக நடத்துவதே இந்து இராஷ்டிர தளத்தின் நோக்கமாக இருந்தது[19].

சதிகலந்த சித்தாந்தமும் வன்முறை செய்வதற்கான வாய்ப்பு கிடைக்கும் என்று கொடுக்கப்பட்ட வாக்குறுதியுமாக சேர்ந்து இந்து இராஷ்டிர தளத்தின் மீதான ஈர்ப்பினை பெரும்பாலான ஆர்.எஸ்.எஸ். ஸ்வயம்சேவகர்களிடம் ஏற்படுத்தியது. பூனா முகாமில் கலந்துகொண்ட அப்படியான இளவயதினரை கவரும்விதமாகவே இந்து இராஷ்டிர தளத்தைச் சேர்ந்த உறுப்பினர்களுக்கு குதிரையேற்றம் உள்ளிட்ட பயிற்சிகள் அளிக்கப்பட்டன.

"ஆப்தேதான் குதிரையேற்றப் பயிற்சிக்கான பொறுப்பாளராக இருந்தார். பயிற்சியில் கலந்துகொண்டவர்களுக்கு குதிரையில் ஏறவும் இறங்கவும் அவர் கற்றுக்கொடுத்தார்" என்று பூனா முகாமை ஒருங்கிணைத்தவர்களில் ஒருவரும் சாவர்க்கரின் விசுவாசியுமான வாசுதேவ் பல்வந்த் கோகதே என்பவர் பின்னாளில் எழுதினார்[20]. 1931ஆம் ஆண்டு பம்பாயின் தற்காலிக ஆங்கிலேய ஆளுநராகப் பொறுப்பேற்று ஃபெர்குசன் கல்லூரிக்கு சென்றிருந்த சர் எர்னஸ்ட் ஹோட்சனைக் கொல்வதற்காக முயன்று, அதில் தோல்வியடைந்த ஒரு இளைஞராக அப்போது பரபரப்பாகப் பேசப்பட்டவர்தான் கோகதே. அவர் சுட்ட இரண்டு குண்டுகளும் ஹோட்சன் மீது படவே இல்லை. சம்பவ இடத்திலேயே கோகதே கைதுசெய்யப்பட்டு, விசாரணையின் இறுதியில் பத்தாண்டுகள் சிறைதண்டனையும் வழங்கப்பட்டது. பின்னர் அது ஆறாண்டுகளாக குறைக்கப்பட்டு 1937ஆம் ஆண்டில் சிறையில் இருந்து விடுதலை செய்யப்பட்டார்.

1942ஆம் ஆண்டில் கோட்சே மற்றும் ஆப்தேவைப் போன்றே இந்து இராஷ்டிர தளத்தின் மிகமுக்கியமான ஒருங்கிணைப்பாளராக செயல்பட்டார் கோகதே.

"பூனாவில் இருந்து மட்டுமல்லாமல் மிராஜ், சாங்கிலி மற்றும் சத்தாராவில் இருந்தும் ஏராளமான ஆர்.எஸ்.எஸ். ஸ்வயம்சேவகர்கள் அந்த முகாமில் கலந்துகொண்டனர். அந்த முகாமில் நடத்தப்பட்ட தத்துவார்த்த வகுப்புகளுக்கு நான் பொறுப்பேற்றிருந்தேன். கோட்சேதான் ஒட்டுமொத்த முகாமையும் ஒருங்கிணைக்கும் பணியை செய்துவந்தார். வகுப்புகளையும் பயிற்சிகளையும் நிகழ்விற்கான ஏற்பாடுகளையும் ஒருங்கிணைப்பது போன்றவை கோட்சேவின் பணியாக இருந்தது" என்றார் கோகதே[21].

ஃபெர்குசன் கல்லூரிக்கு எதிரே இருந்த தனிநபருக்கு சொந்தமான ஒரு இடத்தில்தான் அந்த முகாம் நடை பெற்றது என்றார் கோகதே.

அதில் சாவர்க்கர் மற்றும் ஜம்னாதாஸ் மேத்தா உள்ளிட்ட ஏராளமான இந்துத்துவத் தலைவர்கள் கலந்துகொண்டதாகவும் அவர் தெரிவிக்கிறார்.

"முகாமின் பல்வேறு நிகழ்வுகளையும் செயல்பாடுகளையும் சாவர்க்கர் கூர்ந்து கவனித்தார். இறுதியாக ஒரு உணர்ச்சிமிக்க உரையாற்றிவிட்டு முகாமை முடித்துவைத்தார்" என்கிறார் கோகதே[22].

இந்து இராஷ்டிர தளம் அமைத்தது கோட்சேவின் வாழ்க்கையில் மிகப்பெரிய மைல்கல்லாகும். இந்துமகாசபைக்கும் ஆர்.எஸ்.எஸ்.-க்குமான ஒரு முக்கியமான இணைப்புப் பாலமாக தன்னால் மாறமுடிந்ததை பெரும்சாதனையாக அவன் நினைத்தான். ஆங்கிலேய அரசு விதித்திருந்த போர்க்காலத் தடையினைக் கருத்தில்கொண்டு, இந்து இராஷ்டிர தளத்திற்கான உரிமையை பொதுவெளியில் கோருவதற்கு இரண்டு இயக்கங்களும் தயாராக இல்லை. ஆனாலும் இந்து இராஷ்டிர தளத்தைத் தன்னுடைய இயக்கத்தின் ஒரு பகுதியாகத்தான் அவ்விரண்டு இயக்கங்களும் பார்த்தன. அதிலும் மிகவும் குறிப்பாக, ஷாகாக்கள் நடத்தமுடியாத காரணத்தால் நம்பிக்கையிழந்து விரக்தியில் இருந்த தன்னுடைய ஸ்வயம்சேவர்களெல்லாம் இப்புதிய இயக்கத்தின் செயல்பாடுகளில் கலந்துகொண்டு புத்துணர்ச்சி பெறுவதைப் பார்த்து ஆர்.எஸ்.எஸ். மகிழ்ச்சியடைந்தது. அரசியல் களத்தில் எதுவும் செய்யமுடியாமல் ஆர்.எஸ்.எஸ். தவித்துக்கொண்டிருந்த அக்காலகட்டம்தான் கோட்சேவின் மிகச்சிறந்த காலமாக மாறியது.

இந்து இராஷ்டிர தளம் உருவாக்கப்பட்டதும் பூனாவின் இந்துத்துவவாதிகள் மத்தியில் கோட்சேவின் மதிப்பு கூடியது. இந்து தேசத்தை உருவாக்குவதில் அவனுக்கு இருக்கிற அர்ப்பணிப்பும், நிகழ்வுகளை ஒருங்கிணைக்கும் தன்மையும், பேச்சாற்றலும், அறிவாற்றலும் பெரிதாகப் பேசப்பட்டன. இந்துத்துவ அமைப்புகளுக்குத் தகுதியான ஒரு நபராக அவன் பார்க்கப்பட்டான். இவையெல்லாம் சேர்ந்து அவனது தன்னம்பிக்கையினையும் தற்பெருமையையும் கூட்டின. இருப்பினும் இந்த செயல்பாடுகளை எல்லாம் எந்தளவுக்குக் கொண்டுபோய் நிறுத்தவேண்டும் என்பதிலும் அவன் கவனமாகவே இருந்தான். இந்து இராஜ்ஜியம் அமைப்பதற்கான இலக்கின் போராளியாகத்

தன்னைத்தானே அவன் நினைத்துக்கொண்டபோதும், அவனுடைய நடவடிக்கைகள் எதுவுமே ஆங்கிலேய அரசினை எந்தவகையிலும் தொல்லை செய்துவிடக்கூடாது என்பதிலும் அவன் மிகுந்த கவனத்தோடு இருந்தான்.

சுமார் மூன்று மாதங்களுக்குப் பிறகு ஆகஸ்ட் 9ஆம் தேதியன்று காந்தி உள்ளிட்ட பல முக்கியமான காங்கிரஸ் தலைவர்களை ஆங்கிலேய அரசு கைதுசெய்தபோது, ஆர்.எஸ்.எஸ். மற்றும் இந்துமகாசபையைப் போன்றே ஓரமாக உட்கார்ந்து நடப்பவற்றையெல்லாம் அமைதியாக வேடிக்கை பார்க்கத் துவங்கினான் கோட்சே. அவனுடைய பங்களிப்பில் உருவான இந்து இராஷ்டிர தளமோ இந்த சூழலிலும் காலனிய ஆதிக்க அரசினை எதிர்ப்பதற்கு எந்த முயற்சியும் செய்யவில்லை. காங்கிரஸ் தலைவர்கள் கைதுசெய்யப்படுவதற்கு முந்தைய நாளில்தான் ஆங்கிலேயர்களை உடனடியாக இந்தியாவை விட்டு வெளியேறச் சொல்லும் 'வெள்ளையனே வெளியேறு' என்கிற தீர்மானத்தை அகில இந்திய காங்கிரஸ் நிறைவேற்றியிருந்தது. இந்திய தேசத்தின் பெருவாரியான மக்களுடைய விருப்பத்திற்கு காங்கிரஸ் ஒருபோதும் தடையாக இருக்காது என்றும் காந்தியின் தலைமையில் அறவழியிலான வெகுமக்கள் போராட்டத்தை அங்கீகரித்து வழிநடத்த உறுதியேற்கிறது என்றும் அத்தீர்மானத்தில் கூறப்பட்டிருந்தது[23].

கோட்சேவின் உலகமாகவே இருந்த பம்பாய் மாகாணம்தான், வெள்ளையனே வெளியேறு போராட்டத்தின் மையப்புள்ளியாக இருந்தது. அகில இந்திய காங்கிரஸ் கமிட்டியில் தீர்மானம் நிறைவேற்றப்பட்டதே பம்பாயில்தான். மறுநாள் காந்தி கைதுசெய்யப்பட்ட செய்தி பரவியதும், அதிக எண்ணிக்கையிலான மக்கள்திரளுடன் பம்பாயில் பெரும்போராட்டங்கள் வெடித்தன. உள்ளூர் இரயில்களைத் தாக்குவது, தொலைபேசிக் கம்பிகளை அறுத்தெறிவது, அஞ்சல் அலுவலகங்களை சேதப்படுத்துவது, தெருவிளக்குகளை உடைப்பது உள்ளிட்ட பல்வேறுவிதமான எதிர்ப்புகளை மக்கள் வெளிக்காட்டத் துவங்கினர். பள்ளிகளும் கல்லூரிகளும் மூடப்பட்டன. அதேபோன்று பம்பாயின் பெரும்பாலான பகுதிகளில் இயங்கிவந்த சந்தைகளும் கடைவீதிகளும் செயல்படவிடாமல் முடக்கப்பட்டன. சித்பவன் பார்ப்பனர்களின் மையப்பகுதியாகக் கருதப்பட்ட பூனா உள்ளிட்ட பம்பாய் மாகாணத்தின் மற்ற நகரங்களிலும் இதே போன்ற போராட்டங்கள் பரவத்துவங்கின.

பம்பாயில் இருந்து வெள்ளையனே வெளியேறு போராட்டங்கள் இந்தியாவின் மற்ற பகுதிகளுக்கும் பரவ ஆரம்பித்தன. போராட்டங்கள் நாடெங்கிலும் வலுப்பெற்று ஆங்கிலேய அரசுக்கு எதிரான கலவரங்களாகவும் பல இடங்களில் மாறின. அவற்றை அடக்குவதற்காக கொடூரமான தாக்குதலை போராட்டக்காரர்கள் மீது ஆங்கிலேய அரசு ஏவியது. அதன் விளைவாக மிகப்பெரிய எண்ணிக்கையிலான மரணங்களும் நிகழ்ந்தன. 1028 பேர் இறந்ததாக ஆங்கிலேய அரசே அதிகாரப்பூர்வமாக அறிவித்தது. ஆனால் உண்மையான எண்ணிக்கையை அரசு மறைத்துச் சொல்வதாகவும் 10000 த்திற்கும் மேற்பட்டோர் கொல்லப்பட்டிருக்கிறார்கள் என்றும் நேரு தெரிவித்தார்[24].

பம்பாயைப் போல வங்காளத்திலும் காத்திரமான போராட்டங்கள் நடைபெற்றன. தந்திக் கம்பிகள் அறுத்தெறியப்பட்ட நூற்றுக்கணக்கான நிகழ்வுகள் நடந்தேறின. அஞ்சல்பெட்டிகளும் அதற்குள்ளே போடப்பட்ட கடிதங்களும் தீவைத்துக் கொளுத்தப்பட்டன. கிராமப் பஞ்சாயத்துத் தலைவர்களையும் மற்ற உள்ளூர் அரசு அதிகாரிகளையும் பதவி விலகச் சொல்லி போராட்டக்காரர்கள் கட்டாயப்படுத்திய சம்பவங்களும் நடந்தன[25].

இப்படியான மக்களின் எழுச்சியானது, கோட்சேவின் நிலையினை சிக்கலாக்கியது. ஆனாலும் மிகவும் கவனமாக அச்சூழலைக் கையாண்டான். அவனைப் பொறுத்தவரையில் தேசவிடுதலைப் போராட்டங்களெல்லாம் அவனது வரையறையிலோ விருப்பத்திலோ இல்லவே இல்லை. காந்தியைக் கொன்றபிறகு நடத்தப்பட்ட விசாரணையின் போதோ அல்லது செங்கோட்டையில் சிறப்பு நீதிமன்றத்தின் முன்பு அளித்த வாக்குமூலத்திலோ கூட 'வெள்ளையனே வெளியேறு' போராட்ட காலத்தை கோட்சே மிகவும் கவனமாக தவிர்த்துவிட்டுத்தான் பேசினான் என்பது குறிப்பிடத்தக்கது. வெள்ளையனே வெளியேறு போராட்டங்களை ஆர்.எஸ்.எஸ்.சும் இந்துமகாசபையும் கண்டுகொள்ளாமல் இருந்ததன் தாக்கம்தான் கோட்சேவின் அணுகுமுறையிலும் வெளிப்பட்டது.

ஆர்.எஸ்.எஸ். இயக்கத்தில் தீவிரமாக இயங்கிக்கொண்டு, பூனாவில் உயர்நிலைப் பள்ளிப் படிப்பை முடிக்கும் தருவாயில் இருந்த எஸ்.ஹெச்.தேஷ்பாண்டேவுக்கு ஆர்.எஸ்.எஸ். இன் இந்த மயான அமைதி அதிர்ச்சிக்குள்ளாக்கியது. அவ்வியக்கம் ஒரு உண்மையான புரட்சிகர இயக்கமாக மாறிக்கொண்டிருந்ததாக அவர் நம்பியது பொய்த்துப்போனது.

"வெள்ளையனே வெளியேறு போராட்டங்களெல்லாம் வேகமெடுத்துக் கொண்டிருந்த வேளையில் ஆர்.எஸ்.எஸ். மிகவும் அமைதியாக வேடிக்கை மட்டுமே பார்த்துக்கொண்டிருந்தது. எங்களுடைய பள்ளியில் நடத்தப்பட்ட வகுப்பொன்றில் இதனை நியாயப்படுத்தி ஒரு ஆசிரியர் பேசினார். ஆர்.எஸ்.எஸ். இயக்கமோ இந்தியாவோ தற்போதைக்கு ஆங்கிலேய அரசை வெளியேற்றும் அளவிற்கு பலம்பொருந்தியதாக இல்லையென்றும், அதனால் இப்போதைக்கு ஆங்கிலேயர்களை எதிர்த்துப் போராடி இரத்தம் சிந்துவதெல்லாம் வீண் வேலையென்றும் எனது ஆசிரியர் கூறினார்" என்று தன்னுடைய நினைவுக்குறிப்பில் எழுதியிருக்கிறார் எஸ். ஹெச்.தேஷ்பாண்டே[26].

எஸ்.ஹெச்.தேஷ்பாண்டேவைப் பொறுத்தவரையில் ஆர். எஸ்.எஸ். வகுப்பில் முன்வைக்கப்பட்ட அந்த வாதம் ஏற்றுக்கொள்ளக்கூடியதாகவே இருந்திருக்கிறது. வன்முறைகளால் ஏற்படக்கூடிய புரட்சியில் அவருக்கு நம்பிக்கை இல்லை. வெள்ளையனே வெளியேறு போராட்டத்தில் ஏராளமான வன்முறைகள் நிகழ்ந்துகொண்டிருந்ததால், ஆர்.எஸ்.எஸ். கூறிய வாதம் சரியென்றே தேஷ்பாண்டேவுக்குத் தோன்றியிருக்கிறது. அவர் படித்த என்.எம்.வி. உயர்நிலைப் பள்ளியில் பணிபுரிந்துகொண்டிருந்த அனைத்து ஆசிரியர்களும் ஆர்.எஸ்.எஸ். ஆதரவாளர்களாகத்தான் இருந்திருக்கின்றனர். அதனால் அந்தப் பள்ளியே ஒரு ஆர்.எஸ்.எஸ். பள்ளியைப் போன்றுதான் செயல்பட்டு வந்திருக்கிறது.

"நான் மெட்ரிகுலேசன் பள்ளியில் படித்துக் கொண்டிருந்தேன். ஆர்.எஸ்.எஸ். இயக்கத்தில் உறுப்பினர்களாக இருந்த என்னுடைய பள்ளியின் மாணவர்களுக்குத் தலைவனாக நான் அப்போது இருந்தேன். அதனால் 1942ஆம் ஆண்டில் நடைபெற்ற வெள்ளையனே வெளியேறு போராட்டத்தின் போது ஒரேயொரு நாள் கூட எங்களுடைய பள்ளியை மூடவிடாமல் நான் பார்த்துக்கொண்டேன். காங்கிரஸ் ஆதரவு கொண்ட மற்ற பள்ளி மாணவர்கள் பலநேரம் எங்களுடைய பள்ளியின் வாசலில் நின்றுகொண்டு வெள்ளையே வெளியேறு போராட்டத்தின் முழக்கங்களை எழுப்பி எங்களுடைய பள்ளி மாணவர்களையும் போராடத் தூண்டினார்கள். ஒருமுறை வெள்ளையனே வெளியேறு போராட்டக்காரர்கள் சிலர் ஒன்றுகூடி எங்களுடைய பள்ளி வாசலில் நின்றுகொண்டு பள்ளியில் நடந்துகொண்டிருந்த வகுப்புகளை

நிறுத்தச்சொல்லி குரல் எழுப்பினார்கள். ஆனால் ஆர்.எஸ்.எஸ். உறுப்பினர்களாக இருந்த மாணவர்கள் நாங்களெல்லாம் ஒன்றாகத் திரண்டு, வெளியே நின்றுகொண்டிருந்தவர்களை சுற்றிவளைத்து அடித்துவிரட்டினோம்."

என்று தன்னுடைய பழைய நினைவுகளை எஸ்.ஹெச்.தேஷ்பாண்டே எழுதியிருக்கிறார்[27].

எஸ்.ஹெச்.தேஷ்பாண்டாவேப் போல எல்லோராலும் ஆர்.எஸ்.எஸ். இன் இந்த நிலைப்பாட்டினை ஏற்றுக்கொள்ளமுடியவில்லை. சீனிவாஸ்.டி. ஆச்சார்யா என்கிற பதினாரு வயதுடைய மற்றொரு மாணவரும் அதே பள்ளியில் படித்துவந்தார். அவர் தேஷ்பாண்டேவை விட ஒரு வயதும் வகுப்பும் இளையராக இருந்தார். அவருக்கு அப்போது வெள்ளையனே வெளியேறு போராட்டத்தில் கலந்துகொள்ள வேண்டும் என்கிற ஆர்வம் இருந்திருக்கிறது. ஆனால் அவரால் ஆர்.எஸ்.எஸ்.-இன் கட்டுப்பாட்டையும் தேஷ்பாண்டேவின் அதிகாரத்தையும் மீறி செயல்படமுடியவில்லை.

"வெள்ளையனே வெளியேறு போராட்டமென்பது காங்கிரசின் போராட்டமென்றும், ஆர்.எஸ்.எஸ். இயக்கத்தால் மற்றொரு போராட்டம் துவக்கப்படும்போது அதில் கலந்து கொள்ளலாம் என்றும் ஆர்.எஸ்.எஸ். ஊழியர்களான நாங்கள் நம்பவைக்கப்பட்டோம். அப்படியான போராட்டம் துவங்கப்படும்போது அதன் முடிவில் இந்து தேசமே அமைக்கப்பட்டுவிடும் என்றும் எங்களுக்குச் சொல்லப்பட்டது. ஸ்வயம்சேவகர்களால் இந்த வாதத்தினை ஏற்கமுடியாமல் போனது. அவர்கள் ஆர்.எஸ்.எஸ். இயக்கத்தை விட்டே அப்போது வெளியேறினர். ஆனால், நான் அப்போது வெளியேறவில்லை. எங்களுடைய நண்பர் கூட்டத்தில் நான் தனித்து விடப்பட்டுவிடுவேன் என்று பயந்தே ஆர்.எஸ்.எஸ். இயக்கத்தில் தொடர்ந்து இருந்துவிட்டேன்" என்று தன்னுடைய கடந்தகாலத்தை நினைவுகூர்கிறார் சீனிவாஸ்.டி. ஆச்சார்யா[28].

ஆர்.எஸ்.எஸ். இயக்கத்தை விட்டு கடைசிவரையிலும் சீனிவாஸ்.டி. ஆச்சார்யா வெளியேறவே இல்லை. தன்னுடைய தொன்னூறாவது வயதில் கூட அவருடைய உடல் ஒத்துழைப்பு வழங்கியபோதெல்லாம் பூனாவில் நடைபெற்ற ஷாகாக்களில் அவர் கலந்துகொண்டிருக்கிறார்.

☙

மே மாதத்தில் இந்து இராஷ்டிர தளத்தின் முகாம் நடத்தப்பட்ட பிறகு, கோட்சேவின் உலகில் மெதுவாகத் துவங்கி, பின்னர் அதிவேகமாகப் பல மாற்றங்கள் நிகழத்துவங்கின. அவனுக்கு தற்பெருமை அதிகமாகி இருந்தபோதிலும், அதிரடியான கருத்துகள் எதையும் அவன் பேசவெல்லாம் இல்லை. மிகவும் பிற்போக்குவாத அரசியல் பின்னணியைக் கொண்ட சித்பவன் பார்ப்பனர்களின் அரசியல் குழுவுடனே அவன் பயணித்தது அதற்கு முக்கியமான காரணமாகும். போராளிகளுடன் துணையாக இருப்பதைப் போல் காட்டிக்கொண்டான். ஆனால் புரட்சிகர கருத்தையெல்லாம் அவன் ஏற்கவே இல்லை. மிகுந்த கோபம் கொண்ட ஒரு இளைஞனாகத் தன்னைக் காட்டிக்கொண்டான். ஆனால் ஒருபோதும் அந்தக் கோபத்தை வெளிக்காட்டி எந்த அபாயத்திலும் அவன் சிக்கிக்கொண்டதே இல்லை. தெளிவான கருத்தைக் கொண்டிருப்பவன் போலவே காட்டிக்கொண்டபோதும், அவன் பேசும் அனைத்திலும் முரண்பாடுகளும் குழப்பங்களும் நிறைந்திருந்தன.

வெள்ளையனே வெளியேறு இயக்கத்தின் போராட்டங்களால் இந்தியாவே அதிர்ந்துகொண்டிருந்த வேளையில், அதனை ஆதரிக்கவேண்டும் என்று இந்துமகாசபைக்கு உள்ளிருந்தும் குரல்கள் வலுக்கத் துவங்கின. ஆங்கிலேயர்களை எதிர்த்து அரசியல் பேசக்கூடாது என்பதே கோட்சேவின் பார்வையாக இருந்தது. அதனால் என்ன விலைகொடுத்தேனும் வெள்ளையனே வெளியேறு போராட்டத்தை ஆதரிக்காத தன்னுடைய கருத்தையே இந்துமகாசபையின் கருத்தாக வைத்திருக்க வேண்டும் என்று கோட்சே நினைத்தான்.

வெள்ளையனே வெளியேறு போராட்டம் வங்காளத்தில் தீவிரமாகப் பரவியிருந்ததால், அங்கிருந்த இந்துமகாசபையையும் அது அசைத்துப் பார்த்தது. இது ‘விடுதலைக்கான போர்’ என்று எழுதிய துண்டுப்பிரசுரங்களை விநியோகித்தும் சுவரொட்டிகளில் எழுதிவைத்தும் வங்காளத்து இந்துமகாசபையினர் வெள்ளையனே வெளியேறு போராட்டங்களில் தங்களையும் இணைத்துக்கொண்டனர். காந்தி கைதுசெய்யப்பட்ட ஐந்து நாட்களில் மூஞ்சேவுக்கு இந்துமகாசபையின் வங்காளத் தலைவரான என்.சி.சாட்டர்ஜி ஒரு கடிதம் எழுதினார். அதில்,

> “காந்தியையும் அவர் துவங்கியிருக்கும் வெள்ளையனே வெளியேறு போராட்டத்தையும் ஒட்டுமொத்த இந்துக்களும்

ஆதரிக்க வேண்டும் என்பதுதான் வங்காளத்தின் இன்றைய நிலைப்பாடாகும். இதனை யாராவது எதிர்க்க வேண்டுமென்று நினைத்தால், இன்றுடன் அவர்களது பொது வாழ்க்கையே முடிவுக்கு வந்துவிடும். வெள்ளையனே வெளியேறு போராட்டத்தை ஆதரிக்கக் கூடாது என்று சாவர்க்கர் வெளியிட்ட ஒரு அறிக்கையினால் வங்காளத்தில் நம்முடைய இயக்கத்தின் எதிர்காலமே கேள்விக்குறியாகி இருக்கிறது. காங்கிரஸ் துவங்கிய இப்போராட்டத்தில் முஸ்லிம்கள் கலந்துகொள்ளக் கூடாது என்று ஜின்னாவும், இந்துக்கள் கலந்துகொள்ளக்கூடாது என்று சாவர்க்கரும் ஒரேமாதிரியாக அறைகூவல் விடுக்கிறார்கள்"

என்று அக்கடிதத்தில் என்.சிசாட்டர்ஜி குறிப்பிட்டு எழுதியிருந்தார்[29].

இந்துமகாசபையின் வங்காளத் தலைவர்களுடைய முன்னெடுப்பிற்குப் பிறகு, இந்தியாவின் மற்ற பகுதியைச் சேர்ந்த இந்துமகாசபையினரும் கொஞ்சம் கொஞ்சமாக வெள்ளையனே வெளியேறு போராட்டத்தினை ஆதரிக்கத் துவங்கிவிட்டனர். இப்படியாக பலரும் கொடுத்த அழுத்தத்தின் காரணமாக ஆகஸ்ட் 31ஆம் தேதியன்று நடைபெற்ற இந்துமகாசபையின் செயற்குழு கூட்டத்தில் ஒரு தீர்மானமே போடவேண்டியதாகிவிட்டது. இந்தியாவுக்கு உடனடியாக விடுதலை வழங்கி, இடைக்கால தேசிய அரசினை அமைக்க வேண்டும் என்று அத்தீர்மானம் கோரியது.

"இந்திய மக்களின் விருப்பத்திற்கு மாறாக ஆங்கிலேய அரசு செயல்பட்டுக்கொண்டே, விடுதலை வழங்கக்கோரும் இந்தியர்களின் கோரிக்கையையும் புறந்தள்ளுமானால், ஆங்கிலேய அரசு குறித்தான இந்துமகாசபையின் தற்போதைய நிலைப்பாட்டினை மாற்றிக்கொண்டு, ஆங்கிலேய அரசும் அதன் கூட்டாளிகளும் இந்தியாவின் விடுதலையை ஏற்றுக்கொள்ள வைப்பதற்கான நடவடிக்கைகளை இந்துமகாசபை எடுக்கும் என்பதைத் தெரிவித்துக்கொள்கிறோம்" என்று அத்தீர்மானத்தில் குறிப்பிடப்பட்டிருந்தது[30].

"இந்து மகாசபையின் கோரிக்கைகளை ஆங்கிலேய அரசு ஏற்கவில்லையென்றால், இந்துமகாசபையும் ஒரு ஒத்துழையாமை இயக்கத்தைத் துவங்கிவிடும். அது காங்கிரஸ் துவங்கியது போலல்லாமல் வேறுமாதியாக இருக்கும்" என்று பஞ்சாபில் சுற்றுப்பயணம் மேற்கொண்டிருந்த போது ஒரு கூட்டத்தில்

இந்துமகாசபையின் தலைவரான சியாமா பிரசாத் முகர்ஜி பேசியதாக ஆங்கிலேய உளவுத்துறையினர் தயாரித்த அறிக்கையில் குறிப்பிட்டிருக்கின்றனர்[31].

ஆங்கிலேய அரசுடன் இணக்கமாக செயல்படும் இந்துமகாசபையின் பழைய இயக்கமுறைதான் கோட்சேவுக்குப் பிடித்திருந்தது. இந்துமகாசபையின் வங்காளப் பிரிவினால் அந்த அடிப்படை நிலைப்பாட்டிற்கே பிரச்சனை வந்துவிட்டதைக் கண்டு கோட்சே கொதிப்படைந்தான். இப்படியே விட்டுவிட்டால், வங்காளிகள் இந்துமகாசபையினை ஆக்கிரமித்து, மகாராஷ்டிர நிலைப்பாட்டினை ஒட்டுமொத்தமாக மாற்றிவிடுவார்கள் என்று அஞ்சி, கோட்சே அதனைக் கடுமையாக எதிர்த்தான்.

இந்தியா முழுவதிலும் வெள்ளையனே வெளியேறு போராட்டத்திற்கு கிடைத்த வரவேற்பின் பாதிப்பினால்தான் இந்து மகாசபையின் வங்காளப் பிரிவினர் இப்படியான ஒரு முடிவினை எடுத்திருக்கிறார்கள். இதேபோன்ற நிலையில் முன்பொருமுறை கோட்சேவும் இருந்திருக்கிறான். 1930இல் ஒத்துழையாமைப் போராட்டத்தை காந்தி துவக்கியபோது அதில் இணையும் ஆசையும் அப்போது கோட்சேவுக்கு வந்திருந்தது. ஆனால், புறச்சூழலைக் கருத்தில் கொண்டு அப்படியெல்லாம் மாறிவிடக்கூடாது என்று பாடமெடுத்து கோட்சேவை காந்தியின் பக்கமே செல்லவிடாமல் சாவர்க்கர் தடுத்துவிட்டார். அன்றில் இருந்து இந்துத்துவக் கொள்கையில் இருந்து மாறுபட்டு விலகிநிற்கும் எந்த செயல்பாட்டிலும் தன்னை இணைத்துக்கொள்வதில்லை என்பதில் கோட்சே உறுதியாக இருந்தான்.

இந்துமகாசபையின் துவக்கத்தில் இருந்தே, அரசியல் நிலைப்பாட்டினை தீர்மானித்தது மகாராஷ்டிரப் பிரிவுதான். அந்த நிலைப்பாட்டில் இருந்து எதுவுமே மாறிவிடக்கூடாது என்பதுதான் கோட்சேவின் எண்ணம். கோட்சே மட்டுமல்லாமல், இந்துமகாசபையின் மற்ற பெரும்பாலான மகாராஷ்டிர உறுப்பினர்களின் கருத்தும் அதுவாகத்தான் இருந்தது. வெள்ளையனே வெளியேறு இயக்கத்தை ஆதரிக்கும் நிலைப்பாட்டில் இருந்து திரும்ப பழைய நிலைக்கே செல்லவேண்டும் என்று அவர்கள் கடுமையான அழுத்தத்தை உள்ளிருந்து கொடுத்தனர். அக்டோபர் மாதம் 3ஆம் தேதி முதல் 5ஆம் தேதி வரையிலும் இந்துமகாசபையின் அகில இந்திய செயற்குழுக் கூட்டம் டெல்லியில் நடைபெற்றது. அதற்கு முன்னர் ஆகஸ்ட் மாதம்

வெளியிட்ட தீர்மானத்தை அப்படியே திரும்பப்பெற்று குப்பையில் போடும் வகையிலான புதிய தீர்மானம் நிறைவேற்றப்பட்டது. அதன் மூலம் பழைய நிலைப்பாட்டிற்கே இந்துமகாசபை மீண்டும் சென்றது[32].

அந்த அக்டோபர் கூட்டத்திற்கு முன்னர், எம்.பி.உத்கோவங்கர் மற்றும் டி.ஜி.அபயங்கர் ஆகியோருடன் இணைந்து மூஞ்சேவுக்கு கோட்சே ஒரு கடிதம் எழுதி அனுப்பியிருந்தான்.

"இன்றைக்கு இந்தியாவில் நிலவுகிற பொறுத்தமற்ற சூழலில், 'சுதந்திரம்' என்கிற அடிப்படைவாதக் கோரிக்கையை முன்வைத்து, ஒத்துழையாமை இயக்கத்தை துவங்கச் சொல்லியோ, நேரடியாகக் களத்தில் இறங்கிப் போராடச் சொல்லியோ இந்துக்களை வற்புறுத்தும் எந்தத் தீர்மானத்தையும் இந்துமகாசபை நிறைவேற்றவே கூடாது" என்று அக்கடிதத்தில் கோட்சே எழுதியிருந்தான். பாதாளக் குழியில் விழுந்துவிடாமல் இந்துமகாசபையினைக் காப்பது அவசியம் என்று அக்கடிதத்தில் அழுத்தமாகத் தெரிவிக்கப்பட்டிருந்தது[33].

இந்துமகாசபையின் மிகமுக்கியமான குரலாக கோட்சே மாறிவிட்டான். ஒரு அரசியல் தலைவனாகவும் தன்னை முன்னிறுத்திக்கொண்டான்.

"கோட்சேவின் பேச்சில் உண்மைகள் இருப்பதில்லை. நிறைய தகவல் பிழைகளைக் காணலாம். அவரது கருத்துகள் கூட முன்னுக்குப்பின் முரணாகவும், நடைமுறையில் சாத்தியமில்லாத பிரச்சார போதனைகளாகவும்தான் இருக்கும். குரலை உயர்த்தியும் தொடர்பற்ற உடல்மொழிகளை வெளிப்படுத்திக்கொண்டும்தான் பேசுவார். ஒன்றுக்கு ஒன்று தொடர்பில்லாத வாக்கியங்களை மீண்டும் மீண்டும் வெவ்வேறு விதமான தொனியில் பேசி பார்வையாளர்களை உணர்ச்சிவசப்பட வைக்க முயற்சி செய்வார்" என்று கோட்சேவின் உரைகள் குறித்து ஆச்சார்யா நினைவு கூர்ந்தார். 1940களில் கோட்சே உரையாற்றிய பல கூட்டங்களில், ஒரு ஆர்.எஸ்.எஸ். ஸ்வயம்சேவகராக ஆச்சார்யா கலந்துகொண்டிருக்கிறார்.

7
நாதுராமும் நாளிதழும்

அடுத்த ஆண்டில் இந்து இராஷ்டிர தளத்தை வளர்த்தெடுக்கும் பணி மீண்டும் துரிதப்படுத்தப்பட்டது. பல்வேறு கிளைகள் உருவாக்கப்பட்டன. அவற்றின் செயல்பாடுகள் முறைப்படுத்தப்பட்டன. ஆர்.எஸ்.எஸ். உறுப்பினர்கள் கருப்புத் தொப்பி அணிவதுபோல, இந்து இராஷ்டிர தளத்தின் உறுப்பினர்களுக்கு காவிநிறத்தாலான தொப்பி அறிமுகப்படுத்தப்பட்டது[1]. இருவகையான ஸ்வயம்சேவகர்களை தனித்தனியாக அடையாளப்படுத்துவதற்காகவே இருவேறு நிறங்களில் திட்டமிட்டே அறிவித்திருப்பதற்குத்தான் வாய்ப்பு அதிகம். தொப்பியைத் தவிர இருவருக்கும் சீருடையில் வேறெந்த வேறுபாடும் இல்லை. இந்து இராஷ்டிர தளத்தை இயக்குவதையும் அதன் உறுப்பினர்களுக்குப் பயிற்சி அளிப்பதையும் இரண்டு இயக்கங்களும் இணைந்து எவ்வித முரண்பாடுகளும் இல்லாமல் செய்தன.

1943ஆம் ஆண்டு மே மாதத்தில் இந்து இராஷ்டிர தளத்தின் இரண்டாவது முகாமை அகமதுநகரில் நடத்தினார்கள். பூனாவில் ஆசிரியர் பயிற்சி வகுப்பில் பயின்றுகொண்டிருந்த ஆப்தேவும் படிப்பை முடித்துவிட்டு அப்போது அகமதுநகருக்குத் திரும்பிவிட்டான். அதனால் ஆப்தேவும் கோட்சேவும் இணைந்தே பூனாவில் முதலாம் முகாமை நடத்தியதைப் போலவே இதையும் வெற்றிகரமாக நடத்தக் கடினமாக உழைத்தனர். பதினைந்து நாட்கள் நடைபெற்ற அந்த முகாமில் சுமார் 100 ஸ்வயம்சேவகர்கள் கலந்துகொண்டனர்[2]. முந்தைய முகாமை விடவும் இம்முகாம் மிகச்சிறப்பாகத் திட்டமிடப்பட்டு நடத்தப்பட்டது. முகாமில் கலந்துகொள்ளவரும் ஸ்வயம்சேவகர்களிடம் முன்கூட்டியே

ஆர்.எஸ்.எஸ்.-இன் சீருடையான காக்கி அரைக்கால் சட்டையும் வெள்ளை சட்டையும் கொண்டுவரச் சொல்லி தகவல் கொடுக்கப்பட்டுவிட்டது. அத்துடன் இந்து இராஷ்டிர தளத்தின் அடையாளமான காவிநிறத் தொப்பிக்கும் தங்குமிடத்திற்கும் உணவுக்கும் சேர்த்து 14 ரூபாய் பணத்தைக் கொண்டுவருமாறும் அவர்கள் அறிவுறுத்தப்பட்டனர்[3]. முகாமில் சில முக்கியமான நிகழ்வுகளுக்கு முறையான சீருடையான காக்கி அரைக்கால் சட்டையும் வெள்ளை சட்டையும் காவித்தொப்பியும் அணியச்சொல்லி உத்தரவிடப்பட்டிருந்தது[4].

முகாம் நடைபெற்ற ஒவ்வொரு நாள் காலையும் இராணுவப் பயிற்சி முறையில் வரிசையாக அணிவகுத்து நிற்கச் சொல்லினர். அதனைத் தொடர்ந்து கடுமையான உடற்பயிற்சிகள் செய்யவேண்டியிருந்தது. அதன்பிறகு வான்துப்பாக்கிப் பயிற்சி கொடுக்கப்பட்டது. இந்து மகாசபை மற்றும் ஆர்.எஸ்.எஸ்.-இன் தலைவர்கள் பலரும் தத்துவார்த்த பயிற்சி வகுப்புகளையும் எடுத்தனர். துப்பாக்கிப் பயிற்சி மையங்களை நடத்திய அனுபவம் இருந்ததால், வான்துப்பாக்கிப் பயிற்சிகளை ஆப்தேவே முன்நின்று மேற்பார்வையிட்டான். தத்துவார்த்தப் பயிற்சிக்காக ஜி.வி. கேட்கர் மற்றும் பேராசிரியர் மேட் ஆகியோரை இந்துமகாசபை அனுப்பியிருந்தது[5]. இந்துமகாசபையின் மூத்தத் தலைவரான கேட்கர், அவர் சார்ந்திருந்த இயக்கத்தின் வரலாற்றையும் செய்த பணிகளையும் எடுத்துரைத்தார். அதேபோல, பூனாவின் எஸ்.பி. கல்லூரியில் பேராசிரியராக இருந்த மேட் என்பவர், பார்ப்பனிய கட்டமைப்பை அசைக்காமல் இந்துமக்களிடையே ஒற்றுமையைக் கொண்டுவருவது குறித்து வகுப்பெடுத்தார்.

இந்து இராஷ்டிர தளத்தின் முகாமை நடத்துவதிலும் அதன் உறுப்பினர்களுக்கு பயிற்சி கொடுப்பதிலும் முதலாம் ஆண்டை விடவும் இரண்டாம் ஆண்டில் அதிக பங்களிப்பை ஆர்.எஸ்.எஸ். செய்தது. பி.ஜி.சகஸ்ரபுத்தே மற்றும் டி.வி.கோகலே[6] ஆகியோரை வகுப்பெடுக்க அகமதுநகரில் நடைபெற்ற பயிற்சி முகாமுக்கு ஆர்.எஸ்.எஸ். அனுப்பி வைத்தது. ஆர்.எஸ்.எஸ். இன் தத்துவார்த்த வகுப்பெடுப்பதில் அவர்கள் இருவரும் வல்லவர்கள். 1943ஆம் ஆண்டு பூனா என்.எம்.வி உயர்நிலைப் பள்ளியில் மராத்தி இலக்கிய வகுப்பு எடுத்துக்கொண்டிருந்தார் சகஸ்ரபுத்தே. ஆர்.எஸ்.எஸ். இயக்கத்தின் தத்துவார்த்தப் பிரிவின் மிகமுக்கியமான உறுப்பினர் அவர்[7].

பொதுவாக ஆர்.எஸ்.எஸ். இயக்கத்தின் உறுப்பினர்களுக்கு வகுப்பெடுக்கையில், முதலாளித்துவம், சோசலிசம், பாசிசம் மற்றும் சமூகப் பொருளாதாரத் தத்துவங்கள் குறித்தெல்லாம் பேசுவார்[8]. அகமதுநகரில் இந்து இராஷ்டிர தளத்தின் முகாமில் 'சோசலிசமும் இந்து இராஜ்ஜியமும்' என்கிற தலைப்பில் வகுப்பெடுத்தார்[9].

இந்து இராஷ்டிர தளத்தின் முகாமில் வகுப்பெடுத்த மற்றொரு ஆசிரியரான டி.வி.கோகலே என்பவர் பூனா நகரத்து ஆர்.எஸ்.எஸ். இல் வளர்ந்து வரும் நட்சத்திரமாக இருந்தார். 1943இல் அவருடைய வயது வெறும் இருபத்தி மூன்று தான். 1942ஆம் ஆண்டில் ஆர்.எஸ்.எஸ். இயக்கம் குறித்து பிரச்சாரம் செய்வதற்காக முழுநேர ஊழியர்களாக சில பிரச்சாரகர்களை உருவாக்கியது அவ்வியக்கம். தங்களுடைய வாழ்க்கையையே ஆர்.எஸ்.எஸ். இயக்கத்தின் வளர்ச்சிக்காக அவர்கள் முழுமையாக ஒப்படைத்துவிட வேண்டும். அப்படியாக உருவாக்கப்பட்ட பிரச்சாரகர் திட்டத்தில் முதன்முதலில் இணைந்தவர்களில் ஒருவர்தான் டி.வி.கோகலே. ஆர்.எஸ்.எஸ். வட்டாரத்தில் போர் குறித்து வகுப்பெடுப்பதில் வல்லவராகப் பார்க்கப்பட்டார்[10]. 'இரண்டாம் உலகப் போரும் இந்துஸ்தானும்' என்கிற தலைப்பில் இந்து இராஷ்டிர முகாமில் அவர் வகுப்பெடுத்தார்[11].

ஆர்.எஸ்.எஸ். இயக்கத்தில் ஏற்கனவே பரிசோதிக்கப்பட்டு வெற்றிபெற்ற இயக்கமுறைகளை எல்லாம் இப்புதிய இயக்கத்தில் நடைமுறைப்படுத்தினார்கள். இந்து இராஷ்டிர தளத்தில் இணையும் இளைஞர்கள், ஏற்கனவே திட்டமிடப்பட்ட குறிக்கோளை அடைவதற்கேற்ப தயார்செய்யப்பட்டனர். இந்துமகாசபையும் வகுப்பெடுக்க ஆட்களை அனுப்பியதுதான் என்றாலும், ஆர்.எஸ்.எஸ். இயக்கத்தின் முயற்சிகள்தான் எல்லோரையும் வெகுவாகக் கவர்ந்தன. 'பௌதிக் வர்க்' என்கிற பெயரில் தத்துவார்த்த வகுப்புகளெல்லாம் எடுப்பதற்கென்று ஒரு வழிமுறையையே உருவாக்கி பரிசோதித்து வைத்திருந்தது ஆர்.எஸ்.எஸ்.. அதை அப்படியே இந்து இராஷ்டிர தளத்தின் முகாமிலும் ஆர்.எஸ்.எஸ். பயன்படுத்தியது.

ஆகையால் ஆர்.எஸ்.எஸ். இயக்கத்தின் பௌதிக் வர்க் வகுப்புகளுக்கும் இந்து இராஷ்டிர தளத்தின் முகாமுக்கும் பெரிய வித்தியாசம் இருக்கவில்லை. ஆயுதங்களைத் தூக்கச் சொல்வது, இந்து ஆண்களை மட்டுமே அனுமதிப்பது, ஏதாவது சதித்திட்டங்கள் செய்வது குறித்தே விவாதிப்பது என இந்து இராஷ்டிர தளத்தின்

அனைத்து செயல்பாடுகளுமே ஆர்.எஸ்.எஸ். இயக்கத்தை அப்படியே பிரதியெடுத்ததைப் போலத்தான் இருந்தது. முன்பொரு காலத்தில் இந்து மன்னர்கள் ஆட்சிசெய்தபோது இந்துக்கள் செழிப்போடும் பெருமையோடும் வாழ்ந்ததாக, வகுப்பெடுத்த ஆசிரியர்கள் அழுத்தமாக வலியுறுத்திப் பேசினர். ஜனநாயக அரசியலையும், ஆங்கிலேயர்களால் உருவாக்கப்பட்டதாக சுட்டிக்காட்டி இந்திய தேசிய காங்கிரசையும் குறைசொல்லிப் பேசுவதற்கு அவர்கள் தவறவே இல்லை[12]. அவர்களுடைய உரைகளில் புராணக் கதைகளும் வரலாற்றுக் கதைகளும் இருந்ததே தவிர, நிகழ்காலப் பிரச்சனைகள் குறித்தோ அவற்றுக்கான தீர்வுகள் குறித்தோ பேசாமல் திட்டமிட்டே கவனமாகத் தவிர்க்கப்பட்டன. வரலாறு, தத்துவம், பொருளாதாரம், அரசியல் மற்றும் சமூக வாழ்க்கை என எல்லாவற்றிலும் இதே கதை தான்[13].

ஆர்.எஸ்.எஸ். அனுப்பிய சகஸ்ரபுத்தேவை மிஞ்ச ஒரு ஆசிரியர் இல்லை என்பது போலத்தான் அந்த முகாமே இருந்தது. ஐரோப்பிய பாசிச சர்வாதிகாரிகளை வெளிப்படையாகவே ஒளிவுமறைவின்றி ஆதரிப்பவராக அவர் இருந்தார். சர்வாதிகார ஆட்சிதான் சரியென்கிற கருத்தை ஆர்.எஸ்.எஸ். ஸ்வயம்சேவகர்களின் மனதில் தன்னுடைய பேச்சின்மூலம் ஆழமாக விதைத்தார். அவருடைய உரைகள் குறித்து ஆங்கிலேய உளவுத்துறையே ஒரு அறிக்கையை 1942ஆம் ஆண்டு தயார் செய்திருந்தது. அதில்,

"1942ஆம் ஆண்டு மே மாதம் 4ஆம் தேதியன்று, சர்வாதிகாரத்தின் கொள்கைகளைத்தான் ஆர்.எஸ்.எஸ். பின்பற்றுவதாக சகஸ்ரபுத்தே அறிவித்தார். மக்களாட்சி என்பது எப்போதுமே திருப்தியளிக்காத ஒரு அரசாகத்தான் இருக்கும் என்பதற்கு பிரான்சே சாட்சியென்றும், சர்வாதிகரமே சரியான ஆட்சிமுறை என்பதற்கு ஜப்பான், இரஷ்யா மற்றும் ஜெர்மனி ஆகிய நாடுகளே சான்று என்றும் அவர் பேசியிருக்கிறார். அதிலும் மிகவும்குறிப்பாக ஜெர்மனியின் ஹிட்லரை புகழ்ந்து தள்ளியிருக்கிறார். அதே மாதத்தின் 21ஆம் தேதியன்று மற்றொரு கூட்டத்தில் இரஷ்யாவையும் ஜெர்மனியையும் உதாரணமாகக் காட்டி, ஒற்றைத் தலைவரின் தலைமைதான் நாட்டைக் காப்பாற்றும் என்று கூறியிருக்கிறார். இத்தாலியின் வளர்ச்சிக்கும் முசோலினியும் மற்றொரு உதாரணமாக வாழ்கிறார் என்றும் குறிப்பிட்டிருக்கிறார்"

என்று அவ்வறிக்கையில் எழுதப்பட்டிருக்கிறது[14].

சகஸ்ரபுத்தேவின் பேச்சுக்கான தலைப்பைப் போலவே அவரது பேச்சுத்திறமையும் மிகமுக்கியமானதாக இருந்தது. "அவர் ஒரு பள்ளி ஆசிரியராக இருந்தவர். அவர் மிகச்சிறந்த பேச்சாளராக இருந்தார். அவருடைய பேச்சை ஆச்சர்யமாக அண்ணாந்து பார்த்தார்கள் அவருடைய பள்ளி மாணவர்கள். அவருடைய கடுமையான உழைப்பினாலேயே நூற்றுக்கணக்கான மாணவர்கள் ஆர்.எஸ். எஸ். இயக்கத்தில் இணைந்தனர்" என்று எஸ்.ஹெச்.தேஷ்பாண்டே நினைவுகூர்ந்தார்[15]. அதே போன்ற உணர்ச்சிகரமான உரையைத்தான் அவர் இந்து இராஷ்டிர தளத்தின் முகாமிலும் பேசியிருப்பார் என்று நாம் உறுதியாக நம்பலாம். அதுவும் இந்து தேசிய இயக்கத்தைக் கட்டமைப்பது மட்டுமல்லாமல் வருங்காலத்தில் இந்தியாவை இந்து தேசமாக மாற்றுவதற்கான போராட்டத்தின் முன்னணியில் இருந்து செயல்படப்போகும் இயக்கமாகவும் அது இருக்கப்போகிறது என்று நம்பிக்கொண்டிருந்தபடியாலும் அந்த முகாமில் கலந்துகொண்டவர்களுக்கு கடுமையான பயிற்சி கொடுக்கப்பட்டது.

இவையனைத்தையும் தலைமைதாங்கி நடத்தியும், நட்சத்திரப் பேச்சாளராகவும் ஒருங்கிணைப்பாளராகவும் வலம்வந்தவர் வேறு யாருமல்ல, ஆர்.எஸ்.எஸ். இன் மகாராஷ்டிர தலைவரான லிமயேதான். ஆர்.எஸ்.எஸ். தலைவராகப் பொறுப்பு வகித்துக்கொண்டே 1942இல் இந்து இராஷ்டிர தளம் உருவாக்கியதில் இருந்தே அதன் மகாராஷ்டிர தலைவராகவும் இருந்துவந்தார். இந்த உண்மையை கோட்சேவும் ஆப்தேவும் சொல்லிச்சொல்லியே ஏராளமான ஆர்.எஸ்.எஸ். உறுப்பினர்களை இந்து இராஷ்டிர தளத்தின் முகாமுக்கு அழைத்தனர்.

"நமது ஆர்.எஸ்.எஸ். இயக்கத்தின் மகாராஷ்டிர தலைவரான கே.பி. லிமயேவும் முகாமில் இரண்டு மூன்று நாட்கள் இருப்பார். அதனால் அவருடைய உரையினை நேரடியாக அருகில் அமர்ந்து கேட்கும் வாய்ப்பினைத் தவறவிடாதீர்கள்" என்று விளம்பரம் செய்தே இந்து இராஷ்டிர தளத்தின் அகமதுநகர் முகாமிற்கு கோட்சேவும் ஆப்தேவும் ஆள்சேர்த்தார்கள்[16].

அகமதுநகர் முகாமில் தங்கியிருந்து ஆர்.எஸ்.எஸ். இயக்கத்திற்கும் இந்து இராஷ்டிர தளத்திற்கும் மிகநெருங்கிய உறவு இருக்கிறது என்பதைக் காட்டினார் லிமயே. ஆனால், இந்த இரண்டு இயக்கங்களுக்கிடையிலான நெருக்கத்தை வெளியில் உள்ளவர்களால் எளிதாகக் கண்டுபிடித்துவிடவும் முடியாது.

காந்தி கொல்லப்பட்ட பிறகு கோட்சேவின் இயக்கமாக இருந்துவந்த இந்து இராஷ்டிர தளத்துடன் ஆர்.எஸ்.எஸ். இயக்கத்திற்கு எவ்விதத் தொடர்பும் இல்லையென்று ஆர்.எஸ்.எஸ்.காரர்களே செய்திபரப்பத் துவங்கினர். இன்னும் ஒருபடிமேலே போய், 1943 முதல் 1945 வரையிலும் மகராஷ்டிரத்தின் ஆர்.எஸ்.எஸ். தலைவராக இருந்த லிமயேவேகூட ஆர்.எஸ்.எஸ். இயக்கத்திலிருந்து வெளியேறியிருந்தார் என்றும் கதைபரப்பினர்.

முழுப்பூசணியை சோற்றில் மறைக்க முயற்சிசெய்த இப்படியான பொய்யெல்லாம் எந்த வகையிலும் நம்ப முடியாததாகவே இருந்தது. லிமயே உயிரோடு இருந்த காலத்திலெல்லாம் இப்பொய்யை யாருமே நம்பத்தயாராக இல்லை. அவரே அப்பொய்யினை அவர் வாழ்ந்த காலத்திலெல்லாம் ஏற்கவே இல்லை. ஆனால், 1980ஆம் ஆண்டில் அவர் மறைந்தபிறகு அமெரிக்க ஆய்வாளரான வால்டர் கே.ஆண்டர்சனும் அவருடன் இணைந்து ஒரு ஆய்வுநூலை எழுதிய ஸ்ரீதர் டி.டாம்லேவும் நாக்பூரில் இருக்கும் ஆர்.எஸ்.எஸ். இயக்கத்தின் தலைமையகத்திற்குள் நுழைந்து ஆய்வுசெய்ய அனுமதிக்கப்பட்ட பின்னர்தான் லிமயே குறித்த பொய்யான தகவல்கள் அடுத்த கட்டத்தை எட்டின. கோல்வால்கருடன் ஏற்பட்ட கருத்து முரண்பாட்டினால் 1943 முதல் 1945 வரையிலும் ஆர்.எஸ்.எஸ். இயக்கத்திலிருந்து லிமயே வெளியேறியிருந்தார் என்று ஏதோவொரு ஆவணத்தில் பார்த்ததாக அந்த ஆய்வாளர்கள் 1987இல் வெளியான அவர்களுடைய 'தி பிரதர்ஹுட் இன் சாஃப்ரான்: தி ஆர்.எஸ். எஸ். அண்ட் இந்து ரிவைவலிசம்' என்கிற நூலில் எழுதிவிட்டனர். அதற்கான எவ்வித ஆதாரத்தையும் அவர்கள் எப்போதும் வெளியிடவே இல்லை[17].

லிமயேவுக்கும் ஆர்.எஸ்.எஸ். இயக்கத்திற்குமான உறவில் விரிசல் இருந்ததாக ஒரு பொய்யான பரப்புரையை செய்வதற்காக திட்டமிட்டு செய்யப்பட்ட முயற்சியன்றி அது வேறில்லை. காந்தி கொலைக்குப் பின்னர் ஆர்.எஸ்.எஸ். இன் நாக்பூர் தலைமையகத்தில் கைப்பற்றப்பட்ட ஆவணங்களிலேயே உண்மை வெளிச்சத்திற்கு வந்துவிட்டது. ஒவ்வொரு ஆண்டும் குருதட்சணை என்கிற நிகழ்வில் ஆர்.எஸ்.எஸ். இயக்கத்திற்கு நிதி சேகரிக்கும் ஒரு நிகழ்வு நடைபெறும். அதில் கலந்துகொள்ளும் உறுப்பினர்கள் நிதிவழங்குவார்கள். 1944 மற்றும் 1945ஆம் ஆண்டுகளில் நடைபெற்ற குருதட்சணை நிகழ்வுகளில் ஆர்.எஸ்.எஸ். தலைவராக செயல்பட்டு சாங்கிலியில் நிறைய நிதியை வசூலித்ததாக

நாக்பூரில் கைப்பற்றப்பட்ட ஆவணங்களில் தெளிவாகக் குறிப்பிடப்பட்டிருக்கின்றன. இப்படியாக முறையான ஆதாரங்கள் இருக்கிறபோதே, அந்த ஆண்டுகளில் ஆர்.எஸ்.எஸ். இயக்கத்தில் இருந்து லிமயே தள்ளியிருந்தார் என்று சொல்வதெல்லாம் நிராகரிக்கப்பட வேண்டிய பொய்தான்[18].

அதேபோல, 1944ஆம் ஆண்டு ஆர்.எஸ்.எஸ். சார்பாக அப்போதைய சமஸ்தான மன்னரை சந்திக்க லிமயே சென்றதையும் 1937 முதல் 1945 வரையிலும் சாங்கிலி பகுதியில் வாழ்ந்த ஸ்வயம்சேவகரான நர்ஹரி என்.கிர்கிரே என்பவரும் தன்னுடைய நினைவுக் குறிப்பில் எழுதியிருக்கிறார்[19].

அதேபோன்றதொரு நினைவுக்குறிப்பை புஜாரி என்கிற மற்றொரு ஸ்வயம்சேவகரும் எழுதியிருக்கிறார். 1944ஆம் ஆண்டு தன்னுடைய பதினெட்டு வயதில் குருந்த்வாத் என்கிற ஒரு சமஸ்தானத்தில் ஆர். எஸ்.எஸ். இயக்கத்தின் குளிர்கால முகாமொன்றை மூன்று நாட்கள் நடத்தியிருக்கிறார் புஜாரி.

"சாங்கிலி, மிராஜ், குருந்த்வாத் மற்றும் கோலாபூர் உள்ளிட்ட பல்வேறு பகுதிகளில் இருந்து சுமார் 400 ஸ்வயம்சேவகர்கள் அந்த முகாமில் கலந்துகொண்டனர். இரவு சுமார் பதினோரு மணியளவில் காக்கா வந்து எங்களுக்கு வகுப்பெடுத்தார். [ஆர்.எஸ். எஸ். ஊழியர்கள் லிமயேவை காக்கா என்று செல்லமாக அழைப்பது வழக்கம்]. அவர் பேசிக்கொண்டிருக்கும் போதே அவரிடம் அனுமதி வாங்காமல் ஒரு ஸ்வயம்சேவகர் எழுந்து கழிவறைக்கு சென்றார். அப்போது காக்கா எதுவுமே சொல்லவில்லை. தொடர்ந்து பேசிக்கொண்டே இருந்தார். கழிவறைக்கு சென்றிருந்த ஸ்வயம்சேவகர் வகுப்புக்குத் திரும்பி வந்ததும், காக்கா வகுப்பெடுப்பதை நிறுத்திவிட்டார். அந்த ஒருவரை மட்டும் தண்டிக்காமல், வகுப்பில் கலந்துகொண்ட அனைவரையும் எழுந்து குருந்த்வாத்திலிருந்து சுமார் மூன்று கிலோமீட்டர் தொலைவில் இருந்த நர்சோபவாடி என்னும் ஊருக்கு நடந்தேசென்று, அங்கிருந்து மீண்டும் முகாமுக்கு திரும்பிவரச்சொன்னார். அந்தளவுக்கு காக்கா மிகவும் கண்டிப்பானவர். எந்தவித ஒழுங்கீனத்தையும் அவர் சகித்துக்கொள்ளவே மாட்டார். கடுமையான தண்டனைகளை உடனுக்குடன் வழங்கிவிடுவார். நாங்கள் தண்டனையை முடித்துவிட்டு முகாமுக்கு திரும்பவரும்போது விடியற்காலை மூன்று மணிக்குமேல் ஆகிவிட்டது. வந்ததும் அப்படியே

போய் தூங்கிவிட்டோம்” என்று லிமயேவுடன் தனக்கேற்பட்ட அனுபவமொன்றினை நினைவுகூர்ந்து எழுதியிருக்கிறார் புஜாரி[20].

தங்களுடைய கடந்தகாலத்தின் உண்மைகளை மறைத்து மக்களை ஏமாற்றுவதற்காகத்தான் பல கட்டுக்கதைகளை ஆர்.எஸ்.எஸ். திட்டமிட்டே உருவாக்குகிறது. ஆர்.எஸ்.எஸ். இயக்கத்திலிருந்து லிமயே சில ஆண்டுகள் வெளியேறினார் என்கிற பொய்யும் அப்படியாகத்தான் திட்டமிட்டே பரப்பப்பட்டிருக்கிறது. வரலாற்றைத் திரித்து, இந்துக்கள் மத்தியில் முஸ்லிம் வெறுப்பினை விதைப்பதற்கும் இப்படித்தான் பல பொய்களையும் கட்டுக்கதைகளையும் உருவாக்கி ஆர்.எஸ்.எஸ். பரப்பிவந்திருக்கிறது. கடந்தகாலத்தில் இந்துமன்னர்களுக்கும் முஸ்லிம் மன்னர்களுக்கும் நடந்த போர்களையெல்லாமும் நிகழ்காலத்தோடு இணைத்து பல கட்டுக்கதைகளை உருவாக்கி, முஸ்லிம்களுக்கு எதிரான பிரச்சாரத்தை செய்வதற்குப் பயன்படுத்திக்கொண்டது ஆர்.எஸ். எஸ்.. காந்தி கொல்லப்பட்டு பல பத்தாண்டுகளுக்குப் பின்னர், இதேபோன்ற கட்டுக்கதைகள் உருவாக்கும் உத்தியினால்தான் அந்தக்கொலைக்கும் தங்களுக்கும் எந்தத் தொடர்பும் இல்லையென்று நிறுவ முயற்சி செய்கிறார்கள்.

1940 முதல் 1946 வரையிலும் ஆர்.எஸ்.எஸ். அமைப்பிற்கு ஆங்கிலேய அரசு கடுமையான கட்டுப்பாடுகளை விதித்த காலத்தில் அவ்வியக்கத்திற்கு லிமயே எவ்வளவு முக்கியமானவராக இருந்தார் என்பதையெல்லாம் மறைத்து, அவருக்கும் ஆர்.எஸ். எஸ். இயக்கத்திற்கும் தொடர்பில்லாதது போல் காட்ட முயற்சி செய்வது வேடிக்கையாகவே இருக்கிறது. ஆங்கிலேயர்களின் நேரடிக் கட்டுப்பாட்டில் இருக்கும் மாகாணங்களில் ஆர்.எஸ். எஸ். இயக்கத்தினால் செயல்படவே முடியாத நிலை ஏற்பட்டது. அப்போது வேறுவழியின்றி தன்னுடைய செயல்பாடுகளை குறுநில சமஸ்தானங்களுக்குள் மட்டுமே சுருக்கவேண்டிய கட்டாயம் ஆர். எஸ்.எஸ். இயக்கத்திற்கு ஏற்பட்டுவிட்டது. பம்பாய் மாகாணத்தில் இருந்த குறுநில சமஸ்தானங்களில் மட்டுமே இயங்கமுடிந்ததால், அந்த மாகாணத்தின் தலைவராக இருந்த லிமயேவை நம்பித்தான் ஆர்.எஸ்.எஸ். இயக்கமே இருந்தது என்பதுதான் நிதர்சனமான உண்மை.

1943ஆம் ஆண்டு ஆங்கிலேய உளவுத்துறை ஆர்.எஸ்.எஸ். இயங்கும்விதம் குறித்து ஒரு அறிக்கை தயார்செய்தது. அதில்,

"முழுமையாக ஆங்கிலேய அரசின் கட்டுப்பாட்டில் இருக்கும் மாகாணங்களில் இயங்கினால் பெரிய பின்விளைவுகளை சந்திக்க நேரிடும் என்பதால் இந்து மன்னர்கள் ஆட்சிசெய்யும் மாகாணங்களுக்கு தன்னுடைய செயல்பாட்டினை ஆர்.எஸ்.எஸ். சுருக்கிக்கொண்டது. அங்கேயும் கூட பயிற்சிகளை மேற்கொள்வதையும் இயக்கத்தை நடத்துவதையும் மறைமுகமாகவே ஆர்.எஸ்.எஸ். செய்துவந்தது" என்று அந்த அறிக்கையில் குறிப்பிடப்பட்டிருக்கிறது[21].

1944ஆம் ஆண்டில் ஆங்கிலேய அரசினால் கொண்டுவரப்பட்ட 'முகாம்கள் மற்றும் அணிவகுப்புகள் தொடர்பான உத்தரவு - 1944' என்கிற உத்தரவினால் மாகாண அரசுகளுக்கு அதன் எல்லைக்குள் நடக்கிற முகாம்களையும் அணிவகுப்புகளையும் கட்டுப்படுத்தும் அதிகாரம் வழங்கப்பட்டது[22].

1940ஆம் ஆண்டில் ஆர்.எஸ்.எஸ். உள்ளிட்ட இயக்கங்களுக்கு ஆங்கிலேய அரசு தடைபோட்டபோது, மராட்டிய சமஸ்தானங்களிலேயே சாங்கிலியில்தான் ஆர்.எஸ்.எஸ். இயக்கம் வலுவாக இருந்தது. அதற்கு லிமயேதான் மிகமுக்கியமான காரணம். அந்தத் தடையைக் கூட ஆர்.எஸ்.எஸ். இயக்கத்தை வளர்ப்பதற்கான ஒரு வாய்ப்பாகத்தான் லிமயே பார்த்தார். சாங்கிலியில் துவங்கி, அக்கம்பக்கத்தில் இருந்த கோலாபூர், இச்சல்கரஞ்சி, ஜாம்கந்தி, மிராஜ், குருந்த்வாத், புத்காவுன், ஆவுந்த், கிர்லோஸ்கர்வாடி, குந்தல், பால்தான், போர், அக்கல்கோத் உள்ளிட்ட ஏராளமான சமஸ்தானங்களில் ஆர்.எஸ்.எஸ். இயக்கத்தை கொண்டுபோய் சேர்த்தார் லிமயே. 1944ஆம் ஆண்டு கட்டுப்பாடுகள் தளர்த்தப்பட்டன. 1946ஆம் ஆண்டு செப்டம்பர் மாதம்தான் தடைச்சட்டம் முழுமையாக திரும்பப்பெறப்பட்டது. அதுவரையிலும் லிமயேவின் உதவியினால்தான் ஆர்.எஸ்.எஸ். இயக்கத்தினால் முழுமையாக தாக்குப்பிடிக்கமுடிந்தது[23]. லிமயேவுக்கு இருந்த தொடர்புகளை நம்பித்தான் 1943ஆம் ஆண்டில் சாங்கிலியிலும் கோலாபூரிலும் ஆர்.எஸ்.எஸ். ஊழியர்களின் இராணுவப் பயிற்சி முகாமையெல்லாம் கோல்வால்கரால் அனுமதி பெற்று நடத்தமுடிந்தது[24].

ஆர்.எஸ்.எஸ். இன் மகாராஷ்டிரப் பிரிவின் மிகமுக்கியமான மனிதராக இருந்திருக்கிறார் லிமயே. அப்படிப்பட்ட ஒருவர் 1943 முதல் 1945 வரையிலான ஆண்டுகளில் ஆர்.எஸ்.எஸ். இயக்கத்திலிருந்து வெளியேறியிருந்தார் என்றால், அது மிகப்பெரிய

விவாதப் பொருளாக அன்றைக்கு மாறியிருக்கும். அதுகுறித்து பலரும் எழுதியிருப்பார்கள், பேசியிருப்பார்கள், விவாதித்திருப்பார்கள். ஆனால் இப்படியாக எதுவுமே நடக்கவில்லை என்பதைக்கூட கட்டுக்கதைகளை உருவாக்குபவர்கள் கவனிக்காமல் பொய்களைப் பரப்பிவருகிறார்கள்.

ஆர்.எஸ்.எஸ்.-ம் இந்துமகாசபையும் முன்னிறுத்திய அரசியல் தத்துவத்தில் இருந்து இந்து இராஷ்டிர தளம் எந்தவகையிலும் வேறுபடவே இல்லை. அதன் பெயர்கூட தற்செயலாகவெல்லாம் தேர்ந்தெடுக்கப்படடதில்லை. இந்தியாவின் விடுதலைப் போராட்டத்தை திசைதிருப்பும் நோக்கில் இரண்டு இந்துத்துவ அமைப்புகளின் ஒருங்கிணைப்பில் இந்தியாவை இந்து தேசமாக உருவாக்க வேண்டும் என்பதைத் தெரிவிக்கும் விதத்தில்தான் பெயரே வைக்கப்பட்டுள்ளது. இந்தியா விடுதலை பெற்றபிறகு மக்களாட்சிக்குள் எல்லாம் நுழையாமல் தடுத்தவிடவேண்டும் என்பதே அதன் மறைமுகத் திட்டமாகவும் இருந்தது. இந்தியாவின் பெரும்பாலான இந்துக்களை இந்திய தேசிய காங்கிரசால் ஈர்க்கமுடிந்ததை ஆர்.எஸ்.எஸ். மற்றும் இந்துமகாசபையினால் பொறுத்துக்கொள்ளவே முடியவில்லை. ஜனநாயகப்பூர்வமாக தேர்தல் நடைபெற்றால், இந்துத்துவ இயக்கங்களால் வெற்றிபெறவே முடியாமல்தான் போயிருக்கும். இந்துக்களை வைத்துத்தானே அவர்கள் அரசியலே செய்யமுடியும். அதனால் எப்படியாவது காங்கிரசை இந்துக்களுக்கு எதிரானதொரு கட்சியாக சித்தரிப்பதே இந்துத்துவ இயக்கங்களின் முக்கியமான குறிக்கோளாக மாறியிருந்தது. ஜனநாயக முறைப்படி காந்தியையும் காங்கிரசையும் வெல்லமுடியாதென்பதால், அவர்களை இந்துக்களின் விரோதிகளாக்கிவிடும் திட்டத்தை இந்துத்துவ இயக்கங்கள் கையிலெடுத்தன.

காங்கிரசுக்கும் காந்திக்கும் எதிரான இப்படியான பிரச்சாரங்களை முன்னெடுப்பதில், ஆர்.எஸ்.எஸ். மற்றும் இந்துமகாசபை ஆகிய இயக்கங்களில் தீவிரமாக செயல்படும் உறுப்பினராக இருந்த கோட்சேவுக்கு முழு உடன்பாடும் ஈடுபாடும் இருந்தது. இந்து இராஷ்டிர தளத்தின் தலைவராக அதற்காக உழைப்பதுமே கூட இந்து இராஜ்ஜியத்தை இந்தியாவில் நிலைநாட்டும் நோக்கில்தான். இந்து இராஷ்டிர தளத்தின் தலைவராக செயல்படுவதன்மூலம் மக்களாட்சியை இந்தியாவில் கொண்டுவந்துவிடக்கூடாது என்பது

மட்டுமல்லாமல், ஆர்.எஸ்.எஸ். மற்றும் இந்துமகாசபையின் அடிப்படை இலக்கான காந்தி எதிர்ப்பும் காங்கிரஸ் எதிர்ப்பும் சேர்ந்ததுதான் கோட்சே என்றும் ஆகிவிட்டது.

வான்துப்பாக்கிகளைக் கையாள்வதையும் இந்துத்துவக் கொள்கைகளைப் பேசுவதையும் தவிர இந்து இராஷ்டிர தளம் என்கிற இயக்கம் புதிதாக எதையும் கண்டுபிடிக்கவோ உருவாக்கிவிடவோ இல்லைதான். புதிதாக எந்தத் தந்திரங்களையும் உத்திகளையும் அது அறிமுகப்படுத்திவிடவில்லை. அதில் இணைந்தவர்களில் பெரும்பாலானோர் அரசியல் அனுபவம் கொண்டவர்களும் இல்லை. வெறுமனே 'இந்தியா இந்துக்களுக்கே', 'காவிக்கொடிதான் எங்கள் தேசியக்கொடி', 'ஒரு தேசம், ஒரே தலைவர்' போன்ற கொள்கையும் பாதையுமற்ற வெற்று முழக்கங்களால் ஈர்க்கப்பட்டவர்கள்தான் இந்து இராஷ்டிர தளத்தில் இணைந்தார்கள். அந்த முழக்கங்களையெல்லாம் களத்தில் செயல்வடிவமாக மாற்றும் வழிமுறை கூட தெரியாதவர்களாகத்தான் அவர்கள் இருந்தார்கள்.

இந்து இராஷ்டிர தளத்தில் இணைந்தவர்களில் பெரும்பாலானோர் ஆர்.எஸ்.எஸ். இயக்கத்திலிருந்து வந்தவர்கள் என்பதாலும், சாவர்க்கர் என்னும் தலைவரின் வாரிசுகளாகக் காட்டிக்கொண்டவர்கள் என்பதாலும், ஆர்.எஸ்.எஸ்.க்கும் சாவர்க்கருக்குமே கட்டுப்பட்டவர்களாக இருந்தனர். இருப்பினும் இரகசியத் திட்டத்துடனும் வன்முறையைக் கையிலெடுக்கத் துடிக்கும் இளைஞர்களுடனும் உருவாக்கப்பட்ட ஒரு இயக்கத்திற்கு தலைமை தாங்குவதால் ஏற்படப்போகும் பின்விளைவுகளைக் கருத்தில்கொண்டே அவ்வியக்கத்திற்கு தலைமையேற்க சாவர்க்கர் மறுத்தார். ஆனால் அவர் எந்தப் பிரச்சனைகளுக்கெல்லாம் பயந்தாரோ, அதே பிரச்சனைகள் கோட்சேவுக்கு வந்தால் கவலை இல்லை என்பதாக அப்பொறுப்பை கோட்சேவிடம் தள்ளிவிட்டார் சாவர்க்கர்.

"நாங்கள் எல்லோருமே சாவர்க்கர்தான் இந்து இராஷ்டிர தளத்தின் தலைவராக வரவேண்டும் என்றும் விரும்பினோம். ஆனால் அந்த பொறுப்பை ஏற்க சாவர்க்கர் மறுத்துவிட்டார். இந்து இராஷ்டிர தளத்திற்கு வழிகாட்டுதல் பணியை செய்வதை மட்டும் உறுதிசெய்தார்" என்று பின்னாளில் கோட்சே தெரிவித்தான்[25].

இப்படியாக இரட்டை வேடமணிந்தவராக நடந்துகொண்ட சாவர்க்கரைப் பார்த்து குழம்பித்தான் போயிருந்திருந்தான் கோட்சே. சாவர்க்கரே சுயவிருப்பத்தின்பேரில் உருவாக்கிய அமைப்புதான் என்றாலுமேகூட, அதற்கு தலைமை தாங்குவதற்கோ அதனுடன் தனக்கு நேரடியாக தொடர்பு இருப்பதாக வெளியுலகிற்கு காட்டுவதற்கோ சாவர்க்கர் விரும்பவில்லை. வெளிப்படையாகக் காட்டிக்கொள்ளாமல் மறைந்திருந்து அனைத்தையும் செய்வதையே சாவர்க்கர் விரும்பினார். கோட்சே பல்வேறு முறை தொடர்ச்சியாக அழைத்தும், அவ்வியக்கத்தின் இரண்டாம் முகாமில் கலந்துகொள்ள சாவர்க்கர் மறுத்தேவிட்டார். இதனால் ஒருமுறை மிகுந்த மனவருத்தத்துடன் சாவர்க்கருக்கு ஒரு கடிதமே எழுதினான் கோட்சே.

"அகமதுநகரில் நடக்கவிருக்கும் முகாமுக்கு வரமுடியாது என்று நீங்கள் எடுத்த முடிவைக் கேட்டு, அந்நகரத்தைச் சேர்ந்தவர்கள் மிகுந்த ஏமாற்றம் அடைந்திருக்கின்றனர். அதனை வார்த்தைகளால் விளக்கிவிட முடியாது. அதேவேளையில் தங்களைத்தான் தலைவர்களுக்கெல்லாம் தலைவராக இந்து இராஷ்டிர தளம் கருதுகிறது. எங்களுடைய இளைஞர் கூட்டத்தின் ஆண்டுத் திருவிழாவிற்கு மாபெரும் தலைவராகிய நீங்கள் வரமுடியாமல் போவது எங்களை எல்லாம் பெரும் ஏமாற்றத்திற்குள்ளாக்கி இருக்கிறது" என்று ஏமாற்றம் கலந்த கோபத்துடன் அக்கடிதத்தை சாவர்க்கருக்கு எழுதி அனுப்பினான் கோட்சே[26].

இது முழுக்கமுழுக்க சாவர்க்கரின் சந்தர்ப்பவாதமன்றி வேறில்லை. ஆனாலும் சாவர்க்கர் மீது கோட்சேவுக்கு இருந்த மரியாதையை அது கொஞ்சமும் குறைத்துவிடவில்லை. ஒருசில சமயங்களில் சாவர்க்கரை எதிர்த்தும் கோபப்பட்டும் சிலகேள்விகளை எழுப்பியிருந்தபோதுமே கூட, அடுத்த நொடியிலேயே சாவர்க்கரின் சீடராகவே தன்னைக் காட்டிக்கொண்டு அடிபணிந்து நடந்தான் கோட்சே. அந்த கோபமெல்லாமும் சாவர்க்கரிடம் அவனுக்கிருந்த உரிமையின்பால் எழுந்ததாகத்தான் இருந்தது. அகமதுநகர் முகாம் முடிந்து இரண்டு வாரங்களுக்குப் பிறகு 1943ஆம் ஆண்டு மே மாதம் 29ஆம் தேதியன்று சாவர்க்கரின் வழிகாட்டுதலின்படி, இந்து இராஷ்டிர தளத்தின் முக்கியமான உறுப்பினர்களுக்கு மட்டுமேயான ஒரு விவாதக்கூட்டத்தை ஏற்பாடு செய்தான் கோட்சே. அந்த விவாதத்தில் கலந்துகொண்டு, "எனக்கு விசுவாசமான அமைப்பாக இருக்கவேண்டும். இந்து

அமைப்புகளிலேயே நீங்கள் தனித்துவமான அமைப்பாக இயங்க வேண்டும்" என்று இந்து இராஷ்டிர தளத்தின் உறுப்பினர்களிடம் சாவர்க்கர் பேசியிருக்கிறார். அதுகுறித்து ஆங்கிலேய அரசின் உளவுத்துறை ஒரு அறிக்கையும் தயார் செய்திருக்கிறது[27]. ஆக, எல்லோருக்கும் தெரியும்விதமாக நடத்தப்படும் முகாம் போன்ற நிகழ்வுகளுக்கு வராமல் தவிர்ப்பதும், மறைமுகமாக நடத்தப்படும் தனிப்பட்ட விவாதங்களில் பங்கெடுப்பதுமாக எப்போதுமே இந்து இராஷ்டிர தளத்துடன் ஒரு இரகசிய உறவைப் பேணுவதையே உத்தியாகக் கையாண்டு வந்தார் சாவர்க்கர்.

இதெல்லாம் ஒருபுறமிருக்க, மறுபுறமோ இதற்கு முன்பிருந்த இந்துத்துவ இயக்கங்களையெல்லாம் தாண்டி மகாராஷ்டிராவின் பல புதிய பகுதிகளில் இந்து இராஷ்டிர தளம் தடம்பதிக்கத் துவங்கியது. 1943ஆம் ஆண்டின் இரண்டாவது பாதியின் ஏதோவொரு மாதத்தில் ஆங்கிலேய இராணுவத்தின் விமானப்படைக்கு ஆப்தே தேர்வு செய்யப்பட்டான். அதன்பிறகு இந்து இராஷ்டிர தளத்தின் பணிச்சுமை மொத்தமும் கோட்சேவின் தலையில் விழுந்தது. ஆனால் அதற்கெல்லாம் அசராமல் தொடர்ந்து செயல்பட்டான் கோட்சே. அந்த இயக்கத்தின் இலக்கை அடைவதற்காக தொடர்ந்து அயராது உழைத்தான். லிமயேவின் உதவியும் கோட்சேவின் கடுமையான உழைப்பும் சேர்ந்துதான் பம்பாய், மிராஜ், சோளாபூர், பார்ஷி, பந்தாபூர் மற்றும் இந்தூர் உள்ளிட்ட பல்வேறு பகுதிகளில் இந்து இராஷ்டிர தளத்தின் புதிய கிளைகளை 1943ஆம் ஆண்டின் இறுதிக்குள் உருவாக்க முடிந்தது[28].

இந்து இராஷ்டிர தளத்தின் ஸ்வயம்சேவகர்களுடன் நெருக்கமான உறவினைப் பேணினான் கோட்சே. தனக்கும் அவர்களுக்குமான கொள்கை ஒற்றுமையினை 'இந்து இராஷ்டிர வகுப்புகள்' மூலம் பலப்படுத்திக்கொண்டான்[29]. ஆனால் இப்படியான வகுப்புகளையும் முகாம்களையும் தாண்டி களத்தில் பெரிதாக எதையும் அவர்கள் செய்யவில்லை. எதுவுமே செய்யாமல் இருப்பதாக யாரும் உணரக்கூடாது என்பதற்காகவே எப்போதும் அதிரடியான முழக்கங்களை அவர்களது கூட்டங்களில் மட்டும் எழுப்பிக்கொண்டே இருந்தார்கள்.

ஆங்கிலேய அரசின் கோபத்திற்கு ஆளாகும் விதத்தில் எதையும் செய்துவிடக்கூடாது என்பதில் ஆர்.எஸ்.எஸ். மிகவும் கவனமாகவே இருந்தது. அதுவே இந்து இராஷ்டிர தளத்தையும் கட்டுப்பாட்டில் வைத்து தடுத்தது. ஆர்.எஸ்.எஸ். இயக்கத்தைப் போன்றே இந்து

இராஷ்டிர தளமும் ஆங்கிலேய அரசுடன் இணக்கமாக இருந்தது என்பதற்கான ஆதாரம் 1944ஆம் ஆண்டில் முதன்முதலில் வெளிப்பட்டது. ஆங்கிலேய இராணுவத்தில் ஆப்தே இணைந்ததால் கிடைத்த தொடர்புகளின் உதவியுடன் பூனாவின் எஸ்.பி கல்லூரியில் இந்து இராஷ்டிர தளத்தின் தத்துவார்த்த வகுப்புகள் நடக்கும்போது அதன் ஒருபகுதியாக 'போர்க்கண்காட்சி' என்னும் பெயரில் போர்கள் குறித்த புகைப்படங்களையும் பொருட்களையும் வைத்து ஒரு கண்காட்சி நடத்தப்பட்டது. அந்தக் கண்காட்சியை இந்து இராஷ்டிர தளமும் ஆங்கிலேய அரசும் இணைந்து நடத்தின என்பது குறிப்பிடத்தக்கது[30].

இந்துமகாசபையின் தலைவராக சாவர்க்கரும் மகாராஷ்டிர ஆர்.எஸ்.எஸ்.-இன் தலைவராக லிமயேவும் அனுபவித்துக் கொண்டிருந்த அதே பெருமையை, இந்து இராஷ்டிர தளத்தின் அறிவிக்கப்படாத தலைவராக கோட்சேவும் மகிழ்ச்சியோடு கொண்டாடிக் கொண்டிருந்தான். தலைவனுக்கும் தொண்டனுக்குமான உணர்வுப்பூர்வமான இடைவெளியானது குறைந்திருந்தது. அடுத்தடுத்த மாதங்களில் அவன் மேற்கொண்ட முயற்சிகளினால் அவனுடைய எதிர்காலமே மாற்றமடையத் துவங்கியது.

1943ஆம் ஆண்டின் இறுதியில், ஆங்கிலேய விமானப்படையில் இணைந்த ஒரு சில மாதங்களுக்குள்ளாகவே அந்த வேலையை விட்டு வெளியேறி பூனாவுக்கே திரும்பினான் ஆப்தே. அந்த நேரத்தில் இந்து இராஷ்டிர தளத்தின் பல புதிய கிளைகளை உருவாக்குவதற்கான வேலையில் பரபரப்பாக ஓடிக்கொண்டிருந்தான் கோட்சே. ஆப்தேவின் குடும்பத்தை கவனித்துக்கொண்டிருந்த அவனது சகோதரரின் திடீர் மறைவினால்தான் வேறுவழியின்றி வேலையை விடவேண்டிய சூழலுக்கு ஆப்தே தள்ளப்பட்டிருந்தான். குடும்பத்துடன் அதிகநேரத்தை செலவிட வேண்டியிருந்ததால், தன்னுடைய அரசியல் இலட்சியங்களையும் ஓரமாக வைத்துவிட்டு வருமானத்திற்கும் வழிதேட வேண்டியிருந்தது.[31] ஆங்கிலேய விமானப்படையில் சேர்வதற்காக அமெரிக்கன் மிசன் உயர்நிலைப்பள்ளியில் இருந்தும் வேலையை விட்டுவிட்டதால், அங்கேயும் செல்லமுடியாத நிலையில் இருந்தான் ஆப்தே. அதனால் அப்பள்ளி இருந்த அகமதுநகருக்கும் போகமுடியவில்லை. 1944ஆம் ஆண்டின் துவக்கத்தில் பூனாவிலிருந்த பவி பள்ளியில் கணித ஆசிரியராக அவனுக்கு வேலை கிடைத்தது[32].

பூனாவின் மண்ணில் ஆப்தே காலடி எடுத்துவைத்ததும், தன்னுடைய இலட்சியத்தை அடைவதற்கு ஆப்தே உதவுவான் என்று கோட்சே மகிழ்ச்சியடைந்தான். இருப்பினும் குடும்பத்தை கவனிக்கவேண்டிய கடமையின் காரணமாக அமைதியாக ஆசிரியர் பணியை மட்டுமே பார்த்துக்கொண்டிருக்க வேண்டிய நிலைக்கு ஆப்தே தள்ளப்பட்டிருந்தான். ஆனால் ஒருசில மாதங்களுக்கு மேல் அவனால் அமைதியாக இருக்கமுடியவில்லை. தன்னுடைய அரசியல் இலக்குகளை அடைவதற்கான வழிகளைக் கண்டறிய முயன்றுகொண்டிருந்தான் ஆப்தே. தங்களுடைய அரசியல் பணிகளை விரிவாக்குவது குறித்து கோட்சேவும் ஆப்தேவும் விவாதிக்கத் துவங்கிவிட்டனர். வருமானத்திற்கான வழியையும் கொடுக்கும்படியான வியாபார வழிகளையும் அவர்கள் இருவரும் ஆலோசித்தனர். மராட்டிய மொழியில் ஒரு நாளிதழைத் துவங்கி வெளியிடலாமா என்று விவாதித்தனர். அதன்மூலம் தொடர்ச்சியாக வருமானமும் கிடைக்கும். இந்து இராஜ்ஜியத்தை ஏற்படுத்துவதற்கான இலட்சியப் பயணத்திற்கும் பயன்படும் என்று அவர்கள் உறுதியாக நம்பினர்.

இரண்டாம் உலகப்போர் நடைபெற்ற காலத்தில் செய்தித்தாள்கள் அச்சிடுவது குறைந்துபோயிருந்தது. அதனால் புதிய செய்தித்தாள் ஒன்றினைத் துவங்குவதும் கடினமானதாகத்தான் இருந்தது. பூனாவில் 'அக்ரானி' என்கிற பெயரில் ஒரு மராட்டிய செய்தித்தாள் முன்பொரு காலத்தில் வெளியாகிக் கொண்டிருந்தது[33]. ஆனால் அது சிலப்பல காரணங்களினால் வெளிவராமல் நின்றுபோயிருந்தது.

"அக்ரானி நாளிதழை மீட்டுக்கொண்டுவர நாங்கள் முடிவு செய்தோம். உடனே அதன் ஆசிரியரான ஸ்ரீ ஷிக்காரேவிடம் வெளியீட்டு உரிமையைக் கேட்டுப்பெற்றோம். பின்னர், நீதிமன்றம் சென்று அக்ரானியை வெளியிடுவதற்கான அனுமதியையும் வாங்கினோம்" என்று பின்னாளில் கோட்சே தெரிவித்தான்[34].

அதன்பின்னர் கோட்சேவும் ஆப்தேவும் இணைந்து அந்த நாளிதழை நடத்துவதற்குத் தேவையான நிதியினைத் திரட்டும் பணியில் இறங்கினர்.

"அக்ரானியை மீண்டும் துவங்குவதற்கு குறைந்தபட்சம் 20000 ரூபாயாவது எங்களுக்குத் தேவைப்பட்டது. நாங்கள் முதலில் சாவர்க்கரை அணுகினோம். அவர் அறுபது வயதை அடைந்ததை முன்னிட்டு, அவருடைய சீடர்களெல்லாம் சேர்ந்து 200000

ரூபாயினை திரட்டி அவருக்கு அன்பளிப்பாகக் கொடுத்திருந்த நேரம் அது. அதனால் அவரிடம் சென்று எங்களுடைய நாளிதழுக்கு நிதி உதவி செய்யுமாறு கேட்டோம். அவர் எங்களுக்கு 15000 ரூபாயினைக் கடனாகக் கொடுத்தார். பின்னர் வேறுசிலரிடம் ஆளுக்கு இரண்டாயிரம்-மூவாயிரம் என ஒரு தொகையினை வசூல் செய்தோம்" என்று நாளிதழைத் துவங்குவதற்கு நிதி திரட்டியது குறித்து தெரிவித்தான் கோட்சே[35].

1944ஆம் ஆண்டு மார்ச் 25ஆம் தேதியன்று அக்ரானியின் முதல் நாளிதழ் வெளியானது. அதற்கு ஆசிரியராக கோட்சேவும் பொதுமேலாளராக ஆப்தேவும் இருந்தனர். நாளிதழைத் துவங்கியதன் மூலம் தொழில்முறைக் கூட்டாளிகளாகவும் மாறி, மேலும் நெருக்கமாகினர். அந்த நாளிதழுக்கு முக்கியமான பொறுப்பாளர் யாரென்பதில் அவர்கள் இருவருக்கும் மோதலே வரவில்லை. பெரும்பாலான முடிவுகளை எடுப்பது ஆப்தேவாகவும், அவற்றை அமைதியாக ஏற்றுக்கொள்பவனாக கோட்சேவும் இருந்தனர். அதில் அவர்களுக்குள் போட்டியோ பொறாமையோ இருந்ததற்கான எந்த ஆதாரமும் இல்லை.

இந்து இயக்கங்களின் நிகழ்வுகள் குறித்து எந்தப் பத்திரிகையும் முறையாக செய்தி வெளியிடுவதே இல்லையென்பதைக் கண்டு, தானும் ஆப்தேவும் கோபமடைந்ததாக காந்தியைக் கொன்றபிறகு அளித்த வாக்குமூலத்தில் கோட்சே தெரிவித்தான்.

"1944ஆம் ஆண்டு ஜனவரி மாதம் 16ஆம் தேதியன்று இதுகுறித்து நாங்கள் விரிவாக விவாதித்தோம். இனிமேலும் இந்து இயக்கங்களை வெகுமக்கள் பத்திரிகைகள் புறக்கணிக்கின்றன என்று அழுவதில் எந்தப் பலனுமில்லை என்று பேசினோம். நாமே ஒரு பத்திரிகையைத் துவங்கினால் அதன்மூலம் நம்முடைய செய்திகளை அதிகமாக மக்களிடம் கொண்டுபோகமுடியும் என்று கருதினோம். அதனால் ஒரு செய்தித்தாளைத் துவங்குவது என்று முடிவுசெய்து, அடுத்தநாளே அதற்கான பணியைத் துவங்கினோம்" என்று கூறினான் கோட்சே[36].

கோட்சேவினுடைய வாக்குமூலத்தின் இந்தப்பகுதி முழுக்க பொய்யென்று சொல்லிவிடமுடியாது. ஆனால் அவர்கள் செய்தித்தாள் துவங்குவதற்கு மிகமுக்கியமான காரணத்தை விசாரணை அதிகாரிகளிடம் திட்டமிட்டே மறைத்துவிட்டான். இந்து இயக்கங்களின் செய்திகளெல்லாம் அப்போதைய

நாளிதழ்களில் வருவதில்லை என்று இருவரும் வருத்தப்பட்டிருக்க வாய்ப்பிருக்கிறதுதான். ஆனாலும், ஒரு நிலையான வருமானத்தை ஈட்டிக்கொண்டே, இந்துத்துவ அரசியலிலும் ஈடுபட்டுக்கொண்டிருக்கும் ஆவலில்தான் கோட்சேவுடன் இணைந்து ஆப்தே இதனைத் துவங்கினான் என்பதை கோட்சே குறிப்பிடாமல் தவிர்த்துவிட்டான். இந்து இயக்கங்களின் நிலைமையை தங்களுடைய தனிப்பட்ட நலன்களுக்காகவும் அவர்கள் பயன்படுத்திக்கொண்டனர் என்பதே உண்மை.

அத்துடன் மராட்டிய மொழியில் இந்துத்துவக் கொள்கைக்கு ஆதரவாகப் பேசும் நாளிதழ்களின் தேவை குறித்து கோட்சேவும் ஆப்தேவும் மட்டுமே விவாதித்தார்கள் என்றும் சொல்லிவிடமுடியாது. அக்ரானி வெளியாகத் துவங்கிய அதே 1944ஆம் ஆண்டில்தான், ஆர்.எஸ்.எஸ். இன் உதவியுடன் மேலும் இரண்டு பத்திரிகைகள் வெளிவரத் துவங்கின. 'விக்ரம்' என்கிற பத்திரிகையை ஆர்.எஸ்.எஸ். இயக்கத்தின் மகாராஷ்டிரத் தலைவரும் கோட்சேவின் வழிகாட்டிகளில் ஒருவருமான லிமயே துவங்கினார்[37]. அதேபோல ஆர்.எஸ்.எஸ். இயக்கத்திற்கு மிகநெருக்கமான நார்கேசரி ஸ்மரக் மண்டல் (*Narkesari Smarak Mandal Trust*) அறக்கட்டளையினால் 'தருண் பாரத்' என்கிற மற்றொரு பத்திரிகையும் துவங்கப்பட்டது[38]. இந்த மூன்று பத்திரிகைகளும் ஒரே மாதிரியான செய்திகளைத்தான் வெளியிட்டன. காங்கிரசை விமர்சித்தும், காந்தியின் அறவழிப்போராட்டத்தை இழிவுபடுத்தியும், அவர் வலியுறுத்திய இந்து-முஸ்லிம் ஒற்றுமையைக் கண்டித்தும்தான் அப்பத்திரிகைகளில் செய்திகளாக வெளிவந்தன. மதவெறிக் கருத்துகளைப் பரப்பும் பத்திரிகைகளாகவும் அவை இருந்தன.

"அந்த மூன்று பத்திரிகைகளும் வெளியாகத் துவங்கியபோது நான் உயர்நிலைப் பள்ளியில் படித்துக்கொண்டிருந்தேன். சாங்கிலியில் இருந்து வெளியான விக்ரமை மட்டுமல்லாமல், அக்ரானியையும் வாங்கிப்படிப்பதை நாங்கள் வழக்கமாக்கினோம். என்னைப் போன்ற இளம் ஸ்வயம்சேவகர்கள் அப்பத்திரிகைகளை வீடுவீடாகச் சென்று மக்களை வாங்க வைத்தோம். அப்பத்திரிகைகளுக்கு சந்தா செலுத்தி தொடர்ச்சியாகப் பெறுமாறும் மக்களிடம் பிரச்சாரம் செய்தோம். மகாராஷ்டிராவில் அப்போது எங்களுடைய வழக்கமான செயல்பாடுகளில் ஒன்றாகவே அது மாறியிருந்தது. 1946ஆம் ஆண்டில் நான் பள்ளிப்படிப்பை முடிக்கும்வரையிலும் தருண் பாரத் பத்திரிகை எங்களுடைய ஊரான சாங்கிலிக்கு வரவே

இல்லை. அதனால் விக்ரம் மற்றும் அக்ரானி ஆகிய இரண்டு மட்டும்தான் எங்களுடைய இந்துத்துவக் கொள்கைகளைப் பேசிய பத்திரிகைகள் என்றும், மற்றனைத்துமே காங்கிரஸ் ஆதரவுப் பத்திரிகைகள் என்றும் நாங்கள் நம்பினோம்” என்றார் புஜாரி[39].

சாங்கிலியைப் போலவே பூனாவிலிருந்த ஆர்.எஸ்.எஸ். உறுப்பினர்களும் உற்சாகமான வரவேற்பை அக்ரானிக்குக் கொடுத்தார்கள்.

“பூனாவிலிருந்த ஸ்வயம்சேவகர்களுக்கு அக்ரானி வெளியாவதென்பதே ஒரு சிறப்பான தருணமாக இருந்தது. உடற்பயிற்சிகளுக்கும் அணிவகுப்புகளுக்கும் ஆங்கிலேய அரசால் தடை விதிக்கப்பட்டிருந்ததால், எங்களுடைய ஷாகாக்களெல்லாம் செயலிழந்து போய் காணப்பட்டன. அந்த நேரத்தில்தான் அக்ரானி வெளியாகத் துவங்கியது. அந்த பத்திரிகையை தெருத்தெருவாக விற்பதென்பது புதுவித உற்சாகமான வேலையாக எங்களுக்கு இருந்தது” என்று நினைவுகூர்ந்தார் ஆச்சார்யா[40]. சாவர்க்கரின் புகைப்படம்தான் அக்ரானியின் முகப்புப் பக்கத்தில் எப்போதும் அச்சிடப்பட்டிருக்கும். அவர்தான் இந்து இராஷ்டிர தளத்தின் அதிகாரப்பூர்வமற்ற தலைவர் என்பதைச் சொல்லாமல் சொல்வதே அவர்களின் நோக்கமாக இருந்திருக்கிறது.

“ஆப்தேவும் நானும் பத்திரிகை துவங்கியதில் இருந்தே ஓய்வில்லாமல் அதற்காகவே உழைக்கத் துவங்கிவிட்டோம். இந்து இராஷ்டிர தளத்தின் செயல்பாடுகளுக்குக் கூட நேரம் ஒதுக்குவது கடினமாக மாறியது. அதனால் 1944ஆம் ஆண்டின் இறுதியில், நாளிதழில் அதிக கவனம் செலுத்துவதால் எங்களுக்கு நேரம் போதாமை இருப்பதையும், அதனால் இந்து இராஷ்டிர தளத்தின் கிளைகளை அதன் ஸ்வயம்சேவகர்களே முன்நின்று நடத்திக்கொள்ளவேண்டும் என்பதையும் அவர்களிடம் தெரிவித்தோம். நாங்கள் துவங்கிய பத்திரிகையானது, ஒரு பெரிய நிதிநெருக்கடியில் சிக்கிக்கொண்டிருக்கிறது என்றும் அதனை மீட்டுக்கொண்டு வந்துவிட்ட பின்னர்தான் இந்து இராஷ்டிர தளத்திற்கு எங்களால் நேரம் ஒதுக்கமுடியும் என்றும் அவ்வியக்கத்தின் ஸ்வயம்சேவகர்களிடம் தெரிவித்துவிட்டோம். நாங்கள் ஒதுங்கியதற்குப் பின்னர், இந்து இராஷ்டிர தளத்தின் விரிவாக்கம் அப்படியே தடைப்பட்டுவிட்டது” என்று பிற்காலத்தில் கோட்சே நினைவுகூர்ந்தான்[41].

பத்திரிகைத் துறையில் நுழைந்தபிறகு, நடப்பு அரசியலை கூர்ந்து கவனிக்கத்துவங்கினான் கோட்சே[42]. அவனுடைய குருக்களால் தீர்மானிக்கப்பட்ட இலக்கான இந்து இராஜ்ஜியத்தை உருவாக்குவதே ஒரு அரசியல் செயல்பாட்டாளனாக அவனது பணியாக மாறியது. அதேவேளையில் பல திறமைகளை வளர்த்துக்கொண்ட ஒரு தலைவனாகத் தன்னைத்தானே பெருமையோடு நினைத்துக்கொள்ளவும் செய்தான். அவன் பங்கேற்கும் பொதுநிகழ்வுகளானாலும் அல்லது எழுதும் கட்டுரைகளானாலும் தனக்குத்தானே முக்கியத்துவம் இருப்பதாகப் பார்த்துக்கொண்டான். காந்திக்கும் அறவழிப்போராட்டத்திற்கும் அவரது இந்து-முஸ்லிம் ஒற்றுமைக்கும் எதிர்ப்பு தெரிவித்து அக்ரானியில் வெளியாகிற கட்டுரைகளிலெல்லாம் அவனுடைய பேரார்வம் வெளிப்படும். போகப்போக மதவெறிப் பிரச்சாரத்தை வெளிப்படையாகவே செய்வது போலவும், காந்தியை நேரடியாகவே திட்டித்தீர்க்கும் விதத்திலும் கட்டுரைகள் வெளியாகத் துவங்கின.

புதிதாக பத்திரிகை துவங்குவதற்கும் பத்திரிகையாளராக புதிய அவதாரம் எடுப்பதற்கும் மிகச்சரியான நேரமாக அது இருந்தது. வெள்ளையனே வெளியேறு இயக்கத்தின் செயல்பாடுகள் தணியத்துவங்கியபிறகும் காந்தி உள்ளிட்ட பல காங்கிரஸ் தலைவர்கள் சிறையில்தான் இருந்தனர். இரண்டாம் உலகப்போருக்குப் பின்னரான காலத்தில் தங்களுடைய ஆதிக்கத்தில் இருந்த நாடுகளுக்கெல்லாம் விடுதலை கொடுப்பது தொடர்பான ஆரம்பகட்டப் பேச்சுவார்த்தைகளையும் ஆங்கிலேயர்கள் துவக்கியிருந்தனர். தங்களுக்கிடையிலான கருத்து வேறுபாடுகளை காங்கிரசும் முஸ்லிம் லீகும் தீர்த்துக்கொண்டாலொழிய இந்திய நிலப்பரப்பின் விடுதலை குறித்து எதுவும் பேசத்தயாராக இல்லை என்று ஆங்கிலேய அரசு திட்டவட்டமாக அறிவித்துவிட்டது. அதனால் பாகிஸ்தான் பிரச்சனைதான் அரசியல் வட்டாரத்தினுடைய விவாதங்களின் மையப்புள்ளியாக மாறியிருந்தது.

பாகிஸ்தான் என்கிற தனிநாட்டை உருவாக்கியே ஆகவேண்டும் என்பதில் முஸ்லிம் லீக் உறுதியாக இருந்தது. ஆனால் காங்கிரசோ இந்தியப் பிரிவினைக்குத் தயாராக இல்லை. இந்தியாவின் விடுதலைக்காக கடந்தகாலத்தில் ஒரு துரும்பைக் கூட அசைத்திருக்காத இந்துத்துவ இயக்கங்களோ, இந்தக் குழப்பமான

சூழலைத் தங்களுக்கு சாதகமான வாய்ப்பாகப் பயன்படுத்திக் கொண்டு விரிவான அரசியல் விவாதங்களில் மூக்கை நுழைத்து கருத்து சொல்லத் துவங்கின. முஸ்லிம்களுக்கு எதிரான வெறுப்புப் பிரச்சாரத்தைத் தூண்டி, இந்தியா என்கிற தேசமே இந்துக்களுக்காக மட்டும்தான் என்கிற கோரிக்கையை இந்துத்துவ இயக்கங்கள் முன்வைத்தன. ஒருபுறம் இந்தியா இந்துக்களுக்கே என்று சொல்லி முஸ்லிம்களுக்கு அச்சத்தை ஏற்படுத்திக்கொண்டே, மறுபுறம் இந்தியாவை இரண்டாகப் பிரிக்க அனுமதிக்கமாட்டோம் என்றும் அறிவித்தன அவ்வியக்கங்கள்.

இப்பிரச்சனையில் தொடர்ச்சியாக இழுபறி நிலவியதால், அது தீரும்வரையிலும் ஆங்கிலேயர்களின் ஆதிக்கம் தொடர்ந்துவிடும் என்பதை வலியுறுத்தி காங்கிரஸ் தலைவரான ராஜாஜி ஒரு வழிமுறையை முன்மொழிந்தார். அதன்படி, முஸ்லிம்கள் பெரும்பான்மையாக இருந்த இந்தியாவின் வடமேற்கு மற்றும் கிழக்குப் பகுதி மாவட்டங்களில் போருக்குப் பிந்தைய விசாரணைக் குழு அமைப்பது, பாகிஸ்தான் உருவாவதை விரும்புகிறார்களா இல்லையா என்று அங்குவாழும் மக்களிடம் வாக்கெடுப்பு நடத்துவது, 'ஆம்' என்று அவர்கள் தெரிவித்தால் பாதுகாப்பு-வர்த்தகம்-தகவல்தொடர்பு உள்ளிட்ட துறைகளை முறையாகப் பிரிப்பது தொடர்பாக இருதரப்புக்கிடையில் ஒப்பந்தம் போடுவது, காங்கிரசின் விடுதலைக் கோரிக்கையை அங்கீகரித்து இந்தியர்களின் கைகளில் ஒப்படைத்தபின்னர் இத்திட்டங்களை முழுவதுமாக அமல்படுத்துவதை முஸ்லிம் லீக் ஏற்றுக்கொள்வது என விரிவானதொரு திட்டத்தை அவர் முன்வைத்தார்[43].

இந்தியாவைப் பிரித்து பாகிஸ்தானை உருவாக்கும் திட்டத்திற்கு காங்கிரஸ் ஆதரவுகொடுப்பதாக இந்துமகாசபையும் ஆர்.எஸ்.எஸ்.-ம் உடனடியாகக் களத்தில் குதித்து எதிர்ப்பிரச்சாரம் செய்யத்துவங்கிவிட்டன. முஸ்லிம் லீகிடம் காங்கிரஸ் சரணடைந்ததற்கான சான்றாக ராஜாஜியின் முன்மொழிவை 'ராஜாஜி ஃபார்முலா' என்று இந்துத்துவ இயக்கங்கள் பரப்புரை செய்தன. இந்திய அரசியலில் பெரிதாக எதையுமே செய்துவிடாத காரணத்தால் கவனிக்கப்படாமலே இருந்த இந்துத்துவ இயக்கங்களெல்லாம் இதனை ஒரு வாய்ப்பாகப் பார்த்தன. புதிதாக பத்திரிகையாளர் அவதாரம் எடுத்து, சின்னச்சின்ன உள்ளூர்ப் பிரச்சனைகளில் மட்டுமே கவனம் செலுத்திவந்த கோட்சேவுக்கு,

இப்புதிய சூழலினால் தேசியளவிலான பிரச்சனையைப் புரிந்துகொள்ளும் வாய்ப்பு கிடைத்தது.

“காங்கிரசும் முஸ்லிம் லீகும் இணைந்துதான் வேலை பார்க்கிறார்கள் என்பது எனக்குப் புரிந்துவிட்டது. அவர்கள் ஒத்துழைப்பினால் பாகிஸ்தானே உருவாகிவிடக்கூடும்” என்று அப்போது கோட்சே கூறினான்[44].

கோட்சேவின் இப்புதிய புரிதல் எல்லாவிதத்திலும் தவறாக இருந்தபோதிலும், ஏற்கனவே இந்துத்துவ இயக்கங்கள் தொடர்ந்து செய்துவந்த பல்வேறு பொய்ப் பிரச்சாரங்களோடு அது சரியாக ஒத்துப்போனது.

“காங்கிரசும் முஸ்லிம் லீகும் அமைத்திருக்கிற இந்தக் கூட்டணியை நாங்கள் எதிர்க்கத் துவங்கினோம். அதனைக் கண்டிக்கிற விதமாக தொடர்ந்து பல கட்டுரைகள் எழுதினோம். அதன்பிறகு இந்துஸ்தானத்தின் அரசியலே வெகுவேகமாக மாறத்துவங்கியது” என்றான் கோட்சே[45]. இந்துமகாசபை மற்றும் ஆர்எஸ்எஸ் ஆகிய இயக்கங்களின் கொள்கைகளோடு முழுமையாக இணங்கிப்போனதனாலும், தன்னிடமிருந்து அவ்வியக்கங்கள் எதை எதிர்பார்க்கின்றன என்பதைப் புரிந்துகொண்டதாலும், முஸ்லிம் லீகின் கோரிக்கையை காங்கிரசின் கோரிக்கையாக கோட்சே சித்தரித்தான். இந்தப் புரிதலைக் கண்டறிந்து பெரிய அரசியல் கண்டுபிடிப்பை நிகழ்த்திவிட்டதாகவும், அக்ரானியில் அதுகுறித்து எழுதியதால் கிடைத்த வெளிச்சத்தினாலும் தன்னைத்தானே பெருமையாக நினைத்துக்கொண்டான் கோட்சே.

அக்ரானி பத்திரிகையைத் துவங்கி சில வாரங்களில் இராஜாஜி ஃபார்முலா குறித்த செய்திகளெல்லாம் பூனாவைச் சென்றடைந்தன. 1944ஆம் ஆண்டு ஏப்ரல் மாதத்தில் பூனாவில் இருக்கும் அகா கான் அரண்மனையில் காந்தியைச் சந்தித்து தன்னுடைய முன்மொழிவு குறித்து விவாதிக்க இராஜாஜி சென்றிருந்தார். 1942 ஆகஸ்ட் முதலே சிறையில் அடைப்பதைப் போன்று காந்தி அங்குதான் வைக்கப்பட்டிருந்தார்.

“அகா கான் அரண்மனையில் காந்தியைச் சந்தித்துவிட்டு வெளியே வந்ததும் தன்னுடைய முன்மொழிவை காந்தி ஏற்றுக்கொண்டதாக இராஜாஜி அறிவித்தார்” என்று நினைவுகூர்ந்தான் கோட்சே[46]. அப்போதிலிருந்து, ஜின்னாவைத் திருப்திபடுத்துவதற்காகவே காந்தி இறங்கிப்போய் அடிபணிந்துவிட்டார் என்று காந்தியை

தனிப்பட்ட முறையில் நேரடியாகத் தாக்கத் துவங்கிவிட்டான் கோட்சே. அதுநாள் வரையிலும் எதைச் செய்தாலும் ஒரு யூகத்தின் அடிப்படையிலோ அல்லது யாராவது சொல்வதைக் கேட்டோ அல்லது ஒருவித குழப்பமனநிலையிலோதான் கோட்சே செயல்பட்டுவந்தான். ஆனால், பத்திரிகையில் கட்டுரைகள் எழுதத்துவங்கியதும் அவனுடைய கருத்துகளில் அவனுக்கே ஒரு உறுதியான நம்பிக்கை பிறந்தது.

அக்கருத்துகளுக்கு செயல்வடிவமும் கிடைக்கத்துவங்கியது. உடல்நிலை சரியில்லாத காரணத்தால் 1944ஆம் ஆண்டு மே மாதம் 5ஆம் தேதியன்று சிறையில் இருந்து காந்தி விடுதலை செய்யப்பட்டார். பூனாவில் ஒருவாரம் தங்கிவிட்டு, அங்கிருந்து பம்பாய்க்கு சென்று, ஜுஹுவின் கடற்கரையோரத்தில் இருந்த ஒரு குடிலில் அடுத்த ஒருமாதம் தங்கினார். அதன்பின்னர் பூனாவிற்குத் திரும்பிச்சென்று, அங்கிருந்து உடல்நிலையின் காரணமாக இந்தியக் கோடை வெயிலின் தாக்கத்தில் இருந்து தப்பிக்க மேற்குத்தொடர்ச்சி மலையடிவாரத்தில் இருக்கும் பஞ்ச்கானி என்னும் ஊரில் தங்கினார்[47]. அவருடைய உடல்நலம் தேறியதும், கொஞ்சம் கொஞ்சமாக மீண்டும் அரசியல் பணிகளைத் துவக்கினார். அதே ஆண்டின் ஜுலை மாதம் 17ஆம் தேதியன்று ஜின்னாவை சந்திக்க விருப்பம் தெரிவித்து அவருக்கு ஒரு கடிதம் எழுதினார் காந்தி.

“என்னை இஸ்லாமுக்கோ அல்லது முஸ்லிம்களுக்கோ எதிரியாகக் கருதாதீர்கள். நான் எப்போதும் உங்களுடைய நண்பனாகவும், உங்களுக்கும் இவ்வுலகிலுள்ள எல்லோருக்குமான பணியாளாகவும்தான் இருந்து வருகிறேன். என்னைப் புறக்கணித்துவிடாதீர்கள்” என்று ஜின்னாவுக்கு எழுதிய கடிதத்தில் காந்தி குறிப்பிட்டிருந்தார்[48].

ஒருவாரம் கழித்து காந்தி தங்கியிருந்த இடத்திற்கு கோட்சேவின் ஆட்கள் வந்தனர். ஜுலை 22ஆம் தேதியன்று பிரார்த்தனையை காந்தி முடிக்கிற தருவாயில், இராஜாஜியின் ஃபார்முலாவுக்கு ஆதரவு தெரிவித்ததற்காக காந்தியைக் கண்டித்து ஆப்தேவின் தலைமையில் இளைஞர்கள் கூடிநின்று போராட்டம் செய்தனர். இதுகுறித்து 1944ஆம் ஆண்டு ஜுலை 23ஆம் தேதியன்று டைம்ஸ் ஆஃப் இந்தியா பத்திரிகையில் ஒரு செய்தி வெளியானது:

> “சனிக்கிழமையன்று காந்தி பிரார்த்தனை செய்துமுடிக்கும் தருவாயில், இராஜாஜியின் முன்மொழிவை அங்கீகரித்ததற்காக

காந்தியைக் கண்டித்து இந்துக்களின் போராட்டக்குழுவொன்று எதிர்ப்பு தெரிவித்தது. அந்த இளைஞர் கூட்டத்தின் குரலாக ஒருவர், தன்னுடைய கவலையையும் மனக்கசப்பையும் தெரிவித்துவிட்டு, காந்தியிடம் அவருடைய முடிவுதொடர்பான கேள்விகளையும் எழுப்பினார். அக்கேள்விகளுக்கு மென்மையான தொனியில் காந்தி பதிலளித்தார். ஆனால் அங்கு கூடியிருந்த போராட்டக்காரர்கள் காந்தியின் பதில்களை ஏற்றுக்கொள்ளவில்லை. பிரார்த்தனை மண்டபத்திற்கு வெளியே நின்றுகொண்டு கருப்புக் கொடியைக் காட்டி ஐந்து நிமிடங்களுக்கு எதிர்ப்புத் தெரிவித்துவிட்டு பின்னர் கலைந்துசென்றனர். அப்போது காந்தி அமைதியாக இருந்தார். பின்னர் மண்டபத்தில் இருந்து, தான் தங்கியிருந்த இடத்திற்கு சென்றுவிட்டார். [...]

பூனாவைச் சேர்ந்த பத்திரிகையாளரான என்.டி.ஆப்தே என்பவர்தான் காந்தியைக் கேள்வி கேட்டவர். அவருடன் வந்திருந்தவர்களும் பூனாவைச் சேர்ந்தவர்கள்தான். அவர்கள் அனைவரும் ஒரு இந்து அமைப்பைச் சேர்ந்தவர்கள். 'மதவாத பாகிஸ்தானுக்கு சாதகமான திட்டத்தை காந்தி ஏற்றுக்கொண்டார் என்று ஊடகங்களில் வரும் செய்திகளெல்லாம் உண்மைதானா' என்று காந்தியைப் பார்த்து அவர் கேட்டார். 'ஆமாம்' என்பது போல காந்தியும் பதிலளித்தார். பாகிஸ்தானுக்கு ஆசீர்வாதம் அளித்து ஆதரவையும் வழங்கியதைக் கண்டிக்கவே வந்திருப்பதாக காந்தியைப் பார்த்து அந்த இளைஞர் கூறினார். தன்னிடம் கொடுப்பதற்கு எழுத்துப்பூர்வமாக ஏதாவது வேண்டுகோளை எழுதிக்கொண்டு வந்திருக்கிறாரா என்று காந்தி அவரிடம் கேட்டார். காந்தியின் நிலைப்பாட்டிற்கு ஏற்கனவே பலவழிகளில் கண்டனம் தெரிவித்துவிட்டதாகவும், நேரில் சந்தித்து ஒருமுறை எதிர்ப்புகாட்டவே வந்ததாகவும் அந்த இளைஞர் பதிலளித்தார். ஆனால் அதற்கான சரியான இடம் அதுவல்ல என்று காந்தி குறிப்பிட்டார்."

என்று அச்செய்தியில் குறிப்பிடப்பட்டிருந்தது.[49]

அங்கு கூடியிருந்த கூட்டத்தில் கோட்சேவும் இருந்தானா என்பது குறித்து தெளிவாகத் தெரியவில்லை. போராட்டக்காரர்களை அங்கே கூட்டிவருவதில் கோட்சேவுக்கு ஏதும் பங்கிருந்ததா என்பதும் தெரியவில்லை. நாளிதழில் வெளியான கட்டுரையிலும்

கோட்சேவின் பெயர் குறிப்பிடப்படவில்லை. காந்தி கொல்லப்பட்ட பின்னர் நடத்தப்பட்ட விசாரணையின் போது கோட்சேவோ அல்லது ஆப்தேவோ அந்த போராட்டத்தில் கோட்சேவின் பங்களிப்பு குறித்து எதுவும் சொல்லவில்லை[50]. ஆப்தேதான் அந்தப் போராட்டத்தை தலைமையேற்று நடத்தினான் என்றுமட்டுமே இருவரும் குறிப்பிட்டிருந்தனர். இருப்பினும் நிலைகொள்ள முடியாமல் எதையாவது செய்யவேண்டும் என்று கோட்சே துடித்துக்கொண்டிருந்த அன்றைய சூழலில், இப்போராட்டம் ஒரு புதிய வழியினை அவனுக்குக் காட்டியது,

8
பாலுணர்வுளப் பிரச்சனை

கோட்சேவின் திருமணம் குறித்த பேச்சு அப்போது தீவிரமாக நடந்துகொண்டிருந்தது. அதற்கு முன்னரும்கூட, சாங்கிலியில் இருந்து பூனாவிற்கு இடம்பெயர்ந்தபோது திருமணப் பேச்சு வந்தது. ஆனால் ஹைதராபாத் போராட்டத்தில் சிறைசென்றதும் அது அடங்கியது. அக்ரானி நாளிதழைத் துவங்கி முறையான வருமானத்திற்கான வழி உறுதிசெய்யப்பட்டதும், கோட்சேவின் திருமணம் அவனது குடும்பத்தில் முக்கிய விவாதப்பொருளாக மீண்டும் மாறியது. சித்பவன் பார்ப்பனர்கள் பொதுவாக இளவயதிலேயே திருமணம் செய்வதை வழக்கமாகக் கொண்டிருந்தனர். ஆனால் கோட்சேவுக்கோ முப்பது வயதைத் தாண்டியபோதும் திருமணம் நடக்கவில்லை. 1944ஆம் ஆண்டில் கோட்சேவுக்கு முப்பத்தி நான்கு வயதானது. கோட்சேவுக்குத் திருமணம் செய்யவேண்டிய நேரம் வந்துவிட்டதாக அவனது குடும்பத்தினர் கருதினர்.

இருப்பினும் பெண்களின் மீது ஒருவிதமான வெறுப்பினைக் கொண்டிருந்தான் கோட்சே. சிறுவயதில் பெண் குழந்தையைப் போன்றே வளர்க்கப்பட்டதால் வந்த வெறுப்பாகவும் அது இருக்கலாம். அம்மாவையும் மூத்த சகோதரியான மதுராவையும் தவிர வேறெந்தப் பெண்ணையும் தனக்கு அருகில் வருவதற்கு அவன் அனுமதித்ததே இல்லை.

அதனால் பல சங்கடமான சூழல்களை அவன் எதிர்கொள்ள வேண்டியதாகியது. ஒருமுறை கடுமையான ஒற்றைத் தலைவலியின் காரணமாக அரைமயக்கத்தில் கோட்சே விழுந்தபோது, அவனை பூனா மருத்துவமனையில் கொண்டு சேர்த்தான் ஆப்தே. சிறிது நேரம் கழித்து மயக்கநிலையில் இருந்து தெளிவாகி கண்விழிக்கையில்,

அவனுக்கு அருகில் பெண் செவிலியர்கள் இருப்பதைப் பார்த்தான். உடனே படுக்கையில் இருந்து எகிறிகுதித்தான். பெண் செவிலியர்கள் தன்னைத் தொட்டு மருத்துவம் பார்த்துவிடுவார்களோ என்கிற அச்சத்தில் மருத்துவமனையில் இருந்தே வெளியே ஓடினான்[1].

பெண்களைவிட ஆண்களின் துணைதான் அவனுக்கு மகிழ்ச்சியைக் கொடுத்தது. அவனுடைய குடும்பத்தின் எதிர்ப்பார்ப்பை நிறைவேற்றும் நிலையில் அவன் இல்லை. அதனால் அவன் மீது குடும்பமே கோபத்தில் இருந்தது. அதுவும் குடும்பத்திற்கு எவ்வித நிதியுதவியும் செய்யாமல் குடும்பத்தைவிட்டு தனியே வாழ்ந்த காலத்தில், அவன் திருமணத்தையும் புறக்கணிப்பதை அவனது குடும்பம் விரும்பவே இல்லை. சாங்கிலியில் இருந்து பூனாவுக்கு குடிபெயர்ந்து, அவனுடைய அப்பாவின் ஓய்வூதியப் பணத்தில்தான் குடும்பமே ஓடிக்கொண்டிருந்தது. அந்த சூழலில் குடும்பத்தை இவன் கவனிப்பதில்லையே என்று கவலையுடன் ஜபல்பூரில் இருக்கும் தங்களுடைய உறவினர்களில் ஒருவரான நரேன் விதால் பரஞ்பேவிடம் சொல்லி அவனது பெற்றோர் வருத்தப்பட்டனர்.[2]

ஆண்மை, அதிகாரம், உடல்வலிமை, ஆணாதிக்கம் போன்றவற்றின் மீது கோட்சேவுக்கு இருந்த அபரிமதமான ஈடுபாட்டிற்கு தகுந்தாற்போன்ற இடமாக இந்துத்துவ இயக்கங்களின் கூடாரங்களே இருந்தன. இந்துத்துவ இயக்கங்களுடன் தன்னை இணைத்துக்கொண்ட பிறகு, பெண்களிடமிருந்து மேலும் ஒதுங்கிவிட்டான் கோட்சே. உடலுறவு கொள்வதிலிருந்து விலகியிருக்கிற பிரம்மச்சர்யத்தைப் பின்பற்றிய பழங்காலத்து இந்து முனிவர்களைப் போன்ற வாழ்க்கையை வாழவேண்டுமென்று சொல்லும் இந்துத்துவ இயக்கங்களின் கொள்கையுடன் கோட்சே ஒன்றிப்போனான்.

ஆர்.எஸ்.எஸ். இயக்கத்தில் முழுநேர ஊழியராக இருக்கிற பிரச்சாரகர்கள் அனைவரும் 'பிரம்மச்சரியத்தைக் கடைப் பிடிப்பேன்' என்று உறுதிமொழி ஏற்றே ஆகவேண்டும். ஆர்.எஸ்.எஸ். இயக்கத்தில் பிரச்சாரகர்களை சேர்க்கும் வழக்கம் 1942இல் தான் துவங்கப்பட்டது. ஆர்.எஸ்.எஸ். இன் அதிகாரப்பூர்வ பிரச்சாரகராக கோட்சே சேர்ந்ததற்கான ஆதாரமேதும் இல்லையென்றாலும், பிரச்சாரகர் திட்டம் கொண்டுவரப்படுவதற்கு முன்பிருந்தே ஆர்.எஸ்.எஸ். இயக்கத்தில் இணைந்து, அதன் கட்டுப்பாட்டினால் பெண்களிடம் இருந்து தள்ளியே இருந்தான்.

சாவர்க்கருடன் நெருக்கமானதற்குப் பிறகு, பெண்கள் குறித்தான கோட்சேவுக்கு ஏற்கனவே இருந்த பார்வை மேலும் கூர்மையாகத்தான் ஆனது. பொதிசுமக்கும் விலங்குகளைவிட ஒருபடிதான் மேலாக பெண்களை மதிக்க வேண்டும் என்பதும், ஆண் குழந்தைகளை பெற்றுத்தரும் இயந்திரங்களன்றி வேறில்லை என்பதும்தான் பெண்கள் குறித்த சாவர்க்கரின் கருத்தாகும். ஆரோக்கியமும் நற்குணமும் மிக்க அடுத்த தலைமுறையை உருவாக்கும் அம்மாக்களாகத்தான் பெண்கள் இருக்க வேண்டும் என்றும் சமையலறையும் குழந்தைகளும்தான் பெண்களின் முக்கியமான பணிகள் என்று 1937ஆம் ஆண்டு நாக்பூரில் உரையாற்றியபோது சாவர்க்கர் தெரிவித்தார்[3].

'பெண்களின் அழகும் கடமையும்' என்கிற கட்டுரையில், "வீடும், குழந்தைகளும், தேசமும்தான் பெண்களின் தலையாய கடமைகளாகும்" என்று குறிப்பிட்டு எழுதியிருக்கிறார்[4]. ஆண்களுக்கும் பெண்களுக்கும் அடிப்படையிலும் இயற்கையிலும் வேறுபாடுகள் இருப்பதாக அவர் நம்பினார். அதனாலேயே அவர்களுடைய கடமைகளிலும் அவர்களுக்கு வழங்கப்படுகிற கல்வியிலும் வேறுபாடு இருந்தே ஆகவேண்டும் என்பது சாவர்க்கரின் கருத்து[5].

பெண்கல்வியை சாவர்க்கர் எதிர்க்கவில்லையென்றாலும், பெண்களின் சுபாவத்திற்கு ஏற்றவாறு வேறுமாதிரியான கல்வியைக் கொடுக்கவேண்டும் என்பதே அவரது வாதம். வலிமையும் அழகும் தேசப்பற்றும் கொண்ட குடிமக்களை உருவாக்கும் கடமை அம்மாக்களுக்கே இருப்பதால், சிறந்த தாயாக இருப்பதற்குத் தேவையான கல்வியைத்தான் கல்விநிலையங்கள் கொடுக்க வேண்டும் என்றார்[6]. குடும்பத்தின் கடமைகளை சரிவர செய்யத்தவறிய பெண்களெல்லாம் தார்மீகரீதியாக நம்பிக்கை துரோகம் செய்தவர்களுக்கு ஒப்பானவர்கள் என்கிறார் சாவர்க்கர்[7].

பாரம்பரியமான பார்ப்பனக் குடும்பங்களில் பொதுவாகவே பெண்களை இழிவாகப் பேசுவதும் கேவலமாக நடத்துவதும் வழக்கமான ஒன்றாகத்தான் இருந்தது. ஏறத்தாழ அனைத்து பார்ப்பனக் குடும்பங்களிலும் அந்தக் காலகட்டத்தில் அடிமைகளாக நடத்தப்பட்டு அனைத்திற்கும் அடிபணிய வைக்கப்பட்ட நிலையில்தான் பெண்கள் வாழ்ந்தனர். சாவர்க்கரும் அப்படியான பார்ப்பனப் பாரம்பரியத்தில் நின்றுதான் சிந்தித்தார். பெண்களை ஒடுக்கி, அவர்களின் மூலமாகவே ஆன்மிக

பழக்கவழக்கங்களையும் நடைமுறைகளையும் காலங்காலமாகப் பாதுகாக்க வைப்பதுதான் இந்து இராஜ்ஜியத்தை அமைப்பதற்கான பார்ப்பனிய இந்துத்துவாவின் திட்டம். அதனை அன்றைய காலகட்டத்தில் மட்டுமல்லாமல் இன்றுவரையிலும் தொடர்ந்து செய்துவருகிறார்கள். இப்படியான ஆணாதிக்க கருத்தியலைக் கொண்டிருந்த இந்துத்துவாவின் ஒரு அங்கமாக இருந்ததாலேயே, இந்தியாவை 'தாய்நாடு' என்று அழைக்காமல் 'தந்தைநாடு' என்றே சாவர்க்கர் அழைத்தார்.

1945ஆம் ஆண்டின் கோடைகாலத்தில் பூனாவில் சாவர்க்கரின் மகள் திருமணம் நடந்தது. அத்திருமணத்தில் சாவர்க்கரின் குடும்பத்தில் ஒருவனாகவே கோட்சே சுற்றிக்கொண்டிருந்தான். சாந்தாபாய் கோகலே என்கிற இந்துமகாசபையின் தலைவர்களில் ஒருவரும் அங்கு வந்திருந்தார். சாவர்க்கருக்கும் அவரது மனைவி யமுனாவுக்கு தங்களது மகளின் திருமணத்தை நடத்துவது குறித்து முரண்பாட்டில் துவங்கி சண்டையில் போய் நின்றது. அந்த சண்டையைத் தீர்த்துவைக்கவே சாந்தாபாய் அங்கு வந்திருந்தார். மகளின் திருமணத்தில் முழுக்கமுழுக்க மதச்சடங்குகளுக்கு மட்டுமே முக்கியத்துவம் கொடுக்க வேண்டும் என்பது சாவர்க்கரின் கருத்தாக இருந்தது. ஆனால் சாவர்க்கரின் மனைவிக்கோ, தனது ஒரே மகளின் திருமணத்தை கொண்டாட்டமாகவும் மாற்ற வேண்டும் என்கிற ஆசை இருந்தது.

சாவர்க்கருக்கும் யமுனாவுக்கும் பிறந்த நான்கு குழந்தைகளில் இரண்டு குழந்தைகள் சிறுவயதிலேயே இறந்துவிட்டனர். பிரபாத் என்கிற மகளும் விஸ்வாஸ் என்கிற மகனும்தான் தப்பிப் பிழைத்தனர். திருமணத்தில் கொண்டாட்டமெல்லாம் இருக்கவே கூடாது என்று சாவர்க்கர் உறுதியாகக் கூறிவிட்டதால், அதற்கு மேல் அவரிடம் பேசுவதற்கு யமுனாவுக்கு பயமாக இருந்தது. சாவர்க்கரிடம் இதுகுறித்து பேசுமாறு சாந்தாபாயிடம் உதவி கேட்டார் சாவர்க்கரின் மனைவி யமுனா. சாந்தாபாயும் பரிதாபப்பட்டு சாவர்க்கரிடம் பேசி ஓரளவுக்கு சம்மதம் வாங்கினார். சாவர்க்கருடன் இதுகுறித்து உரையாடிய விவரங்களெல்லாம் சாந்தாபாயின் சுயசரிதையில் எழுதப்பட்டிருக்கிறது.

"உன்னுடைய கணிப்புப்படி எவ்வளவு செலவாகும் என்று நினைக்கிறாய்?" என்று சாந்தாபாயிடம் சாவர்க்கர் கேட்டார்.

"ஐநூறு ரூபாய்க்கு மேல் ஆகாது" என்று பதிலளித்தார் சாந்தாபாய்.

சாவர்க்கர் உடனே கோட்சேவை அழைத்து, ஐநூறு ரூபாயை எடுத்து சாந்தாபாயிடம் கொடுக்கச் சொல்லியிருக்கிறார். சாந்தாபாயிடம் பணத்தைக் கொடுத்துவிட்டு,

"இந்த பணத்தை எப்படியெல்லாம் செலவு செய்கிறீர்கள் என்பதற்கான வரவு செலவு கணக்கை எப்போது கொடுப்பீர்கள்?" என்று சாந்தாபாயிடம் கோட்சே கேட்டிருக்கிறான்.

"எட்டு நாட்களில் தருகிறேன்" என்று சொல்லிவிட்டு பணத்தை வாங்கிக்கொண்டு அந்த அறையில் இருந்து சாந்தாபாய் வெளியேறினார்.

பணத்தைக் கொண்டுபோய் நேராக யமுனாவிடம் கொடுத்திருக்கிறார் சாந்தாபாய்.

"நீங்கள் இல்லையென்றால் இது சாத்தியமே ஆகியிருக்காது" என்று சாந்தாபாய்க்கு நன்றியும் தெரிவித்திருக்கிறார் யமுனா[8].

தன்னுடைய மனைவிக்கு கொஞ்சமேனும் மரியாதை கொடுத்தாலுமே கூட தன்னுடைய அரசியல் வாழ்க்கைக்கு அவமானமென்றுதான் சாவர்க்கர் நினைத்தார். சாவர்க்கரின் ஆத்மார்த்த சீடனாக, கோட்சேவும் சாவர்க்கரின் இந்த மோசமான நடத்தைக்கு துணைபுரிந்தான். அதுமட்டுமில்லாமல் தன்னுடைய கருத்தியல் குருவாக ஏற்றுக்கொண்ட சாவர்க்கரிடம் இருந்து பெண்களை நடத்தும் முறையையும் கோட்சே கற்றுக்கொண்டான்.

☙

ஆப்தே இதிலிருந்து மாறுபட்டவன். கோட்சேவைப் போன்று தன்னைச் சுற்றியுள்ள பெண்களிடமிருந்து ஆப்தே தள்ளியிருக்கவோ அவர்களை வெறுக்கவோ இல்லை. உடலுறவு கொள்ளாத பிரம்மச்சரியனாகவும் அவன் இருக்கவில்லை. திருமணமாகி பத்தாண்டுகளுக்கு மேலாகியும் மற்ற பெண்களிடம் மயங்குவதும் மயக்க முயற்சி செய்வதுமாக இருந்தான் ஆப்தே. தன்னுடைய தனிப்பட்ட வாழ்க்கையில் பெண்களைத் தொட அனுமதிக்காமல் வாழ்ந்தான் கோட்சே. ஆனால் ஆப்தேவோ ஒரு இளம் கிருத்துவப்

பெண்ணுடன் திருமணம் தாண்டிய நெருங்கிய தொடர்பில் இருந்தான்.

அப்பெண்ணின் பெயர் மனோரமா சால்வி. பம்பாயில் இருந்து சுமார் 500 கிலோமீட்டர் கிழக்கே இருக்கும் ஷேகாவுன் என்கிற ஊரில் இருந்த மருத்துவமனையில் பணிபுரிந்துவந்த ஒரு மருத்துவரின் மகள்தான் மனோரமா. அமெரிக்கன் மிசன் உயர்நிலைப் பள்ளியில் கணித ஆசிரியராக இருந்தபோது, அதே பள்ளியில் மாணவியாக இருந்த மனோரமாவைச் சந்தித்தான் ஆப்தே. ஆசிரியப் பணியை விட்டுவிட்டு ஆங்கிலேய விமானப்படையில் 1943ஆம் ஆண்டு சென்றபோதும், மனோரமாவிடம் தொடர்ந்து தொடர்பிலேயே இருந்தான். 1944ஆம் ஆண்டு மெட்ரிகுலேசன் படிப்பை அப்பெண் முடித்ததும் பம்பாய்க்கு இடம்பெயர்ந்துவிட்டார். அங்கே வில்சன் கல்லூரியில் சேர்ந்து, பண்டித இரமாபாய் பெண்கள் விடுதியில் தங்கினார் மனோரமா.

அதே ஆண்டு ஜுலை மாதத்தில் பம்பாய்க்கு சென்று மனோரமாவையும் அவரது இரண்டு தோழிகளையும் ரோக்சி சினிமா திரையரங்கிற்கு படம்பார்க்க அழைத்துச் சென்றான் ஆப்தே. படம் பார்த்து முடித்ததும், சௌபதி கடற்கரைக்கும் மாலை வேளையில் அவர்களை அழைத்துச் சென்றான்[9]. அதன்பிறகு ஒருவாரம் கழித்து மீண்டும் பம்பாய்க்கு சென்று மனோரமாவை திரைப்படத்திற்கும் இரவு உணவு சாப்பிடுவதற்கும் அழைத்துச் செல்ல விரும்பினான் ஆப்தே. இதையெல்லாம் பார்த்து அப்போது மனோரமாவுக்கு அதிர்ச்சியாக இருக்கவில்லை என்று பின்னாளில் குறிப்பிட்டு எழுதியிருக்கிறார்[10]. இன்னும் சொல்லப்போனால் இதையெல்லாம் ஆப்தே நிச்சயமாக செய்வான் என்று மனோரமா காத்துக்கொண்டிருந்திருக்கிறார். இருப்பினும் அவருக்கு எப்போதும் இருமனமாகவேதான் இருந்தது. ஆப்தேவை சிலகாலமாகவே தெரியுமென்றாலும், இனிமேலும் ஆப்தே நெருங்கி அருகில் வருவதைத் தடுக்க வேண்டும் என்றும் மனோரமாவுக்குத் தோன்றி இருக்கிறது. படிப்பில் கவனம் செலுத்தவும் ஆசைப்பட்டார். அதனால் ஆப்தேவின் விருப்பத்திற்கு முதலில் மறுப்புத் தெரிவித்தார் மனோரமா. ஆனால் ஆப்தேவும் விடாமல் கேட்டுக்கொண்டே இருந்தான். அதனால் வேறுவழியின்று மறுநாள் மதிய உணவிற்கு அவனுடன் சேர்ந்தே செல்லவேண்டியிருந்தது[11].

அடுத்தநாள் காலையில் 11.30 மணிக்கெல்லாம் வந்து, சாந்துருஸ்த் சாலையில் இருக்கும் ஒரு உணவகத்திற்கு அழைத்துச் சென்றான்.

அங்கே மாலை வரையிலும் அவர்கள் பொழுதைக் கழித்துப் பேசிக்கொண்டிருந்தனர். பிறகு விக்டோரியா இரயில் நிலையத்தில்தான் இருவரும் தனித்தனியாக பிரிந்து சென்றனர். அங்கிருந்து டெக்கான் ராணி இரயிலில் ஏறி பூனாவிற்கு சென்றான் ஆப்தே. மனோரமாவோ டிராமில் ஏறி விடுதிக்குச் சென்றுவிட்டார்[12]. இதுதான் ஆப்தேவுடன் முதன்முதலாக மனோரமா வெளியே சென்றது. அவர்களுடைய உறவுக்கு பிரச்சனை ஏற்படும் விதத்தில் எந்தப் பிழையையும் அந்த சந்திப்பில் செய்துவிடக்கூடாது என்பதில் ஆப்தே கவனமாகவும் நிதானமாகவும் செயல்பட்டான். அது மனோரமாவுக்கு மகிழ்ச்சியைக் கொடுத்தது. அந்த மதியவேளையின் சந்திப்பில் வேறொரு உலகிற்குப் பயணித்துவிட்டு வந்ததைப் போலவே உணர்ந்தார் மனோரமா[13].

அடுத்த சில மாதங்களுக்கு இப்படியாக அவர்கள் சந்திப்பது வழக்கமாகிப் போனது. பூனாவிலிருந்து வந்து மனோரமாவை உணவகத்திற்கும் சினிமாவிற்கும் அழைத்துச் செல்வதை வாடிக்கையாக்கினான் ஆப்தே. பல மணி நேரங்கள் ஒன்றாக நேரத்தை செலவிடுவது, அந்தரங்க விஷயங்களைக்கூட கருத்துகளைப் பகிர்ந்துகொள்வது, சில நேரங்களில் மிக அமைதியாக ஒருவரை ஒருவர் பார்த்துக்கொண்டே எதுவும் பேசாமல் நேருக்கு நேராக அமர்ந்திருப்பது என அவர்களுக்குள் மிக நெருக்கமானதொரு நட்புறவு உண்டாகிவிட்டது. சந்திக்கமுடியாமல் தொலைவில் இருந்த தருணங்களில், ஒருவருக்கொருவர் கடிதங்கள் எழுதிக்கொண்டனர்.

“நான் ஆப்தேவுடன் மிக நெருக்கமான நட்பு கொண்டிருந்தேன்” என்று பின்னாளில் மனோரமா ஒப்புக்கொண்டார்[14].

தங்களுக்கு இடையிலான உறவினை மறைமுகமாக வைத்துக்கொள்ள வேண்டும் என்பதற்காக இரகசியக் குறியீடுகளையெல்லாம் அவர்கள் பயன்படுத்தியிருக்கிறார்கள். அது அவர்களுக்கு அப்போது அவசியமாகவும் இருந்திருக்கிறது. மனோரமா தங்கியிருந்த விடுதியில், ஆண்களுடன் வெளியே செல்லும் பெண்களை கவனித்து அவர்களுடைய பெற்றோரிடம் தகவல் சொல்வதை வழக்கமாக வைத்திருந்தார் விடுதிகாப்பாளர். அப்படித்தான் ஆப்தேவுடன் மனோரமா கொண்டிருந்த நட்பினை நோட்டம்விட்டு, அதனை மனோரமாவின் தந்தையிடம் சொல்லிவிட்டார் விடுதிகாப்பாளர்.

“ஆப்தே எனக்கு கடிதம் எழுதுவது குறித்தும் எங்களுடைய நட்பு குறித்தும் என்னுடைய தந்தையிடம் விடுதி காப்பாளரான டாக்டர் மிஸ் ஹேவத் தகவல் சொல்லிவிட்டார். ஆப்தேவை நான் சந்திக்கவே கூடாது என்று என்னுடைய தந்தையும் எனக்குக் கட்டளையிட்டார். அதனால் இனிமேல் கடிதம் எழுதும்போதெல்லாம் ஆப்தே என்கிற பெயரில் எழுதாமல் நிர்மலா என்கிற இரகசியப் பெயரிலேயே எழுதுமாறு நான் ஆப்தேவிடம் சொல்லிவிட்டேன்”என்று மனோரமா குறிப்பிட்டிருக்கிறார்[15].

1944ஆம் ஆண்டு அக்டோபர் மாதத்தில் தன்னுடைய தந்தை வசித்துவந்த ஷேகவுனுக்கு விடுமுறைக்கு சென்றிருந்தார் மனோரமா. அப்போது மனோரமாவுக்கு ‘நிர்மலா’ என்கிற புனைப்பெயரிலேயே ஆப்தே தொடர்ந்து கடிதம் எழுதினான். அக்கடிதங்களுக்கு மனோரமாவும் தொடர்ச்சியாக பதில் கடிதங்களை எழுதி அனுப்பினார். அந்த ஒருமாத இடைவெளியானது, அவர்களது உறவை மேலும் நெருக்கமாக்கியது. நவம்பர் மாதத்தில் விடுதிக்கு மீண்டும் மனோரமா திரும்பிவந்ததும், அவர்களது சந்திப்பிற்கு தடையாக எவருமே இல்லை. விடுதிக்குச் சென்று மனோரமாவை ஆப்தே சந்திப்பதும், பம்பாய்க்கு வந்தால் சந்துர்ஸ்த் சாலையில் ஆப்தே தங்கியிருக்கும் ஆரிய பதிக் ஆசிரமத்திற்கு ஆப்தேவை மனோரமா ஓடோடிச் சென்று பார்ப்பதும் வாடிக்கையானது.

“கல்லூரித் தேர்வுக்கு முன்னர் ஒரு தேர்வு எழுதவேண்டியிருந்தது. அதனை எழுதிவிட்டு ஆப்தே தங்கியிருந்த ஆரிய பதிக் ஆசிரமத்திற்கு சென்றேன். பிறகு குஜராத் நிவாசில் ஆப்தேவுடன் அன்றைய இரவு ஒன்றாகத் தங்கினேன். அடுத்தநாள் காலையில் நான் விடுதிக்குச் சென்றுவிட்டேன். ஆப்தேவோ பூனாவுக்குச் சென்றுவிட்டார்” என்றார் மனோரமா.[16]

ஆப்தேவைப் பொறுத்தவரையிலும் அவனுக்குத் தேவையானது கிடைத்துவிட்டது. ஆனால் மனோரமாவோ அவன் மீது கொண்ட காதலில் முழுமையாக மூழ்கி மகிழ்ச்சிக்கடலில் குளித்துக்கொண்டிருந்தார். மெலிந்த தேகமும் நீண்ட முடியும் கொண்ட அழகான இளம்பெண்ணாக இருந்தார் மனோரமா. 1944ஆம் ஆண்டில் அவருக்கு 16 வயதுதான் ஆகியிருந்தது. அப்பாவியாகவும் உணர்வுப்பூர்வமாக சிந்திப்பவராகவும் இருந்தார். ஆப்தேவின் மீதான அபரிமிதமான காதலினால் அவனுக்குத் திருமணம் ஆகிவிட்டதா இல்லையா என்பதைக் கூட கண்டறிய மனோரமா ஆர்வம் காட்டவில்லை. ஆப்தேவின் இந்துத்துவக்

கொள்கை குறித்தோ, அப்போதைய அரசியல் நிலைப்பாடுகள் குறித்தோ, பயணிக்கும் பாதை குறித்தோ மனோரமாவுக்கு எதுவுமே தெரிந்திருக்கவில்லை. மனோரமாவை ஒவ்வொருமுறை சந்திக்க வரும்போதும் அக்ரானி பத்திரிகையின் ஒரு பிரதியைக் கையில் கொடுத்தான் ஆப்தே[17]. அதை மனோரமா படித்தபோதிலும், அதில் சொல்லப்பட்டவை குறித்து எதுவும் அவருக்குப் புரியவில்லை. அப்படியே ஏதாவது புரிந்தாலோ அதில் அவருக்கு இருக்கும் முரண்பாடுகள் குறித்தெல்லாம் ஆப்தேவிடம் விவாதித்ததும் இல்லை. அவனை மனோரமா முழுமையாக நம்பினார். அவருடன் உடலுறவு கொண்டபின்னர், பிரிக்கவே முடியாத உறவினைக் கொண்டிருப்பதாக அவர் நம்பினார்[18].

இருப்பினும் தன்னைப் பற்றிய தனிப்பட்ட விவரங்களை மற்றவர்களிடம் மறைப்பதில் ஆப்தே தந்திரசாலி. தன்னுடைய செயல்பாடுகள் குறித்தோ குடும்பம் குறித்தோ எவரிடமும் எப்போதும் விவாதிக்கவே மாட்டான். மனோரமாவின் உண்மையான காதலைப் பார்த்தபோதும் கூட, தான் செய்கிற எதுவும் தவறாகவோ அல்லது மனோரமாவிடம் உண்மைகளை மறைக்கிறோம் என்கிற குற்றவுணர்ச்சியோ அவனிடம் இல்லை. அவன் மறைத்த உண்மைகளைக் கண்டறியும் ஆர்வமும் மனோரமாவுக்கு இருக்கவில்லை. தான் காதலிக்கிற ஒருவனுடன் மகிழ்ச்சியோடு இருப்பதைத் தவிர வேறெது குறித்தும் மனோரமா அப்போது சிந்திக்கத் தயாராகவே இல்லை[19].

∽

தான் நினைக்கிற பலவற்றையும் இரகசியமாகவே வைத்துக்கொள்கிற ஆப்தேவின் இந்த குணம் கோட்சேவுக்கு மிகவும் பிடித்திருந்தது. இந்து இராஜ்ஜியத்தை அமைப்பதற்கான பாதையில் பெரிதாக ஏதாவது செய்யும்போது இப்படியாக இரகசியம் காக்கிற தன்மைதான் ஒருவருக்கு மிகமுக்கியம் என்று கருதினான் கோட்சே. ஆப்தேவின் இக்குணத்தை அப்படியே பின்பற்றி தன்னையும் அதேபோல மாற்றிக்கொள்ளவும் கோட்சே முயன்றான். ஆனால், அவனால் அப்படியாக மாறவே முடியவில்லை. திலக் ஸ்மரக் மந்திர் என்னும் இடத்திற்குச் சென்றவுடனேயே மனதில் இருப்பதையெல்லாம் அப்படியே கொட்டிவிடுவான்.

"மற்றவர்களைப் போலவே தானும் இருப்பதாகக் காட்டிக்கொள்வார் கோட் சே. ஒருமுறை, சாவர்க்கரைப் போல மாற முயற்சி செய்வார்.

மறுமுறையோ ஆப்தேவைப் பிரதியெடுக்க முயல்வார். ஆனால் கோட்சேவுக்கு சரியாக நடிக்கவே தெரியாது. உள்ளே ஒருவராக இருந்துகொண்டு வெளியே இன்னொருவராக பாசாங்கு காட்டுவது அவருக்கு சரியாக வரவில்லை. அப்படியாக இருக்க முயன்றாலும், வெகுவிரைவிலேயே அவருடைய உண்மையான முகத்திற்கு தானாகவே திரும்பிவிடுவார்" என்று நினைவுகூர்ந்தார் ஆச்சார்யா[20].

பாலகங்காதர திலகர் வாழ்ந்து மறைந்த இடத்தில்தான் திலக் ஸ்மரக் மந்திர் இருக்கிறது. அந்த காலகட்டத்தில் பூனாவில் வாழ்ந்த இந்துத்துவ செயற்பாட்டாளர்கள் கூடும் இடமாகவும் அது இருந்தது. அந்த இடத்திற்கு கோட்சே அடிக்கடி வருவது வழக்கம் என்று அப்போது இந்து மகாசபையில் தீவிரமாக செயல்பட்டுக்கொண்டிருந்த எம்.எஸ்.தீக்ஷித் தெரிவித்தார்.

"ஒவ்வொரு மாலையிலும் இந்துத்துவ செயற்பாட்டாளர்கள் திலக் ஸ்மரக் மந்திருக்கு அருகே கூடிப் பேசுவதும், விவாதிப்பதுமாக இருப்பார்கள். மாணவர்கள், இளைஞர்கள், நடுத்தர வயதுடையோர் மற்றும் வயதானவர்கள் என அனைத்து வயதினரும் அங்கு வருவார்கள். அந்தக் கோவிலைச் சுற்றியிருக்கும் கறகள் மீது குழுவாக சுற்றி அமர்ந்துகொண்டு, பல்வேறு அரசியல் பிரச்சனைகள் குறித்தும் நிகழ்வுகள் குறித்தும் பேசுவார்கள். எல்.பி.போபத்கர், சுந்தர்தாய் போபத்கர், ஜி.வி.கேத்கர் மற்றும் சாந்தாபாய் கோகலே போன்ற இந்து மகாசபையின் மூத்த தலைவர்களும் சிலநேரங்களில் அங்கு வருவார்கள். கோட்சேவும் ஆப்தேவும் அங்கு நடக்கும் அரசியல் விவாதங்களில் பங்கெடுத்திருக்கிறார்கள்" என்று தீக்ஷித் தன்னுடைய நினைவுக்குறிப்பில் எழுதியிருக்கிறார்[21].

இந்து இராஷ்டிர தளம் உருவாக்கப்படுவதற்கு முன்புவரையிலும் திலக் ஸ்மரக் மந்திருக்கு கோட்சே அடிக்கடி வந்ததில்லை. அப்படியே வந்தாலும் அவனை அங்கிருக்கும் யாரும் அடையாளம் கண்டுகொள்வது கூட கிடையாது. ஆனால் இந்து இராஷ்டிர தளம் உருவாக்கப்பட்ட பின்னர் பூனாவில் இருந்த இந்துத்துவவாதிகளில் பெரும்பாலானோர்க்கு அவனைத் தெரிய ஆரம்பித்தது. பலராலும் கவனிக்கப்படும் ஒரு ஆளாக அவன் மாறிவிட்டான். அதிலும் அக்ரானி பத்திரிகையைத் துவங்கியபின்னர், திலக் ஸ்மரக் மந்திரின் அரசியல் வட்டாரங்களில் கோட்சேவின் மதிப்பு மேலும் உயர்ந்தது. அதன் காரணமாக அங்கு நடக்கும் விவாதங்களுக்கும் அடிக்கடி செல்வதை வாடிக்கையாக்கிக் கொண்டான் கோட்சே. ஒரு தத்துவார்த்த பத்திரிகையைத் துவங்கி, தொடர்ந்து நடத்துவதை

இந்துத்துவ செயல்பாட்டாளர்கள் பாராட்டிக்கொண்டே இருப்பதைப் பார்த்ததும், இந்து மதத்தைப் பாதுகாக்கவந்த மிகப்பெரிய தலைவர்களில் தானும் ஒருவன் என்று தனக்குத்தானே கோட்சே நம்பத்துவங்கினான்[22].

விசித்திரமாக எதையாவது பேசினால்கூட அதுவும் கூர்மையான அறிவாகப் பார்க்கப்பட்ட இந்து மேலாதிக்க வெறியர்கள் சூழ்ந்திருந்த உலகில் கோட்சேவின் கருத்துகளெல்லாம் அருவெறுப்பானதாகவோ வித்தியாசமானதாகவோ பார்க்கப்படவில்லை.

"கோட்சேவை உற்சாகப்படுத்தும் வகையிலாக ஏதாவதொரு கேள்வியை யாராவது கேட்டுவிட்டால், உடனே கோட்சே துள்ளி குதித்து வந்து பதில் சொல்வார். ஆனாலும், புதிதாக ஒன்றும் உருப்படியாக சொல்லாமல், அரைத்த மாவையேதான் அரைப்பார்" என்கிறார் ஆச்சார்யா.

ஒருசில சமயங்களில் கோட்சேவுடன் இணைந்து ஆப்தேவும் திலக் ஸ்மரக் மந்திருக்கு செல்வான். ஆனால் விவாதங்களில் கலந்துகொள்வதற்கு பதிலாக பார்வையாளனாக வெறுமனே அமைதியாக வேடிக்கைமட்டுமே பார்ப்பான். விவாதம் நடக்கும் இடங்களில் கோட்சேவிடம் இருந்து ஒருபடி தள்ளியும், மற்ற பார்வையாளர்களிடம் இருந்து இரண்டுபடி தள்ளியும் ஆப்தே நிற்பான். இந்துத்துவ செயற்பாட்டாளர்களுடன் ஒன்றாகக் கூடியிருப்பது மட்டுமே போதுமானது என்று நினைத்தான் ஆப்தே.

"மிகவும் அபூர்வமாகத்தான் ஆப்தே பேசினார். பெரும்பாலான நேரங்களில் அவர் புகைப்பிடித்துக்கொண்டும் மற்றவர்கள் விவாதிப்பதை வேடிக்கை பார்த்துக்கொண்டும்தான் இருப்பார்" என்கிறார் ஆச்சார்யா[23].

கோட்சே அபூர்வமாகத்தான் சிரிப்பான். ஆனால் அப்படி சிரிக்கும்போதும் கூட, தான் மகிழ்ச்சியாக இருக்கிறேன் என்பதை வெளிப்படையாகக் காட்டிக்கொள்ள வேண்டும் என்பதுபோல தோளை நன்றாக உலுக்கியபடியே சத்தம்போட்டு சிரிப்பான். இருப்பினும் எப்போதும் கடுமையாக இருப்பதுபோன்றே வைத்திருக்கிற முகத்தில் சிறிய சிரிப்புகூட பிரச்சனையில்லைதான். எதையும் பொறுமையாகக் காது கொடுத்து கேட்கும் தன்மையும் இல்லாதவன்தான் கோட்சே என்றும், அவன் நினைத்ததுபோன்று

ஏதாவது நடக்கவில்லை என்றால், உடனே அப்படியே அங்கிருந்து எழுந்து கிளம்பிவிடுவான்.

அரசியல் எதிர்காலம் குறித்து திலக் ஸ்மரக் மந்திரில் ஒரு மதகுருவைப் போன்று பொழிப்புரை நிகழ்த்துவான் கோட்சே. ஆனால் அதையெல்லாம் எவரும் பொருட்படுத்தவே இல்லை.

"இரண்டாம் உலகப் போர் முடிகிற நேரத்தில் ஜெர்மனி, இத்தாலி மற்றும் ஜப்பான் ஆகிய அச்சு நாடுகள்தான் போரில் வெல்லும் என்று கோட்சே கணித்தார். தன்னுடைய கணிப்பு சரியென்று நிரூபிப்பதற்காக மிக நீண்ட விவாதங்களை நடத்தினார். ஆனால் அச்சுநாடுகள் வீழ்ந்தபோது, அப்படியே தலைகீழாக மாற்றி, போரின் துவக்கத்திலேயே இங்கிலாந்தும் அமெரிக்காவும் வெல்லமுடியாத நாடுகளாக பலம்பொருந்தியவையாக இருந்ததாகவும் அவர்களின் இத்தகைய வெற்றியை, தான் ஏற்கனவே கணித்ததாகவும் பேச ஆரம்பித்துவிட்டார். போரின் முடிவுக்குப் பின்னர், காந்தியின் மரணம் குறித்தும் முஸ்லிம்களை அழித்தொழிப்பது குறித்தும் அவரது பிரசங்கங்கள் திசைதிரும்பின" என்றார் ஆச்சார்யா.

இந்தியாவின் அனைத்து அரசியல் பிரச்சனைகளுக்கும் காந்திதான் மூலகாரணம் என்று வாதிட்டவர்களில் முதன்மையானவன் கோட்சே. ஒருகாலத்தில் பேஷ்வாக்கள் ஆட்சிசெய்தபோது இந்தியா செழிப்போடு இருந்ததாகவும், அதனை மீட்டெடுக்க உழைக்காமல் கடந்தகாலப் பெருமைகளை காந்தி புறந்தள்ளுவதாகவுமே கோட்சேவைப் போன்ற பெரும்பாலான இந்துத்துவ ஆண்கள் நம்பினர். "காந்தியைத் தூற்றுவதுதான் இந்துத்துவ செயற்பாட்டாளர்களுடைய விவாதங்களின் மிகமுக்கியமான தலைப்பாக இருந்து வந்தது" என்று நினைவுகூர்ந்தார் ஆச்சார்யா.

"கோட்சேவின் பேச்சுக்களிலும் கருத்துகளிலும் குழப்பங்கள் இருந்தபோதிலும் அவரை இந்துத்துவ வட்டாரங்களில் யாரும் வெறுக்கவெல்லாம் இல்லை. அதேசமயம் அவர் எப்போதுமே ஒரு தலைவராகவும் பார்க்கப்படவில்லை. தலைமைக்கு உண்டான கூறுகளை அப்போது அவர் வெளிக்காட்டியதாகவும் தெரியவில்லை. நடைமுறைக்கும் கற்பனைக்கும் எட்டாத எதையோ சிந்திக்கும் ஒருவராகத்தான் பார்த்தார்கள். தன்னுடைய கருத்தினை சரியென்று நிரூபிப்பதற்காக அபத்தமான வாதத்தையெல்லாம் அவர் முன்வைத்தார்" என்றார் ஆச்சார்யா.

விவாதங்களில் அதிதீவிரமான வன்முறைக் கருத்துகளைக்கூட சிலநேரங்களில் கோட்சே முன்வைத்திருக்கிறான். அப்போதெல்லாம் பார்வையாளர்கள் அவனிடம் கொஞ்சம் கவனமாகத்தான் இருந்திருக்கின்றனர். திலக் ஸ்மரக் மந்திரில் கூடிய இந்துத்துவவாதிகளிடம் மதவெறி எண்ணங்கள் மிகுந்திருந்த போதிலும், கோட்சேவைப் போல பொதுவெளியில் வெளிப்படையாக அவற்றைப் பேசுவதில் அவர்களுக்கு உடன்பாடு இருக்கவில்லை.

"கோட்சேவின் பேச்சையெல்லாம் பெரிதாக நான் எடுத்துக் கொள்ளவில்லை என்றாலும், அவர் பயணிக்கும் பாதை அவரை எங்கோ இட்டுச்செல்லப் போகிறது என்பது மட்டும் எனக்குப் புரிந்தது" என்றார் ஆச்சார்யா.

இந்து இராஜ்ஜியத்தை அடைவது குறித்த கட்டுரைகள் தொடர்ச்சியாக அக்ரானியில் வெளியாகின. அதுமட்டுமல்லாமல், அனைத்து இந்துத்துவ இயக்கங்களின் குரலாக மாறவும் அக்ரானி முயற்சி செய்தது. அது கோட்சேவுக்கு ஒரு புதிய பாதையையும் நம்பிக்கையையும் கொடுத்தது. தன்னுடைய பணிகளை முறையாக ஒழுங்கமைத்துக்கொண்டு மற்றவர்களிடம் இருந்து தன்னைத் தனித்துக் காட்டுவதற்கும் அது உதவியது. பூனாவில் அப்படியான ஒரு தளம் அப்போது இல்லாமல் போனதால், அது கோட்சேவுக்கு புகழைத் தேடித்தந்ததுடன், அவனுடைய வாழ்க்கையில் சில மாற்றங்களையும் அது ஏற்படுத்தியது. ஆனால் அப்போதும் அதனை நிதானமாகக் கையாள்வதற்கு கோட்சேவுக்குத் தெரியவில்லை. அக்ரானியின் வளர்ச்சியும், அதனைப் பலரும் கவனிக்கத்துவங்கியதையும் பார்த்த கோட்சே, பல்வேறு புதிய பிரச்சனைகளை எதிர்கொள்ள வேண்டியிருந்தது. அவற்றுக்கான மூலகாரணம் எவை என்பது கோட்சேவுக்குப் புரியாமல் போனதற்கு கோட்சேவைத் தவிர வேறு யாரும் காரணமல்ல.

பத்திரிகை அறத்தைப் பற்றியெல்லாம் கொஞ்சமும் யோசிக்காமல், தனக்குத் தோன்றியவற்றையெல்லாம் அக்ரானியில் எழுதினான். இந்து இராஜ்ஜியத்தை உருவாக்கிவிட வேண்டும் என்கிற நோக்கில், காங்கிரசையும் அதன் இந்து-முஸ்லிம் ஒற்றுமையையும் வன்மத்துடன் எதிர்த்து எழுத ஆரம்பித்தான். 1946ஆம் ஆண்டில், முஸ்லிம்களுக்கு எதிரான வெறுப்பை விதைத்து வன்முறையைத் தூண்டும் வகையில் அக்ரானி பத்திரிகை செய்தி பரப்புகிறது என்கிற தகவல் பம்பாய் மாகாண அதிகாரிகளுக்குத் தெரியவந்தது.

இப்படியான வெறுப்புப் பிரச்சாரத்தை செய்யக்கூடாது என்றும், இனி அப்படிச் செய்தால் சட்டம் ஒழுங்கை சீர்குலைப்பதாகக் குற்றஞ்சாட்டி பத்திரிகை மீது கடுமையான நடவடிக்கைகள் எடுக்கப்படும் என்றும் எச்சரிக்கை விடப்பட்டது[24].

முன்னெச்சரிக்கை நடவடிக்கையாக ஒரு பெரும்தொகையினை முன்பணமாக அரசுக்கு செலுத்துமாறு அக்ரானி பத்திரிகை நிர்வாகத்துக்கு உத்தரவு பிறப்பிக்கப்பட்டது. இன்னொருமுறை வன்முறையைத் தூண்டும் வகையில் ஏதாவது கட்டுரை வெளியானால், உடனடியாக அந்த முன்பணத்தை அப்படியே அபராதக் கட்டணமாக அரசே எடுத்துக்கொள்ளும் என்றும் உத்தரவு ஆணை பிறப்பிக்கப்பட்டது. சாவர்க்கரின் நிதி உதவியால்தான் அந்தத் தொகையினை செலுத்தமுடிந்திருக்கிறது. காந்தி கொல்லப்பட்ட பிறகு சாவர்க்கரின் வீட்டிலிருந்து கைப்பற்றப்பட்ட ஆவணங்களில் அதற்கான ஆதாரங்கள் கிடைத்தன.

அக்ரானி பத்திரிகைக்கு நிதியுதவி செய்யுமாறு தன்னுடைய ஆதரவாளர்களுக்கு சாவர்க்கர் கோரிக்கை வைத்ததற்கு நன்றி தெரிவித்து 1946ஆம் ஆண்டு அக்டோபர் மாதம் 10ஆம் தேதியன்று ஆப்தே ஒரு கடிதம் எழுதியிருக்கிறான்.

"நீங்கள் வைத்த கோரிக்கையினால் 3000 ரூபாய் எங்களுக்கு வந்துசேர்ந்திருக்கிறது. பாதுகாப்பு அபராதம் செலுத்த அது எங்களுக்கு உதவியது. மேலும் உதவிகள் தேவைப்பட்டால் செய்வதாகவும் சிலர் உறுதி அளித்திருக்கிறார்கள். அதற்கும் சேர்த்து நன்றியைத் தெரிவித்துக்கொள்கிறோம்" என்று அக்கடிதத்தில் ஆப்தே குறிப்பிட்டிருக்கிறான்[25].

1946ஆம் ஆண்டு அக்டோபர் மாதத்தில் 1000 ரூபாயினை அக்ரானிக்கு பிரபல வியாபாரியாக அறியப்பட்ட ஜுகல் கிஷோர் பிர்லா நிதியாக வழங்கினார்.

"டெல்லியைச் சேர்ந்த திரு ஷேத் ஜுகல் கிஷோர் பிர்லா அவர்களால் அனுப்பப்பட்ட ஆயிரம் ரூபாய்க்கான காசோலை, நேற்று காலை எனக்கு வந்து சேர்ந்தது. அதற்கான இரசீதை நான் பிர்லா அவர்களுக்கு தனியாக அனுப்பிவைத்துவிட்டேன்" என்று 1946ஆம் ஆண்டு அக்டோபர் மாதம் 30ஆம் தேதியன்று[26] சாவர்க்கருக்கு எழுதிய கடிதத்தில் ஆப்தே குறிப்பிட்டிருக்கிறான்.

இந்துமகாசபைக்கும் ஆர்.எஸ்.எஸ்.க்கும் அதிகமாக நிதியுதவிகள் செய்யும் ஒருவராக பிர்லா இருந்தார். 1947ஆம் ஆண்டின் துவக்கத்தில் ஆர்.எஸ்.எஸ். இயக்கத்தின் ஸ்வயம்சேவகர்களுக்கு ஏராளமான உலோக ஹெல்மட்டுகளை இலவசமாக வழங்கினார்[27]. 1947ஆம் ஆண்டில் காரணமேதும் சொல்லாமல் புதிதாக உலோக ஹெல்மட்டுகளைப் பயன்படுத்தும் வழக்கத்தை ஆர்.எஸ்.எஸ். அறிமுகப்படுத்தியது. இந்திய இராணுவமாக தன்னை உருமாற்றிக் கொள்ளும் முயற்சியில் இப்படியான சில மாற்றங்களை ஆர்.எஸ். எஸ். அப்போது செய்துகொண்டிருந்தது.

பாதுகாப்பு நிதியை செலுத்தச் சொல்லி அக்ரானி பத்திரிகைக்கு பம்பாய் மாகாண அரசு ஆணையிட்டதும், அம்மாகாணத்தின் உள்துறை அமைச்சராக இருந்த காங்கிரஸ் தலைவரான மொரார்ஜி தேசாயிடம் பலமுறை சென்று கோட்சே பேச்சுவார்த்தை நடத்த வேண்டியிருந்தது[28]. ஆர்.எஸ்.எஸ். இயக்கத்தின் பூனா பகுதி ஊழியராகவும் அக்ரானி பத்திரிகையின் ஆசிரியராகவும் மொரார்ஜி தேசாயிடம் தன்னை கோட்சே அறிமுகப்படுத்திக் கொண்டதாக மொரார்ஜி தேசாயின் நினைவுக் குறிப்பில் எழுதப்பட்டிருக்கிறது[29].

"இந்துக்களைத் தூண்டிவிடும் விதத்தில்தான் கோட்சேவின் எழுத்துகளெல்லாம் இருந்தன. அவர் என்னை சந்திக்கவந்த போதெல்லாம் அவருடைய செயல்பாடுகள் எதிலும் எனக்கு உடன்பாடு இல்லையென்பதைத் தெரிவித்தேன். வன்முறையைத் தூண்டும் விதத்தில் அவருடைய பத்திரிகையில் தொடர்ச்சியாக கட்டுரைகள் வெளியாகிக் கொண்டிருந்ததால் பாதுகாப்பு நிதியைச் செலுத்தச் சொல்லி ஆணை பிறப்பித்தேன். அதனால் அது தொடர்பாக என்னை அடிக்கடி சந்திக்க வந்தார்" என்று குறிப்பிட்டிருக்கிறார் மொரார்ஜி தேசாய்[30].

அக்ரானி பத்திரிகைக்கு எல்லா விதத்திலும் உதவி செய்தாலும், அந்தப் பத்திரிகை பரப்பும் வன்முறை வெறுப்புப் பிரச்சாரத்தினால் தனக்கு ஏதும் பிரச்சனை வந்துவிடக்கூடாது என்பதற்காகவே தன்னுடைய தொடர்பினை மறைமுகமாகவே வைத்திருந்தார் இந்துத்துவ முன்னோடியான சாவர்க்கர்.

கோட்சேவுடனோ ஆப்தேவுடனோ கொண்டிருந்த தொடர்பினை வெளிப்படையாகக் காட்டி, சமூகத்தில் தனக்கிருந்த மரியாதையை இழக்க சாவர்க்கர் விரும்பவில்லை. 1945ஆம் ஆண்டு ஏப்ரல் மாதம் 4ஆம் தேதியன்று கோட்சேவுக்கும் ஆப்தேவுக்கும்

சாவர்க்கர் ஒரு கடிதம் எழுதினார். அதில், "அக்ரானியின் வரவு செலவு கணக்குகளை முறையாகப் பராமரிக்க வேண்டும்." என்று எழுதியிருக்கிறார். அது மட்டுமல்லாமல், அக்ரானி பத்திரிகையின் உரிமையை அவர்கள் இருவருக்குள்ளாக மட்டுமே வைத்துக்கொள்ளுமாறும் சாவர்க்கர் அழுத்தமாக ஆணையிட்டுக் கூறியிருக்கிறார்[31].

அதேவேளையில் அந்த பத்திரிகையை தனது சுயநலத்திற்காகவும் அவர் பயன்படுத்திக்கொண்டார். இந்த கடிதம் எழுதுவதற்கு முந்தையநாள்தான் மற்றொரு கடிதத்தை ஆப்தேவுக்கு தன்னுடைய செயலாளரான ஜி.வி.தாம்லே மூலமாக சாவர்க்கர் அனுப்பியிருந்தார். அதில், "காங்கிரஸ் குறித்து சாவர்க்கர் எழுதிய செய்தியை முழுமையாக வெளியிடாமல் போன அசோசியேட்டட் பிரஸ் என்கிற செய்தி நிறுவனத்தை எப்படியாவது தாக்கி அக்ரானியில் எழுதவேண்டும்" என்று ஆப்தேவுக்கு அதில் கட்டளை இடப்பட்டிருந்தது[32].

பம்பாய் மாகாண அரசு விடுத்த எச்சரிக்கையினை புரிந்து நடந்துகொள்ளாமல் கோட்சேவின் மனதில் அது எதிர்வினையைத் தான் ஏற்படுத்தியது.

"இந்துக்களுக்கு நடக்கிற அட்டூழியங்களைத்தான் நான் எழுதினேன். ஆனால் காங்கிரஸ் அரசோ அதற்கெல்லாம் என்னிடம் விளக்கம் கேட்க ஆரம்பித்துவிட்டது. இது எனக்கு மட்டுமல்ல, இந்துக்களுக்காக துணைநின்ற மற்ற பத்திரிகைகளுக்கும் நடந்தது. இந்துக்களின் உணர்வுகளைக் கூட வெளிப்படுத்தமுடியாமல் என்னைத் தடுத்தது அரசு" என்று சில வருடங்களுக்குப் பிறகு கோட்சே தெரிவித்தான்[33]. அரசு விதித்த அபராதம் கூட கோட்சேவைத் திருத்திவிடமுடியவில்லை. ஆவேசமிக்க பத்திரிகை ஆசிரியராக தன்னைத்தாதே கருதிக்கொண்டு தொடர்ச்சியாக எதையெதையோ அக்ரானியில் எழுதிக்கொண்டிருந்தான் கோட்சே. தன்னுடைய பத்திரிகையை காந்தியுடைய உத்தரவின் பெயரில்தான் ஒடுக்குகிறார்கள் என்றும் குற்றஞ்சாட்டினான். காந்தியின் மீது கடுமையான கோபத்தில் இருந்தான் கோட்சே.

1946ஆம் ஆண்டு நவம்பர் துவங்கி 1947ஆம் ஆண்டு மார்ச் மாதம் வரையிலும் கலவரத்தால் பாதிக்கப்பட்ட கல்கத்தாவைச் சுற்றியுள்ள பகுதிகளையும் பெங்காலின் நவகாளியையும் பார்வையிட்டுவிட்டு அங்கிருந்து பீகாருக்குச் சென்றார் காந்தி. காந்தியின் அந்த

சுற்றுப்பயணம் குறித்து 1947ஆம் ஆண்டு ஏப்ரல் மாதம் 12ஆம் தேதியன்று அக்ரானியில் ஒரு கட்டுரை வெளியானது. அதில்,

"அறவழிப் போராட்ட நாயகனின் இரத்தம் குடிக்கும் வெறியும் தாகமும் இன்னமும் அடங்கவில்லை" என்று அக்கட்டுரைக்குத் தலைப்பிடப்பட்டு இருந்தது.

"இந்தியாவின் முதல் ஜனாதிபதியாக ஜின்னாவைப் பதவியேற்க வைத்துவிட வேண்டும் என்று காந்தி துடிக்கிறார் [...] இந்துக்கள் சிந்திய இரத்தமெல்லாம் காந்திக்குப் போதவில்லை. இன்னமும் இந்துக்கள் நிறைய இரத்தம் சிந்தவேண்டும் என்பதும் படுகொலைகள் செய்யப்படவேண்டும் என்பதுமே காந்தியின் ஆசை" என்று அக்கட்டுரையில் எழுதப்பட்டிருந்தது[34].

அதே இதழின் மற்றொரு கட்டுரையில்,

"இந்துக்களை காந்தி அமைதியாக அறவழிப் போராட்டம் செய்யச் சொல்வதெல்லாம், ஜின்னாவும் முஸ்லிம் லீகும் இந்தியாவை ஆட்சி செய்யும்போது அமைதியாக அடிபணிந்து வாழ்வதற்கு இப்போதே தயார்ப்படுத்தத்தான்" என்று எழுதப்பட்டிருந்தது[35].

அதேபோல 'காந்தியே தற்கொலை செய்துகொள்' என்று தலைப்பிட்டு அக்ரானியில் மற்றுமொரு கட்டுரையும் வெளியானது.

"காந்தியே, உடனடியாக தற்கொலை செய்துகொள்ளுங்கள். இல்லையென்றால் இந்திய அரசியலில் இருந்து விலகிவிடுங்கள். காவல்துறையும் இராணுவமும் படைசூழவே எப்போதும் பாதுகாப்புடனேயே வலம்வரும் கோழையான காந்தியெல்லாம், இந்துக்களை மட்டும் எவ்விதப் பாதுகாப்பும் இல்லாமல் தியாகம் செய்யச் சொல்கிறார் என்பது எவ்வளவு பெரிய அவமானம். இந்தியாவில் இரத்த ஆறு ஓடவேண்டாம் என்று விரும்புகிறவர்கள் அனைவரும் காந்தியின் இந்தத் தற்கொலைக்கு ஒப்பான முடிவினை எதிர்த்துப் போராடாமல் இருக்கவேண்டும். இன்றைய காலகட்டத்திற்கு ஏற்றவாறு புதிய கொள்கைகளை உறுதிசெய்ய வேண்டும்" என்று அக்கட்டுரையில் எழுதப்பட்டிருந்தது[36].

அக்ரானியில் கோட்சே எழுதிய கட்டுரைகளின் மூலமாக அவனது எதிர்ப்பெல்லாம் எதன்மீது இருக்கிறது என்பதைத் தெளிவாகக் காட்டியது. ஆனால் இதெல்லாம் அவனை எங்கே கொண்டுபோய் விடப்போகிறது என்பது மட்டும் அப்போது தெரியவில்லை. இருப்பினும் தன்னுடைய அந்த பயணத்தில் அதிவேகமாக கோட்சே

முன்னேறிக் கொண்டிருந்தான் என்பது மட்டும் நன்றாகவே தெரிந்தது.

தனக்குக் கிடைத்திருந்த தன்னம்பிக்கையை வைத்துக்கொண்டு, மற்றவர்களைத் தூண்டிவிடும் விதத்தில் பயன்படுத்திக் கொண்டான் கோட்சே. இந்து மகாசபையில் தனது கருத்துக்கு சரியான மரியாதை கொடுப்பதில்லை என்று கூறி, 1946ஆம் ஆண்டு டிசம்பர் மாதத்தில், அந்த இயக்கத்தின் அப்போதைய தலைவராக இருந்த எல்.பி.போபாத்கரின் முன்பு கத்தியை எடுத்துக் குத்த முயன்றான்[37]. இந்தியாவாகவும் பாகிஸ்தானாகவும் இருநாடுகளாகப் பிரியப்போவது உறுதியானதும், இந்தியாவில் நேரு தலைமையிலான இடைக்கால அரசில் இணைவதற்கு இந்துமகாசபை முடிவெடுத்திருந்தது. அதனால் கோட்சே எரிச்சலைடைந்தான். 1945ஆம் ஆண்டு நடைபெற்ற அரசியலமைப்புச் சட்ட நிர்ணயசபைத் தேர்தலில் தேர்ந்தெடுக்கப்பட்டவர்களைக் கொண்டு 1946ஆம் ஆண்டு செப்டம்பர் மாதத்தில் ஒரு இடைக்கால அரசு அமைக்கப்பட்டது. ஆங்கிலேய அரசிடமிருந்து அதிகாரத்தை முறையாக மாற்றுவதற்காக இந்த இடைக்கால அரசு வேலைசெய்யும் என்பதுதான் திட்டமாக இருந்தது.

நேருவின் தலைமையில் அமைக்கப்படும் அரசில் இந்து மகாசபை பங்கெடுக்கக் கூடாது என்பதே கோட்சேவின் கருத்தாக இருந்தது. நேருவின் அரசில் இணைந்துவிட்டால், இந்து இராஜ்ஜியத்தை அமைக்கும் இந்து மகாசபையின் இலக்கில் இருந்து அது விலகிவிடக்கூடும் என்பதே கோட்சேவின் கவலையாக இருந்தது. அதனால் அமைச்சரவையில் இந்துமகாசபைக்கு நேருவால் வழங்கப்பட்ட ஒரு இடத்தை அதன் தலைவர் முகர்ஜி ஏற்றுக்கொண்டதால் கோட்சே வெறுப்படைந்தான். 1946ஆம் ஆண்டு டிசம்பர் 13 முதல் 16 வரையிலும், இந்து மகாசபையின் மகாராஷ்டிர மாகாணத்தின் சிறப்புக் கூட்டம் நடைபெற்றது. அதில், நேருவின் அமைச்சரவையில் இணைவது குறித்து இந்து மகாசபையின் தலைவரான போபத்கர் ஒரு தீர்மானத்தைக் கொண்டுவந்தார். அப்போது கடும்கோபத்துடன், தான் ஒளித்துவைத்திருந்த கத்தியை எடுத்து போபத்கரை குத்த முயன்றான் கோட்சே[38].

கோட்சேவுக்கு ஆப்தே ஆதரவு தெரிவித்திருந்தபோதும், இந்தியா விடுதலை பெறப்போகிற அத்தகைய சூழலில் இடைக்கால அரசை ஆதரிக்காவிட்டால் தனித்துவிடப்பட்டுவிடுவோமோ என்கிற அச்சத்திலேயே பெரும்பான்மையான இந்துமகாசபை தலைவர்கள் அத்தீர்மானத்திற்கு ஆதரவளித்தனர். காங்கிரசுடன் கைகோர்த்துவிட்டால், தன்னுடைய இருப்புக்கே ஆபத்தாகிவிடும் என்று கோட்சே பயந்தான். அரசியலில் கோட்சேவுக்கு காங்கிரஸ் எதிர்ப்பைத் தாண்டிய எந்தக் கொள்கையும் இல்லாமலிருந்த நேரத்தில் இந்துமகாசபையின் முடிவை எதிர்த்தே ஆகவேண்டிய கட்டாயத்தில் இருந்தான் கோட்சே. அதனால் வன்முறையையும் ஆயுதத்தையும் கையிலெடுத்தான்.

இந்துமகாசபையின் மாநாட்டில் அதன் தலைவரையே கத்தியால் குத்த முயன்ற கோட்சேவின் அந்த நடவடிக்கையை அம்மாநாட்டில் கலந்துகொண்ட எவரும் ஏற்றுக்கொள்ளவில்லை. கோட்சேவைப் பார்த்து வெறுப்படைந்தனர். இறுதியாக தீர்மானம் நிறைவேற்றப்பட்டு, நேருவின் இடைக்கால அரசில் இந்துமகாசபைக்கு ஒதுக்கப்பட்ட ஓரிடத்தில் சியாமா பிரசாத் முகர்ஜி இணைவார் என்று முடிவுசெய்யப்பட்டது.

இந்துமகாசபையில் தனக்கான ஆதரவைத் திரட்டமுடியாத நிலை ஏற்பட்ட பிறகும் கோட்சே பின்வாங்குவதாக இல்லை. இந்து இராஜ்ஜியத்தை அமைக்கும் நோக்கில் காங்கிரசையும் காந்தியையும் நேரடியாக எதிர்க்கும் பணியில் சாவர்க்கருடன் கைகோர்ப்பதே சரியென்று முடிவெடுத்தான் கோட்சே. அந்தத் திசையில் தனது கவனத்தையும் திருப்பினான். அந்த மாநாடு நடைபெறுவதற்கு சில மாதங்களுக்கு முன்பு, இந்து இராஷ்டிர தளத்தைச் சேர்ந்த சுமார் ஐம்பது ஸ்வயம்சேவகர்களிடம் சாவர்க்கர் உரை நிகழ்த்தினார். முஸ்லிம்களை எல்லா வகையிலும் புறக்கணிக்க வேண்டும் என்றும் அதற்கு அவர்கள் ஆத்திரங்கொண்டால் பதிலடி கொடுக்க வேண்டும் என்றும் சாவர்க்கர் பேசியிருந்தார்[39].

பார்ஷியில் நடைபெற்ற மாநாட்டில் தனிமைப்படுத்தப்பட்டதால், இந்தியாவில் இந்து இராஜ்ஜியத்தை அமைப்பதற்கான தகுதியை தன்னுடைய கட்சி இழந்துவிட்டதாக கோட்சே நினைத்திருக்கக் கூடும். அதனால் கூட்டாக பலரை இணைத்துக்கொண்டு செயல்படும் சூழலுக்காகக் காத்திருக்காமல் தனிநபராகவே சிலவற்றை செய்து இலக்கை அடைந்துவிடவேண்டும் என்கிற எண்ணமும் தோன்றியிருக்கக் கூடும். இப்படியான மனமாற்றத்தின்

காரணமாக, இந்துக்களைக் காக்கப் பிறந்த மீட்பனாகத் தன்னைத்தானே கருதிக்கொண்டான் கோட்சே.

1947ஆம் ஆண்டு ஆகஸ்ட் மாதத்தில் ஏற்பட்ட மதரீதியான பதற்றமெல்லாம் 1946ஆம் ஆண்டு காலத்தில் ஏற்படவில்லையென்றாலுமே கூட, மதநல்லிணக்க நாடாக இருக்கிற தகுதியை இந்தியாவின் பல்வேறு பகுதிகள் இழந்துகொண்டே வந்தன. மெதுவாகவென்றாலும் மிக ஆழமாக மதவெறுப்புப் பிரச்சாரத்தினை இருதரப்பிலும் ஒருசிலர் மிகவும் மோசமாக பரப்பிக் கொண்டிருந்தனர். அதன்மூலமாக ஒருதரப்பினரை மற்றொரு தரப்பினருக்கு அறவே பிடிக்காது என்கிற நிலை உருவாகிக் கொண்டிருந்தது. மகாராஷ்டிராவில் அப்படியான மத வன்முறைகள் அதிகமாக நடக்கவில்லையென்றாலும், இந்தியாவின் மற்ற பகுதிகளில் முஸ்லிம்களை இலக்காக்கி நடத்தப்பட்ட தாக்குதல்களும் மதவெறியாட்டங்களும் மகாராஷ்டிராவுக்கு வருவதற்கு வெகுநாட்கள் ஆகாது என்பதாகத்தான் அப்போதைய நிலைமை இருந்தது.

9

‘தற்கொலை செய்துகொள்ளுங்கள் காந்தி’[1]

1947ஆம் ஆண்டின் துவக்கத்தில் வலிமிகுந்த குழப்பங்களில் இருந்து தெளிவாகிவிட்டிருந்தான் கோட்சே. அதற்கு முன்னரான ஐந்தாண்டுகளில் அபரிமிதமான வளர்ச்சியை அவன் அடைந்திருந்தான். 1942ஆம் ஆண்டில் வெள்ளையனே வெளியேறு போராட்டம் துவங்கப்பட்டிருந்த காலத்தில் வழிதெரியாமல் குழம்பிக்கொண்டிருந்தான். ஆனால் அதே ஆண்டில் இந்து இராஷ்டிர தளம் உருவாக்கப்பட்டதில் இருந்து அவனுடைய வாழ்க்கைப் பாதையில் உறுதியான பிடிப்பு அவனுக்குக் கிடைத்திருந்தது. விளிம்புநிலையில் இருப்பதாக நினைத்துக்கொண்டிருந்த மனநிலையில் இருந்து வாழ்க்கைக்கான பொருள் கிடைத்துவிட்டதாக உணரும் இடத்திற்கு வந்துவிட்டான். இப்புதிய நம்பிக்கையை முதலீடாக வைத்துக்கொண்டு மிகுந்த கோபத்துடனும் ஆக்ரோசத்துடனும் எழுத ஆரம்பித்துவிட்டான்.

தன்னைப் பற்றியும் தன்னைச்சுற்றியுள்ளவர்கள் குறித்தும் சந்தேகத்துடனும் குழப்பத்துடனுமே பார்த்துக்கொண்டிருந்த நிலையில் இருந்து தன்னம்பிக்கை பெற்றவனாகவும் களத்தில் செயல்படுபவனாகவும் மாறத் துவங்கினான். தன்னை ஏதாவதொரு வழியில் நிரூபித்தாக வேண்டும் என்கிற விருப்பத்தினால் எதையாவது செய்யவேண்டும் என்கிற உந்துதல் இருந்துகொண்டேதான் இருந்தது. சிறுவயதில் ஆன்மிகபலம் கொண்டவனாக தன்னைத்தானே காட்டிக்கொண்டது கூட அப்படியான மனநிலையில் இருந்துதான். 1946ஆம் ஆண்டு டிசம்பர் மாதத்தில் இந்துமகாசபையின் தலைவர் போபத்கரை கத்தியை எடுத்து குத்தப்போனதுகூட அதன் தொடர்ச்சியன்றி வேறில்லை. அவனுடைய உணர்வுகளும் பயங்களும் பலவீனங்களும்

சரிசெய்யப்பட்டுவிட்டதாக நினைத்தான். இந்த உலகம் குறித்த அவனது பார்வையிலெல்லாம் பெரிதாக எந்த மாற்றமும் ஏற்பட்டுவிடவில்லை. 1930ஆம் ஆண்டு சாவர்க்கரை சந்தித்தது முதலாக உருவான அந்த பார்வையானது, அதே பாதையில் மேலும் கூர்மையாக்கி இருந்தது என்றுதான் சொல்லவேண்டும். குறிப்பாக 1942 முதல் 1947 வரையிலான ஆண்டுகள் அப்பார்வையை மேலும் பலம்பொருந்தியதாக மாற்றியிருக்கிறது.

காந்தியைக் கொல்வதுவரை சென்றதற்கு இது முக்கியமாக உதவியிருக்கிறது. 1946ஆம் ஆண்டின் இறுதியிலிருந்தே பிரிவினை தொடர்பான கவலைகளும் பிரச்சனைகளும் தேசத்தை ஆட்கொள்ளத் துவங்கின. அதற்கு முன்னர் எப்போதும் இல்லாத அளவிற்கு மக்களிடையே பிரிவினைவாதக் கருத்துகள் பலமாகப் பரவிக்கொண்டிருந்தன. இஸ்லாமிய இயக்கங்களுடைய கோரிக்கையின் காரணமாக பிரிவினை உறுதியாகி இருந்தது. இதனைத் தங்களுக்கு சாதகமாக மாற்ற இந்துத்துவ இயக்கங்கள் முயன்றன. இந்து-முஸ்லிம் ஒற்றுமையைப் பேசிய காந்தியையும் காங்கிரசையும் குற்றஞ்சாட்டிவிட்டு, இந்த தேசத்தில் இந்து இராஜ்ஜியத்தைக் கொண்டுவந்துவிட வேண்டும் என்று இந்து மேலாதிக்கவாதிகள் முயற்சி செய்தனர்.

இந்து தேசத்தை அமைப்பதற்காகக் குரல் கொடுக்கும் அனைவருடனும் இணக்கமாகி இருந்தான் கோட்சே. அவர்களுடைய இலக்குடன் உடன்பட்டாலும், ஆக்ரோசமானதாகவும் வன்முறையைத் தூண்டும் விதத்திலும்தான் கோட்சேவின் பாதை இருந்தது. அதே பாதையை பூனாவில் இருக்கும் அவனது நேசசக்திகளில் பலவும் தேர்ந்தெடுக்கவில்லை என்பது கோட்சேவுக்கு வருத்தத்தைக் கொடுத்தது. மத வன்முறைகளைத் தூண்டும்விதத்திலும் முஸ்லிம்களைத் தாக்கவேண்டும் என்று கோரும் வகையிலும்தான் கோட்சேவின் பேச்சுக்களும் கட்டுரைகளும் இருந்தன. மதக்கலவரம் செய்து, சமூகத்தை தூய்மைப்படுத்துவதுதான் இந்துக்களுக்கான விடுதலையைப் பெற்றுத்தரும் என்றும், ஒரு புதிய அத்தியாயத்தின் துவக்கம் அதுதான் என்றும் தொடர்ந்து அக்கட்டுரைகளில் குறிப்பிடப்பட்டன. கலவரங்களை எதிர்த்து காந்தி போராடியபோது, அவரை இந்துக்களுக்கு எதிரானவர் என்று அக்கட்டுரைகள் முத்திரை குத்தின. காந்தியின் மீது வெறுப்பைக் கக்கினான் கோட்சே. இந்தியாவில் அப்போது நடந்துகொண்டிருந்த மதக் கலவரங்களுக்கு,

தான் அங்கம் வகிக்கும் ஆர்.எஸ்.எஸ்., இந்துமகாசபை மற்றும் இந்து இராஷ்டிர தளம் ஆகிய இயக்கங்கள்தான் முக்கியமான காரணம் என்பதை மட்டும் மறந்தும் தன்னுடைய பத்திரிகையில் கோட்சே வெளியிட்டதே இல்லை.

இந்தியப் பிரிவினை அமல்படுத்துவதற்கு ஆறு வாரங்களுக்கு முன்னர், 1947ஆம் ஆண்டு ஜூலை மாதம் 3ஆம் தேதியன்று, காந்தியைக் கண்டித்து கடுமையான கட்டுரையொன்று வெளியானது.

"எங்கு பார்த்தாலும் இந்துக்கள் கொல்லப்பட்டுக்கொண்டிருக் கிறார்கள். ஆனால் காந்தியோ இந்தியாவின் மாகாணங்களை ஒவ்வொன்றாக பாகிஸ்தானுடன் இணைப்பதற்காக சுற்றுப்பயணம் செய்து கொண்டிருக்கிறார்" என்று ஒரு கட்டுரையில் எழுதப்பட்டிருந்தது. அதே இதழில் வெளியான மற்றொரு கட்டுரையில்,

"பாகிஸ்தான் என்கிற தேசம் உருவாகப்போவது உறுதியாகிவிட்டது. ஆனால் இந்துக்களாகிய நாமோ கூட்டங்கள் நடத்துவதும், ஊர்வலங்கள் செல்வதும், தீர்மானங்கள் நிறைவேற்றுவதுமாகத்தான் இருக்கிறோம். சட்டத்தை நம் கைகளில் எடுக்கும்போதுதான் நமக்குத் தேவையானது கிடைக்கும்" என்று அக்கட்டுரையில் குறிப்பிடப்பட்டிருந்தது[2].

அதே காலகட்டத்தில் வெடிகுண்டு வழக்கொன்றில் தொடர்பிருப்பதாக குற்றஞ்சாட்டப்பட்டு ஜூலை முதல்வாரத்தில் பூனா காவல்துறையினரால் ஆப்தே கைது செய்யப்பட்டான். அப்போது அக்ரானி பத்திரிகையின் மீது அரசு நடவடிக்கைகள் எடுக்குமோ என்று யோசிக்க வேண்டியிருந்தது. இதேபோன்ற தியாகங்களை நம்மில் பலரும் செய்தாக வேண்டும் என்று கோட்சே தெரிவித்தான்.

> "இந்தியாவைப் பிரிக்க நினைப்பவர்களுக்கு எங்களுடைய பத்திரிகை ஓரளவுக்கு பயத்தை ஏற்படுத்தியிருக்கிறதென்றால், அதனால் வரப்போகும் விளைவுகளை நானும் ஆசிரியரும் ஏற்றுக்கொள்ளத் தயாராகத்தான் இருக்கிறோம். இதுபோன்ற தியாகங்களை அதிவிரைவாக நம்மில் பலரும் செய்தால் தான் நமக்கான வெற்றி கிடைக்கும் என்றால், அதனைச் செய்வதற்கும் நாம் தயாராக இருக்கவேண்டும்"

என்றான் கோட்சே[3].

மூன்று நாட்கள் கழித்து ஜூலை 9ஆம் தேதியன்று வெளியிடப்பட்ட மற்றொரு கட்டுரையில், ஆப்தேவின் விடுதலைக்காக குரல் கொடுக்குமாறு பூனாவின் இந்து மேலாதிக்கவாதிகளைக் கோரி கோட்சே எழுதியிருந்தான்.

'அகண்ட பாரதப் போர்க்களத்தில் ஒரு கூர்மையான இரும்பு முனை: நாரயணராவ் ஆப்தேவின் ஊக்கம்தரும் அறிமுகம்' என்று அக்கட்டுரை தலைப்பிடப்பட்டிருந்தது. "அக்ரானி பத்திரிகையின் மேலாளராகவும், என்.வி.கோட்சேவின் நெருங்கிய நண்பராகவும், இந்து இராஷ்டிர தளத்தின் நிறுவனராகவும், மிகச்சிறந்த பேச்சாளராகவும், இந்து மகாசபையின் உண்மையான உழைப்பாளியாகவும், சாவர்க்கருடைய இந்துத்துவக் கோட்பாட்டின் அதிதீவிர பக்தராகவும் ஆப்தே இருக்கிறார்" என்று அக்கட்டுரையில் குறிப்பிடப்பட்டிருந்தது.

"பஞ்சனியில் மகாத்மா காந்தியின் பிராத்தனைக் கூட்டத்தின் போதும் ஆப்தே போராட்டம் நடத்தி இருக்கிறார்" என்று குறிப்பிட்டு அதற்கும் அக்கட்டுரையில் பாராட்டு தெரிவிக்கப்பட்டிருந்தது[4].

அந்த குண்டுவெடிப்பு வழக்கில் தீவிர விசாரணைகள் ஏதும் நடைபெறவே இல்லை. அதனால் ஆப்தேவும் விடுதலை செய்யப்பட்டான். 1946ஆம் ஆண்டு அக்ரானி பத்திரிகைக்கு விதிக்கப்பட்ட அபராதத்திற்குப் பின்னர் 1947ஆம் ஆண்டு ஆகஸ்ட் மாதத்தில் இந்தியா விடுதலை அடைவதற்கு சில நாட்களுக்கு முன்னர் மீண்டுமொருமுறை அபராதம் விதிக்கப்பட்டது[5]. இந்த முறை அபராதத்தில் இருந்து தப்பிப்பதற்கு கோட்சே வேறொரு வழிமுறையைக் கையாண்டான். அக்ரானி பத்திரிகையையே இழுத்துமூடிவிட்டு, 'இந்து இராஷ்டிரா' என்கிற பெயரில் மற்றொரு பத்திரிகையைத் துவங்கினான். அக்ரானியில் கோட்சேவும் ஆப்தேவும் வகித்த அதே பொறுப்புகளை இதிலும் தொடர்ந்தனர். அக்ரானியில் வெளியான கட்டுரைகளின் தொனியும் உள்ளடக்கமும் கூட அப்படியே இந்து இராஷ்டிரத்திலும் இருந்தது.

காந்தியை விமர்சிக்கவும் வன்முறையைத் தூண்டவுமான கட்டுரைகளை எழுதுவதற்கு கோட்சேவுக்கு பிரிவினை காலம் மிகப்பெரிய வாய்ப்பாக அமைந்துவிட்டது. இந்து அகதிகளின் அவலநிலையை தனக்கு சாதகமாகப் பயன்படுத்தி, காந்திக்கும் காங்கிரசுக்கும் முஸ்லிம்களுக்கும் எதிரான வெறுப்புணர்வைத் தூண்டும் கட்டுரைகளை எழுதினான் கோட்சே. இந்தியாவுக்கு விடுதலை கிடைத்த நாளன்று கோட்சே ஒரு கட்டுரை எழுதியிருந்தான். அதில்,

"இன்று இரண்டு துண்டுகளாக இந்தியா உடைக்கப்பட்டிருக்கிறது. அதற்கு காங்கிரஸ் தான் முழுப்பொறுப்பு" என்று எழுதியிருந்தான் கோட்சே[6]. அன்றிலிருந்து ஒருசில மாதங்கள் கழித்து காந்தி கொல்லப்பட்டபோதும், அதே கருத்தை அவன் வலியுறுத்தினான்.

"இந்தியா சுதந்திரம் பெற்ற நாளைக் கொண்டாடச் சொல்லி மக்களை காங்கிரஸ் கோரியிருந்தது. ஆனால், இந்த தேசத்தில் நடத்தப்பட்டுக் கொண்டிருந்த அட்டூழியங்களுக்கு எங்களுடைய இந்து சகோதரர்கள்தான் பலியாகிக் கொண்டிருந்தார்கள். அவர்களுடைய பாதுகாப்பை உறுதி செய்வதற்கு அரசிடம் எந்தத் திட்டமும் இருக்கவில்லை. அத்தகைய சூழலில் அந்த நாளை நாங்கள் கொண்டாடினால், பாகிஸ்தானை உருவாக்கிவிட்ட பாவத்தை நாங்கள் மன்னித்து மறந்துவிடுவதாகத்தானே ஆகும்" என்று விசாரணையின் போது கோட்சே தெரிவித்தான்[7].

ஆர்.எஸ்.எஸ். இன் கருத்தைத்தான் கோட்சே பிரதிபலித்தான். இந்தியா சுதந்திரம் பெற்ற அந்நாளை ஆர்.எஸ்.எஸ். இன் ஸ்வயம்சேவகர்கள் கொண்டாடாமல் புறக்கணித்தனர் என்பது குறிப்பிடத்தக்கது[8].

கொல்காத்தாவில் காந்தி நடத்திய உண்ணாவிரதப் போராட்டத்தை 1947ஆம் ஆண்டு செப்டம்பர் 6ஆக் தேதியன்று வெளியான கட்டுரையின் வாயிலாகக் கண்டித்ததுடன் அதன் நோக்கத்தையும் கேள்விக்குட்படுத்தினான்.

"சிந்து, பஞ்சாப் மற்றும் நவகாளி பகுதிகளில் இந்துக்கள் தொடர்ச்சியாகப் படுகொலை செய்யப்பட்டு வருகிறார்கள். ஆனால் அதை எதிர்க்கக் கூடாதென்று காந்தியும் காங்கிரசும் மக்களிடம் கூறுகிறார்கள்" என்று அக்கட்டுரையில் எழுதப்பட்டிருந்தது[9].

அடுத்தநாள் வெளியான மற்றொரு கட்டுரையில்,

"காங்கிரஸ் தலைவர்களெல்லாம் இந்துக்களின் வீரத்தையும் தைரியத்தையும் ஆண்மையையும் ஒழித்துக்கட்டப் பார்க்கிறார்கள். நம்முடைய துணிச்சலான பயணத்தை அடைத்துக்கொண்டிருக்கும் தடைக்கற்களாக இருக்கிற அப்படியான தலைவர்களை எவ்வகையிலாவது ஒழித்துவிட வேண்டும்" என்று கோட்சே எழுதியிருந்தான்[10].

~

1947ஆம் ஆண்டு முழுவதுமே இவ்வகையான கட்டுரைகளைத்தான் தொடர்ச்சியாக கோட்சே எழுதிக்கொண்டே இருந்தான். அதிதீவிர இந்துத்துவ அரசியலை முன்வைக்கும் எழுத்தாளராகவும் செயல்பாட்டாளராகவும் தன்னைத்தானே கற்பனை செய்துகொண்டான். இந்துக்களின் அரசியல் முன்னேற்றத்திற்காக உழைக்கும் நட்சத்திரப் போராளியாக தன்னைக் காட்டிக்கொண்டான். பிரிவினையால் ஏற்பட்ட மதக்கலவரங்களாலும் 'இந்து தேசம்' என்கிற ஒரு அரசியல் திட்டத்தை இந்துத்துவவாதிகளால் வெற்றிகரமாக முன்னெடுக்க முடியவில்லை. அதனால் குறைந்தபட்சமாக ஒரு பிரச்சாரமாகவாவது தொடர்ச்சியாக அதனைக் காப்பாற்ற அனைத்து வகையிலும் முயன்றனர்.

வன்முறையைத் தூண்டும் வகையிலான கட்டுரைகள் எழுதுவதையும், இந்தியாவை இந்து தேசமாக மாற்ற முனைவோருக்கு உதவுவதையும் தாண்டி ஆப்தேவும் கோட்சேவும் வேறு ஏதோவொன்றையும் செய்துகொண்டிருந்தார்கள் என்பதற்கு குண்டுவெடிப்பு வழக்கில் ஆப்தே சிக்கியதுகூட ஒரு அறிகுறியாகத்தான் இருந்திருக்கிறது. நாசகர திட்டங்களை உருவாக்கவும் செயல்படுத்தவும் பூனாவில் இருந்த அவர்களது பத்திரிகை அலுவலகத்தைத்தான் பயன்படுத்தினர். பத்திரிகை அலுவலக வளாகத்திலேயே தற்காலிகக் கூடாரமொன்றை அமைத்துக்கொண்டனர். அதற்குள்தான் அவ்விருவரும் பத்திரிகைப் பணிகளைத் தாண்டிய வேலைகளை செய்துவந்தனர். பத்திரிகை அலுவலகத்தை சதித்திட்டங்கள் தீட்டுவதற்காகப் பயன்படுத்தியதற்கான ஒரு சில ஆதாரங்கள் கிடைத்திருக்கின்றன. அவற்றை வைத்துப் பார்க்கையில், அந்த சதித்திட்டங்களுக்கெல்லாம் கோட்சேவுக்கு பதிலாக ஆப்தேதான் தலைமை தாங்கியிருக்கிறான் என்று தெரியவந்திருக்கிறது.

ஆப்தேவின் அறிவும் புத்திசாலித்தனமும் இல்லாமல் நிழலுலக அரசியல் செய்வதெல்லாம் சாத்தியமே இல்லை என்பதை கோட்சே முழுமையாக நம்பினான். பூனாவின் இந்துத்துவ வட்டாரங்களிலேயே ஆப்தேவைப் போல சதிவேலைகளை நவீன உத்திகளுடன் செயல்படுத்துவதற்கு சரியான ஆள் வேறுயாருமில்லை என்பதுதான் கோட்சேவின் கணிப்பு. அதுதான் தன்னைத் தாழ்த்திக்கொண்டு ஆப்தேவுக்கு தலைமைப் பொறுப்பளித்து அவனுடன் இணைந்து வேலை செய்தான் கோட்சே. நவீன கருத்துகளில் இருந்தும் சிந்தனைகளில் இருந்தும்

முற்றிலுமாக ஒதுங்கியிருந்து, அவற்றின் முக்கியத்துவத்தைக் கூட உணரமுடியாமல், அனைத்திலும் பழமைவாதத்திலேயே மூழ்கியிருந்தான் கோட்சே. கற்பனைவளம் கூட இல்லாமல் ஆணவக்காரனாக மட்டுமே இருந்து பழம்பெருமையையே பேசிக்கொண்டிருந்தான் கோட்சே. அதனால், எதைச் செய்வதாக இருந்தாலும், அதன் விளைவுகளைப் பற்றிமட்டுமே சிந்திக்கும் தன்னைவிடவும், எந்தவொரு காரியத்தை எடுத்துக்கொண்டாலும் முறையாகத் திட்டமிட்டு, ஒருங்கிணைத்து, செயல்படுத்திவிட்டு நகரும் திறமை கொண்டவனான ஆப்தேதான் தலைமை தாங்கவேண்டும் என்று கணித்தான் கோட்சே.

அதனால்தான் பத்திரிகை நடத்தும் முழுப்பொறுப்பையும் கோட்சே எடுத்துக்கொண்டான். ஆப்தேவோ தன்னுடைய இரகசிய திட்டங்களை செயல்படுத்துவதற்கு ஏதுவாக, பூனாவையும் பம்பாயையும் சுற்றி வலம்வந்துகொண்டிருந்தான். இடையிடையே மனோரமாவையும் சந்தித்து நேரத்தை செலவழித்தான் ஆப்தே. தன்னுடைய இலக்கில் வெற்றிபெறுவதற்கு இப்படியான வேலைப் பிரிவினை அவசியம் என்று கோட்சே கருதினான். ஆப்தேவுக்கும் இது சரியான ஏற்பாடாகவே தோன்றியது. சாவர்க்கரின் விசுவாசிகளான விஷ்ணு இராமகிருஷ்ண கர்க்கரே மற்றும் திகம்பர் இராமச்சந்திர பட்கே ஆகியோரின் உதவியுடன் பத்திரிகையின் நிதி ஆதாரங்களையும், தடையின்றி தொடர்ச்சியாக பத்திரிகை வெளியாவதையும் கோட்சே கவனித்துக்கொள்வது ஆப்தேவுக்கு மகிழ்ச்சியைக் கொடுத்தது. அவர்கள் இருவரின் இரகசிய செயல்பாடுகளும் ஒரே குறிக்கோளை நோக்கிய பயணமாக ஒருவருக்கொருவர் பார்த்தனர். இதில் எந்த வகையிலும் குறைசொல்வதற்கோ எதிர்ப்பதற்கோ கோட்சேவுக்கு எதுவுமில்லை.

1947ஆம் ஆண்டில் கோட்சேவின் வயதையொத்த கர்க்கரே அகமதுநகரில் வசித்துவந்தார். அங்கே டெக்கான் கெஸ்ட் ஹவுஸ் என்கிற பெயரில் ஒரு உணவகமும் தங்கும்விடுதியும் நடத்திக்கொண்டே இந்துமகாசபையின் ஒரு கிளையின் தலைவராகவும் இருந்தார். அமெரிக்கன் மிஷன் உயர்நிலைப் பள்ளியில் ஆசிரியராக ஆப்தே இணைந்தபோதே அவனுடன் கர்க்கரேவுக்கு தொடர்பு ஏற்பட்டது. ஆனால், 1943ஆம் ஆண்டில் அகமதுநகரில் இந்து இராஷ்டிர தளத்தின் இரண்டாவது ஆண்டு பயிற்சி முகாம் நடத்தப்பட்ட போதுதான் கோட்சேவுடனும் ஆப்தேவுடனும் கர்க்கரேவுக்கு நெருக்கமான நட்பு உண்டானது.

அந்தப் பயிற்சி முகாமில் கலந்துகொண்டவர்களுக்கான உணவு ஏற்பாட்டினை கவனித்துக்கொண்டது கர்க்கரேதான்[11]. பின்னர் அக்ரானி பத்திரிகை துவங்கப்பட்டபோது, அதன் அகமதுநகர் முகவராக மாறி கோட்சேவுக்கும் ஆப்தேவுக்கும் மேலும் நெருக்கமானார். 1946ஆம் ஆண்டின் இறுதியிலும் 1947ஆம் ஆண்டின் துவக்கத்திலும் கொல்கத்தாவில் நவகாளி மதக்கலவரங்கள் வெடித்தபோது, இவர்கள் மூவரும் பத்திரிகை அலுவலகத்தில் அவ்வப்போது சந்தித்து நிலவரம் குறித்து விவாதித்தனர். பூனாவிலும் பம்பாய் மாகாணத்தின் வேறுசில பகுதிகளிலும் முஸ்லிம்கள் வாழும் இடங்களைக் கண்டறிந்து அங்கெல்லாம் பயங்கரவாத நடவடிக்கைகளை மேற்கொள்வதற்கான திட்டங்களை மூவரும் வகுத்தனர்[12].

அவர்கள் தீட்டிய நாசகர திட்டங்களுக்குத் தேவையான வெடிமருந்துகளை வாங்குவதற்கு பட்கேவைத்தான் ஆப்தே பரிந்துரைத்தான். உள்ளூர் ஆயுத வியாபாரியாக அவர்களுக்கு ஏற்கனவே நன்கு அறிமுகமாகியிருந்தவர்தான் பட்கே. இந்து மதவெறிக் குழுக்களை நம்பித்தான் பட்கேவின் வியாபாரமே நடைபெற்றுக்கொண்டிருந்தது. சதாசிவ பேத்தில் சாஸ்திரா பந்தர் என்கிற பெயரில் ஆயுதங்கள் விற்கும் கடையினை பட்கே நடத்தி வந்தார். அக்கடையில் கத்திகள், புலி நகங்கள் போன்ற சட்டப்பூர்வமாக அனுமதிக்கப்பட்ட ஆயுதங்களை வெளிப்படையாக விற்பார். அதேவேளையில் பம்பாய் மாகாணம் முழுவதும் அவருக்கிருந்த 'தொடர்புகள்' மூலம் இரகசியமாக துப்பாக்கிகளையும் வெடிமருந்துகளையும் வாங்கி வெளியே தெரியாமல் மறைமுகமாக விற்றார் பட்கே[13].

முப்பத்தெட்டு வயதான பட்கே, மற்றனைத்து ஆயுதக் கடத்தல்காரர்களைப் போலவே வஞ்சகமும் தந்திரமும் நிறைந்த மனிதராக இருந்தார். பெரிய தாடியும் நீண்ட முடியும் வளர்த்திருந்த அவரைப் பார்த்தால் ஒரு சாதுவைப் போலத்தான் தோன்றும். அதே வேடத்துடன் ஆயுதங்களை ஆடைகளுக்குள் ஒளித்துக்கொண்டு சாமியாரின் தோற்றத்துடன் பூனாவிலும், பம்பாயிலும், அம்மாகாணத்தின் இன்னபிற பகுதிகளிலும் சர்வசாதாரணமாக வலம் வந்தார். பல ஆண்டுகளுக்கு முன்பே இந்துமகாசபை உறுப்பினர்களையும் இன்னபிற இந்துத்துவ செயல்பாட்டாளர்களையும் சந்தித்தபோதே, முஸ்லிம்கள் வாழும் பகுதிகளில் கலவரம் செய்யத் தயாராக இருந்தார்கள் என்பதை

பட்கே புரிந்துகொண்டார். ஆயுத விற்பனையில் தனக்கு மிகப்பெரிய சந்தையை இந்துத்துவவாதிகள்தான் உருவாக்கிக் கொடுப்பார்கள் என்றும் கணித்தார். உடனே இந்துமகாசபையின் உறுப்பினராகி, அதன் கூட்டங்களுக்கு தொடர்ச்சியாகச் சென்றார். அரசியலுடன் தன்னுடைய வியாபாரத்தையும் கலந்து, வாடிக்கையாளர்களைத் தேடுவதே அவரது வேலையாக மாறியது.

கோட்சே, ஆப்தே மற்றும் கர்க்கரேவுடன் பட்கே இணைந்த நேரத்தில் இந்திய அரசியலே காந்தி என்கிற ஒற்றைப் புள்ளியில் மையங்கொண்டதாக இருந்தது. பிரிவினை கோரி தன்னுடைய முடிவில் உறுதியாக இருந்தார் முஸ்லிம் லீக் தலைவரான ஜின்னா. பிரிவினை ஏறத்தாழ உறுதியாகிவிட்டது. காந்தியும் காங்கிரஸ் தலைவர்களும் பிரிவினையைத் தடுக்க முடியாத நிலையில் இருந்தனர். பட்கேவின் வீட்டில் கோட்சேவும் ஆப்தேவும் கர்க்கரேவும் சந்தித்து ஏதாவது பெரிதாகச் செய்ய வேண்டும் என்று திட்டமிட்டனர்.

"பாகிஸ்தான் என்கிற தனி நாட்டை உருவாக்க கடுமையாகப் போராடிக் கொண்டிருந்த முஸ்லிம் லீக் தலைவரான முகமது அலி ஜின்னாவுக்கு எதிராக ஏதாவது செய்ய வேண்டும் என்று ஆப்தே ஒரு பரிந்துரையை முன்மொழிந்தார். ஜின்னாவைக் கொலை செய்தால்தான் பாகிஸ்தான் உருவாவதைத் தடுக்க முடியும் என்றும் ஆப்தே வலியுறுத்தினார்" என்று கர்க்கரே பின்னாளில் தெரிவித்தார்[14].

அதைக் கேட்டதும், உற்சாக மிகுதியில் கோட்சே கைதட்டி வரவேற்றான். அத்திட்டம் நிறைவேறும் வரையில் கர்க்கரேவை பூனாவில் காத்திருக்கச் சொன்னார்கள். ஜின்னாவைக் கொல்வதற்குத் தேவையான ஆயுதங்களை வாங்கும் பொறுப்பை ஆப்தே ஏற்றுக்கொண்டான்[15]. கோட்சே இதற்கெல்லாம் உடந்தையாக இருந்தபோதிலும், பத்திரிகையில் முழுகவனத்தையும் செலுத்தச் சொல்லியும் அறிவிப்பு வந்திருந்தது. ஆப்தே வாங்குவதற்குத் திட்டமிட்டிருந்த ஆயுதங்கள் குறித்து ஆப்தே எதுவும் வெளியே சொல்லாமல் இருந்ததாக கர்க்கரே எழுதியிருக்கிறார்[16]. ஆனால், மற்றவர்களுக்குத் தெரியாமல் இருப்பதற்காகவே தன்னுடைய செயல்திட்டம் குறித்து யாரிடமும் சொல்லாமல் இருக்கிறார் ஆப்தே என்று நினைத்துக்கொண்டார் கர்க்கரே.

“ஒருமுறை என்னை பட்கேவிடம் சென்று வெடிகுண்டுப் பெட்டியொன்றை கேட்டு வாங்கிவரச் சொன்னார். அதன்படி நான் பட்கேவின் கடைக்குச் சென்று ஒரு பெட்டியை வாங்கிவந்தேன். அந்தப் பெட்டிக்குள் ஆறு வெடிகுண்டுகள் இருந்தன. அதை அப்படியே அக்ரானி பத்திரிகை அலுவலகத்தின் ஒரு மூலையில் வைத்தேன். இது நடந்தது ஜூன் அல்லது ஜூலை மாதமாக இருக்கலாம் என்று நினைக்கிறேன்” என்று கர்க்கரே நினைவுகூர்ந்திருக்கிறார்[17]. அப்படியாகக் கொண்டுவந்து வைக்கப்பட்ட வெடிகுண்டுகளைப் பாதுகாப்பதற்காக பெரும்பாலும் பத்திரிகை அலுவலகத்திலேயே தங்கியிருந்து ஆப்தேவின் அடுத்தகட்ட ஆணைக்காகக் காத்திருந்திருக்கிறார் கர்க்கரே.

அதன்பிறகு ஒருசில நாட்கள் கழித்து, கர்க்கரேவிடம் கொஞ்சம் பணத்தைக் கொடுத்து, அதனை பட்கேவிடம் தந்து, அதற்கு பதிலாக எடைகுறைவான ஸ்டென் வகைத் துப்பாக்கியை வாங்கிவரச் சொன்னான் ஆப்தே. பட்கேவிடம் பணத்தைக் கொடுத்ததும், ஏர்வாடா சிறைச்சாலைக்கு அருகில் இருந்த ஒரு பாழடைந்த கட்டடத்திற்கு அழைத்துச் சென்றிருக்கிறார். அங்கு ஏற்கனவே பேசிவைத்திருந்த யாரோ ஒருவரிடமிருந்து, இரண்டு துப்பாக்கிகளை வாங்கி கர்க்கரேவிடம் கொடுத்திருக்கிறார் பட்கே. அங்கிருந்து இருவரும் இணைந்தே அக்ரானி பத்திரிகை அலுவலகத்திற்கு துப்பாக்கிகளுடன் வந்திருக்கின்றனர். நள்ளிரவு வரை அங்கேயே தங்கியிருந்துவிட்டு, அதன்பின்னர் இரண்டில் ஒரு துப்பாக்கியை எடுத்துக்கொண்டு பட்கே அங்கிருந்து கிளம்பியிருக்கிறார்.

“மற்றொரு துப்பாக்கியை எடுத்து அக்ரானி அலுவலகத்தில் வைத்தேன். பின்னர், அங்கிருந்து ஆப்தேவின் வீட்டுக்குச் சென்றேன். துப்பாக்கியை வாங்கிவிட்டேன் என்பதையும் அதனை படுக்கைக்கு உள்ளே ஒளித்து அலுவலகத்தின் சுற்றுச்சுவரை ஒட்டியிருக்கும் ஒரு மரத்திற்கு அருகில் ஒளித்துவைத்திருக்கிறேன் என்பதையும் ஆப்தேவிடம் தெரிவித்தேன். அதன்பின்னர் மீண்டும் அக்ரானி பத்திரிகை அலுவலகத்திற்கு திரும்பிச் சென்று அங்கேயே உறங்கினேன்” என்று கர்க்கரே தெரிவித்திருக்கிறார்[18].

அதன்பிறகு அடுத்தடுத்து அவர்களுக்கு பிரச்சனைகள் வரத்துவங்கின. ஜின்னாவைக் கொல்வதற்கு அவர்கள் திட்டமிட்டிருந்தாலும், அதற்கு கொஞ்சமும் தொடர்பில்லாத மற்றொரு சம்பவத்தில் அவர்கள் வைத்த குண்டு பூனாவில்

வெடித்தது. இதன் காரணமாக ஏராளமான இந்துத்துவ செயல்பாட்டாளர்கள் ஒருவர்பின் ஒருவராகக் கைது செய்யப்பட்டனர். அப்படியாகக் கைதுசெய்யப்பட்டவர்களில் அதாவ்லே என்பவர், ஆப்தேவின் பெயரையும் சேர்த்தே குறிப்பிட்டுவிட்டார். அதனால் ஆப்தேவும் கைதுசெய்யப்பட்டு சிறையில் அடைக்கப்பட்டுவிட்டான். இதையெல்லாம் பார்த்தவுடன் கர்க்கரே பயந்துவிட்டார். பத்திரிகை அலுவலகத்தில் ஒளித்துவைத்திருந்த வெடிகுண்டுகளை எடுத்துக்கொண்டு பூனாவில் இருந்து அகமதுநகருக்கு ஓடிவிட்டார்.

"ஆப்தே கைது செய்யப்பட்டதுமே பத்திரிகை அலுவல கத்துக்குத்தான் அடுத்ததாக காவல்துறையினர் வருவார்கள் என்று எனக்குத் தெரியும். அதனால் வெடிகுண்டுகள் வைக்கப்பட்டிருந்த பெட்டியை எடுத்துக்கொண்டு நான் அகமதுநகருக்கு சென்றுவிட்டேன். அந்தப் பெட்டியை என்னுடைய பாதுகாப்பிலேயே நான்கு மாதங்களாக வைத்திருந்தேன்" என்று கர்க்கரே நினைவுகூர்ந்தார். வெடிகுண்டுகள் மட்டுமல்லாமல், ஸ்டென் துப்பாக்கியையும் சேர்த்தே அவர் எடுத்துச் சென்றிருந்தார் என்பது குறிப்பிடத்தக்கது[19].

கர்க்கரே கவலைப்படும் அளவிற்கெல்லாம் பெரிய பிரச்சனையாக அது ஆகிவிடவில்லை. இந்தியாவின் விடுதலை, பிரிவினை போன்ற பெரிய பிரச்சனைகளில் அரசு நிர்வாகங்கள் கவனம் செலுத்திக்கொண்டு இருந்ததால், இந்த குண்டுவெடிப்பு நிகழ்வெல்லாம் பெரிதானதாக அப்போது பார்க்கப்படவில்லை. அதனால் கைதுசெய்யப்பட்ட ஒரு மாதத்திற்குள்ளாகவே ஆப்தே விடுதலை செய்யப்பட்டு அந்த வழக்கே மூடப்பட்டுவிட்டது. ஆப்தேவுக்கு அதில் தொடர்பேதும் இருப்பதற்கான ஆதாரங்கள் கிடைக்கவில்லை என்றும் சொல்லப்பட்டது.

"எங்கள் மீதான வழக்கினை அரசே திரும்பப் பெற்றுக்கொண்டது. இன்னும் சொல்லப்போனால், அந்த வழக்கில் எனக்கும் அதாவ்லேவுக்கும் எந்தத் தொடர்பும் இருக்கவில்லை" என்று அந்த வழக்கு குறித்து ஆப்தே தெரிவித்தான்[20].

ஆப்தேவைக் கைது செய்ததால் அவர்களுடைய வாழ்க்கையில் பெரிதாக குழப்பமேதும் ஏற்படவில்லை. ஆனால் அவர்களால் ஜின்னாவைக் கொல்லும் திட்டத்தை அமலாக்க முடியவில்லை. அதனால் வேறுவழியின்றி அத்திட்டத்தைக் கைவிட்டுவிட்டார்கள்.

ஜின்னாவைக் கொல்லவேண்டும் என்று ஆர்வமாக இருந்த கோட்சேவுக்கு இது மனவருத்தத்தைக் கொடுத்தது.

"ஆப்தே கைது செய்யப்பட்டதினாலும் ஜின்னாவைக் கொல்லும் திட்டம் கைவிடப்பட்டதினாலும் கோட்சே கலங்கிப்போனார்" என்று கர்க்கரே தெரிவித்தார்[21].

வன்முறையைக் கட்டவிழ்க்கும் கோட்சேவின் திட்டம் குறித்து ஆப்தே உண்மையிலேயே என்ன மாதிரியான கருத்தைக் கொண்டிருந்தான் என்பதைக் கண்டறிவது கடினம்தான். அப்போது ஆப்தேவின் வயது முப்பத்தி மூன்று. இந்து தேசத்தை உருவாக்கும் கருத்தாக்கத்திற்கு முழுமனதாகத் தன்னை ஒப்படைத்திருந்தான் என்பது மட்டும் உறுதி. பூனாவைத் தாண்டி இந்தியாவின் வடக்கிலும் மேற்கிலும் இந்து மேலாதிக்கவாதிகள் பலமடைந்து கொண்டிருந்தனர். காந்தியும் காங்கிரசும் இந்தியப் பிரிவினைக்குப் பிறகும் இந்திய அரசியலில் முக்கியத்துவம் வாய்ந்தவர்களாகத்தான் இருந்தனர். ஆனாலும் அவர்கள் மீதான அரசியல் விமர்சனங்களும் பெருகத்தான் செய்தன. இந்து தேசத்தை அமைக்கும் பொருட்டு, ஆபத்தான நடவடிக்கைகளில் ஈடுபடத் தயாராக ஆப்தே இருந்தானா இல்லையா என்பதற்கும் முறையான ஆதாரங்கள் இல்லை. கோட்சேவின் மனநிலையைப் போல ஆப்தேவினுடையது இருக்கவில்லை. ஒரு பயிற்சியளிக்கப்பட்ட ஆர்.எஸ்.எஸ். ஊழியராக, இந்து தேசம் என்கிற கருத்தியலைக் காப்பாற்றுவதற்காக எதைச் செய்வதற்கும் தயாராக இருந்தான் கோட்சே. ஆனால் ஆப்தேவோ பணம், உடலுறவு கொள்வதற்கு பல துணைகள், இந்துத்துவ ஆதரவாளர்கள் மத்தியில் பெரிய பதவி என அனைத்துமே தனக்கு வேண்டுமென்று ஆப்தே விரும்பினான்.

எப்போதும் தன்னை வழிநடத்த யாரையாவது நம்பியே இருக்கும் கோட்சேவைப் போலல்லாமல், தான் விரும்பும் இலக்கினை அடைவதற்கான வழியை ஆராயத் துவங்கினான் ஆப்தே. சரியான வாய்ப்பு வரும்போது அதனைப் பயன்படுத்திக்கொள்ளக் காத்திருந்தான். தான் வகுக்கும் திட்டங்களில் ஏதேனும் தவறிருப்பதாகவோ அல்லது தோல்வியடையுமென்றோ அவனுக்குத் தோன்றிவிட்டால், அவற்றை உடனடியாகக் கைவிடுவதற்கு எப்போதும் அவன் தயங்கியதே இல்லை. எந்தச் சூழலிலும் எதுவுமே நடக்காததுபோல அமைதியாகவே இருந்தான். ஆனால்

கோட்சேவால் மகிழ்ச்சி, உற்சாகம், ஏமாற்றம் என எதையுமே மறைக்கமுடியாது.

ஜின்னாவைக் கொல்லும் திட்டம் கைவிடப்பட்ட பின்னர் கோட்சே மனம்தளர்ந்து போயிருந்தான். ஆனால் ஆப்தே வழக்கம்போல கலங்காமல் அடுத்த திட்டம் குறித்து யோசிக்கத் துவங்கினான். தாதா மகாராஜ் என்று அழைக்கப்பட்ட வைணவ மதப்பிரச்சாரகரான கோஸ்வாமி ஸ்ரீ கிருஷ்ணாஜி மகாராஜை செப்டம்பர் மாதம் சந்தித்தபோது ஆப்தேவிற்கு ஒரு புதிய திட்டத்திற்கான வழிகிடைத்தது. பதினைந்தாம் நூற்றாண்டில் வாழ்ந்து பம்பாய், பந்தர்பூர் உள்ளிட்ட பல்வேறு இடங்களில் ஆசிரமங்களைத் துவங்கிய வல்லாபச்சார்யா என்கிற துறவியின் வழித்தோன்றல் என்று கூறிக்கொண்ட அதிதீவிர இந்துவெறியர்தான் தாதா மகாராஜ். அவருடைய குடும்பத்திற்கு சொந்தமான சொத்துக்களில் இருந்தே மாதந்தோறும் அந்த காலத்திலேயே இரண்டு இலட்ச ரூபாய்க்கும் மேல் வருமானமாக வந்துகொண்டிருந்தது. அதுமட்டுமல்லாமல், அவருடைய விசுவாசிகளுக்கும் சீடர்களுக்கும் ஆசிவழங்குவதன் மூலமாகவும் ஏராளமான வருமானம் அவருக்கு இருந்தது.

மனதில் பட்டதை ஒளிவுமறைவின்றி பேசக்கூடியவர் தாதா மகாராஜ். நவகாளியில் நடைபெற்ற கலவரத்திற்குப் பின்னர் பல்வேறு கூட்டங்களில் கலந்துகொண்டு, எதிரிகளின் தாக்குதல்களில் இருந்து தங்களைத் தற்காத்துக்கொள்வதற்கு இந்துக்கள் சட்டத்தைக் கையில் எடுத்துக்கொள்ள வேண்டும் என்று பேசினார் தாதா மகாராஜ்[22]. இந்தியாவுக்கு சுதந்திரம் கிடைப்பதற்கு ஒருசில நாட்களுக்கு முன்பாக டெல்லியில் நடைபெற்ற அகில இந்திய இந்துக்கள் மாநாட்டிற்குத் தலைமை தாங்கி, காங்கிரஸ் அரசின் சமாதானப் போக்கை வன்மையாகக் கண்டித்து உரையாற்றினார்[23]. பிரிவினைக்குப் பின்னர் கோபத்தின் உச்சிக்கே சென்றுவிட்டார். அதனால், முஸ்லிம் தலைவர்களையும் அவர்களது இயக்கங்களையும் அடித்துநொறுக்குவதற்கு செய்யப்படுகிற வன்முறை வெறியாட்ட முயற்சிகளுக்கு நிதியுதவி செய்யத் துவங்கினார். தாதா மகாராஜிடம் இருக்கும் பணத்தைப் பயன்படுத்துவதற்கு எளிதில் செயல்படுத்திவிடமுடியாத ஒரு கற்பனைத் திட்டத்தை ஆப்தே உருவாக்கினான். பாகிஸ்தானின் அரசியலமைப்பு நிர்ணய சபையைத் தாக்குவதுதான் அந்தத் திட்டம்.

"பாகிஸ்தான் அரசியலமைப்பு நிர்ணய சபையில் குண்டுவெடிப்பு நிகழ்த்த ஆப்தே திட்டமிட்டிருப்பதாக மதன் மோகன் மாளவியாவின் மகனான முகுந்த் மாளவியா என்னிடம் தெரிவித்தார்" என்று காந்தியின் கொலைக்குப் பிறகு தாதா மகாராஜ் தெரிவித்தார்[24].

செப்டம்பர் மாதவாக்கில் பந்தர்பூருக்கு செல்லும்வழியில்தான் ஆப்தேவை தாதா மகாராஜ் சந்தித்தார்.

"பாகிஸ்தான் அரசியலமைப்பு நிர்ணய சபையினை குண்டுவைத்து தகர்க்க விரும்புவதாக ஆப்தேவுடன் உரையாடியபோது அவர் என்னிடம் கூறினார். அதனை செயல்படுத்துவதற்கான ஆட்களைத் தயார் செய்துவிட்டதாகவும், ஆயுதங்களும் வெடிமருந்துகளும் மட்டும்தான் தேவையென்றும் தெரிவித்தார். ஓரளவுக்கு நம்பகமான தரத்துடனான ஆயுதங்களும் வெடிபொருட்களும் கிடைத்துவிட்டால், குறைந்தபட்சம் ஜின்னாவையும் அப்போதைய பாகிஸ்தானின் பிரதமராக இருந்த லியாகத் அலி கானையும் மட்டுமாவது கொன்றுவிடமுடியும் என்றும் கூறினார். அவரிடம் ஏற்கனவே இருந்த இரண்டு துப்பாக்கிகளும் இத்தகைய பெரிய கொலைகளை செய்வதற்கு ஏற்றதாக இல்லையென்றார். அவருக்கு இரண்டு நல்ல துப்பாக்கிகளை வாங்கித்தரவேண்டி என்னிடம் கேட்டார். இரண்டு நல்ல துப்பாக்கிகள் மட்டும் கிடைத்துவிட்டால் அவர்கள் இருவரையும் எளிதாகக் கொன்றுவிடமுடியும் என்றார். இதுகுறித்து நான் ஊருக்குத் திரும்பியதும் விவாதிக்கலாம் என்று வாக்குறுதி கொடுத்தேன்" என்று தாதா மகாராஜ் பின்னாளில் தெரிவித்தார்[25].

தன்னுடைய தத்துவார்த்த சிந்தனைகளுடன் பேராசையையும் இணைப்பதற்கான ஒரு வாய்ப்பை ஆப்தேவுக்கு அந்த சந்திப்பு கொடுத்தது. இந்துத்துவ இலக்கை நோக்கிய பயணத்தில் செயல்படுத்தப்படும் திட்டங்களின் மூலமாக நிதிவசூல் செய்வதற்கான வழிகளும் தானாகவே அமைந்துவிடுகின்றன என்பதைப் புரிந்துகொண்டான். முஸ்லிம் வெறுப்பை வைத்து பணம் சம்பாதிக்கவும் முடியும் என்பதை கண்டறிந்து அதனை ஒரு வியாபார உத்தியாகவும் மாற்றியிருந்தான் ஆப்தே. கோட்சேவுக்கும் ஆப்தேவுக்கும் பணம் சம்பாதிப்பதில் ஒத்தகருத்து இல்லையென்றாலும், இந்துத்துவா என்கிற கொள்கையில் ஒத்துப்போனார்கள்[26]. அந்த நேரத்தில் இருவருக்கும் பணம் தொடர்பாக இருந்த முரண்பாடுகள் பெரிய சுமையாகவோ பிரச்சனையாகவோ இருக்கவில்லை.

அதேபோல, தன்னைத்தானே எப்போதும் ஏதாவதொரு வகையில் நிரூபித்துக்கொண்டே இருக்கத் துடித்த கோட்சைவைப் புரிந்துகொண்டு ஏற்றுக்கொண்டான் ஆப்தே. தாதா மகாராஜிடம் இருந்து எப்படியாவது பெரிய தொகையினைப் பெற்றுவிடவேண்டும் என்று விரும்பியே பல்வேறு திட்டங்களை யோசித்துக்கொண்டே இருந்தான் ஆப்தே. பந்தர்பூரிலிருந்து தாதா மகாராஜ் திரும்பிவந்ததும் அவரை சந்திக்க விரும்புவதாக அவருக்கு ஆப்தே ஒரு செய்தி அனுப்பியிருந்தான்[27].

> "அக்டோபர் மாதத்தில் ஆப்தே என்னை சந்திக்க பூனாவிலிருந்த என்னுடைய இடத்திற்கே தேடிவந்தார். அவர் கொண்டு வந்த இரு சிறிய கைத்துப்பாக்கிகளை என்னிடம் கொடுத்தார். அதற்கு பதிலாக இரண்டு பெரிய சுழல் கைத்துப்பாக்கிகளை வாங்கித் தருமாறு கேட்டார். அப்போது எந்த முடிவுக்கும் என்னால் வரமுடியவில்லை. அதனால் நானும் எந்த வாக்குறுதியும் கொடுக்கவில்லை. ஆயுதங்களையும் வெடிமருந்துகளையும் எடுத்துக்கொண்டு இந்தியாவிலிருந்து பாகிஸ்தானுக்கு ஒரு இரயில் செல்லவிருப்பதாகவும் அந்த இரயிலைக் கவிழ்க்கப் போவதாகவும் ஆப்தே கூறினார். அதற்கு பத்தாயிரம் ரூபாய் தேவைப்படுகிறது என்றும், அதில் பாதியளவிற்கு ஏற்பாடு செய்துவிட்டதாகவும் மீதிப்பணத்திற்கு உதவுமாறும் என்னிடம் கேட்டார்" என்று நினைவுகூர்ந்தார் தாதா மகாராஜ்[28].

தான் கேட்ட பணத்தை தாதா மகாராஜ் கொடுக்க மறுத்தவுடன், வேறொரு திட்டத்தை அவரிடம் முன்வைத்தான் ஆப்தே. தாதா மகாராஜின் காரை எடுத்துக்கொண்டு ஹைதராபாத் நிஜாம் அரசின் எல்லையோரங்களில் இறக்குமதிவரி வசூல் செய்கிற மையங்களில் *(Octroi Post)* கொள்ளையடித்து வேகமாகத் திரும்பி வருவதுதான் அத்திட்டம். அதற்காக தாதா மகாராஜின் காரைத் தருமாறு கேட்டான் ஆப்தே. தாதா மகாராஜுக்கு இந்தத்திட்டம் பிடித்துப்போனது. அதனால் அவரது காரை ஆப்தேவுக்குக் கொடுத்தார். அதன்பிறகு பலநாட்களுக்கு ஆப்தேவிடம் இருந்து வரிதிருட்டுத் திட்டம் தொடர்பாக எந்தத் தகவலும் வராததால், சந்தேகப்பட்டு ஆப்தேவின் வீட்டிற்கே சென்று பார்த்தார் தாதா மகாராஜ்.

அந்தத் திட்டம் தோல்வியில் முடிந்துவிட்டதாக ஆப்தே கூறியதும் தாதா மகாராஜ் அதிர்ச்சியடைந்தார். ஆப்தேவுடனான பல

சந்திப்புகளில் கோட்சேவும் உடனிருந்திருக்கிறான். கோட்சே எப்போதும் ஆர்.எஸ்.எஸ். ஊழியர்களின் அதிகாரப்பூர்வ சீருடை அணிந்தேதான் காணப்பட்டிருக்கிறான்.

"ஆப்தேவை நன்கு தெரிவதற்கு முன்னர், முதலில் பூனாவிலும் பின்னர் பம்பாயிலும் சுமார் 35 வயது மதிக்கத்தக்க சாம்பல்நிற முடியுடன் மெலிந்த தேகத்தைக் கொண்ட உயரமான மனிதராகத்தான் ஆப்தேவை அறிந்திருந்தேன். அவர் காக்கி அரைக்கால் சட்டையும் மேல்சட்டையும் அணிந்திருந்தார். பின்னர்தான் அது ஆப்தே அல்லவென்றும், கோட்சே என்றும் நான் தெரிந்துகொண்டேன்" என்றார் தாதா மகாராஜ்[29].

இறக்குமதி வரிவசூல் பணத்தைத் திருடும் திட்டம் தோல்வியடைந்த போதும் ஆப்தேவுடனான தாதா மகாராஜின் நட்பு தொடர்ந்தது. பாகிஸ்தானில் அதிரடியான ஒரு குண்டுவெடிப்பை என்றைக்கோ ஒருநாள் ஆப்தே நிச்சயமாக மேற்கொள்வான் என்று தாதா மகாராஜ் நம்பினார். 1947ஆம் ஆண்டு நவம்பர் மாதத்தில் கோட்சேவும் ஆப்தேவும் ஒரு அச்சகம் திறந்தபோது, அதற்கு பூஜை செய்து துவக்கிவைத்தது தாதா மகாராஜ்தான்.

"1947ஆம் ஆண்டு நவம்பர் மாதம் 17ஆம் தேதியன்று தீபாவளித் திருநாளில் இந்து இராஷ்டிரம் என்கிற பெயருடன் ஒரு அச்சகம் துவங்குவதற்கான திறப்பு விழா நடைபெற்றது. அதற்கு ஆப்தே என்னை அழைத்திருந்தார். அப்போது அவரிடம் பாகிஸ்தானுக்குச் செல்லும் இரயிலில் நெருப்பைக் கக்குவதற்குத் தேவையான எரிதழல் எந்திரங்கள் வாங்குவது குறித்து பேசினார். தேவையான பொருட்களைக் கண்ணில் காட்டினால் நான் நிதியுதவி செய்வதாகக் கூறினேன். உடனே 40 பொட்டலங்களில் வெடிமருந்துப் பொருட்களை பட்கே கொண்டுவந்து கொடுத்தார். ஒவ்வொரு பொட்டலமும் 32 ரூபாய் என்கிற விலைக்கு வாங்கி, ஆப்தேவிடம் கொடுத்தேன். இதெல்லாம் நடந்த அதேநாள் மாலையில்தான் இந்து இராஷ்டிர அச்சகத்தின் திறப்புவிழாவிற்கு நான் பூஜையும் நடத்தினேன்" என்றார் தாதா மகாராஜ்[30].

நெருப்பைக் கக்கும் எரிதழல் எந்திரங்கள் கிடைக்காவிட்டாலும் வெடிமருந்துகள் கிடைத்தால் கூட பரவாயில்லை. அவற்றை வைத்தே பாகிஸ்தானுக்கு ஆயுதங்களும் வெடிபொருட்களும் கொண்டுசெல்லும் இரயிலை வெடித்துச்சிதற வைப்பேன் என்று ஆப்தே கூறியதால்தான் தாதா மகாராஜ் வெடிமருந்துப்

பொருட்களை வாங்கித் தந்தார். ஆனால் அந்தத் திட்டமும் செயல்படுத்தப்படவில்லை. பட்கேவிடம் வாங்கி ஆப்தேவிடம் கொடுக்கப்பட்ட அந்த 32 வெடிமருந்துப் பொட்டலங்கள் என்னவானது என்பது குறித்து எந்தத் தகவலும் இல்லை. அதனை அப்படியே தாதா மகாராஜுக்குத் தெரியாமல் பட்கேவிடமே திருப்பிக் கொடுத்து ஆப்தே காசாக வாங்கிக் கொண்டானா, அல்லது நாளாகி வெடிமருந்துப் பொருட்கள் வீணாகிப் போனதா என்பதெல்லாம் புரியாதப் புதிர்தான்.

சிறையில் இருந்து விடுதலையாகிய ஒருமாதத்திலேயே ஏதோ ஆபத்தான வேலையை ஆப்தே செய்யப்போவதைப் போன்று மனோரமாவுக்கு சந்தேகம் வரத்துவங்கியது.

"அவர் ஏதேதோ திட்டங்கள் போட்டுக்கொண்டிருப்பதைப் பார்த்தேன். பம்பாயில் முஸ்லிம்கள் வாழும் பகுதிகளில் தீவைத்து அழித்துவிடவேண்டும் என்பதிலேயே அவரது சிந்தனை முழுவதும் இருந்தது. அதிலிருந்து அவரை விலக்கிவைக்க நான் முயன்றேன். ஆனால் அவரோ அதில் உறுதியாக இருந்தார். அதற்குள் அவர் கைதுசெய்யப்பட்டு பின்னர் விடுவிக்கப்பட்டார்" என்று நினைவுகூர்ந்தார் மனோரமா[31]. அதுவொரு கொடூரமான சூழல்தான் என்றாலும், நாட்கள் நகர்ந்ததும் கடந்துவிடக்கூடிய ஒரு தற்காலிக மனநிலை மட்டும்தான் என்று நினைத்திருந்தார் மனோரமா.

ஆப்தேவைப் போல பொதுவாழ்க்கையில் ஈடுபடுவதில் மனோரமாவுக்கு விருப்பமில்லை. ஆனால் ஆப்தேவின் மகிழ்ச்சிக்கு குறுக்கே செல்லவும் அவர் விரும்பவில்லை. அதுதான் ஆப்தேவுக்கும் தேவையானதாக இருந்தது என்பதை மனோரமா புரிந்தே வைத்திருந்தார். பம்பாய்க்கு செல்லும்போதெல்லாம் மனோரமாவை ஒரு தங்கும்விடுதிக்கு அழைத்துச் செல்வதும், அங்கே தங்கி உறவுகொள்வதும், பின்னர் பிரிந்துசெல்வதும்தான் அவர்களது வழக்கமாக இருந்தது. ஆப்தேவின் அரசியல் ஆர்வம் குறித்து மனோரமாவுக்கு ஓரளவுக்குத்தான் புரிந்தது. அதிலும் ஆப்தே செய்துகொண்டிருந்த வேலைகள் குறித்தெல்லாம் பெரிதாக மனோரமாவுக்கு எதுவும் தெரிந்திருக்கவில்லை. அறிவுரை சொல்லவோ எச்சரிக்கை விடுக்கவோ மனோரமா துவங்கினாலே அது ஆப்தேவுக்கு எரிச்சலைக் கொடுத்தது. அதற்காகவெல்லாம் ஆப்தேவைவிட்டுப் பிரிய மனோரமா முயற்சி செய்யவில்லை. அதேபோல ஆப்தேவும் தன்னுடைய குணத்தை மாற்றிக்கொள்ள விரும்பவில்லை.

சாவர்க்கரின் அதிதீவிர சீடனாக ஆப்தே இருந்தான் என்பது மனோரமாவுக்குத் தெரியும். சாவர்க்கரை சந்திப்பதற்கு மனோரமாவை ஆப்தே அழைத்துக்கொண்டே இருந்தான். ஆனால் மனோரமாவோ அதில் சிறிதும் விருப்பம்காட்டவே இல்லை. ஓராண்டிற்கு முன்னர் தன்னுடைய தந்தையைப் பார்க்க ஷெகவுன் சென்று கொண்டிருக்கையில், ஆப்தேவுக்காக நடுவில் பூனாவில் இரண்டு நாட்கள் ஒரு விடுதியில் அவனுடன் தங்கினார். அப்போது அதே விடுதியில் சாவர்க்கரும் வேறொரு அறையில் தங்கியிருந்தார்.[32] சாவர்க்கரின் அறைக்கு மனோரமாவை அழைத்துக்கொண்டுபோய் "இவள் என்னுடைய மனைவி" என்று சாவர்க்கரிடம் ஆப்தே அறிமுகப்படுத்தினான்.[33] சாவர்க்கரை முதன்முறையாகப் பார்த்ததும் மனோரமாவுக்கு அவரைப் பிடிக்கவே இல்லை. ஆனால், தன்னை மனைவியென்று ஆப்தே அறிமுகப்படுத்தியது மனோரமாவுக்கு மிகவும் பிடித்திருந்தது. தன்னை ஆப்தே திருமணம் செய்துகொள்வான் என்கிற நம்பிக்கையும் அப்போது மனோரமாவுக்கு ஏற்பட்டது. ஆனால் அப்போதும் கூட ஆப்தேவுக்கு ஏற்கனவே திருமணமாகிவிட்டது என்கிற உண்மை மனோரமாவுக்கு தெரிந்திருக்கவில்லை.

அந்த விடுதியில் அவர்கள் தங்கியிருந்த அதேவேளையில்தான் கோட்சேவையும் முதன்முதலாக மனோரமா சந்தித்தார்.[34] சாவர்க்கரை சந்தித்ததைப் போன்ற முறையான சந்திப்பாக அது இருக்கவில்லை. ஆப்தேவை சந்திக்க கோட்சே அந்த விடுதிக்கு வந்திருந்தான். அப்போது மனோரமாவும் அங்கு இருந்ததால், கோட்சேவுக்கு மனோரமாவை ஆப்தே அறிமுகப்படுத்தினான். கோட்சேவைப் பார்த்ததும் அவனைப் பிடித்திருக்கிறதா இல்லையா என்றே தெரியாத நிலைதான் மனோரமாவுக்கு இருந்தது. சாவர்க்கரிடம் தன்னை மனைவி என்று அறிமுகப்படுத்திய ஆப்தே, கோட்சேவிடம் மட்டும் அப்படிக் குறிப்பிடாமல் பொதுவாக பெயரை மட்டுமே சொல்லி அறிமுகப்படுத்தினான். அந்த விடுதியின் பதிவேட்டில்கூட மனோரமாவை மனைவி என்றுதான் ஆப்தே எப்போதும் பதிவுசெய்தான். ஆனால் கோட்சேவிடம் மட்டும் மனைவியென்று சொல்லாமல் விட்டது ஏனென்று குழம்பித்தான் போனார் மனோரமா. ஆப்தேவுக்கு ஏற்கனவே திருமணமான தகவல் கோட்சேவுக்குத் தெரியும் என்பது மனோரமாவுக்குத் தெரியாமல் போனதுதான் காரணம். அதன்பிறகு கோட்சேவை மேலும் சிலமுறை மனோரமா சந்தித்திருக்கிறார் என்றாலும் அவர்களிருவரும் பேசியதுகூட இல்லை.

ஆனால் சாவர்க்கரை அதன்பின்னர் ஒருபோதும் மனோரமா சந்திக்கவே இல்லை. மதவெறியின் பாதையில் ஆப்தே பயணிப்பதற்குக் காரணமாக இருந்தது சாவர்க்கர்தான் என்பதை நன்கு அறிந்திருந்ததால் மனோரமாவுக்கு சாவர்க்கரை சந்திக்கும் விருப்பமோ ஆர்வமோ இருக்கவே இல்லை. ஒருசில மாதங்கள் கழித்து அவர்கள் இருவரும் சந்தித்தபோது, காந்தியைக் கடுமையாக விமர்சித்து ஆப்தே பேசினான். அது மனோரமாவுக்குப் பிடிக்கவில்லை. அரசியலில் ஆர்வமோ காந்தியைப் பின்பற்றுபவராகவோ இல்லாமலிருந்தாலும், ஒரு எளிய கிருத்துவக் குடும்பத்திலிருந்து வந்திருந்த மனோரமாவுக்கு காந்தி மீது பெரிய மரியாதை இருந்தது. காந்தியிடம் ஒருமுறை கடுமையான கேள்விகளை நேரடியாக எழுப்பியதாகவும் அதற்கு காந்தியால் பதில்சொல்லவே முடியவில்லை என்றும் கடந்தகால நிகழ்வினை ஆப்தே பெருமையாக சொல்லியபோது, அதற்கு பதிலோ பாராட்டோ தெரிவிக்காமல் அமைதியாக இருந்தார் மனோரமா[35].

சாவர்க்கரைப் போன்ற மதவெறியரிடம் அப்பாவியான ஆப்தே சிக்கிக்கொண்டிருக்கிறான் என்று மனோரமா ஏமாந்து நம்பிக்கொண்டிருந்ததில் ஆச்சர்யம் ஏதுமில்லை. ஆப்தேவுடனான உறவு துண்டிக்கப்பட்டுவிடுமோ என்கிற அச்சத்தால் சாவர்க்கர் குறித்த தன்னுடைய கருத்துகளை ஆப்தேவிடம் சொல்வதையும் மனோரமா நிறுத்திவிட்டார். ஒருமுறை மனோரமா எழுதிய கடிதத்தில் சாவர்க்கரை விமர்சித்து தற்செயலாக எழுதிவிட்டார் என்றவுடன், மிகக்கடுமையான வார்த்தைகளால் ஆப்தே பதில்கடிதம் எழுதினான்[36]. அதிலிருந்து சாவர்க்கர் குறித்து தப்பித்தவறி கூட ஆப்தேவிடம் குறிப்பிடுவதை கவனமாகத் தவிர்த்தார் மனோரமா. சாவர்க்கரிடம் இருந்து ஆப்தே பிரிந்துவரும் காலத்தில், அவனிடம் மதவெறி குறைந்துவிடும் என்றும் பழைய அப்பாவி மனிதனாக மீண்டுவந்துவிடுவான் என்றும் மனோரமா அப்பாவியாக நம்பினார்[37].

෴

ஆப்தேவின் நடவடிக்கைகளால் மனோரமா அதிர்ச்சியடைந்ததை விடவும் இரண்டுமடங்காக கோட்சேவும் அதிர்ச்சியடைந்தான். ஆனால் காரணம்தான் வேறாக இருந்தது. 1947ஆம் ஆண்டின் இறுதியில் ஆப்தே திட்டமிட்ட அனைத்தும் துவங்கப்படாமலேயே தோல்வியடைந்திருந்தன. ஜின்னாவைக் கொல்வது, பாகிஸ்தானின் அரசியலமைப்பு சட்ட நிர்ணய சபையை குண்டுவைத்துத் தகர்ப்பது, பாகிஸ்தானுக்கு ஆயுதம் கொண்டு செல்லும் இரயிலைக்

கொளுத்துவது என ஆப்தேவால் உருவாக்கப்பட்ட திட்டங்கள் எதுவுமே செயல்படுத்தப்படவில்லை. ஆப்தே உருவாக்கிய திட்டங்களென்றாலுமே, அவையனைத்திற்கும் முழுமனதோடும் மிகுந்த ஆர்வத்தோடும் கோட்சே ஆதரவு கொடுத்திருந்தான். வழக்கம்போல கோட்சேவின் மனம் இங்குமங்கும் அலைபாய்ந்து கொண்டிருந்தது. ஆனால் இப்போது ஓரளவுக்கு எந்தப் பாதையில் பயணிக்க வேண்டும் என்பதாவது கோட்சேவுக்கு புரிந்திருந்தது. அதற்கும் மேலாக, முஸ்லிம்களுக்கு எதிராக பூனாவில் வாழ்ந்த இந்துக்களின் மனதில் மதவெறிக் கருத்துகளைப் பரப்புவதிலும் இந்து இராஷ்டிரா பத்திரிகையின் ஆசிரியராக தோல்விகண்டிருந்தான் கோட்சே. அதுவும் அவனுக்குள் பெரிய விரக்தியை ஏற்படுத்தியிருந்தது. இவையெல்லாமும் சேர்ந்து பெரிய மன அழுத்தத்திற்கு கோட்சே தள்ளப்பட்டிருந்தான்.

இந்து இராஷ்டிரா பத்திரிகையில் தொடர்ச்சியாக கட்டுரைகள் எழுதிவந்த தீக்சித்தே ஒருமுறை கோட்சேவின் அப்போதைய மனநிலையை நேரில் எதிர்கொண்டிருக்கிறார்[38]. தன்னுடைய வாழ்க்கை வரலாற்றுக் குறிப்பில் இதுகுறித்து தீக்சித் எழுதியிருக்கிறார்.

"பதிமூன்றாம் நூற்றாண்டில் வாழ்ந்த மராட்டிய துறவியான தியானேஸ்வரர் எப்படி இறந்தார் என்பது தெரியுமா?" என்று தீக்சித்தைப் பார்த்து கோட்சே கேட்டிருக்கிறான்.

"தெரியாதே" என்று தீக்சித் பதிலளித்திருக்கிறார்.

"நான் சொல்கிறேன். எல்லாவிதத் துன்பங்களையும் தாங்கிக்கொண்டு நலப்பணிகளை முன்னிறுத்தும் கர்மயோகத்தை மக்களிடையே பிரச்சாரம் செய்துவந்திருக்கிறார். ஆனால் மக்களோ அவருடைய பிரச்சாரத்திற்கு செவிமடுக்கவில்லை. அதனால் எரிச்சலடைந்த அவர், மூச்சடைத்து தியானம் செய்து மரணித்தார்" என்று கோட்சே விளக்கியிருக்கிறான். இப்படியாக இறப்பதற்கு சமாதியடைதல் என்பார்கள்.

"இது ஒரு வகையில் தற்கொலைதானே? இதனை ஏற்றுக்கொள்கிறீர்களா? பத்திரிகையில் வெளியிடும் அளவிற்கு நல்ல சிந்தனை தானா?" என்று தீக்சித் கேட்டிருக்கிறார்.

உடனே, "சரி வேண்டாம். விட்டுவிடுங்கள்" என்று கோட்சே பதிலளித்திருக்கிறான்[39].

இந்தளவுக்கு குழப்பமான ஒரு மனநிலையில் கோட்சேவைப் பார்த்தது தீக்சித்தை அதிர்ச்சியடையத்தான் செய்தது. எப்போதும் அதிரடியான யோசனைகளை கூறிக்கொண்டிருந்த ஒரு மனிதராகத்தான் கோட்சேவை அவர் பார்த்து வந்திருக்கிறார். இந்து இராஷ்டிரா பத்திரிகை அலுவலகத்தில் தீக்சித்துடன் நடந்த இந்த விவாதத்தில் இருந்து இரண்டு முக்கியமான விசயங்களைப் புரிந்துகொள்ளமுடியும். ஒன்று, கோட்சேவின் மனநிலை மிகவும் மோசமாக பாதிக்கப்பட்டிருந்தது. மற்றொன்று, மக்களிடம் பிரச்சாரம் செய்து தோற்றுப்போன தியானேஷ்வரரின் இடத்தில் வைத்து கோட்சே தன்னையே பார்த்துக்கொண்டான். தன்னை இந்த சமூகத்தில் முக்கியமானவனாகக் கருதி பெருமைப்பட்டுக்கொண்ட அதேவேளையில், தன்னுடைய கருத்தை இந்த சமூகம் புரிந்துகொள்ளவில்லையே என்கிற கவலையையும் கோட்சே வெளிப்படுத்தினான்.

பூனாவின் சதாசிவ பேட் என்னும் பகுதியில் இருந்த ஒரு மூன்றுமாடிக் கட்டடத்தின் ஒரு சிறிய அறையில் உள்வாடகைக்குத் தங்கியிருந்தான் கோட்சே. அதே அடுக்குமாடிக் கட்டடத்தில் இரண்டு அறைகள் தள்ளியிருந்த ஒரு அறையில் தான் 1947ஆம் ஆண்டின் துவக்கத்திலிருந்தே தீக்சித் தங்கியிருந்தார்.

"நாங்கள் இருவரும் உரையாடிய பின்னர், சிவன் கோவிலில் ஒரு உரை நிகழ்த்தினார் கோட்சே. உரையை நிறைவு செய்யும்போது காந்தி குறித்து மிகவும் மோசமான கருத்தினை அவர் வெளிப்படுத்தினார். 'இந்த வயதான முதியவர் இன்னும் நூற்றி இருபத்தைந்து ஆண்டுகள் வாழப்போவதாக நினைத்துக்கொண்டிருக்கிறார். இன்னும் எத்தனை காலத்திற்குத்தான் உயிரோடு இருக்கப் போகிறார் என்பதைப் பார்க்கத்தானே போகிறோம்' என்று கோட்சே தன்னுடையை உரையில் கூறினார்" என்று தீக்சித் தன்னுடைய குறிப்பில் எழுதிவைத்திருக்கிறார்[40].

கோட்சேவுக்கு ஏற்பட்ட இந்த மனச்சோர்வு எத்தனை நாட்களாக இருந்து வந்திருக்கிறது என்பது தெளிவாகத் தெரியவில்லை.

விநாயக் தாமோதர் சாவர்க்கர் (இடதுபுறத்தில் இருந்து) சாவர்க்கரின் பாதுகாவலர், சாவர்க்கர், சாவர்க்கரின் மகள் பிரபாத், சாவர்க்கரின் மனைவி யமுனா, சாவர்க்கரின் மகன் விஸ்வாஸ்

காசிநாத் பாஸ்கர் லிமயே (இடதுபுறத்தில் இருந்து இரண்டாவது), கோட்சே (இடதுபுறத்தில் இருந்து மூன்றாவது) மற்றும் சாவர்க்கர் (நடுவில் அமர்ந்திருப்பவர்) – 1937இல் எடுக்கப்பட்ட ஒரு படம்

லிமயே – நாதுராம் கோட்சேவை ஆர்.எஸ்.எஸ். இயக்கத்திற்குள் கொண்டுவந்து, அவனது நெருங்கிய நண்பராகவும் வழிகாட்டியாகவும் இருந்த மகாராஷ்டிர ஆர்.எஸ்.எஸ். தலைவர்

சாவர்க்கரின் சகோதரர்கள் தங்கள் மனைவி மற்றும் குழந்தைகளுடன் (இடதுபுறத்தில் இருந்து) நாராயண் தாமோதர் சாவர்க்கர், கணேஷ் தாமோதர் சாவர்க்கர் மற்றும் விநாயக் தாமோதர் சாவர்க்கர்

ஆர்.எஸ்.எஸ். தலைவர் எம்.எஸ். கோல்வால்கருடன் லிமயே

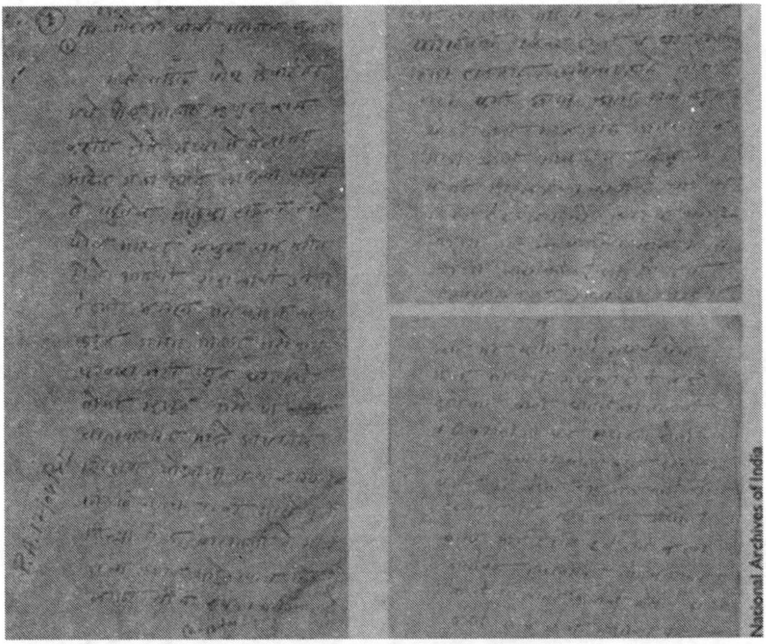

ஆர்.எஸ்.எஸ். மற்றும் இந்து மகாசபை என இரண்டு இயக்கங்களிலும் ஒரே நேரத்தில் உறுப்பினராக இருந்து பணியாற்றியதை ஒப்புக்கொண்டு பம்பாய் குற்றப்புலனாய்வுத் துறையின் சிறப்புப் பிரிவில் காந்தி கொலைக்குப் பின்னர் கோட்சே கொடுத்த வாக்குமூலம்

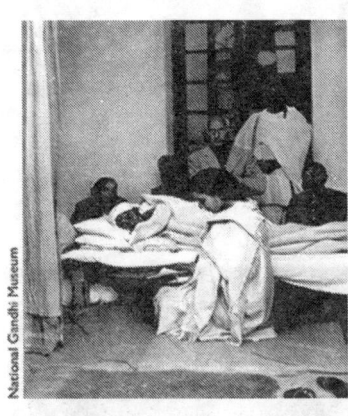

1948ஆம் ஆண்டு ஜனவரி மாதம் 17ஆம் தேதியன்று, மதநல்லிணக்கத்தை வலியுறுத்தி காந்தி நடத்திய கடைசி உண்ணாவிரதப் போராட்டத்தின்போது பிர்லா மாளிகையில் எடுத்த படம்

1948ஆம் ஆண்டு ஜனவரி 20ஆம் தேதியன்று மாலை பிர்லா மாளிகையில் பிரார்த்தனைக் கூட்டத்தில் கலந்துகொள்ள சக்கர நாற்காலியில் வந்த காந்தி

National Gandhi Museum

1948ஆம் ஆண்டு ஜனவரி 20ஆம் தேதியன்று காந்தியைக் கொல்வதற்கு நடந்த முயற்சி தோல்வியடைந்த போது, மதன்லால் பக்வா வெடித்த கன்காட்டம் குண்டினால் சேதமடைந்த சுவர்

National Gandhi Museum

1948ஆம் ஆண்டு ஜனவரி மாதத்தில், மனு மற்றும் அபாவின் உதவியுடன் பிரார்த்தனைக் கூட்டத்திற்கு காந்தி வருகை தந்தபோது

National Gandhi Museum

கொல்லப்படுவதற்கு ஒரு நாளைக்கு முன்பாக, 1948ஆம் ஆண்டு ஜனவரி மாதம் 29ஆம் தேதியன்று பிர்லா மாளிகையில் தன்னுடைய கடைசிப் பிரார்த்தனைக் கூட்டத்தில் காந்தி கலந்துகொண்டபோது

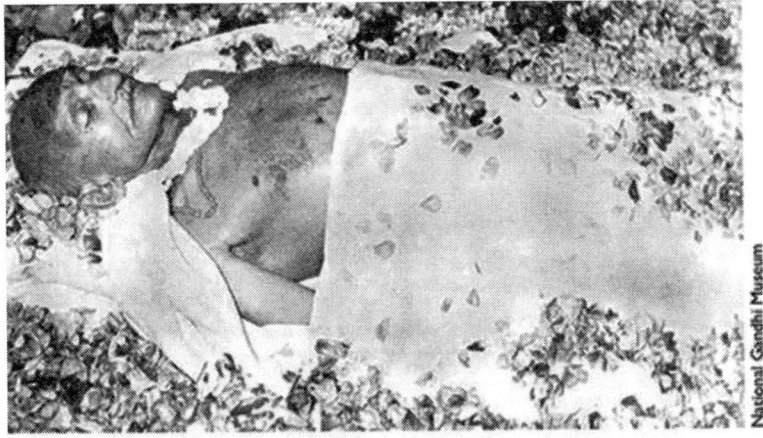

National Gandhi Museum

1948ஆம் ஆண்டு ஜனவரி மாதம் 30ஆம் தேதியன்று பிர்லா மாளிகையில் வைக்கப்பட்டிருந்த காந்தியின் உடல்

National Gandhi Museum

1948ஆம் ஆண்டு ஜனவரி மாதம் 30ஆம் தேதியன்று பிர்லா மாளிகை மைதானத்தில் காந்தி சுட்டுக்கொல்லப்பட்டு விழுந்த இடத்திலிருந்த மண்ணைப் புனிதப்பொருளாக மக்கள் எடுத்தபோது

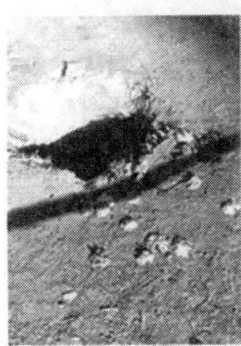

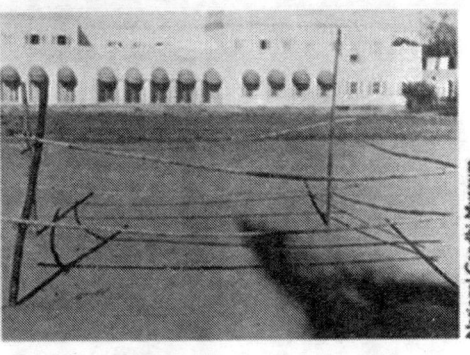

National Gandhi Museum

(இடதுபுறத்தில்) காந்தி கொல்லப்பட்ட இடத்திலிருந்து மக்கள் மண்ணை எடுத்ததன் அடையாளம். (வலதுபுறத்தில்) கோட்சேவால் சுடப்பட்டதும் காந்தி சரிந்து விழுந்த இடம்

1948ஆம் ஆண்டு ஜனவரி 30ஆம் தேதியன்று காந்தி கொல்லப்பட்ட பின்னர் கூடிய மக்கள் கூட்டம்

1948ஆம் ஆண்டு ஜனவரி 31ஆம் தேதியன்று காந்தியின் இறுதி ஊர்வலத்தில் கலந்துகொண்ட இலட்சக்கணக்கான மக்கள்

1948ஆம் ஆண்டு மே 27ஆம் தேதியன்று செங்கோட்டையில் சிறப்பு நீதிமன்றம் நடத்திய வழக்கு விசாரணையின் முதல் நாளில் கோட்சே (முதல் வரிசையின் இடதுபுறத்தில்), ஆப்தே (முதல் வரிசையின் வலதுபுறத்தில்), சாவர்க்கர் (கடைசி வரிசையின் வலது ஓரத்தில்) மற்றும் குற்றஞ்சாட்டப்பட்ட மற்றவர்கள் அமர்ந்திருந்தபோது

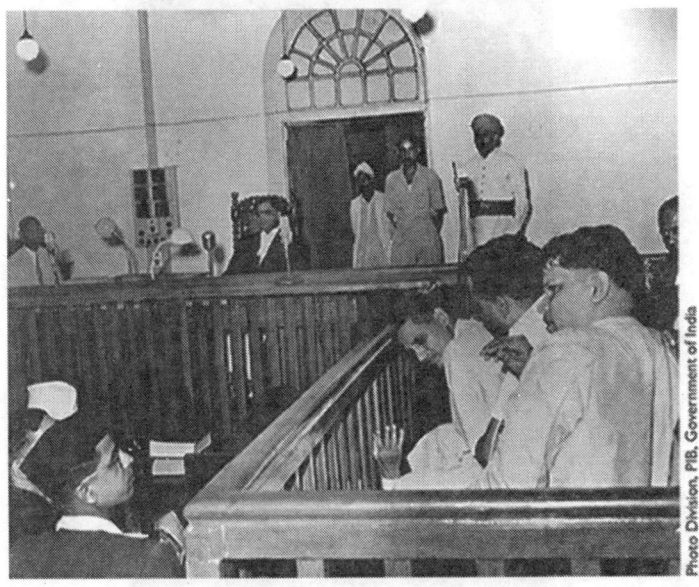

நீதிமன்ற விசாரணையின்போது விஷ்ணு இராமகிருஷ்ண கர்க்கரே (கூண்டிற்குள் வலதுபுறத்தில் முதலாவதாக), ஆப்தே (கூண்டிற்குள் வலதுபுறத்தில் இரண்டாவதாக), கோட்சே (கூண்டிற்குள் வலதுபுறத்தில் மூன்றாவதாக)

Photo Division, PIB, Government of India

நீதிமன்ற விசாரணையின்போது கூண்டிற்குள் இருந்த குற்றஞ்சாட்டப்பவர்கள். விசாரணையின் முதல் நாளில் கடைசி வரிசையில் அமர்ந்திருந்தார் சாவர்க்கர்

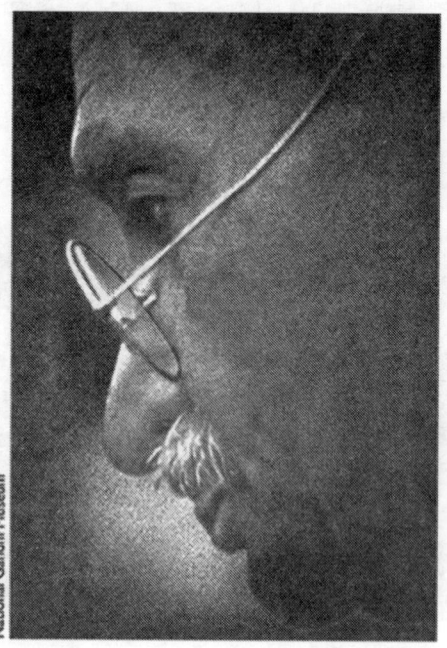

National Gandhi Museum

மகாத்மா காந்தி

பகுதி - II

சதி

10
திட்டம்

1947ஆம் ஆண்டின் இறுதியில் தன்னுடைய வாழ்க்கைக்கான முறையான எதிர்காலத் திட்டமென்று எதுவுமில்லாமல்தான் கோட்சே இருந்தான். பத்திரிகைத் துறையிலும் பெரிய சோர்வினைக் கண்டான். அவன் எழுதிய மதவெறியைத் தூண்டும் கட்டுரைகளெல்லாம் அதன்பின்னரான நாட்களிலும் வெளியானதுதான் என்றாலுமே கூட பத்திரிகைத் துறையில் அவனுக்கு இருந்த ஈடுபாடு குறைந்து காணப்பட்டது. ஒருவித மனக்குழப்பத்திலேயே இருந்தபோதும், நாட்டையே உலுக்கும் அளவிற்கு ஏதோவொன்றைப் பெரிதாக செய்துவிட வேண்டும் என்று கோட்சேவின் மனதுக்குள் ஓடிக்கொண்டே இருந்தது. ஆனால் என்ன செய்வது என்பது மட்டும்தான் தெளிவில்லாமல் இருந்தது.

1947ஆம் ஆண்டின் டிசம்பர் மாதத்தில் எதிர்காலத் திட்டங்கள் குறித்து ஆப்தேவுடன் மிகநீண்ட விவாதங்களை மணிக்கணக்கில் நடத்திக்கொண்டே இருந்தான் கோட்சே.[1] அந்த விவாதங்களின் நடுவில்தான் காந்தியைக் கொல்லவேண்டும் என்கிற யோசனை முளைத்தது. அதே யோசனையை அதற்கு முன்னரும் ஒருமுறை கோட்சே கேட்டிருக்கிறான். இந்தியா விடுதலையடைவதற்கு ஒருசில வாரங்களுக்கு முன்னர் பூனாவின் சிவாஜி மந்திரில் நடைபெற்ற இந்துத்துவ செயல்பாட்டாளர்களின் கூட்டத்தில் கோட்சே கலந்துகொண்டிருந்தான். இந்தியாவை இந்து தேசமாக மாற்றுவதற்கு காந்தியும் நேருவும்தான் தடைக்கற்களாக இருக்கிறார்கள் என்றும் அவர்களை அழித்துவிடுவதுதான் சரியான வழியென்றும் ஆர்.எஸ்.எஸ். ஊழியர்கள் அந்தக் கூட்டத்தில் பேசியிருக்கிறார்கள். அந்தக் கூட்டத்தை ஆப்தே தலைமையேற்று நடத்தியதாகவும்

கோட்சே அதில் சிறப்புரை ஆற்றியதாகவும் பூனாவைச் சேர்ந்த காந்தியவாதியான கஜனன் நாராயண கனிட்கர் என்பவர் தெரிவித்திருக்கிறார்.

“அந்தக் கூட்டத்தில் ஆர்.எஸ்.எஸ். இயக்கத்தைச் சேர்ந்த ஊழியர்களும் தன்னார்வலர்களும் கலந்துகொண்டனர். இந்து தேசத்தை அமைக்கும் நமது பயணத்தைத் தடுக்கிற முற்களாக காந்தியும் நேருவும் இருக்கின்றனர் என்றும் அதனால் அவர்களை எப்படியாவது இல்லாமல் செய்துவிட வேண்டும் என்றும் ஆர்.எஸ். எஸ். ஊழியர்கள் குறிப்பிட்டனர்.”

என்று கனிட்கர் நினைவுகூர்ந்திருக்கிறார்[2]. இதை நேரடியாகப் பார்த்தவுடன், அப்போதைய பம்பாய் மாகாண முதலமைச்சராக இருந்த பி.ஜி.கேரிடம் 1947ஆம் ஆண்டு ஜூலை மாதம் 23ஆம் தேதியன்று உடனடியாக இதுகுறித்து ஒரு கடிதம் எழுதி அனுப்பினார். காந்தி கொல்லப்படுவதற்கு சுமார் ஆறுமாதங்கள் முன்பு நடந்த நிகழ்வு இது[3].

அந்த யோசனையை இந்துத்துவக் கூட்டமென்றில் கேட்டிருந்த போதும், பிரிவினை தொடர்பான விவாதங்களினாலும் குழப்பங்களினாலும் ஆப்தேவோ கோட்சேவோ அதன்பிறகு பெரிதாக அதுகுறித்து சிந்திக்கவில்லை. ஆப்தேவோ ஜின்னாவைக் கொல்வதிலும் பாகிஸ்தானின் சொத்துக்களை சேதப்படுவதிலுமே கவனத்தை செலுத்தினான். ஆனால் அந்தத் திட்டங்களும் செயல்வடிவம் பெறாமல் அப்படியே கிடப்பில்தான் போடப்பட்டன. இந்தத் திட்டங்களிலெல்லாம் கோட்சேவுக்கு பெரிய பங்கு இல்லையென்றாலும், அவற்றில் முழுமையாக உடன்பட்டு, அவை நிறைவேற்றப்படுவதற்காக ஆவலாகக் காத்துக்கொண்டிருந்தான். இறுதியாக அந்தத் திட்டங்கள் எதுவொன்றும் துவங்கப்படாமலேயே முடிவுற்றதைக் கண்டு, பெரும் மன அழுத்தத்திற்குள் கோட்சே தள்ளப்பட்டுவிட்டான். தொடர் தோல்விகளால் ஏற்பட்ட மனச்சோர்விலிருந்து விடுபடுவதற்கான வழிகளை யோசித்துக்கொண்டிருந்த வேளையில்தான், முன்பொருமுறை யோசனையாக மட்டுமே விவாதிக்கப்பட்டிருந்த எதிரியைக் கொல்லும் திட்டத்தை மீண்டும் தூசித்தட்டி எடுத்தான் கோட்சே.

காந்தியை யார் கொல்வது என்பது மட்டும்தான் அவர்கள் முன்பிருந்த ஒரே கேள்வி. ஆனால் ஆப்தேவோ விவாதத்தின் அந்த

ஒரு பகுதியை மட்டும் மிகவும் கவனமாக தவிர்த்துக்கொண்டே வந்தான். அதேபோல கோட்சேவுக்கோ, அன்றைக்கு அவன் இருந்த மனநிலையில் இவ்வளவு பெரிய செயலை செய்வதற்கான தைரியம் இருக்கவில்லை. காந்தியைக் கொலை செய்துவிட்டு இந்துத்துவக் கொள்கைக்காக கொலைசெய்த தியாகியென்ற பட்டத்தை வாங்கிவிட்டு உயிரைவிடுவதற்கு ஆப்தேவுக்கும் விருப்பமில்லை. கோட்சேவின் மனநிலையும் அதேபோலத்தான் இருந்தது. அதனால், யாரோ ஒருவர் இக்காரியத்தைச் செய்துவிட்டு தியாகியாகிவிட்டால், அதனை வைத்தே அரசியல் செய்து, இந்துத்துவ இயக்கத்தை அதிவேகமாக வளர்த்துவிடலாம் என்பதுதான் அவர்களின் எண்ணமாக இருந்தது. கோட்சேவைப் பொறுத்தவரையில் இந்த நிலைப்பாடு எதிர்பார்த்ததுதான். தன்னுடைய இளமைக்காலம் முதலாக அதிரடியாகப் பேசுவதைத்தாண்டி, செயல்பாட்டில் எதையுமே பிரதிபலிக்காத மனிதனாகத்தான் கோட்சே இருந்துவந்திருக்கிறான். ஜின்னாவுக்கும் பாகிஸ்தானுக்கும் எதிரான அதிரடியான வன்முறைத் திட்டங்களை ஆப்தே முன்வைத்த போதுகூட பட்டும்படாமலும் மேலோட்டமாகத்தான் அவ்விவாதங்களில் கோட்சே கலந்துகொண்டான். அந்தத் திட்டங்கள் எதிலும் நேரடியாகக் கலந்துகொள்ளாமல் மிகவும் கவனமாகத் தவிர்த்தான் கோட்சே.

இந்துக்களை மீட்கவந்த தேவதூதனாக தன்னைக் காட்டிக்கொண்டேதான் இருந்தானே தவிர, நேரடியாகக் களத்தில் இறங்கி காந்தியைக் கொல்வதற்கு அவன் தயாராக இருக்கவில்லை. வன்முறை குறித்தான கோட்சேவின் கருத்துகளெல்லாம் வன்முறை என்கிற வார்த்தையைவிடவும் வன்முறை மிகுந்தவை. பூனாவில் இந்து மதவெறியர்கள் நடத்திய வன்முறைகளை விடவெல்லாம் கொடூரமாக எழுதியும் பேசியும் வந்திருக்கிறான் கோட்சே. அவனுடைய பத்திரிகையில் அவன் எழுதிவந்த கட்டுரைகளில் தெறித்த வன்முறைத் தூண்டல்களெல்லாம் மிகவும் கொடூரமானவை. ஆனால் காந்தியைக் கொல்வதென்பது வேறு. வெறுமனே அச்சுறுத்தும் கட்டுரைகளை எழுதுவதைப் போலவோ, வெறிச்செயலை செய்யத்தூண்டும் வகையிலான உரைகளை நிகழ்த்துவது போலவோ அத்தனை எளிதானதல்ல. அதற்கு மிகப்பெரிய தைரியம் தேவைப்படும். அது அப்போதைய நிலையில் கோட்சேவிடம் இருக்கவில்லை.

1948ஆம் ஆண்டின் துவக்கத்தில் இந்தப் பிரச்சனைக்கான தீர்வு கிடைத்துவிட்டது. ஜனவரி 2ஆம் தேதியன்று இதுகுறித்து கர்க்கரேவுடன் விவாதிக்க ஆப்தேவும் கோட்சேவும் அகமதுநகருக்கு சென்றனர். காந்தியை யார் கொல்லப்போவது என்கிற கேள்விக்கான விடையை கர்க்கரேவின் விருந்தினர் விடுதியின் மேல்மாடியில் இருந்த சிறிய அறையின் கதவுகளை மூடிக்கொண்டு கூடிப்பேசி அவர்கள் முடிவுசெய்தனர்[4].

"காங்கிரசின் கொள்கை முடிவுகள் குறித்து விவாதிக்கையில், அவை அனைத்தையும் தீர்மானிப்பதே காந்திதான் என்கிற புரிதலுக்கு நாங்கள் வந்தோம். நாம் எதைச் செய்தாலும், முஸ்லிம்களுடனான ஒற்றுமையை வலியுறுத்தும் கருத்திலிருந்து காந்தி பின்வாங்கப் போவதே இல்லையென்றும், அதனால் காந்தியைக் கொன்றே ஆகவேண்டும் என்றும் கோட்சே கூறினார். நானும் ஆப்தேவும் கோட்சேவின் அக்கருத்தை ஏற்றுக்கொண்டோம். அதை செயல்படுத்துவதற்கு நாங்கள் இருவரும் உதவுவதாக வாக்குறுதியும் கொடுத்தோம்" என்று பின்னாளில் நினைவுகூர்ந்தார் கர்க்கரே[5].

காந்தியைக் கொல்வது என்று மூவரும் சேர்ந்து முடிவெடுத்தபின்னர், கொலைசெய்யப்போவது யாரென்ற பேச்சு வந்தது. அதற்கான பதிலை உடனடியாக கர்க்கரேவே கூறினார். பாகிஸ்தானிலிருந்து அகதியாக வந்து, கர்க்கரேவுடன் சில வாரங்களாக அப்போது தங்கியிருந்த இளைஞர் ஒருவரை கோட்சேவிடமும் ஆப்தேவிடமும் கர்க்கரே பரிந்துரை செய்தார். தான் சொல்லும் எதையும் தட்டாமல் அந்த இளைஞர் செய்வார் என்றும் கர்க்கரே வாக்குறுதி கொடுத்தார்.

"அவர்களுடன் பேசிக்கொண்டிருந்த அறையைவிட்டு நான் வெளியே வந்தேன். விடுதியில் வேறொரு அறையில் இருந்த மதன்லாலை அழைத்துக்கொண்டுபோய் ஆப்தேவிடமும் கோட்சேவிடமும் அறிமுகப்படுத்தினேன்" என்றார் கர்க்கரே[6]. அது கோட்சேவுக்கு உறுதியான பிடிப்பைக் கொடுத்தது. திட்டத்தில் முழுமையாக காலடி எடுத்துவைத்தான் கோட்சே.

❦

இருபது வயதான மதன்லால் பக்வா பாகிஸ்தானிலிருந்து அகதியாக இந்தியாவுக்கு வந்திருந்தவர். தன்னுடைய சொந்த வீட்டையும் ஊரையும்விட்டு அகதியாக வந்திருந்ததால் ஏற்பட்ட கோபத்துடன்தான் அவர் இருந்தார். இந்த எல்லா துயரங்களுக்கும்

காந்திதான் காரணம் என்கிற கருத்தையும் கொண்டிருந்தார். 1927ஆம் ஆண்டு மேற்கு பஞ்சாபில் இருந்த மொந்த்கோமெரி என்னும் மாவட்டத்தில் பாக்பத்தான் என்னும் ஊரில் பக்வா பிறந்தார். 1944இல் தன்னுடைய பதினேழாவது வயதில் மெட்ரிக்குலேசன் தேர்வைக்கூட எழுதாமல் பள்ளியைவிட்டு ஓடிப்போய் லாகூரில் இருந்த இராயல் இந்தியக் கடற்படையில் சேர்ந்தார். அங்கிருந்து பம்பாய்க்கு பயிற்சிக்காக அனுப்பப்பட்டார். ஒருமாதம் கழித்து, பயிற்சியின் முடிவில் நடத்தப்பட்ட தேர்வில் தோல்வியடைந்தார்.

இராயல் இந்தியக் கடற்படையில் இருந்து விடுவிக்கப்பட்டதும், ஆங்கிலேயே அரசின் இந்திய இராணுவத்தில் இணைந்தார். அதில் ஒரு குறுகியகால பயிற்சிக்காக அவரை லாகூருக்கு அனுப்பினார்கள். அது ஒரு தற்காலிக வேலையாகத்தான் இருந்தது. 1946ஆம் ஆண்டின் இறுதியில் இராணுவ வேலை முடிந்ததும், தன்னுடைய சொந்த ஊரான பாக்பத்தானுக்கே திரும்பினார் பக்வா. இந்தியாவின் பிரிவினையின்போது தன்னுடைய தாய்வழி அத்தையுடன்தான் தங்கியிருந்தார். பிரிவினையில் பாகிஸ்தானுடன் பாக்பத்தான் இணைந்துவிட்டதால், ஆகஸ்ட் மாதத்தின் மூன்றாவது வாரத்தில் அங்கிருந்து அவர் இந்தியப் பகுதிக்கு புலம்பெயர்ந்தார்.[7]

பிரிவினைக்குப் பின்னரான மாதங்களில் பஞ்சாப் மற்றும் குவாலியர் வழியாகப் பயணித்து அப்படியே அக்டோபர் மாதவாக்கில் பம்பாய் வந்துசேர்ந்தார். அங்கே ஏதாவது வேலை கிடைக்குமா என்று தேடிக்கொண்டிருக்கையில், இராம்நரேன் ருவா கல்லூரியில் பேராசிரியராக இருந்த ஜகதீஷ் சந்திரா ஜெயின் என்பவரை சந்தித்தார். வீடுவீடாகச் சென்று நூல்கள் விற்கும் வேலையை பக்வாவுக்கு அவர் ஏற்பாடு செய்துகொடுத்தார். அவருடைய கடினமான உழைப்பும் அந்த வேலையின் மூலமாக அவருக்குக் கிடைத்த வாய்ப்புகளும் பல புதிய தொடர்புகளை ஏற்படுத்திக்கொடுத்தன. அப்படியாகக் கிடைத்த தொடர்புகளில் நடுத்தர வயதுடைய தொழிலதிபரான மோடக் என்பவர் பக்வாவுக்கு பெரிய உதவியாக இருந்தார். இருப்பினும், நிலையான வருமானத்திற்கான பக்வாவின் தேடுல் தொடர்ந்துகொண்டுதான் இருந்தது. அந்த வேலையில் இருந்து தாவி, பழங்கள் விற்கும் வேலையை செய்தார். அதற்காக அகமதுநகருக்கு செல்லவேண்டி இருந்தது. அப்போதுதான் அவர் கர்க்கரேவை சந்தித்தார். ஒரு தேங்காய் விற்கும் கடையைத் துவங்குவதற்கு பக்வாவுக்கு உதவுவதாக கர்க்கரே உறுதியளித்தார். பேராசிரியர் ஜெயினும்

மோடக்கும் பக்வாவை பம்பாயிலேயே தங்கச் சொல்லினர். ஆனால் கர்க்கரே உதவுவதாகச் சொல்லியதனால், பக்வாவுக்கு குழப்பமாகவே இருந்தது. இன்னும் கொஞ்ச காலம் பம்பாயில் தங்கியிருந்து வாழ்க்கைக்கான வழிகிடைக்கிறதா என்று பார்த்தார். ஆனால் பெரிய முன்னேற்றம் ஏதுமில்லாமல் போனதால், கர்க்கரேவின் உதவியை ஏற்றுக்கொள்ள முடிவெடுத்து டிசம்பர் மாதத்தின் நடுவில் அகமதுநகருக்கு இடம்பெயர்ந்தார்[8].

ஆனால் கர்க்கரேவோ பக்வாவுக்கு வேறொரு வேலையைக் கொடுக்கத் திட்டமிட்டிருந்தார். டெக்கான் விருந்தினர் விடுதியில் உணவருந்திவிட்டு உள்ளூர் இந்துமகாசபை அலுவலகத்திலேயே தங்கிக்கொள்ளச் சொன்னார். அகமதுநகருக்கு அருகில் இருக்கும் விசாபூர் என்னும் ஊரில் பாகிஸ்தானிலிருந்து வந்துசேர்ந்த அகதிகளை ஒருங்கிணைக்கும் பணியினை பக்வாவுக்குக் கொடுத்தார் கர்க்கரே.

அதன்பிறகு உள்ளூர் முஸ்லிம் வியாபாரிகளின் கடைகளை அடித்து உடைப்பதற்கும் அம்மக்கள் வசிக்குமிடத்தில் குண்டுவீசுவதற்கும் இந்துமகாசபையை எதிர்த்துப் பேசும் தலைவர்களின் பொதுக்கூட்டங்களைக் கலைப்பதற்கும் பக்வாவை கர்க்கரே பயன்படுத்தினார். பக்வாவின் அன்றாட செலவுகள் அனைத்தையும் கர்க்கரேவே பார்த்துக்கொண்டார். அதனால் முழுவதுமாக கர்க்கரேவை சார்ந்தே இருக்கவேண்டிய சூழல் பக்வாவுக்கு ஏற்பட்டுவிட்டது.

அந்த இடம் பக்வாவுக்கு மிகவும் பிடித்துப்போனதற்கு மற்றொரு காரணமும் இருந்தது[9]. அகமதுநகருக்கு வந்ததுமே அங்கே இருந்த பிரபலப் பாடகி ஒருவரின் அழகில் மயங்கினார் பக்வா.

“டிசம்பர் 25ஆம் தேதியன்று மாலை 6.30 மணியளவில் சித்ரா டாக்கீசில் திரைப்படம் பார்த்துவிட்டு திரும்புகையில் அகமதுநகரைச் சேர்ந்த சப்பு என்கிற என்னுடைய பழைய நண்பர் ஒருவரை சந்தித்தேன். பூனாவில் நான் இராணுவப் பயிற்சியில் ஈடுபட்டபோது என்னுடன் இருந்தவர் அவர். எங்களுடைய கடந்தகால நட்பு குறித்து பேசிக்கொண்டிருக்கையில் பெண்கள் குறித்தும் பேச்சு வந்தது. அப்போது அவர் என்னை ஒரு பாட்டுப்பாடும் பெண்ணின் வீட்டிற்கு அழைத்துச் சென்றார். செவாந்தி என்கிற அப்பெண்ணை சப்புவுக்கு ஏற்கனவே தெரியுமாம். ஆனால் நாங்கள் சென்றபோது அவள் வீட்டில் இல்லை.[10]

அந்தப் பெண்ணின் அழகு குறித்து சப்பு சொல்லியதெல்லாம் எனக்கு திரும்பத் திரும்ப நினைவிற்கு வந்துகொண்டே இருந்தது. அதனால் இரண்டு நாட்களுக்குப் பிறகு டிசம்பர் 27ஆம் தேதியன்று மீண்டும் செவாந்தி வீட்டிற்கு இரண்டாவது முறையாக சென்றேன். அப்போது அவளை நான் சந்தித்து அவளுடன் நட்பினை ஏற்படுத்திக்கொண்டேன்" என்று காந்தி கொலைக்குப் பின்னரான விசாரணையில் தெரிவித்திருக்கிறார் பக்வா[11]. அதன்பின்னர் செவாந்தியின் அழகில் மயங்கி, தொடர்ச்சியாக தினமும் மாலை வேளையில் செவாந்தியைப் பார்க்கத் தவறாமல் சென்றுகொண்டிருந்தார் பக்வா.

முதன்முதலில் செவாந்தியை பக்வா சந்தித்தபோது செவாந்திக்கு பத்தொன்பது வயது. சித்ரா டாக்கீசுக்கு அருகில் இருந்த பகத் காலி என்னும் சிவப்பு விளக்குப் பகுதியில் பாலியல் தொழில் செய்துகொண்டிருந்தவரின் மகளாகப் பிறந்தவர்தான் செவாந்தி. ஐந்து அடிக்கு கொஞ்சம் கூடுதலான உயரமும், அடர்த்தியும் நீளமுமாக இருந்த முடியும், வட்டமான முகமும், பெரிய கருப்புக் கண்களும், மென்மையான மூக்கும் கொண்ட அழகியாக இருந்தார் செவாந்தி. பாலியல் தொழில் செய்யும் உலகிலிருந்து தப்பித்து வெளியே செல்வதாக எப்போதும் அவர் கனவு கண்டுகொண்டிருந்தார். பாலியல் தொழிலில் இணைந்துவிடுமாறு அவருடைய தாயார் தொடர்ச்சியாக செவாந்தியை வற்புறுத்திக்கொண்டே இருந்தார். ஆனால் என்றைக்காவது தன்னை மீட்டு, அந்த உலகில் இருந்து வெளியே கொண்டு சென்று மரியாதையாக வாழவைக்க ஒருவன் வருவான் என்று செவாந்தி சொல்லிக்கொண்டே இருந்தார். அதைக் கேட்கும் போதெல்லாம் வார்த்தைகளால் பதிலேதும் சொல்லாமல் வெறுமனே சிரிப்பையே பதிலாகத் தருவார் செவாந்தியின் அம்மா[12].

பக்வாவைப் பார்த்ததுமே தன்னை மீட்கவந்த காதலனாக அவரைப் பார்க்கத் துவங்கினார் செவாந்தி. அவருக்கும் செவாந்தியை மிகவும் பிடித்துப்போனது. செவாந்தியிடம் இல்லாத பொருட்களையெல்லாம் பரிசாக வாங்கிக்கொடுத்தார் பக்வா என்று பின்னாளில் செவாந்தியின் தோழியான சுமன்பாய் தெரிவித்தார்[13]. ஒருபக்கம் செவாந்தியுடனான காதலை கவனித்துக்கொண்டே, மறுபுறம் அரசியல் வேலையையும் தொடர்ந்து செய்துகொண்டிருந்தார் பக்வா. அது எந்த வகையிலும் அவரது காதலை பாதிக்கவும் இல்லை. கர்க்கரே மற்றும் அவரது

இன்னபிற நண்பர்களுக்கு இணையானவராக பக்வா இல்லாமல் இருந்தபோதும், அவர்களுடன் இணைந்தே இருப்பதைத்தான் பக்வா விரும்பினார். தன்னுடன் இருப்பவர்களைத் தூண்டி முஸ்லிம்களுக்கு எதிரான வன்முறைகளைக் கட்டவிழ்க்கும் வேலையை செய்யச் சொல்லி பக்வாவைத் தூண்டுவதே கர்க்கரேதான் என்பது செவாந்திக்குப் புரிந்திருந்தது. ஒருநாள் இல்லையென்றால் என்றைக்காவது ஒரு நாளில் கர்க்கரேவால் பக்வா சிறைக்குள் சென்றுவிடப்போகிறார் என்று செவாந்தி அஞ்சினார்[14].

"உன்மேல் உள்ள பயத்தால்தான் உனக்கு மக்கள் மரியாதை கொடுக்கிறார்கள் என்பது உனக்குப் புரியவில்லையா?" என்று செவாந்தி ஒருமுறை பக்வாவிடம் கேட்டிருக்கிறார் என சுமன்பாய் பிற்காலத்தில் தன்னுடைய வாழ்க்கைக் குறிப்பில் எழுதிவைத்திருக்கிறார். அதற்கு பதிலாக, அவர் வெறுமனே சிரிக்கத்தான் செய்தார் என்று சுமன்பாயிடம் தெரிவித்திருக்கிறார் செவாந்தி[15].

∽

பக்வாவை கோட்சேவுக்கும் ஆப்தேவுக்கும் அறிமுகப்படுத்துவதற்கு ஒரு நாளைக்கு முன்னர் 1948ஆம் ஆண்டு ஜனவரி 1ஆம் தேதியன்று டெக்கான் விருந்தினர் விடுதியில் நுழைந்து காவல்துறையினர் திடீர்சோதனை நடத்தினர். மாலையைக் கடந்த வேளை அது. அப்போது பக்வா இரவு உணவை உண்டுகொண்டிருந்தார். அன்றைக்கு அகமதுநகரில் ஒரு முஸ்லிம் வியாபாரியிடமிருந்து தேங்காய் விற்பனை செய்யும் கடையினை அடித்துப்பறித்து அதனை ஒரு இந்து அகதிக்கு வழங்கியிருந்தார் பக்வா.

"அப்போது காவல்துறையினர் எங்கள் விடுதிக்கு வந்தனர். விடுதியில் இருந்த ஒருவரும் வெளியே செல்லக் கூடாது என்கிற அறிவிப்பைக் கொடுத்தனர். முற்றிலும் சுற்றிவளைத்து தேடுதல் வேட்டையினை நடத்தினர்" என்றார் பக்வா[16]. அப்போது சாப்பிட்டுக்கொண்டிருந்த பக்வா அதனை அப்படியே விட்டுவிட்டு காவல்துறை ஆய்வாளரிடம் வாதிடத் துவங்கினார்.

"கர்க்கரேவை நீங்கள் கைதுசெய்வதாக இருந்தால், அதற்கு முன்னர் என்னைக் கைதுசெய்துவிடுங்கள்" என்று கூறியிருக்கிறார் பக்வா. அப்படியே பக்வாவுக்கும் காவல்துறையினருக்கும் வாதம் நடந்துகொண்டே இருக்கையில், சுமார் நாற்பது-ஐம்பது

அகதிகள் அங்கு கூடி, கர்க்கரேவைக் கைது செய்வதற்கு எதிரான முழக்கங்களை எழுப்பினர். அப்போது கர்க்கரேவும் டெக்கான் விருந்தினர் விடுதியில்தான் இருந்தார். அகதிகள் ஏராளமானோர் கூடிவிட்டதால், கலவரமேதும் நடந்துவிடக்கூடாது என்பதற்காக அங்கிருந்து காவல்துறையினர் பின்வாங்கிக் கிளம்பிவிட்டனர்[17].

மறுநாள் விசாபூரிலிருந்து வந்திருந்த அகதிகளிடம் பக்வா பேசிக்கொண்டிருந்தார். அப்போதுதான் கர்க்கரேவின் உதவியாளரான பாபன் ஓடிவந்து பக்வாவை கர்க்கரே அழைத்துவரச் சொன்னதாகக் கூறினார்.

“உடனே கர்க்கரேவும் மேலும் இருவரும் உட்கார்ந்திருந்த அறைக்கு நான் சென்றேன். என்னை அறையின் உள்ளே வருமாறு கர்க்கரே அழைத்தார். அங்கிருந்த இருவரிடமும் ‘மிகக்கடுமையாக உழைக்கும் அகதியான இவனுடைய பெயர் மதன்லால்’ என்று என்னை அறிமுகப்படுத்தினார். [...] நான் அவர்களிடம் அப்போது எதுவும் பேசாமல் ‘வணக்கம்’ மட்டுமே கூறிவிட்டு மீண்டும் இந்துமகாசபை அலுவலகத்திற்கே திரும்பிச் சென்றுவிட்டேன்” என்று பக்வா நினைவுகூர்ந்தார்[18].

தன்னை வைத்து தீட்டப்படுகிற சதித்திட்டம் குறித்தெல்லாம் எதுவும் தெரியாமல் அடுத்த இரண்டு நாட்களுக்கு தன்னுடைய இயல்பு வாழ்க்கையைத் தொடர்ந்து கொண்டிருந்தார் பக்வா. பகல்வேளைகளில் இந்து அகதிகளை சந்தித்து, முஸ்லிம் கடைகளை எவ்வாறு அபகரித்து முஸ்லிம்களை அந்த ஊரிலிருந்தே துரத்துவது என்று திட்டமிட்டிக்கொண்டிருந்தார். மாலை வேளைகளை முழுவதுமாக செவாந்தியுடன் கழித்தார். செவாந்திக்கு ஏதோ வாங்கிக்கொடுப்பதற்கு பக்வாவுக்கு பணம் தேவைப்பட்டது. அதனால் ஜனவரி 4ஆம் தேதியன்று செவாந்தியுடனான தன்னுடைய காதலை கர்க்கரேவிடம் தெரிவித்து பணம் கேட்டார் பக்வா. எந்தக் கேள்வியும் கேட்காமல் கர்க்கரேவும் பக்வாவுக்கு பணம் கொடுத்தார்.

“அதைவைத்து 19 ரூபாய்க்கு பட்டினால் நெய்யப்பட்ட ஒரு துப்பட்டாவினை வாங்கிக்கொண்டு செவாந்தியை சந்திக்கச் சென்றேன். அவளை சித்ரா டாக்கீசில் ஓடிக்கொண்டிருந்த சாபுக்ஸ்வர் என்கிற ஒரு திரைப்படத்திற்கும் அழைத்துச் சென்றேன். அதன்பின்னர் இரவு சுமார் பத்து மணிக்குதான், நான் கர்க்கரேவின் விடுதிக்குத் திரும்பினேன். உணவருந்திவிட்டு வழக்கம் போல

இந்துமகாசபை அலுவலகத்திலேயே தூங்கினேன்” என்று பக்வா கூறியிருக்கிறார்[19].

பக்வாவுக்கே தெரியாமல் வடிவமைக்கப்பட்ட ஒரு புதிய அத்தியாயம் மறுநாளில் துவங்கப்படுவதற்குத் தயாராகக் காத்திருந்தது. செவாந்தியை அதன்பிறகும் ஒருசில முறை சந்தித்தார் என்றாலுமேகூட, ஒரு சுதந்திரப் பறவையாக அவர் சுற்றிக்கொண்டிருந்த நாட்களெல்லாம் முடிவுக்கு வரும் நாளாக அது இருந்தது. ஜனவரி 5ஆம் தேதியன்று இரவு ஒன்பது மணியளவில் ஒரு பொதுக்கூட்டத்தில் இராவ் சாஹிப் பத்வர்தன் என்கிற உள்ளூர் காங்கிரஸ் தலைவர் உரையாற்றப் போகிறார் என்கிற அறிவிப்பு பக்வாவின் காதில் விழுந்தது. அப்போது காலை பதினோரு மணியாக இருந்தது. கர்க்கரேவின் விடுதியில் பக்வா உணவருந்திக் கொண்டிருந்தார். அவருக்கு அருகில் கர்க்கரேவும் அமர்ந்திருந்தார். ஜம்மு காஷ்மீர் சென்றுவிட்டு பத்வர்த்தன் திரும்பியிருப்பதாகவும், அன்றைய இரவுக் கூட்டத்தில் அவர் என்ன பேசப்போகிறார் என்பதைக் கேட்டுவிட்டு வரவேண்டும் என்றும் பக்வாவிடம் தெரிவித்தார் கர்க்கரே[20]. அன்று பகல்முழுவதும் செவாந்தியுடன் தான் பக்வா பொழுதைக் கழித்தார். அவர்கள் இணைந்து சித்ரா டாக்கீசில் ஒரு திரைப்படம் கூட பார்த்தனர்.

இரவு சுமார் ஒன்பது மணியான வேளையில் தன்னுடன் சில அகதி நண்பர்களை அழைத்துக்கொண்டு காங்கிரஸ் தலைவர் கலந்துகொள்ளும் கூட்டம் நடக்கும் இடத்திற்கு சென்றார் பக்வா. அங்கே அவர் வருவதற்கு முன்னரே சுமார் 200 அகதிகள் இருந்தனர். பத்வர்த்தன் பேசத்துவங்கியதும், அவருடைய ஆதரவாளர்கள் எழுப்பிய முழக்கங்களுக்கு அங்கு கூடியிருந்த அகதிகள் எதிர்ப்புத் தெரிவித்தனர். அதன்பிறகு அந்த முழக்கத்திற்கு எதிர் முழக்கமொன்றை அகதிகளும் எழுப்பினர். இதனால் அங்கே குழப்பங்களும் அடிதடிகளும் நடைபெற்றன. உடனே காவல்துறையினர் தடியடி நடத்தினர். அகதிகளைத் தலைமை தாங்கும் பொறுப்பை பக்வா ஏற்றிருந்ததால், பக்வாவையும் அவரது சில நண்பர்களையும் அங்கிருந்த காவல்துறையினர் கைதுசெய்தனர். காவல்நிலையத்திலேயே இரவு முழுவதும் அவர்கள் அடைத்துவைக்கப்பட்டனர். அடுத்தநாள் காலையில் கர்க்கரேவும் காவல்நிலையத்திற்கு வரவழைக்கப்பட்டார். அடுத்த இருபத்தி நான்கு மணி நேரத்திற்குள் நகரத்தைவிட்டு உடனடியாக வெளியேறுமாறு கர்க்கரேவிடம் காவல்துறையினர்

வலியுறுத்தினர். காவல்துறையினரின் நடவடிக்கைகளில் இருந்து தப்பிப்பதற்காக, கர்க்கரேவும் பக்வாவும் உடனடியாக டெக்கான் விருந்தினர் விடுதிக்குத் திரும்பி, பூனாவிற்கு மதியமே ஒரு இரயிலில் கிளம்புவதற்குத் தயாராகினர்[21].

அப்போதுதான் இந்து தேசத்தை அமைப்பதற்கு முட்டுக்கட்டையாக காந்தி இருக்கிறார் என்பதால் அவரைக் கொல்வதற்கு கோட்சேவுடனும் ஆப்தேவுடனும் இணைந்து திட்டமிருப்பதாக பக்வாவிடம் தெரிவித்தார் கர்க்கரே.

"என்னுடைய அகதி நண்பர்களான சோப்ரா மற்றும் பாட்டியா ஆகிய இருவரும் அருகில் இருக்கும்போது, மகாத்மா காந்தியைக் கொல்லும் திட்டம் குறித்து கர்க்கரே என்னிடம் தெரிவித்தார். இந்து தேசத்தை அமைப்பதற்கு எதிராக நமக்கு முன்னர் இருக்கும் ஒரே தடைக்கல் காந்திதான் என்றார்" என்று பக்வா பின்னாளில் தெரிவித்தார்[22]. ஆனால், அந்த திட்டத்தின்படி காந்தியைக் கொல்லப்போவது பக்வாதான் என்பதை மட்டும் கர்க்கரே அப்போது தெரிவிக்கவில்லை.

அந்தத் திட்டத்தில் தன்னுடைய பங்கு என்னவாக இருக்கப் போகிறது என்பதெல்லாம் தெரியாததால், கர்க்கரே சொல்லியபோது பெரிதாக அதில் கவனம் செலுத்தாமல்தான் கேட்டிருக்கிறார் பக்வா[23]. பிரிவினை நடந்தநேரத்தில் இருந்த அதே நிலைப்பாட்டில் எல்லாம் பக்வா அப்போது இருக்கவில்லை. காந்திமீது கோபம் இருந்தபோதும், அகமதுநகரில் இப்படியே வாழ்க்கை சென்றுகொண்டிருந்தால் நல்லது என்றுதான் பக்வா விரும்பினார். செவாந்தியின் அழகில் மயங்கிக்கிடந்த பக்வா, கர்க்கரேவிடம் இருந்து ஒரு அடி தள்ளியும், காந்தியிடம் இருந்து இரண்டடி தள்ளியும்தான் அப்போது இருந்தார்.

காந்தியைக் கொன்றபிறகு, பாகிஸ்தானுக்கு ஆதரவாக காந்தி செயல்பட்டார் என்கிற வாதத்திலேயே அதிகமாக அனைவரையும் கவனம்செலுத்த வைத்துவிட்டு, தன்னுடைய கொடூரச் செயலை மறக்கடிக்க கடுமையாக முயன்றான் கோட்சே.

"1948ஆம் ஆண்டின் முதல் வாரத்தில், பாகிஸ்தானுக்கு தொடர்ச்சியாக உதவிக்கொண்டே இருக்கிற காந்தியைக் கொல்வதுதான் சரியாக இருக்குமென்கிற முடிவுக்கு நான்

வந்துவிட்டேன். பாகிஸ்தானை வேறெந்த வழியிலும் நம்மால் கையாளவே முடியாது" என்று நீதிமன்றத்திற்கு அழைத்துச் செல்லப்படுவதற்கு முன்னர் நடைபெற்ற காவல்துறை விசாரணையின் போது கோட்சே தெரிவித்தான்[24].

பின்னர் நீதிமன்ற விசாரணை துவங்கியதும் சாவர்க்கர், ஆப்தே மற்றும் குற்றஞ்சாட்டப்பட்ட அனைவரையும் குற்றத்திலிருந்து தள்ளிவைக்க கோட்சே கடுமையாக முயன்றான். அதிலும் மிகமுக்கியமாக, அவர்கள் அனைவரும் இணைந்து சதித்திட்டம் எதையும் தீட்டவில்லை என்று அழுத்தமாகப் பதிவு செய்ய முயன்றான். நீதிமன்ற விசாரணக்கு முந்தைய வாக்குமூலத்தில் சொன்னதற்கு முற்றிலும் மாறுபட்ட தகவல்களை அவன் கூறினான். பாகிஸ்தானுக்கு 55 கோடி ரூபாயினைக் கொடுத்தாக வேண்டுமென்று வலியுறுத்தி ஜனவரி 13ஆம் தேதியன்று காந்தி உண்ணாவிரதம் இருந்ததாகவும், அதனால் கோபமடைந்துதான் அவரைக் கொல்ல முடிவெடுத்ததாகவும் ஒரு புதிய காரணத்தைக் கண்டுபிடித்து நீதிமன்ற விசாரணையில் தெரிவித்தான். இந்தியாவும் பாகிஸ்தானும் பிரிக்கப்பட்ட போது, பாகிஸ்தானுக்கு சேரவேண்டிய தொகையை இந்தியா தரவேண்டும் என்று தீர்மானிக்கப்பட்டது. ஆனால் பிரிவினைக்குப் பின்னர், ஜம்மு காஷ்மீர் பிரச்சனையின் காரணமாக பாகிஸ்தானுக்கு சேரவேண்டிய பங்கினைக் கொடுக்கமுடியாது என்று இந்திய அரசு நிறுத்திவைத்தது.

"ஆனால் காந்தியின் உண்ணாவிரதம் கொடுத்த அழுத்தத்தினால் அடிபணிந்துபோய் பாகிஸ்தானுக்கு பணத்தைக் கொடுக்க இந்திய அரசு ஒப்புக்கொண்டது. இப்படிப்பட்ட சூழலில் முஸ்லிம்களின் அட்டூழியங்களில் இருந்து இந்துக்களைக் காப்பாற்ற என்னுடைய மனதிற்குத் தோன்றிய ஒரே வழி - இவ்வுலகில் இருந்து காந்தியை விரட்டியடிப்பது மட்டும்தான்" என்று நீதிமன்ற விசாரணையின் போது கோட்சே கூறினான்[25].

என்னென்ன காரணங்களால் காந்தியை கோட்சே கொலை செய்தானென்று கொலை செய்தபின்னர் கூறியவையெல்லாம் சூழ்நிலைக்கேற்ப சொல்லப்பட்டவைதான் என்றாலுமே கூட, அவை ஒரே நாளில் உருவான காரணங்கள் இல்லை. தொடர்ச்சியாக அவனுடைய மனதில் உருவாக்கப்பட்டவை தான். காந்தியை பாகிஸ்தான் ஆதரவாளராக சித்தரித்ததற்கும், முஸ்லிம் எதிர்ப்பு மனநிலையில் கோட்சே வாழ்ந்ததற்கும் அதுவே காரணம். ஆர்.எஸ்.எஸ். இயக்கமும் இந்துமகாசபையும் அதற்கு முந்தைய

இருபதாண்டுகளாக உருவாக்கிய மதவெறி எண்ணங்கள்தான் காந்தியைக் கொல்வதற்கு அவனைத் தயார்ப்படுத்தியது என்பதை அவனுடன் நெருக்கமாக இருந்த அனைவருக்குமே தெரியும். ஆர்.எஸ்.எஸ். மற்றும் இந்துமகாசபையின் இந்து தேசத்தை அமைக்கிற மையக் குறிக்கோளானது, இந்தியாவின் பிரிவினையால் உண்டானதல்ல. அந்த இயக்கங்களின் மதவெறிக் கொள்கையினை தன்னுடைய வெளிப்படையான மதநல்லிணக்க அரசியல் மூலமாக நேரடியாக எதிர்கொண்டவர் காந்தி. அதன் காரணமாகவே ஆர்.எஸ்.எஸ். இயக்கமும் இந்துமகாசபையும் பெருவாரியான மக்களின் ஆதரவில்லாத உதிரி அமைப்புகளாக மட்டுமே பார்க்கப்பட்டன. ஆக, அந்த இயக்கங்களின் கொள்கைகளை அமல்படுத்தும் ஒரு தூதுவனாகத் தன்னை நினைத்துக்கொண்டு முழுநம்பிக்கையோடு இந்து தேசம் அமைக்கிற எண்ணத்தில்தான் காந்தியைக் கொன்றிருக்கிறான்.

இந்து தேசம் அமைக்கிற அவர்களின் திட்டத்தின்படி, இந்துக்களுக்கு மட்டுமே தனியாக 'இந்தியர்கள்' என்கிற அடையாளம் வழங்கவேண்டும் என்றனர். அதனை முன்மொழிந்து முழுவீச்சில் பரப்பியவர் சாவர்க்கர். அவருக்குப் பிறகு அத்திட்டத்திற்கு கூடுதல் விவரங்களை சேர்த்தவர் கோல்வால்கர். ஆர்.எஸ்.எஸ். இயக்கத்தின் தலைவராகப் பதவியேற்றுக்கொண்டு ஓராண்டு ஆனபின்னர் 1939ஆம் ஆண்டில், 'நாம் அல்லது நம் தேசத்தின் வரையறை' என்று ஒரு நூலை எழுதி வெளியிட்டார் கோல்வால்கர். ஜெர்மனியில் யூதர்களுக்கு எதிராக ஹிட்லர் கொண்டுவந்து அமல்படுத்திய சட்டங்களைப் போன்று இந்தியாவில் முஸ்லிம்களுக்கும் கிருத்துவர்களுக்கும் எதிராக சட்டங்கள் கொண்டுவரப்பட வேண்டும் என்று அந்த நூலில் கோல்வால்கர் எழுதியிருக்கிறார்[26].

"தன்னுடைய இனம் மற்றும் கலாச்சாரத்தைத் தூய்மையாக வைத்திருப்பதற்காக, செமிட்டிய மக்களாகிய யூதர்களை அழித்து உலகையே அதிர்ச்சிக்குள்ளாக்கியது ஜெர்மனி. இனப்பெருமையின் உச்சத்தை அங்கே நிலைநாட்டியிருக்கிறார்கள். மாறுபட்ட கலாச்சாரத்தைக் கொண்ட வெவ்வேறு இனங்கள் ஒன்றாக வாழமுடியாது என்பதற்கு ஜெர்மனி ஒரு எடுத்துக்காட்டாக இருக்கிறது. அது கற்றுக்கொடுத்திருக்கிற பாடத்தை இந்தியாவும் அமல்படுத்தி பலனடைய வேண்டும்" என்று கோல்வால்கர் தன்னுடைய நூலில் குறிப்பிடுகிறார்[27].

மேலும்,

"இந்த நிலைப்பாட்டில் இருந்து பார்த்தோமானால், இந்துக்களல்லாதவர்கள் அனைவரும் இந்துக்களின் கலாச்சாரத்தையும் மொழியையும் ஏற்றுக்கொண்டு இந்து மதத்தையும் மதித்து மாறவேண்டும். அவர்கள் இந்து மதத்தை மதிக்கவும் மரியாதைகொடுக்கவும் வேண்டும். இந்து மதத்தையும் அதன் கலாச்சாரத்தையும் தவிர வேறெதையும் அவர்கள் பெருமையோடு ஒருபோதும் பேசவே கூடாது. அத்துடன் தங்களுக்கென்று தனி அடையாளத்தை அவர்கள் வைத்துக்கொள்ளவும் கூடாது. இந்து மதத்தோடு இணைந்துவிட வேண்டும். இதெல்லாம் செய்யமுடியாவிட்டால், இந்து தேசத்தில் இந்துக்களுக்குக் கிடைக்கும் எந்தவொரு உரிமையையும் கோராமல் இந்தியக் குடிமக்களைவிட கீழான நிலையிலேயே வாழத் தயாராக வேண்டும்."

என்று கோல்வால்கர் எழுதியிருக்கிறார்[28].

கோல்வால்கர் எழுதிய இந்த நூலை ஆர்.எஸ்.எஸ். இயக்கத்தின் செயல்பாட்டாளர்கள் வாசிக்காமல் கூட இருக்கலாம். ஆனால் அவர்கள் கலந்துகொள்ளும் ஷாகா பயிற்சிகளின்போது நடத்தப்படும் தத்துவார்த்த வகுப்புகளில் இதையேதான் திரும்பத்திரும்ப வெவ்வேறு வார்த்தைகளில் சொல்லிக்கொண்டே இருக்கிறார்கள். இந்திய தேசத்தை ஆக்கிரமித்து அதனை இந்து தேசமாக மாற்றிவிடவேண்டும் என்பதுதான் ஆர்.எஸ்.எஸ். இயக்கத்தின் இலக்கு என்பதை அறியாத ஆர்.எஸ்.எஸ். உறுப்பினர்களே இருக்கமாட்டார்கள். அந்த இலக்கிற்கு தடையாக இருக்கிற எவரும் தங்களுடைய பரமவிரோதிகள் என்கிற எண்ணத்தை நரம்புகளில் ஊசியால் மருந்தை ஏற்றுவதைப் போல தன்னுடைய உறுப்பினர்களின் மனதில் ஆர்.எஸ்.எஸ். இயக்கம் முழுமையாக ஏற்றிவிடுகிறது. இந்துக்கள்தான் மேலானவர்கள் என்கிற மேலாதிக்க உணர்வினையும் இந்துக்களல்லாதவர்களின் மீது வெறுப்பினையும் கோல்வால்கரின் நூல் மிகத்துல்லியமாக விதைத்தபோதிலும், அந்த இயக்கத்தின் இலக்கான இந்து தேசத்தை அடையும் வழிமுறைகள் குறித்தெல்லாம் அந்நூலில் எதுவுமே சொல்லப்படவில்லை. அந்த இலக்கினை அடைவதற்குத் தடையாக இருக்கிறவர்களை அழித்துவிடுவதை அவ்வியக்கத்தின்

ஸ்வயம்சேவகர்களே முடிவுசெய்துகொள்ளும் வகையில் விடப்பட்டிருக்கிறது.

1947ஆம் ஆண்டைப் பொறுத்தவரையில், தங்களுடைய இந்து தேசம் அமைக்கும் கொள்கைக்கு காந்தியின் இருப்புதான் மிகமுக்கியமான பிரச்சனையென்பதே இந்துத்துவ வட்டாரங்களில் இயல்பான பேசுபொருளாக இருந்தது. ஒட்டுமொத்த இந்திய தேசமும் காந்தியை எதிரியாகப் பார்க்கவில்லையென்றாலும், ஆர்.எஸ்.எஸ். இயக்கமும் இந்துமகாசபையும் மட்டுமல்லாமல் அவற்றின் கருத்தோடு ஒத்துப்போகிற இன்னபிற ஆதரவாளர்களும் காந்தியின் மீது கடுங்கோபத்தில்தான் இருந்தனர். வெளிப்படையாக இயங்கவும் பேசவும் முடியாத கருத்தைக் கொண்டிருந்த அவர்கள், இந்தியப் பிரிவினையை ஒரு வாய்ப்பாகப் பயன்படுத்திக்கொண்டு கொஞ்சம் தலையை வெளியேகாட்டத் துவங்கினர். அப்போதுமேகூட அவர்கள் வெளிப்படைத்தன்மையோடு எல்லாம் இயங்கவில்லை. ஆனால் மதச்சார்பற்ற மக்களாட்சியை நோக்கி இந்தியா எடுத்துவைக்கிற ஒவ்வொரு அடியைப் பார்த்தும் அவர்களால் தாங்கிக்கொள்ளவே முடியவில்லை. அதனால் பிரிவினையை ஒரு சாக்காக வைத்துப் பேசினாலும், இந்தியாவின் மதச்சார்பற்றதன்மைதான் அவர்களை பெரிதும் பாதித்தது.

ஆர்.எஸ்.எஸ். மற்றும் இந்துமகாசபை இயக்கங்களுக்கு இலட்சக்கணக்கான உறுப்பினர்கள் இருந்தனர். மத்திய, மேற்கு, வடக்கு மற்றும் கிழக்கு இந்தியப் பகுதிகளில் அவர்கள் விரிவடைந்திருந்தனர். இந்தியப் பிரிவினை வழங்கியிருக்கும் வாய்ப்பினையும், பாகிஸ்தானிலிருந்து புலம்பெயர்ந்து வந்திருந்த இந்து மற்றும் சீக்கிய அகதிகளின் பிரச்சனைகளையும் தங்களுக்கு சாதகமாகப் பயன்படுத்தி இந்தியாவின் தத்துவார்த்தப் பாதையை தீர்மானித்துவிடலாம் என்று அவர்கள் எதிர்பார்த்திருந்தனர். இந்தியப் பிரிவினையின் முதல் சில மாதங்களில், தாங்கள் நினைத்த மாதிரியான கருத்துகளை அவர்களால் பரப்ப முடிந்தது.

ஆனால் இந்தியாவின் மிகப்பிரபலமான புகழ் பெற்ற தலைவராக விளங்கிய காந்தியே இவர்களைக் கடுமையாக எதிர்த்தபோது, அலை எதிர்திசையில் அடிக்கத்துவங்கியது. இந்தியப் பிரிவினைக்குப் பிறகான நாட்களில் வெகுவிரைவிலேயே மதநல்லிணக்கத்தைப் பேணும் வகையில் மிகமுக்கியமான நாயகராக எழுபத்தியேழு வயதான காந்தி உருவெடுத்துவிட்டார். அவருடைய அபாரமான ஆளுமையின் காரணமாக, இந்தியா ஒரு மதச்சார்பற்ற

மக்களாட்சியாகத்தான் பரிணமிக்கப் போகிறது என்பது சந்தேகத்திற்கு இடமின்றி இந்தியாவின் விடுதலைக்குப் பிறகான நான்கே மாதங்களில் உறுதியானது. சுதந்திரத்திற்குப் பிறகான இந்தியாவை ஒருமுகமாக ஒருங்கிணைப்பதற்கு மதச்சார்பற்ற மக்களாட்சி என்னும் கொள்கைதான் உதவியது. எந்த மதத்தையும் சாராத ஒரு அரசியல் கொள்கையைப் பின்பற்றிதான் ஆட்சி உருவாகப் போகிறது என்பது காலத்தின் கட்டாயமாகவும் அப்போது மாறியிருந்தது.

ஒட்டுமொத்த இந்திய மக்களின் மனநிலை என்னவாக இருக்கிறது என்பதைக்கூட கவனிக்க விருப்பமில்லாமலும், கடந்தகால வரலாற்றிலிருந்து எவ்விதப் பாடத்தையும் கற்றுக்கொள்ளாமலும் இந்துத்துவ இயக்கங்கள் மட்டும் மக்களுக்கு எதிரான திசையில் பயணித்துக் கொண்டிருந்தன. ஆர்.எஸ்.எஸ். மற்றும் இந்துமகாசபை என இரண்டு இயக்கங்களுக்கு மட்டுமல்லாமல், அவ்வியக்கங்களின் கொள்கைகளைப் பின்பற்றும் தனிநபர்களுக்கும் காந்தி என்கிற ஒரு தனிமனிதர்தான் ஒரே இலக்காக இருந்தார். 1947ஆம் ஆண்டு டிசம்பர் மாதம் 8ஆம் தேதியன்று டெல்லியின் ரோக்தக் சாலையில் ஆர்.எஸ்.எஸ். உறுப்பினர்களிடம் கோல்வால்கர் உரையாடியபோது தன்னுடைய கோபத்தையும் ஆதங்கத்தையும் வெளிப்படுத்தினார் என்று டெல்லி காவல்துறையின் உளவுத்துறை ஒரு குறிப்பு எழுதி வைத்திருக்கிறது. அதில்,

"பாகிஸ்தானின் கதையை முடிக்கும் வரையிலும் ஆர்.எஸ்.எஸ். ஓயாது. எங்களுடைய இந்த இலக்கை அடையும் பயணத்திற்கு குறுக்கே யாராவது வந்தால், அவர்களுடைய கதையையும் சேர்த்தே முடிப்போம். அது நேருவின் அரசாக இருந்தாலும் சரி, அல்லது வேறெந்த அரசாக இருந்தாலுமே சரி" என்று கோல்வால்கர் பேசினார்[29]. இரகசியகமாக கதவுகளையெல்லாம் மூடிக்கொண்டு நடத்தப்பட்ட அந்தக் கூட்டத்தில், "காந்தியை அமைதியாக்குவதற்கு நம்மிடம் வழிகள் இருக்கின்றன" என்றும் கூறியிருக்கிறார் கோல்வால்கர்.

"காந்திதான் முஸ்லிம்களை இந்தியாவில் வைத்திருக்க விரும்பினார். அப்படிச் செய்வதன்மூலமாக முஸ்லிம்களின் ஓட்டுகளை தேர்தலின்போது முழுமையாகப் பெற்றுவிடமுடியும் என்று காங்கிரஸ் கனவு காண்கிறது. ஆனால் அப்படியாக ஒரு தேர்தல் நடக்கிற வேளைவரும்போது இந்தியாவில் ஒரு முஸ்லிம் கூட இருக்கப்போவதில்லை.

முஸ்லிம்களை இந்தியாவில் தங்கவிட்டால், அவர்களுக்கான பாதுகாப்பிற்கு அரசாங்கமோ இந்துக்களோ பொறுப்பேற்கக் கூடாது. மகாத்மா காந்தியால் இனிமேலும் ஏமாற்றமுடியாது. அவரைப் போன்றவர்களை உடனடியாக அமைதியாக்கும் வழிகள் நம்மிடம் இருக்கின்றன. ஆனால் இந்துக்களையே விரோதிகளாகப் பார்க்கும் பாரம்பரியம் நம்மிடம் இல்லை. இருப்பினும் எங்களுக்கு மேலும் அழுத்தம் கொடுத்தால், அந்த அழுத்தத்தையும் மீறி ஒரு தீர்வினை எட்டக்கூடிய உரிமை எங்களுக்குண்டு[30]."

கோட்சேவும் ஆப்தேவும் கர்க்கரேவும் காந்தியைக் கொல்வதற்கான திட்டத்தை தீட்டிமுடித்த மூன்றே வாரங்களில் காந்தியை அமைதியாக்கும் வழிகள் தங்களிடம் உள்ளதாக கோல்வால்கர் சொல்கிறார் என்றால் பார்த்துக்கொள்ளுங்கள். காந்தியை அமைதியாக்குமாறு அவரை பேசச்சொன்னார்களா என்பது இன்னமும் புரியாத புதிராகத்தான் இருக்கிறது. அதுகுறித்து பல்வேறு தகவல்களும் பார்வைகளும் இருக்கத்தான் செய்கின்றன. ஆனால், முழுமையான விசாரணைகள் செய்யப்படாமல், காந்தியின் கொலையில் சில சதித்திட்டங்களை இணைத்துப் பேசுவது சரியாக இருக்காது.

"காந்தி கொலையை வெற்றிகரமாக முடிக்கவேண்டுமானால், முடிவெடுக்கும் அதிகாரம் அனைத்தையும் ஒரேயொரு மனிதரிடம் ஒப்படைக்க வேண்டும். அதனால் ஆப்தேவையே அனைத்து முடிவுகளையும் எடுக்குமாறு நான் கேட்டுக்கொண்டேன்" என்று கோட்சே பின்னாளில் தெரிவித்தான்[31]. ஆனால் ஒருவரின் கட்டளைக்கு அடிபணியும் வகையில் ஒழுக்கமான ஒரு குழுவாக இல்லாமல், பன்முகத்தன்மை கொண்ட ஒரு குழுவாகத்தான் காந்தியைக் கொல்வதற்குத் திரட்டப்பட்ட குழு இருந்தது. கோட்சேவே இந்தத் திட்டத்தில் இருப்பானா இல்லையா என்கிற குழப்பத்துடன் இருந்ததுதான் அதற்கு முக்கியமானதொரு காரணம். அதேபோல சுயபாதுகாப்பில் மிகவும் கவனமாக இருந்த ஆப்தேவுக்கும் கொஞ்சம் தடுமாற்றம் இருக்கத்தான் செய்தது. இருப்பினும் திட்டமிட்டபடி, ஆப்தேவின் தலைமையில் பல்வேறு தளங்களில் அவை செயல்வடிவம் பெற்றுக்கொண்டிருந்தன. திட்ட வரைபடம் தயாரிப்பது, காந்தியைக் கொல்லப்போவது யாரென்று தீர்மானிப்பது, அதற்குத் தேவையான ஆயுதங்களுக்கு ஏற்பாடு

செய்வது என அனைத்தும் திட்டமிடப்பட்டன. கொலையாளியை முடிவுசெய்தால்தான் தீட்டப்பட்ட திட்டங்கள் தொடர்பான பயிற்சியில் ஈடுபடும் வேலையில் இறங்கமுடியும்.

அந்த நேரத்தில் பக்வாவின் மனது ஒருநிலையில் இல்லாமல் ஊசலாடிக்கொண்டிருந்தது. காந்தியின் மீதான வெறுப்பைவிடவும் செவாந்தியின் மீதான காதலும் ஈர்ப்பும்தான் அவருக்குள் ஆதிக்கம் செலுத்தியது. 1948ஆம் ஆண்டு ஜனவரி மாதம் 6ஆம் தேதியன்று காவல்துறையினரின் ஆணைப்படி அகமதுநகரைவிட்டு கர்க்கரேவுடன் இணைந்து பூனாவுக்கு சென்று கோட்சேவையும் ஆப்தேவையும் சந்திப்பதாக திட்டமிடப்பட்டிருந்தது. ஆனால், அகமதுநகர் இரயில்வே நிலையத்தில் அப்போது ஏற்பட்ட மோதலின் காரணமாக மேலும் இரண்டு நாட்கள் அகமதுநகரிலேயே அவர்கள் தங்கும்படியாக ஆனது. அந்த மோதலினால் பக்வாவுக்கு தலையில் ஒரு சிறிய காயமும் ஏற்பட்டது. அதனால் மருத்துவமனையில் சில மணி நேரங்கள் தங்கவேண்டியிருந்தது. பக்வாவினால் உடனடியாக தன்னுடன் வரமுடியாது என்பதால், மறுநாளே கர்க்கரே மட்டும் தனியாக பூனாவுக்குக் கிளம்பினார். ஓரிரு நாட்களில் எல்லாம் தயாரானதும் அகமதுநகரில் இருந்து கிளம்பி, பூனாவில் கோட்சேவின் பத்திரிகை அலுவலகத்திற்கு வந்துசேரும்படி கர்க்கரே பக்வாவிடம் கூறிவிட்டுச் சென்றார்[32]. ஆனால் பக்வாவைப் பொறுத்தவரையில், பூனாவுக்குக் கிளம்புவதற்கு முன்னர் செவாந்தியை முடிந்தவரை பலமுறை சந்தித்துவிடுவது மட்டும்தான் அவரது ஒரே திட்டமாக இருந்தது. ஜனவரி 8ஆம் தேதியன்று பூனாவிற்குக் கிளம்பும்போது, விரைவில் அகமதுநகருக்கு திரும்பிவந்து செவாந்தியை அழைத்துச்செல்வதாக வாக்குறுதி கொடுத்துவிட்டுச் சென்றார் பக்வா. இருவரும் தங்களது முகவரிகளைப் பகிர்ந்துகொண்டனர். பேராசிரியர் ஜெயினின் அஞ்சல் முகவரியையே தொடர்பு முகவரியாகக் கொடுத்துவிட்டுச் சென்றார் பக்வா[33].

ஜனவரி 9ஆம் தேதியன்று கோட்சேவையும் ஆப்தேவையும் இரண்டாவது முறையாக சந்தித்ததும் அடுத்தடுத்து வேகமாக பல்வேறு நிகழ்வுகள் நடந்தேறின. இம்முறை அவர்கள் பூனாவிலிருந்த இந்து இராஷ்டிரா பத்திரிகை அலுவலகத்தில் சந்தித்துக்கொண்டனர். அப்போதும் கூட அவர்கள் தீட்டிவைத்திருந்த திட்டம்குறித்து பக்வாவிடம் எதுவுமே சொல்லவில்லை. அகமதுநகரில் இருந்து பூனாவுக்கு தன்னுடன் அழைத்துவந்திருந்த ஒரு நண்பரிடம் பக்வா

பேசிக்கொண்டிருக்கையில், இன்னும் ஐந்து அல்லது ஆறு நாட்களில் காந்தியைக் கொல்லவேண்டுமென்று முடிவெடுக்கப்பட்டுள்ளதாக கர்க்கரேவிடம் மெல்லிய குரலில் ஆப்தே கூறினான்[34].

"இதனைச் செய்வதற்கு மதன்லால் பக்வா தயாராக இருக்கிறாரா என்று ஆப்தே என்னிடம் கேட்டார். எந்தச் செயலையும் செய்வதற்கு மதன்லால் பக்வா தயாராகவே இருக்கிறார் என்று ஆப்தேவிடம் நான் பதிலாகத் தெரிவித்தேன்" என்று கர்க்கரே பதிவு செய்திருக்கிறார்[35].

சதித்திட்டத்தை செயல்படுத்துவதற்குத் தேவையான முன்தயாரிப்பு பணிகளை ஆப்தேவுடன் இணைந்து கோட்சேவும் செய்தான் என்றாலுமேகூட, பக்வாவுடனும் கர்க்கரேவுடனும் ஆப்தே உரையாடுகையில், கோட்சே ஒதுங்கியே நின்றான். ஒருவரே அனைத்தையும் தலைமைப் பொறுப்பேற்று நடத்தவேண்டுமென்று ஆப்தேவிடம் அவன் பொறுப்பை வழங்கியிருந்ததால், அதனை மதித்து அமைதியாக இருந்தான் என்றும் இதனைப் புரிந்துகொள்ளலாம். டெல்லிக்குக் கொண்டுசெல்வதற்குத் தேவையான ஆயுதங்களெல்லாம் தயாராக இருக்கின்றனவா என்று பட்கேவிடம் விசாரிக்குமாறு கர்க்கரேவுக்கு ஆப்தே ஆணையிட்டபோதுகூட கோட்சே அமைதியாகத்தான் இருந்தான். அடுத்த அரைமணி நேரத்தில் பட்கேவும் அங்கே வந்துசேர்ந்தார். தயாராக இருந்த ஆயுதங்களைப் பற்றிய தகவல்களை அவர் தெரிவித்தார். சிறிதுநேரம் கழித்து கர்க்கரேவும் பக்வாவும் அவரது அகதி நண்பருமாக சேர்ந்து பட்கேவுடன் அவருடைய வீட்டிற்கு சென்று ஆயுதங்களைப் பார்வையிட்டனர்.

"மதியம் சுமார் 12.30 மணியளவில் மதன்லால் பக்வாவும், நானும், பக்வாவின் நண்பரான ஓம்பிரகாசும் பட்கேவின் வீட்டிற்குச் சென்றோம். தன்னுடைய வீட்டில் வேலை செய்தவரிடம் 'சரக்கு எடுத்துட்டுவா' என்றார் பட்கே. அந்த வேலைக்காரரின் பெயர் சங்கர். அவர் உள் அறைக்குச் சென்று ஒரு பையைக் கொண்டுவந்தார். அந்தப் பையை எங்களுக்குத் திறந்துகாட்டினார். அதில் ஒரு கையெறிகுண்டும், இரண்டு துப்பாக்கிகளும் கன்காட்டன் என்றழைக்கப்படும் வெடிமருந்து கலக்கப்பட்ட பஞ்சும் இருந்தன. அவற்றை எவ்வாறு பயன்படுத்துவது என்று எங்களுக்கு விளக்கினார்" என்று தன்னுடைய நினைவுக்குறிப்பில் கர்க்கரே எழுதியிருக்கிறார்[36].

அங்கிருந்து அவர்கள் இந்து இராஷ்டிரா பத்திரிகை அலுவலகத்திற்குத் திரும்பியதும், பக்வாவை அழைத்துக்கொண்டு பம்பாயில் இருக்கும் இந்து மகாசபை அலுவலகத்தில் காத்திருக்குமாறு கூறினார். ஆப்தேவின் ஆணையை அப்படியே மதித்து அன்றிரவே பம்பாய்க்கு செல்லும் இரயிலில் ஏறினார். தன்னுடைய குருவான கர்க்கரேவின் வழிகாட்டுதலை அப்படியே பின்பற்றி பின்னாடியே சென்றார் பக்வா. பூனாவில் இந்து இராஷ்டிரா அலுவலகத்திற்குச் சென்றதும், பின்னர் பட்கேவின் வீட்டுக்குச் சென்றதும், மீண்டும் இந்து இராஷ்டிரா அலுவலகத்திற்கு வந்ததும், அங்கிருந்து பம்பாய்க்குக் கிளம்பியதும் எதற்காகவென்றே தெரியாமல் கர்க்கரே சொல்லும் இடத்திற்கெல்லாம் கூடவே சென்றுகொண்டிருந்தார் பக்வா.

11

பொய்யும் புரட்டும்

திட்டமிட்டபடி அனைத்தும் நடந்துவிடும் என்று பக்வாவின் மீது முழுநம்பிக்கை கொண்டிருந்தான் கோட்சே. ஆப்தேவுடன் இணைந்து திட்டமிடப்பட்ட இந்தக் கொலையின் பழியிலிருந்து பாதுகாப்பாகத் தப்பிக்கவேண்டும் என்று கோட்சே நினைத்தான். அதனால் அதற்காகவே ஒரு கதையைத் தயார் செய்துவைத்திருந்தான் கோட்சே. அக்கதையை எல்லோரையும் நம்பவைத்துவிட்டால், கொலையை பக்வா செய்துமுடித்தவுடனேயே, தானும் தன்னுடைய நண்பனான ஆப்தேவும் மாட்டிக்கொள்ளாமல் நழுவித் தப்பித்துவிடலாம் என்று கோட்சே கணித்திருந்தான். பூனாவிலிருந்து கிளம்புவதற்கு முன்னர், தானும் ஆப்தேவும் பம்பாய்க்கும் அங்கிருந்து டெல்லிக்கும் செல்லாமல் நேராக நாக்பூருக்கு ஒரு திருமணத்தில் கலந்துகொள்ளப்போவதாக ஒரு வதந்தியை உருவாக்கினான் கோட்சே.

“இந்து இராஷ்டிரா பத்திரிகையின் நிர்வாகத்தை ஆப்தேவின் இளைய சகோதரரான மாதவ்ராவ் ஆப்தேவிடம் ஒப்படைத்தோம். நாங்கள் இருவரும் எட்டு முதல் பதினைந்து நாட்கள் வரையிலும் நாக்பூரில் தங்கிவிட்டு வரப்போவதாக எல்லோரிடமும் கூறினோம். ஆனால் உண்மையில் நாங்கள் ஜனவரி 14ஆம் தேதியன்று பூனா விரைவு இரயிலில் ஏறி பம்பாய்க்குத்தான் சென்றோம்” என்று பின்னாளில் தெரிவித்தான் கோட்சே[1].

அந்தக் கதையை உண்மையென்று உறுதியாக நம்பவைப்பதற்காக நாக்பூரில் இருந்த கோட்சேவின் அக்காவான மராத்தேவுக்கு ஒரு கடிதத்தை அனுப்ப ஏற்பாடு செய்தான் கோட்சே. அக்கடிதத்தில், பூனாவில் இருந்து நாக்பூருக்கு கோட்சே வந்துகொண்டிருப்பதாக

எழுதப்பட்டிருந்தது. அக்கடிதத்தை பூனாவில் கோட்சேவின் பெற்றோருடன் வசித்து உயர்நிலைப் பள்ளியில் படித்துவந்த மதுராவின் மகளான வத்சலாதான் எழுதி அனுப்பியிருந்தார். இந்துத்துவாவின் இதயத்துடிப்பாகவும், ஆர்.எஸ்.எஸ். இயக்கத்தின் தலைமையகமாகவும் இருந்துவரும் நாக்பூர், பூனாவிலிருந்து கிழக்கு திசையில் இருக்கிறது. ஆனால் கோட்சே பயணித்த பம்பாயோ வடக்கு திசையில் இருக்கிறது.

"விரைவிலேயே கோட்சே நாக்பூர் செல்லவிருப்பதாக ஒரு கடிதத்தை என்னுடைய மகள் வத்சலாதான் எழுதி அனுப்பியிருந்தாள். அந்தக் கடிதம் 1948ஆம் ஆண்டு ஜனவரி 16 அல்லது 17ஆம் தேதியன்று நாக்பூருக்கு வந்து சேர்ந்தது" என்று கோட்சேவின் அக்கா மராத்தே பின்னாளில் தெரிவித்தார்[2].

இந்தப் பொய்யினை உண்மையென்று எல்லோரையும் நம்பவைத்துவிட்டால், காந்தியை பக்வா கொன்றதும், அதில் எவ்வகையிலும் தங்களுக்குத் தொடர்பில்லை என்று நிரூபித்துவிடலாம் என்பது கோட்சேவின் கணிப்பு. அந்தப் பொய்க்கு வலுசேர்க்கும் விதமாக நாக்பூரில் என்.பி.காரேவுடைய மகளின் திருமணமும் ஜனவரி 20ஆம் தேதியன்று நடைபெறுவதாக இருந்தது. அதற்கு கோட்சேவை காரே அழைத்திருந்தார்[3]. நாக்பூரைப் பூர்வீகமாகக் கொண்ட காரே என்பவர்தான் ஆல்வார் என்கிற ஒரு சமஸ்தானத்தின் பிரதம மந்திரியாக இருந்தார். அவர் காந்தியைக் கடுமையாக விமர்சிப்பவராகவும், இந்துமகாசபை மற்றும் ஆர். எஸ்.எஸ். ஆகிய இரு இயக்கங்களுடன் மிகவும் நெருக்கமாகவும் இருந்தார். அரசின் பணத்தை பல்வேறு வழிகளில் ஆர்.எஸ்.எஸ். இயக்கத்திற்கு நிதியாகக் கொடுத்தார் காரே[4,5].

காரேவின் மகளுடைய திருமணத்திற்காக வந்திருந்த அழைப்பை எதிர்பாராமல் கிடைத்த வாய்ப்பாகப் பார்த்து கோட்சே பயன்படுத்திக்கொண்டான். திருமணத்தில் கலந்துகொள்வதாக ஒப்புக்கொண்டான். ஆனால் அதேநாளில் காந்தியைக் கொல்வதற்கான திட்டத்தின்படி கோட்சே டெல்லியில் இருப்பதாக முடிவுசெய்திருந்தான். ஆக அவன் டெல்லிக்கு சென்றதை இதன்வழியாக மறைத்துவிட்டான். ஒருவேளை காந்தியை பக்வா கொலை செய்திருந்தால், வத்சலா எழுதிய கடிதத்தினால் கோட்சேவுக்கு பலன்கிடைத்திருக்கவும் வாய்ப்பிருந்தது. ஆனால் காந்தி கொல்லப்படுவற்கு திட்டமிடப்பட்டிருந்த ஜனவரி 20ஆம் தேதியன்று அத்திட்டம் வெற்றிபெறவில்லை. அதற்கு பத்து நாட்கள்

கழித்து வேறொரு திட்டத்தினால்தான் காந்தி கொல்லப்பட்டார். ஜனவரி 30ஆம் தேதியன்று நடைபெற்ற கொலையின்போது, சம்பவ இடத்திலேயே பிடிபட்டதால் அப்போது கோட்சேவின் இருப்பு குறித்து மறைப்பதற்கு ஏதுமில்லை.

பயத்தினாலும் ஆர்வக்கோளாறினாலுமே கோட்சே இவ்வாறு அளவுக்கதிகமான கவனத்தை கட்டுகதை உருவாக்குவதில் செலுத்தினான் என்பதைத்தான் அது காட்டியது. வன்முறை செயல்பாடுகளைத் திட்டமிடும்போது மிகுந்த கவனத்துடனும் எச்சரிக்கையுடனும் நடந்துகொள்வதை அவனுடைய வாழ்க்கை முழுவதிலுமே பார்க்கலாம். காந்தியைக் கொல்வதற்காக உருவாக்கப்பட்ட திட்டத்தில் எந்தப் பிரச்சனையும் வராது என்று நம்பி, அதை செயல்படுத்துவதில் அதிக கவனம் செலுத்தாமல், அந்த குற்றத்திலிருந்து தப்பிப்பதற்கான வழிகளில்தான் முழு ஈடுபாட்டையும் காட்டினான் கோட்சே. அதற்குத் தகுந்த வதந்திகளைப் பரப்பினாலே எல்லாமும் சரியாக முடிந்துவிடும் என்று நம்பினான். கோட்சேவின் இந்த அணுகுமுறையெல்லாம் ஆர்.எஸ்.எஸ். இயக்கத்திலிருந்து படித்த பாடமென்றுதான் சொல்ல வேண்டும். வெறுமனே உடற்பயிற்சிகளும் சதித்திட்டங்களைத் தீட்டத்தூண்டும் வகையிலான பேச்சுகளும் மட்டுமே ஆண்மையின் அடையாளமாக சொல்லித்தரப்படுவது ஆர்.எஸ். எஸ். இயக்கத்தின் ஷாகாக்களில்தான். அதுமட்டுமே பெரிய புரட்சிகர செயல்பாடுகளில் ஈடுபடுவதற்குப் போதுமானது என்று இளைஞர்களை தவறாக வழிநடத்துவதும் ஆர்.எஸ்.எஸ்.தான்.

இதில் வேடிக்கை என்னவென்றால், காந்தியை பக்வா கொலைசெய்துவிட்டால் அதற்கும் தங்களுக்கும் எந்தத் தொடர்பும் இல்லையென்று காட்டுவதற்காக ஆப்தேவும் கோட்சேவும் செய்த எல்லா முன்னேற்பாடுகளையும் அவர்களே உடைத்துவிட்டார்கள். ஜனவரி 14ஆம் தேதியன்று பூனாவிலிருந்து பம்பாய் செல்லும் இரயிலில் ஏறியதும் அவர்களுடைய இருக்கைகளுக்கு எதிரில் ஒரு அழகான இளம்பெண் அமர்ந்திருந்தார். மராட்டிய மொழித் திரைப்படங்களில் நடிக்கும் சாந்தா மோடக் என்கிற பிரபல நடிகை அவர். சினிமாவிற்காக பிம்பா என்று பெயர் மாற்றம் செய்திருந்தார். அவரும் பம்பாய்க்கு செல்வதற்காகத்தான் அந்த இரயிலில் பயணம் செய்துகொண்டிருந்தார். இரயிலில் ஏறி, சாந்தாவை அடையாளம்கண்டதுமே ஆப்தே உற்சாகம் அடைந்துவிட்டான். உடனே சாந்தாவிடம் பேச்சுக்கொடுக்கவும் துவங்கிவிட்டான்.

தன்னை இந்து இராஷ்டிரா பத்திரிகையின் உரிமையாளராகவும், கோட்சேவை ஆசிரியராகவும் அறிமுகப்படுத்திக்கொண்டான்[6]. பயணம் முழுவதும் நடிகை சாந்தாவிடம பேசிக்கொண்டே தான் இருந்தார்கள் ஆப்தேவும் கோட்சேவும். இரயிலுக்குள் இருந்த உணவகத்தில் நடிகையுடன் சென்று உணவருந்தினர்[7].

பம்பாயில் இருக்கும் சாவர்க்கரின் வீட்டுக்கு சென்று கொண்டிருப்பதாகவும் சாந்தாவிடம் ஆப்தே உளறிவிட்டான். சாந்தாவின் சகோதரரும் சாவர்க்கர் வசிக்கும் அதே சிவாஜி பார்க் பகுதியில்தான் வாழ்கிறார்.

“தாதர் இரயில்வே நிலையத்தில் நாங்கள் இறங்கினோம். அங்கே எனக்காக என்னுடைய சகோதரர் காத்துக்கொண்டிருந்தார். என்னுடன் இரயிலில் பயணித்த அந்த இருவரையும் சிவாஜி பார்க் பகுதியில் என்னுடைய சகோதரரின் வண்டியிலேயே இறக்கிவிடுவதாகக் கூறினேன். அவர்களும் ஒப்புக்கொண்டு எங்களுடன் வந்தனர். எனது சகோதரரின் வீடும் சாவர்க்கரின் வீடும் ஒரு தெருவில்தான் இருந்தன. அதனால் சாவர்க்கரின் வீட்டு வாசலில் அந்த இருவரையும் நாங்கள் இறக்கிவிட்டோம். அவர்கள் சாவர்க்கரின் வீட்டிற்குள் நுழைவதை நான் பார்த்தேன்” என்று நடிகை சாந்தா மோடக் பின்னாளில் தெரிவித்தார்[8].

பூனாவில் இருந்து கிளம்புவதற்கு முன்னர் மிகவும் கவனமாக அனைத்தையும் ஏற்பாடு செய்த கோட்சேவும் ஆப்தேவும், இரயில் பயணத்தின்போது முதன்முறையாக சந்தித்த சாந்தா மோடக்கிடம் அனைத்தையும் உளறிக்கொட்டியிருக்கின்றனர். தாங்கள் யாரென்பதில் துவங்கி, எங்கே சென்றுகொண்டிருக்கிறார்கள் என்பது வரையிலும் சாந்தாவிடம் சொல்லிவிட்டார்கள். சாந்தா மோடக் என்கிற யாரோ ஒருவரிடம் சொல்வதால் என்னவாகப் போகிறது என்று அவர்கள் நினைத்திருக்கக்கூடும். ஆனால், அந்த யாரோ ஒருவர்தான் இவர்களுடைய வாழ்க்கையையே மாற்றிப்போட்டவர்களில் ஒருவர். காந்தியின் கொலைக்குப் பின்னர், விசாரணை அதிகாரிகளிடம் நேரில் சென்று, இரயில் பயணத்தின்போது சந்தித்த அந்த இருவர் குறித்த அனைத்து விவரங்களையும் வாக்குமூலமாகக் கொடுத்துவிட்டார். நீதிமன்ற விசாரணையின்போது, கோட்சேவையும் ஆப்தேவையுமே இரயிலில் சந்தித்ததாக நேரில் அடையாளம்காட்டினார் சாந்தா மோடக்[9].

மிகவும் கவனமாக கோட்சேவால் உருவாக்கப்பட்ட கதைகளெல்லாம் காற்றில் காணாமல் போயின.

இந்த இரகசிய சதித்திட்டத்தில் சாவர்க்கரின் பங்கு எந்தளவுக்கு இருந்திருக்கிறது என்பதை மதிப்பிடுவது கடினம்தான். அதனை முறையாக விசாரிக்காமல் போனதன் விளைவாகத்தான் காந்தி கொலையில் குற்றஞ்சாட்டப்பட்டும் தண்டிக்கப்படாமல் சாவர்க்கர் விடுதலை செய்யப்பட்டார் என்பது குறிப்பிடத்தக்கது. சரி, ஜனவரி 14ஆம் தேதிக்குப் போவோம். காந்தியைக் கொல்வதற்காக கோட்சேவும் ஆப்தேவும் செய்த திட்டமிடலில் முக்கியப் பங்குவகித்தது சாவர்க்கரின் இல்லம்தான். அன்றைய தினம் சாவர்க்கரின் இல்லத்தில் நடைபெற்ற கூட்டத்தைத் தொடர்ந்து காந்தியின் கொலையை நோக்கிய பல்வேறு நிகழ்வுகள் நடந்தேறின. அந்தக் கூட்டத்தில் பேசப்பட்டவை குறித்தான விரிவான விவரங்கள் கிடைக்கப்பெறவில்லை. காந்தி கொலைக்குப் பின்னரான விசாரணையின்போது, அந்தக் கூட்டம் குறித்த எந்தத்தகவலையும் சாவர்க்கர் தெரிவிக்கவில்லை. நடிகை சாந்தா மோடக்கின் சகோதரருடைய ஜீப்பில் தாதர் இரயில்வே நிலையத்தில் இருந்து சாவர்க்கரின் இல்லத்திற்கு சென்றது குறித்து வேறுவழியின்றி ஒப்புக்கொண்ட கோட்சேவுமேகூட, சாவர்க்கருடனான அவனுடைய சந்திப்பு குறித்து விசாரணையின்போது எதுவும் தெரிவிக்கவில்லை.

அந்த சந்திப்புக்கூட்டத்தை ஆப்தே மட்டும்தான் விசாரணையில் உறுதி செய்திருக்கிறான். சாந்தா மோடக்குடன் வண்டியில் சாவர்க்கரின் இல்லத்தில் வந்து இறங்கியதும், இரவு சுமார் 7.30 மணிக்கு அக்கூட்டம் நடந்திருக்கிறது.

“நாங்கள் சாவர்க்கரின் இல்லத்தின் வாசலில் வந்து இறங்கியபோது, அங்கே ஒரு காவலாளி இருந்தார். எங்களுடைய வருகையை வீர சாவர்க்கரிடம் போய் அவர் தெரிவித்தார். நாதுராம் கோட்சேவும் நானும் முதல்மாடிக்கு சென்றோம். அங்குதான் வீர சாவர்க்கர் இருந்தார். அதன்பிறகு சுமார் முப்பது நிமிடங்கள் அவருடன் நாங்கள் உரையாடினோம்.”

என்று விசாரணையின் போது ஆப்தே வாக்குமூலம் கொடுத்திருக்கிறான்[10]. ஆனால் அந்த சந்திப்பின்போது அவர்கள் என்ன பேசினார்கள் என்பதுகுறித்து விரிவாக எதையும் ஆப்தே

கூறவில்லை. சாவர்க்கரின் புதிய புத்தகமாக வெளிவந்திருந்த 'சமஜிக் கிரந்தி' என்கிற நூலைப் பற்றியும், 'இந்து இராஷ்டிரா' என்கிற அவர்களது செய்தித்தாள் குறித்தும் மட்டுமே பேசியதாக ஆப்தே தெரிவித்தான்[11].

அவர்கள் என்ன பேசினார்கள் என்கிற விரிவான விவரம் தெரியாவிட்டாலும், காந்தி கொலைக்கான வேலைகள் துவங்கப்பட்ட புள்ளி அந்த சந்திப்பாகத்தான் இருந்திருக்கிறது. காந்தி கொலைக்கான சதிவலையில் அந்தக்கூட்டம்தான் முக்கியப்பங்கு வகித்திருக்கிறது என்பது விசாரணையில் பதிவுசெய்யப்பட்டிருக்கிறது. அந்தக் கூட்டத்தைத் தொடர்ந்து, மேலும் சில கூட்டாளிகள் காந்தி கொலைக்கான பணியில் இணைந்துகொண்டனர். ஆப்தேவும் கோட்சேவும் அங்கிருந்து கிளம்பும் நேரத்தில், இரவு 8.15 மணிக்கு பட்கே அங்கு வந்து சேர்ந்தார். பூனாவிலிருந்து பட்கேவும் அவருடைய உதவியாளரான சங்கர் கிஸ்தையாவும் ஆப்தே மற்றும் கோட்சே பயணித்த அதே இரயிலில்தான் வந்திருந்தனர். ஆனால் வெவ்வேறு பெட்டியில் பயணித்ததால் இரயிலில் அவர்கள் சந்திக்கவில்லை. தாதர் இரயில் நிலையத்தில் இருந்து கோட்சேவும் ஆப்தேவும் நேரடியாக சாவர்க்கரின் வீட்டிற்கு வந்திருந்தனர். ஆனால் பட்கேவோ அவருடைய உதவியாளரை இந்துமகாசபை அலுவலகத்தில் விட்டுவிட்டுதான் சாவர்க்கரின் வீட்டை நோக்கி வந்தார். அதனால்தான் அவர் வந்துசேர்வதற்கு தாமதாகி இருந்தது. ஐந்து கையெறி குண்டுகளையும், நெருப்பு வீசப்பயன்படும் கன்காட்டன் குண்டுகளையும், மின்கம்பிகளையும், வெடித்துண்டு என்று சொல்லப்படுகிற டெட்டனேட்டர்களையும் தன்னுடைய காக்கி நிறக்கைப்பையில் சங்கர் கொண்டு வந்திருந்தார்.

"தேவையான அளவிற்கான வெடிபொருட்களை பூனாவிலிருந்தே கொண்டுவந்திருப்பதாகவும் அவற்றை பாதுகாப்பாக வைப்பதற்கு ஒரு இடம் வேண்டும் என்றும் என்னிடம் பட்கே கூறினார். நான் பட்கேவை அங்கேயே இருக்கச் சொல்லிவிட்டு, சாவர்க்கரின் வீட்டின் கீழ்தளத்தில் வைப்பதற்கு இடம் இருக்கிறதா என்று பார்த்தேன். ஆனால் பாதுகாப்பாக ஒளித்துவைப்பதற்கேற்ற இடம் கிடைக்கவில்லை" என்று ஆப்தே தன்னுடைய வாக்குமூலத்தில் தெரிவித்தான்[12]. இந்துமகாசபை அலுவலகத்தில் வைத்திருப்பதும் பாதுகாப்பானதல்லதான். அதனால் பம்பாயின் புதழ்பெற்ற புலேஸ்வர் கோவிலில் வசித்துவந்த தீக்சித் மகாராஜாவிடம்

உதவி கேட்க ஆப்தே முடிவு செய்தான். தாதா மகாராஜைப் போலவே அவரது சகோதரரான தீக்சித் மகாராஜாவும் மதபோதனைகள் செய்துகொண்டு, இந்துத்துவ ஆதரவாளராக இருந்தார். சகோதரர்கள் இருவருடனும் ஆப்தேவுக்கு நன்கு அறிமுகம் உண்டு. அந்தக் கோவிலில் புகுந்து காவல்துறையினர் பரிசோதனையெல்லாம் செய்யமாட்டார்கள் என்பது ஆப்தேவுக்கு நன்றாகத் தெரியும்.

ஆக, கோட்சே, ஆப்தே, பட்கே மற்றும் சங்கர் ஆகிய நால்வரும் ஒன்றாக ஒரு வாடகை வண்டியில் ஏறி புலேஸ்வர் கோவிலை நோக்கிச் சென்றனர். அவர்கள் கோவிலைச் சென்றடைந்தபோது நள்ளிரவாகிவிட்டது. அதனால் அவர்கள் வருவதற்கு முன்னரே, தீக்சித் மகாராஜா உறங்கச் சென்றுவிட்டார். அவரை சந்திக்கமுடியாமல் போனதால், அவர்கள் கொண்டுவந்த வெடிமருந்துகள் அடங்கிய பையை தீக்சித் மகாராஜாவின் உதவியாளரிடம் பட்கே கொடுத்துவிட்டார். அவரை ஆப்தேவுக்கும் பட்கேவுக்கும் ஏற்கனவே நன்கு அறிமுகம் உண்டு.

"தீக்சித் மகாராஜாவின் உதவியாளரிடம் நாங்கள் கொண்டுவந்த பையைக் கொடுத்து பத்திரமாக வைக்கச் சொன்னோம். காலையில் இருந்தே அந்தப் பையுடன்தான் எல்லா இடங்களுக்கும் சென்றுகொண்டிருந்தேன். தீக்சித் மகாராஜை மறுநாள் சந்தித்துப் பேசுவதாகவும் அவருடைய உதவியாளரிடம் கூறினேன்" என்று பட்கே கூறினார்[13]. அங்கிருந்து அதே வாடகை வண்டியில் இந்துமகாசபை அலுவலகத்திற்கு திரும்பினர்.

"ஐம்பது ரூபாயினை கோட்சேவிடம் ஆப்தே கொடுத்தார். அதனை அப்படியே வாங்கி என்னிடம் கொடுத்தார் கோட்சே. பூனாவிலிருந்து நாங்கள் வந்ததற்கான பயணச்செலவுக்குதான் அந்தப்பணத்தைக் கொடுத்தார்கள். என்னையும் சங்கரையும் இந்துமகாசபை அலுவலகத்திலேயே அன்றிரவு தங்கச்சொன்னார்கள். மறுநாள் மீண்டும் வந்து எங்களை சந்திப்பதாகக் கூறிவிட்டு, அவர்கள் இருவரும் வாடகை வண்டியில் அங்கிருந்து கிளம்பினர்" என்று அன்று நடந்ததை பட்கே கூறினார்[14].

ஆனால் அங்கிருந்து கிளம்புவதற்கு முன்னர், தான் எப்போதும் வைத்திருக்கும் சிறிய கையடக்கக் குறிப்பேட்டில் பட்கேவுக்குக் கொடுத்த பணம் குறித்த விவரத்தை எழுதிவைத்தான். மிகச்சிறிய செலவாக இருந்தாலுமேகூட அதனையும் மறக்காமல் எழுதிவைப்பது

கோட்சேவின் பழக்கமாக இருந்தது. காந்தி கொல்லப்பட்ட பிறகு, அந்தக் குறிப்பேட்டின் மூலமாக பல்வேறு தகவல்களை விசாரணை அதிகாரிகள் அறியமுடிந்தது. விசாரணையில் அது முக்கியமான ஆவணமாக மாறியிருந்தபோதும், அந்தக் குறிப்பேட்டில் எழுதிய காலகட்டத்தில் அது முக்கியமான வேலையாக மற்றவர்களால் பார்க்கப்படவில்லை. பூனாவில் இருந்து கிளம்பியதில் இருந்தே கோட்சேவுக்கு பெரிதாக பொறுப்புமிக்க பணியாக எதுவுமில்லை. செலவுக்கணக்கை மட்டும்தான் எழுதிக்கொண்டிருந்தான். மற்றபடி, ஆப்தே சொல்லிய அனைத்தையும் அப்படியே பின்பற்றும் ஒரு உதவியாளனைப் போன்றுதான் கோட்சே செயல்பட்டான். ஒரு இலக்கை நோக்கிய பயணத்தில் ஒற்றைத் தலைமையிடம் இருந்து மட்டும்தான் கட்டளைகள் வரவேண்டும் என்று கோட்சே நம்பியதுதான் அதற்குக் காரணம். இதனை விசாரணையின்போதும் அதிகாரிகளிடம் கோட்சே தெரிவித்தான். ஆனால், ஒரு வேலையை முறையாகத் திட்டமிட்டு களத்தில் செயல்படுத்துவதற்குத் தேவையான தன்னம்பிக்கையும் தைரியமும் திட்டமேலாண்மைத் திறனும் தன்னிடம் இல்லையோ என்று எப்போதும்போல கோட்சேவுக்கு இருந்த தயக்கமும் காரணமாக இருந்திருக்கலாம். கோட்சேவிடம் காணப்பட்ட இந்த தாழ்வுமனப்பான்மைதான் அவனை எப்போதும் யாருடைய கட்டளைக்காகவாவது காத்திருக்க வைத்துக்கொண்டே இருந்தது.

மறுபுறமோ, தனக்குத் தலைமைப் பொறுப்பு கொடுக்கப்பட்டதால் மகிழ்ச்சியோடு இருந்தான் ஆப்தே. இரண்டே நாட்களுக்குள் குழுவில் இருந்த அனைவருக்கும் சரியாக வேலைகளைப் பகிர்ந்தளித்துக் கொடுத்ததுடன் மட்டுமல்லாமல், தன்னைச் சார்ந்தே அனைவரும் இருக்கும்படியான நிலையை ஏற்படுத்திவிட்டான். அவர்கள் செய்யும் வேலைகளை ஒருங்கிணைப்பதோடு மட்டுமல்லாமல் அவர்களுக்கான முடிவுகளையும் தீர்மானிப்பவனாகவும் ஆப்தே இருந்தான். பம்பாயைச் சேராதவனாக இருந்தபோதும், அந்த நகரத்தின் வரைபடமே தன்னுடைய விரல்நுனியில் இருப்பது போன்று காட்டிக்கொண்டான். ஜனவரி 14ஆம் தேதியன்று இரவு அவர்கள் தங்கியிருந்த 'சீ க்ரீன்' விடுதியில் கூட யாரோ ஒருவரின் பெயரில் அறையை முன்பதிவு செய்ததும் ஆப்தேதான்[15].

"மறுநாள் காலையில் நாங்கள் தங்கியிருந்த விடுதியில் இருந்து கிளம்பி தாதரில் இருந்த இந்துமகாசபை அலுவலகத்திற்குச் சென்றோம். அங்கே நானும் கோட்சேவும் கர்க்கரேவையும்

மதன்லால் பக்வாவையும் பட்கேவையும் அவரது உதவியாளரையும் சந்தித்தோம். அங்கிருந்து தீக்சித் மகாராஜா தங்கியிருக்கும் புலேஸ்வர் கோவிலுக்கு செல்ல வேண்டும் என்று அவர்களிடம் கூறினேன்" என்று ஆப்தே நினைவுகூர்ந்தான்[16].

அங்கிருந்து ஒரு வாடகை வண்டியில் புலேஸ்வருக்கு அனைவரும் விரைவாகக் கிளம்பிச் சென்றனர். கர்க்கரே கொண்டுவந்திருந்த கைப்பையை எடுத்துக்கொண்டு தீக்சித் மகாராஜாவுடைய வீட்டின் பின்புறம் வைக்கச் சென்றார் பக்வா.

"ஒரு புதிய துப்பாக்கியைத் தருமாறு தீக்சித் மகாராஜாவிடம் நானும் கோட்சேவும் கேட்டோம். அந்த நேரத்தில் அவரிடம் துப்பாக்கியேதும் இல்லையென்றும், மதியத்திற்குப் பிறகு ஏற்பாடு செய்துவிடுவதாகவும் எங்களிடம் தெரிவித்தார்" என்றான் ஆப்தே[17].

எதற்காக துப்பாக்கி தேவைப்படுகிறதென்று தீக்சித் மகாராஜா கேட்டதும், ஹைதராபாத் நிஜாம் ஆட்சிப்பகுதிக்குள் சில வேலைகளை செய்வதற்காகத்தான் என்று ஆப்தே பதிலளித்தான்[18]. அவர்கள் பேசிக்கொண்டிருக்கும் போதே, முந்தைய நாள் அவர்கள் கொடுத்துவிட்டுச் சென்ற பையினை தீக்சித் மகாராஜாவின் உதவியாளர் கொண்டுவந்து கொடுத்தார். பையைத் திறந்து அதற்குள் எல்லாமும் சரியாக இருக்கின்றனவா என்று பட்கே பார்த்தார்.

பையைக் கையில் எடுத்துக்கொண்டு கர்க்கரேவை தனியாகப் பேச அழைத்தான் ஆப்தே. காந்தியைக் கொல்லும் திட்டத்திற்கு பக்வா தயாராகத்தான் இருக்கிறாரா என்று கர்க்கரேவிடம் கேட்டான் ஆப்தே. கர்க்கரே உறுதியளித்ததும், அந்தப் பையை அவரிடம் கொடுத்தான் ஆப்தே. அதையெடுத்து, தான் கொண்டுவந்த பெரிய பைக்குள் வைத்தார் கர்க்கரே. பயணச் செலவுக்காக 500 ரூபாயினை கர்க்கரேவிடம் வழங்கினான் ஆப்தே. அன்று மாலையே பக்வாவை அழைத்துக்கொண்டு டெல்லிக்கு விரைந்துசெல்லுமாறு கர்க்கரேவிடம் கூறினான் ஆப்தே.

வெடிபொருட்களை எடுத்து கர்க்கரே அவருடைய பையில் போட்டுவிட்டு, டெல்லிக்குப் போகத்தயாராகுமாறு பக்வாவிடம் சொல்வதைப் பார்த்ததும், ஏதோ பெரிதாக நடக்கப்போகிறது என்று பக்வாவுக்கு சந்தேகம் வந்தது.

"ஆர்வமிகுதியால், டெல்லிக்கு எதற்காகப் போகிறோம் என்று கர்க்கரேவிடம் கேட்டேவிட்டேன். ஆனால் சரியாக பதிலைச் சொல்லாமல் குழப்பினார். வெடிபொருட்களை டெல்லிக்கு எதற்காக எடுத்துச்செல்கிறார்கள் என்றும் குழப்பமாக இருந்தது. அதன்பிறகுதான் காந்தியையோ அல்லது வேறு ஏதோவொரு தலைவரையோ தாக்குவதற்குத்தான் திட்டமிட்டிருக்கிறார்கள் என்று தோராயமாகப் புரிந்தது" என்று பக்வா நினைவுகூர்ந்தார்[19].

ஏதோ சதித்திட்டம் தீட்டப்பட்டிருக்கிறது என்பது மெதுமெதுவாகத்தான் பக்வாவுக்கு புரியத்துவங்கியது. போகப்போக கோட்சேவும் ஆப்தேவும் நடந்துகொள்ளும் விதத்தைப் பார்க்கையில் அவர்கள் மீது பக்வாவுக்கு சந்தேகம் அதிகரித்தது. ஆனாலும் கோட்சேவோ அல்லது ஆப்தேவோ அல்லது வேறுயாரோவோதான் ஏதோவொரு தாக்குதலை நடத்தப்போகிறார்கள் என்று கணித்த பக்வாவுக்கு, தன்னைத்தான் அப்பணிக்கு தேர்ந்தெடுத்திருக்கிறார்கள் என்பது கொஞ்சம்கூட புரியவே இல்லை. ஏதோ ஆபத்தான வேலையைத்தான் செய்யப்போகிறார்கள் என்பது புரிந்துவிட்டபோதிலும், தனது எல்லாத் தேவைகளையும் கவனித்துக்கொள்கிற கர்க்கரேவை விட்டுவிட்டு அங்கிருந்து நழுவிச்செல்ல பக்வாவுக்கு மனம் வரவில்லை. என்னவென்றே தெரியாத அந்த சதித்திட்டத்தில் தனக்கான பங்கு என்னவாக இருக்கப்போகிறது என்பதைத் தெரிந்துகொள்ளும் வரையிலாவது அமைதியாகக் காத்திருப்போம் என்று பக்வா முடிவு செய்திருந்தார். தன்னுடைய முதலாளிக்கு உதவுவதற்கு கடமைப்பட்டுள்ளதால் அதைமட்டும் செய்வதோடு நிறுத்திக்கொள்வதென்று பக்வா முடிவெடுத்தார்.

இரவு 9.30 மணிக்கு வி.டி. இரயில்வே நிலையத்தில் இருந்து டெல்லிக்கு செல்லும் இரயிலில்தான் கர்க்கரேவும் பக்வாவும் பயணிப்பதாக முடிவெக்கப்பட்டது. இரயில் கிளம்புவதற்கு இன்னும் சில மணிநேரங்கள் இருந்ததால், இந்துமகாசபை அலுவலகத்திற்குச் சென்று தன்னுடைய பெட்டியை எடுத்துக்கொண்டு வருவதாக கர்க்கரேவிடம் பக்வா கூறினார். கர்க்கரேவும் அனுமதிகொடுத்தார். ஆனால் இரயில் நிலையத்தில் இருந்து வெளியே வந்ததும், இந்துமகாசபை அலுவலகத்திற்கு செல்லாமல், நேராக கிர்கவனின் கைவாடி பகுதியில் இருந்த தொழிலதிபரான திருமதி மோடக்கின் வீட்டிற்கு சென்றார் பக்வா. அழகான தோற்றத்துடனும் அறிவான செயல்பாடுகளாலும் மோடக்கினால் ஏற்கனவே பக்வா

ஈர்க்கப்பட்டிருந்தார். அதனால் டெல்லி செல்வதற்கு முன்னர் அவரை ஒருமுறை பார்த்துவிட்டுவர விரும்பினார்.

"நான் டெல்லிக்கு செல்கிறேன் என்று திருமதி மோடக்கிடம் தெரிவித்தேன். என்னைப் பற்றி கவலை கொள்ளவேண்டாம் என்று அவரிடம் கூறினேன். டெல்லியில் இருந்து அங்கே பிரபலமாக இருக்கும் கலிச்சியா என்கிற டெல்லி கம்பளத்தை அவருக்காக வாங்கி வருவேன் என்றும் உறுதிகூறினேன். எனக்குக் கொஞ்சம் பணம் தருகிறேன் என்று அவர் சொன்னார். ஆனால் எனக்கு பணத்தேவை ஏதுமில்லை என்றுசொல்லி மறுத்துவிட்டேன். சுமார் அரைமணி நேரம் அவருடன் அங்கே இருந்தேன். அப்போது அவரது வீட்டிலேயே அமைக்கப்பட்டிருந்த பொத்தான் தொழிற்சாலையில்தான் அவர் உட்கார்ந்திருந்தார்" என்று பின்னாளில் பக்வா தெரிவித்தார்[20].

அங்கிருந்து நேராக பேராசிரியர் ஜெயினை சந்திக்கச் சென்றார் பக்வா.

"அவருடைய வீட்டிற்கு சென்றுசேரும்போது சுமார் ஆறு மணி இருக்கும். அப்போது பேராசிரியர் ஜெயின் வீட்டில்தான் இருந்தார். நானும் கர்க்கரேவும் டெல்லிக்கு செல்லப் போகிறோம் என்று அவரிடம் தெரிவித்தேன். காந்தியையோ அல்லது ஜவகர்லால் நேருவையோ கர்க்கரே கொல்லப்போகிறார் என்று நினைக்கிறேன் என சொல்லிவைத்தேன். டெல்லிக்கு போகுமாறு யார் வற்புறுத்தினாலும் போகாமல் பம்பாயிலேயே அவருடைய வீட்டிலேயே தங்கச் சொன்னார் பேராசிரியர் ஜெயின். இதுபோன்ற காரியங்களில் எல்லாம் நான் ஈடுபடக்கூடாது என்றும் என்னிடம் தெரிவித்தார். அதன்பிறகு நான் டெல்லிக்கு சென்று என்னுடைய உறவினர்களை மட்டுமே சந்தித்துவிட்டு திரும்பிவிடுவேன் என்று வாக்குறுதி கொடுத்தேன். நாங்கள் எங்களுடன் வெடிமருந்துப் பொருட்களையும் கூடவே எடுத்துச்செல்கிறோம் என்பதை மட்டும் கவனமாக பேராசிரியர் ஜெயினிடம் சொல்லாமல் தவிர்த்தேன்"

என்று பக்வா கூறினார்[21].

ஆனால் பேராசிரியர் ஜெயின் அதிர்ச்சியானார்.

“சுரண்டப்பட்டு, தவறாக வழிநடத்தப்பட்ட ஒரு இளைஞர் எனக்கு முன்னால் நின்றுகொண்டிருந்தார். ஏழையாகவும், ஆதரவற்ற அகதியாகவும் இருந்த அவரை பணத்தைக் காட்டியோ அல்லது பொய்யான நம்பிக்கைகளைக் கொடுத்தோதான் அழைத்துவந்திருப்பார்கள் என்று நினைக்கிறேன். ஆனால் அவர் ஒரு ஒழுக்கமான இளைஞர் என்று நான் புரிந்துகொண்டேன். இல்லையென்றால், இப்படியொரு குழந்தையைப் போல என்னிடம் அனைத்தையும் ஒப்புவிக்கமுடியுமா? அவருடைய முகத்தை மிகவும் நெருங்கிச்சென்று உற்றுப்பார்த்தேன். அவர் சொல்வதில் எதெல்லாம் உண்மை எதெல்லாம் பொய் என்று கணிக்கமுடியாமல்தான் இருந்தது” என்று பின்னாளில் அன்றைய தினத்தைப்பற்றி பேராசிரியர் ஜெயின் குறிப்பிட்டார்[22].

அங்கிருந்து பக்வா கிளம்புவதற்கு முன்னர் கொஞ்சநேரம் தனியாகப் பேச வெளியே அழைத்துச்சென்றார். கொலைகாரர்கள் யாரென்று தெரிந்துகொள்வதற்காகவும், அந்தத் திட்டத்திலிருந்து பக்வாவை வெளியேறவைத்துக் காப்பாற்றவும் பேராசிரியர் ஜெயின் முயற்சி செய்தார்.

“முதலில் அவரிடம் பொதுவான விசயங்களைப் பற்றி பேசினேன். பூனாவுக்கோ டெல்லிக்கோ செல்லாமல், பம்பாயிலேயே தங்கிவிடும்படி கூறினேன்” என்று பேராசிரியர் ஜெயின் தெரிவித்தார்.

“இந்த சதித்திட்டத்தில் பங்கேற்றால் ஏற்படப்போகும் பின்விளைவுகளை விரிவாக விளக்கினேன். இப்படிப்பட்ட தேசதுராகிகளுடனும் தேசவிரோதிகளுடனும் உரையாடினால், பின்னாளில் வருத்தப்பட வேண்டியிருக்கும். நீ சொன்னது மட்டும் உண்மையாக இருக்குமானால், உன்னுடைய வாழ்க்கை முழுவதும் கொடூரமான துன்பங்களை அனுபவிக்கவேண்டி வரும். அதுமட்டுமல்லாமல் உன்னுடைய வாழ்க்கையே சீரழிந்துவிடும்” என்று பேராசிரியர் தெரிவித்தார்[23].

தன்னுடைய மாணவர் ஒருவர் தவறான வழியில் சென்றுவிடக் கூடாதென்று விரும்பும் ஒரு ஆசிரியரைப் போல, பக்வாவுக்கு பொறுமையாக அனைத்தையும் விளக்கினார் பேராசிரியர் ஜெயின். இந்தியாவில் பல்வேறு அரசியல் குழுக்கள் இருப்பதையும் அவற்றின் இலக்குகள் மற்றும் குறிக்கோள்களையும் விரிவாக எடுத்துக்கூறினார். கம்யுனிஸ்ட்டுகளும் சோசலிசவாதிகளும் முற்போக்கான திட்டங்களை மக்களிடம் முன்வைத்து

உழைக்கிற அதேவேளையில் இந்துமகாசபை போன்ற மதவெறி அமைப்புகளெல்லாம் மக்களைப் பிளவுபடுத்தும் திட்டத்துடன் வேலை பார்த்துக்கொண்டிருப்பதை சுட்டிக்காட்டினார். ஆசிரியர் சொல்வதைக் கீழ்படிந்து அமைதியாகக் கேட்கும் மாணவரைப் போல கவனித்துக் கொண்டிருந்தார் பக்வா.

"இரவு 7.45 மணி வரையிலும் நான் அவருடன்தான் இருந்தேன். எவ்வித வன்முறைச் செயல்பாடுகளிலும் நான் பங்கேற்கமாட்டேன் என்று அவரிடம் உறுதியளித்துவிட்டு அவருடைய வீட்டிலிருந்து கிளம்பினேன்" என்றார் பக்வா[24].

பேராசிரியர் ஜெயினின் வீட்டிலிருந்து வெளியே வரும்போது பக்வாவின் மனது இலேசாகி இருந்தது. டெல்லிக்குப் போகலாம் என்று கர்க்கரே சொன்னபோது இருந்த பதட்டமெல்லாம் பேராசிரியர் ஜெயினிடம் பேசிட்டுவந்தபோது இருக்கவில்லை. அங்கிருந்து இந்துமகாசபை அலுவலகத்திற்குச் சென்று, துணிகளையும் பயணத்திற்குத் தேவையான பொருட்களையும் வைத்திருந்த தன்னுடைய பெட்டியையும் எடுத்துக்கொண்டு வி.டி. இரயில் நிலையத்திற்கு இரவு சுமார் 9.15 மணிக்கு வந்து சேர்ந்தார். கர்க்கரேவும் பெரிய பையுடன் அவருடன் இணைந்தார். அவர்கள் இருவரும் பம்பாயில் இருந்து டெல்லிக்குச் செல்லும் இந்தியாவின் புகழ்பெற்ற ஃப்ரண்டியர் மெயில் இரயிலின் மூன்றாம் வகுப்புப் பெட்டியில் ஏறினர்.

கர்க்கரேவும் பக்வாவும் டெல்லிக்கு கிளம்பிச் சென்றபின்னரும், கொலைத்திட்டத்தை செயல்படுத்துவதற்கு மற்றொரு மாற்று வழியையும் ஆப்தே யோசித்துக்கொண்டு இருந்தான். காந்தியைக் கொல்லும் திட்டத்தில் நேரடியாகப் பங்கெடுக்க தயாராக இருக்கிறாரா என்று பட்கேவிடம் கேட்டான் ஆப்தே. காந்தியை உறுதியாகக் கொன்றுவிடுவோம் என்று நம்பி இந்த வேலையை சாவர்க்கரே முன்வந்து அவர்களிடம் அளித்திருப்பதாகவும் அதனை சரியாகச் செய்துவிட வேண்டும் என்றும் பட்கேவிடம் ஆப்தே கூறியிருக்கிறான்[25].

டெல்லி சென்று வருவதற்கான அனைத்து பயண செலவுகளையும் தானே ஏற்றுக்கொள்வதாகவும் பட்கேவிடம் வாக்குக்கொடுத்தான் ஆப்தே. இதையெல்லாம் கேட்டுவிட்டு, உறுதியான வாக்குறுதி எதையும் பட்கே கொடுக்கவில்லை. இந்த ஒட்டுமொத்த கொலைத்

திட்டமுமே நடைமுறையில் சாத்தியமில்லாத மிகப்பெரிய இலட்சியத் திட்டமாகத்தான் பட்கேவுக்குத் தோன்றியது. ஆயுத விற்பனை வியாபாரியாக இருந்துவந்த பட்கேவிற்கு இதுகுறித்தெல்லாம் இருந்த அனுபவங்களை வைத்துப் பார்த்தபோது, இந்த திட்டம் வெற்றியடையுமா என்கிற சந்தேகம் வலுவாக இருந்தது. அதனால் திட்டத்தில் பங்கெடுப்பதாக உறுதியாகக் கூறாமல் பட்டும்படாமலும் ஒரு பதிலை ஆப்தேவிடம் கூறினார் பட்கே.

“நான் அவர்களுடன் டெல்லிக்கு செல்ல ஒப்புக்கொண்டேன். ஆனால் அதற்கு முன்னர் பூனாவுக்குச் சென்று சில ஏற்பாடுகளை செய்துவிட்டு, அதன்பிறகு டெல்லிக்குச் செல்கிறேன்” என்று ஆப்தேவிடம் கூறியதாக பட்கே நினைவுகூர்ந்தார்[26].

இருப்பினும் பட்கேவின் பதிலால் கோட்சேவுக்கும் ஆப்தேவுக்கும் கொஞ்சம் நிம்மதியும் நம்பிக்கையும் ஏற்பட்டது. அதிலும் குறிப்பாக சதித்திட்டம் சரியான பாதையில் பயணித்துக்கொண்டிருப்பதைக் கண்டு கோட்சே மகிழ்ச்சியாக இருந்தான். வேலையை சரியாகத் திட்டமிட்டபின்னர், பூனாவுக்கு சென்று பத்திரிகையை தடையின்றி நடத்தும் பணியில் ஈடுபட கோட்சே கிளம்புவதற்கு முடிவெடுத்திருந்தான். தன்னுடைய உடல்நிலை சரியில்லை என்றும் பூனாவுக்கு கோட்சேவுடன் செல்லாமல் பம்பாயிலேயே கொஞ்சம் ஓய்வெடுத்துவிட்டு பின்னர் வருவதாகவும் ஆப்தே கோட்சேவிடம் கூறினான். உடல்நிலை சரியில்லை என்பதெல்லாம் பொய்யென்றும், மனோரமாவுடன் பொழுதைக் கழிப்பதற்காகவே ஆப்தே திட்டமிடுகிறான் என்பதும் கோட்சேவுக்கு நன்றாகவே தெரியும்தான். ஆனால் ஆப்தே மகழ்ச்சியாக இருக்கட்டும் என்று நினைத்து, தனியாகவே பூனா செல்ல கோட்சே முடிவெடுத்தான்.

“நான் அன்று இரவு பூனாவிலிருந்த இந்து இராஷ்டிரா பத்திரிகை அலுவலத்திலேயே தங்கி, தேவையான ஏற்பாடுகளை கவனித்தேன்” என்று கோட்சே தெரிவித்தான்[27].

அடுத்தநாள் காலையில் பூனாவுக்கு அருகாமையிலிருந்த ஒரு சிறு நகரமான கிர்க்கீக்கு கோட்சே சென்றிருந்தான். அங்கேதான் கோட்சேவின் தம்பியான கோபால் கோட்சே வாழ்ந்து வந்தார். கோட்சே மற்றும் ஆப்தேவின் நம்பிக்கையை ஏற்கனவே கோபால் பெற்றிருந்தார். அவர்கள் இருவருடனும் இணைந்து வேலைசெய்ய கோபால் ஒப்புக்கொண்டு, எப்படியாவது ஒரு துப்பாக்கியை ஏற்பாடு செய்வதாக வாக்கும் கொடுத்திருந்தார்.

"எங்களுடன் டெல்லியில் இணைவதாக கோபால் கூறியிருந்தார். அவர் ஏற்கனவே ஒரு துப்பாக்கியை ஏற்பாடு செய்துவிட்டதாகவும் என்னிடம் தகவல் தெரிவித்தார்" என்று நினைவுகூர்ந்தான் கோட்சே[28].

துப்பாக்கியொன்றை ஏற்பாடு செய்துவிடவேண்டும் என்கிற அவர்களது விருப்பம் நிறைவேறாமலேயே போய்க் கொண்டிருந்தது. ஒரு துப்பாக்கியை ஏற்பாடு செய்வதாக முந்தைய நாள்தான் தீக்சித் மகாராஜா வாக்குக் கொடுத்திருந்தார். அவர் சொல்லியபடியே மதியமே ஒரு அமெரிக்கத் துப்பாக்கியை ஏற்பாடு செய்துவிட்டார். ஆனால், அதற்கு 500 ரூபாய் விலை வைத்திருந்தார். கோட்சேவும் ஆப்தேவும் காசு கொடுத்து துப்பாக்கி வாங்குவதற்குத் தயாராக இல்லை. தீக்சித் மகாராஜா அந்தத் துப்பாக்கியினை இலவசமாகக் கொடுப்பார் என்று எதிர்பார்த்தார்கள். ஆனால் தீக்சித் மகாராஜாவோ, தன்னுடைய சகோதரரான தாதா மாகாராஜாவை கோட்சேவும் ஆப்தேவும் வெடிமருந்துகளும் ஆயுதங்களும் வாங்கப்போவதாகச்சொல்லி ஏற்கனவே ஒருமுறை ஏமாற்றியதை அறிந்து எச்சரிக்கையாக இருந்துவிட்டார். அதனால் தீக்சித் மகாராஜாவிடம் துப்பாக்கியைப் பெறும் அவர்களது திட்டம் நிறைவேறாமல் போனது. இந்த சூழலில் தான், ஒரு துப்பாக்கியை ஏற்பாடு செய்துவிட்டதாக கோபால் கோட்சே கூறியது கோட்சேவுக்கு முக்கியமானதாக இருந்தது.

அங்கிருந்து பத்திரிகை அலுவலகத்திற்குத் திரும்பும்வழியில் பட்கேவை சந்தித்துவிட்டுச் செல்லலாம் என்று அவருடைய வீட்டிற்கு சென்றான் கோட்சே. காந்தியைக் கொல்லும் சதித்திட்டத்தில் உடனிருக்க பட்கே தயாராகத்தான் இருக்கிறாரா என்று பார்த்துவிட்டுப் போவதுதான் கோட்சேவின் திட்டம். ஆனால், அப்போது பட்கே வீட்டில் இல்லை. அதனால் பட்கேவை சந்திக்காமலேயே பத்திரிகை அலுவலகத்திற்குத் திரும்பினான் கோட்சே. சிறிதுநேரம் கழித்து, மீண்டும் பட்கேவின் வீட்டிற்குச் சென்றுபார்த்தான். ஆனால் அப்போதும் பட்கே வீடுதிரும்பவில்லை.

"நான் வீட்டிற்குத் திரும்பிவந்ததும், நான் இல்லாத நேரத்தில் இந்து இராஷ்டிரா அலுவலகத்திலிருந்து யாரோ ஒருவர் இருமுறை என்னை சந்திப்பதற்காக வந்திருந்ததாக சங்கர் தெரிவித்தார். அது நிச்சயமாக கோட்சேவாகத்தான் இருக்குமென்று நான் புரிந்துகொண்டேன். அதனால் நான் கோட்சேவின் அலுவலகத்திற்குச் சென்றேன். அவர் தனியாகத்தான் இருந்தார். என்னைப் பார்த்ததுமே, பம்பாய் செல்வதற்கு நான் தயாராக

இருக்கிறேனா என்று ஆர்வமாக வந்துவிசாரித்தார். நான் தயாராக இருப்பதாகவும், 1948ஆம் ஆண்டு ஜனவரி 17ஆம் தேதியன்று காலையில் வி.டி. இரயில் நிலையத்தில் காத்திருப்பேன் என்றும் கூறினேன்" என பட்கே தெரிவித்தார்.

கோபால் கோட்சேவும் துப்பாக்கியுடன் பின்னர்வந்து தங்களுடன் இணைவாரென்று பட்கேவிடம் கோட்சே தெரிவித்தான்.

"அப்போது தன்னுடைய சட்டைப்பையில் இருந்து ஒரு சிறிய துப்பாக்கியை என்னிடம் கொடுத்தார். அதை எப்படியாவது யாரிடமாவது கொடுத்து, அதற்கு பதிலாக ஒரு பெரிய துப்பாக்கியை ஏற்பாடு செய்யமுடியுமா என்று கோட்சே என்னிடம் கேட்டார். ஒருவேளை பெரிய துப்பாக்கி கிடைக்காமல் போனால், அந்த சிறிய துப்பாக்கியையே பம்பாய்க்கு எடுத்துவருமாறு கேட்டுக்கொண்டார் கோட்சே" என்று பட்கே தெரிவித்தார்[29].

கோபாலையும் பட்கேவையும் சந்தித்தபின்னர் நிம்மதியாக இரயிலைப் பிடித்து பம்பாயில் இருந்த 'சீ கிரீன்' விடுதிக்கு இரவு சுமார் 9 மணியளவில் கோட்சே வந்துசேர்ந்தான். ஆப்தேவும் அவனுடன் இணைந்தான். நள்ளிரவு வரையிலும் பூனாவில் நடந்தவற்றையும் சதித்திட்டத்தின் கூறுகளையும் விவாதித்தனர். அதுவரையிலும் அதே விடுதியில் மற்றொரு அறையில் ஆப்தேவின் காதலியான மனோரமா காத்துக்கொண்டிருந்தார். அன்றைய இரவுக்காக அந்த விடுதியில் இரண்டு அறைகளை ஆப்தே முன்பதிவு செய்திருந்தான். கோட்சே தங்குவதற்காக ஒரு அறையும், தானும் மனோராவும் தங்குவதற்காக மற்றொரு அறையும் பதிவு செய்யப்பட்டிருந்தான் ஆப்தே. ஜனவரி 15ஆம் தேதியான அன்றைய தினம் கோட்சேவும் ஆப்தேவும் தங்களது உரையாடலை முடித்துக்கொண்டபின்னர், அங்கிருந்து மீண்டும் பூனாவிற்கு கிளம்பினான் கோட்சே. அதன்பிறகு ஆப்தேவும் மனோரமாவும் ஒரே அறையில் ஒன்றாகத் தங்கினர். காந்தியைக் கொல்வதற்காக கோட்சேவும் ஆப்தேவும் திட்டமிட்டிருக்கும் தகவலை மனோரமாவிடம் ஆப்தே சொல்லவே இல்லை. ஆனால், ஒரு அவசர வேலையாக தானும் கோட்சேவும் டெல்லி செல்லவிருப்பதாக மட்டும் ஆப்தே சொல்லியிருந்தான்.

1948ஆம் ஆண்டு ஜனவரி மாதம் 17ஆம் தேதியன்று வி.டி.இரயில் நிலையத்திற்கு ஆப்தேவும் கோட்சேவும் வந்து சேர்ந்தனர். அவர்கள் வருவதற்கு முன்னரே பட்கேவும் சங்கரும் அங்கே

காத்துக்கொண்டிருந்தனர். அவர்கள் பம்பாயில் சில முக்கியமான நபர்களை சந்தித்து நிதி வசூல் செய்தனர்.

"நாம் அனைவரும் வெளியே சென்று இறுதியாக ஒருமுறை சாவர்க்கரை சந்தித்து ஆசிர்வாதம் வாங்கிவிட்டு வரலாம்" என்று பட்கே தெரிவித்தார்[30]. அவர்கள் நால்வரும் அங்கிருந்து சாவர்க்கரின் வீட்டிற்கு சென்றனர். சங்கரை வெளியே காத்திருக்கச் சொல்லிவிட்டு, மீதமுள்ளோர் வீட்டின் உள்ளே நுழைந்தனர். பட்கேவை தரைத் தளத்தில் இருக்கச் சொல்லினர். கோட்சேவும் ஆப்தேவும் மட்டுமே சாவர்க்கர் தங்கியிருந்த இரண்டாவது மாடிக்கு சென்றனர்.

"5-10 நிமிடங்களுக்குப் பிறகு அவர்கள் இருவரும் கீழே இறங்கிவந்தனர். அவர்கள் படிக்கட்டில் நடந்து வந்து கொண்டிருக்கும் போதே, பின்னால் சாவர்க்கரும் இறங்கிவந்தார். 'வெற்றிகரமாக செயல்படுத்திவிட்டு திரும்பி வாருங்கள்' என்று சாவர்க்கர் கூறினார். நாங்கள் அங்கிருந்து திரும்பிவரும்போது, 'காந்தியின் காலம் முடிந்துவிட்டதாகவும் நம்முடைய திட்டம் நிச்சயமாக வெற்றிபெற்றுவிடும் என்றும் சாவர்க்கர் கூறினார்' என என்னிடம் ஆப்தே கூறியதையும், என் கண் முன்னாலேயே சாவர்க்கர் தெரிவித்ததை வைத்தும் பார்த்தால், இந்த ஒட்டுமொத்தத் திட்டமும் சாவர்க்கரின் ஆசியுடனும்தான் நடந்துகொண்டிருக்கிறது என்பதைப் புரிந்துகொண்டேன்" என்று பட்கே தெரிவித்தார்[31].

மதியம் சுமார் 1.30 மணிக்கு கோட்சேவும் ஆப்தேவும் அகமதாபாத் வழியாக டெல்லி செல்லும் விமானத்தில் ஏறினர். விமானத்தின் உள்ளே சென்றதும்தான் தாதா மகாராஜாவும் அதே விமானத்தில் பயணிக்கப் போகிறார் என்பதை இருவரும் கவனித்தனர். தாதா மகாராஜுக்கு வணக்கம் தெரிவித்தனர். ஆனால் அவர்கள் பேசவில்லை. சிறிது நேரத்திற்குப் பிறகு அகமதாபாத்தில் விமானம் தரையிறங்கியது. விமானத்தில் இருந்து இறங்குவதற்காக தாதா மகாராஜா தன்னுடைய இருக்கையில் இருந்து எழுந்தார். அப்போதுதான், ஹைதராபாத்தையும் பாகிஸ்தானையும் தாக்குவதாக கோட்சேவும் ஆப்தேவும் கொடுத்த பழைய வாக்குறுதிகள் குறித்து தாதா மகாராஜா கேள்வி எழுப்பினார். கோட்சே அமைதியாக இருந்தான். ஆனால் ஆப்தேவோ,

"இனி நாங்கள் என்ன செய்யப்போகிறோம் என்பதைப் பார்க்கத்தானே போகிறீர்கள்...." என்று தாதா மகாராஜாவிடம் கூறினான்[32].

12

உளவு பார்த்தல்

இந்தியப் பிரிவினைக்குப் பிறகான அதிர்வுகளாலும் உணர்வுகளாலும் இந்தியாவிலேயே மிகவும் மோசமாக பாதிக்கப்பட்ட நகரமென்றால் அது டெல்லிதான். அதேபோல பாகிஸ்தானிலிருந்து அகதிகளாக வந்தவர்களுக்கும், பாகிஸ்தானுக்கு அகதிகளாக சென்றவர்களுக்கும் டெல்லிதான் முக்கியமான இடமாக இருந்தது. இந்து மற்றும் சீக்கிய அகதிகளின் அதிகப்படியான வருகையினால் அவர்களிடம் அளவிடமுடியாத முஸ்லிம் வெறுப்பு காணப்பட்டது. அத்துடன், அதிதீவிர இந்து மதவெறியர்களின் சதிவேலைகளும் சேர்ந்து, டெல்லியை ஒரு மதக்கலவர நகரமாகவே மாற்றிப்போட்டிருந்தது. கடந்த காலத்தில் ஏழுமுறை வெவ்வேறு நகரமாக இருந்த ஓரிடத்தில்தான் டெல்லி நகரம் கட்டமைக்கப்பட்டுள்ளது. அங்கு 1947ஆம் ஆண்டு செப்டம்பர் மாதத்தில் துவங்கி, முஸ்லிம்கள் கூட்டங்கூட்டமாக படுகொலை செய்யப்பட்டதும், வீடுகளிலிருந்தும் கடைகளிலிருந்தும் மசூதிகளிலிருந்தும் அம்மக்களை அடித்துவிரட்டி அவ்விடங்களை மதவெறியர்கள் ஆக்கிரமித்ததும் கொடூரமாக நடந்தேறின. ஒரு மிகப்பெரிய இனப்படுகொலையைக் கண்டு பீதியடைந்த முஸ்லிம்கள் பாதுகாப்பான இடத்தைத் தேடி அலைந்தனர். ஜமா பள்ளிவாசல், புரானா கிலா என்கிற பழைய முகலாயக் கோட்டை, உமாயூன் சமாதி, முஸ்லிம் மயானங்கள், இடிந்துபோயிருந்த முகலாய காலத்துக் கட்டடங்கள், பாகிஸ்தான் தூதரக அலுவலகம், நேருவின் அமைச்சரவையில் மந்திரிகளாக இருந்த மௌலானா அபுல் கலாம் ஆசாத் மற்றும் ரஃபி அகமது ரித்வாய் உள்ளிட்ட பிரபலமான முஸ்லிம்களின் வீடுகள், தோட்டங்கள் என கிடைக்கிற இடங்களில் எல்லாம் ஒளிந்தார்கள் முஸ்லிம் மக்கள்[1].

டெல்லியில் கலவரம் வெடித்தபோது காந்தி கல்கத்தாவில் இருந்தார். 1947ஆம் ஆண்டு செப்டம்பர் மாதம் 9ஆம் தேதியன்று காந்தி டெல்லிக்குத் திரும்பினார். அப்போதும் வன்முறையும் துயரமும் கலந்த நகரமாகத்தான் டெல்லி இருந்தது. தன்னுடைய உயிருக்கே ஆபத்தென்று தெரிந்தும், இந்துக்கள் மற்றும் சீக்கியர்களின் மனதில் மதஒற்றுமை குறித்த கருத்துகளை விதைக்க கடுமையாக உழைத்தார். ஒரு சுதந்திர, மதச்சார்பற்ற, ஜனநாயக இந்தியாவை உருவாக்கும் தன்னுடைய வாழ்நாள் போராட்டத்தின் ஒரு பகுதியாக, இந்துத்துவ வெறியர்களுக்கு எதிரான இப்போரில் வெற்றிபெறுவதன் அவசியத்தை காந்தி உணர்ந்திருந்தார்.

தன்னம்பிக்கை, மனஉறுதி, சகிப்புத்தன்மை, தொடர் போராட்டம் போன்றவற்றை உள்ளடக்கிய ஒரு ஆயுதத்தை காந்தி கையிலெடுத்தார். அதே ஆயுதத்தைத்தான் இந்தியாவில் இருந்து ஆங்கிலேயர்களை விரட்டவும் அவர் பயன்படுத்தினார். பிரிவினையால் ஏற்பட்ட பாதிப்புகளில் மக்கள் அவதிப்படுவதைப் பயன்படுத்தி, இந்தியாவிலிருந்து முஸ்லிம்களை முழுவதுமாக அழித்துவிட்டு இந்தியாவை இந்து தேசமாக்க விரும்பும் வெறியர்களை எதிர்த்தும் போராட வேண்டிய நிலையில் காந்தி இருந்தார். அதுவும் தன் சொந்த நாட்டைச் சேர்ந்தவர்களையே எதிர்க்கவேண்டிய நிலைவந்தது.

இந்தியாவில் முஸ்லிம்களைப் பாதுகாக்கவும் மத சகிப்புத்தன்மையை ஏற்படுத்தவும் நேரு முயன்றுகொண்டிருந்தார். அந்த முயற்சிகளை மக்களிடத்தில் கொண்டு செல்வதற்கான பணியில் பிர்லா மாளிகையிலிருந்து தன்னுடைய அறையிலிருந்தே உழைத்துக்கொண்டிருந்தார் காந்தி. டெல்லிக்குத் திரும்பி வந்ததில் இருந்தே முக்கியமான அரசியல் பிரச்சனைகள் அனைத்திற்கும் ஆலோசனை வழங்கியபடியே, இந்திய அரசின் அதிகாரப்பூர்வமற்ற முதன்மை ஆலோசகராகவே பணியாற்றினார் காந்தி. அவருடைய ஆலோசனையைக் கேட்காமல் எந்த முடிவினையும் இந்திய அரசு எடுக்கவே இல்லையென்று கூட சொல்லலாம்[2].

"அவருடைய பழைய நண்பர்களும் ஆங்கிலேயர்களுக்கு எதிரான போராட்டத்தில் துணைநின்றவர்களும்தான் அரசைத் தலைமையேற்று நடத்தினர். அதிலும், நேருவும் சர்தார் பட்டேலும் அவ்வப்போது பல்வேறு பிரச்சனைகளோடு காந்தியை சந்திக்க வந்தனர். அவர்களுக்கு காந்தியிடம் தீர்வு கிடைக்காத நேரத்திலும்கூட, அவர்கள் முன்பிருக்கும் பிரச்சனைகளை

எதிர்கொள்ளும் வலிமையையும், நேர்மையான ஒரு அரசை அமைத்திடவேண்டும் என்கிற எண்ணத்தையும் அவர்கள் காந்தியிடம் பெற்றுச்சென்றார்கள்" என்று காந்தியுடன் நெருக்கமாக இருந்த ஹோரேஸ் அலக்சாண்டர் நினைவுகூர்ந்தார்[3].

அரசின் முயற்சியாலும் காந்தியின் உறுதியான தலைமைப் பண்பினாலும் 1948ஆம் ஆண்டு ஜனவரி மாதத்தின் துவக்கத்தில் டெல்லியின் சூழல் மிகப்பெரிய முன்னேற்றத்தைக் கண்டது. வன்முறைச் சம்பவங்களும் வெகுவாகக் குறைந்துவிட்டன. பிர்லா மாளிகையில் காந்தி நடத்திய பிரார்த்தனைக் கூட்டங்களுக்கு கொஞ்சம் கொஞ்சமாக மக்கள் வரத்துவங்கினர்.

"கலவரம் நடந்துகொண்டிருந்த காலத்தில் அவர் டெல்லிக்கு வந்தபோது, அவருடைய பிரார்த்தனைக் கூட்டங்களுக்கு பெரிதாக யாரும் வரவில்லை. 40 அல்லது 50 பேர்வரைதான் வந்தார்கள்" என்று இந்தியாவில் இருந்த ஆங்கிலேய அரசின் அயல்துறை அலுவலகத்தில் இருந்து டெல்லிக்கு அப்போது செய்தி அனுப்பியிருக்கிறார்கள். அதுகுறித்த ஆவணத்தில் இருந்து இத்தகவலைப் பெறமுடிந்தது.

> பழைய டெல்லியில் ஒரேயொரு முறை அவர் பிரார்த்தனைக் கூட்டத்தை நடத்தியபோது, அங்கிருந்த சீக்கியர்களின் எதிர்ப்பினால் அந்நிகழ்வையே நிறுத்த வேண்டியதாகிவிட்டது. தான் நடத்தும் பிரார்த்தனைக் கூட்டங்களில் பல மதங்களின் புனித நூல்களில் இருந்து வாசகங்களை வாசிப்பது காந்தியின் வழக்கம். அதன்படி, குரானில் இருந்தும் சில வாசகங்களை ஓதுவார். இதற்கு சீக்கியர்கள் கடுமையாக எதிர்ப்புத் தெரிவித்துவிட்டனர். ஆனால் வாரங்கள் செல்லச்செல்ல, அவருடைய கூட்டங்களுக்கு கொஞ்சம் கொஞ்சமாக மக்கள் வருவது அதிகரித்தது. வீட்டைவிட்டே வெளியேறுவதற்கு பயந்துகொண்டிருந்த முஸ்லிம்கள் கூட அவருடைய கூட்டத்திற்கு வரத்துவங்கினர். அவருடைய அறிவுரைகளை அனைத்துத் தரப்பினரும் ஓரளவுக்கு கேட்க ஆரம்பித்தனர்[4].

இருப்பினும் டெல்லியின் நிலைமை கணிக்கமுடியாததாகி இருந்தது. ஒருசில வாரங்கள் அமைதியாக இருந்தால், எங்கோ ஓரிடத்தில் திடீரென்று கலவரம் வெடிக்கும். அப்படியாக வெடிக்கிற கலவரத்தை சமாளிப்பதற்கு ஏற்ற கட்டமைப்பு உருவாக்கப்படாத நிலைதான் அன்று இருந்தது. 1948ஆம் ஆண்டு ஜனவரி மாதம் 13

தேதியன்று டெல்லியையும், தனது நண்பர்களையும், எதிரிகளையும் அதிர்ச்சியடைய வைக்கும் ஒரு முடிவினை காந்தி எடுத்தார். முஸ்லிம் மக்களின் சொத்துக்களையும், அவர்களுடைய வழிபாட்டுத் தளங்களையும் அவர்களிடமே திருப்பிக்கொடுப்பதுடன், இந்துக்களும் முஸ்லிம்களும் சீக்கியர்களும் ஒன்றாகக் கைகோர்த்து டெல்லியில் அமைதியை மீட்டுக்கொண்டுவரும் வரையிலும் எதையுமே சாப்பிடாமல் உண்ணாவிரதம் இருக்கப்போவதாக அன்றைய தினம் காலை 11.55 மணிக்கு காந்தி அறிவித்தார்[5]. கோட்சேவும் ஆப்தேவும் டெல்லிக்கு வருவதற்கு ஐந்து நாட்களுக்கு முன்னதாக இந்த அறிவிப்பினை காந்தி வெளியிட்டிருந்தார்.

"இந்தியாவிலோ பாகிஸ்தானிலோ நடக்கிற படுகொலைகளை முன்வைத்து இங்கே டெல்லியிலும் கலவரம் செய்வதை நம்மால் ஏற்றுக்கொள்ளவே முடியாது" என்றார் காந்தி[6]. டெல்லியில் கலவரங்களும் வன்முறைகளும் முற்றிலுமாகக் குறைந்து இங்கே குவிக்கப்பட்டுள்ள காவல்துறையும் இராணுவமும் வெளியேறும் நிலை ஏற்படும் வரையிலும் உண்ணாவிரதத்தை முடிக்கப்போவதில்லை என்றும் அவர் அறிவித்தார்.

"சமூகவிரோத கும்பல்களை எதிர்கொள்வதற்காக மட்டுமே காவல்துறை டெல்லியில் இருக்கலாமே தவிர, மதக்கலவரங்களைக் கட்டுப்படுத்துவதற்காக அவர்கள் டெல்லியில் இருக்கவேண்டிய நிலை தொடரவே கூடாது" என்று காந்தி தெரிவித்ததாக அவருடைய உதவியாளரான பியாரிலால் தெரிவித்தார்[7].

மதவெறிக் கலவரங்களினால் அவருக்கு உணர்வுரீதியாக ஏற்பட்டிருந்த துயரங்களில் இருந்து, அமைதியான நிலைக்கு அவரை அந்த உண்ணாவிரதம்தான் அழைத்துச்சென்றது. ஆனால் மக்களிடத்தில் அவருடைய உண்ணாவிரதம் கலவையான உணர்வினைக் கொடுத்தது. கோபம், குழப்பம், அமைதி என்று உணர்வுப் போராட்டத்தை நடத்தவேண்டிய நிலைக்கு மக்கள் தள்ளப்பட்டனர். மிகப்பெரிய இலக்கை நோக்கிய உண்ணாவிரதமாக அது இருந்தபடியால், உண்மையிலேயே மரணத்தைத் தழுவும்வரையிலான உண்ணாவிரதமாக அது மாறிவிடக்கூடும் என்று தாங்கள் நம்பியதாக ஆங்கிலேய அயல்துறை அதிகாரி ஒருவரிடம் நேருவின் அமைச்சரவையில் சுகாதாரத்துறை அமைச்சராக இருந்த இராஜ்குமாரி அம்ரித் கௌர் கூறியிருக்கிறார்[8]. எலும்பும் தோலுமாக இருந்த எழுபத்தியெட்டு வயதான காந்தியின்

உடல்நிலையினால் ஐந்து அல்லது ஆறு நாட்களுக்கு மேல் தாக்குப்பிடிப்பதே கடினம் என்றுதான் பேசிக்கொண்டனர்.

காந்தியின் நிலையைப் பார்த்து ஏராளமானோர் கண்ணீர் சிந்தினார்கள். ஆனால் அதேவேளையில் அவர்மீது கோபமடைந்தவர்களும் இருக்கத்தான் செய்தார்கள்.

“காந்தியே செத்துமடி” என்று பிர்லா மாளிகைக்கு வெளியே நின்று ஒருசிலர் குரல் எழுப்பினார்கள். அதனைக் கண்டதும் நேரு கோபமடைந்தார். அவர்களை நோக்கிச் சென்று கோபத்துடன் பேசினார்.

“இதைச் சொல்வதற்கு உங்களுக்கு எப்படி இவ்வளவு தைரியம் வந்தது? அதற்கு பதிலாக, முதலில் என்னைக் கொன்றுவிடுங்கள்” என்று அந்தக் கூட்டத்தைப் பார்த்து நேரு சொல்லி இருக்கிறார். அதன்பிறகு அந்த போராட்டக்காரர்கள் கலைந்து சென்றார்கள்[9].

காந்தி உண்ணாவிரதம் இருந்த பிர்லா மாளிகையில் இருந்து சுமார் 4 கிலோமீட்டர் தொலைவிலிருந்த கன்னாட் சர்க்கசில் ஆர்.எஸ். எஸ். உறுப்பினர்களெல்லாம், காக்கி அரைக்கால் சட்டையும், வெள்ளை சட்டையும், கருப்புத் தொப்பியும் அணிந்துகொண்டு “அந்தக் கிழவன் செத்துத் தொலையட்டும்” என்று உரக்கக் குரல் எழுப்பி ஊர்வலம் சென்றனர்[10].

ஆனால் காந்தியோ போராட்டத்தைக் கைவிடவில்லை. ஜனவரி 17ஆம் தேதியன்று காந்தியின் உடல்நிலை மோசமாகிக் கொண்டிருந்த வேளையில், இந்துமத வெறியர்களை மீறி, எல்லா மதத்தைச் சேர்ந்த மக்களும் தெருவில் வந்து குவியத் துவங்கினர். காந்தி உண்ணாவிரதப் போராட்டம் மேற்கொண்டிருந்த பிர்லா மாளிகையை நோக்கி மக்கள் ஊர்வலமாக நடந்துவந்தனர். உண்ணாவிரதப் போராட்டத்தை உடனடியாகக் கைவிடச்சொல்லி காந்தியை மன்றாடிக் கேட்டனர் மக்கள். முஸ்லிம் மக்களின் உயிரையும் உடமைகளையும் மதத்தையும் மதிப்போம் என்று டெல்லியின் பல்வேறு இயக்கத்தினர் காந்திக்கு வாக்குறுதி கொடுத்தார்கள். ஓய்ந்து போயிருந்த உடலோடு, அன்று மாலை நடைபெற்ற பிரார்த்தனைக் கூட்டத்தில் பலத்தைத் திரட்டி காந்தி பேசினார். பிர்லா மாளிகைக்கு வெளியே கூடியிருந்த ஏராளமான மக்களுக்குக் கேட்கும்விதமாக ஒரு ஒலிபெருக்கியும் வைக்கப்பட்டது. அவர் உள்ளே படுத்திருந்த அறையில் அவருக்கு அருகிலேயே ஒரு

ஒலிவாங்கி வைக்கப்பட்டது. அப்படியே படுத்தபடியே, தனக்காக அன்பினைப் பொழிந்த அனைவருக்கும் நன்றி தெரிவித்தார்.

பாகிஸ்தான் தூதுவரும் நேரில்வந்து உண்ணாவிரதப் போராட்டத்தை காந்தி முடித்துவிடவேண்டும் என்று கோரிக்கை விடுத்தார். அவரைத் தொடர்ந்து இந்துமகாசபை, ஆர்.எஸ்.எஸ்., டெல்லி முஸ்லிம்களின் இயக்கங்கள், டெல்லி சீக்கியர்களின் இயக்கங்கள் என பல்வேறு குழுவினரின் பிரதிநிதிகளும் காந்தியிடம் கோரிக்கை வைக்கத் துவங்கினர். அதன்பிறகே உண்ணாவிரதப் போராட்டத்தை முடித்துக்கொள்வதாக அறிவித்து பழச்சாறு குடித்தார் காந்தி.

அன்று மாலையே கனமழையையும் பொருட்படுத்தாமல், பிர்லா மாளிகையின் முன்பு பல்லாயிரக் கணக்கானோர் கூடிவிட்டனர். படுக்கையில் இருந்தபடியே மாலை சுமார் 5.30 மணிக்கு காந்தி பேசத்துவங்கினார். பிரார்த்தனைக் கூட்டத்திற்காக அவர் ஏற்கனவே பேசியதைக் குறிப்பெடுத்து வைத்தவர்கள் மக்களுக்காக உரக்க வாசிப்பார்கள் என்று காந்தி அறிவித்தார். "எனது கோரிக்கையை நான் எதிர்பார்த்ததைவிடவும் விரைவாகவே டெல்லி மக்கள் ஏற்றுக்கொண்டிருக்கிறார்கள். இந்துமகாசபை மற்றும் ஆர்.எஸ். எஸ். உள்ளிட்ட தலைவர்களும் ஒப்புக்கொண்டிருக்கிறார்கள். ஆனால், உறுதிமொழியையும் தாண்டி, நடைமுறையிலும் அமைதி நிலவ வேண்டும். இந்துக்களும், முஸ்லிம்களும், சீக்கியர்களும் ஒற்றுமையாக இணைந்து உண்மையான நட்பினை ஏற்படுத்த வேண்டும். அந்த நட்பினை இந்தியாவைத் தாண்டி பாகிஸ்தானில் வாழ்பவர்களுடனும் நாம் கொண்டிருக்க வேண்டும்" என்கிற காந்தியின் உரை அப்போது வாசிக்கப்பட்டது[11].

"ஆர்.எஸ்.எஸ். இயக்கமும் அதனுடன் தொடர்புடைய மற்ற இயக்கங்களும் உண்மையிலேயே காந்தியிடம் கொடுத்த வாக்குறுதிகளைக் காப்பாற்றுவார்களா அல்லது காங்கிரசும் அதன் தலைவர்களும் மக்களும் கொடுத்த அழுத்தத்தினால் வேறுவழியின்றி தற்காலிகமாக அமைதியை ஏற்றுக்கொள்வதாக நடிக்கிறார்களா என்பதைப் பொறுத்திருந்துதான் பார்க்க வேண்டும்"

என்று பிர்லா மாளிகைக்கு அருகிலேயே இருந்த ஆங்கிலேய தூதரகத்தில் இருந்து லண்டனுக்கு ஒரு தந்தி அனுப்பப்பட்டது[12].

☙

1948ஆம் ஆண்டு ஜனவரி மாதம் 18ஆம் தேதியன்று, காந்தியின் உரை வாசிக்கப்படுவதற்கு ஒரு மணி நேரத்திற்கு முன்னர்தான், கர்க்கரேவுடன் சேர்ந்து கோட்சேவும் ஆப்தேவும் பிர்லா மாளிகைக்கு வருகை தந்தனர். காந்தியைக் கொல்வதற்கான இடத்தைத் தேர்வு செய்வதற்காக, காந்தி வழக்கமாக பிரார்த்தனை செய்யும் மைதானத்தைப் பார்வையிட்டனர்13. வானம் அப்போது இருட்டியிருந்தது. இடையிடையே மழையும் பெய்துகொண்டிருந்தது. பிர்லா மாளிகைப் பணியாளர்கள் தங்குமிடத்திற்கு அருகாமையில், அளவாக வெட்டப்பட்டிருந்த புல்வெளியில் மூவரும் நடந்து சென்றனர். அங்கே மரக்கட்டையால் செய்யப்பட்ட ஆறடி உயரமுள்ள ஒரு மேடை இருந்தது. அந்த மேடையில் ஏறி அமர்ந்துதான் மக்களிடம் பேசுவதையும் மாலைப் பிரார்த்தனைக் கூட்டங்களை நடத்துவதையும் வழக்கமாகக் கொண்டிருந்தார் காந்தி. பிர்லா மாளிகையில் காந்தி தங்கியிருந்த அறையில் இருந்து அந்த மேடைக்கு வருவதற்காக சிவப்புநிறக் கற்கள் பதித்த பாதையொன்று அமைக்கப்பட்டிருந்தது. அந்தப் புல்வெளி மைதானத்திற்கு வருவதற்கு எதிர்ப்புறத்தில் மற்றொரு நுழைவாயிலும் இருந்தது. பிரார்த்தனைக் கூட்டங்களில் கலந்துகொள்ள வரும் பார்வையாளர்களுக்காக அந்த வழி அமைக்கப்பட்டிருந்தது.

"வழக்கமாக காந்தி அமர்ந்து பிரார்த்தனை செய்யும் இடத்திலும், அவருடைய அறையிலிருந்து மேடைக்கு வரும் பாதையிலுமே நாங்கள் அதிககவனம் செலுத்தினோம். காந்தி அமரும் இடத்திற்குப் பின்னால்தான் பிர்லா மாளிகைப் பணியாளர்கள் தங்கும் இடம் இருக்கிறது. காந்தியை சுடுவதற்கு அதுதான் சரியான இடம் என்று கணித்தோம்" என்று ஆப்தே நினைவுகூர்ந்தான். அந்த மேடையும் காந்தி நடந்துவரும் பாதையும்தான், கொலைசெய்துவிட்டுத் தப்பிப்பதற்கு உகந்த இடமாக ஆப்தேவுக்குப் பட்டது[14].

"ஆனால் பிரார்த்தனைக் கூட்டத்திற்கு வரும் மக்களின் எண்ணிக்கை போதுமான அளவிற்கு இல்லாததால் ஒளிந்திருந்து கொல்வது கொஞ்சம் கடினமாக இருக்கும் என்று நினைத்தோம். அதனால் அந்த இடத்தில் ஏதாவதொரு குழப்பத்தை ஏற்படுத்திவிட்டு, எல்லோரும் அந்தக் குழப்பத்தில் சிக்கியிருக்கும்போது பின்னால் ஒளிந்திருந்து காந்தியை சுட்டுவிட்டு, யாரும் பார்ப்பதற்கு முன்னரே அங்கிருந்து

ஏதாவதொரு வழியில் தப்பித்துவிட வேண்டும் என்பதுதான் என்னுடைய யோசனையாக இருந்தது"
என்றான் ஆப்தே[15].

இப்படியாக காந்தியைக் கொல்வதற்கு பல்வேறு வழிகளை அவர்கள் விவாதித்தனர். பிர்லா மாளிகைப் பணியாளர்கள் தங்குமிடத்தில் ஒரு அறையை எப்படியாவது ஏற்பாடுசெய்துவிட்டு, அதில் கோட்சேவும் கொலைசெய்ய வந்திருக்கும் மற்றவர்களும் தங்கலாம் என்றும் யோசித்தனர். அதற்குள் துப்பாக்கி கொண்டுவருவதாக வாக்குக் கொடுத்திருந்த கோபால் கோட்சேவைத் தேடிப்பிடிப்பதும் அவர்களுக்கு முக்கியமானதாக இருந்தது. அதிகநேரம் அந்த மைதானத்தில் சுற்றிக்கொண்டிருக்க பதட்டமாக இருந்தபடியால், அங்கிருந்து கிளம்பி கன்னாட் என்னுமிடத்திலிருந்த மரினா விடுதிக்குச் சென்றனர். அங்குதான் கோட்சேவும் ஆப்தேவும் வாடகைக்கு ஒரு அறையெடுத்துத் தங்கியிருந்தனர்.

"கோபால் கோட்சே சரியான நேரத்திற்கு வந்துவிடுவாரா என்கிற பதட்டம் எங்களுக்கு இருந்தது. அதனால் நாங்கள் தங்கியிருந்த விடுதியில் இருந்து ஒரு வாடகை வண்டியிலேறி, இரயில்வே நிலையத்திற்கு சென்று, அங்கே கோபால் வந்திருக்கிறாரா என்று தேடினோம். இரயில் நிலையத்தின் நடைமேடைகள், காத்திருப்பு அறைகள் என ஒரு இடம் விடாமல் தேடினோம். ஆனால் கோபால் கோட்சேவை எங்கேயும் கண்டுபிடிக்கமுடியவில்லை" என்றான் ஆப்தே[16].

1948ஆம் ஆண்டு ஜனவரி மாதம் 19ஆம் தேதியன்று காலை 10 மணியளவில் ஒரு குதிரை வண்டியை வாடகைக்கு எடுத்துக்கொண்டு, மிகவிரிவான திட்டத்தைத் தீட்டுவதற்காகவும் பிரார்த்தனை மைதானத்தை சரியாக மதிப்பிடுவதற்காகவும் அவர்கள் பிர்லா மாளிகைக்குப் புறப்பட்டனர். கோட்சேவும் ஆப்தேவும் பிர்லா மாளிகையின் முன்வாசலில் இறங்கிக்கொண்டனர். கர்க்கரேவோ அதே குதிரை வண்டியில் காந்தியின் பிரார்த்தனை மைதானத்தின் எதிர்ப்புறத்தில் இருந்த நுழைவாயிலுக்குச் சென்றார்.

"பிர்லா மாளிகையில் விரிவான பாதுகாப்பு ஏற்பாடுகள் செய்யப்பட்டிருந்ததை கவனித்தேன். என்னையும் கோட்சேவையும் வாசலிலேயே பிர்லா மாளிகையின் காவலாளி நிறுத்தினார். எங்களுடைய பெயர்களை ஒரு தாளில் எழுதித்தருமாறு கேட்டார். அதை எடுத்துக்கொண்டு போய் பிர்லா மாளிகையின்

செயலாளரிடம் கொடுத்து அனுமதி வாங்கிவருவதாகக் கூறினார். நாங்கள் எழுதிக்கொடுத்த தாளை எடுத்துக்கொண்டு அனுமதி வாங்க உள்ளேபோனார் காவலாளி. அந்த நேரத்தைப் பயன்படுத்தி நாங்கள் பிரார்த்தனை மைதானத்திற்குச் சென்றோம். கர்க்கரேவும் மற்றொரு நுழைவுவாயில் வழியாக அந்த மைதானத்திற்கு வந்திருந்தார். அந்த மைதானத்தை முழுமையாக நாங்கள் அளந்தோம். கொலை செய்யும் நேரத்தில் எங்கே நிற்கவேண்டும் என்பதுவரை நாங்கள் திட்டமிட்டோம். சுமார் 10 அல்லது 15 நிமிடங்களுக்கு பார்வையிட்டுவிட்டு, பிர்லா மாளிகையின் பின்வாசல் வழியாக நாங்கள் மூவரும் வெளியே வந்துவிட்டோம்" என்றான் ஆப்தே[17].

கோபால் இன்னமும் வந்துசேரவில்லை என்று கோட்சே பயந்துகொண்டிருந்தான். கையில் துப்பாக்கியுடன் கோபால் வந்துகொண்டிருப்பதால், காவல்துறையினரிடம் சிக்கியிருப்பாரோ என்கிற பயம்வேறு கோட்சேவுக்கு இருந்தது. தன்னுடைய கூட்டாளிகளுடன் அதே குதிரை வண்டியில் இந்துமகாசபை அலுவலகத்திற்குச் சென்றான் கோட்சே. அந்த அலுவலகத்தில் தான் சந்திப்பதாக கோபாலிடம் தெரிவித்திருந்தான் கோட்சே. இறுதியாக அன்றைய தினம் மதியவேளையில் இந்துமகாசபை அலுவலக வாசலில் நின்று காத்துக்கொண்டிருந்தார் கோபால். முந்தையநாள் தாமதமாக டெல்லி வந்து சேர்ந்ததால், அங்கே இரயில்வே நிலையத்திலேயே ஒரு நடைமேடையில் படுத்து உறங்கிவிட்டதாக கோபால் தெரிவித்தார். வரும்போது கையோடு துப்பாக்கியை தன்னுடன் கொண்டுவந்திருப்பதாகவும் கோட்சேவிடம் தெரிவித்தார் கோபால்[18]. அங்கிருந்து கோட்சேவும் ஆப்தேவும் கோபாலும் மெரினா விடுதிக்குச் சென்றுவிட்டனர். அங்கே கொலை செய்வது குறித்து விவரமாக விவாதித்தனர். 1949ஆம் ஆண்டு ஜனவரி மாதம் 20ஆம் தேதியன்றுதான் காந்தியைக் கொல்லப்போவதாக எடுத்திருந்த முடிவினை கோபாலிடம் தெரிவித்தனர்[19].

சுமார் 4 மணிக்கு கர்க்கரேவும் அவர்களுடன் இணைந்தவுடன், பிர்லா மாளிகைக்கு அவர்கள் ஏற்கனவே வகுத்துவைத்திருந்த திட்டத்தை சரிபார்க்கச் சென்றிருந்தனர்.

"அது பிரார்த்தனை நடக்கும் நேரமென்பதால், பிர்லா மாளிகைக்குள் யார் வேண்டுமானாலும் வரலாம். பிரார்த்தனைக்கு வந்த மக்களோட மக்களாக கலந்து, நாங்கள் உள்ளே சென்றோம்.

பிரார்த்தனை மேடைக்கு காந்தி நடந்துவந்த பாதையினை கர்க்கரேவும் கோட்சேவும் உற்று கவனித்தனர். அதேபோல காந்தி அமரும் இடத்தையும் கவனத்தில் கொண்டனர்[20].

காந்தியின் உடல்நிலையில் பெரிய முன்னேற்றம் இல்லாதபடியால், அவருடைய எழுதிவைத்த உரையை இன்னொருவர் வாசித்தார். சுமார் இருபது நிமிடங்களுக்கு கோட்சேவும் அவனது கூட்டாளிகளும் அந்த பிரார்த்தனை மைதானத்தை வேவு பார்த்தனர். அதன்பிறகு அவர்கள் பின்வாசல் வழியாக வெளியே வந்தனர்.

இதெல்லாம் நடந்துகொண்டிருக்கையில் எதையோ யோசித்துக்கொண்டே ஒரு குழப்பான மனநிலையிலேயே இருந்தான் கோட்சே. மிகுந்த ஆர்வத்துடன் செயல்பட்டுக்கொண்டிருந்தான் ஆப்தே. ஆனால் கோட்சேவோ யானை காலடி எடுத்துவைப்பதைப் போல ஒவ்வொரு அடியையும் எடுத்துவைக்க அதிக பலம் தேவைப்படுபவனாகத்தான் நடந்துகொண்டிருந்தான். ஒருசில நாட்களுக்குள்ளாகவே அதிகமாக சோர்வடைந்தும் பலவீனமாகியும் வயதாகியும் விட்டதைப் போல மாறியிருந்தான் கோட்சே.

"நானும் எனது தம்பியும் இப்படியான சதிவேலையில் இறங்குவதால், என்னுடைய ஒட்டுமொத்த குடும்பமுமே சீரழிந்துவிடுமோ?" என்று தனக்குத்தானே கேட்டுக்கொண்டான்[21]. இதுபோன்ற ஏராளமான கேள்விகள் அவனைத் துரத்திக்கொண்டே இருந்தன. அந்தக் கேள்விகளெல்லாம் நியாயமானவைதான் என்றாலுமே, அவற்றுக்கான பதில்களைத் தேடுவதற்கான நேரத்தை அவன் கடந்துவிட்டான். கொலை செய்வதற்கான சதிவேலைகள் அப்போது அதிவேகமாக நடைபெற்றுக்கொண்டிருந்தன.

கோட்சே குழப்பத்தில் இருக்கும்போதே, பிர்லா மாளிகையின் பணியாளர்கள் தங்கும் விடுதியில் ஒரு அறையை ஏற்பாடு செய்யும் வேலையை கர்க்கரேவிடம் கொடுத்தான் ஆப்தே. அந்தப் பணியை செவ்வனே செய்துவிடுவதாக ஆப்தேவிடம் கர்க்கரே வாக்குக் கொடுத்தார். அங்கிருந்து இந்துமகாசபை அலுவலகத்திற்குத் திரும்பினார்கள். அங்கே கோபால், கர்க்கரே மற்றும் பக்வா ஆகிய மூவரும் தங்குவதற்கான ஏற்பாட்டினை கோட்சே ஏற்கனவே செய்திருந்தான். காந்தியைக் கொல்வதற்கான சதித்திட்டத்தில் அனைத்தும் சரியாகப் போவதாகத்தான் அவர்கள் அனைவருக்கும் தோன்றியது.

ஆக, தீட்டிய திட்டத்தை செயல்படுத்த வேண்டிய நேரமும் வந்துவிட்டது. இப்போது கவனத்தை பக்வா பக்கமாக திருப்பவேண்டிய நேரமிது. பக்வாவுக்கே தெரியாமல், பக்வாவைத்தானே காந்தியைக் கொல்வதற்கு அவர்கள் தேர்ந்தெடுத்திருக்கிறார்கள்.

பாலியல் தொழில் செய்யும் குடும்பத்தில் பிறந்த தன்னை இந்த சமூகம் கண்ணியமாகப் பார்க்கிற ஒரு வாழ்க்கை வேண்டுமென்று செவாந்தி விரும்பினார். அதற்கு பக்வாவின் மீதான உண்மையான காதல் நிச்சயமாக உதவுமென்று நம்பியிருந்தார். தன்னிடம் பக்வா காட்டிய அன்பினாலும் காதலினாலும் ஒரு மிகப்பெரிய நம்பிக்கையையும் பெருமிதத்தையும் தனக்கு பக்வா ஊட்டியிருந்ததை செவாந்தி உணர்ந்திருந்தார். வெகுசில நாட்களுக்குள்ளாகவே செவாந்தியின் வாழ்க்கையில் மிகமுக்கியமான மையப்புள்ளியாக பக்வா மாறியிருந்தார். கர்க்கரேவிடம் பக்வா வேலை செய்வது குறித்த பதட்டம் செவாந்திக்கு இருந்தபோதும், பக்வாவை ஒருபோதும் அவர் சந்தேகப்படவே இல்லை. கர்க்கரேவின் பொருட்களையும் பெட்டியையும் எடுப்பதற்காக ஜனவரி 11ஆம் தேதியன்று அகமதுநகர் சென்றபோதுதான் கடைசியாக செவாந்தியை சந்தித்தார் பக்வா. அதுவும் மிகக்குறைந்த நேரம் மட்டுமே அவர்களால் சந்திக்கமுடிந்தது. அங்கிருந்து கிளம்பும்போது, சீக்கிரமே திரும்பிவிடுவதாக வாக்குக் கொடுத்துவிட்டுத்தான் பக்வா விடைபெற்றார். ஆனால் அவர் கொடுத்த வாக்குறுதியை மறந்ததுபோல் ஆனார் பக்வா. ஆனால் செவாந்திக்கோ பக்வா இல்லாத நாட்கள் மிகவும் மெதுவாகத்தான் நகர்ந்தன.

ஜனவரி 15ஆம் தேதியன்று பக்வாவுக்கு ஒரு கடிதம் எழுதி அனுப்பினார் செவாந்தி.

> “எனது இதயம் உனக்காக ஏங்கித் துடித்துக்கொண்டிருக்கிறது. எனக்கு இங்கு இருக்கவே பிடிக்கவில்லை. இக்கடிதத்தை தந்திபோல நினைத்து அகமதுநகருக்கு உடனடியாக வரவும். கெஞ்சிக் கேட்கிறேன், எப்படியாவது வருவதற்கு முயற்சி செய்யவும். அத்துடன், எப்போது வருகிறீர்கள் என்கிற விவரத்தையும் முன்கூட்டியே கடிதமாக எழுதி அனுப்பவும். இக்கடிதத்தில் இதற்குமேல் வேறு எதையும் எழுத வேண்டாம் என்று நினைக்கிறேன். நான் சொல்லவருவதை நீங்கள்

புரிந்துகொள்வீர்கள் என்று எனக்குத் தெரியும். நீங்கள் புத்திசாலியாச்சே. இதனை தந்தியாக நினைத்து உடனே எனக்கு பதில் கடிதம் எழுதவும். அந்தக் கடிதத்திலேயே நீங்கள் வரும் தேதியையும் குறிப்பிடவும். இந்தக் கடிதத்தில் நான் எழுதிய வார்த்தைகளெல்லாம் அதிக அன்பைக் கொட்டி எழுதப்பட்டவை என்பதைக் கவனத்தில் கொள்ளுங்கள்”

என்று எழுதினார் செவாந்தி[22].

மீண்டும் ஜனவரி 16ஆம் தேதியன்று மற்றொரு கடிதத்தை பக்வாவுக்கு செவாந்தி எழுதினார். இம்முறை தன்னுடைய உணர்வுகளை மேலும் வெளிப்படையான வார்த்தைகளிலேயே எழுதினார்.

“உங்களிடமிருந்து எந்த பதிலும் வராததால், நான் பதட்டத்திலேயே இருக்கிறேன். உடனே பதில் கடிதம் எழுதுங்கள் என்று கெஞ்சிக் கேட்கிறேன். நான் இங்கு மகிழ்ச்சியாகத்தான் இருக்கிறேன். ஆனால் உங்களுடைய நினைவுதான் என்னை வெகுவாகத் தொல்லை செய்கிறது. அகமதுநகருக்கு விரைவாக வந்துவிடுங்களேன். வரும்போது, எனக்கு ஒரு ஜோடி செருப்பு ஆறுமுழ நீளத்தில் ஒரு புடவையும் வாங்கி வாருங்களேன். அவற்றை மறக்காமல் கொண்டுவாருங்கள். சீக்கிரமாக வாங்கள். என்னுடைய இதயம் எப்போதும் உங்களை நினைத்தே சோகமாக இருக்கிறது.”

என்று எழுதிவிட்டு, இறுதியாக ஒரு கவிதையுடனே முடித்திருந்தார் அந்த இரண்டாவது கடிதத்தில்.

“என் மலர்த் தோட்டம் நீயின்றி வெறிச்சோடிக் கிடக்கிறது.
என் மனதை வேட்டையாடிக் கொண்டிருப்பவனே, சீக்கிரம் வா.
இரவுகள் கழிகின்றன, பகல்கள் போய்க் கொண்டிருக்கின்றன
என் மனமோ மூழ்கிக்கொண்டிருக்கிறது.
இளவேனிற் காலம் வந்து விட்டது, ஆனால்
மலர்படுக்கை இன்னமும் கொள்ளைகொள்ளக் காத்திருக்கிறது.
வா, என்னை வந்து வேட்டையாட வா.
என்னுடைய வாழ்க்கைத் துணைவனே,
உன்னுடைய காதல் என்னை வாட்டுகிறது.
அது ஏதேதோ சொல்வதையெல்லாம்,
வாய் விட்டுக் கூற முடியாமல் என் பெண்மை தடுக்கிறது...

நீயின்றி நான் எப்படி வாழ்வேன்...
வா, என் வேட்டைக்காரனே வா"

என்று மனதில் தோன்றியதை கவிதையாக எழுதியிருந்தார் செவாந்தி[23].

அந்தக் கடிதங்களையெல்லாம் ஏற்கனவே பக்வா கொடுத்திருந்த முகவரிக்கு அனுப்பி இருந்தார். அது பம்பாயில் வசித்துவந்த பேராசிரியர் ஜெயினின் வீட்டு முகவரியாகும். ஜனவரி 17ஆம் தேதியன்று முதல் கடிதமும், ஜனவரி 19ஆம் தேதியன்று இரண்டாவது கடிதமும் பேராசிரியரின் வீட்டுக்கு வந்து சேர்ந்திருந்தன. அக்கடிதங்கள் வருவதற்கு முன்னரே அங்கிருந்து டெல்லிக்கு பக்வா கிளம்பிவிட்டார். அதனால் அக்கடிதங்களை அவர் படிக்கவில்லை. காந்தி கொலைக்குப் பின்னர் நடைபெற்ற விசாரணையின்போது அக்கடிதங்களின் பிரதிகளை அரசுதரப்பு வழக்கறிஞர் சமர்ப்பித்தபோதுதான் பக்வாவுக்கே தெரியும்[24].

ஒருவேளை இக்கடிதங்களெல்லாம் முன்பே பக்வாவுக்குக் கிடைத்திருந்தால் என்ன மாதிரியான விளைவுகளை அவை ஏற்படுத்தியிருக்கும் என்று கணிப்பது கடினம்தான். செவாந்திக்கு பக்வா மீது இருந்த அளவுகடந்த காதலைப் போன்றே பக்வாவுக்கும் செவாந்தி மீது இருந்ததா என்பதும் சந்தேகத்திற்குரியதுதான். ஒருமுறை டெல்லியில் தனது தாய்மாமாவை சந்திக்க நேர்ந்தபோது, பக்வாவின் திருமணம் குறித்த பேச்சு வந்திருக்கிறது. அப்போது குடும்பத்தின் விருப்பப்படி யாரையும் திருமணம் செய்துகொள்ளத் தயாராக இருப்பதாக அவரது மாமாவிடம் பக்வா தெரிவித்திருக்கிறார். செவாந்தியிடம் இருந்து விலகிச் செல்ல பக்வா முடிவெடுத்தாரா இல்லையா, அப்படி எடுத்திருந்தாலும் அதற்கான காரணமென்ன என்பது குறித்தும் மேலதிக விவரங்கள் நம்மிடம் இல்லை.

ஜனவரி 17ஆம் தேதியன்று கர்க்கரேவும் பக்வாவும் டெல்லி வந்தடைந்தனர். அங்கே சாந்தினி சௌக்கிற்கு அருகே பதேபூரி என்னுமிடத்தில் ஒரு விடுதியில் தங்குவதற்கு அறையை வாடகைக்கு எடுத்திருந்தனர். அப்போதுதான் தன்னுடைய மாமாவை சந்தித்தார் பக்வா. அடுத்த இரண்டு நாட்களாக கோட்சேவுடனும் ஆப்தேவுடனுமே கர்க்கரே சுற்றிக்கொண்டிருந்தார். அப்போது, தன்னுடைய மாமாவுடன், தன்னைத் திருமணம்

செய்துகொள்ளச்சொன்ன பெண்ணின் குடும்பத்தினருடனுமே பெரும்பாலான நேரத்தை செலவிட்டார் பக்வா.

"என்னுடைய மாமா டாக்டர் பால முகுந்த் அகுஜா என்பவர் பழைய டெல்லியின் சாந்தினி சௌக் பகுதியில் வசித்து வந்தார். அவருடைய வீடும் நாங்கள் தங்கியிருந்த விடுதியும் அருகருகேதான் இருந்தன. அதனால் நான் நடந்தே அவருடைய வீட்டிற்கு சென்றுவிட்டேன்" என்று இதுகுறித்து பக்வா பின்னாளில் தெரிவித்தார்.

"நான் அவரை சந்தித்து, எங்களுடைய குடும்ப விவகாரங்கள் குறித்து பேசினேன். என்னுடைய அத்தையும் வீட்டில் இருந்தார். என்னுடைய தந்தை வசித்துவரும் ஜலந்தருக்கு என்னைப் போகச்சொல்லி அவர்கள் இருவரும் அறிவுறுத்தினர். திருமணம் செய்துகொள்வதற்கும் மனதைத் தயார் செய்துகொள்ளச் சொல்லினர். அவர்களிடம் நான் டெல்லி வந்ததற்கான உண்மையான காரணத்தை சொல்லவில்லை. என்னுடைய கூட்டாளிகளுடன் வியாபாரம் தொடர்பான வேலைகளுக்காகத்தான் டெல்லி வந்ததாகக் கூறினேன். அவர்களுடன் பேசிக்கொண்டிருக்கையில் எனக்குப் பார்த்து வைத்திருக்கிற பெண்ணும் பழைய டெல்லியின் சப்ஜி மந்தி என்னும் பகுதியில் கேசர் கட்டடத்தில்தான் அவருடைய சகோதரரான பாபு சத்பால் அரோராவுடன் வசித்துவருகிறார் என்று அறிந்துகொண்டேன். ஆனால் அப்பெண்ணின் பெயரை அவர்கள் சொல்லவில்லை. அந்தப் பெண்ணை நான் பார்க்கவும் இல்லை. என்னுடைய தந்தையும் அப்பெண்ணின் உறவினர்களும் சேர்ந்து இந்தத் திருமணத்தை நடத்துவது குறித்து முடிவெடுத்திருக்கின்றனர் என்று தெரிந்துகொண்டேன்" என்று தனது வாக்குமூலத்தில் பக்வா கூறியிருக்கிறார்[25].

மறுநாள் ஜவனரி 18ஆம் தேதியன்று கர்க்கரேவிடம் கேட்டு தனக்கு புதிதாக செருப்பு வாங்கிக்கொண்டார் பக்வா. அதனைப் போட்டுக்கொண்டு பெயர் தெரியாத தன்னுடைய வருங்கால மனைவியைத் தேடிக்கண்டுபிடித்து சந்திப்பதற்கு பக்வா சென்றார். ஒருவழியாக வீட்டைக் கண்டுபிடித்து அப்பெண்ணின் அம்மாவை சந்தித்துவிட்டார்.

"நாங்கள் தேநீர் குடித்துக்கொண்டிருந்த போது, பெண்ணின் மாமாவான பாபு பிஜேந்தர்லால் என்பவர் அங்கு வந்தார். சப்ஜி மந்தியில் ஜவகர்லால் நேரு கலந்துகொள்ளப்போகும் பொதுக்கூட்டமொன்று அதே ஊரில் நடைபெறப்போகிறது என்று அவர் பேச்சினூடே தெரிவித்தார்" என்று விசாரணையின்போது பக்வா தெரிவித்தார். அதற்கு சிலமணி நேரங்களுக்கு முன்னர்தான் தன்னுடைய உண்ணாவிரதத்தை காந்தி முடித்திருந்தார். தான் திருமணம் செய்துகொள்ளப்போகும் பெண்ணின் உறவினர்களுடன் சேர்ந்து நேருவின் பொதுக்கூட்டத்தில் கலந்துகொண்டார் பக்வா[26].

தந்தையுடன் முன்பிருந்த கருத்து வேறுபாடுகளெல்லாம் மறைந்து, அவருடைய உண்மையான வாரிசாக பக்வா தன்னை உணரத் துவங்கியிருந்தார். தனக்கு நிச்சயிக்கப்பட்ட பெண்ணின் குடும்பத்தினரையும், அதன்பின்னர் ஜலந்தரில் வசிக்கும் தன்னுடைய தந்தையையும் மறுநாள் சந்திக்கவேண்டுமென்று பக்வா திட்டமிட்டிருந்தார். ஆனால், பக்வாவின் திட்டம் செயல்படுத்த முடியாததாகி விட்டது. ஜனவரி 19ஆம் தேதியன்று அவர்கள் தங்கியிருந்த விடுதியின் அறையை காலிசெய்துவிட்டு, இந்துமகாசபை அலுவலகத்தில் ஏற்பாடு செய்யப்பட்டிருந்த அறைக்குச் சென்று தங்கவேண்டும் என்று பக்வாவிடம் கர்க்கரே தகவல் தெரிவித்தார். பெட்டி படுக்கைகளை எல்லாம் உடனடியாக எடுத்துவைக்க வேண்டுமென்று கர்க்கரே கூறினார்[27]. கர்க்கரேவின் வார்த்தைகளை பக்வாவால் மறுக்கமுடியவில்லை.

மற்றொரு பெண்ணைத் திருமணம் செய்வதற்கு பக்வா எடுத்திருக்கும் முடிவுகள் குறித்தெல்லாம் எதுவும் தெரியாமலேயே இருந்தார் செவாந்தி. காந்தி கொல்லப்பட்டபிறகு, இனியெப்போதும் பக்வா திரும்பிவரவே மாட்டார் என்பதை அறிந்தபிறகு உறைந்தேபோனார் செவாந்தி.

செவாந்தியின் நெருங்கிய தோழியான சுமன்பாய் என்பவர் பின்னாளில் வெளியே தெரிவித்தபோதுதான் செவாந்தியின் அப்போதைய நிலையே புரிந்தது.

"செய்தியைக் கேள்விப்பட்டதும் தன்னுடைய உடலே வெடித்துச் சிதறியதைப் போன்று உணர்ந்தாள் செவாந்தி. அவளுடைய கனவுகளெல்லாம் ஆவியாகிப் பறந்துசென்றதாகத் தோன்றியது அவளுக்கு. 'என்ன ஆனது?' என்று அவளுடைய அம்மா கேட்டதற்கு, 'எதுவுமில்லை' என்றுதான் பதிலாகச் சொன்னாள். யாருமே

காப்பாற்றமுடியாத கொடூர நிலையில் சிக்கிக்கொண்டோமே என்று நினைத்து அழுதாள். கண்ணீர் நிற்காமல் வடிந்துகொண்டேதான் இருந்தது. அதன்பிறகு வேறுவழியில்லாமல் அவளுடைய அம்மாவின் தொழிலாக இருந்த பாலியல் தொழிலில் அவளும் இணைந்துகொண்டாள். அந்த நகரத்தின் மிகவும் பிரபலமான பாலியல் தொழிலாளியானாள். அவள்தான் வேண்டுமென்று பலரும் போட்டிபோடும் அளவுக்கு முக்கியமானவளாக மாறினாள். நாங்கள் தொடந்து நெருங்கிய நண்பர்களாகவே இருந்தோம். அவள் அதன்பிறகு எப்போதும் யார்மீதும் காதல் கொள்ளவே இல்லை" என்றார் சுமன்பாய்[28].

13
வேட்டைக்காரன்

காந்தியைக் கொல்வதற்கு 1948ஆம் ஆண்டு ஜனவரி 19ஆம் தேதியைத் தேர்ந்தெடுத்திருந்தார்கள். அதற்கு முந்தையநாள் இரவு 9 மணிக்குதான் பக்வாவுக்கு திட்டம் குறித்த விவரமே தெரியவந்தது. திட்டத்தை தீட்டிக்கொண்டும் விவாதித்துக்கொண்டும் இருந்த அதற்கு முந்தைய வாரங்களிலெல்லாம் எதையும் சொல்லாமல் பக்வாவை ஒதுக்கி வைத்திருந்துவிட்டு, கொலை செய்யத் திட்டமிடப்பட்ட நேரத்திலிருந்து முழுதாக ஒருநாள்கூட இல்லாதபோது சொல்லியிருக்கிறார்கள். பக்வாதான் மையப்பங்கினை வகிக்கவேண்டியிருந்தபோதும், அவரை சதித்திட்டம் தீட்டும்போதெல்லாம் சேர்த்துக்கொள்ளவில்லை. பக்வாவின் பங்களிப்பு இல்லாமல் அந்தத் திட்டமே நிறைவேறாது என்பதைத் தெரிந்தும் மறைத்திருக்கிறார்கள்.

அன்று இரவு படுக்கையில் தூங்க முயற்சி செய்துகொண்டிருந்தார் பக்வா. திருமணம் குறித்தும், நிச்சயிக்கப்பட்ட பெண் குறித்தும் யோசித்துக்கொண்டிருந்த நேரத்தில் ஆப்தே மெதுவாக அந்த அறையில் நுழைந்ததைக்கூட பக்வா கவனிக்கவில்லை. உள்ளே நுழைந்த ஆப்தே, கர்க்கரேவின் காதில் எதையோ மெல்லிய குரலில் சொல்லி இருக்கிறான். உடனே ஆப்தேவும் கர்க்கரேவும் குளிர்ந்த அந்த இரவில் வெளியே சென்றிருக்கின்றனர்.

“நான் தூங்க முயற்சி செய்துகொண்டிருந்தபோது, கர்க்கரே அறைக்குள் திரும்பவந்தார். என்னுடைய காதுகளுக்கு அருகேவந்து, ‘உன்னால் காந்தியைக் கொல்ல முடியுமா?’ என்று கேட்டார். நான் பதறிப்போய் ‘அதையெல்லாம் நான் செய்யவே மாட்டேன்’ என்று கூறிவிட்டேன்” என்று பக்வா நினைவுகூர்ந்தார்[1].

பக்வாவின் பதிலைக் கேட்டதும் எதுவும் பேசாமல் அறையைவிட்டு கர்க்கரே வெளியே சென்றார். பக்வாவுக்கு அது ஆச்சர்யமாக இருந்தது. அவர் இதை எதிர்பார்க்கவே இல்லை. தன்னைத்தவிர வேறு யாரோ ஒருவர்தான் காந்தியைக் கொல்லப் போகிறார் என்றும், கர்க்கரேவுக்கு உதவுவது மட்டுமே தன்னுடைய வேலையென்றும்தான் பக்வா நினைத்திருந்தார். இந்துக்களின் கோபத்தைக் காட்டுவதற்கான கலவரமாக மட்டுமே இருந்தால் பக்வாவுக்கு பிரச்சனையில்லை. அதற்கு முன்னர் அகமதுநகரில் பல கலவரங்களை பக்வா நிகழ்த்தியிருக்கிறார். அவர் வீசிய குண்டுகளினால் ஏராளமானோர் இறந்திருக்கிறார்கள். அதிலிருந்தெல்லாம் தண்டனை பெறாமல் பக்வாவால் தப்பிக்கவும் முடிந்திருக்கிறது. ஆனால், காந்தியைக் கொல்வதென்பது வேறு. காந்தியைக் கொன்றுவிட்டால் ஒட்டுமொத்த வாழ்க்கையே சீரழிந்துவிடும். ஆனால், அக்குழுவின் மற்றவர்கள் அனைவரும் தப்பித்து சுதந்திரமாக சுற்றுவார்களே என்று நினைத்தார் பக்வா.

காந்தியின் மீது பெரிய மதிப்பெல்லாம் பக்வாவுக்கு உருவாகிவிடவில்லை. பல அகதிகளைப்போல பக்வாவுக்கும் காந்தி மீது கோபம் இருந்ததுதான். கர்க்கரே சொல்லும் எதையும் அப்படியே செய்யும் மனதை பக்வா கொண்டிருந்த காலமும் இருந்தது. ஆனால் இப்போது பக்வாவுக்கு காந்தியின் மீதிருந்த கோபத்தைவிடவும் வாழ்க்கையில் முக்கியமானவை வேறுபல அம்சங்கள் வந்துவிட்டன. செவாந்தியால் ஓரளவுக்கு இயல்பு வாழ்க்கைக்குக் கொண்டுவரப்பட்ட பக்வா, இப்போது அப்பா தேர்வு செய்திருக்கும் பெண்ணைத் திருமணம் செய்யும் நிலைக்கு வந்திருந்தார்.

போர்வையால் முகத்தை மூடி, மீண்டும் உறங்க முயற்சி செய்தார். ஆனால் தூங்கமுடியவில்லை. கண்களை மூடியபடியே எல்லாவற்றையும் யோசித்துக்கொண்டிருந்தார். கடந்த ஒருமாத காலமாகவே கலவரம் செய்யும் எந்த வேலையையும் கர்க்கரே கொடுக்கவே இல்லையென்பதையும் பக்வா நினைத்துப் பார்த்தார். அதுவரையிலும் கர்க்கரே சொல்லிய எதையும் பக்வா மீறியதே இல்லை. கர்க்கரேவின் ஆணைக்கு இணங்கமுடியாது என்று சொல்லிய முதல் வேலை இதுதான். அந்த சூழலில் அங்கு இருக்கவும் முடியாமல், கர்க்கரேவைவிட்டு வெளியேறவும் முடியாமல் தவித்தார். தன்னுடைய அனைத்துவிதமான செலவுகளுக்கும் கர்க்கரேவை நம்பியே பக்வா வாழ்ந்துவந்ததும் அதற்கு முக்கியமான

காரணமாகும். அதனை யோசித்தபடியே வெகுநேரம் கழித்து பக்வா உறங்கிப்போனார். ஆனால் அவர் தூங்கும்வரையிலும் பட்கே, சங்கர், கர்க்கரே மற்றும் கோபால் என வெளியே சென்ற எவருமே திரும்பவரவில்லை.

"அன்றைய இரவில் அவர்கள் எப்போது திரும்பி வந்தார்கள் என்றே எனக்குத் தெரியவில்லை" என்றார் பக்வா[2].

காந்தியைக் கொல்ல பக்வா மறுத்ததில் இருந்தே காந்தியைக் கொல்லும் திட்டத்தில் குழப்பங்கள் வர ஆரம்பித்தன. காந்தியை முன்நின்று கொல்லப்போவது யாரென்ற கேள்வி மீண்டும் வந்தது. கோட்சேவே ஆயிரம் குழப்பங்களில் இருந்ததால் அவனும் தயாராக இல்லை. காந்தியைக் கொல்வதற்கு திட்டமிடப்பட்டிருந்த ஜனவரி 20ஆம் தேதியன்று காலையிலேயே, தனக்கு பழையபடி மீண்டும் ஒற்றைத்தலைவலி வந்துவிட்டதாக கோட்சே கூறினான். அது ஆப்தேவை மேலும் அதிர்ச்சிக்குள்ளாக்கியது[3]. உண்மையிலேயே கோட்சேவுக்கு அப்போது ஒற்றைத்தலைவலி வந்ததா அல்லது காந்தியைக் கொல்வதிலிருந்து பக்வா பின்வாங்கியதால் தன்னை அந்த வேலையைச் செய்யச் சொல்லிவிடுவார்களோ என்கிற அச்சத்தில் கோட்சே நடத்திய நாடகமா என்பது தெரியவில்லை. காந்தியைக் கொல்லும் சதித்திட்டத்தை கிடப்பில் போடுவதே நல்லதென கோட்சே நம்பியிருக்கக்கூடும்.

இருப்பினும் காந்தியைக் கொல்லும் திட்டத்தைக் கைவிட ஆப்தே விரும்பவில்லை. எப்படியாவது அதனை செயல்படுத்திவிட வேண்டும் என்று முனைப்புடன் செயல்பட்டான். எதிர்பாராத திருப்பம் ஏற்பட்டபின்னரும் திட்டத்தை செயல்படுத்துவதை நிறுத்தும் எண்ணமே ஆப்தேவுக்கு இல்லை. கோட்சேவுக்கு உடல்நலமில்லை என்பதால் அவனை மட்டும் மெரினா விடுதி அறையில் விட்டுவிட்டு, இந்துமகாசபை அலுவகத்திற்கு தனியாகச் சென்றான் ஆப்தே. அங்கேதான் பட்கேவும், பட்கேவின் உதவியாளரான சங்கரும் தங்கியிருக்கிறார்கள். அவர்கள் கடைசியாக டெல்லிக்கு வந்தவர்கள் என்பதால், பிர்லா மாளிகையை அவர்கள் பார்க்கவே இல்லை. அதனால் அவர்கள் இருவரையும் அழைத்துக்கொண்டு பிர்லா மாளிகைக்குச் சென்றான் ஆப்தே. பிர்லா மாளிகையின் புல்வெளி மைதானத்திற்குச்

சென்றதும், அங்கே காந்தி அமர்ந்து பிரார்த்தனைக் கூட்டங்களை நடத்தும் மேடையைக் காட்டினான்.

"பிர்லா மாளிகையின் சுவரையொட்டி பணியாளர்கள் தங்குவதற்கென்று ஒரு விடுதி இருந்ததையும் பார்த்தோம்" என்று பட்கே பின்னர் தெரிவித்தார்.

"குறுக்கும் நெடுக்குமாக செங்கற்களை வைத்து கட்டப்பட்ட ஓட்டைகள் நிறைந்த ஜன்னலொன்று எனக்கு காட்டப்பட்டது. அந்த ஓட்டைகள் வழியாகவே பிரார்த்தனை நடக்கிற இடத்தை நோக்கி கையெறி குண்டினை வீசவும் துப்பாக்கியால் சுடவும் முடிவதற்கான இடவசதி இருந்தது. அதன்பிறகு எங்களுக்கு சுற்றுச்சுவரை சுற்றிக்காட்டினார் ஆப்தே. அங்கே சுவருக்கு அருகே இரண்டு இடங்களைக் காட்டினார். அதில் நெருப்பைக் கக்கும் கன்காட்டன் குண்டுகளை வைப்பதற்காக இரண்டு இடங்களை அவர் ஏற்கனவே தேர்வு செய்துவைத்திருந்தார். அந்த இடங்களை சுட்டிக்காட்டினார். கன்காட்டன் குண்டுகள் வீசப்பட்டு எரிந்துகொண்டிருக்கையில், அந்த இடத்தில் நிச்சயமாக ஒருவித பதட்டமும் குழப்பமும் ஏற்படும். அப்போதுதான் காந்தியைக் கொல்லவேண்டும் என்று கூறினார்"

என்று பட்கே பின்னாளில் தெரிவித்தார்[4].

அதேபோன்ற ஜன்னலைக் கொண்ட அந்த அறையின் முன்பக்கத்தையும் ஆப்தே அவர்களுக்குக் காட்டினான்.

"காந்தியைப் புகைப்படம் எடுக்க வந்திருக்கும் புகைப்படக் கலைஞராகக் காட்டிக்கொண்டு இந்த அறைக்குள் நுழைந்து, அங்கிருந்தே ஜன்னல்வழியாக துப்பாக்கியால் சுடவும் கையெறி குண்டுகளை வீசவும் வேண்டும் என்று ஆப்தே தன்னுடைய திட்டத்தை விளக்கினார்" என்று பட்கே தெரிவித்தார்[5].

அதன்பின்னர், அவர்கள் மீண்டும் மதியத்திற்கு முன்னரே இந்துமகாசபை அலுவலகத்திற்குத் திரும்பினர்.

"கோபாலையும் சங்கரையும் என்னையும் இந்துமகாசபை அலுவலகத்திற்கு பின்னாடி இருக்கும் காட்டிற்கு சென்று, இந்துமகாசபை கட்சியினரால் வாங்கிவைக்கப்பட்டிருந்த இரண்டு துப்பாக்கிகளைக் கொண்டு சுட்டுப்பார்த்து பழகச்சொன்னார்.

சிறிய துப்பாக்கியை சங்கரும், பெரிய துப்பாக்கியை கோபால் கோட்சேவும் எடுத்துக்கொண்டு வந்தனர்" என்றார் பட்கே[6].

அந்தக் காட்டில் கொஞ்ச தூரம் நடந்துசென்று, பாதுகாப்பான இடத்தைக் கண்டறிந்தவுடன் துப்பாக்கிகளை சுட்டுப்பழக முடிவுசெய்தனர்.

"கோபால் வைத்திருந்த துப்பாக்கியை எடுத்து சுட்டுப்பார்க்க முயற்சி செய்தோம். ஆனால் அது சரியாக வேலை செய்யவில்லை. அதன்பிறகு சங்கரிடம் இருந்த துப்பாக்கியைப் பயன்படுத்திப் பார்க்க ஆப்தே முடிவுசெய்தார். அருகில் இருந்த மரத்தை நோக்கி ஒருமுறை சுடச்சொல்லி சங்கரிடம் ஆப்தே உத்தரவிட்டார். சங்கரும் அதேபோல முயற்சி செய்தார். ஆனால் சங்கர் சுட்ட குண்டு மரத்தில் போய் படவில்லை. அதற்கு முன்பாகவே விழுந்துவிட்டது. ஆகையால் அந்தத் துப்பாக்கியை வைத்து தூரமாக சுடமுடியாது என்று ஆப்தே உறுதிசெய்தார்" என்றார் பட்கே[7].

அந்தப் பெரிய துப்பாக்கியை சரிசெய்யலாம் என்று முடிவெடுத்தனர். துப்பாக்கியைப் பிரித்து, அதில் எண்ணை ஊற்றி சுத்தம் செய்தார் கோபால் கோட்சே. அந்த நேரத்தில் அங்கே மூன்று வனக்காவலர்கள் வந்தார்கள். காவலர்களின் கண்ணில் படாமல் வெடிமருந்துகளையும் துப்பாக்கிகளையும் மறைத்துவைத்து தப்பித்தார்கள். ஆனால், அதற்கு மேலும் அவற்றையெல்லாம் இந்துமகாசபை அலுவலகத்தில் வைத்திருப்பது ஆபத்தானது என்று உணர்ந்து, மெரினா விடுதியில் இருந்த அவர்களது அறைக்கு அனைத்தையும் மாற்ற உத்தரவிட்டான் ஆப்தே. கர்க்கரேவும் பக்வாவும் பம்பாயில் இருந்து கொண்டுவந்த வெடிமருந்துப் பொருட்களையும் சேர்த்தே விடுதிக்குக் கொண்டுபோய்ச் சேர்க்குமாறு அவர்களிடம் கூறினான் ஆப்தே.

அடுத்த இரண்டு மணிநேரங்களாக அந்த அறையே அபாயகரமான வெடிமருந்துகளோடு பரபரப்பாக இயங்கிக் கொண்டிருந்தது. அந்த அறைக்குள் இருந்த கழிவறையில்தான் ஆப்தேவின் மேற்பார்வையில் மிகமுக்கியமான முன்தயாரிப்புகள் எல்லாம் நடைபெற்றுக்கொண்டிருந்தன.

"அப்போது நாதுராம் கோட்சே படுத்துக்கொண்டேதான் இருந்தார். கோட்சேவின் அறையை நன்றாக பூட்டிக்கொண்டு அங்குதான் கழட்டிவைத்த துப்பாக்கியை மீண்டும் கோபால் மாட்டினார். டெட்டனேட்டர்கள் என்றழைக்கப்படும்

வெடிப்பான்களை கையெறி குண்டுகளில் இணைத்தோம்” என்று பட்கே நினைவுகூர்ந்தார்[8].

ஏற்கனவே போடப்பட்டிருந்த திட்டத்தில் சில மாற்றங்கள் செய்யப்பட்டன. குழுவில் உள்ள அனைவருக்கும் புனைப்பெயர்கள் வைக்கப்பட்டன. பந்தோபந்த் என்று பெயர் சூட்டப்பட்ட பட்கேவுக்கு காந்தியை சுடும் முக்கியமான பணி கொடுக்கப்பட்டது.

“புகைப்படக்காரர் போன்று நடித்து அந்த அறைக்குள் நுழைந்து, பிரார்த்தனை செய்வதற்கு காந்தி அமரப்போகும் மேடைக்குப் பின்னால் துப்பாக்கியுடனும் கையெறி குண்டுடனும் செல்லும் முக்கியமான மையப்பணி எனக்கு வழங்கப்பட்டது” என்றார் பட்கே[9].

இப்படியான மிகப்பெரிய சதித்திட்டத்தை செயல்படுத்தும்போது, அதில் முக்கியப்பங்கு வகிக்கத் திட்டமிடப்பட்டிருந்த பக்வாவிடம்தான் முதலிலேயே ஆப்தே சொல்லியிருக்க வேண்டும். இப்போது கடைசிநேரத்தில் பக்வா நிராகரித்தபிறகு எல்லாவற்றையும் மாற்ற வேண்டிய சூழலுக்கு ஆப்தே தள்ளப்பட்டான். பக்வாவுக்கு நிறைய உண்மைகள் தெரிந்துவிட்டதால், அவரை இந்த சூழலில் வெளியேற்றுவது ஆபத்து என்பதை ஆப்தே உணர்ந்திருந்தான். சதித்திட்டம் குறித்த தகவல்களெல்லாம் பக்வா வழியாக வெளியே சென்றுவிடாமல் தடுப்பதற்கு பக்வாவையும் திட்டத்தில் ஏதோவொரு வகையில் இணைத்துக்கொள்வதுதான் சரியென்று ஆப்தே முடிவெடுத்தான். அதனால் கன்காட்டனைப் பற்றவைத்து பிரார்த்தனை நடக்கும் இடத்திலிருந்து கொஞ்ச தூரம் தள்ளியே வீசும் ஆபத்தில்லாத வேலை பக்வாவுக்குக் கொடுக்கப்பட்டது. ஒரு கையெறி குண்டையும் கையில் வைத்துக்கொண்டு அதே பாணியில் வீசும் வேலையையும் பக்வாவுக்குக் கொடுத்தார்கள். பக்வா வீசப்போகிற கன்காட்டனினால் யாருக்கும் எந்த சேதமும் ஏற்படப்போவதில்லை. அதன் நோக்கமே கூட்டத்தின் கவனத்தைத் திசை திருப்புவது மட்டும்தான்[10]. அதனால் கர்க்கரேவும் பக்வாவும் இதற்கு ஒப்புக்கொண்டனர்.

கன்காட்டனை பக்வா கொளுத்தி வீசியவுடனேயே, வெவ்வேறு திசைகளில் நிற்கப்போகும் மற்ற அனைவரும் அவரவர் கையில் வைத்திருக்கும் கையெறி குண்டுகளை ஆங்காங்கே வீசி அங்கே பெருங்குழப்பத்தையும் பதட்டத்தையும் ஏற்படுத்த வேண்டும். அந்த

சூழலைப் பயன்படுத்தி, ஒளிந்திருக்கும் பட்கே அப்போது காந்தியை நோக்கி துப்பாக்கியால் சுடவேண்டும்.

கடைசிநேரத்தில் திட்டத்தையே மாற்றியமைக்க வேண்டிய சூழலில், அதனைத் தொடர்வதற்கு கோட்சேவுக்கு விருப்பமே இல்லை. அந்த நாள் முழுவதும் குழுவில் அனைவரும் கடுமையான வேலைகளை செய்துகொண்டிருந்தபோது, எந்த உதவியும் செய்யாமல் அமைதியாக படுத்துக்கொண்டுதான் இருந்தான் கோட்சே. காந்தியைக் கொல்லவேண்டும் என்பதில் முழுமையாக உடன்பட்டிருந்த போதும், திட்டத்தின் அன்றைய நிலை கருதியே அவன் ஆர்வமில்லாமல் இருந்தான். கோட்சே இப்படியாக வேண்டாவெறுப்பாக நடந்துகொள்வது ஆப்தேவை எரிச்சலடைய வைத்தது. பிர்லா மாளிகைக்கு செல்வதற்காக எல்லோரும் தயாராகிக்கொண்டிருந்தபோது, கோட்சே மட்டும் விடுதியிலேயே தங்கியிருக்க விரும்பினான்.

"உனக்கு உடல்நிலை சரியில்லை என்று சொல்வதால், உன்னை நம்பி நாங்கள் எதையும் செய்யமுடியாது என்று ஆப்தே என்னிடம் தெரிவித்தார். அப்போது எல்லோரும் அறையைவிட்டு வெளியே சென்றுவிட்டனர்" என்று கோட்சே அந்த சூழலை நினைவுகூர்ந்தான்[11].

1948ஆம் ஆண்டு ஜனவரி மாதம் 20ஆம் தேதியன்று மாலை சுமார் ஐந்து மணிக்கு நாற்காலியில் பிரார்த்தனை மைதானத்திற்கு காந்தி அழைத்துவரப்பட்டார். அவர் சோர்வாகவும் உடல்நிலை சரியில்லாமலும் காணப்பட்டார். உண்ணாவிரதத்தை முடித்து இரண்டு நாட்களாகியும், அவரை நீர் ஆகாரம் மட்டுமே எடுத்துகொள்ளச் சொல்லி மருத்துவர்கள் அறிவுறுத்தியிருந்தனர். அதனால் அவர் பலமில்லாதவராகவே காணப்பட்டார். இருப்பினும் மதவெறிக் கலவரங்கள் டெல்லியைச் சூழ்ந்திருந்தபோது இருந்த கவலையெல்லாம் கடந்த சில நாட்களின் அமைதியினால் ஓரளவுக்கு அவருடைய முகத்தில் குறைந்து காணப்பட்டது. ஒருவித பரவசமும் கூட முகத்தில் தெரிந்தது.

காலனிய எதிர்ப்பு இயக்கத்தின் முன்னணித் தலைவராக இருந்த நிலையில் இருந்து, மதநல்லிணக்கத் தலைவராக அந்த உண்ணாவிரதமும் அதனைத் தொடர்ந்து ஏற்பட்ட இணக்கமான சூழலும் அவரை உருவாக்கி இருந்தது. தான் கொண்ட

கொள்கைக்காக காந்தி வெளிப்படுத்திய துணிச்சலை சர்வதேசப் பத்திரிகைகள் பாராட்டின. காந்தியின் பெருமையும் கௌரவமும் இந்தியாவில் மட்டுமல்லாமல் சர்வதேச அரங்கிலும் அதற்கு முன்பிருந்ததை விடவும் பலமடங்கு உயர்ந்திருந்தது. இந்துத்துவ வெறியர்களின் கண்ணுக்கு அவர் விரோதியாகத் தெரிந்தபோதும், பெரும்பான்மையான இந்தியர்களின் பார்வையில் அவர் அற்புதங்களை நிகழ்த்துகிற வாழும் மனிதக்கடவுளாகத்தான் தெரிந்தார். அந்த உண்ணாவிரதத்தின் காரணமாக அவருடைய உடலின் சில உறுப்புகள் மோசமாக பாதிக்கப்பட்டன.

"மீண்டுமொருமுறை காந்தியென்கிற போர்க்கப்பல் போருக்குச் சென்று தலைகுனியாமலும் தோல்வியடையாமலும் வெற்றியோடு திரும்பிவந்திருக்கிறது. ஆனால் இம்முறை கப்பலின் முக்கிய பாகங்கள் மோசமாக பாதிக்கப்பட்டிருக்கின்றன" என்று காந்தியின் உதவியாளரான பியாரிலால் குறிப்பிட்டிருக்கிறார்[12].

இருப்பினும் அவருடைய சுயகட்டுப்பாடும் உணவுக்கட்டுப்பாடும் அவரது உடல்நலத்தை பாதுகாப்பாக வைத்துவந்திருக்கிறது. அதனால்தான் பெரும் போராட்டங்களில் இருந்தும் மீண்டுவரும் உடல்வலிமையை அவர் பெற்றிருந்தார். தூக்கத்தை தன்னுடைய கட்டுப்பாட்டில் அவர் வைத்திருக்கிறவிதம் நம்மை ஆச்சர்யப்படுத்தும்.

"என்னுடைய கட்டுப்பாட்டில் இருந்து எப்போது தூக்கம் விலகிப்போகிறதோ, அப்போது என்னுடைய கதை முடிந்துவிடக்கூடும். அது எனது உடல்நலத்தை மட்டுமல்லாமல், மனதைரியத்தையும் சேர்த்தே எடுத்துக்கொண்டு போய்விடும். அந்த மனதைரியம்தான் எனக்கு எல்லாமும். அது பாதிக்கப்பட்டால் என்னைச் சுற்றியிருக்கும் சூழலும் மொத்தமாகக் கெட்டுப்போகும்" என்று காந்தி கூறியதாக அவரது உதவியாளரான பியாரிலால் எழுதியிருக்கிறார்[13].

உண்ணாவிரதப் போராட்டத்தை முடித்தகையோடு, தன்னுடைய வாழ்க்கையின் மிகப்பெரிய போராட்டமாக அவர் நினைக்கிற ஒரு பிரச்சாரத்தைத் துவங்குவது குறித்து சிந்திக்கத் துவங்கிவிட்டார். அதுதான் தன்னுடைய கடைசி பிரச்சாரமாகவும் இருக்குமென்று அவர் நினைத்தார். பாகிஸ்தானில் இருந்து கட்டாயத்தின் பேரில் இந்தியாவுக்கு அகதிகளாக வந்திருந்த இந்துக்களை அழைத்துக்கொண்டு நடந்தே பாகிஸ்தானுக்கு சென்று,

திரும்பிவரும்போது அங்கிருந்து இந்தியாவுக்குத் திரும்பவர விரும்பும் முஸ்லிம்களை அழைத்துக்கொண்டு நடந்தே இந்தியாவுக்கு வரும் பிரச்சாரப் பயணத் திட்டத்தை செயல்படுத்தும் ஆர்வத்தில் காந்தி இருந்தார்[14]. இந்தியாவையும் பாகிஸ்தானையும் அருகருகே ஒற்றுமையாக வாழும் நட்புநாடுகளாக மாற்றுவதற்காக இப்படியான ஒரு மிகப்பெரிய பிரச்சாரத்தை முன்னெடுத்தாலொழிய இருநாட்டு மக்களிடையே ஏற்பட்டிருக்கிற காயங்களை ஆற்றுவது கடினம் என்பதை காந்தி புரிந்துவைத்திருந்தார். அதுதான் இரண்டு ஒன்றிய அரசுகளுக்கும் நிரந்தரமான சுதந்திரத்தையும் பெற்றுத்தரும் என்று காந்தி உறுதியாக நம்பினார்[15].

“அதுவும் அவரது வாழ்க்கையின் கடைசிகாலத்தில் வாழ்ந்துகொண்டிருக்கும் போதும் இப்படியான கடினமான பிரச்சாரத்தை செய்வதை அவர் திட்டமிட்டுக்கொண்டு இருந்தார். இன்னொரு போராட்டத்தை நடத்தும் மனபலமும் அவருக்கு இருந்தது” என்றார் பியாரிலால்[16].

காந்தியின் சிந்தனையில் உதித்த போராட்டங்களிலேயே அசாதாரணமான போராட்டத் திட்டமாக அது இருந்தது. அவர் அப்போது நடத்தி முடித்திருந்த உண்ணாவிரதத்தைக் காட்டிலும் அதிகமான உடல்வலிமை அவருக்குத் தேவைப்படும். அதனால் வர்தாவில் இருந்த அவரது ஆசிரமத்திற்குச் சென்று உடல்வலிமையை மீட்டுக்கொண்டுவரத் திட்டமிட்டிருந்தார். உண்ணாவிரதப் போராட்டத்துடைய வெற்றியின் காரணமாக பல ஆண்டுகளாக அவர் மீறாத ஒரு விதியை அவர் முதன்முறையாக மீறியிருந்தார். ஒவ்வொரு திங்கட்கிழமையும் அவர் அமைதியான நாளாகக் கடைபிடித்துவந்தார். ஆனால் 1948ஆம் ஆண்டு ஜனவரி மாதம் 19ஆம் தேதியன்று அவரது மனதில் ஏராளமான விசயங்கள் ஓடிக்கொண்டிருந்ததால் அமைதியாக இருக்கமுடியாத நிலை இருந்தது. காந்தியைப் பார்க்க வந்திருந்த இருவர், பாகிஸ்தானின் கராச்சியில் இந்துக்களுக்கும் சீக்கியர்களுக்கும் நடந்த கொடுமைகளை காந்தியிடம் விவரித்தனர். தான் பாகிஸ்தான் செல்லத் திட்டமிட்டிருப்பதாக அவர்களிடம் காந்தி தெரிவித்தார். அவர்கள் சொன்னதையெல்லாம் கேட்டவுடன், “என்னிடம் கூறியதை எல்லாம் எழுத்துப்பூர்வமாக எழுதித்தாருங்கள். நான் அனைத்தையும் சரிசெய்தவதற்குத் தேவையான நடவடிக்கைகளை எடுக்கிறேன்” என்றார் காந்தி[17].

ஜின்னாவை நம்பிக் களமிறங்குவது சாத்தியமா என்பதெல்லாம் ஒருபுறம் இருந்தாலும், இப்புதிய பிரச்சாரத் திட்டத்தில் மிகுந்த ஆர்வம் கொண்டிருந்தார் காந்தி. கடந்த சில நாட்களாகவே மாலைப் பிரார்த்தனைக் கூட்டங்களில் காந்தியின் உரையை எழுதிவைத்து யாரோதான் வாசித்துவந்தார்கள். ஆனால், ஜனவரி 20ஆம் தேதியன்று, அவரே நேரடியாகப் பேசுவதாக முடிவு செய்யப்பட்டிருந்தது. அவர் தளர்வுற்றுக் காணப்பட்ட போதிலும், மேடையில் அமர்ந்து தன்னம்பிக்கையோடு அங்கு கூடியிருந்தவர்களைப் பார்த்தார். காந்தியின் முன்னிருந்த அப்புல்வெளி மைதானத்தில் சுமார் 300 பேர் கூடியிருந்தனர். காந்தியின் பேச்சைக் கேட்பதைவிட அவருடைய தரிசனத்தைப் பெறுவதற்காகத்தான் அவர்கள் ஆர்வமாக வந்திருந்தனர். அவருடைய பிரார்த்தனைக் கூட்டங்களுக்கு வருகிற வழக்கமான எண்ணிக்கையிலான கூட்டம்தான். ஆனால் அவருடைய தரிசனத்திற்காகவோ அல்லது பேச்சைக் கேட்கவோகூட இல்லாமல், வேடிக்கை பார்க்க வந்தவர்களும் அவர்களில் சிலர் இருக்கத்தான் செய்தனர்.

∽

பிரார்த்தனை மைதானத்திற்குள் கடைசியாக நுழைந்த கூட்டத்தினரோடு கோட்சேவும் கலந்திருந்தான். காந்தியைக் கொல்லும் திட்டத்திற்கான முன்தயாரிப்புப் பணிகள் எதிலும் அன்றைய தினம் அவன் பங்கெடுக்காமல் அமைதியாக இருந்துவிட்டான். கழிவறையில் மறைவாக ஒளிந்திருந்து ஆயுதங்களை சரியாகப் பொருத்திக்கொண்டிருக்கும் போதுகூட படுக்கையில் படுத்துக்கொண்டு எதுவும் செய்யாமலேயே இருந்தான். அவனுடைய கூட்டாளிகளுக்கு இடையிலான விவாதங்களில்கூட அன்றைய தினம் முழுக்க அவன் பெரிதாகக் கலந்துகொள்ளவே இல்லை. பிர்லா மாளிகைக்கு கிளம்பும்போது கோட்சேவைத் தூண்டி அழைத்துச்செல்ல ஆப்தே முயன்றான். ஆனால் கோட்சேவோ அப்போதும் முகம்கொடுக்காமல் அமைதிகாத்தான். அதனால் அவனைவிட்டுவிட்டு அனைவரும் பிர்லா மாளிகைக்குக் கிளம்பிவிட்டனர். அறையில் அவனைத்தவிர யாருமே இல்லாத நிலைவந்தபோது, தனித்துவிடப்பட்டதைப் போன்ற உணர்வு கோட்சேவுக்கு வந்துவிட்டது. அப்போது அவனுடைய ஒற்றைத்தலைவலி எல்லாம் 'திடீரென்று' காற்றில் பறந்துவிட்டது.

“மாலை சுமார் நான்கு மணியளவில் என்னுடைய தலைவலி கொஞ்சம் குறைந்ததுபோலத் தோன்றியது. உடனே விடுதி அறையில் இருந்து வெளியே வந்தேன். ஒரு குதிரை வண்டியைப் பிடித்து, பிரார்த்தனை மைதானத்தில் என்னதான் நடக்கப்போகிறது என்று பார்ப்பதற்காக பிர்லா மாளிகையை நோக்கிச் சென்றேன்” என்று பின்னாளில் தெரிவித்தான் கோட்சே[18].

பிரார்த்தனை மைதானத்திற்கு வந்ததும், அங்கு கூடியிருந்த கூட்டத்தினரின் நடுவே இங்குமங்குமாகத் திரிந்து ஆப்தேவைத் தேடினான் கோட்சே.

“ஐந்து நிமிடங்கள் கழித்து நான் ஆப்தேவைப் பார்த்துவிட்டேன். வெளியே ஒரு டேக்சியை காத்திருக்க வைத்திருப்பதாக ஆப்தே என்னிடம் தெரிவித்தார். நான் அப்போது என்ன செய்யவேண்டும் என்று ஆப்தேவிடம் கேட்டேன். அதுகுறித்து நேரம் வரும்போது விரைவில் என்னிடம் தெரிவிப்பதாக ஆப்தே கூறினார்” என்றான் கோட்சே[19]. அதன்பிறகு மைதானத்தின் பின்புற நுழைவாயிலில் சங்கருடன் நின்றுகொண்டிருந்த பட்கேவிடம் பேசுவதற்காக ஆப்தே விரைந்தான்.

ஆனால் அவர்கள் திட்டமிட்டதெல்லாம் சரியாக நடக்கவில்லை. காந்தியைப் புகைப்படம் எடுப்பதாகக்கூறி, ஒரு புகைப்படக்காரராகத் தன்னை அடையாளப்படுத்திக்கொண்டு காந்தியின் மேடைக்குப் பின்னாலிருக்கும் பணியாளர் தங்கும் விடுதிக்குச் செல்ல பட்கே ஒப்புக்கொண்டிருந்தார். ஆனால் கடைசி நேரத்தில் ‘முடியாது’ என்று மறுத்துவிட்டார்.

“ஆப்தே என்னை அந்த அறைக்குப் போகச்சொன்னார். ஆனால் அந்த அறைக்குப் போனால், என்னை எளிதாகக் கண்டுபிடித்துக் கைதுசெய்துவிடுவார்கள் என்று நினைத்தேன். அதனால் நான் போகமுடியாது என்று மறுத்துவிட்டேன்” என்றார் பட்கே[20]. இப்படியாகக் கடைசி நேரத்தில் மறுத்த பட்கேவின் நேர்மையில்லையென்றாலும், அவர் முட்டாள் அல்ல. இலாபமொன்றே குறிக்கோளாக இயங்கிவந்த ஒரு ஆயுத வியாபாரியான பட்கே, தன்னுடைய பாதுகாப்பை உறுதிசெய்து கொள்ள முடிவெடுத்ததில் ஆச்சர்யம் ஏதுமில்லை. அதனால் தானும் சங்கரும் துப்பாக்கியையும் கையெறிகுண்டுகளையும் வைத்துக்கொண்டு திறந்தவெளி புல்வெளி மைதானத்திலேயே வேலையை செய்வதாக ஆப்தேவிடம் பட்கே கூறினார்.

கோட்சேவும் ஆப்தேவும் இணைந்து பட்கேவை ஒப்புக்கொள்ள வைக்க முயற்சி செய்தனர். அந்தப் பணியாளர் அறையிலிருந்து எளிதாகத் தப்பிக்க வழிசெய்திருப்பதாக அவர்கள் பட்கேவுக்கு விளக்கினர். ஆனால் பட்கே எதற்கும் அசையவில்லை. கோட்சேவும் ஆப்தேவும் அந்த இடத்திலிருந்து நகர்ந்தவுடன், சங்கரிடம் இருந்த துப்பாக்கியை பட்கே வாங்கினார். தன்னிடம் இருந்த துப்பாக்கியையும் சேர்த்து இரண்டையும் மெரினா விடுதியில் இருந்து எடுத்துவந்திருந்த ஒரு துணியில் அவற்றை மறைத்து, பின்வாசலுக்கு அருகே நிறுத்தப்பட்டிருந்த டேக்சியின் பின்னிருக்கைக்கு அடியில் ஒளித்து வைத்தார் பட்கே[21]. அந்த டேக்சி ஓட்டுநர் வண்டியை அங்கே நிறுத்திவிட்டு கொஞ்சம் தள்ளி நின்றிருந்தபடியால், துப்பாக்கிகளை இவர் மறைத்துவைத்ததை எவரும் கவனிக்கவில்லை.

இப்போது அவர் யாருடனெல்லாம் வந்திருக்கிறாரோ அவர்களை பட்கே நம்பவில்லை என்பது தெளிவாகிவிட்டது. பிரார்த்தனைக் கூட்ட மைதானத்தில் இப்படியான ஒரு சூழலில் துப்பாக்கியுடன் சுற்றுவது மிகவும் ஆபத்தானது என்று அவர் நினைத்தார். அப்போதே காந்தியைக் கொல்லும் சதித்திட்டம் அன்றைய தினம் படுதோல்வி அடைந்துவிட்டது உறுதியானது. அவ்வப்போது மாற்றியமைக்கப்பட்ட வழிமுறைகளும் வெற்றிபெறுவதற்கான வாய்ப்பில்லாதது போலவே இருந்தன. இதில் வேடிக்கை என்னவென்றால், பட்கேவும் சங்கரும் ஆளுக்கொரு துப்பாக்கியை வைத்திருக்கிறார்கள் என்று கோட்சேவும் ஆப்தேவும் நம்பிக்கொண்டிருந்தனர். துப்பாக்கிகளைக் கொண்டுபோய் டேக்சியில் பட்கே வைத்துவிட்டுவந்தது குறித்து அவர்களுக்குத் தெரியாது. தன்னுடைய பாதுகாப்பை உறுதிசெய்துகொண்டுவிட்டு, சங்கருடன் பிரார்த்தனை மைதானத்திற்குள் வந்தார் பட்கே. அவர்கள் இருவரும் காந்தி அமரும் மரக்கட்டையிலான மேடைக்கு அருகே சென்று நின்றனர்.

பட்கேவைப் போன்றே பக்வாவுக்கு ஆப்தே உள்ளிட்ட மற்ற அனைவரின் நோக்கங்கள் குறித்து சந்தேகங்கள் இருந்துகொண்டேதான் இருந்தன. தன்னுடைய வேலைதான் மிகவும் குறைவான ஆபத்து நிறைந்தது என்று சொல்லப்பட்டிருந்தாலும், மற்றவர்களெல்லாம் எதுவும் செய்யாமல் இருந்துவிட்டால், தன்னுடைய வேலை மட்டுமே ஆபத்தானதாகத் தெரிந்துவிடும் என்று பக்வாவுக்கு சந்தேகம் வந்தது. அதனால், திட்டமிட்டபடி

நாதுராம் கோட்சே | 275

கன்காட்டன் வெடிப்பொருளை வைத்துவிட்டு, ஆப்தேவை நோக்கிச் சென்று தன்னுடைய சந்தேகத்தைத் தீர்த்துக்கொள்ள முடிவெடுத்தார் பக்வா.

"நான் மட்டும்தான் ஏதாவது செய்கிறேனா அல்லது மற்றவர்களும் ஏதாவது செய்வார்களா?" என்று ஆப்தேவைப் பார்த்து பக்வா கேட்டார்.

மற்ற அனைவரும் ஆளுக்கொரு வேலையை செய்யத்தான் போகிறார்கள் என்று பக்வாவுக்கு ஆப்தே உறுதியளித்தான்.

> "எல்லோருக்கும் வேலை கொடுக்கப்பட்டிருக்கிறது என்றும் என்னை பயப்பட வேண்டாம் என்றும் ஆப்தே கூறினார். பணியாளர் விடுதியின் வலதுபக்கத்தில் இருக்கும் சுற்றுச்சுவரின் பக்கத்தில் இருந்தே கன்காட்டனை வெடிக்க வைக்க வேண்டும் என்று என்னிடம் தெரிவித்தார். அது வெடித்ததுமே, காந்தி அமர்ந்திருக்கும் இடத்தின் வலதுபுறத்தில் பிரார்த்தனை மைதானத்திற்கு சற்று வெளியே மற்றொரு கன்காட்டனை சங்கர் வெடிக்கவைக்க வேண்டும். அதன்பிறகு காந்திக்கு இடதுபுறமாக ஒரு கையெறிகுண்டை பட்கே வீசவேண்டும். அந்த கையெறி குண்டு வெடித்தவுடனேயே சுற்றுச்சுவருக்கு வெளியே சாலையை நோக்கி ஒரு கையெறி குண்டை நான் வீசவேண்டும். அதன்பிற்கு சங்கர் ஒரு கையெறி குண்டையும், பட்கே ஒரு கையெறி குண்டையும் அடுத்தடுத்து வீசவேண்டும். காந்தியின் ஒருபுறத்தில் ஆப்தேவும் மற்றொருபுறத்தில் கோபால் கோட்சேவும் அமர்ந்திருப்பார்கள் என்று ஆப்தே என்னிடம் தெரிவித்தார். அவர்கள் இருவர் கையிலும் துப்பாக்கிகள் இருக்கும். பிரார்த்தனை மைதானத்தின் எல்லா பக்கமும் இப்படியாக வெடிச்சத்தங்கள் கேட்டதும், அங்கிருக்கும் பார்வையாளர்கள் மத்தியில் ஒரு பதட்டம் உருவாகும். அந்த நேரத்தில் ஆப்தே மற்றும் கோபால் கோட்சே ஆகியோரில் ஒருவரோ அல்லது இருவருமோ காந்தியை நோக்கி சுடுவார்கள். இதுதான் ஆப்தே என்னிடம் தெரிவித்த திட்டம்"

என்று நினைவுகூர்ந்தார் பக்வா[22].

ஆப்தே கூறியதெல்லாம் உண்மையிலேயே சரியாகத்தான் திட்டமிடப்பட்டிருக்கிறதா என்று பக்வாவால் அப்போது சரிபார்க்க வழியேதும் இருக்கவில்லை. மேலும் ஆப்தேவும் பக்வாவும் பேசிக்கொண்டிருக்கையில் பட்கேவும் சங்கரும்

சற்றுதொலைவில் கேட்காத தூரத்தில் நின்றுகொண்டிருந்தனர். அதனால் ஆப்தேவும் கோபாலும் துப்பாக்கியை எடுத்து காந்தியை சுடப்போகிறார்கள் என்று ஆப்தே கூறியதை மறுத்துப் பேசுவதற்கும் யாரும் அங்கு இல்லை. அதனால் மற்றவர்களெல்லாம் அவரவர் வேலையைச் செய்வார்கள் என்று நம்பி, தன்னிடம் வழங்கப்பட்ட பணியைச் செயல்படுத்துவதற்காக தனக்கு ஒதுக்கப்பட்ட இடத்திற்குச் சென்றார் பக்வா.

கன்காட்டன் வெடிமருந்து வெடித்ததும், ஏதோ இராணுவ பயிற்சி நடக்கிறதென்று காந்தி நினைத்துவிட்டார். அப்போது, பிரார்த்தனைக்குப் பிந்தைய உரையினை காந்தி மெல்லிய குரலில் ஆற்றிக்கொண்டிருந்தார். அதனை உரத்த குரலில் எல்லோருக்கும் கேட்கும்விதமாக, காந்தியின் உதவியாளரான பியாரிலாலின் தங்கை டாக்டர் சுசீலா நாயர் பார்வையாளருக்கு சொல்லிக்கொண்டிருந்தார்[23]. அந்த வெடிச்சத்தத்தினால் அங்கிருந்த கட்டடமே அதிர்ந்திருந்தபோதும், பார்வையாளர்கள் மத்தியில் பெரிய பதட்டத்தை அது உருவாக்கவில்லை. அந்த சத்தம் கேட்ட பக்கமாக, உட்கார்ந்த நிலையிலேயே திரும்பிப் பார்த்தார்களே தவிர, ஒருவரும் பயந்து ஓடவெல்லாம் இல்லை. உடனே ஒலிவாங்கியைக் கையில் எடுத்து காந்தி பேசினார்.

"இதுபோன்ற ஒன்றுமில்லாததற்கெல்லாம் பதறினால், உண்மையான பிரச்சனைகள் வரும்போது நாம் என்ன செய்வோம்? கேளுங்கள்! கேளுங்கள்! கேளுங்கள்! எல்லோரும் கவனமாகக் கேளுங்கள்.... இப்போது எதுவும் நடக்கவில்லை" என்று கூறினார் காந்தி[24]. அதன்பிறகு டாக்டர் சுசீலா தொடர்ந்து காந்தியின் உரையை வாசித்தார்.

ஆனால் பக்வாவுக்கு பயமாகிவிட்டது. கன்காட்டனை அவர் வெடித்தபிறகு யாருமே எதையுமே வெடிக்கவில்லை. துப்பாக்கியால் சுடும் சத்தமும் கேட்கவில்லை. பட்கேவோ அந்த இடத்திலிருந்தே தப்பியோடிவிட்டார். கோட்சேவும் இன்னபிற சதிகாரர்களும் அவரைப் போலவே தப்பித்து ஓடிவிட்டார்கள்.

"வெடிச்சத்தம் கேட்டதுமே பலரும் சுற்றுச்சுவருக்கு வெளியே வந்தனர். நானும் அங்கே நிறுத்திவைக்கப்பட்டிருந்த டேக்சியைத் தேடினேன். ஆனால் அது காணாமல் போயிருந்தது. என்னிடம் இருந்த கையெறிகுண்டினை வீசுவதற்கு முன்னர் வேறு ஏதாவது வெடிச்சத்தம் கேட்கிறதா என்று உற்றுகவனித்துக்கொண்டு

இருந்தேன். ஆனால், பார்வையாளர்கள் மத்தியில் இருந்து வந்த சலசலப்புச் சத்தத்தைத் தவிர வேறெந்த சத்தமும் எனக்குக் கேட்கவில்லை" என்றார் பக்வா.

புல்வெளி மைதானத்தின் வேறொரு பகுதியில் இன்னொரு குண்டு வெடிக்கப்பட்டிருந்தால், கவனமெல்லாம் அங்கே திரும்பியிருக்கும். ஆனால் பக்வாவைத் தொடர்ந்து வேறெவரும் எதையுமே வெடிக்காததால், பிர்லா மாளிகையுடைய பாதுகாவலரின் கைகளில் பக்வா சிக்கினார். அதன்பிறகு காவல்துறையினரிடம் ஒப்படைக்கப்பட்டார்.

"நான் ஏமாற்றப்பட்டிருக்கிறேன் என்று புரிந்துகொண்டேன்" என்றார் பக்வா[25].

பக்வா கன்காட்டனை வெடித்தபோதே ஆப்தே மற்றும் கோபாலுடன் இணைந்து டேக்சியில் போய் உட்கார்ந்துவிட்டான் கோட்சே. பக்வாவிடம் வெடியை வெடிக்கச்சொல்லி ஆப்தே கைகாட்டிய மறுநொடியிலேயே விரைவாக ஓடிப்போய் அவர்கள் வண்டியில் இடம்பிடித்து உட்கார்ந்துவிட்டார்கள். வெடிச்சத்தம் கேட்டதுமே பதட்டத்தில் வெறிபிடித்தவனாகிவிட்டான் கோட்சே.

"வண்டியை எடுங்க... வண்டியை எடுங்க..." என்று பயத்தில் கோட்சே கத்த ஆரம்பித்துவிட்டான்[26].

"எனக்கும் வெடிச்சத்தம் கேட்டது. ஆனால் வெடிச்சத்தம் கேட்கும் முன்னரே நான் வண்டியை அங்கிருந்து கிளப்பிவிட்டேனா அல்லது சத்தம் கேட்டதும் வண்டியை எடுத்தேனா என்பது எனக்கு நினைவில்லை" என்று வண்டியை ஓட்டிய சுர்ஜித் சிங் என்கிற ஓட்டுநர் பின்னாளில் தெரிவித்தார்[27].

கோட்சேவாலும் அவனுடன் தப்பிச்சென்றவர்களாலும் காந்தி இறந்துவிட்டாரா இல்லையா என்பதை உறுதிசெய்துகொள்ள முடியவில்லை. அதற்கான வழியும் ஏதுமில்லை. ஆனால், தனக்கு அளிக்கப்பட்ட வேலையை சரியாகச் செய்துவிடுவதாக பட்கே கொடுத்த வாக்குறுதியை அவர்கள் நம்பினர். அதனால், பக்வா உருவாக்கிய வெடிச்சத்தத்திற்குப் பிறகு பட்கே நிச்சயமாக காந்தியைக் கொன்றிருப்பார் என்று முழுமையாக நம்பினார்கள்[28].

காந்தி உயிர்ப் பிழைத்திருப்பார் என்று அவர்கள் நினைத்துக் கூட பார்த்திருக்கமாட்டார்கள். அவர்கள் தப்பித்துச் சென்றுகொண்டிருந்த வண்டியின் பின்னிருக்கைக்கு அடியில் இருந்த இரண்டு துப்பாக்கிகளை அவர்களில் ஒருவர் பார்த்துவிட்டார். அந்த துப்பாக்கிகளை வைத்துத்தான் பட்கேவும் சங்கரும் காந்தியை சுடுவதாக வாக்குக் கொடுத்திருந்தார்கள்[29]. அப்போதுதான் தங்களுடைய திட்டம் நிறைவேறியிருக்காதோ என்கிற சந்தேகம் அவர்களுக்கு எழத்துவங்கியது.

கன்னாட் சர்க்கஸ் பகுதியில் அவர்கள் வண்டியிலிருந்து இறங்கியபோது அந்த இரண்டு துப்பாக்கிகளையும் கோபால் வைத்துக்கொண்டார். அவர்கள் அனைவரும் பம்பாய்க்கு தனித்தனியாகப் பிரிந்து செல்லவேண்டும் என்று முடிவுசெய்து கொண்டனர். கோபால் ஒரு குதிரை வண்டியில் ஏறினார். கோட்சேவும் ஆப்தேவும் ஒரு டேக்சியில் ஏறி, அவர்களுடைய சதித்திட்டம் நிறைவேறி இருக்கிறதா இல்லையா என்று பார்க்க இந்துமகாசபை அலுவலகத்திற்குச் சென்றனர்.

இந்துமகாசபை அலுவலகத்திற்கு ஏற்கனவே சென்றுசேர்ந்திருந்தார் பட்கே. கன்காட்டன் வெடிச்சத்தம் கேட்டதுமே, பட்கேவும் சங்கரும் பிர்லா மாளிகையின் பின்வாசலுக்குச் சென்று, அங்கே அவர்களுக்காக டேக்சி நின்றுகொண்டிருக்கிறதா என்று பார்த்தனர். ஆனால் அது அங்கே இல்லை. அதேபோல மற்ற சதிகாரர்களையும் காணவில்லை. படுகொலை சதியைத் தீட்டியதே தன்னை மாட்டிவிடுதற்காகத் தானோ என்கிற சந்தேகம் அவருக்கு ஏற்பட்டது. பொங்கியெழுந்த பட்கே, அந்த வழியாக வந்த ஒரு குதிரை வண்டியில் சங்கருடன் ஏறி இந்துமகாசபை அலுவலகத்திற்குச் சென்றிருக்கிறார்.

"இந்துமகாசபை அலுவலகத்தை அடைந்ததுமே, கைவசம் இருந்த இரண்டு கையெறி குண்டுகளையும் பின்னாடி இருந்த காட்டில் குழிதோண்டிப் புதைத்துவிட்டு வருமாறு சங்கரிடம் கூறினேன்" என்று பின்னாளில் தெரிவித்தார் பட்கே[30].

பட்கே கொடுத்த வேலையைச் செய்வதற்கு சங்கர் கிளம்பியதும், தன்னுடைய பொருட்களையெல்லாம் எடுத்துவைத்துக்கொண்டே பொருமிக்கொண்டிருந்தார்.

"அப்போதுதான் ஆப்தேவும் நாதுராம் கோட்சேவும் அலுவலகத்திற்கு வந்தனர். பிர்லா மாளிகையில் என்ன நடந்ததென

என்னிடம் விசாரித்தனர். நான் அவர்களுக்கு சாபம் கொடுத்துவிட்டு அவர்களது அம்மாவையும் சேர்த்து வசைபாடினேன். என்னுடைய வழியில் வராதீர்கள் என்று கோபத்துடன் கூறினேன்" என்றார் பட்கே[31].

எதுவும் பேசமுடியாமல் அமைதியாக அவர்கள் இருவரும் வெளியே சென்றனர். கோட்சேவும் ஆப்தேவும் அங்கிருந்து மெரினா விடுதிக்குச் சென்றனர். அங்கே அதுவரை தங்கியதற்கான கட்டணத்தை செலுத்திவிட்டு, பெட்டிகளை எடுத்துக்கொண்டு வெளியேறினர். அன்றை தினம் இருளத்துவங்கியதும், அவர்கள் இரவு இரயிலேறி கான்பூருக்குச் சென்றனர். ஜனவரி 21ஆம் தேதி முழுக்க அந்த இரயில்வே நிலையத்திலேயே இருந்துவிட்டு, மறுநாள் மதிய வேளையில் மற்றொரு இரயிலில் ஏறி பம்பாய்க்குப் புறப்பட்டனர்.

14
துப்பாக்கியைக் கண்டடைந்த கோட்சே

1948ஆம் ஆண்டு ஜனவரி 23ஆம் தேதியின் தூங்கா இரவில்தான் காந்தியை கோட்சேவே கொல்வதென்கிற முடிவு எடுக்கப்பட்டது.

ஆனால் கோட்சேவே இந்த ஆலோசனையை யோசித்துச் சொன்னானா அல்லது ஆப்தே எடுத்த முடிவினை கோட்சே ஏற்றுக்கொண்டானா என்பது தெரியவில்லை. கான்பூரில் இருந்து பம்பாய்க்கு இரயிலில் வந்திருந்த அவர்கள், அன்றைய இரவு ஆரிய பிரதிக் ஆசிரமம் என்கிற விடுதியில் ஒரு அறையை வாடகைக்கு எடுத்துத் தங்கினர். தங்களுடைய பெட்டிகளையும் பைகளையும் அந்த அறையில் வைத்துவிட்டு இருவரும் வெளியே சென்றுவிட்டனர். தங்களுடைய தோல்வி குறித்து கவலைப்பட்டும், அடுத்தகட்டமாக என்ன செய்யலாம் என்று விவாதித்தும் நள்ளிரவு வரையில் பம்பாயின் தெருக்களில் சுற்றி அலைந்துகொண்டிருந்தனர். விடுதி அறைக்குத் திரும்பிய பின்னருமே அவர்கள் உறங்காமல் விவாதத்தைத் தொடர்ந்தனர்.

அவர்களது பதட்டத்தையும் பரபரப்பையும் அந்த விடுதியின் மேலாளரான காயா பிரசாத் கவனித்துவிட்டார். "23-01-1948ஆம் தேதியன்று ஆப்தேவுடன் இன்னொருவரும் வந்து ஒரு அறையை வாடகைக்கு எடுத்தனர். உடனே அவர்கள் வெளியே சென்று, இரவு ஒரு மணிக்குத்தான் திரும்பியவர்கள் காலை மூன்று மணி வரை பேசிக்கொண்டிருந்தனர். அதுவரையில் அறையின் விளக்கு அணைக்கப்படாமல் எரிந்துகொண்டே இருந்தது.[1] ஆப்தேவுடன் வந்த மனிதர் யாரென்று எனக்குத் தெரியவில்லை. மறுநாள் காலை 6.30 மணிக்கு மீண்டும் அவர்கள் வெளியே சென்றார்கள். அப்போது

அந்த இன்னொருவரின் பெயரை ஆப்தேவிடம் கேட்டேன். ஆனால் அவர் சொல்லவில்லை” என்று பின்னாளில் விடுதியின் மேலாளர் காயா பிரசாத் வாக்குமூலம் கொடுத்திருக்கிறார்[2].

நீண்ட விவாதங்களுக்குப் பிறகு புதிய முடிவொன்றை அவர்கள் அப்போது எடுத்திருந்தார்கள். காந்தியைக் கொல்வதற்கு ஒரு மூன்றாவது நபரை இனிமேலும் நம்பியிருக்க வேண்டாம் என்று முடிவுசெய்தனர்.

“இன்னொரு மூன்றாவது நபரைத் தேடி அலைவதற்கு பதிலாக, நானே காந்திக்கு முன்நின்று அவரை சுட்டுக்கொல்வது என்று முடிவெடுத்தேன். ஆப்தேவும் கர்க்கரேவும் எனக்கு ஏதேனும் உதவி தேவைப்பட்டால் செய்வதற்கு மட்டுமே என்னுடன் வருவார்கள் என்று முடிவெடுக்கப்பட்டது” என்றான் கோட்சே[3].

காந்தியைத் தானே நேரடியாகக் கொல்லவெண்டும் என்கிற யோசனை எப்போதிலிருந்து கோட்சேவுக்கு உதித்தது என்று தெரியவில்லை. இந்தியாவை இந்து தேசமாக மாற்றுவதற்குத் தடையாக காந்தி இருக்கிறார் என்பதால் காந்தியின்மீது வெறுப்பு ஏற்பட்டதாலா?[4] அல்லது, மிகவிரிவாகத் திட்டமிட்டும் டெல்லியில் காந்தியைக் கொல்லமுடியாத காரணத்தால் ஏற்பட்ட அழுத்தமா? என்று சரியான முடிவுக்கு வரமுடியவில்லைதான். கோட்சேவேகூட இதுகுறித்து எங்கேயும் எதையும் குறிப்பிட்டுப் பேசவில்லை. கொலை நடந்தபின்னரான விசாரணையை தனக்கான அரசியல் பிரச்சார வழிமுறையாகவே கோட்சே பயன்படுத்தியதால், தன்னைப்பற்றிய தனிப்பட்ட சுயவிரங்களைச் சொல்வதை மிகவும் கவனமாகவே தவிர்த்திருந்தான்.

கான்பூர் இரயில் நிலையத்தில் இரயிலுக்காகக் காத்திருந்தபோது, அங்கே மக்கள் பேசிக்கொண்டிருந்ததைக் கேட்டதாக கோட்சே பின்னாளில் தெரிவித்தான்.

“காந்தியைக் கொல்ல நடந்த முயற்சியில் அவர் தப்பித்துவிட்டது குறித்து மக்கள் பேசிக்கொண்டிருந்தார்கள். அவர் தப்பித்திருக்கக் கூடாது என்றும், அவர்தான் பாகிஸ்தானில் இந்துக்கள் கொல்லப்பட்டதற்கு முழுமையான காரணமென்றும் அவர்கள் கூறினார்கள். குண்டுவெடிப்பில் அவர் கொல்லப்பட்டிருக்க வேண்டும் என்றும் அவர்கள் பேசியது எனக்குக் கேட்டது. இதுபோன்ற கருத்துகள்தான் சரியான பாதையில் நாங்கள் சென்றுகொண்டிருப்பதை உறுதி செய்தன” என்று கோட்சே

பின்னாளில் தெரிவித்தான். கோட்சேவின் காதில் விழுந்ததாக சொல்லப்பட்டவற்றுக்கான ஆதாரமெல்லாம் ஏதுமில்லை[5].

கோட்சேவே நேரில் சென்று காந்தியைச் சுடுவதென்பது தற்கொலைக்குச் சமமாக முடிவதற்கான வாய்ப்புதான் அதிகமாக இருந்தது. இருப்பினும், தானே நேரடியாகக் கொலைசெய்வதையே கோட்சே விரும்பினான். அதன்மூலம் இந்துக்கள் மற்றும் சீக்கியர்கள் மத்தியில் கொண்டாடப்படும் நாயகனாக மாறிவிடுவோம் என்கிற நம்பிக்கை அவனுக்கு இருந்தது. அதுவே தூக்குதண்டனையில் இருந்தும் தன்னைக் காப்பாற்றிவிடும் என்றும் நினைத்தான்.

"இப்படியான ஒரு முடிவுக்கு வருவதற்கு முன்னர் சுமார் மூன்று நாட்களாக ஆப்தேவுடன் நீண்ட நெடிய விவாதங்களை நடத்தினேன். காந்தியைக் கொல்வதைத் தவிர வேறு வழியேதும் இருக்கவில்லை" என்றான் கோட்சே[6].

எதுவாக இருப்பினும், முடிவெடுத்துவிட்ட பின்னர் கோட்சேவும் ஆப்தேவும் அதிவேகமாக செயல்பட்டனர். காவல்துறையினருக்கு பயந்து, காந்தியைக் கொல்லும் வரையிலாவது ஒளிவுமறைவு வாழ்க்கையை வாழ்ந்தாக வேண்டிய கட்டாயம் அவர்களுக்கு வந்தது. அவர்கள் பயந்ததற்கு காரணமில்லாமலும் இல்லை. காவல்துறையினரிடம் சிக்கிய பக்வா, பல உண்மைகளைப் போட்டுடைத்துவிட்டார். அமகதுநகரைச் சேர்ந்த கர்க்கரேவின் பெயரை மட்டும் நேரடியாகவே சொல்லிவிட்டார். அதேபோல ஆப்தேவையும், கோட்சேவையும், கோபாலையும் மறைமுகமாக காட்டிக்கொடுத்துவிட்டார். தாடிவைத்த ஆயுத வியாபாரி ஒருவரும், அவரது உதவியாளரும்கூட இந்த திட்டத்திற்கு உடந்தையாக இருந்ததாக பட்கே மற்றும் சங்கரையும் மாட்டிவிட்டுவிட்டார்[7]. கர்க்கரேவைத் தவிர வேறு யாருடைய பெயரையும் நேரடியாகச் சொல்லவில்லையென்றாலும், பக்வா கொடுத்த தகவல்களை வைத்தே அவர்களை எல்லாம் அடையாளம் காட்டுவது எளிதாகத்தான் இருந்தது.

காவல்துறையின் அச்சுறுத்தல் அதிகமாக இருந்ததால், அதிவேகமாக செயல்பட்டு கோட்சேவைப் பாதுகாக்கும் பணியினை தாமாகவே முன்வந்து ஆப்தே செய்தான். கோட்சேவை மட்டும் எல்பின்ஸ்டோன் விடுதிக்கு இடம் மாற்றிவிட்டான் ஆப்தே. அவர்கள் ஏற்கனவே தங்கியிருந்த ஆரிய பாதிக் ஆசிரம விடுதியின் மேலாளருக்கு கோட்சே குறித்த சந்தேகம் வராமல் தவிர்ப்பதற்காக

கோட்சே இல்லாதபோதும் இருப்பதைப் போன்றே வெளிக்காட்ட விரும்பினான் ஆப்தே[8]. அதனால் மனோரமாவை காலை சுமார் 11 மணியளவில் அழைத்துவந்து தன்னுடைய அறையிலேயே அடுத்த இரண்டு மணிநேரங்கள் தங்க வைத்திருந்தான்[9].

பம்பாயில் தேவையான வேலைகளை முடித்துவிட்டு, காந்தியைக் கொல்வதற்கான புதிய திட்டத்தை செயல்படுத்துவதற்கான பணியில் ஆப்தே இறங்கினான். ஆரிய பாரிக் ஆசிரம விடுதியில் அவன் தங்கியிருந்த அறையை மேலும் ஒருநாள் நீட்டித்தான். கொலை செய்வதற்குத் தேவையான ஆயுதத்திற்கு ஏற்பாடு செய்வதுதான் தற்போதைய முக்கியமான வேலையாக இருந்தது. இரண்டு துப்பாக்கிகளுடனும் ஒரு கையெறி குண்டுடனும் டெல்லியில் இருந்து கிர்க்கீ பகுதிக்கு சென்று சேர்ந்திருந்த கோபாலைச் சந்திக்க ஆப்தே சென்றான்.

"24-1-1948ஆம் தேதியன்று இரவு 9 மணியளவில் ஆப்தே என்னுடைய வீட்டிற்கு வந்தார். அந்த இரண்டு துப்பாக்கிகளும் கையெறி குண்டும் இன்னமும் என் கைவசம்தான் இருக்கின்றனவா என்று கேட்டார். என்னிடம்தான் இருக்கின்றன என்று பதிலளித்தேன். அவற்றில் சிறிய துப்பாக்கியையும் கையெறி குண்டையும் எடுத்துக்கொண்டு அவருடன் இரவு இரயிலில் பம்பாய்க்கு வருமாறு கூறினார். மறுநாள் ஞாயிற்றுக்கிழமை என்பதால் நானும் ஒப்புக்கொண்டேன்" என்று நினைவுகூர்ந்தார் கோபால்[10].

ஜனவரி 25ஆம் தேதியன்று மதியவேளையில் அவர்கள் மூவரும் எல்பின்ஸ்டோன் விடுதியில் சந்தித்தனர். அப்போது ஆயுதங்களை கோட்சேவிடம் ஒப்படைத்தார் கோபால். பின்னர் அங்கிருந்து கோபால் கிளம்பிவிட்டார். ஆனால் கோட்சேதான் நேரடியாக காந்தியைக் கொல்லப்போகிறான் என்கிற விவரம் கோபாலுக்குத் தெரியாது. அன்றிரவு சுமார் பத்து மணியளவில் இந்தப் புதிய திட்டத்தை கர்க்கரேவிடம் கோட்சேவும் ஆப்தேவும் தெரிவித்தனர்.

"அதனைச் சொல்லியபோது தன்னைப் பெருமையாக நினைத்துக்கொண்டார் கோட்சே. பலபேர் இணைந்து நிறைவேற்ற முயல்கிற புரட்சிகர சதித்திட்டங்களெல்லாம் தோல்வியில் முடிந்ததாகத்தான் வரலாறு சொல்கிறது என்றார். அதனால் ஒன்பது அல்லது பத்து பேரையெல்லாம் வைத்துக்கொண்டு இப்படியான வேலையை நாம் செய்யக்கூடாது என்றும் தனி மனிதராக ஒருவர் இறங்கினால்தான் இத்தகைய திட்டங்களை சரியாக நிறைவேற்ற

முடியும் என்றும் அறிவுரையாகக் கூறினார். வரலாற்றில் இருந்து அப்படியான உதாரணங்கள் பலவற்றை எடுத்துக்காட்டாகவும் தெரிவித்தார். மதன்லால் திங்கரா மற்றும் வாசுதேவ்ராஜ் பல்வந்த் கோகத்தே போன்றோரெல்லாம் தனியாகச் சென்றுதான் வெற்றிபெற்றார்கள் என்றார். அதனால் ஒற்றையாளாகச் சென்று காந்தியைக் கொல்வதென்று முடிவெடுத்துவிட்டதாகவும் தெரிவித்தார்" என்று நினைவுகூர்ந்தார் கர்க்கரே[11].

தானே என்கிற ஊரிலிருக்கும் இரயில் நிலையத்தினுடைய ஒரு அமைதியான நடைமேடையின் மூலையில் அமர்ந்துகொண்டு நிலாவெளிச்சத்தில்தான் இந்த விவாதத்தை நடத்திக்கொண்டு இருந்தனர். காந்தியைக் கொல்வதென்பதை புரட்சிகர நடவடிக்கையாகவே பார்த்தான் கோட்சே. அதிலும் கோட்சே உதாரணமாகக் கூறிய இருவருமே சாவர்க்கரால் தயார் செய்யப்பட்டு கொலைசெய்ய அனுப்பப்பட்டவர்கள் என்பது குறிப்பிடத்தக்கது.

"அதைக் கேட்டதும் நான் அதிர்ச்சியாகிவிட்டேன். ஆப்தே எதுவும் பேசாமல் அமைதியாக இருந்தார். அவருடைய முகத்தில் எந்த அதிர்ச்சியும் தெரியவில்லை. ஆக, அவர்கள் இருவரும் ஏற்கனவே இதுகுறித்து விவாதித்திருக்கிறார்கள் என்பதைப் புரிந்துகொண்டேன். எது நடந்தாலும் அதனை எதிர்கொள்வதற்காக நான் தயாராகவே இருக்கிறேன் என்றும், இப்புதிய சதித்திட்டத்திலும் நான் கலந்துகொள்ளத் தயார் என்றும் கோட்சேவிடம் நான் தெரிவித்தேன்" என்றார் கர்க்கரே[12].

மிகப்பெரிய இலக்கினை நிர்ணயித்துக்கொண்டு அதனை நினைத்துப் பெருமையும் பட்டுக்கொண்டிருந்தான் கோட்சே. இருப்பினும் அவனிடம் கோபால் கொடுத்துவிட்டுச் சென்ற துப்பாக்கி, பயன்படுத்தப் போதுமானதாக இருக்காது என்பதைப் புரிந்துகொண்டான். அதனால் நம்பகமான ஒரு நல்ல துப்பாக்கி அவனுக்குத் தேவைப்பட்டது. ஆப்தேவும் கோட்சேவுடன் உடன்பட்டான். ஆனால் கடந்தமுறையே துப்பாக்கி தந்து உதவாத தீக்சித் மகாராஜாவையும் நம்பி எதையும் கேட்கமுடியாத சூழல் இருந்தது. அதனால் அவருடைய தம்பியான தாதா மகாராஜாவை ஜனவரி 26ஆம் தேதியன்று அணுகினர். அவர்களின் கோரிக்கையை காதுகொடுத்த கேட்டபோதும், அவர்களுக்கு உதவுவதில் தாதா மகாராஜாவுக்கும் பெரிய விருப்பமேதும் இல்லை. அவர்களுடைய

கோரிக்கையில் அவரிடம் இருந்து அவர்கள் பணம் பறிப்பதையே நோக்கமாக வைத்திருக்கிறார்கள் என்பதாக அவர் நினைத்தார்.

"நான் முன்பு ஒருமுறை கொடுத்த வாக்குறுதியின்படி துப்பாக்கியைத் தரவேண்டும் என்றும் இல்லையேல் அதற்கு இணையாக பணமாகவாவது கொடுக்க வேண்டும் என்றும் அவர்கள் கோரிக்கை வைத்தனர். அந்த பணத்தை வைத்து என்ன செய்யப்போகிறார்கள் என்பதை என்னிடம் தெரிவிக்க மறுத்ததால், நான் பணம் கொடுக்கமுடியாது என்று அவர்களது கோரிக்கையை நிராகரித்துவிட்டேன்" என்று நினைவுகூர்ந்தார் தாதா மகாராஜா[13]. கோட்சேவுடனும் ஆப்தேவுடனும் தாதா மகாராஜாவுக்கு ஏற்கனவே சில அனுபவங்கள் இருந்தபடியால், அவர் பணம்கொடுக்க மறுத்ததில் ஆச்சர்யப்பட ஏதுமில்லை.

நம்பகமான துப்பாக்கியோ அல்லது அதனை வாங்குவதற்கான பணமோ கிடைக்காவிட்டால், புதிதாக உருவாக்கப்பட்ட திட்டத்தையே செயல்படுத்தமுடியாத நிலைதான் ஏற்படும். அத்தகைய நிலை ஏற்பட்டுவிடக்கூடாது என்பதற்காக நிதிவசூல் செய்ய ஆரம்பித்தனர். அத்துடன் பம்பாயில் அவர்கள் கணக்கு வைத்திருக்கும் வங்கியில் 10000 ரூபாய் கடனாக வாங்கினர். பூனாவில் அவர்கள் நடத்திய பத்திரிகையின் பல சிறிய கடன்களை அடைக்கத் தேவைப்படுவதாக சொல்லித்தான் இந்தக் கடனை வாங்கினார்கள்.

"நாங்கள் வாங்கிய கடனில் 1000 ரூபாயினை மட்டும் எங்களுடைய செலவுக்காக கையில் வைத்துக்கொண்டோம். மீதமுள்ள 9000 ரூபாய் பணத்தை எங்களுடைய பூனா வங்கிக்கணக்கில் போட்டுவிட்டோம். கடன்வாங்கிய அன்று மாலையே நான் பம்பாயிலிருந்து பூனாவுக்கு டெக்கான் குயின் இரயிலில் சென்றுவிட்டேன். எனக்கு பதிலாக பூனாவில் பத்திரிகையை நடத்திக்கொண்டிருந்த என்னுடைய சகோதரர் மாதவை சந்தித்து, தேவையான வழிகாட்டுதல்களை வழங்கிவிட்டு, பூனாவில் வேறெங்குமே செல்லாமல் அன்றைய இரவே இரயிலில் பம்பாய்க்குத் திரும்பக் கிளம்பினேன்" என்றான் ஆப்தே[14].

1948ஆம் ஆண்டு ஜனவரி மாதம் 27ஆம் தேதியன்று கோட்சேவும் ஆப்தேவும் டெல்லிக்குப் பறந்தனர். அங்கிருந்து ஒரு இரயிலில் ஏறி, குவாலியருக்குச் சென்றனர். பதினெட்டு மற்றும் பத்தொன்பதாம் நூற்றாண்டில் ஆண்டுவந்த மராட்டிய பார்ப்பன பேஷ்வா

ஆட்சியின் மிச்சசொச்சமாக அந்த காலகட்டத்தில் இருந்த ஒரு சிறிய சமஸ்தானம்தான் குவாலியர். அங்கு தன்னுடைய நீண்டகால இந்துமகாசபை நண்பரான தத்தாத்ரேய சதாசிவ பர்ச்சுரேவை சந்தித்து, ஒரு நல்ல துப்பாக்கியினை வாங்கிவிடுவதுதான் அவர்களின் நோக்கமாக இருந்தது. மல்யுத்த வீரராகவும் மருத்துவராகவும் இருந்த பர்ச்சுரே, இந்துத்துவாவின் அதிதீவிர பற்றாளர். கோட்சே மற்றும் ஆப்தேவை விடவும் இந்து பயங்கரவாத செயல்பாடுகளில் ஆர்வம் கொண்டவர் அவர். தன்னை சாவர்க்கரின் ஆத்மார்த்த சீடராக கருதிக்கொண்டவர் பர்ச்சுரே. இந்துமகாசபையின் குவாலியர் பிரிவின் தலைவராகவும் செயல்பட்டு வந்தவர். அதுமட்டுமில்லாமல் இந்து இராஷ்டிர சேனா என்கிற பெயரில் இந்து இராஷ்டிர தளத்தைப் போன்றே உள்ளூரில் மற்றொரு இயக்கத்தையும் உருவாக்கி நடத்திவந்தார் பர்ச்சுரே. கடந்த பல வருடங்களாகவே இவர்களெல்லாம் நண்பர்களாகவே இருந்துவந்தனர். கோட்சேவும் ஆப்தேவும் குவாலியரில் பர்ச்சுரேவின் வீட்டிற்குச் சென்று தங்கியிருக்கின்றனர். அதேபோல பர்ச்சுரேவும் பூனாவுக்கு சென்றிருக்கிறார். ஒருமுறை அரசியல் உரை நிகழ்த்துவதற்காக பூனா சென்றிருந்த பர்ச்சுரே, கோட்சேவை சந்தித்து, அவருடைய இந்து இராஷ்டிர சேனாவையும் இந்து இராஷ்டிர தளத்தையும் இணைக்கும் திட்டம் குறித்து பேசினார். ஆனால் சில காரணங்களால் அது நடக்காமல் போனது. இருப்பினும் ஒரே குறிக்கோளை மையமாகக் கொண்டு இரு இயக்கங்களும் தனித்தனியாக இயங்குவதென அப்போது முடிவெடுக்கப்பட்டது[15].

கோட்சே மற்றும் ஆப்தேவைப் போல் பர்ச்சுரேவும் அதிதீவிர காந்தி எதிர்ப்பாளர். இந்தியா சுதந்திரம் பெற்றபோது குவாலியரின் திவானாக இருந்துவந்த எம்.ஏ.ஸ்ரீனிவாசனை சந்தித்து, அப்போது விரிவாக்கப்பட்ட அமைச்சரவையில் தன்னை இணைக்காதது ஏனென்று கேட்பதற்காக ஆப்தேவை துணைக்கு அழைத்துக்கொண்டு பர்ச்சுரே சென்றிருந்தார். ஸ்ரீனிவாசனிடம் காந்தியைக் கடுமையாக விமர்சித்திருக்கிறார்.

“நான் அவர்களுக்கு தேநீர் வழங்கினேன். பர்ச்சுரேவும் ஆப்தேவும் அமைதியாக அதனைக் குடித்தார்கள். பர்ச்சுரே பதட்டத்துடனும் கோபத்துடனும் இருந்தார். அவர் கையில் பிடித்திருந்த தேநீர் கோப்பையே அதனால் நடுங்கிக் கொண்டிருந்தது” என்று நினைவுகூர்ந்தார் ஸ்ரீனிவாசன்.

“எங்களை ஏன் அமைச்சரவையில் இணைக்கவில்லை?” என்று பர்ச்சுரே கேட்டிருக்கிறார்.

“எங்களை ஏமாற்றிவிட்டீர்கள்” என்றும் சொல்லியிருக்கிறார்.

“முறையாக தேர்தல் நடத்தித்தான் தேந்தெடுத்தோம். பெரும்பான்மை இருந்தால் நீங்களும் அமைச்சர் ஆகியிருக்கலாம்” என்றார் ஸ்ரீனிவாசன்.

“நீங்கள் குவாலியரையே ஏமாற்றிவிட்டீர்கள். இனி குவாலியரில் நீங்கள் இருக்கவே கூடாது” என்றார் பர்ச்சுரே.

“அதை நீங்கள் சொல்லாதீர்கள். மகாராஜாதான் சொல்லவேண்டும். அவருடைய அன்புக்குக் கட்டுப்பட்டுதான் நான் இங்கே இருக்கிறேன் [..]” என்றிருக்கிறார் ஸ்ரீனிவாசன்.

அதைக் கேட்டதும், பர்ச்சுரேவின் கண்கள் சிவந்திருக்கின்றன. உதடுகள் துடித்திருக்கின்றன.

“நீயெல்லாம் இந்துவே கிடையாது. நீ இந்து மதத்திற்கே எதிரி” என்றார் பர்ச்சுரே.

“நான் இந்துவாகப் பிறந்தவன். இந்துவாகத்தான் இப்போதும் இருக்கிறேன் [...]” என்றார் ஸ்ரீனிவாசன்.

“இல்லை. நீ இந்து மதத்தின் துரோகி. நீயும் துரோகி, காந்தியும் துரோகி”

என்று உரக்கக் கத்தியிருக்கிறார் பர்ச்சுரே[16].

ஆக, ஜனவரி 27ஆம் தேதியன்று கோட்சேவும் ஆப்தேவும் குவாலியருக்கு செல்வதற்கு முன்னரே, தங்களுடைய தத்துவார்த்த சகோதரரான பர்ச்சுரேவுடன் அவர்களுக்கு நெருக்கம் இருந்தது. நம்பகமான ஒரு துப்பாக்கியை ஏற்பாடு செய்வதற்கு அவர்களுக்கிருந்த கடைசி நம்பிக்கை பர்ச்சுரேதான். இரவு 11.30 மணிக்கு அவர்கள் பயணித்த இரயில் குவாலியரை அடைந்தது. அடுத்த அரை மணிநேரத்தில் பர்ச்சுரே வீட்டின் கதவுகளை அவர்கள் தட்டினர்.

“அன்றிரவு அவருடைய வீட்டிலேயே நாங்கள் உறங்கினோம். மறுநாள் காலையில் (ஜனவரி 28), எங்களுக்கு நல்ல நிலையில் இருக்கும் ஒரு நம்பகமான துப்பாக்கி வேண்டுமென்று பர்ச்சுரேவிடம்

கேட்டோம். எங்களிடம் இருந்த துப்பாக்கி பயன்படுத்தும் நிலையில் இல்லை என்றும் அதனை எடுத்துக்கொண்டு அதற்கு பதிலாக வேறொரு நல்ல துப்பாக்கிக்கு ஏற்பாடு செய்யுமாறும் அவரிடம் கேட்டோம்" என்றான் கோட்சே[17].

அதன்பிறகு இந்து இராஷ்டிர சேனாவின் பொறுப்பாளராக இருந்த கங்காதர் தந்த்வாதே என்பவரிடம் ஆப்தேவையும் கோட்சேவையும் பர்ச்சுரே அறிமுகப்படுத்தினார். நாள்முழுக்க நகரம் முழுவதும் அலைந்துதிரிந்து குண்டுகள் நிரப்பப்பட்ட ஒரு தானியங்கி துப்பாக்கியுடன் மாலை வந்து சேர்ந்தார் கங்காதர்.

"டாக்டர் பர்ச்சுரேவின் முன்னிலையில் பத்து அல்லது பனிரெண்டு குண்டுகள் உள்ளிருந்த துப்பாக்கியை நாதுராம் கோட்சேவிடம் ஒப்படைத்தார் கங்காதர். அதைவாங்கிக்கொண்டு, தன்னிடம் இருந்த பழைய துப்பாக்கியையும் 300 ரூபாயையும் சேர்த்து கங்காதரிடம் கொடுத்தார் கோட்சே. கங்காதர் கொடுத்த துப்பாக்கியை பரிசோதித்துப் பார்க்க விரும்பி, டாக்டர் பர்ச்சுரேவின் வீட்டின் பின்புறம் சென்றார் கோட்சே. எவ்வளவு தூரத்தில் இருக்கிற இலக்கினை அந்தத் துப்பாக்கியில் இருந்துவரும் குண்டுகள் தாக்குகின்றன என்று தெரிந்துகொள்வதற்காக ஒரு குண்டினை பயன்படுத்தி ஏதோவொரு இலக்கை நோக்கி சுட்டார். தந்த்வாதேயும் பர்ச்சுரேவும் நானும் அருகில் நின்று வேடிக்கை பார்த்தோம். அந்த துப்பாக்கி நன்றாக வேலை செய்கிறது என்பதை நாங்கள் உறுதிசெய்துகொண்டோம்" என்றான் ஆப்தே[18].

குண்டுகள் நிறைந்திருந்த ஒரு தானியங்கி துப்பாக்கி கிடைத்துவிட்டதால், திட்டத்தை செயல்படுத்தும் வரையிலும் மிகவும் கவனமாக அதனைப் பாதுகாக்க வேண்டிய கட்டாயம் கோட்சேவுக்கு ஏற்பட்டது. துப்பாக்கி கையில் கிடைத்த சில மணி நேரங்களில் டெல்லிக்கு செல்வதற்காக நள்ளிரவு புறப்படும் இரயிலில் ஏறினர். இம்முறை அவர்களுடைய திட்டம் நிறைவேறுவதற்கு தடையாக எதுவும் இருப்பதாக அப்போது அவர்களுக்குத் தோன்றவில்லை.

☙

1948ஆம் ஆண்டு ஜனவரி மாதம் 29ஆம் தேதியன்று கோட்சேவும் ஆப்தேவும் கர்க்கரேவும் டெல்லி இந்துமகாசபை அலுவலகத்தின் அருகிலிருக்கும் பிர்லா மந்திர் என்கிற மிகப்பிரமாண்டமான கோவிலின் வாசலில் சந்தித்தனர். கொலை செய்வதற்கான

திட்டத்தை உருவாக்குவதற்கு முன்னரே, அவர்கள் சந்திப்பதற்கான இடமாக அந்தக் கோவிலைத்தான் தேர்ந்தெடுத்து வைத்திருந்தனர். பம்பாயில் இருந்து முந்தைய நாள் இரவே முதலாளாக கர்க்கரே அங்கு வந்துசேர்ந்திருந்தார். தன்னுடன் கொண்டுவந்திருந்த பையை கோவிலுக்குள் வைத்துவிட்டு, வெளியே தெருவுக்கு வந்தார். கோட்சேவும் ஆப்தேவும் வரும்வரையில் அங்கேயே நின்றுகொண்டிருந்தார். மதியம் சுமார் 1 மணியளவில் கோவிலை நோக்கி ஆப்தே நடந்துவருவதைக் கண்டார். ஒரு சிறிய இடைவெளிவிட்டு பின்னாலேயே கோட்சேவும் நடந்துவந்தான். வழக்கம்போல வெள்ளை வேட்டியும் வெள்ளை சட்டையும் அணிந்துவந்திருந்தான் கோட்சே. ஆனால் ஆப்தேவோ, எப்போதும் அணியும் சட்டையும் அரைக்கால் சட்டையும் அணியவில்லை. அதற்கு பதிலாக, கோட்சேவைப் போலவே வெள்ளை வேட்டியும் வெள்ளை சட்டையும் கம்பளி மேலங்கியுமாக வந்திருந்தான் ஆப்தே[19].

கோட்சே எப்போதும் போல இயல்பான உடையுடன் வந்திருக்க, ஆப்தேவின் உடையிலோ மாற்றம் தெரிந்ததை வைத்துப்பார்த்தால், அவன் திட்டமிட்டே மாறுவேடத்தில் வந்திருப்பதாகத்தான் கர்க்கரேவுக்குத் தோன்றியது. காந்தியைக் கொல்லும் திட்டம் உயிர்ப்போடு இருப்பதாகவும் பர்ச்சுரேவின் உதவியுடன் துப்பாக்கியைக்கூட ஏற்பாடு செய்துவிட்டதாகவும் கர்க்கரேவிடம் அவர்கள் கூறினர். காந்தியைக் கொல்வதற்கு ஆப்தேவுக்கு பதிலாக, தானே முன்வந்திருப்பதற்கான காரணத்தை கர்க்கரேவிடம் கோட்சே விவரித்திருக்கிறான்.

"மனைவி, குழந்தை என்று ஆப்தேவுக்கு ஒரு குடும்பம் இருக்கிறதென்றும் தனக்கு அதெல்லாம் எதுவுமே இல்லையென்றும் கோட்சே தெரிவித்தார். அத்துடன், தானொரு சிறந்த பேச்சாளராகவும் எழுத்தாளராகவும் இருப்பதால், காந்தியைக் கொன்றபின்னர் அதற்கான காரணத்தை அரசிடமும் நீதிமன்றத்திடமும் சரியான தொனியில் விவரித்து அவர்களைக் கவர்ந்துவிடும் திறமை தனக்கிருப்பதாகவும் கோட்சே கூறினார். மறுபுறம் களத்தில் மக்களோடு இணைந்து பணியாற்றுவதில் திறமைசாலியான ஆப்தேவோ, தொடர்ந்து இந்து இராஷ்டிர செய்தித்தாளை நடத்துவார் என்றும் குறிப்பிட்டார் கோட்சே" என்று பின்னாளில் அன்றைய உரையாடல் குறித்து கர்க்கரே வாக்குமூலத்தில் தெரிவித்திருந்தார்[20].

கர்க்கரேவுடன் அன்றைக்கு பேசுகையில், தன்னுடைய மற்ற நண்பர்களைவிடவும் இரத்தத்தினால் தீர்வெழுதும் தைரியம் படைத்த மனிதனாக கோட்சே தன்னைப் பெருமையுடன் காட்டிக்கொண்டிருக்கிறான்.

அன்று மாலை கோட்சேவும் ஆப்தேவும் பழைய டெல்லி இரயில்வே நிலையத்தின் அருகே இருக்கும் தோட்டத்தில் காத்திருந்தனர். அப்போது காந்தியின் பிரார்த்தனைக் கூட்டத்திற்கு சென்று நிலைமையை உளவுபார்த்துவிட்டு வருவதற்கு பிர்லா மாளிகைக்கு கர்க்கரே மட்டும் தனியாகச் சென்றிருந்தார்.

"மாலை சுமார் 5 மணியளவில் பிரார்த்தனைக் கூட்டத்திற்கு காந்தி வந்தார். அக்கூட்டத்தில் சுமார் 400 பேர்வரை வந்திருந்தனர். காவல்துறையினர் எங்கெங்கெல்லாம் நிற்கிறார்கள் என்பதை கவனித்தேன். அங்கு நடைபெற்ற பிரார்த்தனைகளிலோ அல்லது காந்தியின் உரையினிலோ நான் கவனம் செலுத்தவே இல்லை. சுமார் 5.30 மணியளவில் பிரார்த்தனைக் கூட்டம் முடிவடைந்தது. நானும் அப்போது அங்கிருந்து கிளம்பிவிட்டேன்" என்று நினைவுகூர்ந்தார் கர்க்கரே[21].

பிர்லா மாளிகையில் நடைபெற்ற பிரார்த்தனைக் கூட்டத்தில் கலந்துகொள்ள கர்க்கரே சென்றபோது, கோட்சேவும் ஆப்தேவும் அவர்களுக்குள்ளாக என்ன பேசிக்கொண்டார்கள் என்பது குறித்து நமக்குத் தெரியவில்லை. காந்தியைக் கொல்வதற்கு முந்தைய நாளான அன்று, ஆப்தேவிடமிருந்து நம்பிக்கையான வார்த்தைகளும் ஊக்கமும் கோட்சேவுக்குத் தேவைப்பட்டன. அதனால்தான் கடைசி நாளான அன்று, பிரார்த்தனைக் கூட்டத்திற்கு சென்று அங்கு நிலைமையைப் பார்வையிடுவதற்கு பதிலாக, கர்க்கரேவை அனுப்பி அவ்வேலையை செய்யச் சொல்லி இருக்கிறான் கோட்சே. கொல்லப்போவது அவன்தான் என்றாலும், ஆய்வு செய்ய கர்க்கரேவைத்தான் அனுப்பியிருந்தான். அந்த வேளையில் ஆப்தேவுடன் பேசிக்கொண்டே இருந்திருக்கிறான் கோட்சே. பிர்லா மாளிகையில் இருந்து கோட்சே இருந்த பழைய டெல்லி இரயில்வே தோட்டத்திற்கு கர்க்கரே வந்தபோது, அங்கே தியான நிலையில் கோட்சே இருந்திருக்கிறான். மறுநாள் செய்யப்போகிற கொலைகுறித்த பதட்டத்தை தணிப்பதற்காக அவ்வாறு அமைதியாக இருக்க முயற்சி செய்திருக்கக்கூடும்.

அன்று இரவு உணவருந்தியபின்னர், மூவருமாக இணைந்து ஒரு திரைப்படத்திற்கு செல்லலாம் என்று கர்க்கரே ஒரு ஆலோசனை சொல்லியிருக்கிறார். அதற்கு ஆப்தே உடனடியாக ஒப்புக்கொண்டிருக்கிறான். ஆனால் கோட்சேவோ இரயில்வே நிலையத்தின் ஓய்வறையிலேயே இருக்க விரும்புவதாகத் தெரிவித்திருக்கிறான்.

"திரைப்படத்திற்கு செல்வதற்கு கோட்சேவை ஒப்புக்கொள்ள வைக்க ஆப்தே முயன்றான். ஆனால் கோட்சேவுக்கு விருப்பமில்லை. அதனால் ஒரு நூலை எடுத்து கோட்சே படிக்க ஆரம்பித்துவிட்டான். நாமிருவர் மட்டுமாவது ஒரு படத்திற்கு செல்வோமா என்று ஆப்தே என்னிடம் கேட்டான். சரியென்று ஒப்புக்கொண்டு படத்திற்கு கிளம்பினோம்" என்றார் கர்க்கரே[22].

அவர்கள் இருவரும் படம் பார்த்துவிட்டு இரயில்வே ஓய்வறைக்குத் திரும்புகையில் நள்ளிரவைத் தாண்டியிருந்தது. அப்போது கோட்சே ஆழ்ந்த தூக்கத்திலிருந்தான்.

"கோட்சே பதட்டமாக இருந்தானா என்று ஆப்தேவிடம் நான் கேட்டேன். அப்படியெல்லாம் ஏதுமில்லை என்று ஆப்தே தெரிவித்தான்" என்று நினைவுகூர்ந்தார் கர்க்கரே[23].

1948ஆம் ஆண்டு ஜனவரி மாதம் 30ஆம் தேதியன்று, தன்னுடைய வேலையை முடிப்பதற்காக இரயில்வே நிலைய ஓய்வறையிலிருந்து நேரடியாக பிர்லா மாளிகைக்கு செல்ல விரும்பினான் கோட்சே. இரயில்வே ஓய்வறையில் விநாயக் ராவ் என்கிற பெயரில்தான் கோட்சே பதிவு செய்திருந்தான். அந்த அறையில் இருந்து மதியத்திற்குள் காலிசெய்துவிட்டு கிளம்பவேண்டும். அதனால், அந்த அறையில் மாலை வரையிலுமாவது தங்குவதற்கு அனுமதி கிடைக்குமா என்று சுந்தரிலால் என்கிற இரயில்வே ஊழியரிடம் கேட்டான் கோட்சே. ஆனால் ஓய்வறையில் இருபத்தி நான்கு மணிநேரத்திற்கு மேல் பார்வையாளர்கள் தங்கக்கூடாது என்று சொல்லி அவர் அனுமதி மறுத்துவிட்டார்.

"மதியம் மணி ஒன்று ஆனபின்னரும் அந்த அறையில் தங்கியிருந்தவர்கள் வெளியேறவில்லை. அதனால் நானே அந்த அறைக்கு நேரில் சென்றேன். அங்கே இருவர் உட்கார்ந்திருந்தனர். மூன்றாவதாக ஒரு நபர் (கர்க்கரே) நின்று கொண்டிருந்தார். அறையை உடனடியாக காலி செய்யுமாறு விநாயக் ராவிடம் கூறினேன். அவரோ நின்றுகொண்டிருந்த மூன்றாவது நபரிடம் பெட்டி

படுக்கையை எல்லாம் எடுக்கச்சொல்லி பேசிக்கொண்டிருந்தார். நான் பதினைந்து நிமிடங்கள் அங்கேயே காத்திருந்தேன். அதற்குள் அவர்களுடைய பொருட்களை எடுத்துக்கொண்டு வெளியே வந்தனர்" என்றார் சுந்தரி லால்[24].

அமைதியாக தன்னுடைய துணிமணிகளை எடுத்து இரயில்வே காத்திருப்பு அறையில் வைத்தான் கோட்சே. ஆப்தேவோ தன்னுடைய பெட்டி படுக்கைகளை அதிலிருந்து தனியாக கர்க்கரேவின் பையுடன் சேர்த்து வைத்தான். மாலை சுமார் மூன்று மணியளவில் ஒரு குதிரை வண்டியை வாடகைக்கு எடுத்து, அதில் பிர்லா மந்திருக்குச் சென்றனர். கோட்சே பெரும்பாலும் அமைதியாகவும் ஓரமாக ஒதுங்கியுமேதான் இருந்தான்.

"சத்திரபதி சிவாஜியின் படமும் முதல் பேஷ்வாவான பாஜி ராவின் படமும் பிர்லா மந்திரின் வாயிற்தூணில் பொறிக்கப்பட்டிருந்தன. தலைகுனிந்து வணங்கிவிட்டு, மீண்டுமொரு குதிரை வண்டியை வாடகைக்கு எடுத்துக்கொண்டு அங்கிருந்து பிர்லா மாளிகைக்கு நான் மட்டும் தனியாகச் சென்றேன்" என்றான் கோட்சே[25].

கோட்சே சென்றபிறகு, அவனைப் பின்தொடர்ந்து மற்றொரு குதிரை வண்டியில் ஏறி ஆப்தேவும் கர்க்கரேவும் பிர்லா மாளிகையை நோக்கிச் சென்றனர். அவர்கள் வருவது கோட்சேவுக்குத் தெரியாது.

"பிரார்த்தனைக் கூட்டத்திற்கு காந்தி வருவதற்கு பத்து நிமிடங்களுக்கு முன்னர் நான் அந்த மைதானத்திற்கு சென்று சேர்ந்தேன். என்னுடைய முழுகவனமும் காந்தியின் வருகையை நோக்கித்தான் இருந்தது. அதனால் என்னைச் சுற்றி, பிரார்த்தனைக்காகக் கூடியிருந்த மற்ற எவரையும் நான் கவனிக்கவே இல்லை" என்றான் கோட்சே[26].

கோட்சேவின் இந்த முடிவினை இயல்பானதாகத்தான் ஆப்தே பார்த்தான். ஆனால் கோட்சேவுக்கோ, அது தன்னுடைய வாழ்க்கையின் முக்கியமான தருணமாக இருந்தது.

ஜனவரி 20ஆம் தேதியன்று பக்வா கைதுசெய்யப்பட்ட பிறகு, காந்தியின் உயிருக்கு இருந்த ஆபத்து நீங்கிவிட்டதாக நினைத்துக்கொண்டிருந்த அவரது ஆதரவாளர்களெல்லாம் அன்றைய தினம் அதிர்ச்சியடையத்தான் போகிறார்கள். காந்தியுமே கூட தன்னுடைய உயிருக்கு அதற்கு மேலும் ஆபத்து இருப்பதாக

நினைத்திருக்கமாட்டார். தன்னுடைய பணிகளிலும், அடுத்தகட்ட பிரச்சாரங்களிலும்தான் காந்தி முழுக்க கவனம் செலுத்தியிருந்தார். டெல்லியில் அவரது பணி ஏறத்தாழ முடிவடைந்துவிட்டிருந்தது. நான்கு மாதங்களுக்கு முன்னர் அவர் கல்கத்தாவில் இருந்து டெல்லி வந்தபோது அந்த நகரமே மரணபயத்தால் தடுமாறிக்கொண்டிருந்தது. இப்போது டெல்லி நகரமே அரசின் கைகளுக்கு வந்துவிட்டது. பெரும்பாலும் டெல்லியே அமைதியாகிவிட்டது போன்ற உணர்வையும் கொடுத்திருந்தது.

அதனால் டெல்லியில் இருந்து வெளியேறும் எண்ணத்தில் இருந்தார் காந்தி. இந்தியாவில் இருந்து எல்லைகடந்து பாகிஸ்தானுக்கு நடைபயணம் மேற்கொள்ளும் திட்டம் குறித்து யோசித்துக்கொண்டே இருந்தார். ஆனால் அப்பிரச்சாரத் திட்டத்திற்கு ஜின்னா விருப்பம் தெரிவிக்காவிட்டால் அதனை சாத்தியமாக்குவது கடினம் என்பதையும் காந்தி உணர்ந்திருந்தார். ஜின்னாவிடம் இருந்து ஒப்புதல் கிடைக்குமென்றுதான் பலநாட்களாகக் காத்திருந்தார் காந்தி. இருப்பினும் அந்த பிரச்சாரத் திட்டத்தை கைவிடும் எண்ணத்தில் அவர் இல்லை. சரியான தருணத்திற்காக பொறுமையாகக் காத்துக்கொண்டிருந்தார் என்றுதான் சொல்லவேண்டும். டெல்லியில் இருந்து வர்தாவில் இருக்கும் அவரது ஆசிரமத்திற்கு சென்று பதினைந்து நாட்கள் தங்கியிருந்துவிட்டு, அதன்பின்னர் அங்கிருந்தே பஞ்சாபிற்கு நடைபயணம் செல்லத் திட்டமிட்டிருந்தார். அங்கிருந்து நடந்தே பின்னர் பாகிஸ்தான் செல்வதாக இருந்தார். வர்தா ஆசிரமத்திற்கு செல்வதற்கான தேதியை முடிவுசெய்யவில்லை என்றாலும், 1948ஆம் ஆண்டு பிப்ரவரி 2ஆம் தேதியன்று ஆசிரமத்தைச் சென்றடையலாம் என்று தோராயமாக கணித்து வைத்திருந்தார்.[27]

அதேவேளையில், கடந்த இரண்டு நாட்களாக டெல்லி அமைதியாக இருப்பதைப் போலவே எப்போதும் நிரந்தரமாக இருக்கவேண்டும் என்றும் விரும்பினார். அதனால், டெல்லியில் ஏதாவது மிகச்சிறிய மதக்கலவர சம்பவங்கள் நிகழ்ந்தாலும் உடனே அதனை கவனத்தில்கொண்டார். ஜனவரி 29ஆம் தேதியன்று, தன்னுடைய உதவியாளரான பியாரிலால் மூலமாக டாக்டர் இராஜேந்திர பிரசாத்திற்கு ஒரு கடிதத்தை அனுப்பினார் காந்தி. அதில், காங்கிரஸ் தலைவர்களைக் கொல்லத் தூண்டும் வெறிபிடித்த பேச்சுக்களைப் பேசும் இந்துமகாசபை ஊழியர்களைக் கட்டுப்பாட்டில் வைக்குமாறு அந்த அமைப்பின் தலைவராக இருந்த சியாமா

பிரசாத் முகர்ஜிக்கு எச்சரிக்கை கொடுக்க இராஜேந்திர பிரசாத்தைக் கேட்டுக்கொண்டிருந்தார் காந்தி[28]. அந்த சியாமா பிரசாத் முகர்ஜி வேறு யாருமல்ல. அவர்தான் இன்றைய பாஜகவிற்கு முன்பிருந்த கட்சியான பாரதிய ஜனசங்கத்தை தோற்றுவித்தவர். அப்போது ஒருங்கிணைந்த ஒன்றிய அரசில் கேபினட் அமைச்சராகவும் இருந்த சியாமா பிரசாத் முகர்ஜி, அந்த எச்சரிக்கையையும் கோரிக்கையையும் பெரிதாகக் கண்டுகொள்ளவில்லை. இந்துமகாசபை இயக்கத்தினர் தொடர்ச்சியாக வெறுப்புப் பிரச்சாரங்கள் செய்வதும், காங்கிரஸ் தலைவர்களைக் கொல்வதற்குத் தூண்டும் வகையிலான பேச்சுக்களை உதிர்ப்பதுமாக இருந்தனர். அதனை சியாமா பிரசாத் முகர்ஜியின் பார்வைக்குக் கொண்டு சென்றபோதும், அவர் அதற்கு முக்கியத்துவம் கொடுக்காமல் இருந்தார்.

"சியாமா பிரசாத் முகர்ஜியின் பதிலை நான் காந்தியிடம் சொல்லியபோது, அவரது புருவம் சுருங்கியது" என்றார் பியாரிலால்[29].

ஜனவரி 20ஆம் தேதியன்று காந்தியைக் கொல்வதற்கு நடந்த முயற்சி தோல்வியில் முடிந்ததையடுத்து, காந்தியுமே தன்னுடைய வாழ்க்கை குறித்தான நிச்சயமற்ற நிலையில்தான் இருந்தார். ஜனவரி 30ஆம் தேதியன்று தன்னுடைய சீடர்களில் ஒருவரான கிஷோர்லால் மஷ்ருவாலாவுக்கு ஒரு கடிதம் எழுதினார். வர்தாவில் இருக்கும் தன்னுடைய ஆசிரமத்திற்கு விரைவில் வரப்போவதாக அதில் காந்தி எழுதியிருந்தார். அக்கடிதத்தை தன்னுடைய பேத்தியான மனுவிடம் கொடுத்து, கிஷோர்லாலுக்கு அனுப்பச்சொன்னார் காந்தி. பிப்ரவரி 2ஆம் தேதியன்று வர்தாவுக்கு வருகை தரப்போவதாக தேதியைக் குறிப்பிட்டு எழுதலாமா என்று அப்போது காந்தியிடம் மனு கேட்டார். ஆனால் காந்தியோ,

"நாளைக்கு என்ன நடக்குமென்று யாருக்குத் தெரியும்? நான் செல்வது உறுதியாக முடிவானதும், நானே அதனை பிரார்த்தனைக் கூட்டத்தில் அறிவிப்பேன்" என்று ஜனவரி 30ஆம் தேதியன்று காலையில் காந்தி தெரிவித்திருக்கிறார்[30].

காந்தியுடனான அந்த உரையாடலில் அவருடைய மனதில் ஒருவித குழப்பம் நிலவியதைப் பார்க்க முடியும். டெல்லியில் இருக்க வேண்டுமா வேண்டாமா, இன்னும் எவ்வளவு நாட்கள் இருக்கவேண்டும் போன்ற கேள்விகள் அவருக்குள் ஓடிக்கொண்டு இருந்திருக்க வேண்டும். அன்றைய தினம் முழுவதும்

மனுவுடன் அவர் நடத்திய உரையாடல்களில் இதே தொனி வெளிப்பட்டிருக்கிறது.

உண்ணாவிரதமிருந்த காரணத்தால் அவருக்கு தொடர் இருமலும் இருந்தது. அதனால் பனை வெல்லத்தையும் கிராம்புப் பொடியையும் கலந்து சாப்பிட்டு வந்தார். ஆனால் அன்றைய தினம் கிராம்புப் பொடி தீர்ந்துபோயிருந்தது. அதனால் காந்தி மேல்தளத்திற்கும் கீழ்தளத்திற்கும் நடந்துகொண்டிருந்தபோது, அவருடன் துணையாக செல்லாமல் அன்றைய இரவுக்குத் தேவைப்படுமென்று கிராம்புப் பொடியைத் தயார் செய்துகொண்டிருந்தார் மனு.

"இன்று இரவு வருவதற்குள் என்ன நடக்குமென்று யாருக்குத் தெரியும்? நான் உயிரோடு இருப்பேனா என்பது கூட தெரியாதே. இன்று இரவில் நான் உயிரோடு இருந்தால், எனக்காக கொஞ்சம் கிராம்புப் பொடியை அப்போது தயார் செய்யலாம்" என்று மனுவிடம் கூறியிருக்கிறார் காந்தி[31].

ஜனவரி 30ஆம் தேதியன்று பிரார்த்தனைக் கூட்டம் துவங்குவதற்கு முன்னர் சர்தார் வல்லபாய் பட்டேலுடன் காந்தி பேசிக்கொண்டிருந்தார். அப்போது குஜராத்தின் கத்தியாவார் பகுதியிலிருந்து இரண்டு தலைவர்கள் வந்திருந்தனர். அவர்கள் காந்தியை சந்திக்க விரும்புவதாக மனுவிடம் சொல்லியிருக்கிறார்கள். அவர்களை அப்போது சந்திக்க முடியுமா என்று காந்தியிடம் கேட்டிருக்கிறார் மனு. அதற்கு,

"பிரார்த்தனைக் கூட்டம் முடிந்ததும் நான் உயிரோடு இருந்தால், நான் திரும்ப நடந்துவரும்போது என்னுடன் அவர்கள் பேசலாம்" என்று மனுவிடம் பதிலளித்திருக்கிறார் காந்தி[32]. பிரார்த்தனைக் கூட்டம் முடியும் வரையிலும் காத்திருக்குமாறு கத்தியாவார் தலைவர்களிடம் மனு கூறியிருக்கிறார். அவர்களும் காந்தியின் அறையில் அமர்ந்து காத்திருக்க முடிவெடுத்தனர்[33]. காந்தியின் இப்படியான உரையாடல்களுக்கு இடையிலான மரணத்தை எதிர்பார்த்திருந்த தன்மையினை யாரும் பெரிதாக அப்போது கவனிக்கவில்லை. தொடர் கூட்டங்களாலும் விவாதங்களாலும் அவர் சோர்வடைந்து போயிருக்கிறார் என்பதற்கான அறிகுறியாக மட்டுமே அதனைப் பார்த்தனர்.

சர்தால் வல்லபாய் பட்டேலுடனான காந்தியின் சந்திப்பு அன்றைய தினம் மாலையில் சுமார் 4.30 மணிக்குத் துவங்கியது. அவர்கள் இருவரும் ஆழமான உரையாடலில் மூழ்கிவிட்டிருந்ததால், அன்றைய

பிரார்த்தனைக் கூட்டத்திற்கு நேரமானதைக் கூட கவனிக்கவில்லை. சந்திப்பு முடிந்து காந்தி எழுந்தபோது மணி 5.10 ஆகியிருந்தது. ஒரு பேனாவையும், பிரார்த்தனை செய்யும்போது காந்தி எப்போதும் கையில் வைத்திருக்கும் மாலை, அவரது கண்ணாடிப் பெட்டி, ஒரு நோட்டுப்புத்தகம் ஆகியவற்றையும் விரைவாக எடுத்துக்கொண்டார் மனு. அந்த சிறிய நோட்டுப்புத்தகத்தில்தான் காந்தியின் உரைகளை மனு எழுதிவைத்திருக்கிறார்.

பிரார்த்தனைக் கூட்டங்கள் எப்போதும் மாலை 5 மணிக்கென்றுதான் திட்டமிடப்பட்டிருக்கிறது. காந்திக்கு எங்கேயும் எதிலும் தாமதமாக வருவதே பிடிக்காது. அதிலும் மிகவும் குறிப்பாக பிரார்த்தனைக் கூட்டங்களுக்கு சரியான நேரத்தில் வந்துவிடவேண்டும் என்று நினைப்பார். அவர் அறையைவிட்டு வெளியே வரும்போது பதினைந்து நிமிடங்கள் தாமதமாகி இருந்தது. அவரது பேத்திகளான மனு மற்றும் அபா ஆகியோரின் தோள்களில் கைகளைத் தாங்கலாக வைத்துக்கொண்டு, மேலும் தாமதமாகிவிடக் கூடாது என்பதற்காக நடைபாதையின் அருகில் முடிந்தளவிற்கு வேகமாக நடந்தார் காந்தி. அங்கிருந்து அப்படியே புல்வெளி மைதானத்தின் துவக்கத்தில் இருந்த படிகளின் அருகே வந்தார். குளிர்காலத்து சூரியன் என்பதால் அந்த நேரத்தில் வெளியே வானம் கொஞ்சம் மங்கலாகிப் போயிருந்தது. மாலை நேரத்துத் தென்றல் காற்றும் வீசத்துவங்கியிருந்தது. புல்வெளி மைதானத்தைச் சுற்றிலும் இருந்த பூச்செடிகள் அந்த மாலை வேளையிலும் மெல்லிய காற்றின் அசைவால் பிரகாசமாகக் காட்சியளித்தன. காந்தியின் பிரார்த்தனைக் கூட்டத்தில் கலந்துகொள்வதற்காக, மைதானத்தில் ஏராளமான மக்களும் கூடி இருந்தனர்.

எப்போதும் போலவே எல்லாமும் இயல்பாகத்தான் காட்சியளித்தன. ஆனால் குண்டுகள் நிரப்பப்பட்ட ஒரு துப்பாக்கியை கால்சட்டைக்குள் ஒளித்துவைத்துக்கொண்டு, அந்த அழகான சூழலைக் கெடுக்கும் நோக்கில், கோட்சே என்கிற கொடியவன் அதே கூட்டத்தில் காந்தியின் வருகைக்காகக் காத்துக்கொண்டிருந்தான்.

15
குளிர்கால மாலையை நடுங்கவைத்த வெடிச்சத்தம்

ஜனவரி 30ஆம் தேதியன்று மாலை வேளையில் பிரார்த்தனை மைதானத்திற்குள் நுழைந்தபோது பதட்டப்படாமல் அமைதியாக இருந்தான் ஆப்தே. அப்போது மணி 4.50 ஆகியிருந்தது[1]. ஆப்தே கணித்திருந்தபடியே, புல்வெளியில் நடந்து பிரார்த்தனை செய்யும் மேடைக்குச் செல்லும் பாதையின் நுழைவாயிலுக்கு 8 முதல் 10 அடிகள் வரையிலும் தள்ளி நின்றுகொண்டிருந்தான் கோட்சே.

காந்தி வரும்வரையிலும் கோட்சேவின் மீதே முழுப்பார்வையையும் கவனத்தையும் ஆப்தே வைத்திருந்தான். கோட்சேவின் முகத்தில் பதட்டமோ பயமோ தெரியவில்லை[2]. ஜனவரி 20ஆம் தேதியன்று காந்தியைக் கொல்வதற்கு நடந்த முயற்சியின்போது கோட்சேவின் முகத்திலும் மனதளவிலும் இருந்த எந்தக் குழப்பமும் இப்போது ஆப்தேவுக்கு கோட்சேவிடம் தென்படவில்லை. ஆப்தேவுடன் பிரார்த்தனை மைதானத்திற்கு வந்திருந்த கர்க்கரே, தன்னுடைய இரண்டு நண்பர்களிடமிருந்தும் சற்று தள்ளியே நின்றிருந்தார்.

புல்வெளி மைதானத்திற்கு காந்தி வந்தபோது மாலை 5.15 ஆகியிருந்தது. அங்கு வந்திருந்த சுமார் 200 பேரும் பிரார்த்தனை மேடைக்கு காந்தி செல்லக்கூடிய பாதையின் அருகிலேயே கூடியிருந்தனர். காந்தி வேகமாக நகர்வதைப் பார்த்ததும் கொஞ்சம் வழிவிட்டு அனைவரும் நகரத்துவங்கினர். காந்தியை நோக்கி கோட்சே நகர்ந்து செல்வதை ஆப்தே கவனித்துக்கொண்டே இருந்தான். கூட்டத்தினருக்கு வணக்கம் சொல்லியபடியே காந்தி முன்னே சென்றுகொண்டிருந்தார்.

“அப்போது காந்தியின் வலதுபுறத்தில் இருந்த பெண்ணை தனது இடதுகையால் கோட்சே தள்ளிவிட்டு, துப்பாக்கியை எடுத்து காந்திக்கு மிக அருகில் நின்றுகொண்டு, மூன்று அல்லது நான்கு முறை சுட்டார்” என்று ஆப்தே நினைவு கூர்ந்தான்[3].

துப்பாக்கி குண்டு சத்தம் கேட்டதும் பதறிப்போய் தவறிக்கூட எதையாவது செய்து, கவனத்தைத் தன்பக்கம் ஈர்த்துவிடக்கூடாது என்பதில் ஆப்தே கவனமாக இருந்தான். காந்தியைக் கொல்லும் திட்டம் நிறைவேறிவிட்டதை நினைத்து மகிழ்ந்து அமைதியாக அப்படியே நின்றான். இரத்த வெள்ளத்தில் சரிந்து அப்படியே காந்தி கீழே விழுவதையும், பின்னர் கோட்சே கைதுசெய்யப்பட்டு அழைத்துச்செல்லப்படுவதையும் ஆப்தே நேரில் பார்த்தான். அந்த மைதானத்தில் கூடியிருந்த மக்களுக்கெல்லாம் என்ன செய்வதென்றே தெரியவில்லை. அழுதுகொண்டும் கதறிக்கொண்டும் கத்திக்கொண்டும் அனைத்து திசைகளிலும் மக்கள் ஓடிக்கொண்டு இருந்தார்கள்.

கோட்சேவிடமிருந்து சற்று தள்ளி நின்றுகொண்டிருந்ததால், காந்தி சுடப்பட்டதை நேரடியாக கர்க்கரேவால் பார்க்க முடியவில்லை. ஆனால் துப்பாக்கியால் சுட்ட சத்தம் அவருக்குக் கேட்டது. குளிர்கால அமைதியை உடைத்துக்கொண்டு நடுங்கவைத்த சத்தமாக அது இருந்தது. அதனைத் தொடர்ந்து குளவிக்கூட்டை கலைத்தது போன்று, செய்வதறியாது குழம்பிய மனநிலையில் மக்கள் அலைந்துகொண்டிருந்த சூழல் அங்கே நிலவியது.

“அங்கே அழுகையும் ஓலமுமாக இருந்தது. அப்போது கோட்சே கைதுசெய்யப்பட்டதை நான் பார்த்தேன். கோட்சேவைப் பிடித்துவைத்திருந்த இடத்திலிருந்து சுமார் 40 அல்லது 50 அடிகள் தள்ளி நான் நின்றுகொண்டிருந்தேன். காந்தியை கோட்சே சுட்டதை என்னால் பார்க்க முடியவில்லை. நான் ஆப்தேவுக்கு அருகில் சென்றேன். நாம் இப்போது இங்கிருந்து கிளம்பியாக வேண்டும் என்று ஆப்தேவிடம் கூறினேன். காந்தியை கோட்சே சுட்ட இரண்டு அல்லது மூன்று நிமிடங்களில் நானும் ஆப்தேவும் பிர்லா மாளிகையின் முன்வாசல் வழியாக அங்கிருந்து வெளியேறிவிட்டோம்” என்றார் கர்க்கரே[4].

காந்தி கொல்லப்பட்ட செய்திகேட்டு, பிர்லா மாளிகைக்கு வெளியே கோடிக்கணக்கான மக்கள் அதிர்ந்து போயினர். அவர் வெறும்

தலைவராக மட்டுமே அறியப்படவில்லை. அதையும் தாண்டிய போராட்டக் குறியீடாகவும் மகாத்மாவாகவும் பார்க்கப்பட்டவர். இந்துமத வெறியனால் அவர் கொல்லபட்டதனால் மக்களின் பொதுக்கருத்தே மிகப்பெரிய மாற்றத்தைக் கண்டது. காந்தியைக் கொல்வதற்கு முன்னர், பிரிவினைக்கும் பாகிஸ்தானுக்கும் முஸ்லிம்களுக்கும் எதிரான அலையை உருவாக்கி அதன்மீதுதான் ஆர்.எஸ்.எஸ். மற்றும் இந்துமகாசபை ஆகிய இயக்கங்கள் சவாரி செய்தன. ஆனால் காந்தியின் இறுதி உண்ணாவிரதத்திலேயே ஓரளவுக்கு அந்த அலை பலமிழந்துதான் போயிருந்தது. இந்துக்களையும் முஸ்லிம்களையும் நேருக்கு நேர் எதிரிகளாக நிற்கவைத்து கலவரத்தைத் தூண்டுவதே அந்த இயக்கங்களின் இயங்குமுறையாக இருந்துவந்தது. அதனைத்தான் காந்தி உடைக்கமுயன்றார். அந்த முயற்சியில் ஓரளவுக்கேனும் வெற்றியை ஈட்டினார். இருப்பினும் தற்காலிகமாக காந்தியின் உண்ணாவிரதப் போராட்டத்தினால் இந்துக்களும் சீக்கியர்களும் முஸ்லிம்களை தங்களது தேசத்தவர்களாகப் பார்ப்பது போன்ற சூழல் ஏற்பட்டிருந்தது. ஆயினும் ஆர்.எஸ்.எஸ். மற்றும் இந்துமகாசபையினர் உருவாக்கிய முஸ்லிம்களுக்கு எதிரான வெறுப்பு, இந்துக்கள் மற்றும் சீக்கியர்களின் ஆழ்மனதில் இருந்துகொண்டுதான் இருந்தது.

பிரிவினைக்குப் பின்னரான இந்தியாவை காந்தியின் படுகொலை புரட்டிப்போட்டது. இறப்புக்கு முன்னரான தன்னுடைய கடைசி உண்ணாவிரதத்தில் அவர் உருவாக்கியிருந்த இலக்கை அவரால் அடையவே முடியாமல் போய்விட்டது. காந்தியின் கடுமையான இறுதி உண்ணாவிரதத்தின் வாயிலாக அவர் ஏற்படுத்த நினைத்த மதநல்லிணக்கத்தைப் பொறுத்துக்கொள்ள முடியாமல்தான் இந்தியாவைத் திட்டமிட்டே இந்துத்துவத் தத்துவத்தின் பின்னால் இழுத்துச்செல்ல அவரைக் கொன்றிருக்கிறார்கள் என்பதாக அப்படுகொலை பார்க்கப்பட்டது.

ஜனவரி 30ஆம் தேதியின் இரவை கோபமும் கவலையும் துக்கமும் ஆக்கிரமித்துவிட்டது. மறுநாள் அந்தக் கோபமும் கண்ணீரும் இந்து தேசத்தை முன்னெடுக்கும் இந்துத்துவ அமைப்புகளான ஆர்.எஸ்.எஸ்., இந்துமகாசபை இயக்கங்களின் மீது திரும்பியது. அதிலும் மகாராஷ்டிராவில் இருந்த பார்ப்பனர்களின் மீது மக்கள் கடும்கோபத்தில் இருந்தனர்.

“காந்தியைக் கொன்றது சித்பவன் பார்ப்பனரான கோட்சே என்பதால், மகராஷ்டிராவில் இருக்கும் பார்ப்பனர்கள் மீது மக்கள் கடுமையான கோபத்தில் இருந்தனர். காந்தி கொலையைத் தொடர்ந்து பார்ப்பனர்களுக்கும் பார்ப்பனரல்லாதோருக்கும் இடையிலான பதட்டம் அதிகரித்தது. கோபத்தின் உச்சியில், பார்ப்பனர்கள் மீது வன்முறையை ஏவவும் மக்கள் தயாராக இருந்தனர். பூனா, சத்தாரா, சாங்கிலி போன்ற பகுதிகளில் பார்ப்பனர்கள் தாக்கப்பட்டனர். அவர்களில் சிலரது சொத்துக்கள் அழிக்கப்பட்டன” என்று அப்போதைய நிலவரம் குறித்து மொரார்ஜி தேசாய் நினைவுகூர்ந்தார்[5].

பம்பாயில் இருந்த சாவர்க்கரின் வீட்டின் முன்பு சுமார் 1000 பேர் கூடி, அவருடைய வீட்டைக் கொளுத்தவும் முயற்சி செய்தனர். காவல்துறையினர் சரியான நேரத்தில் அங்கு வந்துவிட்டதால், சாவர்க்கரின் வீடு சாம்பலாவதில் இருந்து தப்பித்துவிட்டது[6]. பம்பாய் மாகாணம் மட்டுமல்லாமல் நாடு முழுவதிலுமிருந்த ஆர்.எஸ்.எஸ். மற்றும் இந்துமகாசபை இயக்கங்களின் அலுவலகங்களை மக்கள் தாக்கினர். அடுத்த பலநாட்களுக்கு ஆர்.எஸ்.எஸ். மற்றும் இந்துமகாசபையின் ஒவ்வொரு உறுப்பினரின் உயிருக்கும் சொத்துகளுக்கும் உத்திரவாதமில்லாத சூழல்தான் நிலவியது. பல ஆர்.எஸ்.எஸ். உறுப்பினர்களை பம்பாயின் தெருக்களில் கண்ட இடங்களிலெல்லாம் பொதுமக்கள் தாக்கினர்[7].

சாங்கிலியில் வாழ்ந்துவந்த மகாராஷ்டிர மாகாண ஆர்.எஸ். எஸ். தலைவரான லிமயேவின் வீட்டை பார்ப்பனரல்லாதோர் தாக்கினார்கள். அதனால் அங்கிருந்து அவர் தப்பியோடிவிட்டார். அந்த சமஸ்தானம் முழுக்கவே பார்ப்பன எதிர்ப்புப் போராட்டங்களும் கலவரங்களும் தொடர்ந்து நடைபெற்றன. வீடிழந்த பார்ப்பனர்களுக்காக அரண்மனையின் ஒரு பகுதியிலேயே தனியாக முகாம்களையெல்லாம் சமஸ்தான அரசர் அப்போது அமைத்தார்[8].

“ஆர்.எஸ்.எஸ். உறுப்பினர்கள் பலரது வீடுகள் தாக்கப்பட்ட போது, அதன் தலைவராக இருந்த லிமயேவின் வீடு கொளுத்தப்பட்டுவிட்டது. காந்தியின் கொலைக்கு பதிலுக்கு பதில் பழிவாங்கும் நடவடிக்கையாக இப்படியான சம்பவங்கள் நடந்தன” என்று தன்னுடைய நினைவுக்குறிப்பில் கிர்க்கிரே என்பவர் எழுதிவைத்திருக்கிறார்[9].

பூனாதான் அதிகமாக பாதிக்கப்பட்ட பகுதி. “எங்கு பார்த்தாலும் பார்ப்பனர்களுக்கு எதிராக மக்கள் திரண்டனர்” என்றார் தீக்சித். அவர் அப்போது பூனாவில் இந்துமகாசபையில் தீவிரமாக இயங்கிவந்தவர்.

“பார்ப்பனர்களை முழுமையாக நாம் ஒதுக்கவேண்டும் என்று ஊரெங்கும் அறிவிப்புகள் செய்யப்பட்டன. அவர்களுடைய வீடுகளின் மீதும் சொத்துக்களின் மீதும் கற்கள் வீசப்பட்டன. பார்ப்பன எதிர்ப்பு முழக்கங்களை தெருவெங்கும் கூட்டங்கூட்டமாகக் கூடி மக்கள் உரக்க முழங்கினர். காந்தி கொலைசெய்யப்பட்டதை பார்ப்பனர்கள் இனிப்பு கொடுத்து கொண்டாடியதாக செய்திகள் பரப்பப்பட்டன” என்று தீக்சித் தெரிவித்தார்[10].

காந்தியை கோட்சே கொலை செய்துவிட்டான் என்கிற செய்தி மின்னல் வேகத்தில் நகரமெங்கும் பரவியது.

“கொலைகாரனின் பெயர் பூனாவில் பரவத்துவங்கியது, மக்கள் கொதிப்படைந்த நிலையில் இருந்தனர். கோட்சேவின் வீட்டையும் பத்திரிகை அலுவலகத்தையும் சுற்றி ஜனவரி 31ஆம் தேதியன்று மக்கள் கூடினர். ஏராளமான காவல்துறையினரும் அங்கே குவிக்கப்பட்டிருந்தனர். அன்று முழுவதும் மக்கள் கொதிப்படைந்த நிலையிலேயே இருந்தனர். பத்திரிகை அலுவலத்தின் மீது கற்கள் எறியப்பட்டன” என்று பிப்ரவரி 1ஆம் தேதியன்று நேசனல் ஸ்டாண்டர்ட் என்கிற பத்திரிகையில் செய்தி வெளியாகி இருந்தது[11]. கோட்சேவின் இந்து இராஷ்டிரா பத்திரிகை அலுவலகம் இயங்கிவந்த இடத்திற்கு சேதமேதும் ஏற்படாமல் காவல்துறையினர் தடுத்தனர்.

ஆனால் கோட்சேவின் இளைய சகோதரரான தத்தாத்ரேயாவுக்கு சொந்தமான உதயம் இஞ்சினியரிங் வொர்க்ஸ் என்கிற பட்டறையைக் காப்பாற்றமுடியவில்லை. கடந்த இரண்டாண்டுகளாகத்தான் தன்னுடைய தொழிலை தத்தாத்ரேயா முன்னேற்றியிருந்தார். காந்தி கொல்லப்படுவதற்கு சற்று முன்னர்தான் அதிகாரப்பூர்வ தனியார் நிறுவனமாக அவருடைய நிறுவனத்தை பதிவு செய்திருந்தார். ஜனவரி 31ஆம் தேதியன்று காவல்துறையினர் வருவதற்கு முன்னரே, உதயம் இஞ்சினியர்ங் வொர்க்ஸ் பட்டறைக்கு மக்கள் தீவைத்துவிட்டனர்.

"தீயணைப்புப் படையினரால் தீ அணைக்கப்பட்டது. அதன்பின்னர் அந்த பட்டறையை காவல்துறையினர் சுற்றிவளைத்துவிட்டனர்" என்று நேசனல் ஸ்டாண்டர்ட் பத்திரிகையில் ஒரு செய்தியாக வெளியிடப்பட்டிருந்தது[12].

கோட்சே என்கிற குடும்பப் பெயரைக் கொண்டவர்களின் நிலையும் மோசமாக மாறியது. அவர்களில் பலருக்கும் நாதுராம் கோட்சேவுக்கும் எவ்விதத் தொடர்பும் இல்லாவிட்டாலும் அவர்களும் பாதிக்கப்பட்டனர். சித்பவன் பார்ப்பனர்கள் மீதான தாக்குதல்கள் அதிகரித்தன. அதிலும் கோட்சே என்கிற குடும்பப் பெயரைக் கொண்டவர்களைத் தேடிக்கண்டுபிடித்து தாக்கினார்கள். அப்போது அதிலிருந்து தப்பிப்பதற்காக பூனாவில் கோட்சே என்கிற குடும்பப்பெயருடன் வாழ்ந்துவந்த ஒரு வியாபாரி, புத்திசாலித்தனமாக ஒரு வழியைக் கண்டுபிடித்தார். அவருடைய வீட்டின் முன்னால் ஒரு அறிவிப்புப் பலகையினை வைத்தார். அதில்,

"என்னுடைய குடும்பப் பெயர் கோட்சேதான். ஆனால் நான் பார்ப்பனன் அல்ல. நான் பார்ப்பனரல்லாத மராட்டியன்" என்று எழுதியிருந்தார்[13]. அந்த யோசனை நன்றாக வேலை செய்தது. அவருடைய வீட்டினில் யாரும் தாக்குதல் நடத்தவே இல்லை. அதனால் கோட்சேவின் குடும்பத்தினருக்கு தொடர்பில்லாத மற்ற கோட்சேக்களெல்லாம் அதே மாதிரி அறிவிப்புப் பலகையினை எழுதி மாட்டிவைத்தனர். சட்டம் ஒழுங்குப் பிரச்சனையிலிருந்து தப்பிப்பதற்கு அந்த ஒருவழிதான் அவர்களுக்கு இருந்தது. அதன்பிறகு ஜனவரி மாதம் 31ஆம் தேதியன்று இராணுவம் அந்த ஊருக்குள் நுழைந்து அடுத்த முப்பத்தாறு மணிநேரத்திற்கு ஊரடங்கு உத்தரவினை அறிவித்தது.

மகாராஷ்டிராவுக்கு வெளியேவும் நிலைமை மோசமாகத்தான் இருந்தது. மத்திய மாகாணங்களின் தலைநகரான நாக்பூரில் இருந்த ஆர்.எஸ்.எஸ். அலுவலகத்தின் தலைமையகத்தை மக்கள் கூட்டத்தினரின் ஒரு பகுதியினர் தாக்கியதுடன் ஆர்.எஸ்.எஸ். இயக்கத்தின் அப்போதைய தலைவராக இருந்த கோல்வால்கரின் வீட்டில் கல்லெறிந்தனர்[14]. வர்தா, ஜபல்பூர், சிந்த்வாரா உள்ளிட்ட மகாராஷ்டிராவின் மற்ற பகுதிகளில் இருந்த ஆர்.எஸ்.எஸ். உறுப்பினர்களையும் அவர்களின் சொத்துக்களையும் மக்கள் தாக்கினர்.

டெல்லியில் உள்ளூர் ஆர்.எஸ்.எஸ். தலைவரான ஹன்ஸ்ராஜ் குப்தாவுடைய வீட்டுக்குள் நுழைந்து காரையும் வீட்டுப் பொருட்களையும் கொளுத்திக்கொண்டிருந்த மக்களைக் கலைப்பதற்கு துப்பாக்கிச் சூடெல்லாம் நடத்தியது காவல்துறை[15]. இதுபோன்ற சம்பவங்கள் நாட்டின் மற்ற பகுதிகளிலும் நடந்தன.

இந்துத்துவக் கொள்கைக்கு எதிரான உணர்ச்சிகரமான கொந்தளிப்பு அதிகரித்தது. ஏற்கனவே மதவெறியோடு செயல்பட்டுவந்தவர்களும் இதனை வாய்ப்பாகப் பயன்படுத்தி, மக்களின் இந்தக் கோபத்தையும் மதவெறியோடு முடிச்சுப்போட்டு செய்திபரப்பத் துவங்கினர். காந்தி கொல்லப்படுவதற்கு முன்னர் பஞ்சாப், டெல்லி, இராஜ்புத்தானா போன்ற இந்தியாவின் பல பகுதிகளில் முஸ்லிம்களுக்கு எதிராக நடத்தப்பட்ட கொடூரமான வன்முறைகள் எதையுமே வெளியிடாமல் அமைதிகாத்த இந்தியாவின் இந்தி மற்றும் வேறுசில மொழிப் பத்திரிகைகளும், காந்தி கொல்லப்பட்டபிறகு நடந்த வன்முறைகளை மட்டும் மிகவிரிவாக எல்லா பக்கங்களிலும் எழுதின[16].

கோட்சே குடும்பத்தினரின் நிலையும் காந்தி கொல்லப்பட்டதனால் பெரும் சிக்கலுக்குள்ளானது. காந்தியைக் கொன்றதன் மூலம் சமூகத்தில் அக்குடும்பத்திற்கு கோட்சே அவப்பெயரைக் கொண்டுவந்துவிட்டனா? அல்லது, இந்து தேசத்தை அமைப்பதற்குத் தடையாக இருந்த காந்தியைக் கொல்லும் அளவிற்குச் சென்ற சித்பவன் பார்ப்பன நாயகனாக கோட்சே உயர்ந்துவிட்டானா? என இருவிதமான கருத்துக்கு இடையில் அக்குடும்பம் மாட்டிக்கொண்டது. கோட்சேவைத் தங்களுடைய குடும்பத்திலிருந்து ஒதுக்குவதாகவோ அல்லது கோட்சேவின் செயல்பாடுகளை ஏற்கவில்லை என்றோ சொல்ல வேண்டிய கட்டாயத்தை கலவரங்களை நடத்திய பொதுமக்கள் ஏற்படுத்தியிருந்தார்கள். ஆனால் இந்து மேலாதிக்கவாதிகளும் சித்பவன் பார்ப்பனர்களில் ஒருபிரிவினரும் கோட்சேவின் குடும்பத்தினர் அப்படியாக மன்னிப்புக் கேட்பதையெல்லாம் கோழைத்தனமாகத்தான் பார்த்தார்கள்.

கோட்சேவின் பெற்றோரும் தம்பி கோவிந்தும் பூனாவின் சுக்ரவார் பேத் என்னுமிடத்தில் ஒரு வாடகை வீட்டில் அப்போது வாழ்ந்துவந்தனர். அவர்கள், இப்படியொரு இக்கட்டான

சூழ்நிலைக்குத் தயாராகி இருக்கவில்லை. எதிர்பார்க்காத ஒரு சூழலுக்குள் அவர்கள் தள்ளப்பட்டார்கள். காந்தி கொல்லப்பட்ட ஜனவரி 30ஆம் தேதியன்று மாலையில் செய்தி பரவத்துவங்கியதும், கிர்க்கீயில் வசித்துவந்த கோபாலும், பெற்றோர் வசிக்கும் இடத்திற்கு வந்துசேர்ந்தார்.

“காந்தி கொல்லப்பட்ட செய்தி பரவியது. ஆனால் முதலில் நாதுராம் கோட்சேவின் பெயர் வெளியிடப்படவில்லை. அப்போது காந்தியை யார் கொன்றிருப்பார் என்று பல்வேறு பெயர்களை மக்கள் யூகித்துக்கொண்டு இருந்தனர். இரவு பத்து அல்லது பத்தரை மணிவரையிலும் அது குறித்தே எல்லோரும் விவாதித்துக்கொண்டு இருந்தனர். அதன்பிறகு எல்லோரும் தூங்கச் சென்றுவிட்டனர். நானும் வீட்டின் வரவேற்பறையில் படுத்தேன். அமைதியின்மை காரணமாக, என்னால் தூங்கவே முடியவில்லை. அப்படியே எழுந்து வெளியே நடந்தேன். தெருவில் ஆங்காங்கே மக்கள் என்ன பேசிக்கொள்கிறார்கள் என்பதை கவனித்துக்கொண்டே நடந்தேன். காந்தியைக் கொன்றது நாதுராம் கோட்சேதான் என்று அறிவித்துவிட்டதாக ஒருசில இடங்களில் மக்கள் பேசிக்கொண்டார்கள். அதிகாரப்பூர்வமாகவே அறிவித்துவிட்டதால் இனி யாரும் யூகித்துக்கொண்டு இருக்கமாட்டார்கள் என்று புரிந்துகொண்டேன்” என்று நினைவுகூர்ந்தார் கோபால் கோட்சே[17].

கோபால் அமைதியாக வீடுதிரும்பினார். அவருடைய பெற்றோர் ஆழ்ந்த உறக்கத்தில் இருந்தனர். அவரும் படுக்கைக்குச் சென்று உறங்க முயற்சி செய்தார். ஆனால் தூக்கம்தான் வரவில்லை. ஜனவரி 31ஆம் தேதியன்று அதிகாலை 4.30 மணிக்கே வீட்டு வாசலில் காலடி சத்தம் கேட்டது.

“நான் படுக்கையில் இருந்து எழுந்து கதவைத் திறந்தேன். வந்தது காவல்துறையினர் இல்லை. எங்கள் வீட்டுப் பக்கத்து வீட்டில் இருந்து இருவர் வந்திருந்தனர். காந்தியைக் கொன்றது நாதுராம் கோட்சே என்று நேற்று இரவு பத்து மணிக்கு வானொலியில் அறிவித்துவிட்டதாக அவர்கள் என்னிடம் தெரிவித்தார்கள். அவர்கள் சொல்லிமுடிக்கும் முன்னரே என்னுடைய பெற்றோரும் விழித்துக்கொண்டார்கள். என்னுடைய பெற்றோருக்கும் அந்த செய்தி காதில் விழுந்துவிட்டது” என்றார் கோபால் கோட்சே[18].

செய்தியைக் கேட்டதும் கோட்சேவின் பெற்றோர் உறைந்து போயினர். இப்படியான இன்னல்மிகுந்த சூழலை அவர்கள்

அதுவரையிலும் அவர்களது வாழ்க்கையில் எதிர்கொண்டதே இல்லை. செய்தியைச் சொல்லவந்த இருவரும் கோட்சேவின் பெற்றோருக்கு ஆறுதல் சொல்லிவிட்டு வெளியேறினர். அதன்பிறகு கோட்சேவின் பெற்றோரை அதிர்ச்சியிலிருந்து மீட்கும்வேலையை செய்யவேண்டியது கோபாலின் கடமையாக மாறியது. தொண்டையை சரிசெய்துவிட்டு, ஆறுதல் சொல்வதற்கு வாயைத் திறந்த அந்த நொடியில், அவர்களது வீட்டிற்கு காவல்துறையினர் வந்தனர். வீடுமுழுக்க அவர்கள் தேடினார்கள்.

“காவல்துறையினர் எங்கள் வீட்டையே தலைகீழாக புரட்டிப் போட்டுத் தேடினர். ஆனால், எங்கள் ஒருவரையும் அடிக்கவோ மோசமாக நடத்தவோ கெட்ட வார்த்தைகள் சொல்லி வசைபாடவோ இல்லையென்பதை நான் சொல்லியே ஆகவேண்டும். அது ஏனென்பது கடவுளுக்கே வெளிச்சம். எங்களுடைய வீட்டிலுள்ளவர்கள் மீது அவர்கள் பரிதாபப்பட்டார்கள்” என்றார் கோபால் கோட்சே[19].

காவல்துறையினர் வந்து வீட்டில் தேடுதல் வேட்டை நடத்திச்சென்றபின்னர், அவர்களுடைய வீட்டை ஒரு கும்பல்வந்து தாக்கியது.

“வீட்டைத் தாக்க வந்தவர்களை என்னுடைய அம்மா பயமின்றி தைரியமாகக் கையாண்டார். அதனால் அதுவே வந்திருந்த கும்பலிடமிருந்து ஓரளவுக்கு அவரைக் காப்பாற்றியது. ஆனால் என்னுடைய தம்பி கோவிந்த் அந்தக்கூட்டத்தினரிடம் சிக்கி அடிவாங்கினான்” என்றார் கோபால் கோட்சே[20]. அப்போது காவல்துறை விரைந்து செயல்பட்டு கோட்சேவின் குடும்பத்தினரைக் காப்பாற்றியது. பூனா மாவட்ட நீதிபதியான எஸ்.ஜி.பார்வே உடனடியாக கோட்சேவின் பெற்றோரை பாதுகாப்புக் காவலில் எடுத்தார். அடுத்த ஓரிரு நாட்கள் அவர்கள் காவல்துறையின் கட்டுப்பாட்டில் வைக்கப்பட்டு தாக்குதல்களில் இருந்து காப்பாற்றப்பட்டனர்[21]. அதன்பின்னர், கோபால் கோட்சேவின் மனைவி சிந்துவின் பெற்றோருடைய ஊருக்கு அனைவரும் சென்றுவிட்டனர். இரண்டு மகள்களை அழைத்துக்கொண்டு சிந்துவும் தன்னுடைய பெற்றோர் வாழும் சனிவார் பேத்திற்கு சென்றார்.

ஒருமாதம் கழித்து கோட்சேவின் பெற்றோருக்கு தன்னுடைய வீட்டிலேயே தங்குவதற்கு சாந்தாபாய் கோகலே இடம்

கொடுத்தார்[22]. சாவர்க்கருக்கும் நாதுராம் கோட்சேவுக்கும் நெருக்கமானவராக இருந்த இந்துமகாசபையின் தலைவர்களுள் ஒருவர்தான் சாந்தாபாய் கோகலே. கோவிந்தும் அவர்களுடனே சென்றார். ஆனால் அவர்களுடன் இணையாமல், இரண்டு மகள்களுடன் தன்னுடைய பெற்றோருடனேயே சிந்துமட்டும் தங்கிவிட்டார். உதயம் இஞ்சினியரிங் வொர்க்ஸ் பட்டறை வளாகத்தில் இருந்த வீட்டிலேயே தத்தாத்ரேயாவின் குடும்பம் வசித்துவிட்டது. ஜனவரின் 31ஆம் தேதியன்று அந்தக் கட்டடத்தை மக்கள் தாக்கியிருந்தபிறகும், அவர்கள் தொடர்ந்து அங்கேயே தங்கிவிட்டனர்.

கோட்சே குடும்பத்தினர் அனைவருக்கும் அது கடினமான சூழ்நிலையாகத்தான் மாறியிருந்தது. இருப்பினும் அவர்கள் அனைவருமே கோட்சேவின் செயல்பாட்டினை ஒரேமாதிரியாகப் பார்க்கவில்லை. ஒவ்வொருவரும் ஒவ்வொரு விதமாகப் பார்த்தனர். கோட்சேவின் மூத்த சகோதரியான மதுராவின் கணவருக்கு கோட்சேவின் செயல் எரிச்சலைத் தந்தது. கோட்சேவின் குடும்பத்தினர் அனைவரும் கோட்சேவுக்கு ஆதரவான நிலைப்பாட்டில் இருந்தபோதும், மதுராவின் கணவருக்கு கோட்சே மீது எவ்விதப் பரிதாபமும் இருக்கவில்லை. கோட்சேவைவிட்டு விலகிவிட்டதாகவும் அவனைப் பார்த்தே நீண்டநெடுங்காலம் ஆகிவிட்டதாகவும் மதுராவின் கணவரான மராத்தே கூறினார். கோட்சே பேசுவதெல்லாம் எரிச்சலையும் பொதுமக்களுக்குத் தொல்லை கொடுக்கும் விதமாகவுமே எப்போதும் இருந்துவந்திருக்கிறது என்று தெரிவித்தார் மராத்தே. நாக்பூர் இரயில்வே நிலையத்தில் பணிபுரிந்துவந்தார் மரத்தே. 1948ஆம் ஆண்டு பிப்ரவரி 5ஆம் தேதியன்று அவர் ஒரு வாக்குமூலம் கொடுத்திருந்தார். அதில், அதற்கு முந்தைய பத்தாண்டுகளில் மூன்றுமுறை மட்டுமே கோட்சேவை சந்தித்ததாக அவர் தெரிவித்தார். அதிலும் மிகக்குறைவான நேரம் மட்டுமே அவர்கள் பேசியதாகவும் கூறினார் மராத்தே.

“எனக்கும் அவருக்கும் சரியாக ஒத்துப்போகவில்லை. அவர் என்னைப் பார்க்க வந்தபோதெல்லாம் பத்து நிமிடங்களுக்கு மேல் பேசியதே இல்லை. 1947இல் நான் பூனாவில் விடுமுறைக்கு சென்றிருந்தபோது, நலன்விசாரித்துவிட்டு பின்னர் வெளியே சென்றுவிட்டார்” என்றார் மராத்தே[23]. அதுதான் அவர் கடைசியாக கோட்சேவை சந்தித்த தருணம்.

"காந்தியைக் கொன்றவர் என்னுடைய நெருங்கிய உறவுக்காரர் என்கிற அதிர்ச்சியான செய்தியைக் கேட்டதில் இருந்தே என்னுடைய மனம் அமைதிகொள்ளவே மறுத்துவிட்டது. அந்த அதிர்ச்சியில் இருந்து என்னால் மீளவே முடியவில்லை. பிப்ரவரி 3ஆம் தேதியன்று என்னுடைய இரயில் நிலைய தலைமை அலுவலரிடம் இதுகுறித்து பேசினேன். என்னுடைய வாழ்க்கை ஆபத்தில் இருப்பதைத் தெரிவித்து, பாதுகாப்புக் கோரினேன். இறுதியில் இரயில்வே துணை ஆய்வாளரின் உதவி எனக்குக் கிடைத்தது. இரயில்வே காவல்நிலையத்தில் வாழ்ந்த அவரது குடும்பத்துடன் தங்கி அவரது பாதுகாப்பில் இருப்பதற்கு என்னை அவர் அழைத்தார்" என்றார் மராத்தே[24].

சொந்தக் குடும்பத்தையே அவமதிக்கிற விதமான கருத்தை மராத்தே கொண்டிருப்பதாக அவரது குடும்பத்தினரால் பார்க்கப்படும் வாய்ப்பிருப்பதை மராத்தே கவனத்தில் கொள்ளவே இல்லை என்பதுதான் அவரது வாக்குமூலங்களில் இருந்து நமக்குத் தெரியவருகிறது.

௸

காந்தி கொலைக்குப் பின்னரான சூழலை இந்துமகாசபையும் ஆர்.எஸ்.எஸ். இயக்கமும் எப்படியாக எடுத்துக்கொண்டார்கள் என்பது தெரியவில்லை. காந்தி கொல்லப்பட்ட இருபத்தி நான்கு மணிநேரத்திற்குள்ளாகவே இந்துமகாசபையும் ஆர்.எஸ்.எஸ். இயக்கமும் சுதாரித்துக்கொண்டு, தங்களது இயக்கங்களை அழிவிலிருந்து காப்பாற்றுவதற்கான வழிகளைத் தேடத்துவங்கிவிட்டனர். அதேவேளையில் காந்தியை இழந்த சோகத்தில் மக்கள் கொதிப்படைந்திருந்தனர். சோகமும் கோபமும் வன்முறையாக வெடிக்கத்துவங்கியிருந்தது. காலங்காலமாக மகாராஷ்டிர பார்ப்பனர்கள் செலுத்திவந்த ஆதிக்கத்தினால் ஒடுக்கப்பட்டு வாழ்ந்துகொண்டிருந்த பார்ப்பனரல்லாதோரின் கோபம் இந்தக் கொலையினால் தூண்டப்பட்டுவிட்டது. ஆர்.எஸ்.எஸ். மற்றும் இந்துமகாசபை இயக்கங்களின் மூலமாக தங்களது நீண்டகால கனவான இந்து தேசம் அமைப்பதை நிறைவேற்றிக்கொள்ள மகாராஷ்டிர பார்ப்பனர்கள் முயன்றுவந்ததை பார்ப்பனரல்லாத மக்கள் கவனித்துதான் வந்திருக்கின்றனர். மகாராஷ்டிர பார்ப்பனர்களின் குறிக்கோள்களும் இலட்சியங்களும்தான் இந்துமகாசபையாகவும் ஆர்.எஸ்.எஸ். இயக்கமாகவும் உருவாகியிருக்கின்றன

என்பதையும் புரிந்துகொண்டு காந்தி கொலையைத் தொடர்ந்து அவ்வியக்கங்களின் மீது கடுமையான தாக்குதலைத் தொடுத்தனர். இந்துத்துவ இயக்கங்களுக்கு ஜனவரி 31ஆம் தேதியன்று மக்கள் கொடுத்த பதிலடியென்பது அதுவரையிலும் சாத்தியமா என்று நினைத்துப்பார்க்க முடியாததாக இருந்தது.

மறுநாள் காலையே ஆர்.எஸ்.எஸ். இயக்கத்தின் தலைவரான கோல்வால்கர் ஒரு அறிக்கையை நாக்பூரில் வெளியிட்டார்.

"இப்படியான ஒரு கொடும்சோகத்தின் நடுவே, அன்பையும் சேவை மனப்பான்மையையும் பாடமாகக் கற்றுக்கொண்டு அமல்படுத்துவார்கள் என்று நம்புகிறேன். இந்த தருணத்தில் ஆர்.எஸ்.எஸ். ஸ்வயம்சேவகர்கள் அமைதிகாத்து அனைவரிடமும் அன்பு செலுத்துமாறு கேட்டுக்கொள்கிறேன். மற்றவர்கள் நம் மீது வன்முறையை ஏவினாலும் அமைதி காக்கவேண்டும். நம் மீது அவர்கள் ஏவும் வன்முறையுமேகூட இந்த தேசத்தின் மிகப்பெரிய மகாத்மாவான காந்தியின்மீது அவர்கள் கொண்ட அன்பினால் விளைந்ததுதான் என்பதை நாம் புரிந்துகொள்ள வேண்டும். அவர் நம் தேசத்திற்கு உலகளவில் நற்பெயரை உருவாக்கிக் கொடுத்தவர். அந்த மதிப்பிற்குரிய மனிதருக்கு எங்களுடைய வணக்கங்களையும் தெரிவித்துக்கொள்கிறோம்" என்று அந்த அறிக்கையில் கோல்வால்கர் குறிப்பிட்டிருந்தார்[25].

காந்தி உயிரோடு இருக்கும்போது அவர்குறித்து ஆர்.எஸ்.எஸ். பயன்படுத்திய மொழிநடையே இதுவல்ல. கடுமையான வெறுப்பைத்தான் அவர்மீது ஆர்.எஸ்.எஸ். உதிர்த்தது. அவர் கொல்லப்படுவதற்கு இரண்டு வாரங்களுக்கு முன்பாக அவர் நடத்திய உண்ணாவிரதப் போராட்டத்தின்போதும், அவரை 'செத்து ஒழியவேண்டும்' என்றுதான் ஆர்.எஸ்.எஸ். வெளிப்படையாவே குரலெழுப்பி தன்னுடைய ஆசையை வெளிப்படுத்தியது. காந்தி கொல்லப்பட்ட பின்னரான மக்களின் கோபத்தைக் கண்டவுடன், அப்படியே 180 கோணத்தில் திரும்பிநின்று, காந்தியின் கொள்கைதான் தங்களுடைய கொள்கை என்று திடீரென கோல்வால்கர் குப்புறப்படுத்துக் கதையளந்தார். ஆர்.எஸ்.எஸ். இயக்கத்தினர் மீதும் ஊழியர்கள் மீதும் நடத்தப்படுகிற தாக்குதலைக் கூட மிகவும் கவனமாகவே விமர்சிக்கத் துவங்கிவிட்டார். கொலைக்கான காரணத்தையும் பொறுப்பையுமே கூட பொத்தாம் பொதுவாக குறிப்பிட்டுவிட்டு, கோட்சே குறித்து எதுவுமே குறிப்பிடாத ஒரு அறிக்கையை அவர் வெளியிட்டிருக்கிறார்.

தங்களுடைய இயக்கத்தின் உறுப்பினரான கோட்சேவைப் பாராட்டியோ குறைசொல்லியோகூட எதுவும் சொல்லாமல் திட்டமிட்டு அந்த அறிக்கையில் தவிர்த்தார் கோல்வால்கர்.

பிப்ரவரி 1ஆம் தேதியன்று ஆர்.எஸ்.எஸ். இயக்கத்தின் பம்பாய் மாகாணப் பிரிவும் ஒரு அறிக்கையினை வெளியிட்டது. அதில் இன்னும் ஒருபடி மேலேபோய், எந்தக்காலத்திலும் ஆர்.எஸ்.எஸ். இயக்கத்திற்கும் கோட்சேவுக்கும் எவ்விதத் தொடர்பும் இருந்ததே இல்லையென்றும் சொல்லி, கோட்சேவை கைகழுவிவிட்டது.

"கொடூரமாகவும் கோழைத்தனமாகவும் மகாத்மா காந்தி கொல்லப்பட்டதைக் கண்டித்து நாங்கள் ஏற்கனவே அறிக்கை வெளியிட்டிருக்கிறோம். நாங்களும் காந்திக்கு அஞ்சலி செலுத்தி தேசிய துயரத்தில் பங்கெடுக்கிறோம். அதன் அடையாளமாக எங்களுடைய 13 மைய அலுவலகங்களையும் நாங்கள் மூடியிருக்கிறோம்" என்று அந்த அறிக்கையில் குறிப்பிட்டிருந்தார்கள்[26].

சாவர்க்கரின் அணுகுமுறையும் அதேபோலத்தான் இருந்தது. காந்தி படுகொலை செய்யப்பட்டதற்கு பொதுமக்களிடையே ஏற்பட்ட கொந்தளிப்பைப் பார்த்ததுமே அவரும் கோல்வால்கரைப் போலவே 180 கோணத்திற்கு திரும்பிக்கொண்டார். வரலாறு முழுக்கவே தன்னைப் பாதுகாத்துக் கொள்வதற்காக எத்தகைய நாடகமும் ஆடக்கூடியவராக அறியப்பட்ட இந்துமகாசபையின் தலைவரான சாவர்க்கர், கோட்சேவை அறியாதவர் போலவே காட்டிக்கொண்டார். அதிலும் ஜனவரி 31ஆம் தேதியன்று காலையில் தன்னுடைய வீட்டினை பொதுமக்கள் தாக்கவந்ததற்குப் பிறகு, கோட்சேவை முழுவதுமாக கைகழுவிவிட்டார் சாவர்க்கர். அன்று மாலையே காந்தி கொலையை வன்மையாகக் கண்டிப்பதாக ஒரு அறிக்கையையும் வெளியிட்டார்.

"திடீரென்று மகாத்மா காந்தி கொல்லப்பட்டது அதிர்ச்சியளிக்கிறது. சுதந்திர இந்தியாவை அமைப்பதற்கான ஒன்றிய அரசின் முயற்சிகளுக்கு ஆதரவளித்து சட்டம் ஒழுங்கினைப் பாதுகாக்க பொதுமக்கள் ஆதரவளிக்க வேண்டும்" என்று அந்த அறிக்கையில் சாவர்க்கர் குறிப்பிட்டிருந்தார்[27]. கோல்வால்கரைப் போலவே சாவர்க்கரும், தன்னுடைய வளர்ப்பினால் உருவானவரும் பாதுகாவலரும் அதிதீவிர சீடருமாக இருந்தவருமான கோட்சேவைக் குறித்து அந்த அறிக்கையில் எதுவுமே குறிப்பிடவில்லை.

சாவர்க்கரிடம் தெரிந்த பயத்தையும் பதட்டத்தையும் பம்பாயின் காவல்துறை இணை ஆய்வாளராக இருந்த ஜம்ஷத் தோரப் நாகர்வாலா பதிவு செய்திருக்கிறார். ஜனவரி 31ஆம் தேதியன்று சாவர்க்கரின் வீட்டில் தாக்குதல் நடத்துவதற்கு பொதுமக்கள் முயன்றதற்குப் பின்னர், அவர் நடத்திய ஆய்வில் கண்டவற்றை தகவல் அறிக்கையில் குறிப்பிட்டு எழுதியிருக்கிறார்.

"என்னுடைய தலைமையில் சாவர்க்கரின் வீட்டை சோதனையிட சென்றிருந்தபோது, திரு வி.டி.சாவர்க்கரை அவரது வரவேற்பு அறையில் சந்தித்தேன். அப்போது காந்தி கொலை தொடர்பாக தன்னைக் கைது செய்ய வந்திருக்கிறீர்களா என்று என்னைப் பார்த்து சாவர்க்கர் கேட்டார். காந்தி வழக்கு தொடர்பாக ஒரு சோதனை நடத்தத்தான் வந்திருக்கிறேன் என்று அவரிடம் தெரிவித்தேன். உடனே தனக்கு உடல்நலம் சரியில்லாதது போல அவர் நடிக்கத் துவங்கினார். இன்னொரு அறைக்குள் சென்று அப்படியே படுத்துக்கொண்டார். நாங்கள் தேடுதல் வேட்டையை முடிக்கிற வரையிலும், அவ்வப்போது அந்த அறையில் ஒளிந்திருந்து எங்களை அவர் எட்டிப்பார்த்துக்கொண்டே இருந்தார்" என்று காவல் இணை ஆய்வாளர் தன்னுடைய அறிக்கையில் எழுதியிருக்கிறார்[28].

கோட்சேவைப் பொறுத்தவரையிலும், ஆர்.எஸ்.எஸ்.-ம் சாவர்க்கரும் திடீரென்று தன்னைக் கைவிட்டதுதான் மிகப்பெரிய அடியாக இருந்திருக்கும். சாவர்க்கரை சந்தித்து, ஆர்.எஸ்.எஸ். இயக்கத்தில் இணைந்தது முதலே அதிதீவிர விசுவாசியாகத்தான் கோட்சே இருந்துவந்திருக்கிறான். தன்னுடைய சுயலாபத்திற்காக எப்படி வேண்டுமானாலும் சாவர்க்கரும் ஆர்.எஸ்.எஸ். இயக்கமும் மாறிவிடும் என்பதை அவர்களின் நடவடிக்கைகளே கோட்சேவுக்குக் காட்டியிருக்கும். சாவர்க்கருடனும் ஆர்.எஸ்.எஸ். இயக்கத்துடனும் இணைந்து பயணித்தது குறித்து பெருமைப்பட்டுக்கொண்டிருந்த கோட்சேவுக்கு இது அதிரடித் திருப்பமாக இருந்தது. அடுத்துவந்த நாட்களும் அவனது வாழ்க்கையை துயரம் மிகுந்ததாக மாற்றியது.

16
காவல்துறை விசாரணைகள்

காந்தியைக் கொன்ற அந்த இரவில் இரண்டு நீண்ட விசாரணைகள் கோட்சேவிடம் நடத்தப்பட்டன. துக்ளக் சாலை காவல்நிலையத்தில் ஏராளமான கேள்விகளை முன்வைத்து அவற்றுக்கான பதிலைப் பெறும் வடிவிலான விசாரணை நடத்தப்பட்டது. அதன்பிறகு பாராளுமன்றத் தெருக் காவல்நிலையத்தில் தீவிரமான குறுக்கு விசாரணை நடத்தப்பட்டது. காந்தி கொல்லப்பட்டதும் முதலில் துக்ளக் சாலை காவல் நிலையத்திற்குத்தான் கோட்சேவை கொண்டுசென்றார்கள். ஆனால் இரவாகும் வேளையில் அங்கே வைத்திருந்தால், அவனை யாராவது மீட்டுக் கொண்டு சென்றுவிடுவார்களோ என்கிற சந்தேகம் இருந்தது. அதற்கேற்றாற்போல் அது மிகவும் பாதுகாப்பான காவல்நிலையமும் இல்லை. அதனால் பாராளுமன்றத் தெருக் காவல்நிலையத்திற்கு அவனைக் கொண்டு சென்றார்கள். அப்போது இரவாகிவிட்டதால் குளிரும் அதிகமாகி இருந்தது. குளிரில் அவன் நடுங்கியதைப் பார்த்ததும் அங்கே அவனுக்கு ஒரு கம்பளிப் போர்வை கொடுக்கப்பட்டது.

அவனை அடைத்துவைத்திருந்த சிறை அறை சிறியதாகவும் குறைவான வெளிச்சத்துடனும் காணப்பட்டது. இரும்புக் கம்பிகளுக்கு முன்னால் போர்வைகள் தொங்கவிடப்பட்டு, வெளியில் இருந்து பார்த்தால் யாருக்கும் எதுவும் தெரியாதது போன்று ஏற்பாடு செய்யப்பட்டிருந்தது[1]. சுமார் 8 மணியளவில் காவல்துறை மருத்துவமனையுடன் தொடர்புடைய மருத்துவ அதிகாரியான குர்பக்ஷ் ராய் என்பவர், கோட்சேவின் சிறை அறைக்குள் சென்று அவனை முழுமையாகப் பரிசோதித்தார்[2]. காந்தியைக் கொன்றவுடன் தாக்கப்பட்டதில் கோட்சேவின் தலையில் ஏற்பட்ட

காயம் சுத்தம் செய்ப்பட்டு கட்டுப்போடப்பட்டது. அதன்பிறகு இரவு உணவும் அவனுக்கு வழங்கப்பட்டது.

அலைச்சல், வலி, பசி எல்லாம் குறைந்தவுடன், இந்தியாவை இந்து தேசமாக்கும் நோக்கத்திற்காக தியாகம் செய்துவிட்டு சிறைக்கு வந்திருக்கும் மாபெரும் தியாகியாக மீண்டும் உணரத்துவங்கினான் கோட்சே. இருப்பினும் அவன் தொடர்ந்து அமைதியாகவே இருந்தான். நேரடியாகக் குறிப்பிட்டு கேட்கப்படும் கேள்விகளுக்கு மட்டும் சுருக்கமாக பதிலளித்தான். சிலநேரங்களில் அவன் கவலையுடன் இருப்பதாகவும் தெரிந்தது. ஆனால் தன்னுடைய எதிர்காலம் குறித்த பயமெல்லாம் அவனிடம் தென்படவே இல்லை.

டெல்லி காவல்துறையில் உயரதிகாரியாக இருந்த லாலா ரிஷிகேஷ் என்பவர், நள்ளிரவில் வந்து கோட்சேவைத் தன்னுடைய கட்டுப்பாட்டில் எடுத்துக்கொண்டார்[3]. லாலா ரிஷிகேஷின் தலைமையிலான ஒரு படையினர், கோட்சேவை வேறொரு அறைக்கு கொண்டு சென்றனர். அங்கே மரத்தினாலான நாற்காலியில் அவனை அமரவைத்து விசாரணையைத் துவங்கினார்கள். கொலை செய்த நிகழ்வு குறித்தும், அதனை நிகழ்த்துவதற்காக செய்யப்பட்ட ஏற்பாடுகள் தொடர்பாகவுமே பெரும்பாலான கேள்விகள் கேட்கப்பட்டன[4].

கேள்விகளுக்கு பெரும்பாலும் பதில்சொல்லாமலேயே இருந்த கோட்சேவை அதிகாரிகள், உடல்ரீதியாகத் துன்புறுத்தினர்[5]. அதன்பிறகுதான் கோட்சே வாயைத் திறந்து பேச ஆரம்பித்தான். கேள்விகளுக்கு பதில் சொல்லும்போதே தொடர்புடைய பலரின் பெயர்களை சொல்லத் துவங்கினான். அவன் சொல்லச்சொல்ல, டெல்லி, பம்பாய், பூனா உள்ளிட்ட பல்வேறு நகரங்களில் வசிக்கும் அந்த நபர்களின் வீடுகளுக்குச் சென்று சோதனைகளையும் விசாரணைகளையும் வெவ்வேறு காவல்துறைக் குழுவினர் செய்தனர்[6].

தொடர்ச்சியாக பதிலளித்து அவனது வாய் வரண்டுவிட்டது. அதனால் தண்ணீர் வேண்டுமெனக் கேட்டான். ஒரு கோப்பை தண்ணீரும் மற்றொரு கோப்பையில் அவனுக்கு மிகவும் பிடித்த காபியும் கொடுக்கப்பட்டது. ஆர்வமாக இரண்டையும் குடித்துவிட்டு, அவனிடம் கேட்கப்பட்ட கேள்விகள் அனைத்திற்கும் பதிலளித்தான். ஒருமணி நேரத்திற்குப் பிறகு மிகுந்த அயற்சியாகி, 'தூங்கப் போகலாமா' என்று விசாரணை அதிகாரிகளிடம்

கேட்டான். அடுத்த நில நிமிடங்கள் அவனை விடாமல் கேள்வி கேட்டுக்கொண்டிருந்தனர். சிலமாதங்கள் கழித்து, கோபாலை சந்திக்கையில் அவனிடம் அன்றைக்கு நடந்த விசாரணை குறித்து கோட்சே தெரிவித்திருக்கிறான்.

“அன்றைக்கு தொடர்ந்து கேள்விகளைக் கேட்டுக்கொண்டே இருந்தார்கள். கொலையில் தொடர்புடையவர்களைப் பற்றி தெரிந்துகொள்ள நள்ளிரவைத் தாண்டியும் கேட்டார்கள். ஆனால் பதில் சொல்ல முடியாத அளவிற்கு எனக்குத் தூக்கம் வந்துகொண்டிருந்தது. அதனால் என்னைத் ‘தூங்கவிடுங்கள்’ என்று அவர்களிடம் கூறினேன். ஆனால் தூங்கவிடாமல் என்னை அடித்தே பதிலைப் பெற அவர்கள் விரும்பினால் செய்துகொள்ளட்டும் என்றும் அவர்கள் எதிர்பார்க்கும் பதில்கள் கிடைக்காது என்றும் சொல்லிவிட்டேன். அதன்பிறகுதான் என்னை அவர்கள் தூங்கவிட்டார்கள்” என்று தன்னிடம் கோட்சே கூறியதாக கோபால் தெரிவித்தார்[7].

உண்மையிலேயே விசாரணை அதிகாரிகளிடம் இப்படிப் பேசியபிறகுதான் கேள்விகேட்பதை அவர்கள் நிறுத்தினார்களா அல்லது கோட்சே தன்னையொரு தைரியமான மாவீரனாகக் காட்டிக்கொள்வதற்கு எப்போதுமே கையாளும் வழிமுறைகளில் ஒன்றாக இதையும் யோசித்து கோபாலிடம் கூறினானா என்பது தெரியவில்லை. கோபாலின் நினைவுக்குறிப்புகள் பொதுவாக நம்பகத்தன்மை வாய்ந்ததாக இருக்கும். ஆனால் இதுகுறித்து கோட்சே சொன்னதை அப்படியே கோபால் எழுதியிருப்பதால் அதை சரிபார்ப்பதற்கு கோபாலாலேயே முடிந்திருக்காது என்பதை நாம் புரிந்துகொள்ளலாம். முதல்நாள் இரவில் நிச்சயமாக கோட்சேவை உடல்ரீதியாக துன்புறுத்தியிருப்பார்கள் என்பது உண்மையாக இருக்க வாய்ப்பிருக்கிறது. ஆனால் கோட்சே குரல் உயர்த்தி மிரட்டியதால்தான் விசாரணை அதிகாரிகள் அவனைத் தூங்கவிட்டார்கள் என்பது அவனே உருவாக்கிய கதையாகத்தான் இருக்கிறது. எதுஎப்படியிருந்தாலும் அந்த முதல்நாள் இரவு மட்டுமே கோட்சேவை காவல்துறையினர் அடித்திருக்கின்றனர். அதன்பிறகு அவ்வாறு நடந்ததாக கோட்சேவேகூட எப்போதும் எவரிடமும் சொல்லவில்லை.

விசாரணைக்கு கோட்சே ஒத்துழைக்கத் துவங்கியதுமே அதிகாரிகளின் அணுகுமுறையும் மாறியது. சிறை அறைக்குச் சென்று அமைதியாக உறங்க அனுமதித்திருக்கிறார்கள்.

"நாதுராம் கோட்சேவை அடிக்கவோ துன்புறுத்தவோ கூடாது என்று தன்னுடைய குழுவினருக்கு லாலா ரிஷிகேஷ் உத்தரவிட்டிருந்தார். அவருடைய உத்தரவின்படிதான் அனைவரும் நடக்கிறார்களா என்று பக்கத்தில் இருந்து அவர் கவனிக்கவும் செய்தார். அந்த முதல்நாள் வாங்கிய அடிக்குப் பிறகு, கோட்சேவை எப்போதும் எவரும் உடல்ரீதியாகத் துன்புறுத்தவே இல்லை. பம்பாய் காவல்துறையினரின் கட்டுப்பாட்டில் கோட்சே வைக்கப்பட்ட போதுகூட கோட்சேவை அவர்கள் துன்புறுத்தவில்லை. தூங்கவிடாமல் செய்வது, மணிக்கணிக்கில் வெயிலில் நிற்கவைப்பது, கையைக்கட்டி தொங்கவிட்டு அடிப்பது போன்ற பொதுவான விசாரணை முறைகளைக் கூட கோட்சேவிடம் அவர்கள் பயன்படுத்தவே இல்லை" என்று கோபால் தன்னுடைய நினைவுக்குறிப்பில் எழுதியிருக்கிறார்[8].

ஜனவரி 31ஆம் தேதியன்று காலையில் அதிகமான பாதுகாப்புடன் நீதிபதியிடம் அழைத்துச்சென்றார்கள். கோட்சேவை காவல்துறையின் பாதுகாப்பிலான தடுப்புக்காவலில் வைக்குமாறு நீதிபதி உத்தரவிட்டார்[9]. அன்று அவனுக்கு சரியான நேரத்தில் உணவு வழங்கப்பட்டது. விசாரணைகளும் தொடர்ச்சியாக நடந்துகொண்டிருந்தன. ஓய்வெடுப்பதற்கும் அவனுக்கு போதிய நேரம் ஒதுக்கப்பட்டது.

சிறைக்கு வெளியே மக்கள் கோட்சேவையும் காந்தியின் கொலையையும் எப்படியாகப் பார்க்கிறார்கள் என்பதுகுறித்து அவனுக்கு அன்று மாலைவரை தெரிந்திருக்கவில்லை. அன்று மாலைதான் கோட்சேவுக்கு எதிராக மதங்களைத் தாண்டி அனைவரும் கொந்தளிக்கிறார்கள் என்கிற தகவல் அவனுக்குத் தெரியவந்தது. ஒருவித பதட்டமான நிலைக்கு அவன் சென்றுவிட்டான். 1945-46ஆம் ஆண்டுகளில் இரண்டாம் உலகப் போரின்போது, ஆங்கிலேய இராணுவத்திற்கு எதிராக சண்டையிட்ட நேதாஜி சுபாஷ் சந்திர போஸ் தலைமையிலான இந்திய தேசிய இராணுவத்தின் படைவீரர்களை ஆங்கிலேய அரசு கைதுசெய்திருந்தது. அவர்களை நீதிமன்றத்தில் நிறுத்தியபோது இந்திய மக்கள் தெருவில் இறங்கிப் போராடி, மிகப்பெரிய அழுத்தத்தை ஆங்கிலேய அரசுக்குக் கொடுத்து கைது செய்யப்பட்டவர்களை விடுவிக்க வைத்தனர். அத்தகைய போராட்டங்களை தனக்கு ஆதரவாக இந்துக்களும் சீக்கியர்களும் வெளியே நடத்துவார்கள் என்றும், அப்போராட்டங்கள் கொடுக்கும்

அழுத்தத்தினால் தன்னை இந்திய அரசு விடுவித்துவிடும் என்றும் கோட்சே நினைத்திருந்தான். ஆனால், கோட்சேவுக்கு ஆதரவாக அப்படியான எந்தப் பெரிய அலையும் இந்திய மண்ணில் எழவில்லை. காந்தியால்தான் இந்தியர்கள் பெரிதும் அவதிப்படுவதாகவும், அப்படியாக அவதிப்படுபவர்களின் மாபெரும் நாயகனாகவும் தலைவனாகவும் உருவெடுத்துவிடுவோம் என்கிற கோட்சேவின் கனவு நினைவாகாமல் போகத்துவங்கியது. இப்படியான சூழலில் அடுத்துவரும் காலத்தையும் பிரச்சனைகளையும் தனித்தே எதிர்கொள்ளவேண்டிவருமோ என்கிற அச்சமும் அப்போது கோட்சேவைத் தொற்றிக்கொண்டது.

வெளியே நடக்கிற எல்லாமும் கோட்சேவுக்குத் தெரியாவிட்டாலும், இந்துக்களின் நாயகனாக உருவாகிவிடுவோம் என்கிற அவனது எதிர்பார்ப்பு பொய்த்திருப்பது மட்டும் அவனுக்குப் புரிந்துவிட்டது. காந்தியின் கொலைக்குப் பின்னரான மக்களின் பொதுக்கருத்தில் பெரிய மாற்றம் நிகழ்ந்தது. ஆனால் அது கோட்சேவுக்கு சாதகமானதாக மாறவில்லை. அதற்கு பதிலாக, கொல்லப்படுவதற்கு முன்னர் இருந்ததை விடவும் மிகப்பிரமாண்டமான மகாத்மாவாக காந்தி உருவெடுத்தார். கோட்சே எதிர்பார்த்ததைப் போல பரிதாபம் ஏற்படுவதற்கு பதிலாக, அவன்மீதும் அவனுடைய சாதியின் மீதும் அவன் அங்கம் வகித்துக்கொண்டிருந்த ஆர்.எஸ்.எஸ். மற்றும் இந்துமகாசபை இயக்கங்களின் மீதும் மக்களுக்கு ஆத்திரமும் வெறுப்பும் ஏற்பட்டு வன்முறையையே கையிலெடுக்க வைத்துவிட்டது.

அந்த கொலைவழக்கில் எதிர்தரப்பு வழக்கறிஞர்களில் ஒருவராக இருந்த பி.எல்.இனம்தார் என்பவர் விசாரணைக் காலங்களில் கோட்சேவுக்கு நெருக்கமானவராக மாறிவிட்டார். தன்மீதும் மகாராஷ்டிர பார்ப்பனர்கள் மீதும் வெளியே மக்கள் கொந்தளித்துக்கொண்டிருப்பதை இனம்தார் மூலமாகக் கேள்விப்பட்டு, உணர்வுகளைக் கட்டுப்படுத்த முடியாமல் கோட்சே அழுதிருக்கிறான்.

"தன்னுடைய பார்ப்பன இனத்திற்கு இப்படியான ஒரு நெருக்கடி வருமென்று தெரிந்திருந்தால் காந்தியைக் கொலை செய்வதற்கு முன்னர், ஒருமுறைக்கு பத்துமுறையாவது யோசித்திருப்பேன் என்று கோட்சே என்னிடம் தெரிவித்தார்" என்று இனம்தார் தன்னுடைய நினைவுக்குறிப்பில் எழுதியிருக்கிறார்[10].

காந்தி கொல்லப்பட்ட இருபத்தி நான்கு மணி நேரத்திற்குப் பிறகு விரக்தியின் எல்லைக்குச் சென்றுவிட்டான் கோட்சே.

காந்தி கொலைக்குப் பின்னிருக்கும் சதியை விசாரித்த இளம் அதிகாரியான நகர்வாலா என்பவர் அதுவரையிலும் எந்த விசாரணையிலும் தோற்றதே இல்லையென்கிற பெயரைப் பெற்றவர். பம்பாய் குற்றப்புலனாய்வுத் துறையின் சிறப்புப் பிரிவு ஒன்று மற்றும் இரண்டின் தலைவராக இருந்த அவருக்கு அப்போது முப்பத்தியிரண்டு வயதுதான். அரசியல்வாதிகளை உளவுபார்த்தல் மற்றும் இந்தியாவுக்கு வரும் அயல்நாட்டினரைக் கண்காணித்தல் போன்ற பிரிவுகளுக்கும் அவரே தலைமை தாங்கினார். பம்பாய் புலனாய்வுத் துறையில் அவர் தலைமைதாங்கிய பிரிவு எப்போதும் பெயர்பெற்றதாகவே இருந்தது.

ஜனவரி 20ஆம் தேதியன்று காந்தியைக் கொல்ல முயற்சி செய்தபோது பிடிபட்ட பக்வாவுக்கு பின்னிருந்த மற்ற சதிகாரர்களைப் பிடிப்பதற்கு நாகர்வாலாதான் நியமிக்கப்பட்டார். அதிவேகமாக செயல்பட்ட நாகர்வாலா, தன்னுடைய குழுவினருடன் செய்த விசாரணையில் பக்வாவுடன் தொடர்புடைய பலரைக் கண்டுபிடித்தார். அவர்களுக்கெல்லாம் மூளையாக இருந்து செயல்பட்ட சாவர்க்கரின் பின்னணியையும் அவர் கண்டுபிடித்தார். உடனடியாக சாவர்க்கரைக் கைதுசெய்வதற்கு அப்போதைய பம்பாய் மாகாண உள்துறை அமைச்சராக இருந்த மொரார்ஜி தேசாயிடம் அனுமதியும் கேட்டார் நாகர்வாலா. ஆனால், சாவர்க்கரை கைது செய்வதற்கான அனுமதி மறுக்கப்பட்டது கண்டு நாகர்வாலா அதிர்ச்சியடைந்தார்[11]. இதுபோன்ற தடைகளால் அவரது விசாரணையே அடுத்தகட்டத்திற்கு நகரமுடியாமல் தடைபட்டது.

அதற்கு பத்து நாட்கள் கழித்து காந்தி கொல்லப்பட்டதும் அதே நாகர்வாலாவிடம் விசாரணை நடத்துவதற்கு அவ்வழக்கு ஒப்படைக்கப்பட்டது. அவரும் அவரது குழுவினரும் விரைவாக வேலையில் இறங்கினர். காந்தி கொல்லப்பட்ட பனிரெண்டு மணி நேரத்திற்குள்ளாகவே (அதிகாலை 5.30 மணி, ஜனவரி 31) பட்கே கைது செய்யப்பட்டார். அதேநாள் மதியத்திற்குள்ளாகவே சாவர்க்கரின் வீட்டில் தேடுதல் வேட்டையும் நடத்தப்பட்டது. சாவர்க்கர் கைதுசெய்யப்படவில்லை என்றாலும், அவரது

வீட்டிலிருந்து தொடர்புடைய அனைத்து ஆவணங்களும் கைப்பற்றப்பட்டுவிட்டன. அதன்பிறகு என்னென்ன செய்யவேண்டும் என்கிற விரிவான திட்டத்தையும் நாகர்வாலாவும் அவரது குழுவினரும் வகுத்துவிட்டனர். குடும்பத்தின் பூர்வீக கிராமமான உக்சானில் ஒளிந்துகொண்டிருந்த கோபாலை அங்கேயே சென்று பிப்ரவரி 5ஆம் தேதியன்று பிடித்துக்கொண்டு வந்தனர். சங்கரை பிப்ரவரி 6ஆம் தேதியன்று பம்பாயில் கைதுசெய்தனர். ஆனால் ஆப்தேவையும் கர்க்கரேவையும் கண்டுபிடிக்க முடியவில்லை. பம்பாய் மாகாணத்தின் பல்வேறு பகுதிகளில் குழுக்களை அனுப்பி விசாரித்தும், அவர்கள் இருவரும் எங்கே ஒளிந்திருந்தார்கள் என்பது குறித்து எதுவும் தெரியவில்லை.

அதன்பிறகு கோட்சேவை விசாரித்தால் மேலதிகத் தகவல்கள் கிடைக்குமென்று அவனிடம் அதிகமாக கவனம் செலுத்தப்பட்டது. கோட்சேவிடமிருந்து பெறப்பட்ட தகவல்களெல்லாம் புலனாய்வு செய்தவர்களுக்கு அதிகம் உதவின.

"12.2.48ஆம் தேதியன்று அதிகாலை 2.15 மணிக்கு டெல்லியில் இருந்து பம்பாய்க்கு வந்துசேர்ந்ததும், ஆப்தே மற்றும் கர்க்கரேவுக்கு மிகவும் நெருக்கமானவராக இருந்த நாதுராம் கோட்சேவினை தீவிரமாக விசாரித்தோம். அவரிடமிருந்து பெறப்படும் தகவல்களைக் கொண்டு மற்ற இருவரையும் பிடித்துவிட முடியும் என்று கணித்தோம்" என்று நாகர்வாலா தெரிவித்தார்[12].

ஆப்தேவின் காதலியான மனோரமா குறித்து புலனாய்வு செய்தவர்களிடம் கோட்சே கூறிவிட்டான். "வில்சன் கல்லூரியின் மாணவியாக இருக்கும் மனோரமா என்பவர் ஆப்தேவுடன் மிகவும் நெருக்கமாக இருந்துவருகிறார்" என்று மனோரமா குறித்து கோடிட்டுக் காட்டிவிட்டான் கோட்சே. அதுமட்டுமில்லாமல், பம்பாய்க்கு வரும்போதெல்லாம் மனோரமாவை ஏதாவதொரு ஓட்டலில் சந்திப்பதை ஆப்தே வழக்கமாக வைத்திருப்பதாகவும் கூடுதல் தகவலாக கோட்சே தெரிவித்துவிட்டான்.

"அதன்பிறகு நேரத்தை கொஞ்சமும் வீணடிக்காமல் நாங்கள் மனோரமா குறித்து விசாரிக்கத் துவங்கிவிட்டோம். ஆனால் பிப்ரவரி 12ஆம் தேதியன்று காந்தியின் அஸ்தியை கரைத்ததால், அந்த துக்கத்தில் பங்குபெறும்விதமாக வில்சன் கல்லூரியில் விடுமுறை அறிவித்திருந்தார்கள். அதனால் கல்லூரியில் நேரடியாகச் சென்று விசாரிக்கமுடியவில்லை. இருப்பினும் பண்டித ரமாபாய்

பெண்கள் விடுதிக்குச் சென்று விசாரித்தோம். மனோரமா சால்வி என்பவர் இளங்கலைப் பட்டப்படிப்பின் இறுதியாண்டு மாணவி என்கிற விவரம் அங்கே கிடைத்தது. காவல்துறை மருத்துவமனையில் அவருடைய தந்தை மருத்துவராக இருக்கிறார் என்பதும் எங்களுக்குத் தெரியவந்தது" என்றார் நாகர்வாலா[13].

தன்னுடைய புலனாய்வுக்குழுவில் பணிபுரிந்த மற்றொரு அதிகாரியை அனுப்பி, மனோரமா எங்கிருந்தாலும் அவரை மத்திய புலனாய்வுத்துறை அலுவலகத்திற்கு அழைத்துவருமாறு ஆணையிட்டிருந்தார் நாகர்வாலா. அன்று மதியத்திற்குள் விசாரணை அறைக்குள் மனோரமாவும் அவரது தந்தையும் அழைத்துவரப்பட்டு அருகருகே அமரவைக்கப்பட்டனர்[14]. மனோரமாவின் தந்தைக்கு பம்பாயில் இருந்த காவல்துறை மருத்துவமனைக்கு பணிமாற்றம் கிடைத்திருந்ததால், விடுதியிலிருந்து வெளியேறி வீட்டில் தங்கியிருந்துதான் மனோரமா கல்லூரிக்குச் சென்றுவந்திருக்கிறார் என்பதும் அப்போது தெரியவந்தது. மனோரமாவிடம் சுமார் நான்கு மணிநேரம் விசாரணை நடத்தப்பட்டது. மனோரமாவிடம் பல்வேறு கோணங்களில் விசாரணை அதிகாரிகள் விடாமல் கேள்வி கேட்டுக்கொண்டே இருந்தனர். ஆப்தேவுடனான தன்னுடைய இரகசிய உறவுகுறித்து யாரிடமும் பேசுவதற்குத் தயாராக இல்லாமலிருந்தவர்தான் மனோரமா. அவர் ஏற்கனவே கோட்சேவை ஒருசிலமுறை பார்த்திருக்கிறார். தான் பார்த்த அதே கோட்சேதான் காந்தியைக் கொன்றிருக்கிறான் என்பது அவருக்குத் தெரிந்திருந்தபோதிலும், ஆப்தேவுக்கு இதில் எந்தப் பங்கும் இருந்திருக்காது என்றுதான் மனோரமா நம்பினார்.

ஜனவரி 30ஆம் தேதியன்று காந்தியின் கொலையில் இவ்வளவு பெரிய பங்கினை வகித்துவிட்டு, சீ கிரீன் விடுதியில் பிப்ரவரி 2ஆம் தேதியன்றும், ஆரிய பாதிக் ஆசிரம விடுதியில் பிப்ரவரி 5ஆம் தேதியன்றும் பலமணிநேரங்களை மனோரமாவுடன் ஆப்தே செலவிட்டிருக்கிறான். ஆனால் கொலை குறித்தெல்லாம் ஒருவார்த்தைகூட வாய்திறந்து மனோரமாவிடம் ஆப்தே சொல்லவே இல்லை[15]. அந்த இரண்டு நாட்களிலும் ஆப்தேவின் உருவத்தோற்றத்தில் எவ்வித மாற்றத்தையும் மனோரமா உணரவில்லை. அதே மெலிந்த தேகத்துடனும் அடர்கருப்பு முடியுடனும்தான் ஆப்தே தென்பட்டிருக்கிறான். ஆனால் ஆப்தேவின் ஆடையில் மட்டும் சிறிய மாற்றம் தெரிந்திருக்கிறது.

எப்போதும் சட்டையும் கால்சட்டையும் அணியும் ஆப்தே, அந்த இரண்டு தினங்களில் மட்டும் மராட்டிய பாரம்பரிய உடைகளை அணிந்திருந்தான். அதேபோல, எப்போதும் ஆப்தேவிடம் காணப்பட்ட தன்னம்பிக்கை குறைந்திருப்பதாக மனோரமா உணர்ந்திருக்கிறார். வேட்டையாடத் தயாராக இருக்கும் வேட்டைக்காரனைப் போல எப்போதும் இருக்கும் ஆப்தே, அந்த இரண்டு நாட்களிலும் வேட்டையாடப்படுவோம் என்கிற பயத்துடன் இருந்த விலங்காகக் காட்சியளித்திருக்கிறான்.

அவர்கள் காதலர்களாக இருந்திருக்கிறார்கள். ஆனால் இப்போது காவல்துறையினரின் கேள்விகளுக்கு பதிலளித்துக் கொண்டிருக்கையிலேயே ஆப்தேவை மனோரமா வெறுக்கத்துவங்கிவிட்டார். விசாரணையின்போதே அவருக்கு குழப்பமாகவும் என்னசெய்வதென்று தெரியாமலும் இருந்திருக்கிறார். எப்படியும் ஓரிரு நாட்களில் ஆப்தே தன்னைத் தொடர்புகொள்வான் என்று புலனாய்வு அதிகாரிகளிடம் உறுதியாகக் கூறியிருக்கிறார் மனோரமா. அதுதான் புலனாய்வு அதிகாரிகளின் கணிப்பாகவும் இருந்திருக்கிறது.

"அதனால் மனோரமாவுக்கு காவல்துறை மருத்துவமனையின் தொலைபேசி எண் 305ற்கு வரும் தொலைபேசி அழைப்புகளை ஒட்டுக்கேட்குமாறு இரண்டு காவலர்களிடம் சொல்லியிருந்தேன்" என்றார் நாகர்வாலா[16]. அதேபோல மனோரமாவின் வீடும் தொடர்ச்சியாகக் கண்காணிக்கப்பட்டது.

அவர்களுடைய காத்திருப்பு வீண்போகவில்லை. பிப்ரவரி 14ஆம் தேதியன்று காவல்துறை மருத்துவமனைக்கு ஒரு தொலைபேசி அழைப்பு வந்ததாகவும், அப்பலோ ஓட்டலில் இருந்து மனோரமாவிடம் ஒருவர் பேசவேண்டும் என்று கேட்டதாகவும் நாகர்வாலாவிடம் தொலைபேசி அழைப்புகளைக் கண்காணித்துக்கொண்டிருந்த காவலர் தகவல் தெரிவித்தார்[17]. உடனடியாக இரண்டு உயரதிகாரிகளை அப்பலோ ஓட்டலுக்கு நாகர்வாலா அனுப்பிவைத்தார். ஒருநாள் முழுக்க அவர்கள் காவலர் சீருடை அணியாமல் யாருக்கும் அடையாளம் தெரியாதவாறு அங்கே காத்திருந்தனர்.

"மாலை சுமார் 5.30 மணியளவில் ஆப்தேவின் அடையாளங்களைக் கொண்ட ஒருவர் அப்பலோ ஓட்டலுக்குள் நுழைந்திருக்கிறார். அது ஆப்தேவாக இருக்குமோ என்று அங்கு காவலுக்கு இருந்த

காவலர்களுக்கு சந்தேகம் வந்திருக்கிறது. உடனே, 'என்ன ஆப்தே, பம்பாய்க்கு எப்ப வந்த?' என்று அந்த மனிதரைப் பார்த்து சாதாரணமாக எவ்விதப் பதட்டமும் இல்லாமல் காவல் அதிகாரியான டி.ஐ.சாவந்த் கேட்டிருக்கிறார். 'இரண்டு நாட்களுக்கு முன்புதான் வந்தேன்' என்று எதையும் யோசிக்காமல் அந்த நபரிடம் இருந்து பதில் வந்திருக்கிறது. ஆக, அது ஆப்தேதான் என்பதை காவலர்கள் உறுதிசெய்துகொண்டுவிட்டார்கள். உடனே ஆப்தேவைக் கைதும் செய்துவிட்டார்கள்" என்று குற்ற அறிக்கையில் நாகர்வாலா குறிப்பிட்டு எழுதியிருக்கிறார்[18].

மூன்று மணிநேரத்திற்குப் பிறகு, அதே ஓட்டலின் நுழைவாயிலில் கர்க்கரேவும் நுழைந்திருக்கிறார். டெல்லியில் இருந்து திரும்பியதில் இருந்தே, அந்த ஓட்டலின் இரண்டு வழிகளில் மாறிமாறி நுழைவதை வழக்கமாக வைத்திருந்திருக்கிறார் கர்க்கரே. தன்னை யாரும் பின்தொடர்ந்துவிடக்கூடாது என்பது அவரது எண்ணமாக இருந்திருக்கிறது. அதேபோல இப்போது ஒருவழியில் நுழைந்து ஓட்டலின் வரவேற்பறைக்கு அருகில் சென்றபோது, தன்னை யாராவது பின்தொடர்கிறார்களா என்று கழுத்தைத் திருப்பிப் பார்த்திருக்கிறார். அந்த நொடியில் இரண்டு காவலர்களும் கர்க்கரேவை அப்படியே அமுத்திப் பிடித்துவிட்டனர்[19].

அதன்பிறகு மனோரமாவின் வாழ்க்கையே கேள்விக்குறியாகிப் போனது. அவருடைய சொந்தபந்தங்களும் நண்பர்களும் அவரிடம் கடுமையான கண்டனத்தைத் தெரிவித்தனர். காந்தியின் கொலைக்குப் பின்னரான உணர்ச்சிகரமான சூழலில், மனோரமாவுடனான உறவினையும் தொடர்பினையும் முற்றிலுமாக துண்டித்துக்கொள்வதைத்தவிர அவர்களுக்கு வேறெந்த வழியும் இருக்கவில்லை. மனோரமாவை குடும்பத்தில் இருந்து வெளியேறச்சொல்லி யாரும் வெளிப்படையாகச் சொல்லவில்லை என்றாலும், மனோரமாவிடமிருந்து எல்லோரும் விலகியே இருந்தனர்[20].

அகமதுநகரில் ஒரு பாரம்பரிய கிருத்துவக் குடும்பத்தைச் சேர்ந்தவர்தான் மனோரமா. இந்தியாவின் பிரிவினைக்குப் பின்னர், இந்து பெரும்பான்மையினவாதம் மேலோங்கி இருந்தது. அதனால் வேறுவழியின்றி சிறுபான்மையினராக இருந்த முஸ்லிம்களும் கிருத்துவர்களும் அரசியல்மயப்பட்டே ஆகவேண்டிய

கட்டாயத்திற்குத் தள்ளப்பட்டனர். சிறுபான்மை மக்களுக்கான சமவுரிமைக்காகப் போராடியதோடு மட்டுமல்லாமல், மதத்தை அடிப்படையாகக் கொண்ட ஆட்சியையும் காந்தி எதிர்த்தார். இந்த சூழலில் காந்தியும் கொல்லப்பட்டுவிட்டதால், இந்தியச் சிறுபான்மை மக்களின் அச்சம் மேலும் அதிகரித்துவிட்டது. இதுகுறித்து பெயர்சொல்லவிரும்பாத மனோரமாவின் உறவினர் ஒருவர் தன்னுடைய கருத்தினைப் பதிவுசெய்திருந்தார்.

"ஒரு குற்றவாளியுடன் தொடர்பு வைத்திருந்தார் என்பது மட்டுமே மனோரமா செய்த பாவமாக இல்லாமல், ஏசு கிருஸ்துவைப் போன்ற மனிதராக வாழ்ந்த காந்தியைக் கொன்ற சதிகாரக் கூட்டத்தில் ஒருவனுடன் மனோரமா உறவாடியிருக்கிறார் என்பதுதான் அவரது குடும்பத்தினர் மற்றும் நண்பர்களின் கோபத்திற்குக் காரணமாகும். அதனால்தான் அவருடைய குடும்பமும் சமூகமும் அவரை முற்றிலுமாகப் புறக்கணித்துவிட்டது. அதனால் மனோரமா தனித்துவிடப்பட்டார்" என்று கூறினார்[21].

கிருத்துவ மதத்தில் ஆழ்ந்த நம்பிக்கை கொண்டவரான மனோரமா அவருடைய ஊரில் இருந்த தேவாலயத்துடன் பல்வேறு வகைகளில் நெருக்கமாக இருந்துவந்தார். மெல்லிசைக் குரலைக் கொண்டிருந்த மனோரமா, சித்பவன் பார்ப்பனராக இருந்து கிருத்துவ மதத்திற்கு மாறிய பிரபல கவிஞரான நாராயண வானம் திலகர் எழுதிய மராட்டிய பாடல்களை அந்த உள்ளூர் தேவாலயத்தில் அழகாகப் பாடக்கூடியவர். உறுப்பிசைக் கருவியை வாசிப்பதிலும் திறமைசாலியாக மனோரமா இருந்தார். கிருத்துவ மிசன் செயல்பாடுகள் அனைத்திலும் முக்கியப் பங்காற்றிவந்தார். ஆப்தேவின் இந்துத்துவத் தத்துவத்தில் மனோரமாவுக்கு உடன்பாடு இருக்கவில்லை. ஆனால் அதிலிருந்து ஆப்தேவை மீட்டுவிடலாம் என்கிற நம்பிக்கை மனோரமாவுக்கு இருந்தது.

இந்தியாவின் அரசியல் சூழ்நிலையை சரியாகப் புரிந்து கொள்ளாததால்தான் காந்தியையும் முஸ்லிம்களையும் ஆப்தே வெறுத்தான் என்றும், இந்துக்களுக்கும் முஸ்லிம்களுக்கும் ஒற்றுமை உருவாகத்துவங்கினாலே ஆப்தேவுக்கு நல்ல புத்தி வந்துவிடும் என்றும் மனோரமா நினைத்திருந்தார். ஆப்தேவை ஒருநாள் தேவாலயத்திற்கு அழைத்துச்செல்ல முடிந்தாலே ஆப்தேவின் மனதில் மாற்றத்தை ஏற்படுத்திவிடமுடியும் என்று ஒரு உண்மையான கிருத்துவராக மனோரமா நம்பினார். தன்மீது அதீத அன்புவைத்திருப்பதாக ஆப்தே வெளிக்காட்டியதை வைத்தே

அதுவெல்லாம் சாத்தியமென்றே மனோரமா நினைத்துவிட்டார். ஆப்தேவின் அரசியல், இந்துத்துவ நம்பிக்கை மீதெல்லாம் ஒவ்வாமை இருந்தபோதும், மாறுவதற்கு தயாராக இருப்பதைப் போலவே ஆப்தே காட்டிய ஒரு பொய்யான பிம்பத்தைத்தான் மனோரமா நம்பி ஏமாந்தார். ஆகமொத்தம், ஆப்தேவை அப்பாவியாக எல்லாவகையிலும் மனோரமா நம்பினார்[22].

காந்தியின் கொலையில் தொடர்புடைய ஒருவனைத்தான் காதலித்திருக்கிறோம் என்கிற உண்மையே அவரை நிலைகுலைய வைத்துவிட்டது. ஆப்தே மீது வைத்திருந்த நம்பிக்கையெல்லாமும் வெறுமனே முட்டாள்தனமான எதிர்பார்ப்பன்றி வேறில்லை என்பதைப் புரிந்துகொண்டார் மனோரமா. ஆப்தே மீது வைத்திருந்த நம்பிக்கையும் எதிர்ப்பார்ப்பும் தவிடுபொடியாகிவிட்டது. தான் காதலித்தவருக்கு தவறான புரிதலெல்லாம் இருக்கவில்லை என்றும், அவன் முழுக்கமுழுக்க ஒரு குற்றவாளியன்றி வேறில்லை என்றும் புரிந்துகொண்டார்[23].

ஆப்தேவுடன் கொண்டிருந்த உறவினால் தன்னுடைய குடும்பம் எத்தகைய சூழலை எதிர்கொள்ள வேண்டிய நிலைக்குத் தள்ளப்பட்டிருக்கிறது என்பதை நினைத்து மனோரமா கவலைகொண்டார். அதனால் தன்னுடைய குடும்பத்திற்கும் நட்பு வட்டாரத்திற்கும் எந்தத் தொல்லையும் தன்னால் வந்துவிடக்கூடாது என்றால், அவர்களிடமிருந்து துண்டித்துக்கொண்டு அமைதியாக அவர்களை வாழவிடவேண்டும் என்றே அவருடைய ஆழ்மனசு அவருக்கு சொல்லியது. ஆப்தேவின் மீது கொண்டிருந்த காதலும் முடிந்துவிட்ட நிலையில், தன்னுடைய குடும்பத்தினரிடம் இருந்தும் பிரியவேண்டிய சூழலுக்குத் தள்ளப்பட்டார் மனோரமா.

விசாரணைமுடிந்து தீர்ப்பெழுதப்பட்டு ஆப்தேவும் கோட்சேவும் தூக்கில்போடப்பட்டதும் மனோரமா ஒரு தீர்க்கமான முடிவினை எடுத்தார். இந்த சமூகத்தில் எல்லோராலும் ஒரு விரோதியாகப் பார்க்கப்பட்டுக்கொண்டே இருப்பதை அவர் விரும்பவில்லை. அவர் வாழ்ந்துகொண்டிருந்த வாழ்க்கையைவிட்டு யாருக்கும் தெரியாத கண்காணாத இடத்திற்குச் சென்று மறைந்துவிட்டார். அவர் இறந்துவிட்டாரா அல்லது ஒளிந்துவாழ்கிறாரா என்பது குறித்து அவருடைய குடும்பத்திற்கோ நண்பர்களுக்கோ இறுதிவரை தெரியாமலேயே போய்விட்டது. இன்றுவரையிலும் மனோரமா என்னவானார் என்பது யாருக்குமே தெரியாது[24].

நாதுராம் கோட்சே | 323

பம்பாயின் மத்திய புலனாய்வுத் துறையுடைய சிறப்புப் பிரிவு அலுவலகமே கோட்சே, ஆப்தே, கர்க்கரே, கோபால், பக்வா, பட்கே மற்றும் சங்கர் போன்ற குற்றஞ்சாட்டப்பட்டவர்களின் சிறைச்சாலையாக மாறியிருந்தது. பொதுவாக அந்த சிறப்புப் பிரிவினால் விசாரிக்கப்படும் வழக்குகளில், நகரின் ஆர்த்துர் சாலை சிறைச்சாலையில்தான் அடைக்கப்படுவார்கள். ஆனால், அங்கெல்லாம் அடைத்துவைத்தால், மற்ற கைதிகளே கோட்சேவை அடித்துக்கொன்றாலும் ஆச்சர்யப்படுவதற்கில்லை என்பதால் விசாரணை நடத்திய அலுவலகத்திலேயே தங்கவைத்தனர். கடைசியாகவும் தாமதமாகவும் கைதுசெய்யப்பட்ட சாவர்க்கர் மட்டும்தான் ஆர்த்தூர் சாலை சிறைச்சாலையில் அடைக்கப்பட்டார்.

“எங்களை சிறைக்குள் தள்ளுவதற்கு பதிலாக, அந்த அலுவலகத்தின் வெவ்வேறு அறைகளில் தனித்தனியாக அடைத்துவைத்தனர். பகல்பொழுதுகளில் அந்த அறைகளில் வழக்கம்போல அலுவலகப் பணிகள் நடைபெற்றுக்கொண்டிருக்கும். எங்களுக்கு மட்டுமே, வேறு வெளியாட்களிடம் பேசுவதற்கு அனுமதியில்லை.[25] நாங்கள் ஒருவரையொருவர் சந்தித்துக்கொள்ளவே இல்லை. நேரில் பார்த்தால், காவல்துறையிடம் ஒருவர் என்ன சொல்கிறார் என்பது மற்றவருக்குத் தெரிந்துவிடும் என்பதால், தனித்தனியாகப் பிரித்துதான் விசாரணை நடத்தினார்கள். சிலநேரங்களில் எங்களை ஒன்றாக நேருக்கு நேராகக் கொண்டுவருவார்கள். ஒருவர் சொல்வதன் உண்மைத்தன்மையினை இன்னொருவரின் மூலமாக சரிபார்ப்பதுதான் அவர்களது திட்டம்[26]. அங்கிருந்துதான் கோட்சேவை பூனே மற்றும் தானே ஆகிய இடங்களுக்கு விசாரணைக்கு உதவுமென்று அழைத்துச்சென்றனர்.

கோட்சேவையும் கைதுசெய்யப்பட்ட அவனது மற்ற கூட்டாளிகளையும் தனித்தனி அறைகளில் அடைத்திருந்தாலும், தேவையான நேரத்தில் காபி போட்டுக் குடிப்பதற்கான வசதிகளை கோட்சேவுக்கு காவல்துறையினர் ஏற்பாடு செய்திருந்தனர்.

“நாதுராமுக்கு மின்சாரத்தில் தண்ணீர் சூடாக்கும் கெட்டிலும் காபிப் பொடியும், சர்க்கரையும் பாலும் கொடுத்தார்கள். அவரே காபி போட்டுக் குடித்துக்கொண்டார். சிலநேரங்களில் எங்களுக்கும் காபி போட்டு அனுப்பிவைப்பார்” என்று கோபால் நினைவுகூர்ந்தார்[27]. குற்றஞ்சாட்டப்பட்ட மற்றவர்களுக்கு தேநீரும் சிகரெட்டும் தேவைப்படும்போது வழங்கப்பட்டிருக்கின்றன.

டெல்லியில் இருந்து பிப்ரவரி 12ஆம் தேதியன்று அழைத்து வரப்பட்டு, பம்பாய் சிறப்பு விசாரணைப்பிரிவு அலுவலகத்தில் வைத்து இருப்பத்தி இரண்டு நாட்கள் விசாரிக்கப்பட்டான் கோட்சே. 1948ஆம் ஆண்டு மார்ச் மாதம் 4ஆம் தேதியன்று காவல்துறை விசாரணை முடிந்தது[28]. கோட்சே குறித்து வெளியே பரப்பப்பட்ட பல்வேறு வதந்திகளால் அவ்வப்போது விசாரணை தடைப்பட்டது. ஊடகங்களுக்கு அத்தகைய வதந்திகள் முக்கியச் செய்திகளாக மாறின. அந்த வதந்திகளின் அபத்தம் குறித்து தன்னுடைய நினைவுக்குறிப்பில் கோபால் கோட்சே எழுதியிருக்கிறார்.

“கோட்சே எந்தெந்த நேரத்தில் எங்கெங்கே சென்றிருக்கிறார் என்கிற பட்டியலை புலனாய்வுத் துறையினர் தயாரித்தனர். அதில் ஒரே நேரத்தில் பல்வேறு இடங்களில் கோட்சே இருந்ததாக செய்திகள் வந்துகொண்டிருந்தன. கோட்சேவின் பயணம், வருகை குறித்த வதந்திகள் அபத்தம் மிகுந்ததாக இருந்தன” என்றார் கோபால் கோட்சே[29]. இருப்பினும் அவற்றையெல்லாம் வெறுமனே வதந்திகள் என்று புறந்தள்ளிவிட முடியாமல், வதந்தியில் சொல்லப்பட்டிருக்கும் இடத்திற்கு சென்று அவற்றில் ஏதேனும் உண்மை இருக்கிறதா என்றும் விசாரணை அதிகாரிகள் பார்க்க வேண்டியிருந்தது. அதுவே கோட்சேவிடம் கேள்விகள் கேட்பதற்கு அவ்வப்போது தடையாகவும் இருந்தது.

பொதுவெளியில் கோட்சேவை ஆர்.எஸ்.எஸ். இயக்கம் கைகழுவிவிட்டதைப் போலத் தோன்றினாலும், ஆர்.எஸ்.எஸ். ஸ்வயம்சேவகர்கள் மத்தியில் கோட்சேவின் மதிப்பு பெரியளவுக்கு அதிகரித்தது. அவனை அவர்கள் பிரமாண்ட நாயகனாகப் பார்த்தனர். காந்தியின் அகிம்சைக் கொள்கைக்கு ஏற்றவாறு, கோட்சேவை விடுதலை செய்யவேண்டுமென்று பிரதமர் நேருவுக்கு ஒரு ஆர்.எஸ்.எஸ். ஸ்வயம்சேவகர் தந்தி அனுப்பினார். மத்திய மாகாணங்களின் சிந்த்வாரா என்னும் பகுதியைச் சேர்ந்த இராமச்சந்திர சிங் இராம்பாவு என்கிற அந்த ஆர்.எஸ்.எஸ். ஸ்வயம்சேவகர் உடனடியாகக் கைதுசெய்யப்பட்டார். கல்லூரியில் படிப்பதற்காக பூனாவில் ஐந்தாண்டுகள் தங்கியிருந்ததாகவும், அப்போது ஆர்.எஸ்.எஸ். இயக்கத்தின் தத்துவ ஆசிரியராக கோட்சே நிறைய வகுப்புகள் எடுத்திருப்பதாகவும் கைதுசெய்யப்பட்ட இராமச்சந்திரா காவல்நிலையத்தில் வாக்குமூலம் கொடுத்தார்[30].

கோட்சேவின் குடும்பப் பின்னணி, பூர்வீகம், கடந்தகால வாழ்க்கை போன்றவற்றை விசாரிப்பதற்காக காவல்துறை இணை ஆணையராக இருந்த நாக்பூரைச் சேர்ந்த என்.பி. தாகூர் என்பவர் சிறப்பு அதிகாரியாக நியமிக்கப்பட்டிருந்தார். காந்தி கொலைக்குப் பின்னர் அவ்வப்போது பரப்பப்பட்டு டெல்லி மற்றும் பம்பாய் வரையிலும் வந்துசேரும் வதந்திகளின் பின்னணியையும் அவர் ஆய்வுசெய்தார். நாக்பூரிலுள்ள ஆர்.எஸ்.எஸ். இயக்கத்தின் தலைமை அலுவலுகத்தில் தேடுதல் வேட்டை நடத்தி, அவர் கைப்பற்றிய ஆவணங்களெல்லாம் மிகவும் முக்கியத்துவம் வாய்ந்தவையாக இருந்தன. கோட்சேவுக்கும் தங்களுக்கும் எவ்விதத் தொடர்பும் எப்போதும் இருந்ததில்லையென்று ஆர்.எஸ்.எஸ். தலைமை வெளியிட்ட அறிக்கைகளில் உண்மையேதும் இல்லையென்பதை அந்த ஆவணங்களே வெளிக்காட்டிவிட்டன. ஆர்.எஸ்.எஸ். அலுவலகத்திலிருந்து எடுக்கப்பட்ட ஆவணங்களையும், தனிப்பட்ட முறையில் வெவ்வேறு இடங்களில் நடத்திய விசாரணைகளின் தொகுப்புகளையும் கொண்டு, ஆர்.எஸ்.எஸ். பரப்பும் பொய்களைத் தகர்க்கவும், கோட்சேவின் கடந்தகால உண்மைகளை வெளிக்கொண்டுவரவும் தாகூர் முயற்சி செய்தார்[31].

ஒரேநேரத்தில் பல்வேறு இடங்களில் பல விசாரணைக்குழுக்களை வைத்து இதேபோன்ற ஆய்வுகள் நடத்தப்பட்டன. ஜனவரி 20ஆம் தேதியன்று காந்தியைக் கொல்ல முயற்சி செய்து அதில் தோற்றுப்போனதும், அதற்கடுத்த நாளே ஜபல்பூரில் ஆர்.எஸ்.எஸ். ஊழியர்களுடன் நடத்தப்பட்ட இரகசியக் கூட்டங்களில் கோட்சே பங்கெடுத்ததாக ஒரு செய்தி தாகூருக்குக் கிடைத்திருந்தது. ஆர். எஸ்.எஸ். இயக்கத்தின் செயல்பாடுகள் அதிகமாகக் காணப்பட்ட முக்கியமான ஒரு பகுதியாக ஜபல்பூர் அப்போது இருந்தது. ஆர்.எஸ்.எஸ். இன் மிகப்பிரபலமான தலைவரான ஏக்நாத் ரானடேவுடைய செயல்பாடுகளின் மையப்புள்ளியாகவும் ஜபல்பூர் இருந்துவந்தது. அதனால், அந்தத் தகவல் உண்மையாக இருக்குமோ என்று ஆய்வு செய்யப்போனார் தாகூர். ஆனால் அது வதந்தியென்பது விசாரணையின் முடிவில் தெரிந்தது[32].

ஆர்.எஸ்.எஸ். இயக்கத்தின் பல்வேறு மையங்களுக்குப் பயணித்து அவ்வியக்கத்தின் செயல்பாடுகளை ஆய்வு செய்து தயாரித்த முடிவுகளெல்லாம், பம்பாயில் நாகர்வாலா நடத்திய விசாரணைக்கு வலுசேர்த்து உதவின. 1948ஆம் ஆண்டு மே மாதத்தின் இறுதியில் காவல்துறையின் விசாரணைகளும் ஆய்வுகளும் முடிவுற்ற நிலையில்,

கோட்சே மீது விதிக்கப்பட்ட பல கட்டுப்பாடுகளை நாகர்வாலா தளர்த்தினார். குற்றஞ்சாட்டப்பட்டு கைதுசெய்யப்பட்ட மற்றவர்களையும், குடும்ப உறுப்பினர்களையும் சந்திக்க கோட்சேவுக்கு அனுமதி வழங்கப்பட்டது.

"விசாரணை கிட்டத்தட்ட முடிவுக்கு வந்தபோது, எங்கள் மீதான கட்டுப்பாடுகள் கொஞ்சம் கொஞ்சமாக தளர்த்தப்பட்டன. ஆனால் அப்போதும்கூட, நாங்கள் ஒன்றாக சேர்ந்து இருந்தாலும் வழக்கு குறித்தோ விசாரணை குறித்தோ எங்களுக்குள் எதுவுமே நாங்கள் பேசிக்கொள்ளவில்லை. எங்களுக்கு அருகில் கேட்கும்தொலைவிலேயே ஒரு காவலர் நின்றுகொண்டிருந்தார். நாதுராம் கோட்சேவை சந்திக்கவும் எனக்கு அனுமதி வழங்கினார்கள். அப்போது நாங்கள் இருவரும் பொதுவான விசயங்களைப் பேசிக்கொண்டோம். எங்கள் வீட்டில் இருந்து உணவு கொண்டுவரும் வேளைகளிலும் நாங்கள் ஒன்றாக சேர்ந்து சாப்பிட்டோம்" என்றார் கோபால்[33].

1948ஆம் ஆண்டு மே மாதம் 24ஆம் தேதியன்று கோட்சேவும் குற்றஞ்சாட்டப்பட்ட மற்றவர்களும் நீதிமன்ற விசாரணைக்காக டெல்லிக்கு அழைத்துச்செல்லப்பட்டனர்[34].

17
நீதிமன்ற விசாரணைகளும் இறுதித் தீர்ப்பும்

1948ஆம் ஆண்டு மே மாதம் 27ஆம் தேதியன்று கோட்சேவின் கொலைக்குற்ற விசாரணை நீதிமன்றத்தில் துவங்கியது. விசாரணை துவங்கப்படுவதற்கு ஒரு மணி நேரத்திற்கு முன்பாகவே டெல்லி செங்கோட்டை நீதிமன்ற வளாகத்திற்குமுன்பு பெருந்திரளாக பார்வையாளர்கள் கூடிவிட்டனர். செங்கோட்டை மைதானத்தில் விக்டோரியா காலத்து நீதிமன்றக் கட்டடத்தின் முதலாம் தளத்திலிருந்த மிகப்பெரிய செவ்வக வடிவிலான அறையில்தான் விசாரணை நடைபெறப்போவதாக அறிவிக்கப்பட்டிருந்தது. விசாரணை அறையின் வெளியே நடைபாதையில் நிற்பதற்குக்கூட இடமில்லாதவாறு இருந்தது. கூட்டத்தினரைக் கட்டுப்படுத்துவதற்காக பெருமளவிலான காவல்துறையினர் குவிக்கப்பட்டிருந்தனர். புகைப்படக் கலைஞர்களும் பத்திரிகை செய்தியாளர்களும் எங்கும் நிறைந்திருந்தனர். விசாரணையை நேரில் பார்வையிடுவதற்கான அனுமதிச்சீட்டுகளைப் பெற்றுத்தருமாறு நீதிமன்றப் பணியாளர்களின் உறவினர்களும் நண்பர்களும் அவர்களைத் தொல்லை செய்தனர். அப்படியாக அனுமதி கிடைத்தவர்களும்கூட விசாரணை துவங்குவதற்கு முன்பாகவே அங்குவந்து காத்திருந்தனர்.

விசாரணை நடத்தப்பட்ட கட்டடமே அனைவரும் வந்துபோக அனுமதிகொண்ட பொதுவான இடமாகத்தான் இருந்தது. மிகப்பழமையான பூஞ்சான்பிடித்துப்போன ஒரு இடமாகத்தான் அந்த நீதிமன்ற அறை இருந்தது. அதற்கு முன்னர் இரண்டு பெரிய வழக்குகளை சந்தித்த வரலாறும் அந்த அறைக்கு உண்டு. சுமார் தொன்னூறு ஆண்டுகளுக்கு முன்னர், கடைசி முகலாய பேரரசரான பகதூர் ஷா சஃபாரை அதே அறையில் வைத்துதான்

விசாரித்து தண்டனை வழங்கப்பட்டு நாடுகடத்தப்பட்டார். 1945ஆம் ஆண்டு நேதாஜி சுபாஷ் சந்திர போசின் இந்திய தேசிய இராணுவத்தின் படைவீரர்களும் அதே நீதிமன்ற விசாரணை அறையில்தான் விசாரிக்கப்பட்டனர். ஆனால் ஆங்கிலேயர்களுக்கு பொதுமக்களிடம் இருந்து வந்த அழுத்தத்தின் காரணமாக வேறுவழியின்று அவர்கள் அனைவரும் விடுதலை செய்யப்பட்டனர்.

அந்த அறை 23 அடி அகலமும் 100 அடி நீளமும் கொண்டது. அறையின் முன்புறத்தில் ஒரு மேடை அமைக்கப்பட்டு அதில் சிறப்பு நீதிபதியான ஆத்ம சரணுக்கு மட்டும் ஒரேயொரு நாற்காலி போடப்பட்டிருந்தது. குற்றஞ்சாட்டப்பட்டவர்கள் மேடையின் இடதுபுறத்திலும், சாட்சி சொல்பவர்கள் வலதுபுறத்தில் நின்றுசொல்வது போலவும் அறை வடிவமைக்கப்பட்டிருந்தது. மேடைக்கு அருகே இருதரப்பு வழக்கறிஞர்களின் இருபுறமும் மேசைகளும் நாற்காலிகளும் போடப்பட்டிருந்தன.

"வழக்கறிஞர்களின் இருக்கைகளைத் தாண்டி, ஏழு அல்லது எட்டு வரிசையில் பார்வையாளர்களுக்கும் காவல்துறை அதிகாரிகளுக்கும் நாற்காலிகள் போடப்பட்டிருந்தன" என்று எதிர்தரப்பு வக்கீல்களில் ஒருவரான இனம்தார் தன்னுடைய நினைவுக்குறிப்பில் எழுதியிருக்கிறார்[1].

செங்கோட்டையில் அதிகபாதுகாப்புடன் கூடிய சிறை அறைகளில் அடைத்துவைக்கப்பட்டிருந்த கோட்சே உள்ளிட்ட குற்றஞ்சாட்டப்பட்டவர்கள், அங்கிருந்து காலை சுமார் 9 மணியளவில் நீதிமன்றத்தின் கீழே தரைத்தளத்திற்கு அழைத்துவரப்பட்டனர். பின்னர், விசாரணை துவங்குவதற்கு பத்து நிமிடங்களுக்கு முன்னர் சுமார் 9.50 மணியளவில் கோட்சே முதலில் அழைத்துச்செல்லப்பட்டான். அவனுக்குப் பின்னால் குற்றஞ்சாட்டப்பட்ட மற்றவர்களையும் நடக்கவைத்து முதல்மாடியில் இருந்த நீதிமன்ற விசாரணை அறைக்கு அழைத்துச்சென்றனர். குற்றஞ்சாட்டப்பட்டவர்கள் அமரவேண்டிய இடத்தில் முதல்வரிசையில் கோட்சே உட்காரவைக்கப்பட்டான். மற்றவர்களைப் பார்க்காமல் அமைதியாக அங்கே அவன் அமர்ந்திருந்தான். அங்கே மூன்றாவது வரிசையில் இருந்த மரக்கட்டையிலான இருக்கையில் சாவர்க்கர் உட்கார்ந்திருந்தார். பின்னர் அவருக்காக வாதாடிய வழக்கறிஞரும் இந்துமகாசபையின் மூத்த தலைவருமான எல்.பி.போபாத்கரின் வேண்டுகோளை ஏற்று

சாவர்க்கருக்கு மட்டும் பின்னால் சாயும் வசதிகொண்டு ஒரு நாற்காலி போடப்பட்டு மற்றவர்களிடம் இருந்து தனித்து, அதில் தனியாக உட்கார்ந்தார் சாவர்க்கர்[2]. குற்றஞ்சாட்டப்பட்டவர்களை நோக்கித்தான் பார்வையாளர்களின் ஒட்டுமொத்த கவனமும் இருந்தது.

அதிகாரப்பூர்வ ஆவணங்களின்படி மிகநீண்ட விசாரணையைப் பார்த்ததில் காந்தி கொலைவழக்கும் ஒன்றாகும். முதல் நாளில் இரண்டு மணிநேரம் மட்டும்தான் வழக்கு நடந்தது. கோட்சே மற்றும் குற்றஞ்சாட்டப்பட்ட மற்றவர்கள் மீது சுமத்தப்பட்டிருக்கும் குற்றங்களை அரசுதரப்பு வழக்கறிஞர் நீதிமன்றத்தில் தாக்கல் செய்து விளக்கினார்[3]. ஆனால் நீதிமன்றம் விசாரணையைத் துவங்குவதற்கு முன்பாகவே, ஊடகங்களிலும் மக்களின் மனங்களிலும் கோட்சேதான் குற்றவாளியென்று ஏற்கனவே முடிவுசெய்யப்பட்டுவிட்டது. கோட்சேவை நிரபராதியாக எவருமே பார்க்கவில்லை. அதனால் இந்த வழக்கைப் பொறுத்தவரையிலும், எல்லாமே அவர்களுக்கு எதிராக இருந்த சூழலில், தங்களை எவ்வாறாக அவர்கள் நியாயப்படுத்தப் போகிறார்கள் என்பதைப் பார்க்கத்தான் அனைவரும் ஆவலாக இருந்தனர்.

முதல்நாள் நீதிமன்ற வழக்கு விசாரணை முடிந்தபின்னர் சிறைக்குச்சென்றவுடன், தன்னுடைய கூட்டாளிகளாகவும் வழக்கில் குற்றஞ்சாட்டப்பட்டவர்களாகவும் இருந்த மற்றவர்களாலேயே குற்றவாளியாகப் பார்க்கப்படும் நிலைக்கு கோட்சே தள்ளப்பட்டான். சிறைச்சாலையின் ஒரு பகுதியாக செங்கோட்டையில் பாதுகாப்பும் வலிமையும்மிக்க சுவர்களுக்குள் இருந்த சிறை அறைகளில்தான் அவர்கள் அடைக்கப்பட்டனர். நாதுராம் கோட்சேவும் கோபால் கோட்சேவும் ஒரே அறையைப் பகிர்ந்தனர். மற்ற அனைவரும் வேறு அறையில் அடைக்கப்பட்டனர்[4]. கோட்சே எப்போதுமே கையில் வைத்திருக்கும் ஒரு குறிப்பேட்டை காந்தியைக் கொல்லும்போதும் கொண்டு சென்றதைத் குறிப்பிட்டு குற்றஞ்சாட்டப்பட்ட அனைவரும் கோட்சேவைத் திட்டிக்கொண்டே இருந்தனர். அந்த குறிப்பேட்டில் குறிப்பிடப்பட்டுள்ள அனைத்தையும் வைத்துதான் குற்றஞ்சாட்டப்பட்ட அனைவருக்கும் காந்தி கொலையில் தொடர்பிருப்பதாகவும் அதுவொரு திட்டமிட்ட சதியென்றும் நிரூபிக்க முக்கியமான ஆதாரமாக மாறியிருந்தது.

“அந்தக் குறிப்பேட்டில் கோட்சே எங்கெங்கெல்லாம் சென்றார், எப்போதெல்லாம் சென்றார், யார்யாரையெல்லாம் சந்தித்தார்,

எவ்வளவெல்லாம் செலவுசெய்தார் போன்ற பல்வேறு தகவல்களை அவர் எழுதி வைத்திருந்தார்” என்று நினைவுகூர்ந்தார் கோபால்[5].

குற்றப்பத்திரிகையைப் பொறுத்தவரையில், கோட்சேவின் அந்தக் குறிப்பேட்டை நம்பித்தான் பெரும்பாலான குற்றங்கள் பதிவு செய்யப்பட்டிருந்தது தெரியவந்தது. காந்தியை திட்டமிட்டு சதிசெய்தெல்லாம் கொல்லவில்லை என்பதை நிரூபித்துவிட்டால், அதனை ஒரு தனிநபரின் குற்றமாக மட்டுமே காட்டிவிடமுடியும் என்றும், அதனைச் செய்யமுடிந்தால் மட்டுமே இந்த வழக்கிலிருந்து தப்பிக்கமுடியும் என்றும் கோட்சேவின் கூட்டாளிகளுக்குப் புரிந்துவிட்டது.

“பந்தோபந்த் என்பவருக்கு பணம் கொடுத்ததாக அந்தக் குறிப்பேட்டில் கோட்சே எழுதியிருக்கிறார். அந்த பந்தோபந்த் வேறுயாருமில்லை. அது பட்கேதான். அந்த பட்கேவே இப்போது குற்றத்தை ஒப்புக்கொண்டு அரசுதரப்புக்கு ஆதரவான அப்ரூவராக மாறிவிட்டதால், பந்தோபந்த் என்றால் பட்கேதான் என்று அவர் காட்டிக்கொடுத்துவிட்டார். அதேபோல ஆப்தேவுக்கு பணம் கொடுத்ததாகவும், கோபாலுக்குக் கொடுத்ததாகவும், தானே கொஞ்சம் பணத்தை வைத்துக்கொண்டதாகவும்கூட கோட்சே அந்தக் குறிப்பேட்டில் எழுதியிருக்கிறார். அதற்கு முக்கியத்துவம் கொடுத்து குற்றப்பத்திரிகையில் கோடிட்டுக் காட்டப்பட்டிருக்கிறது. ஆக, காந்தியைக் கொல்வதற்கு ஒரு மிகப்பெரிய சதி நடந்ததற்கான ஆதாரமாக அந்தக் குறிப்பேடு மாறியிருக்கிறது” என்று நினைவுகூர்ந்தார் கோபால்[6].

நீதிமன்றத்திற்கு வெளியேவந்ததும், கோட்சேவின் இந்தத்தவறை சுட்டிக்காட்டி அவனது சககூட்டாளிகளே அவனைக் கடுமையாகத் திட்டினார்கள். அவர்கள் அனைவரும் கோட்சேவினால்தான் தாங்களும் மாட்டிக்கொண்டிருக்கிறோம் என்று கோட்சேவை சுற்றிவளைத்து கோபத்தை வெளிப்படுத்தியிருக்கின்றனர். குறிப்பேட்டில் அனைத்தையும் எழுதிவைப்பதை ஆப்தே எப்போதும் கண்டித்தே வந்திருக்கிறான். அந்தப் பழக்கத்தினால்தான் தற்போது குற்றவாளியாக சிக்கிக்கொண்டிருப்பதாக கோட்சேமீது ஆப்தே கடும் கோபத்தில் இருந்தான். ஆப்தேவுடைய கோபத்தின் வெளிப்பாட்டையும் அதற்கு கோட்சே கொடுத்த விளக்கத்தையும் கோபால் பின்னாளில் பதிவுசெய்திருக்கிறார்:

“நாம் இந்து இராஷ்டிரா பத்திரிகை நிறுவனத்திற்காக பணம் வசூல் செய்கிறோம். அதில் குறிப்பிட்ட அளவிற்கான பணத்தை நமக்காகவும் செலவு செய்துகொள்கிறோம். நாம் செய்த செலவுகள் குறித்து எந்தக் கணக்கும் வைத்துக்கொள்ளவில்லை என்றால், நம்முடைய நன்கொடையாளர்கள் கேட்டால் நம்முடைய தரப்பை விளக்கவே முடியாத சூழல் ஏற்படும்.”

என்று விளக்கமளித்திருக்கிறான் கோட்சே.

“என்ன சொல்லிவிடுவார்கள் நன்கொடையாளர்கள்? அதிகபட்சமாக நாம் பணத்தைக் கையாடல் செய்துவிட்டதாக சொல்வார்கள். அவ்வளவுதானே. சொல்லிவிட்டுப் போகட்டுமே. நாம் எப்படிப்பட்டவர்கள் என்பது நமக்கு நன்றாகவே தெரியும்.”

என்று சொல்லியிருக்கிறான் ஆப்தே.

“நாம் செய்யும் செலவுகளின்மூலம் எதையும் சாதிக்கமுடியாமல் போனால், அவர்களை நாம் எப்படி எதிர்கொள்ளமுடியும்? குறைந்தபட்சம் அதற்கான கணக்காவது வைத்திருந்தால் நம்முடைய நோக்கத்தையாவது விளக்கமுடியும்”

என்று பதிலளித்திருக்கிறான் கோட்சே[7].

அந்தக் குறிப்பேட்டை கொலைசெய்யும்போதும் எடுத்துக்கொண்டு போய் மற்றவர்களையும் சிக்கலில் மாட்டிவிட்டதற்காக கோபாலும் கோட்சேவைக் குற்றம்சொல்லியிருக்கிறார்.

“காந்தியைக் கொல்லும் இடத்திற்கும் அந்தக் குறிப்பேட்டை எடுத்துச்சென்று எங்கள் எல்லோருடைய வாழ்க்கையையும் கேள்விக்குறியாக்கிவிட்டார் கோட்சே. இந்தக் கொலையில் நேரடியாகத் தொடர்பில்லாதவர்கள்கூட, அந்தக் குறிப்பேட்டில் பெயர் இடம்பெற்றிருப்பதாலேயே தண்டிக்கப் படுவதற்கு வாய்ப்பிருக்கிறது. அதேபோல கொலையில் தொடர்புடையவர் களையும் எளிதாகக் கண்டுபித்து, வளைத்துப்பிடித்து வழக்கில் சேர்க்கப்படுவதற்கும் அந்த குறிப்பேடு உதவிவிட்டது. அதனால் அந்தக் குறிப்பேட்டை தன்னுடனேயே எடுத்துக்கொண்டு சுற்றிக்கொண்டிருந்தது, எந்தவகையிலும் நியாயப்படுத்தவே முடியாத பெரும்பிழை” என்று கோபால் கோட்சே குறிப்பிடுகிறார்[8].

தன்னுடைய பிழையினால் மற்றவர்களையும் சிக்கவைத்து விட்டோமே என்று உணர்வுப்பூர்வமாக கோட்சேவை அது பாதித்தது. அந்தக் குறிப்பேட்டில் எழுதப்பட்ட பெயர்களை வைத்துத்தான் அவனது கூட்டாளிகள் பலரையும் வழக்கிற்குள் அரசுதரப்பினால் கொண்டுவர முடிந்தது என்பது மறுப்பதற்கில்லை.

கோட்சேவின் குற்றவுணர்வும் இதனால் அதிகரித்தது. ஆப்தேவும் சாவர்க்கரும்தான் அவனுடைய வாழ்க்கையில் மிகமுக்கியமான மனிதர்களாக இருந்துவந்திருக்கின்றனர். அவர்கள் இருவரின் உதவியோடுதான் தனக்கென்று ஒரு அடையாளத்தை அவனால் உருவாக்கிக்கொள்ள முடிந்தது. அந்தவகையில் அவர்கள் இருவர் மீதான அவனுடைய உறவென்பது மனதுக்கு நெருக்கமானதாகவும் இருந்தது. அப்படியானவர்களை தன்னுடைய செய்கையால் காயப்படுத்தியது அவனை வெகுவாக பாதித்தது. அவனை அவர்கள் மிரட்டவில்லையென்றாலுமேகூட, அவர்களுடைய இந்த நிலைமைக்கு அவன்தான் காரணமென்று அழுத்தமாகக் கூறியதன் விளைவாக, தன்மீதான பழியைத் துடைக்கவேண்டிய கட்டாயத்திற்கு கோட்சே தள்ளப்பட்டான்.

இத்தகைய சூழலில் தன்னுடைய கூட்டாளிகளை காட்டிக்கொடுத்து சிக்கலில் மாட்டிவிட்டதை சரிசெய்ய வேண்டுமானால், சதித்திட்டம் தீட்டியெல்லாம் காந்தியைக் கொல்லவில்லை என்று நீதிமன்றத்தை நம்பவைப்பது மட்டும்தான் கோட்சேவுக்கு இருந்த ஒரே வழி. ஆக, காந்தியைக் கொல்வதென்பது தன்னுடைய தனிப்பட்ட முடிவென்றும், அதுகுறித்து யாரிடமும் எப்போதும் பகிர்ந்துகொண்டதே இல்லையென்றும் நீதிமன்றத்தில் சொல்வதே கோட்சேவின் திட்டமாகியது. அப்படிச் சொல்வதன்மூலம் ஆப்தேவையும் சாவர்க்கரையும் மட்டுமல்லாமல், கோபாலையும் காப்பாற்றிவிட வாய்ப்பிருக்கிறது. தானே முன்வந்து காந்தியைக் கொல்வதில் அனைத்தையும் செயல்படுத்தியதாகக் காட்டுவதன்மூலம், தன்னையொரு மாபெரும் நாயகனாகக் காட்டிக்கொள்வதற்கு எப்போதுமே துடித்துக்கொண்டிருந்த கோட்சேவின் ஆழ்மனது ஆசையும் நிறைவேறிவிடும். ஆனால், இத்தகைய ஒரு திட்டத்தை கோட்சேவே சிந்தித்து செயல்படுத்த முன்வந்தானா, அல்லது சாவர்க்கருக்கு விசுவாசமான வழக்கறிஞர்களால் முன்மொழியப்பட்டு கோட்சேவின் மனதில் திணிக்கப்பட்டதா என்பதைக் கண்டறிவதற்கான வழிகளேதும் நம்மிடம் இல்லை. வழக்கு நடைபெற்றபோது, அவர்களுக்குள்

நடந்த விவாதங்களையும் உரையாடல்களையும் அவர்கள் வெளியே காட்டிக்கொள்ளவே இல்லையென்பதால், பல உண்மைகள் அத்துடன் புதைக்கப்பட்டிருக்கும்.

எது எப்படியாகினும், சதித்திட்டம் தீட்டியதற்கு ஆதரவாக ஏராளமான ஆதாரங்கள் இருந்த சூழலில், அவற்றையெல்லாம் முறியடிப்பதென்பது எளிதாக சாத்தியமில்லை. அதற்கு சட்ட நுணுக்கங்களும் அதற்குள் ஓட்டைகள் இருக்கின்றனவா என்று கண்டறியும் திறனும் தேவைப்படும். கோட்சேவுக்கு மிகக்குறைவான அளவிற்கே இருந்த சட்ட அறிவையும், ஆங்கில அறிவையும் வைத்துக்கொண்டு அரசுதரப்பு வாதங்களை மறுத்து அடுக்கடுக்கான எதிர்க்கேள்விகளைக் கேட்பதெல்லாம் சாத்தியமே இல்லை. நீதிமன்றத்தில் கோட்சே வாசித்த மிகநீண்ட அறிக்கையை கோட்சேவே முழுமையாகத் தயாரிக்கவில்லை என்பதற்கான ஆதாரங்கள் இருக்கின்றன.

"நாதுராம் கோட்சேவின் வழக்கில், பேரிஸ்டர் பட்டம்பெற்ற பம்பாய் வழக்கறிஞரான ஜாம்னாதாஸ் மேத்தாதான் கோட்சே வாசித்த அறிக்கையை தயார்செய்வதில் முக்கியப் பங்காற்றினார்" என்று எதிர்தரப்பு வழக்கறிஞரான இனம்தார் தெரிவித்தார்[9]. ஜாம்னாதாஸ் மேத்தா ஒரு அதிதீவிர சாவர்க்கர் ஆதரவாளர் என்பதும், சாவர்க்கரைக் காப்பாற்றுவதற்காகவே கோட்சேவை அப்படியான அறிக்கையைத் தயார்செய்து நீதிமன்றத்தில் வாசிக்கவைத்தார் என்பதும் மறுக்கமுடியாத உண்மை.

அதே ஜாம்னாதாஸ் மேத்தாதான் சாவர்க்கரை 1937ஆம் ஆண்டில் ஆங்கிலேய அரசு விதித்த வீட்டுக்காவலில் இருந்து மீட்டுக்கொண்டுவந்தவர் என்பது குறிப்பிடத்தக்கது. காந்தி கொலைவழக்கில் இருந்தும் சாவர்க்கரை தப்பவைத்ததில் அதே ஜாம்னாதாஸ் மேத்தா மிகமுக்கியமான பங்காற்றினார்.

காந்தியைக் கொன்று ஏறத்தாழ ஒன்பது மாதங்கள் கழித்து, 1948ஆம் ஆண்டு நவம்பர் மாதம் 8ஆம் தேதியன்று, தன்னுடைய கூட்டாளிகள் சுட்டிக்காட்டிய 'தவறை'த் திருத்துவதற்கு முயற்சி செய்தான் கோட்சே. 150 பத்திகளைக் கொண்டு மிகநீண்ட அறிக்கையொன்றை நீதிமன்ற விசாரணை அறையில் ஐந்துமணி நேரமாக வாசித்தான். முழுக்க ஆங்கிலத்தில் எழுதப்பட்ட அந்த அறிக்கையின்படி, சாவர்க்கர், ஆப்தே உள்ளிட்ட

குற்றஞ்சாட்டப்பட்ட மற்ற அனைவரையும் காந்தி கொலையிலிருந்து விலக்கிவைப்பதே மைய நோக்கமாக இருந்தது.

“குற்றப்பத்திரிகையில் குறிப்பிடப்பட்டிருப்பதைப் போல, கொலை செய்வதற்காக எந்தவொரு சதித்திட்டமும் யாரும் தீட்டவே இல்லை என்பதை நான் தெரிவித்துக்கொள்கிறேன். அதேபோல இந்தக் கொலையில் குற்றஞ்சாட்டப்பட்ட மற்றவர்களின் எந்த உதவியையும் நான் நாடவே இல்லை. அவர்கள் யாருமே கொலையில் எனக்கு உடந்தையாக இருக்கவில்லை என்பதையும் சொல்லிக்கொள்கிறேன்” என்று அவன் வாசித்த அறிக்கையில் குறிப்பிட்டிருந்தான்[10].

சாவர்க்கரின் வழிகாட்டுதலின் பேரில்தான் செயல்பட்டதாக அரசுதரப்பு வழக்கறிஞர் தன்மீது வைத்த குற்றச்சாட்டையும் அவன் மறுத்தான்.

“இந்த பொய்யான குற்றச்சாட்டை நான் கடுமையாக எதிர்க்கிறேன். மேலும், மற்றவர்களின் உதவியைப் பெற்றுத்தான் கொலைசெய்யமுடியும் என்று சொல்வதென்பதை, என்னுடைய அறிவையும் திறமையையும் அவமானப்படுத்துவதற்கு இணையாகத்தான் நான் பார்க்கிறேன்” என்று கோட்சே தெரிவித்தான்[11]. மேலும் தன்னுடைய கடந்தகாலம் குறித்து பேசுகையில், காந்தியைக் கொல்வதற்கு முன்பே ஆர்.எஸ்.எஸ். இயக்கத்திலிருந்து வெளியேறிவிட்டதாகவும் குறிப்பிட்டிருந்தான்[12].

காவல்துறை விசாரணையின்போது அவன் தெரிவித்ததும், நாக்பூரில் இருக்கும் ஆர்.எஸ்.எஸ். தலைமையகத்தில் இருந்து பறிமுதல் செய்யப்பட்ட ஆவணங்கள் சொல்வதும், நீதிமன்றத்தில் வாக்குமூலம் என்கிற பெயரில் கோட்சே பேசியதும் முற்றிலுமாக மாறுபட்டிருந்தன. அதுகுறித்து பின்னாளில் கோபால் கோட்சே தெரிவிக்கையில்,

“காந்தியைக் கொன்றபிறகு கோல்வால்கரும் ஆர்.எஸ்.எஸ். இயக்கமும் பெரிய சிக்கலில் இருந்தபடியால், கோட்சே அவ்வாறு பொய் சொல்ல வேண்டியிருந்தது. மற்றபடி ஆர்.எஸ்.எஸ். இயக்கத்திலிருந்து கோட்சே எப்போதும் வெளியேறவில்லை” என்று குறிப்பிட்டு எழுதியிருக்கிறார்[13].

ஆக, நீதிமன்றத்தில் கோட்சே வாசித்த அறிக்கையென்பது உண்மையல்லாத மலிவான தந்திரம் என்பதைத்தாண்டி

வேறொன்றுமில்லை. இந்துக்களைக் காக்கவந்த மீட்பரைப்போல தன்னைக்காட்டிக்கொண்டே தன்னுடைய உரையை நிகழ்த்தினான். வழக்கில் அதுவரை முன்வைக்கப்பட்டு நிரூபிக்கப்பட்ட பெரும்பாலான உண்மைத் தரவுகளை வெறும் வாய்வார்த்தைகளால் நிராகரித்துவிட்டு, காந்தியைக் கொன்றது சரியானதொரு செயல்தான் என்று நியாயப்படுத்தும் வகையிலேயே முழுமையாக எழுதிக்கொண்டுவந்து நீதிமன்றத்தில் வாசித்தான். காந்தியால் இந்துக்கள் அழிவதைத்தடுக்க, தனக்கு இதைத்தவிர வேறு வழியேதும் தெரியவில்லை என்று தன்னையொரு தியாகியைப் போல முன்னிறுத்த முயற்சி செய்துகொண்டிருந்தான்.

"நானும் திருவாளர் ஆப்தேவும் துப்பாக்கி வாங்குவதற்காக ஒன்றாக குவாலியர் சென்றதாக வைக்கப்பட்ட குற்றச்சாட்டை நான் முழுவதுமாக மறுக்கிறேன். அதுபோன்ற துப்பாக்கிகள் எல்லாம் சர்வசாதாரணமாக கள்ளச்சந்தையில் எங்கும் கிடைக்கின்றன. நான் விரக்தியோடு டெல்லிக்கு சென்றிருந்தபோது, அங்கிருந்த அகதிகள் முகாமைப் பார்த்தேன். அந்த அகதிகள் முகாமில் நடந்துகொண்டிருக்கையில், காந்தியைக் கொல்வதென்கிற முடிவினை எடுத்தேன்.

> அப்போது தற்செயலாக ஆயுதம் விற்பனை செய்யும் ஒரு அகதியைப் பார்க்க நேரிட்டது. அவர் என்னிடம் ஒரு துப்பாக்கியைக் காட்டினார். அதனை வாங்குவதற்கு என்னுடைய மனம் துடித்தது. அதனால் யோசிக்காமல் உடனடியாக அந்தத் துப்பாக்கியை வாங்கிவிட்டேன். ஜனவரி 29ஆம் தேதியன்று டெல்லி இரயில்வே நிலையத்திற்கு வந்தவுடன் அன்று இரவு முழுக்கவே யோசித்துக்கொண்டே இருந்தேன். இந்த சூழலை சரிசெய்யவும், இந்துக்கள் தொடர்ந்து அழிந்துகொண்டே இருப்பதைத் தடுப்பதற்கும் ஒரு முற்றுப்புள்ளி வைத்தே ஆகவேண்டும் என்கிற முடிவுக்கு வந்தேன். அகதி முகாமில் வாங்கிய துப்பாக்கியைப் பயன்படுத்தித்தான் நான் காந்தியைக் கொன்றேன்[14].

தன்னை இந்துக்களின் அசைக்கமுடியாத ஒற்றை நாயகனாகக் காட்டிக்கொள்வதற்காக, உண்மைத் தரவுகளைப் புறந்தள்ளிபடியே அந்த உரைமுழுக்க பொய்களைப் பரப்பியிருந்தான் கோட்சே.

"இன்றைக்கு எல்லா திசைகளில் இருந்தும் வருகிற எதிர்ப்பினால்கூட, தர்மத்தின் பக்கம் நின்றுதான் இக்கொலையைச் செய்தேன் என்கிற

என்னுடைய நம்பிக்கையை அசைத்துப்பார்க்க முடியவில்லை. என்னுடைய செய்கையை நேர்மையான வரலாற்று ஆசிரியர்கள் எடைபோட்டுப் பார்த்தார்களென்றால் என்றைக்காவது ஒருநாள் அதன் உண்மையான நோக்கத்தையும் உயரிய மதிப்பையும் கண்டறிவார்கள்" என்று தன்னுடைய உரையின் கடைசி பத்தியை வாசிக்கும்போது கோட்சே குறிப்பிட்டான்[15].

கோட்சே வாசித்த வாக்குமூலத்தைப் பார்த்தால் ஆங்கிலத்தில் கைதேர்ந்தவனாக அவனை நினைக்கத் தோன்றும். ஆனால் அவனுக்கு அந்தளவுக்கு ஆங்கிலப்புலமை கிடையாது. காந்தி கொல்லப்படுவதற்கு முன்பிருந்தே அவனை அறிந்தவர்களுக்கு அவன் வாசித்த அறிக்கை நிச்சயமாக ஆச்சர்யத்தைக் கொடுத்திருக்கும். 'காந்தியைக் கொன்றவரின் அறிக்கையை எடுத்து வாசித்துபார்த்தபோது நான் ஆச்சர்யப்பட்டுப் போனேன்' என்று எழுத்தாளர் தபன் கோஷிடம் ஒரு நேர்காணலில் வி.ஜி. தேஷ்பாண்டே தெரிவித்தார். ஒருமுறை பம்பாயில் சியாமா பிரசாத் முகர்ஜி தலைமையில் இந்துமகாசபை மாநாட்டுக் கூட்டம் நடைபெற்றதை வி.ஜி.தேஷ்பாண்டே நினைவுகூர்ந்தார்.

"இந்துமகாசபையின் இருகுழுக்களுடைய பிரதிநிதிகள் அன்றைக்கு சியாமா பிரசாத் முகர்ஜியை சந்தித்தனர். ஒரு பிரச்சனை தொடர்பாக அதிருப்தியில் இருந்த குழுவின் பிரதிநிதியாக நாதுராம் கோட்சே இருந்தார். அப்போது விவாதங்கள் ஆங்கிலத்தில் நடைபெற்றன. அப்போது நாதுராம் கோட்சேவை அவரது தரப்பு நியாயத்தை ஆங்கிலத்தில் பேச அழைத்தார்கள். அவர் எழுந்துநின்று ஆங்கிலத்தில் பேசத்துவங்கினார். அவரால் ஒருநிமிடம் கூட தொடர்ச்சியாகப் பேசமுடியவில்லை. ஆங்கிலத்தில் மிக எளிமையான வாக்கியத்தைக்கூட அவரால் சரியாகப் பேசமுடியவில்லை. அதனால் அதற்குமேல் பேசாமல் அவருடைய இருக்கையில் அமர்ந்துவிட்டார். அவருக்கு ஆங்கிலம் சரளமாக வராது என்பதுதான் முக்கியமான காரணம்" என்றார் வி.ஜி. தேஷ்பாண்டே[16].

1949ஆம் ஆண்டு பிப்ரவரி மாதம் 10ஆம் தேதியன்று தீர்ப்பு வழங்கப்பட்டபோது, கோட்சேவின் அறிக்கையிலும் எதிர்தரப்பு வழக்கறிஞர்கள் முன்வைத்த வாதங்களிலும் சொல்லப்பட்ட பெரும்பாலானவற்றை நீதிமன்றம் ஏற்கவே இல்லை என்பது தெளிவாகத் தெரிந்தது.

“மகாத்மா காந்தியைக் கொல்வதற்கு சதித்திட்டம் தீட்டப்பட்டதை தகுந்த ஆதாரங்களுடன் மிகத்தெளிவாக இந்த நீதிமன்றத்தில் நிரூபிக்கப்பட்டுள்ளது. 1948ஆம் ஆண்டு ஜனவரி மாதத்தின் துவக்கத்தில் இருந்தே கொலை செய்வதற்கான சதியை திட்டமிட்டே செய்திருக்கிறார்கள் என்பதும் ஜனவரி 30ஆம் தேதி வரையிலும் அது தொடர்ந்திருக்கிறது என்பதும் தெளிவாகவே தெரிகிறது” என்றார் நீதிபதி.

“பூனா, பம்பாய், டெல்லி, குவாலியர் உள்ளிட்ட பல பகுதிகளில் சதித்திட்டம் தீட்டியிருக்கிறார்கள். நாதுராம் வி. கோட்சே, நாராயண் டி. ஆப்தே, விஷ்ணு ஆர். கர்க்கரே, மதன்லால் கே. பக்வா, சங்கர் கிஸ்தய்யா, கோபால் வி. கோட்சே, மற்றும் தத்தாத்ரேயா எஸ். பர்ச்சுரே ஆகியோருடன் திகம்பர் ஆர். பட்கேவும் இணைந்து சதித்திட்டத்தில் பங்கெடுத்த சதிகாரர்கள் என்பது நிரூபணமாகி இருக்கிறது. இவர்கள் வெவ்வேறு நேரங்களில் வெவ்வேறு இடங்களில் சதியில் பங்கெடுத்திருக்கிறார்கள்” என்றார் நீதிபதி[17].

கோட்சேவுக்கும் ஆப்தேவுக்கும் மரணதண்டனை விதித்து தீர்ப்பு வழங்கப்பட்டது. சாவர்க்கர் தவிர மற்ற அனைவருக்கும் ஆயுள் தண்டனை வழங்கப்பட்டது. கொலைக்கான திட்டமிடலிலும் சதிவேலைகளிலும் சாவர்க்கர் நேரடியாகப் பங்கேற்றதைப் பார்த்த சாட்சியேதும் இல்லையென்று சொல்லி, சாவர்க்கர் விடுதலை செய்யப்பட்டார். சதிவேலை செய்தவர்களுக்கு ஆசிவழங்கி அனுப்பிவைத்தற்கும் சாட்சியில்லை என்று நீதிமன்றம் சொல்லிவிட்டது. நீதிமன்றத்தை நம்பவைப்பதில் சாவர்க்கர் வெற்றிபெற்றார். அப்ரூவராக மாறிய பட்கேவே, காந்தியைக் கொல்லும் சதித்திட்டத்தில் சாவர்க்கருக்கு பங்குண்டு என்று வாக்குமூலம் அளித்திருந்தபோதும், பட்கேவின் சாட்சியத்தை உறுதிசெய்வதற்கான மற்றொரு சாட்சியத்தையோ ஆதாரத்தையோ அரசுதரப்பினால் சமர்ப்பிக்கமுடியாமல் போனதால், சாவர்க்கர் தப்பிவிட்டார்.

தன்மீது ஒரு மிகப்பெரிய அனுதாப அலை உருவாகிவிடும் என்று கோட்சே காத்துக்கொண்டே இருந்தான். நீதிமன்றத் தீர்ப்பு வெளியானபோதுகூட அவன் எதிர்ப்பார்த்தது நடக்கவில்லை. ஒரு பரிதாபப்பார்வை உருவாகிவிட்டால், தண்டனையில் இருந்து தப்பித்துவிடலாம் என்பது அவனது எதிர்பார்ப்பாக இருந்தது. தன்மீது சாவர்க்கருக்கு ஏற்பட்ட கோபத்தைக்கூட

கோட்சேவால் சரிசெய்யமுடியவில்லை. செங்கோட்டைச் சிறையில் சாவர்க்கர் இருந்த கடைசி நிமிடங்களில்கூட கோட்சேவிடம் சாவர்க்கர் பேசவே இல்லை. நீதிமன்றத்தில் கோட்சே வாசித்த வாக்குமூலத்தைக் கேட்டபிறகாவது, குறிப்பேட்டில் சாவர்க்கர் பெயரை எழுதிய 'பிழையை' சாவர்க்கர் மன்னித்துவிடுவார் என்று கோட்சே எதிர்பார்த்துக் காத்திருந்தான். ஆனால் சாவர்க்கர் தொடர்ந்து கோட்சேவைப் புறக்கணித்தார். கோட்சேவின் மனது மோசமாக பாதிக்கப்பட்டது. ஏற்கனவே ஆர்.எஸ்.எஸ். அமைப்பும் கோட்சேவைக் கைவிட்டுவிட்டது. சாவர்க்கரும் கைவிட்டது அவனுக்கு மிகப்பெரிய வலியாக மாறியது. தனக்கு ஏற்பட்டிருக்கும் மனவேதனையை அவனால் மறைக்கமுடியவில்லை. எதிர்தரப்பு வழக்கறிஞர்களில் ஒருவரான இனம்தாரிடம்தான் சொல்லி அவன் அழுதான்.

கோட்சேவுடன் சேர்த்து குற்றஞ்சாட்டப்பட்டவர்களுக்கு ஆதரவாக வழக்கறிஞர் குழுவொன்று காந்தி கொலைவழக்கில் களமிறங்கி இருந்தது. அவர்களில் இனம்தார் மட்டும்தான் மற்ற அனைத்து வழக்கறிஞர்களில் இருந்தும் கொஞ்சம் மாறுபட்டவராக இருந்தார். எல்.பி.போபத்கர் என்கிற வழக்கறிஞரால் தேர்ந்தெடுக்கப்படாத ஒரே வழக்கறிஞர் இனம்தார்தான். குற்றஞ்சாட்டப்பட்ட பர்ச்சுரேவுக்கு ஆதரவாக வாதாடுவதற்காக குவாலியரில் இருந்து அவரது மனைவியால் நியமிக்கப்பட்டவர்தான் இனம்தார். தன்னுடைய குழுவைச் சேராதவர் என்பதாலேயே இனம்தாரை சேர்த்துக்கொள்ளாமல் அவமானப்படுத்திக்கொண்டே இருந்தார் எல்.பி.போபத்கர். ஒருவகையில் குற்றஞ்சாட்டப்பட்ட தன்னுடைய கூட்டாளிகளிடம் இருந்து கோட்சேவும், வாதாடவந்த வழக்கறிஞர்களில் இருந்து இனம்தாரும் ஒதுக்கப்பட்டதனால், அவர்கள் இருவரும் நெருக்கமாகினர்.

நீதமன்ற விசாரணை துவங்கியபோது கோட்சேவைப் பற்றி இனம்தாருக்கு பெரிதாக எதுவும் தெரியாது. "கோட்சே ஒரு தீவிரமான ஆர்.எஸ்.எஸ். விசுவாசி" என்று கோட்சேவைப்பற்றி இனம்தாரிடம் ஒரு அறிமுகத்தைக் கொடுத்திருந்தார் பர்ச்சுரே[18]. ஆனால் கோட்சேவுடன் வெகுவிரைவிலேயே மிகவும் நெருக்கமாகிவிட்டார் இனம்தார். அவர்கள் இருவரும் பலமணி நேரங்கள் ஒன்றாக பொழுதைக் கழித்தனர்.

"நீதிமன்ற விசாரணை நடந்த காலகட்டம் முழுவதிலுமே கோட்சேவுக்கு அருகிலேயே அமர்ந்திருந்தபோதும், கோட்சேவின்

பக்கமாக தலையைக்கூட சாவர்க்கர் திருப்பவே இல்லை. நாதுராம் கோட்சேவிடம் நான் பேசியபோதெல்லாம் இதையே மீண்டும்மீண்டும் குறிப்பிட்டு அவர் வருத்தப்பட்டுக்கொண்டே இருந்தார். மிகவும் தெளிவாகவே திட்டமிட்டுதான் கோட்சேவை வழக்கு முடியும்வரையிலும் சந்திப்பதையோ பேசுவதையோ அல்லது வெறுமனே கண்ணால் பார்ப்பதையோகூட தவிர்த்து வந்திருக்கிறார் சாவர்க்கர். நீதிமன்றத்தில் வழக்கு விசாரணை நடந்தபோதும் அதேதான். செங்கோட்டைச் சிறையில் அடைக்கப்பட்டபோதும் அதேதான். தன்னை ஒருமுறை கையால் தொட்டோ, ஒரேயொரு வார்த்தையால் அனுதாபத்தை வெளிப்படுத்தவோ அல்லது அன்பாக ஒரு இரக்கப்பார்வையாவது பார்க்கவோ மாட்டாரா என்று கோட்சே ஏங்காத நாளில்லை. சிம்லா நீதிமன்றத்தில் கோட்சேவை நான் கடைசியாக சந்தித்தபோதுகூட, எந்தளவுக்கு தன்னுடைய மனம் புண்பட்டிருக்கிறது என்பதுகுறித்து என்னிடம் தெவித்தார் கோட்சே" என்று பின்னாளில் இனம்தார் குறிப்பிட்டு எழுதியிருக்கிறார்[19].

"இந்த வழக்கில் சாவர்க்கரை சேர்த்திருந்த அரசுதரப்பு வழக்கறிஞர்களைக் கண்டித்து சாவர்க்கருக்கு ஆதரவாக மிகநீண்ட அறிக்கையை கோட்சே வாசித்துக்கொண்டிருந்தபோதுகூட, அப்படியே கற்சிலை போல கோட்சேவைப் பார்க்காமலேயே வேறெங்கோ பார்த்துக்கொண்டு நாற்காலியில் அமர்ந்திருந்தார் சாவர்க்கர்" என்று இனம்தார் குறிப்பிடுகிறார்[20]. இத்தனை ஆண்டுகளாக நாம் பார்த்த சாவர்க்கர் இவரில்லையே என்று அதிர்ச்சியோடு பார்த்துக்கொண்டிருந்தான் கோட்சே. தன்னை எல்லாவகையிலும் தந்தையின் இடத்தில் இருந்து வழிநடத்தியவராகத்தான் சாவர்க்கரை அவன் பார்த்தான். அதனால்தான் திடீரென்று வழக்கு விசாரணை துவங்கியதிலிருந்து சாவர்க்கர் தன்னை ஒதுக்கியதை கோட்சேவால் தாங்கிக்கொள்ளவே முடியவில்லை. 1948 ஆண்டு செப்டம்பர் மாதத்தில் சாவர்க்கரை இனம்தார் தனியாக சந்தித்தார். அப்போதும்கூட தன்னுடைய வழக்கு குறித்து மட்டுமே சாவர்க்கர் அக்கறை கொண்டிருந்தாரேயொழிய, வேறு யார்குறித்தும் அவருக்குக் கவலை இருக்கவில்லை.

"தன்னை விடுவித்துவிடுவார்களா என்றுமட்டுமே திரும்பத்திரும்ப என்னிடம் கேட்டுக்கொண்டிருந்தார். அவருடைய விடுதலைக்கு நான் உத்தரவாதம் கொடுக்க

வேண்டுமென்றும் அவர் விருப்பப்பட்டார்" என்றார் இனம்தார். அந்த முழுசந்திப்பின்போதும், கோட்சே குறித்தோ அல்லது குற்றஞ்சாட்டப்பட்ட மற்றவர்கள் குறித்தோ ஒரேயொரு கேள்விகூட சாவர்க்கர் கேட்கவே இல்லையென்று இனம்தார் அதிர்ச்சியோடு குறிப்பெழுதி வைத்திருக்கிறார்[21].

சாவர்க்கரை சந்திப்பதற்கு முன்பு எப்போதும் அமைதியாக ஒரு ஓரமாக உட்கார்ந்திருக்கும் மனிதனாக இருந்ததைப் போல மீண்டும் கோட்சே மாறிவிட்டான். சாவர்க்கரின் புறக்கணிப்பு அவனது மனதின் ஆழம்வரையிலும் சென்று பாதித்துவிட்டிருந்தது.

1949ஆம் ஆண்டு பிப்ரவரி 10ஆம் தேதியன்று மதியம் 2 மணியளவில் தீர்ப்பு வழங்கப்பட்டதும், செங்கோட்டைச் சிறையிலேயே கோட்சே மீண்டும் அடைக்கப்பட்டான். கோட்சேவும் மற்றவர்களும் இனிமேல் குற்றஞ்சாட்டப்பட்டவர்கள் என்கிற அடையாளம் கொண்டவர்களல்ல. தீர்ப்பும் தண்டனையும் வழங்கப்பட்டுவிட்டதால் அவர்கள் தண்டனைக் கைதிகள். கோட்சேவுக்கும் ஆப்தேவுக்கும் மரண தண்டனை விதிக்கப்பட்டுவிட்டதால், அவர்கள் இருவர் மட்டும் பெரியதொரு சுவருக்குப் பின்னால் இரண்டு தனியறைகளில் அடைக்கப்பட்டனர். அதுவரையிலும் அந்த அறைகளில் பட்கேவும் சங்கரும்தான் அடைக்கப்பட்டிருந்தனர். இப்போது அவை கோட்சேவையும் ஆப்தேவையும் அடைப்பதற்கு தயார்செய்யப்பட்டன. அன்று மாலையில் கைதிகளுக்கென்றே ஒதுக்கப்படுகிற புதிய ஆடைகளும், படுக்கைவிரிப்புகளும், பாத்திரங்களும் வழங்கப்பட்டன. அந்த அறைகளில் ஏற்கனவே இருந்த கட்டில்களும் மேசைகளும் நீக்கப்பட்டன.

"அதிகாரிகளும் மாறவில்லை, நாங்களும் மாறவில்லை, இடமும் மாறவில்லை. ஆனால், எங்களுக்கு விதிக்கப்பட்டிருந்த சட்டதிட்டங்கள் மட்டும் தீர்ப்பு வழங்குவதற்கு முன்பிருந்ததில் இருந்து மாற்றம் பெற்றன. நேற்று குற்றஞ்சாட்டப்பட்டவராக இருந்த நாங்கள் இன்றைக்கு குற்றாவாளிகள் ஆனோம்" என்று நினைவுகூர்ந்தார் கோபால்[22].

அதன்பிறகு தீர்ப்பை எதிர்த்து மேல்முறையீடு செய்யும் பணி துவங்கியது. கோட்சே அதில் பரபரப்பாகிவிட்டான். மேல்முறையீடு செய்வதற்கு பதினைந்து நாட்கள் அவகாசம்

கொடுத்திருப்பதை சிறப்பு நீதிமன்றத்தில் தீர்ப்பு வழங்கியபோதே நீதிபதி அறிவித்துவிட்டார். தீர்ப்பு வழங்கப்பட்ட நான்கு நாட்களில், 1949ஆம் ஆண்டு பிப்ரவரி 22ஆம் தேதியன்று, சிம்லாவிலிருந்த கிழக்கு பஞ்சாப் உயர்நீதிமன்றத்தில் மேல்முறையீட்டு மனுவைத் தாக்கல் செய்தனர்[23].

காந்தி கொலைக்கு தானொருவன் மட்டுமே காரணமென்று ஏற்கனவே விசாரணை நீதிமன்றத்தில் தெரிவித்துவிட்டதால், அதே புள்ளியில் அப்படியே ஒப்புக்கொண்டுதான் மேல்முறையீட்டு மனுவிலும் எழுதியிருந்தான் கோட்சே. அவனுடைய திட்டத்தில் மாறுதலேதும் இல்லை. தன்மீது அனுதாபத்தை உருவாக்குவதும், ஆப்தேவுக்கும் கோபாலுக்கும் வழங்கப்பட்ட தண்டனைகளைக் குறைக்கச் செய்வதும்தான் கோட்சேவின் நோக்கமாக இருந்தது. அதனால் கொலையை செய்யவில்லை என்றோ, தனக்கு வழங்கப்பட்ட மரணதண்டனையை குறைக்கச்சொல்லியோ கோட்சே வேண்டுகோள் விடுக்கவில்லை. கொலை செய்வதற்காக சதித்திட்டம் தீட்டியதாக விசாரணை நீதிமன்றத்தில் நிரூபிக்கப்பட்டதை தகர்ப்பது குறித்து மட்டுமே கவனம் செலுத்தினான் கோட்சே.

இரண்டு மாதங்களுக்குப் பிறகு கிழக்கு பஞ்சாபின் அம்பாலாவில் இருக்கும் மத்திய சிறைச்சாலைக்கு கோட்சேவும் மற்ற குற்றவாளிகளும் மாற்றப்பட்டனர். உயர்நீதிமன்றத்தில் மேல்முறையீடு துவங்குவதற்கு சிலவாரங்களுக்கு முன்னர் இந்த இடமாற்றம் செய்யப்பட்டது.

“கொலைக்குற்றத்திற்காக மரணதண்டனை பெற்றவர்கள் என்பதால், சட்டப்படி சங்கிலியால் முழுவதுமாகக் பிணைக்கப்பட்டுதான் கோட்சேவும் ஆப்தேவும் கொண்டுசெல்லப்பட்டனர். அம்பாலா சிறைச்சாலையை அடைந்ததும், பிணைகளில் இருந்து அவர்கள் விடுவிக்கப்பட்டனர். நாதுராமும் ஆப்தேவும் மரணதண்டனைக் கைதிகளுக்காக ஒதுக்கப்பட்டிருந்த அறைகளுக்கு கொண்டுசெல்லப்பட்டனர். நாங்கள் அனைவரும் எங்களுக்கென்று ஒதுக்கப்பட்ட மற்ற அறைகளுக்கு அழைத்துச்செல்லப்பட்டோம்” என்று நினைவுகூர்ந்தார் கோபால்[24].

கோட்சே அடைக்கப்பட்டிருந்த தனிச்சிறையின் அளவு எட்டு அடிக்கு ஆறடியாக இருந்தது. நடைபாதையைப் போன்ற தரையையும் கற்களாலான சுவரும் கொண்ட அறை அது. சுமார்

ஒன்றரை சதுர அடியளவிற்கான இரும்புக்கம்பிகளால் செய்யப்பட்ட காற்றோட்டி என்றழைக்கப்படும் வென்டிலேட்டரும் இருந்தது. இரும்புக்கம்பிகளும் மரக்கட்டையும் சேர்த்து அமைக்கப்பட்டிருந்த ஒரு கதவினால் அந்த அறை மூடப்பட்டிருந்தது. அந்த கதவுக்கு வெளியே மற்றொரு அடுக்குப் பாதுகாப்பாக சிறிய அறைக்கான இடம்விடப்பட்டு, மீண்டும் முழுக்கமுழுக்க இரும்பினால் செய்யப்பட்ட கதவு இருந்தது. அந்த அறைக்கு வெளியே ஆயுதம் ஏந்திய காவலர் ஒருவர் இருபத்தி நான்கு மணிநேரமும் காவலுக்கு நின்றுகொண்டிருந்தார்.

ஐந்து அடிக்கு மூன்றடி என்கிற அளவிலான ஒரு கட்டிலும், ஒரு போர்வையும், ஒரு படுக்கை விரிப்பும் அந்த அறையில் போடப்பட்டிருந்தன. ஒரு நாற்காலியும் ஒரு சிறிய மேசையும் ஒருமூலையில் வைக்கப்பட்டிருந்தன. அந்த அறையின் மற்றொரு மூலையில் கழிவறை இருக்கை இருந்தது. ஒரு நாளைக்கு இரண்டுமுறை மட்டுமே சிறை அறையிலிருந்து குளிப்பதற்கும் வெளிக்காற்றை சுவாசிப்பதற்கும் வெளியே அழைத்துச் செல்லப்படுவான். மற்ற நேரம் முழுவதும் சிறை அறைக்குள்ளேயேதான் இருக்க வேண்டும்[25].

ஏப்ரல் 27ஆம் தேதியன்று, மேல்முறையீட்டு விசாரணை துவங்குவதற்கு முன்னர், கோட்சேவை சந்திக்க அவனது சிறை அறைக்கு இனம்தார் சென்றார். உயர்நீதிமன்றத்தில் வழக்கறிஞர் இல்லாமலே தனக்குத்தானே வாதாட அவனுக்கு அனுமதி வழங்கப்பட்டிருப்பதாகவும் வழக்கின் தீர்ப்பு உள்ளிட்ட ஆவணங்களைப் பார்த்து குறிப்பெடுத்து வைத்திருப்பதாகவும் இனம்தாரிடம் கோட்சே கூறியிருக்கிறான்.

"உயர்நீதிமன்றத்தில் பின்பற்றவேண்டிய வழக்கமான நடைமுறைகளை கோட்சேவுக்கு நான் சொல்லிக்கொடுத்தேன். நீதிபதிகளை 'மை லார்ட்ஸ்' என்று அழைக்கவேண்டும் என்றும், வாதத்தைத் துவங்கும்போது 'மே இட் ப்ளீஸ் யுவர் லார்ட்ஷிப்' என்றும் சொல்லவேண்டும் என அவருக்கு சொல்லிக்கொடுத்தேன். வழக்கு குறித்து சுமார் இரண்டரை மணி நேரம் நாங்கள் விவாதித்தோம்" என்று இனம்தார் குறிப்பிட்டு எழுதியிருக்கிறார்[26].

1949ஆம் ஆண்டு மே மாதம் 2ஆம் தேதியன்று மூன்று நீதிபதிகள் அமர்வின் முன்பு காந்தி கொலைவழக்கின் மேல்முறையீடு விசாரணைக்கு வந்தது. அம்பாலா சிறையில் இருந்து சிம்லா

சிறைக்கு மாறி, தன்னுடைய வழக்கில் தனக்காக தானே வாதாடப்போவதால், கோட்சேவுக்கு கூடுதலாக சில வசதிகளும் கிடைத்தன. மலைநகரமான சிம்லாவில் விசாரணைக்கு ஏற்றவாறு அவனுக்கென்றே தற்காலிகமாக உருவாக்கப்பட்ட சிறை அறையில்தான் அவன் தங்கவைக்கப்பட்டான். கோட்சேவை சந்திக்க இனம்தார் அடிக்கடி அங்கு சென்றுவந்தார்.

"காவல்துறையின் வீட்டுக்காவலர் அலுவலகமும் குடியிருப்புமாக இருந்த இடத்தைத்தான் கோட்சே தங்குவதற்காக ஏற்பாடு செய்திருந்தார்கள். பனிரெண்டு அடிக்கு பத்து அடி என்கிற அளவிலான அறையில் படுக்கை விரிப்புகளும், கொசு வலையும், நாற்காலியும், மின்விளக்குடன் கூடிய சிறிய மேசையும், டீப்பாயும் அந்த அறையில் வைக்கப்பட்டிருந்தன. நல்ல வெளிச்சத்துடனும் காற்றுடனும் அந்த அறை இருந்தது. சன்னல்களுக்கு திரைச்சீலைகள் போடப்பட்டிருந்தன" என்று நினைவுகூர்ந்தார் இனம்தார்[27].

வழக்கின் மேல்முறையீட்டு விசாரணை துவங்கிய மூன்று நாட்களில் கோட்சேவின் வாதங்கள் துவங்கின. மே 5ஆம் தேதியன்று துவங்கி, இடைவிடாமல் அடுத்த ஆறு நாட்களுக்கு கோட்சே தன்னுடைய வாதங்களை முன்வைத்து மே 12ஆம் தேதியன்று முடித்தான்.

"விசாரணை நீதிமன்றத்தில் முன்வைத்த வாதங்களை மீண்டும் எங்களின் முன்பேயும் முன்வைத்தார். விசாரணை நீதிமன்றத்தில் சொல்லாமல் விட்டதாக குறித்துவைத்த வாதங்களையும் அவர் மேல்முறையீட்டு விசாரணையின்போது முன்வைத்தார்" என்று மேல்முறையீட்டு வழக்கு விசாரணையை விசாரித்த மூன்று நீதிபதிகளில் ஒருவரான ஜே.டி.கோஸ்லா பின்னாளில் அதுகுறித்து குறிப்பிட்டு எழுதியிருக்கிறார்[28].

நீதிமன்ற விசாரணையின்போது கோட்சே வாசித்த உரையின்மூலம் அங்கு கூடியிருந்த பார்வையாளர்களைக் கவர்ந்திருக்கக் கூடும்.

"ஆனால் கோட்சேவின் மையநோக்கம் அதுமட்டுமேவாக இருந்திருக்க வாய்ப்பில்லை. தன்னை எதற்கும் அஞ்சாத தேசப்பற்றாளனாகவும் இந்துத்துவ தத்துவத்தின் நாயகனாகவும் இந்த தேசத்திற்கே வெளிக்காட்டுவதுதான் கோட்சேவின் குறிக்கோளாக இருந்திருக்கும்" என்கிறார் அந்த வழக்கை விசாரித்து தீர்ப்பளித்த நீதிபதியான கோஸ்லா[29].

நீதிமன்றத்தில் தன்னுடைய வாதத்தை முன்வைத்தபோது, வழக்கு தொடர்பாக பேசுவதற்கு பதிலாக, இந்துதர்மத்தின்படி ஒரு மனிதனின் கடமைகள் என்னவென்றெல்லாம் கோட்சே பேசிக்கொண்டிருந்தான். அதற்கு வரலாற்றிலிருந்து உதாரணங்களையெல்லாம் சுட்டிக்காட்டிவிட்டு, தங்களுடைய தாய்நாட்டைப் பாதுகாப்பதற்காக சொந்த வாழ்க்கையையும் உயிரையும் தியாகம் செய்வதற்கு இந்துக்கள் தயாராக இருக்க வேண்டும் என்று நீதிமன்ற வாதத்தின்போது கோரிக்கையெல்லாம் வைத்துக்கொண்டிருந்தான்[30].

"ஏதோவொரு மேடைநாடகத்தையோ அல்லது ஆலிவுட் படத்தின் ஒரு காட்சியையோ பார்த்துக்கொண்டிருப்பதைப் போலத்தான் எனக்கு அப்போது இருந்தது. இந்த வழக்கிற்கு கொஞ்சமும் தொடர்பில்லாமல் அவர் பேசிக்கொண்டிருப்பதை ஓரிருமுறை நான் தலையிட்டு சுட்டிக்காட்டினேன். ஆனால் அந்த வழக்கில் தீர்ப்பு வழங்குவதற்கு என்னுடன் இணைந்திருந்த மற்ற இருநீதிபதிகளும் கோட்சேவின் பேச்சில் மயங்கி அதைக் கேட்பதற்கு ஆவலாகிவிட்டனர். அதேபோல மிகநீண்ட விசாரணையாக இருந்துவந்த அந்த வழக்கில் கோட்சேவின் நாடகத்தன்மை மிகுந்த பேச்சுதான் பார்ப்பதற்கு சுவாரசியமாக இருப்பதாக பார்வையாளர்களும் கருதினர்" என்று குறிப்பிட்டு எழுதியிருக்கிறார் நீதிபதி கோஸ்லா.

இறுதியாக மனசாட்சியையும் அறத்தையும் ஓரமாக கழட்டிவைத்துவிட்டு மற்ற நீதிபதிகளைப் போலவே கோஸ்லாவும் வேறுவழியின்றி கோட்சேவின் தொடர்பற்ற வாதத்தை தொடர்ந்து கேட்கத்துவங்கினார். அதன்பிறகு தனக்குள் இருந்த ஒரு எழுத்தாளரின் மனதுடன் அந்த சூழலை அணுகினார் கோஸ்லா.

"இந்த மனிதர் விரைவில் இறக்கப் போகிறார். இனி யாருக்கும் எந்தத் தீங்கும் செய்யமுடியாத இடத்தில் அவர் இருக்கிறார். ஆகவே, அவருக்குத் தோன்றியதை எல்லாம் பேசிவிடட்டும்" என்று நினைத்ததாக கோஸ்லா தன்னுடைய குறிப்பில் எழுதியிருக்கிறார்[31].

உயர்நீதிமன்றத்தில் கோட்சே தன்னுடைய வாதத்தை முன்வைத்து ஐந்து நாட்கள் கழித்து, மே 17ஆம் தேதியன்று மகாத்மா காந்தியின் மூன்றாவது மகனான இராம்தாஸ் காந்தியிடமிருந்து கோட்சேவுக்கு ஒரு கடிதம் வந்தது. காந்திகுறித்து நீதிமன்றத்தில்

கோட்சே அவதூறாகப் பேசியதற்கு மறுப்பும் எதிர்ப்பும் தெரிவித்து, அந்த இரண்டு பக்கக் கடிதத்தில் இராம்தாஸ் காந்தி எழுதியிருந்தார். என்றைக்காவது ஒருநாள் காந்தியின் அருமை தெரியும் என்றும், அவரைக் கொன்றது மிகப்பெரிய பிழையென்று கோட்சே நிச்சயமாக உணர்வான் என்றும் அக்கடிதத்தில் காந்தியின் மகன் குறிப்பிட்டிருந்தார். மேலும், கோட்சேவுக்கு விசாரணை நீதிமன்றம் வழங்கிய மரணதண்டனையினை இரத்து செய்ய ஆவண செய்யுமாறு இந்தியத் தலைமை ஆளுநரிடம் கோரிக்கை விடுத்திருப்பதாகவும் அக்கடிதத்தில் இராம்தாஸ் காந்தி தெரிவித்திருந்தார்[32]. வழக்கு நடைபெற்றுக்கொண்டிருக்கும் போதே அப்படியொரு கடிதம் வந்தது எல்லோருக்கும் ஆச்சர்யமாகத்தான் இருந்தது. அக்கடிதத்தை பர்ச்சுரேவின் வழக்கறிஞரான இனம்தாரிடமும் கர்க்கரேவின் வழக்கறிஞரான என்.டி.டாங்கேவிடமும் உடனடியாகக் காட்டினான் கோட்சே. அவர்கள் ஒன்றாக இணைந்து ஒரு பதில் கடிதத்தைத் தயார் செய்தனர்[33].

மே 18ஆம் தேதியன்று மற்ற இருவரின் உதவியுடன் எழுதப்பட்ட கடிதத்தை இராம்தாஸ் காந்திக்கு கோட்சே அனுப்பினான்.

"என்னுடைய கையாலேயே உங்களுடைய தந்தையை நான் கொன்றதனால், உங்களுக்கும் உங்களுடைய உறவினர்களுக்கும் ஏற்பட்டிருக்கும் காயங்களுக்கு ஆறுதல்சொல்ல என்னிடம் வார்த்தைகள் இல்லை. அதேநேரத்தில், இந்த ஒட்டுமொத்த பிரச்சனைக்கும் மற்றொரு பக்கம் இருக்கிறது என்பதையும் நீங்கள் பார்க்கவேண்டுமென்று நான் கூறவிரும்புகிறேன். நான் நினைக்கிற அனைத்தையும் இந்தக் கடிதத்தில் எழுதும்நிலையிலோ, அல்லது தங்களை நேரில்வந்து சந்தித்து விளக்கும் நிலையிலோ நான் தற்போது இல்லை. ஆனால் என்னை உங்களால் சந்திக்கமுடியும். என்னைத் தூக்கில் போடுவதற்கு முன்னர் உங்களால் நேராக சிறைக்கே வந்து என்னைப் பார்க்கமுடியும்" என்று இராம்தாஸ் காந்திக்கு எழுதிய பதில் கடிதத்தில் அவரை சந்திக்க விருப்பம் தெரிவித்து எழுதியிருந்தான் கோட்சே.

"என்னை நேரில்வந்து சந்திக்குமாறு உங்களைக் கேட்டுக்கொள்கிறேன். அப்படியே வரும்போது, வாய்ப்பிருந்தால் உங்களுடைய தந்தையைப் பின்பற்றுகிறவர்களில் முக்கியமானவர்கள் சிலரையும் உங்களுடன் அழைத்துவாருங்கள். அவர்கள் அரசியல்

அதிகாரத்தின்மீது ஆசையில்லாதவர்களாக இருக்கவேண்டும். அப்படியாக நீங்களும் மற்றவர்களும் நேரில்வரும்போது, நான் செய்த தவறு என்னவென்று எனக்கு விளக்குமாறு கேட்டுக்கொள்கிறேன். இதைச்செய்யாவிட்டால், நீங்கள் எனக்கு மன்னிப்பு அளிப்பதாகவும், தண்டனையிலிருந்து விலக்கு அளிக்கக் கோருவதாகவும் சொல்வதையெல்லாம் வெறுமனே கண்துடைப்பு நாடகமாகத்தான் நான் எப்போதும் பார்ப்பேன்."

"நீங்கள் என்னை நேரில் சந்தித்து உணர்வுப்பூர்வமாக உரையாடினால், ஒரு வேளை என்னுடைய மனதை உங்களால் மாற்ற முடியலாம். நான் செய்தது தவறென்று புரியவைக்க முடிந்தால், என்னை மனம்வருந்த வைக்கலாம். இல்லையென்றால், உங்கள் மனதை நான் மாற்றலாம். என்னுடைய நிலைப்பாடு சரிதான் என்று உங்களுக்குப் புரியவும் வைக்கலாம். ஆனால் நம்முடைய சந்திப்பின்போது இருவரும் உண்மையை மட்டுமே பேசவேண்டும்"

என்று இராம்தாஸ் காந்திக்கு நேரடியாக அழைப்பு விடுத்திருந்தான் கோட்சே[34].

கோட்சே எழுதிய இக்கடிதத்தை உற்றுநோக்கினால், அதற்குள் ஒரு மறைமுகமான உள்நோக்கமும் ஒளிந்திருப்பதைக் காணலாம். இராம்தாஸ் காந்திக்கு பதிலளிக்கும் சாக்கில், காந்தியவாதிகளென்றால் மனமாற்றத்திற்குத் தயாராக இருக்கவேண்டுமென்றும், தனக்களிக்கப்பட்ட மரணதண்டனையை காந்தியவாதிகள்தான் எதிர்க்க வேண்டுமென்றும் நேரடியாகச் சொல்லாமல் மறைமுகமாகக் குறிப்பிட்டு அதற்கான வேலைகளை செய்வதற்கு அவர்களைத் தூண்டுவதே கோட்சே எழுதிய அக்கடிதத்தின் குறிக்கோளாக இருந்திருக்கிறது. இரண்டு மூத்த வழக்கறிஞர்களுடைய ஆலோசனையின் பெயரில்கூட அக்கருத்து உருவாக்கப்பட்டு கடிதமாக மாறியிருக்க வாய்ப்பிருக்கிறது.

"மனமாற்றம் என்பது காந்தியத்தின் கொள்கைகளில் ஒன்றாக இருந்தால் கோட்சேவின் மரதணதண்டனையை நிறுத்த காந்தியவாதிகள் முயற்சி செய்ய வேண்டும். காந்தியவாதிகளிடம் இருந்து அதற்கான முயற்சிகள் தொடங்கப்பட்டிருக்க வேண்டும் என்பதை நாதுராம் கோட்சே எதிர்பார்த்துக் காத்திருந்தார்"

என்று அதே கருத்தை கோபால் கோட்சேவும் தன்னுடைய நினைவுக்குறிப்பில் எழுதியிருக்கிறார்[35].

இருபெரிய வழக்கறிஞர்களின் உதவியுடன் மிகவும் கவனமாக காந்தியின் மகனைத் தூண்டிவிடும் நோக்கில் எழுதப்பட்ட கோட்சேவின் கடிதத்தை அவர் பெரிதாகக் கண்டுகொள்ளவில்லை. உடனடியாக இராம்தாஸ் காந்தி பதிலேதும் அனுப்பவில்லை. நிதானமாக அவர் இரண்டாவது கடிதத்தை கோட்சேவுக்கு அனுப்பியபோது, உயர்நீதிமன்றத்திலும் கோட்சேவின் மரணதண்டனையை உறுதிசெய்துவிட்டிருந்தார்கள். 1949ஆம் ஆண்டு ஜூன் மாதம் 22ஆம் தேதியன்று கோட்சேவின் தண்டனையை உறுதிசெய்து உயர்நீதிமன்றம் தீர்ப்பளித்தது. அதற்கு இரண்டு வாரங்களுக்கு முன்பே, கோட்சேவின் வாதங்கள் முடிவுபெற்றதுமே ஜூன் 6ஆம் தேதியன்று, சிம்லா சிறையிலிருந்து மீண்டும் அம்பாலா சிறைக்கே கோட்சே மாற்றப்பட்டான்.

ஜூன் 22 தேதி வாக்கில் இராம்தாஸ் காந்தியிடம் இருந்து கோட்சேவுக்கு இரண்டாவது கடிதம் வந்து சேர்ந்தது. மனம்திறந்த உரையாடலை நடத்தி, காந்தியா கோட்சேவா என்கிற விவாதத்தை நடத்துவதற்கு அழைத்திருந்த கோட்சேவின் வேண்டுகோளை இராம்தாஸ் காந்தி கண்டுகொள்ளவில்லை. ஆனால் ஒருவேளை தன்னுடைய செயலுக்கு வருத்தம் தெரிவிக்க கோட்சே விரும்பினால், அப்போது வேண்டுமானால் அவனை சந்திக்க விரும்புவதாக இராம்தாஸ் காந்தி அவருடைய இரண்டாவது கடிதத்தில் குறிப்பிட்டிருந்தார்[36]. அக்கடிதத்திற்கு ஜூன் 24ஆம் தேதியன்று கோட்சே ஒரு பதில் கடிதத்தை அனுப்பினான். அப்போதும்கூட அம்பாலா சிறைக்குவந்து தன்னை சந்திக்குமாறு இராம்தாஸ் காந்தியிடம் கோட்சே அக்கடிதத்தில் வலியுறுத்தியிருந்தான். அதுவும் தன்னைத் தூக்கிலிடுவதற்கு ஒருநாளைக்கு முன்பாக இராம்தாஸ் வருவதாக இருந்தாலும்கூட பரவாயில்லை என்றும் அதில் குறிப்பிட்டிருந்தான் கோட்சே[37]. அதன்பிறகு அவர்கள் இருவருக்குமான கடிதப் போக்குவரத்து அத்துடன் நின்றுபோனது. இராம்தாஸ் காந்தியை எப்படியாவது சந்தித்து, தூக்குதண்டனையில் இருந்து தப்பிப்பதற்கு வழிபார்த்துவிடவேண்டும் என்கிற கோட்சேவின் எண்ணம் கடைசிவரை நிறைவேறவே இல்லை[38].

அப்போது உயர்நீதிமன்றம் அளித்த தீர்ப்பையும் மேல்முறையீடு செய்யவேண்டுமென்றால் இங்கிலாந்து பிரிவி கவுன்சில் என்கிற அமைப்புக்கு மனுகொடுக்கவேண்டும். காந்தி

கொலைவழக்கு விசாரிக்கப்பட்ட காலத்தில், இந்தியாவின் நீதித்துறை முழுமையாக விடுதலை பெற்றிருக்கவில்லை. இந்தியர்களின் கடைசி முறையீடென்பது இங்கிலாந்தின் பிரிவி கவுன்சில்தான். அதனால் இங்கிலாந்தின் பிரிவி கவுன்சிலில் மட்டும் வாதாடுவதற்கு ஒரு வாய்ப்பு கிடைத்துவிட்டால், அங்கேயும் உணர்ச்சிப்பூர்வமாக எழுதிவைத்து வாசித்து, தன்னையொரு மாபெரும் தேசப்பற்றாளனாக முன்னிருத்திவிடலாம் என்று கனவுகண்டுகொண்டிருந்தான் கோட்சே[39]. ஆனால், கோட்சே உள்ளிட்ட அனைத்து குற்றவாளிகளின் மனுக்களையும் விசாரணைக்கு எடுத்துக்கொள்ளவே விரும்பாமல், 1949ஆம் ஆண்டு அக்டோபர் மாதம் 12ஆம் தேதியன்று நேரடியாகவே நிராகரித்துவிட்டது பிரிவி கவுன்சில்[40].

இந்த வழக்கிலிருந்து மீண்டுவரவே முடியாத நிலைக்குச் சென்றுவிடுவோம் என்று அதுவரையில் கோட்சே நினைத்துப்பார்க்கவே இல்லை. ஆனால், தன்னை எதற்கும் அஞ்சாத தேசப்பற்றாளனாகவும் இந்துத்துவக் கொள்கையின் சமரசமில்லா நாயகனாகவும் காட்டிக்கொண்டு, பெரும்பான்மையான சக இந்துக்களின் மதிப்பையும் பரிதாபத்தையும் பெற்று, மரணதண்டனையில் இருந்து தப்பித்துவிடலாம் என்கிற கோட்சேவின் கனவு பலிக்காமல் போனது. இராம்தாஸ் காந்தியுடன் தொடர்ந்து பேசி, காந்தியவாதிகளைத் தூண்டிவிட்டு விடுதலை பெற்றுவிடலாம் என்கிற ஆசையும் நிறைவேறாமல் போய்விட்டது. ஆக உயிர்ப்பிழைப்பதற்கான வாய்ப்பு குறைந்துகொண்டே போனது. அதற்குமேலும் உயிரைக் காப்பாற்றிக்கொள்வதற்கான முயற்சிகளை கோட்சே கைவிடத்துவங்கினான் என்றுதான் சொல்லவேண்டும்.

எல்லா கதவுகளும் அடைக்கப்பட்டுவிட்ட பின்னர், தன்னுடைய இறுதி தருணத்திற்காக காத்திருப்பதைத் தவிர கோட்சேவுக்கு வேறுவழியே இல்லாமல் போனது.

18
தூக்குமேடை

கோட்சே அடைக்கப்பட்டிருந்த அம்பாலா சிறைக்கு வெளியே ஒருசிலர் கூடி கோட்சேவுக்கு எதிராகக் குரலெழுப்பிப் போராடினர். கோட்சேவைக் கொல்வதால் கோட்சே என்கிற ஒரு மனிதனின் உயிரைப் பறிப்பதுமட்டும்தான் நடக்கும். ஆனால் காந்தியைக் கொலைசெய்யத் தூண்டிய கோட்சேவின் தத்துவம் அப்படியேதானே இருக்கும் என்பதுதான் அவர்களின் வாதமாக இருந்தது. 1949ஆம் ஆண்டு ஜூன் 22ஆம் தேதியன்று கிழக்கு பஞ்சாப் உயர்நீதிமன்றத்தில் கோட்சேவின் மரணதண்டனை உறுதிசெய்யப்பட்டதில் இருந்தே இத்தகைய கருத்து பலராலும் முன்வைக்கப்பட்டது. அந்தத் தீர்ப்பு வெளியான நான்கு நாட்களில் 'தி லீடர்' என்கிற பிரபல ஆங்கில நாளிதழில் இதே கருத்தை வலியுறுத்தும் ஒரு கட்டுரை வெளியாகி இருந்தது.

"நாதுராம் கோட்சே என்பவன் தனி மனிதனல்ல. கொடூரமான தீய எண்ணங்களை மனிதர்களின் மனதில் விதைக்கும் ஒரு தத்துவத்தின் ஒரு பிரதிநிதிதான் கோட்சே. அவன் பின்பற்றிய அந்த தத்துவமே அவனுக்கு மரணதண்டனை கொடுத்தவுடன் அவனோடு இறந்துவிடும் என்று நம்புவது மிகப்பெரிய வரலாற்றுப் பிழையாகும். அந்த தத்துவம் தற்போது அமைதியாக உறங்கிக்கொண்டுதான் இருக்கிறது. ஆனால் முழுவதுமாக சாகவெல்லாம் இல்லை. எவ்வளவு கொடூரமான தீய தத்துவமாக இருந்தாலும், அந்த தத்துவத்திற்காக ஒருவன் உயிரைக்கொடுத்து தியாகியாகிறான் என்றால், நிச்சயமாக அந்த தத்துவம் மீண்டும் உயிர்த்து எழுவதற்கு வாய்ப்பிருக்கிறது. அதனால், கோட்சேவைத் தியாகியாக்கி, மனிதகுலத்திற்கே எதிரான தத்துவமாக தற்போது தூங்கிக்கொண்டிருக்கும் அவன் பின்பற்றிய தத்துவத்தை விழிக்கவைத்துவிடாதீர்கள் என்று

இந்திய அரசைக் கேட்டுக்கொள்கிறோம். ஆகையால் அவனை உயிரோடு வாழவைத்து, இந்த சமூகத்தின் வெறுப்பை அவன் சம்பாதித்துக்கொண்டே இருக்கட்டும்"[1] என்று அக்கட்டுரையில் எழுதப்பட்டிருந்தது.

காந்தியவாதிகளின் ஒரு குறிப்பிட்ட பிரிவிடமிருந்து இத்தகைய கருத்து தோன்றியிருந்தாலும், அதனைக்கூட கோட்சேவின் குடும்பத்தினரும் நண்பர்களும் எப்படியாவது கோட்சேவை மரணதண்டனையில் இருந்து காப்பாற்றிவிடுவதற்கு பயன்படுத்தத் துவங்கியதும், அக்கருத்தை வலியுறுத்திய காந்தியவாதிகளே அமைதியாக அக்கோரிக்கையினை கைவிட்டுவிட்டனர். அதன்பின்னர் இங்கிலாந்து பிரிவி கவுன்சிலும் கோட்சேவின் மனுவை விசாரிக்க மறுத்துவிட்டவுடன், கோட்சேவுக்கு மன்னிப்பு வழங்கவேண்டும் என்கிற கோரிக்கை மீண்டும் தூசுதட்டி எடுக்கப்பட்டது. காந்தியால் துவங்கப்பட்டு நடத்தப்பட்ட அரிஜன் என்கிற பத்திரிகையில் அந்த காலகட்டத்தில் மிகமுக்கியமான காந்தியவாதியாக இருந்த மஷ்ருவாலா என்பவர் ஒரு கட்டுரையை அக்டோபர் 30ஆம் தேதியன்று எழுதும்வரையிலும் கோட்சேவுக்கு மன்னிப்பு வழங்கக்கோரும் கருத்து இங்குமங்குமாக விவாதிக்கப்பட்டுக் கொண்டிருந்தது. அந்தக் கட்டுரையில் கோட்சேவுக்கு மன்னிப்பு வழங்குவதில் அரசுக்கு இருக்கிற நடைமுறை சிக்கல்கள் குறித்து விரிவாக எழுதியிருந்தார். அக்கட்டுரையை மேற்கோளிட்டு மறுநாளே டைம்ஸ் ஆஃப் இந்தியா நாளிதழிலும் ஒரு கட்டுரை வெளியானது.

> "மகாத்மாவின் கொள்கையை மட்டுமே அடிப்படையாகக் கொண்டு பார்த்தால், அவரைக் கொன்றவரை விடுதலை செய்வதன்மூலம் அவரது புகழும் அவரது தேசமான இந்தியாவின் பெருமையும் உலகளவில் பிரமாண்டமாக உயர்ந்து நிற்கும். அதனால், கோட்சேவே மன்னிப்பு கேட்காதபோதும் அவருக்கு மன்னிப்பு வழங்குவதென்பது யாருமே நினைத்துப் பார்க்கவே முடியாது உச்சபட்ச மன்னிப்பாகும். [...] ஆனால் அதுவே இந்த அரசின் கையாலாகாத்தனமாக பார்க்கப்படுவதற்கு வாய்ப்பிருக்கிறது [...]. இன்றைய சூழலில், கோட்சேவுக்கு மரணதண்டனை நிறைவேற்றாமல் விடுவதற்கு ஒரேயொரு வழி இருக்கிறது. அது என்ன தெரியுமா? இந்தியாவில் மரணதண்டனையையே முற்றிலுமாக ஒழிப்பதுதான். அப்படிச் செய்தால்தான்

கோட்சேவின் மரணதண்டனையைத் தடுக்கமுடியும். இல்லையென்றால், அகிம்சையை போதித்த மகாத்மாவைக் கொன்றால் மட்டும்தான் மரணதண்டனை கிடைக்காது என்றும், வேறு யாரைக்கொன்றாலும் மரணதண்டனை கிடைக்கும் என்றும் ஒரு தோற்றத்தை அது உருவாக்கிவிடும். காந்தி பின்பற்றிய கொள்கைகளைக் காரணம்காட்டி அவரைக் கொன்றவருக்கு மட்டுமே மரணதண்டனையில் இருந்து விலக்கு அளிப்பதென்பது எந்த வகையில் நியாயமாக இருக்கமுடியும்? 'மற்ற எவரைக் கொன்றவரைத் தூக்கில்போட்டாலும், என்னைக் கொன்றவரைத் தூக்கில் போட அனுமதிக்கமாட்டேன்' என்று தன்னைக் கொன்றவர்களைக்கூட மன்னிக்கச் சொல்வதற்கு காந்தியால் வேண்டுமென்றால் முடியலாம். ஆனால் இந்திய அரசால் அத்தகைய முரண்பாடான முடிவினை எப்படி எடுக்கமுடியும்? இந்திய அரசென்பது சட்டத்தினால் ஆளும் அரசாக இருக்கமுடியுமே தவிர மகாத்மா அரசாக இருக்கமுடியாது. அதனால் கோட்சேவுக்கு நீதிமன்றத்தால் வழங்கப்பட்ட தண்டனையை அப்படியே நிறைவேற்றினால், அதற்கு ஒருபோதும் இந்திய அரசினை எவரும் குற்றஞ்சாட்டவே முடியாது" என்று தெளிவாக அக்கட்டுரையில் மஷ்ருவாலா குறிப்பிட்டிருந்தார்[2].

கோட்சேவுக்கு மன்னிப்பு வழங்கவேண்டும் என்கிற கருத்தினைக் கொண்டிருந்த சில காந்தியவாதிகளின் வாதத்திற்கு மஷ்ருவாலாவின் கட்டுரை முழுவதுமாக முற்றுப்புள்ளி வைத்துவிட்டது. காந்தியவாதிகளின் கருத்தைவைத்தே கோட்சேவை தூக்குமேடைக்குக் கொண்டுபோகவிடாமல் தடுத்துவிடலாம் என்று கணக்குப்போட்ட கோட்சேவின் ஆதரவாளர்களுக்கு அது இடியாக வந்திறங்கியது. இருப்பினும், காந்தியவாதத்தின் அடிப்படையில் காந்தியவாதிகள் சிலரின் கண்காணிப்பில் வைத்து கோட்சேவின் மனதை மாற்றுவதற்கு வாய்ப்பளிக்கவில்லை என்றால், சாகும்வரை உண்ணாவிரதம் இருக்கப்போவதாக அறிவித்து கோட்சேவின் நீண்டகால நண்பரொருவர் ஒரு நாடகத்தைத் துவங்கினார். அவருடைய பெயர் தத்தே. அவர் இந்து இராஷ்டிர தளத்தை உருவாக்குவதில் கோட்சேவுக்கு தீவிரமாக உதவியவர் ஆவார். மற்ற அனைத்து இந்துமத வெறியர்களைப் போலவே தத்தேவும் அதிதீவிர காந்தி எதிர்ப்பாளர். கோட்சேவைத் தூக்கிலிடுவதற்கு நவம்பர் 15ஆம் தேதியைக் குறித்து அறிவித்திருந்த வேளையில்,

அதற்கு ஒரு வாரத்திற்கு முன்பு தத்தே இவ்வாறு பிரச்சனையைக் கிளப்ப முயற்சி செய்தார்.

தத்தேவின் கோரிக்கை குறித்து நவம்பர் 7ஆம் தேதியன்று பஞ்சாபில் ட்ரிப்யூன் என்கிற உள்ளூர் ஆங்கிலப் பத்திரிகையில் ஒரு கட்டுரை வெளியாகி இருந்தது.

"கோட்சேவையும் ஆப்தேவையும் காந்தியவாதிகளின் அமைப்பான சர்வோதய சமாஜத்துடைய தலைவர்களின் கண்காணிப்பில் வர்தாவிலோ அல்லது நாக்பூர் சிறையிலோ வைத்தால், அவர்களின் மனதில் ஒரு மாற்றத்தைக் கொண்டுவந்துவிடமுடியும் என்று இந்தியத் தலைமை ஆளுநருக்கு ஒரு கோரிக்கை மனுவினை தத்தே அனுப்பியிருக்கிறார். நாக்பூரிலிருந்து கிளம்பி அம்பாலாவுக்கு நவம்பர் 12ஆம் தேதியன்று பயணித்து, கோட்சேவையும் ஆப்தேவையும் தூக்கிலிட்டுக் கொல்வதைத் தடுப்பதற்காக சிறைவாசற்கதவின் அருகே சாகும்வரையிலான உண்ணாவிரதத்தைத் துவங்கப் போவதாக தத்தே அறிவித்திருக்கிறார்" என்று ட்ரிப்யூன் பத்திரிகை ஒரு செய்தி வெளியிட்டிருந்தது[3].

அந்த அறிவிப்பு புறந்தள்ளிவிடமுடியாத அச்சுறுத்தலாக இருந்தது. தத்தேவின் அந்த அறிவிப்பானது, சிறை நிர்வாகத்தை பதட்டமடைய வைத்துவிட்டது. நவம்பர் 10ஆம் தேதியன்று, அம்பாலாவின் காவல்துறை கண்காணிப்பாளருக்கு சிறைக் கண்காணிப்பாளராக இருந்த அர்ஜன் தாஸ் என்பவர் ஒரு கடிதம் எழுதினார்.

"செய்தித்தாளில் கூறியதைப் போல, எல்.ஜி.தத்தே என்பவர் சிறைக்கு முன்பு அமர்ந்து உண்ணாவிரதப் போராட்டத்தை நடத்துவாரேயானால், அது பல தொல்லைகளைக் கொடுப்பதோடு மட்டுமல்லாமல், விரும்பத்தகாத சம்பவங்கள் நடக்கவும் வழிவகுக்கும். அதனால், எப்படியாவது அந்த தத்தேவை எங்கிருந்தாலும் தேடிக்கண்டுபித்து அவர் செய்யப்போவதாக அறிவித்திருப்பதை செய்யவிடாமல் தடுத்திடுங்கள்" என்று அக்கடிதத்தில் கோரிக்கை வைக்கப்பட்டிருந்தது[4]. அதேநாளில் மாவட்ட நீதிபதியும் காவல்துறை கண்காணிப்பாளருக்கு ஒரு கடிதம் எழுதியிருக்கிறார். அதிலும், தத்தே அறிவித்திருக்கிற போராட்டத்தை செய்யவிடாமல் தடுத்திட வேண்டும் என்றும் எவ்வித அசம்பாவிதமும் நடப்பதைத் தடுக்கவேண்டும் என்று குறிப்பிட்டிருந்தார்[5].

ஆனால், தத்தே இறுதிவரையிலும் அப்படியான எந்தப் போராட்டத்திலும் கலந்துகொள்ள அம்பாலாவுக்கு வரவே இல்லை. அவர் அறிவித்த போராட்டத்தை நடத்தும் தைரியம் வராமல் இருந்திருக்கக்கூடும்.

*1949*ஆம் ஆண்டு நவம்பர் *14*ஆம் தேதியன்று தன்னுடைய கடைசி விருப்பத்தை எழுதிக் கையெழுத்திட்டான் கோட்சே. அந்த நேரத்திலெல்லாம், காந்தியவாதிகள் ஏதும் செய்து தன்னைக் காப்பாற்றிவிடுவார்கள் என்று அவன் கொண்டிருந்த நம்பிக்கையை முழுவதுமாக இழந்திருந்தான். ஆக, அவன் இறப்பதற்குத் தயாராகிவிட்டான். கடைசி ஆசையை ஒரு கடிதவடிவில் தன்னுடைய சகோதரரான தத்தாத்ரேயாவுக்கு எழுதியிருந்தான் கோட்சே. அவன் எழுதிய அந்த ஒரு பக்கக் கடிதத்தில், அவனுடைய தனிப்பட்ட வாழ்க்கையின் விருப்பத்தையும் அரசியல் ஆசையையும் சேர்த்தே எழுதியிருந்தான். அந்தக் கடிதத்தை உயில் என்றோ கடைசி ஆசை என்றோ குறிப்பிடாமல், 'ஒரு சாகும் மனிதனின் கடிதம்' என்கிற பொருள்படும்படி, 'ம்ரித்யூ புத்திரா' என்று தலைப்பிட்டிருந்தான்.

"என்னுடைய இறப்பிற்குப் பிறகு, என்னுடைய காப்பீட்டுப் பணம் வந்தால், அதனை குடும்பத் தேவைகளுக்காகப் பயன்படுத்திக் கொள்ளவும். என்னுடைய காப்பீட்டுப் பணத்தில், நான் இறந்ததும் *2000* ரூபாய் உன்னுடைய மனைவிக்கும், *3000* ரூபாய் கோபாலின் மனைவிக்கும், *2000* ரூபாய் உனக்கும் கிடைக்குமாறு எழுதிவைத்திருக்கிறேன்" என்று கோட்சே குறிப்பிட்டிருக்கிறான்[6].

தன்னுடைய இறுதிச்சடங்குகளைச் செய்வதற்கான உரிமையை தத்தாத்ரேயாவுக்குக் கொடுத்திருந்தான் கோட்சே.

"என்னுடைய உடலுக்கு இறுதி மரியாதை செலுத்தும் அனுமதி கிடைத்தால், நீ விரும்பிய முறைப்படி இறுதிச் சடங்குகளை என்னுடைய உடலுக்கு செய்துவிடு" என்று குறிப்பிட்டிருந்தான் கோட்சே. அதன்பிறகு தன்னுடைய அரசியல் விருப்பங்களையும் சேர்த்தே எழுதியிருந்தான்.[7] தனிப்பட்ட ஆசைகளை மிகவும் சுருக்கமாக முடிந்திருந்த கோட்சே, அரசியல் விருப்பங்களை மட்டும் மிகவிரிவாக குறிப்பிட்டு எழுதியிருந்தான்.

“(பாகிஸ்தான் வழியாகச் செல்லும்) சிந்து நதிதான் (இந்தியா என்கிற) பாரதவர்சாவின் எல்லையாகும். அந்த ஆற்றின் படுக்கையில்தான் முனிவர்களும் ஞானிகளும் வேதங்களை உருவாக்கினார்கள். இந்தியாவுக்கு சொந்தமாக அந்த சிந்துநதி முழுமையாக மாறும்போது, என்னுடைய உடலின் சாம்பலை அதன் புனிதத் நீரில் கரைக்கவேண்டும்” என்று எழுதியிருந்தான் கோட்சே[8].

மரண வாக்குமூலத்தில் அரசியல் தொடர்பான பகுதியில் இந்து தேசத்தை அமைப்பதற்கான தன்னுடைய விருப்பத்தின் எதிர்காலம் குறித்தெல்லாம் எழுதியிருந்தான். சிந்து நதியை முழுவதுமாக இந்திய எல்லைக்குள் கொண்டுவந்த பிறகுதான் தன்னுடைய உடலை எரித்த சாம்பலைக் கரைக்கவேண்டுமென்று சொல்லியதன் மூலம், இந்தியாவையும் பாகிஸ்தானையும் இணைத்து ஒரே இந்து தேசமாக மாற்ற முயற்சிசெய்வதை தன்னுடைய இறப்பிற்குப் பின்னரும் தொடரவேண்டும் என்பதுதான் கோட்சேவின் உத்தரவாக அதில் சொல்லப்பட்டிருக்கிறது.

“என்னுடைய விருப்பத்தை நிறைவேற்றுவதற்கு மேலும் இரண்டு தலைமுறைகள் ஆனாலும் பரவாயில்லை. அதுவரையிலும் என்னுடைய சாம்பலை பத்திரப்படுத்தி வையுங்கள். உன்னுடைய காலம் முடிவதற்குள் அப்படியொரு நன்னாள் வரவே இல்லையென்றால், என்னுடைய சாம்பலை உன்னுடைய வாரிசுகளிடம் கொடுத்து, எனது ஆசையை அவர்களிடம் சொல்லி, அதனை உயிர்ப்புடனே வைத்திரு” என்று தன்னுடைய மரண வாக்குமூலக் கடிதத்தில் எழுதியிருந்தான் கோட்சே[9].

அந்தக் கடிதத்தில் தத்தாத்ரேயாவுக்கு மேலும் இரண்டு குறிப்புகளை எழுதியிருந்தான் கோட்சே. விசாரணை நீதிமன்றத்தில் கோட்சே எழுதிவைத்து வாசித்த வாக்குமூல அறிக்கை குறித்ததுதான் முதலாவது குறிப்பு. அதைத்தான் தன்னுடைய வாழ்க்கையின் மிகமுக்கியமான ஆவணமாகவும், அதனை வாசித்துக்காட்டியதாலேயே தானொரு மாபெரும் ஆளுமையென்றும், தன்னையொரு பெரிய புத்திசாலியாக இந்த உலகிற்குக் காட்டியதாகவும் தனக்குத்தானே கோட்சே நினைத்துக்கொண்ட ஆவணம் அது. அந்த வாக்குமூலத்தை அச்சிடுவதோ வெளியிடுவதோ கூடாது என்று இந்திய அரசு தடை விதித்திருந்தது. அந்த வாக்குமூலத்தை அச்சிட்டுப் பரப்புவதன் மூலம், தன்னுடைய பார்வையில் தன்னையொரு ஆண்மைமிக்கவராக உலகிற்குக் காட்டிக்கொள்ள முடியும்

என்று கோட்சே நினைத்திருந்தான். தன்னுடைய இறப்புக்குப் பிறகாவது அந்த வாக்குமூலத்தை நூலாக அச்சிட்டு வெளியிட வேண்டுமென்பதுதான் அவனது ஆசை.

“நான் நீதிமன்றத்தில் கொடுத்த வாக்குமூலத்தை அச்சிடுவதற்கு அரசு விதித்திருக்கிற தடையினை நீக்கியவுடன், அதனை அச்சிட்டு வெளியிடுவதற்கான உரிமையை உனக்குக் கொடுக்கிறேன்” என்று தத்தாத்ரேயாவுக்கு எழுதிய இறுதி வாக்குமூலக் கடிதத்தில் கோட்சே குறிப்பிட்டிருந்தான். அத்துடன் குஜராத்தின் ஜூனாகத்தில் அப்போது கட்டப்பட்டுக் கொண்டிருந்த சோம்நாத் கோவிலுக்கு தன்னுடைய சேமிப்பில் இருந்து 101 ரூபாயை காணிக்கையாகக் கொடுக்குமாறும் தத்தாத்ரேயாவுக்கு அறிவுறுத்தியிருந்தான்[10].

தன்னுடைய இறப்புக்கு ஒருநாளைக்கு முன்பும்கூட இவ்வுலகில் தன்னை எப்படியாக நினைவு வைத்திருப்பார்கள் என்று கவலைப்பட்டுகொண்டிருந்த மனிதனாகத்தான் கோட்சே இருந்திருக்கிறான். தன்னால் கொல்லப்பட்டவருக்கு வேண்டியவர்களை வைத்தே தன்னுடைய தண்டனையிலிருந்து விடுதலை பெறுவதற்கு முயன்ற மனிதனாக இருந்த கோட்சே, தன்னுடைய முயற்சிகள் அனைத்தும் தோற்றுப்போனதும் மீண்டும் பழையபடியே தன்னுடைய புகழைப் பரபுவதற்காக இறுதிவரை முயன்றதெல்லாம் முற்றிலும் முரணாகத்தான் இருந்தது. அதிலும் இறந்தபிறகு தன்னுடைய புகழ் எப்படியானதாக இருக்கவேண்டுமென்று இறுதிநாள் வரையிலும் கவலைப்பட்டதோடு நிற்காமல் அதற்கான திட்டமிடலையும் வகுத்தான் கோட்சே.

1949ஆம் ஆண்டு நவம்பர் மாதம் 15ஆம் தேதியன்று காலை 7.30 மணிக்கு முன்னர், உண்மையான ஆர்.எஸ்.எஸ்.-இன் ஸ்வயம்சேவகராக பகவத் கீதையின் சில சுலோகங்களை ஆப்தேவுடன் இணைந்து கோட்சே உச்சரித்ததாக தன்னுடைய நினைவுக் குறிப்பில் கோபால் எழுதியிருக்கிறார். அதன்பின்னர் அவர்கள் ஆர்.எஸ்.எஸ். பிரார்த்தனைக் கூட்டங்களில் பாடப்படும் சமஸ்கிருதப் பாடலின் முதல் நான்கு வரிகளைப் பாடினார்கள்.

> ‘நமஸ்தே ஸதா வத்ஸலே மாத்ருபூமே
> த்வயா ஹிந்துபூமே ஸுகம் வர்த்திதோஹம்
> மஹானமங்கலே புண்யபூமே த்வதர்த்தே
> பதத்வேஷா காயோ நமஸ்தே நமஸ்தே!’

என்பது ஆர்.எஸ்.எஸ். பிரார்த்தனைக் கூட்டங்களில் பாடப்படும் பகவக் கீதை ஸ்லோகங்களின் முதல் நான்கு வரிகளாகும்[11].

‘அன்புகொண்ட தாய்நாடே, உன்னை நான் எப்பொழுதும் வணங்குகிறேன்

இந்து பூமியே! நீயே என்னை சுகமாக ஊட்டி வளர்க்கின்றாய்

மகா மங்களகரமான புண்ணிய பூமியே

உனது பணிக்கென எனது இவ்வுடல் அர்ப்பணமாகட்டும், உன்னை நான் பன்முறை வணங்குகிறேன்’

என்பதுதான் அப்பாடலில் பொருள்.

மரணதண்டனை விதிக்கப்படும் நாளிலும்கூட ஆர்.எஸ்.எஸ். இன் பிரார்த்தனைப் பாடலைப் பாடும் கோட்சேவின் முடிவினால் யாரும் ஆச்சர்யப்படவெல்லாம் இல்லை. சர்ச்சைக்குரிய அமைப்பாக எப்போதும் இருந்துவந்திருக்கிற ஆர்.எஸ்.எஸ். இன் உறுப்பினராக இறுதிவரை நீடித்ததன் வெளிப்பாடுதான் அந்த இயக்கத்தின் பிரார்த்தனைப் பாடலைப் பாடியது. காந்தியின் கொலைக்குப்பின்னர் கிடைக்குமென்று எதிர்பார்த்த மக்கள் ஆதரவு கிடைக்காததால், கோட்சேவுக்கும் தங்களுக்கும் எவ்விதத் தொடர்பும் இல்லையென்று காட்டிக்கொள்ள ஆர்.எஸ்.எஸ். முயற்சி எடுத்தபோதும் பலநேரங்களில் மாட்டிக்கொள்ளத்தான் செய்தார்கள். ஆர்.எஸ்.எஸ். இயக்கத்தின் பிரார்த்தனைப் பாடலை கோட்சே பாடினான் என்கிற தகவலை, தூக்குதண்டனை நிறைவேற்றப்பட்ட மறுநாளில் டைம்ஸ் ஆஃப் இந்தியா பத்திரிகையும் செய்தியாக வெளியிட்டிருந்தது.

“கோட்சேவும் ஆப்தேவும் அவர்களது அன்றாட காலைப்பணிகளை முடித்தபின்னர், பகவத் கீதையின் 11 மற்றும் 15வது சுலோகங்களையும், ஆர்.எஸ்.எஸ். இயக்கத்தின் பிரார்த்தனைப் பாடலின் முதல் நான்கு வரிகளையும் வாசித்தார்கள். அதன்பின்னர் ஒரு கோப்பை காபியை அருந்திவிட்டு தூக்குமேடைக்குச் சென்றார்கள்” என்று அச்செய்திக் குறிப்பில் எழுதப்பட்டிருந்தது[12].

கோட்சேவுக்கும் ஆப்தேவுக்கும் தூக்கு தண்டனை நிறைவேற்றப்படுவதை நேரில் பார்ப்பதற்கு கோபால் அனுமதி கேட்டிருந்தார். ஆனால், தூக்கு தண்டனை நிறைவேற்றுவதற்கு அரை மணி நேரம் முன்னர்வரையிலும் கோட்சேவுடனும் ஆப்தேவுடனும் நேரத்தை செலவிட கோபாலுக்கு அனுமதி

கொடுத்தார்கள். காலை 7.30 மணி வரையிலும் அவர்களுடன் இருந்தார் கோபால்[13]. அன்றைக்குதான் முதன்முறையாக ஆர்.எஸ்.எஸ். இன் பிரார்த்தனை வரிகளை ஆப்தே பாடினான் என்று கோபால் சொல்கிறார். கோட்சே அதிகாரப்பூர்வமாக ஆர்.எஸ்.எஸ். இன் உறுப்பினராக இருந்தவன். ஆனால் ஆப்தேவோ முறையாக ஆர்.எஸ்.எஸ். அமைப்பில் இருந்ததே இல்லை. கோட்சேவுடன் சேர்ந்துதான் ஆர்.எஸ்.எஸ். இன் தொடர்பும் பழக்கமும் ஆப்தேவுக்கு ஏற்பட்டிருக்கிறது. ஆர்.எஸ்.எஸ்.இல் தன்னை இணைத்துக்கொண்டதைப் போன்ற மனமாற்றத்தையும் கோட்சேதான் ஆப்தேவிடம் ஏற்படுத்தியிருக்கிறான். இப்படியான மனமாற்றத்தை தூக்கில் தொங்கவிடுவதற்கு சிலநாட்கள் முன்னர்தான் ஆப்தேவே கோபாலிடம் வெளிப்படுத்தி இருக்கிறான்.

"உன்னிடம் ஒரு உண்மையைச் சொல்ல வேண்டுமென்றால், கடந்த நான்கு ஆண்டுகளாக எங்களுடைய அனுபவத்தின் காரணமாக, எங்கள் இருவரின் (கோட்சேவும் ஆப்தேவும்) சிந்தனைகளும் ஒரே மாதிரியாக இருக்கின்றன. ஆர்.எஸ்.எஸ். அமைப்பினர் தினமும் எடுத்துக்கொள்ளும் புனித உறுதிமொழியை அப்படியே பின்பற்றி செயல்படுத்துவது யாரென்று என்னைப் பார்த்து நீ கேட்டால், 'நாங்கள் இருவரும்தான்' என்று என்னால் உறுதியாகக் கூறமுடியும். அதிலும் ஆர்.எஸ்.எஸ். அமைப்பின் உறுதிமொழியில் அந்த ஒருவரி எங்களுக்கு மிகச்சரியாகப்பொருந்தும். 'உனது பணிக்கென எனது இவ்வுடல் அர்ப்பணமாகட்டும், உன்னை நான் பன்முறை வணங்குகிறேன்'" என்று கோபாலிடம் ஆப்தே தெரிவித்திருக்கிறான்[14].

ஆர்.எஸ்.எஸ். இன் பிரார்த்தனைப் பாடலை நம்பிக்கையோடு பாடுவதாகக் காட்டிக்கொண்ட கோட்சேவின் முகமோ உண்மையிலேயே நம்பிக்கையற்றுப் போய்தான் இருந்தது. வாழ்நாள் முழுவதும் தன்னுடைய சுய அடையாளத்தை மறைப்பதற்காக கோட்சே போட்ட வேடங்களின் ஒரு வெளிப்பாடாகத்தான் அது தெரிந்தது. தூக்கு மேடையை நோக்கி அவர்கள் இருவரும் நடக்கையில், அவ்வப்போது நடைதடுமாறித்தான் சென்றனர்.

"தூக்குக் கயிற்றின் அருகே செல்லும்போது, கோட்சேவின் முகத்திலும் நடையிலும் பதட்டமும் நடுக்கமும் கண்கூடாகத் தெரிந்தது. அதை வெளிக்காட்டிக் கொள்ளாமல், தன்னையொரு தைரியமான தியாகியாகக் காட்டிக்கொள்ள கடும் முயற்சி எடுத்துக்கொண்டிருந்தான். அந்த முயற்சியின் ஒரு பகுதியாக

அவ்வப்போது ‘அகண்ட பாரதம் வாழ்க’ என்று ஒருங்கிணைந்த இந்தியாவை உருவாக்கும் எண்ணத்தை வெளிப்படுத்தினான். ஆனால் அவனது குரலில் கூச்சம் எட்டிப்பார்க்கத்தான் செய்தது. ஆனால் ஆப்தேவோ அதற்கு மாறாக உரக்கக் குரலெழுப்பிக் கொண்டிருந்தான். கோட்சே எழுப்பிய ‘அகண்ட பாரதம்’ என்கிற முழக்கத்திற்கு ‘வாழ்க’ என்று துணைக்குரல் எழுப்பினான் ஆப்தே” என்றார் நீதிபதி கோஸ்லா[15].

தூக்கு தண்டனை நிறைவேற்றப்பட்டதை சரிபார்த்து சான்றிதழ் வழங்குவதற்காக வந்திருந்த சிறை கண்காணிப்பாளரும் அம்பாலாவின் மாவட்ட நீதிபதியும், தாங்கள் பார்த்தவரையில் கோட்சேவைவிட ஆப்தே திடமாகவும் நடுக்கமின்றியும் இருந்ததாகக் கூறினர்.

“தூக்குக் கயிற்றில் மாட்டி தண்டனையை நிறைவேற்றிய உடனேயே ஆப்தே இறந்துவிட்டான். சிறிது நேரத்திலேயே உயிரற்ற உடலாக அவனுடைய தலை தொங்கியபடியே இருந்தது. ஆனால், கோட்சேவின் உடலோ சுமார் பதினைந்து நிமிடங்கள் வரையிலும் கால்கள் நடுங்கிக்கொண்டும் வலிப்பு வந்ததுபோன்று துடித்துக்கொண்டும் இருந்தன” என்று நீதிபதி கோஸ்லா குறிப்பிட்டு எழுதியிருக்கிறார்[16].

அடுத்த சில மணிநேரங்களிலேயே இருவரின் உடலும் சிறைக்குள்ளேயே வைத்து எரிக்கப்பட்டு, இரகசியமாக பஞ்சாபின் காகர் நதியில் கரைக்கப்பட்டுவிட்டது[17].

19

ஆசிரியர் குறிப்பு

காந்தியைக் கொன்று எட்டு மாதங்கள் கழித்து, 1948ஆம் ஆண்டு நவம்பர் மாதம் 8ஆம் தேதியன்று நீதிமன்றத்தில் வாசித்த அறிக்கையொன்றே கோட்சேவின் பொய்யான வாழ்க்கையை படம்போட்டுக் காட்டிவிடுகிறது. கோட்சேவை நன்கு அறிந்திருந்த அனைவருக்குமே அவனது ஆங்கிலப் புலமையும், அந்த அறிக்கையில் பயன்படுத்தப்பட்ட வார்த்தைகளெல்லாம் அவனால் பயன்படுத்தியிருக்கவே முடியாது என்பதும் மிகநன்றாகவே தெரியும். அந்த அறிக்கையில் பேசப்பட்ட தத்துவார்த்த கருத்துகளையும்கூட அதில்புலமை கொண்டவர்களின் உதவியில்லாமல் எழுதியிருக்கவே முடியாது என்பதும் மிகப்பெரிய ஆய்வெல்லாம் தேவைப்படாமலே புரிந்துகொள்ளக்கூடியதுதான். நீதிமன்றமுமே கூட அந்த அறிக்கையில் சொல்லப்பட்ட பெரும்பாலான கருத்துகளையும் வாதங்களையும் அதன் உண்மைத்தன்மையைக் கருத்தில்கொண்டு அப்படியே நிராகரித்துவிட்டது. இருப்பினும், இன்றைக்கும் கோட்சேவின் அந்த அறிக்கையை ஏதோ வரலாற்று ஆவணம்போல சித்தரித்து தொடர்ச்சியாக பரப்பிக்கொண்டே இருக்கிறார்கள். கோட்சேவின் அறிக்கையில் சொல்லப்பட்டவற்றில் வரலாற்று உண்மைகள் ஏதுமில்லை. நிதானமாக யோசித்து உருவாக்கப்பட்ட கட்டுக்கதைகளின் வடிவம்தான் அந்த அறிக்கை. கோட்சேவின் உண்மையான வாழ்க்கை வரலாற்றை உற்றுநோக்காமல் அவனது அந்த போலியான அறிக்கையையே வரலாறாகப் பரப்புவது எவ்வளவு பெரிய ஆபத்தானதாகும்.

1949ஆம் ஆண்டு நவம்பர் 15ஆம் தேதியன்று கோட்சே தூக்கிலிடப்பட்ட பிறகு, ஆர்.எஸ்.எஸ். அமைப்பிற்கு ஆதரவான எழுத்தாளர்களெல்லாம் ஓடோடிப்போய் அந்த அமைப்பின் கடந்தகாலத்தையெல்லாம் மறைத்து அவ்வியக்கத்தையே புனிதப்படுத்தும் பணியைத் துவங்கிவிட்டனர். எந்த சந்தேகமும் எழாதவகையில் அமைதியாக ஆர்.எஸ்.எஸ். அமைப்புக்கும் காந்தியின் கொலைக்கும் எவ்விதத் தொடர்பும் இல்லையென்கிற பொய்யை வரலாற்று உண்மைபோல மக்களிடம் திணிக்கும் வேலையை செய்தனர். காலப்போக்கில், கோட்சேவின் உண்மையான வாழ்க்கையையும் வரலாற்றையும் அப்படியே மறைத்து, பொய்களைக் கலந்து புனைவாக அவன் பேசிய உரையையே ஆவணமாக அனைவரையும் ஏற்றுக்கொள்ள வைக்கும் வேலையை துரிதப்படுத்தினர்.

நீதிமன்ற விசாரணையின்போது ஏராளமான பொய்களை கோட்சே அள்ளிவிட்டபோதும், அவன் சொல்லியதிலேயே மிகப்பெரிய பொய் எது தெரியுமா? காந்தியைக் கொல்வதற்கு பல ஆண்டுகளுக்கு முன்பே, ஆர்.எஸ்.எஸ். அமைப்பிலிருந்து விலகி, இந்துமகாசபை என்கிற இந்து மேலாதிக்க அரசியல் கட்சியில் இணைந்ததாகச் சொன்னதுதான். அதன்மூலம் தன்னுடைய வாழ்க்கையின் பெரும்பகுதியை அப்படியே மறைத்துவிட்டான். காந்தியைக் கொல்வதற்கு முன்னர் சதித்திட்டம் எதையுமே தீட்டவில்லை என்று பொய்யாக நிறுவதற்காகவே, தனியொருவனாகவே காந்தியைக் கொன்றதாகவும் ஆர்.எஸ்.எஸ். என்கிற அமைப்பிற்கும் தனக்கும் எவ்விதத் தொடர்புமில்லை என்றும் நம்பவைக்க முயற்சி செய்தான் கோட்சே. ஆனால், அதையே ஏதோ வரலாற்று உண்மைபோல பிற்காலத்தில் திட்டமிட்டு பரப்பத்துவங்கிவிட்டார்கள். அதற்காக ஆர்.எஸ்.எஸ். தன்னுடைய கடந்தகால வரலாற்றினையும் ஆவணங்களையும் ஆதாரங்களையும் மறைக்கிற வேலையிலும் இறங்கியது.

1948ஆம் ஆண்டு ஜனவரி 30ஆம் தேதியன்று காந்தி கொல்லப்பட்டதும், தங்களுடைய அமைப்பில் கோட்சே எந்தக்காலத்திலும் உறுப்பினராக இருந்ததே இல்லையென்று ஆர்.எஸ்.எஸ். அப்போது தெரிவித்தது. ஆனால் ஆர்.எஸ்.எஸ். இன் அக்கருத்தை அப்போது யாருமே பெரிதாகக் கண்டுகொள்ளக்கூட இல்லை. நீதிமன்றத்தில் மிகநீண்ட வாக்குமூலத்தை கோட்சே வாசித்தபிறகு, தன்னுடைய நிலைப்பாட்டை ஆர்.எஸ்.எஸ்.

உடனே மாற்றிக்கொண்டது. ஆர்.எஸ்.எஸ்.இல் கோட்சே உறுப்பினராக இருந்ததாகவும், சில ஆண்டுகள் கழித்து அதில் இருந்து விலகி இந்துமகாசபையில் உறுப்பினராக இணைந்துவிட்டதாகவும் வாதிடத்துவங்கியது ஆர்.எஸ்.எஸ்.. உடனே அதற்கு வலுசேர்க்கும்விதமாக, ஆர்.எஸ்.எஸ்.-ம் இந்துமகாசபையும் 1930களின் இறுதியில் இருந்து தனித்தனியாகவே செயல்பட்டதாகவும், இந்துமகாசபையில் இணைந்தபிறகு ஆர்.எஸ்.எஸ்.இல் உறுப்பினராகவே இருக்கமுடியாது என்றும் ஆர்.எஸ்.எஸ்.-க்கு ஆதரவான எழுத்தாளர்கள் எழுத ஆரம்பித்துவிட்டனர். அதையே உண்மைபோல எந்த ஆதாரமுமின்றி பரப்பவும் செய்தனர்.

கோட்சே தூக்கிலிடப்பட்ட இரண்டரை மாதங்களிலேயே ஒரு கட்டுரையின் மூலமாக வரலாற்றைத் திரிக்கும் வேலைக்கான அடிக்கல் நாட்டப்பட்டது. 1950ஆம் ஆண்டு பிப்ரவரி மாதம் 4ஆம் தேதியன்று எக்கனாமிக் வீக்லி என்கிற பிரபல ஆங்கிலப் பத்திரிகையில் ஆர்.எஸ்.எஸ். அமைப்பிற்கும் இந்துமகாசபைக்குமான கடந்தகால உறவுகுறித்து ஒரு கட்டுரை வெளியானது. 'ஆர்.எஸ்.எஸ்.' என்று தலைப்பிடப்பட்ட அக்கட்டுரையில், ஆர்.எஸ்.எஸ். அமைப்பும் இந்துமகாசபையும் முற்றிலும் தனித்தனியாக இயங்கியதாகவும், 1937இல் இந்துமகாசபையின் தலைவராக சாவர்க்கர் பொறுப்பேற்றபிறகு இரண்டு இயக்கங்களும் எதிரெதிர் துருவங்களாக முரண்பாட்டுடன் செயல்பட்டதாகவும் எழுதப்பட்டிருந்தது.

அக்கட்டுரையில் ஆர்.எஸ்.எஸ். தலைவரான ஹெட்கேவருக்கும் இந்துமகாசபையின் தலைவரான சாவர்க்கருக்கும் நேரடி மோதல் இருந்ததுபோல சித்திரிக்கப்பட்டிருந்தது. சாவர்க்கரின் மீது மிகப்பெரிய மரியாதையைக் கொண்டிருந்தபோதும், இந்துமகாசபைக்கு கீழியங்கும் ஒரு அமைப்பாக ஆர்.எஸ்.எஸ்.-ஐ மாற்றுவதற்கு ஹெட்கேவர் ஒப்புக்கொள்ளவில்லை என்றும், அதனால்தான் இருவருக்கும் இடையிலான பிளவு அதிகரித்தது என்றும் குறிப்பிடப்பட்டிருந்தது. ஆர்.எஸ்.எஸ்.-ஐ தனித்து இயங்கும் ஒரு இயக்கமாக மாற்றுவதற்காக பிடிவாதமான அணுகுமுறையை ஹெட்கேவர் கையாண்டதால் சாவர்க்கர் கடுமையாகக் கோபம்கொண்டார் என்று அக்கட்டுரையில் அதன் ஆசிரியரான டி.வி.கேல்கர் எழுதியிருக்கிறார்.

"ஆர்.எஸ்.எஸ்.இல் உறுப்பினர்களாக இருப்பவர்களெல்லாம், ஆர்.எஸ்.எஸ். உறுப்பினர்களாகவே பிறந்து, ஆர்.எஸ்.எஸ். உறுப்பினர்களாகவே வாழ்ந்து, எதையும் சாதிக்காமலேயே ஆர்.எஸ்.எஸ். உறுப்பினர்களாகவே செத்தும் மடிவார்கள்" என்று ஆர்.எஸ்.எஸ். அமைப்புகுறித்து சாவர்க்கர் கூறியதாக அக்கட்டுரையில் குறிப்பிடப்பட்டிருந்தது[1]. ஆர்.எஸ்.எஸ்.-ம் இந்துமகாசபையும் ஒன்றாக இணைந்து வேலையே செய்ய மாட்டார்கள் என்றும், அவ்விரு இயக்கங்களுக்கும் ஒத்துப்போகவே போகாது என்றும் சொல்லப்படுகிற கருத்துக்கெல்லாம், ஆர்.எஸ்.எஸ். குறித்து சாவர்க்கர் கூறியதாக அக்கட்டுரையில் எழுதப்பட்டவைதான் ஆதாரமாக முன்வைக்கப்படுகிறது. இப்படியாக இரு இயக்கங்களும் முரண்பட்டு இருந்ததாலேயே, ஆர்.எஸ்.எஸ். இயக்கத்திலிருந்து வெளியேறித்தான் இந்துமகாசபையில் இணையமுடிந்தது என்கிற கோட்சேவின் நீதிமன்ற வாக்குமூலத்தோடு டி.வி.கேல்கர் முடிச்சிப்போட்டு அக்கட்டுரையில் எழுதியிருந்தார்.

ஆனால் சாவர்க்கர் கூறியதாக குறிப்பிட்டதற்கோ, இன்னபிற தகவல்களுக்கோ எந்த ஆதாரத்தையும் கட்டுரையாளர் அதில் குறிப்பிடவே இல்லை. அக்கட்டுரை ஆசிரியரே ஹெட்கேவருடன் மிக நெருக்கமான பழக்கத்தில் இருந்தவர் என்பதையும் அக்கட்டுரையில் அதன் ஆசிரியரே குறிப்பிட்டிருக்கிறார்[2]. அப்படியென்றால், காந்தி கொலையில் இருந்து ஆர்.எஸ்.எஸ். இயக்கத்தையும் அதன் முக்கியத் தலைவர்களையும் காப்பாற்றுவதற்காகவே ஹெட்கேவரின் நண்பரான டி.வி.கேல்கரால் பொய்களையும் ஆதாரமற்ற வதந்திகளையும் உண்மைபோல எழுதப்பட்ட கட்டுரைதானா அது என்கிற சந்தேகம் எழுவதில் தவறேதும் இல்லைதானே.

சாவர்க்கர் கூறியதாக சொல்லப்பட்டவை உள்பட அக்கட்டுரையில் குறிப்பிடப்பட்ட ஆதாரமற்ற அனைத்தையும் ஆர்.எஸ்.எஸ். ஆதரவு எழுத்தாளர்களும் பல ஆய்வாளர்களுமேகூட தொடர்ச்சியாக மீண்டும்மீண்டும் பல்வேறு தளங்களில் எடுத்துச்சென்று பரப்பினர். அவ்விரண்டு இந்து இயக்கங்களுக்கு இடையிலும் பிளவும் பிரிவும் இருந்ததாக நிரூபிப்பதற்கு எந்தவொரு ஆதாரமும் ஆவணமும் இல்லை. அத்துடன் அவ்விரு இயக்கங்களும் மிகநெருக்கமாகவே இருந்திருக்கின்றன என்பதற்கும், ஒரே நேரத்தில் இரண்டு இயக்கங்களிலும் உறுப்பினர்களாக இருப்பதற்கு தடையேதும் இருந்ததில்லை என்பதற்கும் ஆதாரங்கள் இருக்கின்றன. காந்தி

கொல்லப்பட்ட பிறகுதான், இரு இயக்கங்களுக்கும் மிகப்பெரிய முரண்பாடு இருந்துவந்ததைப் போல கட்டுக்கதைகளை உருவாக்கிவிட்டார்கள்.

என்னுடைய ஆய்வில் கோட்சேவின் மற்றொரு மிகமுக்கியமான வாக்குமூலத்தைக் கண்டெடுத்தேன். நீதிமன்றத்தில் மணிக்கணக்கில் கோட்சே கொடுத்த பிரபலமான வாக்குமூலம்தான் நம் எல்லோருக்கும் தெரியும். ஆனால் அதற்கு சுமார் எட்டு மாதங்களுக்கு முன்னர், 1948ஆம் ஆண்டு மார்ச் மாதத்தின் முதல் வாரத்தில் ஒரு வாக்குமூலம் கொடுத்திருந்தான். அது நீதிமன்ற விசாரணைக்கு முன்னர் கொடுக்கப்பட்ட ஒரு வாக்குமூலமாகும். அந்த வாக்குமூலத்தை ஆண்டாண்டுகளாக கல்வியாளர்களும் பத்திரிகையாளர்களும் புறக்கணித்தே வந்திருக்கிறார்கள். அதுவும், கடந்தகால வரலாற்று ஆவணங்களோடு முழுமையாக ஒத்துப்போகும் ஒரு வாக்குமூலமாக இருந்தபோதும், இன்றுவரையிலும் கண்டுகொள்ளப்படாமல் விடப்பட்டிருக்கிறது. அது, கோட்சேவின் வாழ்க்கை வரலாற்றை சுருக்கமாகவும் உண்மைக்கு அருகாமையிலும் பேசிய ஒரு அபூர்வமான ஆவணமாகும். ஆர்.எஸ்.எஸ். அமைப்பில் இருந்துகொண்டே இந்துமகாசபையிலும் இணைந்து, ஒரே நேரத்தில் இரண்டு இயக்கங்களுக்காகவும் வேலைசெய்ததைப் பதிவு செய்த ஒரு வாக்குமூலமாகும்.

கோட்சே கொடுத்த அந்த வாக்குமூலத்தை முறையாக ஆய்வு செய்யாமல் விட்டது ஏன் என்கிற கேள்விக்கு விடையளிப்பது கடினம்தான். அதேபோல, கோட்சேவைத்தவிர குற்றஞ்சாட்டப்பட்ட மற்ற அனைவரும் கொடுத்த நீதிமன்ற விசாரணைக்கு முந்தைய வாக்குமூலங்கள் எல்லாமே ஆங்கிலத்தில் மொழிபெயர்க்கப்பட்டு தேசிய ஆவணக் காப்பகத்தில் வைக்கப்பட்டிருக்கின்றன. ஆனால் கோட்சேவின் வாக்குமூலம் மட்டும் முழுமையாக மொழிபெயர்க்கப்படாமல், வெறுமனே முதல் பக்கம் மட்டுமே மராத்தியில் இருந்து ஆங்கிலத்திற்கு மொழிபெயர்க்கப்பட்டு ஆவண காப்பகத்தில் வைக்கப்பட்டிருக்கிறது. ஆனால், மராத்தியில் 92 பக்க ஆவணமாக அந்த வாக்குமூலம் இன்னமும் இருக்கிறது. இருப்பினும் அந்த ஆவணத்தை வாசிப்பதென்பதே கடினமான ஒன்றாக இருக்கிறது. மராத்தியில் எழுதப்பட்டதனால் மட்டுமல்லாமல், பென்சிலால் கையில் எழுதப்பட்டதாக இருப்பதால், இத்தனை ஆண்டுகளில்

எழுத்துகள் முழுவதும் மங்கிப் போயிருக்கின்றன. பூதக்கண்ணாடி இல்லாமல் அதனைப் படிக்கவே முடியாது.

அதேபோல காந்தி கொலைக்குப்பின்னர், நாக்பூரில் உள்ள ஆர்.எஸ்.எஸ். தலைமையகத்தில் இருந்து எடுத்துவரப்பட்ட ஆவணங்களை ஆய்வுசெய்து புலனாய்வு அமைப்புகள் தயார்செய்த அறிக்கைகளும் நம்மை அதிர்ச்சிக்குள்ளாக்குகின்றன. அந்த ஆவணங்களையும், நீதிமன்ற விசாரணைக்கு முன்னால் கோட்சே கொடுத்த வாக்குமூலத்தையும் ஒப்பிட்டுப் பார்த்தால் மிகப்பெரிய ஒற்றுமை தென்படுகிறது. அதேபோல, அந்த ஆவணங்களையும் நீதிமன்றத்தில் கோட்சே ஆற்றிய பிரபல உரையையும் ஒப்பிட்டுப் பார்த்தால், நீதிமன்றத்தில் கோட்சே பேசிய பலவும் உண்மைக்குப் புறம்பாக இருந்ததைப் பார்க்கமுடிகிறது. கோட்சேவின் நீதிமன்ற விசாரணைக்கு முன்னரான வாக்குமூலத்தைப் போலவே, ஆர்.எஸ்.எஸ். தலைமையக ஆவணங்கள் குறித்த அறிக்கையும் இன்று வரையிலும் ஏன் விவாதிக்கப்படாமல் இருக்கிறது என்பதை நாம் சிந்திக்க வேண்டியிருக்கிறது.

இவை மிகமுக்கியமான கண்டுபிடிப்புகள். அதேபோல 1930-1940களில் இந்துமகாசபையிலும் ஆர்.எஸ்.எஸ். அமைப்பிலும் தீவிரமாக இயங்கிவந்தவர்களின் சுயசரிதைகள், தனிப்பட்ட ஆவணங்கள், கடிதங்கள், நினைவுக்குறிப்புகள் போன்றவற்றை ஆய்வுசெய்தால் மேலும் பல முக்கியமான தகவல்கள் கிடைக்கின்றன. காந்தி கொலைக்கு முன்னர் கோட்சேவின் மைய இடமாக இருந்துவந்த பூனாவில் ஏராளமான தொடர்புகள் கோட்சேவுக்கு இருந்திருக்கின்றன. அவர்களில் பெரும்பாலானோருக்கு கோட்சேவை நன்கு தெரியும். அவர்களுடைய பல்வேறு ஆவணங்களில் கோட்சேவைப் பற்றி நிறைய எழுதியிருக்கிறார்கள். அந்தக் குறிப்புகளெல்லாம் மிகவிரிவாக எழுதப்படவில்லையென்றாலும், கோட்சேவின் தனிப்பட்ட வாழ்க்கையையும் தனிநபராக கோட்சேவின் குணநலன்களையும் என்னவென்று தெரிந்துகொள்ள அவை உதவுமென்று நம்புகிறேன். கோட்சேவின் உலகையும் நம்மால் அறிந்துகொள்ளமுடியும்.

அந்த ஆவணங்கள்தான் கோட்சேவின் வாழ்க்கை குறித்து சரியாகப் புரிந்துகொண்டு இந்நூலை எழுதுவதற்கு எனக்கு பெரிதும் உதவின. அவைதான் கோட்சேவின் கடந்தகாலம், குழந்தைப்பருவம்,

அனுபவங்கள், வளர்ச்சி, பலவேறு இயக்கங்களுடனும் அதிலுள்ள தனிமனிதர்ளுடனும் கோட்சேவுக்கு இருந்த நெருக்கம், எடுத்த முடிவுகள், சூழ்ச்சிகள், கோட்சேவுக்குத் தெரியாமல் பின்னிருந்து இரகசியமாக இயங்கியவர்கள், இந்து தேசம் என்கிற பெயரில் மறைமுகமாக செய்யப்பட்ட வேலைகள் என பலவற்றையும் தெரிந்துகொள்ள உதவியாக இருந்தன. நீதிமன்றத்தில் எல்லோர் முன்னிலையிலும் கோட்சே நிகழ்த்திய உரையில் தன்னைப்பற்றி ஆகா ஓகோவென பேசியதெல்லாம் தன்னுடைய உண்மையான குணத்தையும் கதாப்பாத்திரத்தையும் அப்படியே வேறொரு ஆளாகக் காட்டுவதற்குத்தான் பயன்பட்டது. ஆர்.எஸ்.எஸ். ஆதரவு எழுத்தாளர்களும் பத்திரிகையாளர்களும், கோட்சேவே தன்னிச்சையாக முடிவெடுத்து காந்தியைக் கொன்றதாக எழுதி அதைமட்டுமே உண்மையென இன்று வரையும் நம்மை நம்பவைத்துக்கொண்டே இருக்கிறார்கள். ஆனால் கோட்சே என்பவன் தனிமனிதனல்ல. அவனுக்கும் அவன் செய்த கொலைக்கும் பின்னால் ஒரு மிகக்கொடூரமான மனிதவிரோதத் தத்துவம் இருக்கிறது. அதனைப் புரிந்துகொள்ள வைப்பதே இந்நூலின் மிகமுக்கியமான நோக்கமாகும்.

★★★

நன்றிக்குறிப்பு

கேரவன் பத்திரிகையில் நாதுராம் கோட்சேவைப் பற்றிய கட்டுரையை எழுதச்சொல்லி பரிந்துரைத்த ஹர்தோஷ் சிங் பாலுக்கு முதலில் நான் நன்றி சொல்லியாக வேண்டும். அதன்பிறகு அக்கட்டுரையை அப்படியே வளர்த்தெடுத்து ஒரு நூலாக மாற்றவேண்டுமென்று அறிவுறுத்திய பஷரத் பீருக்கும் நன்றியைத் தெரிவித்துக்கொள்கிறேன். புரிந்துகொள்ளவே கடினமாக இருந்த பல மராட்டிய கட்டுரைகளை மொழிபெயர்த்து உதவிய அனில் இராஜிம்வாலேவுக்கு பிரத்யேகமான நன்றிகளைச் சொல்வதற்கு நான் கடமைப்பட்டுள்ளேன். அவருடைய மொழிபெயர்ப்பில் இருக்கும் துல்லியமும் சரியான உணர்வுகளைக் கடத்தும் திறனும் எனக்கு மிகப்பெரிய உதவியாக இருந்தன. இந்நூலுக்குத் தேவையான ஆய்வுகளை மேற்கொள்ளும்போதும், எழுதும்போதும் தொடர்ச்சியாக கேள்விகளை எழுப்பியும், ஆழமான விவரங்களைக் கொடுத்தும் எனக்கு உதவியதற்கு நான் மிகவும் நன்றிக்கடன் பட்டிருக்கிறேன்.

ஏராளமான நண்பர்களும் யாரென்றே முன்பின் தெரியாதவர்களும் திறந்தமனதுடன் இந்த நூலின் ஆய்வுக்காக எனக்கு உதவியிருக்கிறார்கள். வெறுமனே பெயர்ப்பட்டியலை அப்படியே எழுதிமட்டுமே அவர்களுக்கான நன்றியைச் சொல்லி முடித்துவிட நான் முயற்சி செய்யமாட்டேன். ஆனால் என்னுடைய பணிக்கு குறிப்பிடத்தக்க உதவிகளைச்செய்த அவர்களில் ஒருசிலரை மட்டும் இங்கே குறிப்பிட்டு நன்றிசொல்லியே ஆகவேண்டும். அரவிந்த் கோகலே, குமார் கேத்கர், ஆனந்த் பகைத்கர், சாந்த் சிங், அபிஷேக் சௌத்ரி, ராகுல் தோரட், சேகர் ஜோஷி, அனில்

வாசுதேவ் கோகதே, விரிந்தா கோட்சே, அஜிங்க்யா கோட்சே, நிதின் சாஸ்திரி, பேராசிரியர் இராஜா தீக்சித், சரத் காரே, விநாயக் கனிட்கர், ஜனார்தன் லிமயே, குமார் சப்தர்ஷி, நரேந்திர கே. பார், சமர் காதாஸ், சுபாஷ் லாண்டே, கிரிஷ் குல்கர்னி மற்றும் சங்கர் ஆனந்த். தேசிய ஆவணக் காப்பகம், அரியானா மாநில ஆவணக்காப்பகத்தின் அம்பாலா பிரிவு, நேரு நினைவு அருங்காட்சியகம், மும்பை மராட்டி கிராந்த சங்கராலயா மற்றும் பூனாவின் மகாராஷ்டிர சாகித்ய பரிக்ஷத் நூலகம் ஆகியவற்றில் இருக்கும் ஒவ்வொருவருக்கும் நான் நன்றிசொல்ல கடமைப்பட்டுள்ளேன்.

தங்களுடைய நினைவுகளைப் பகிர்ந்துகொள்ள ஒப்புக்கொண்டு முன்வந்த பல தனிமனிதர்களுக்கும் என்னுடைய நன்றியைத் தெரிவித்துக்கொள்கிறேன். சுமன்பாய், ஸ்ரீனிவாஸ்.டி.ஆச்சார்யா, பாபுசாகிப் புஜாரி மற்றும் விஸ்வனாத் தத்தாத்ரேய கோட்சே ஆகியோர் அவர்களில் முக்கியமானவர்கள்.

என்னுடைய நூலைப் பலதளங்களிலும் கொண்டுசெல்லும் பணியை ஏற்றுக்கொண்ட முகவர் ஸ்ருதி தேபியின் மதிப்புமிக்க அறிவுறுத்தல்களால் அளவிடமுடியாதபடி பலமடங்கு இந்நூல் மேன்மை பெற்றது. மிகுந்த கவனத்தோடும் நுணுக்கமாகவும் பிழைதிருத்தம் செய்த எலிசபத் குருவில்லா மற்றும் ராதிகா அகர்வால் ஆகியோருக்கும் என்னுடைய நன்றியை தெரிவித்துக்கொள்கிறேன்.

எல்லாவற்றுக்கும் மேலாக பேராசிரியர் டி.என்.ஜாவின் மறைவை இங்கே நான் நினைவுகொள்ள விரும்புகிறேன். இந்த நூலை எழுதுவதற்கு உந்துகோலாக அவர் இருந்தார். பின்னர் இந்த நூலுக்கான ஆய்வில் நான் ஈடுபட்டுக்கொண்டிருந்தபோதும் எழுதத்துவங்கியபோதும் எனக்கு உறுதுணையாக இருந்து பலமுக்கியமான பரிந்துரைகளையும் அறிவுரைகளையும் அவர் எனக்கு வழங்கினார். ஆனால் அவருடைய திடீர் மறைவின் காரணமாக, இந்நூலின் இறுதிவடிவத்தை அவரால் பார்க்கமுடியாமல் போய்விட்டது.

மேற்கோள் குறிப்புகள்

1. நாது

1. Manuben Gandhi, *Last Glimpses of Bapu*, Shiva Lal Agarwala & Co. (P) Ltd., Agra, 1962, p. 308.
2. Mahatma Gandhi Murder Case, Statement of Accused in Original, File No. 23, p. 90, National Archives of India (NAI), New Delhi.
3. Manuben Gandhi, *Last Glimpses of Bapu*, Shiva Lal Agarwala & Co. (P) Ltd., Agra, 1962, pp. 308–309.
4. Mahatma Gandhi Murder Case, Statement of Accused in Original, File No. 23, pp. 90–91, NAI, New Delhi.
5. Ramachandra Guha, *Gandhi: The Years that Changed the World, 1914–1948*, Penguin Random House India, Gurgaon, 2018, p. 882.
6. D.G. Tendulkar, *Mahatma: Life of Mohandas Karamchand Gandhi*, Volume Eight, The Publications Division, New Delhi, 1963, p. 288.
7. *New York Herald Tribune*, 1 February 1948, Sardar Patel Papers, NAI, New Delhi.
8. Ibid.
9. K.L. Gauba, *The Assassination of Mahatma Gandhi*, Jaico Publishing House, Bombay, 1969, pp. 149–150.
10. 'The Assassin', p. 1, *Hindustan Times*, 31 January 1948.
11. Ibid.
12. Gopal Godse, *Gandhiji's Murder & After*, Surya Prakashan, Delhi, 1989, p. 95.
13. Based on interview with Vishwanath Dattatreya Godse, son of Dattatreya Vinayak Godse, held at Pune on 27 July 2019.
14. Ashis Nandy, *At the Edge of Psychology: Essays in Politics and Culture*, Oxford University Press, Delhi, 1980, p. 79.
15. Gopal Godse, *Gandhiji's Murder & After*, Surya Prakashan, Delhi, 1989, p. 98.
16. Ibid., p. 99.
17. Mahatma Gandhi Murder Case, Statement of Accused in Original, File No. 23, pp. 1–92, NAI, New Delhi.
18. Mahatma Gandhi Murder Case, Statement of Accused in Original, File No. 23, pp. 1–2, NAI, New Delhi.
19. Mahatma Gandhi Murder Case, Statement of Accused in Original, File No. 23, p. 2, NAI, New Delhi.
20. Gopal Godse, *Gandhiji's Murder & After*, Surya Prakashan, Delhi, 1989, p. 100.

21. Mahatma Gandhi Murder Case, Statement of Accused in Original, File No. 23, p. 3, NAI, New Delhi.
22. Louis Fischer, *The Life of Mahatma Gandhi*, Jonathan Cape, London, 1951, p. 220.
23. Jawaharlal Nehru, *An Autobiography*, The Bodley Head, London, 1958, p. 84.
24. Mahatma Gandhi Murder Case, Statement of Accused in Original, File No. 23, p. 4, NAI, New Delhi.
25. Mahatma Gandhi Murder Case, Statement of Accused in Original, File No. 23, p. 5, NAI, New Delhi.
26. Mahatma Gandhi Murder Case, Statement of Accused in Original, File No. 23, p. 7, NAI, New Delhi.
27. Mahatma Gandhi Murder Case, Statement of Accused in Original, File No. 23, p. 6, NAI, New Delhi.
28. Gandhi Murder Trial Papers, File No. 5, Crime Report No. 30, p. 91, NAI, New Delhi.

2. சாவர்க்கரா? காந்தியா?

1. See, for example, V.D. Savarkar's self-glorification efforts, extolling his sacrifices as a patriot in pro-Hindu Mahasabha paper, *The Mahratta*, p. 3, 23 May 1947. This was the time when freedom fighters across the country were mostly busy in ensuring smooth transition to independence for India.
2. Ashis Nandy, *Regimes of Narcissism, Regimes of Despair*, Oxford University Press, New Delhi, 2013, p. 26.
3. Ashis Nandy, *Regimes of Narcissism, Regimes of Despair*, Oxford University Press, New Delhi, 2013, p. 35.
4. V.N. Datta, *Madan Lal Dhingra and the Revolutionary Movement*, Vikas Publishing House Pvt Ltd, New Delhi, 1978, p. 51.
5. Dhananjay Keer, *Veer Savarkar*, Popular Prakashan, Bombay, 1966, p. 52.
6. Dhananjay Keer, *Veer Savarkar*, Popular Prakashan, Bombay, 1966, p. 52.
7. Dhananjay Keer, *Veer Savarkar*, Popular Prakashan, Bombay, 1966, p. 71.
8. Dhananjay Keer, *Veer Savarkar*, Popular Prakashan, Bombay, 1966, p. 72.
9. Chitra Gupta, *Life of Barrister Savarkar*, Veer Savarkar Prakashan, Bombay, 1987, pp. 82–86, (first published in December 1926).
10. Vaibhav Purandare, *Savarkar: The True Story of the Father of Hindutva*, Juggernaut Books, New Delhi, 2019, p. 147.
11. *Frontline*, 17 January 2020, Vol. 37, No. 1, p. 97.
12. Trailokya Nath Chakraborty, *Thirty Years in Prison: Sensational Confessions of Revolutionary*, Alpha-Beta Publications, Calcutta, 1963, p. 127.
13. Trailokya Nath Chakraborty, *Thirty Years in Prison: Sensational Confessions of Revolutionary*, Alpha-Beta Publications, Calcutta, 1963, p. 127.
14. Trailokya Nath Chakraborty, *Thirty Years in Prison: Sensational Confessions of Revolutionary*, Alpha-Beta Publications, Calcutta, 1963, p. 139.

15. *Frontline*, 17 January 2020, Vol. 37, No. 1, p. 97.
16. For details see Vaibhav Purandare, *Savarkar: The True Story of the Father of Hindutva*, Juggernaut Books, New Delhi, 2019.
17. Ashis Nandy, *Regimes of Narcissism, Regimes of Despair*, Oxford University Press, New Delhi, 2013, p. 43.
18. Dhananjay Keer, *Veer Savarkar*, Popular Prakashan, Bombay, 1966, p. 4.
19. Ashis Nandy, *Regimes of Narcissism, Regimes of Despair*, Oxford University Press, New Delhi, 2013, p. 45.
20. For details see V.D. Savarkar, *The Story of My Transportation for Life*, Sadbhakti Publications, Bombay, 1950.
21. Dhananjay Keer, *Veer Savarkar*, Popular Prakashan, Bombay, 1966, pp. 140–143.
22. A.G. Noorani, *Savarkar and Hindutva: The Godse Connection*, LeftWord Books, New Delhi, 2015, p. 54.
23. V.D. Savarkar, *Hindutva: Who is a Hindu?*, Hindi Sahitya Sadan, New Delhi, 2005, p. 85.
24. V.D. Savarkar, *Hindutva: Who is a Hindu?*, Hindi Sahitya Sadan, New Delhi, 2005, p. 92.
25. V.D. Savarkar, *Hindutva: Who is a Hindu?*, Hindi Sahitya Sadan, New Delhi, 2005, p. 42.
26. V.D. Savarkar, *Hindutva: Who is a Hindu?*, Hindi Sahitya Sadan, New Delhi, 2005, p. 44.
27. Aakar Patel, *Our Hindu Rashtra*, Westland Publications, Chennai, 2020, p. 6.
28. Gopal Godse, *Gandhiji's Murder & After*, Surya Prakashan, Delhi, 1989, p. 108.
29. Gopal Godse, *Gandhiji's Murder & After*, Surya Prakashan, Delhi, 1989, p. 109.
30. Mahatma Gandhi Murder Case, Statement of Accused in Original, File No. 23, p. 5, NAI, New Delhi.
31. Mahatma Gandhi Murder Case, Statement of Accused in Original, File No. 23, p. 5, NAI, New Delhi.
32. Ashis Nandy, *At the Edge of Psychology: Essays in Politics and Culture*, Oxford University Press, Delhi, 1980, p. 77.
33. Shri Prakash Narhar Godse (editor and publisher), *Godse Kulvritant*, Mumbai, 2006, p. 702.
34. Gopal Godse, *Gandhiji's Murder & After*, Surya Prakashan, Delhi, 1989, pp. 93–94.
35. Mahatma Gandhi Murder Case, Statement of Accused in Original, File No. 23, p. 6, NAI, New Delhi.
36. Mahatma Gandhi Murder Case, Statement of Accused in Original, File No. 23, p. 7, NAI, New Delhi.
37. Ashis Nandy, *At the Edge of Psychology: Essays in Politics and Culture*, Oxford University Press, Delhi, 1980, p. 71.
38. Ramachandra Guha, *Gandhi: The Years that Changed the World, 1914–1948*, Penguin Random House India, Gurgaon, 2018, p. 898.

39. Robert Payne, *The Life and Death of Mahatma Gandhi*, Rupa & Co., Calcutta, 1997, p. 205.
40. *The Collected Works of Mahatma Gandhi*, Vol. IX, The Publications Division, Government of India, Delhi, 1963, p. 499; Dhananjay Keer, *Veer Savarkar*, Popular Prakashan, Bombay, 1966, pp. 62–64.
41. *The Collected Works of Mahatma Gandhi*, Vol. XXXIII, The Publications Division, Government of India, Delhi, 1963, p. 136
42. Ibid.
43. Ibid.
44. Gopal Godse, *Gandhiji's Murder & After*, Surya Prakashan, Delhi, 1989, p. 109.
45. Gopal Godse, *Gandhiji's Murder & After*, Surya Prakashan, Delhi, 1989, p. 109.
46. Mahatma Gandhi Murder Case, Statement of Accused in Original, File No. 23, p. 6, NAI, New Delhi.

3. பம்பாய் பார்ப்பனர்கள்

1. Mahatma Gandhi Murder Case, Statement of Accused in Original, File No. 23, p. 10, NAI, New Delhi.
2. Mahatma Gandhi Murder Case, Statement of Accused in Original, File No. 23, p. 10, NAI, New Delhi.
3. Gopal Godse, *Gandhiji's Murder & After*, Surya Prakashan, Delhi, 1989, p. 113.
4. Mahatma Gandhi Murder Case, Statement of Accused in Original, File No. 23, p. 11, NAI, New Delhi.
5. Mahatma Gandhi Murder Case, Statement of Accused in Original, File No. 23, p. 11, NAI, New Delhi.
6. M.J. Akbar, *India: The Siege Within*, Penguin Books India, New Delhi, 1985, p. 306.
7. Chetan Bhatt, *Hindu Nationalism: Origins, Ideologies and Modern Myths*, Berg, Oxford-New York, 2001, p. 121.
8. Ibid.
9. Nilanjan Mukhopadhyay, *The RSS: Icons of the Indian Right*, Tranquebar, Chennai, 2019, p. 40.
10. B.V. Deshpande and S.R. Ramaswamy, *Dr Hedgewar The Epoch-Maker: A Biography*, Sahitya Sindhu, Bengaluru, 1981, p. 118.
11. Delhi Police Record, IX Installment, File No. 72, p. 217, Records Section, Nehru Memorial Museum and Library (NMML), New Delhi.
12. Ibid.
13. Ibid., p. 229.
14. Based on an interview with ninety-three-year-old Bapusaheb Pujari, who joined the RSS in 1933 at the age of seven under the influence of Kashinath Bhaskar Limaye, in Sangli on 14 October 2019.

15. Ibid.
16. D.S. Harshe, *Adarsh Hindu Sanghatak: Ka. Bha. Limaye*, published by Sudha Dattatreya Harshe, Satara, 1981, p. 1.
17. Ibid.
18. Ibid.
19. D.S. Harshe, *Adarsh Hindu Sanghatak: Ka. Bha. Limaye*, published by Sudha Dattatreya Harshe, Satara, 1981, p. 2.
20. Ibid., p. 1.
21. Ibid., p. 4.
22. Ibid., p. 5.
23. Ibid.
24. Ibid.
25. N.H. Palkar (ed.), *Dr. Hedgewar: Patraroop-Vyaktidarshan*, Archana Prakashan, Indore, 1989, p. 30.
26. Ibid., pp. 29–30.
27. D.S. Harshe, *Adarsh Hindu Sanghatak: Ka. Bha. Limaye*, published by Sudha Dattatreya Harshe, Satara, 1981, p. iv.
28. Based on an interview with ninety-three-year-old Bapusaheb Pujari, who joined the RSS in 1933 at the age of seven under the influence of Kashinath Bhaskar Limaye, in Sangli on 14 October 2019.
29. Mahatma Gandhi Murder Case, Statement of Accused in Original, File No. 23, p. 12, NAI, New Delhi.
30. S.H. Deshpande, *My Days in the RSS*, Quest, July–August 1975, p. 20.
31. Valmiki Choudhary, *Dr. Rajendra Prasad: Correspondence and Select Documents*, Vol. X, Allied Publishers Private Limited, Delhi, 1988, pp. 181–183.
32. Ibid.
33. S.H. Deshpande, *My Days in the RSS*, Quest, July–August 1975, p. 19.
34. Mahatma Gandhi Murder Case, Statement of Accused in Original, File No. 23, p. 12, NAI, New Delhi.
35. Ibid., p. 13.

4. சங்கமும் சபையும்

1. Mahatma Gandhi Murder Case, Statement of Accused in Original, File No. 23, p. 14, NAI, New Delhi.
2. Ibid.
3. Ibid.
4. Based on an interview with ninety-three-year-old Shrinivas D. Acharya, who joined the RSS in 1940 at the age of fourteen in Pune, on 11 October 2019. He passed away in 2021.
5. S.H. Deshpande, *My Days in the RSS*, Quest, July–August 1975, p. 21.

6. Mahatma Gandhi Murder Case, Statement of Accused in Original, File No. 23, p. 15, NAI, New Delhi.
7. Dhananjay Keer, *Veer Savarkar*, Popular Prakashan, Bombay, 1966, p. 220.
8. A.G. Noorani, *Savarkar and Hindutva: The Godse Connection*, LeftWord Books, New Delhi, 2015, p. 21.
9. Dhananjay Keer, *Savarkar and His Times*, Published by A.V. Keer, 1950, p. 199.
10. Ibid.
11. Ibid., p. 200.
12. Vaibhav Purandare, *Savarkar: The True Story of the Father of Hindutva*, Juggernaut Books, New Delhi, 2019, p. 241.
13. Indra Prakash, *A Review of the History and Work of the Hindu Mahasabha and the Hindu Sanghatan Movement*, Dharmarajya Press, Delhi, 1952, p. 13.
14. Myron Weiner, *Party Politics in India: The Development of a Multi-Party System*, Princeton University Press, Princeton, 1957, p. 167.
15. Dhananjay Keer, *Savarkar and His Times*, Published by A.V. Keer, 1950, p. 203.
16. Vinayak Damodar Savarkar, *Samagra Savarkar Vangmaya*, Vol. 6, Hindu Mahasabha, Poona, 1963, p. 296.
17. V.D. Savarkar, *Hindutva: Who is a Hindu?*, Hindi Sahitya Sadan, New Delhi, 2005
18. Marzia Casolari, 'Hindutva's Foreign Tie-up in the 1930s: Archival Evidence', *Economic and Political Weekly*, 22 January 2000, p. 223.
19. Ramachandra Guha, *Gandhi: The Years that Changed the World, 1914–1948*, Penguin Random House India, Gurgaon, 2018, p. 525.
20. N.H. Palkar (ed.), *Dr. Hedgewar: Patraroop-Vyaktidarshan*, Archana Prakashan, Indore, 1989, p. 84.
21. Based on an interview with ninety-three-year-old Bapusaheb Pujari, who joined the RSS in 1933 at the age of seven under the influence of Kashinath Bhaskar Limaye, in Sangli on 14 October 2019.
22. Gopal Godse, *Gandhiji's Murder & After*, Surya Prakashan, Delhi, 1989, p. 116.
23. Mahatma Gandhi Murder Case, Statement of Accused in Original, File No. 23, p. 9, NAI, New Delhi.
24. Ibid., p. 14.
25. Ibid., p. 15.
26. Dhirendra K. Jha, 'The Apostle of Hate', The *Caravan*, Volume 12, Issue 1, January 2020, pp. 28–49.
27. Government of India, Home Department (Political), File No. 220-P/42 (Sec), 1942, p. 1, NAI, New Delhi.
28. D.R. Goyal, *Rashtriya Swayamsevak Sangh*, Radhakrishna Prakashan, Delhi, 1979, pp. 82–83.
29. B.V. Deshpande and S.R. Ramaswamy, *Dr Hedgewar The Epoch-Maker: A Biography*, Sahitya Sindhu, Bengaluru, 1981, pp. 14–32.

30. Government of India, Home Department (Political), File No. 88/33, 1933, p. 28, NAI, New Delhi.
31. Marzia Casolari, 'Hindutva's Foreign Tie-up in the 1930s: Archival Evidence', *Economic and Political Weekly*, 22 January 2000, pp. 219–220.
32. Government of India, Home Department (Political), File No. 220-P/42 (Sec), 1942, p. 1, NAI, New Delhi.
33. D.R. Goyal, *Rashtriya Swayamsevak Sangh*, Radhakrishna Prakashan, Delhi, 1979, p. 83.
34. Ibid.
35. N.G. Dixit (ed.), *Dharmaveer Dr. B.S. Moonje Commemoration Volume*, Centenary Celebration Committee, Nagpur, 1973, p. 22.
36. S.H. Deshpande, *My Days in the RSS*, Quest, July–August 1975, p. 21.
37. For details see A.S. Bhide (ed.), *Whirlwind Propaganda: Extracts from President's Diary of His Propagandist Tours, Interviews from December 1937 to October 1941*, All India Hindu Mahasabha, Bombay, 1941.
38. Marzia Casolari, 'Hindutva's Foreign Tie-up in the 1930s: Archival Evidence', *Economic and Political Weekly*, 22 January 2000, p. 228.
39. Government of India, Home Department (Political), File No. 220-P/42 (Sec), 1942, p. 3, NAI, New Delhi.
40. J.A. Curran, Jr., *Militant Hinduism in Indian Politics: A Study of the R.S.S.*, Institute of Pacific Relations, New York, 1951, p. 64.

5. நாதுராமாக மாறிய இராமச்சந்திரா

1. N.V. Godse to V.D. Savarkar, cited in K.L. Gauba, *The Assassination of Mahatma Gandhi*, Jaico Publishing House, Bombay, 1969, pp. 81–82.
2. Ibid.
3. Gandhi Murder Trial Papers, File No. 5, p. 224, NAI, New Delhi.
4. Mahatma Gandhi Murder Case, Statement of Accused in Original, File No. 23, p. 15, NAI, New Delhi.
5. Gopal Godse, *Why I Assassinated Mahatma Gandhi?*, Surya Bharti Parkashan, Delhi, 1993, p. 102.
6. J.A. Curran, Jr., *Militant Hinduism in Indian Politics: A Study of the R.S.S.*, Institute of Pacific Relations, New York, 1951, p. 13.
7. Ibid., p. 3.
8. N.V. Godse to V.D. Savarkar, cited in K.L. Gauba, *The Assassination of Mahatma Gandhi*, Jaico Publishing House, Bombay, 1969, p. 82.
9. Ian Copland, *Communalism' in Princely India: The Case of Hyderabad, 1930–1940*, Modern Asian Studies, Vol. 22, No. 4, 1988, p. 803.
10. The *Times of India*, 27 December 1938, p. 14.

11. Ian Copland, *Communalism in Princely India: The Case of Hyderabad, 1930–1940*, Modern Asian Studies, Vol. 22, No. 4, 1988, p. 800.
12. Marzia Casolari, 'Hindutva's Foreign Tie-up in the 1930s: Archival Evidence', *Economic and Political Weekly*, 22 January 2000, pp. 218–219.
13. Ibid., p. 219.
14. Ibid., p. 221.
15. Gandhi Murder Trial Papers, File No. 5, p. 224, NAI, New Delhi.
16. Mahatma Gandhi Murder Case, Statement of Accused in Original, File No. 23, p. 16, NAI, New Delhi.
17. Ibid.
18. Ibid., pp. 16–17.
19. 'More About the Assassin', *Hindustan Times*, 2 February 1948.
20. Mahatma Gandhi Murder Case, Statement of Accused in Original, File No. 23, p. 16, NAI, New Delhi.
21. Ian Copland, *Communalism in Princely India: The Case of Hyderabad, 1930–1940*, Modern Asian Studies, Vol. 22, No. 4, 1988, p. 810.
22. Tapan Ghosh, *The Gandhi Murder Trial*, Asia Publishing House, New Delhi, 1974, p. 24.
23. Ibid., p. 27.
24. Ibid.
25. Laxman Vasudev Paranjpe, 'Dr. Hedgewar Yanche Charitra Va Kaarya', *Kesari*, 5 July 1940.
26. Justice J.L. Kapur, Report of Commission of Inquiry in to Conspiracy to Murder Mahatma Gandhi, Part II, New Delhi, Government of India, 1969, p. 61.
27. Ashis Nandy, *At the Edge of Psychology: Essays in Politics and Culture*, Oxford University Press, Delhi, 1980, p. 81.
28. S.H. Deshpande, *My Days in the RSS*, Quest, July–August 1975, p. 27.
29. Valmiki Choudhary, *Dr. Rajendra Prasad: Correspondence and Select Documents*, Vol. X, Allied Publishers Private Limited, Delhi, 1988, p. 183.
30. Mahatma Gandhi Murder Case, Statement of Accused in Original, File No. 23, p. 17, NAI, New Delhi.
31. Vasudha Ganesh Paranjpe, *Ek Jhunjar Stri: Shantabai Gokhale*, Ram Laxmi Mandal, Pune, 2003, p. 111.
32. D.P. Mishra Papers, I & II Inst., Sub File No. 18, p. 139, Records Section, NMML, New Delhi.
33. In archival sources, the acronym RSSS is occasionally used for this organization whereas nowadays shorter form RSS is more common. However, the meaning in both cases is the same.
34. D.P. Mishra Papers, I & II Inst., Sub File No. 18, p. 137, Records Section, NMML, New Delhi.

35. D.S. Harshe, *Adarsh Hindu Sanghatak: Ka. Bha. Limaye*, published by Sudha Dattatreya Harshe, Satara, 1981, pp. 5–6.
36. Mahatma Gandhi Murder Case, Statement of Accused in Original, File No. 23, p. 18, NAI, New Delhi.
37. Ibid.
38. Ibid., pp. 18–19.
39. Marzia Casolari, 'Hindutva's Foreign Tie-up in the 1930s: Archival Evidence', *Economic and Political Weekly*, 22 January 2000, p. 219.
40. B.S. Moonje Papers, Sub Files No. 59, p. 252, Records Section, NMML, New Delhi.
41. Ibid., p. 257.
42. Laxman Vasudev Paranjpe, 'Dr. Hedgewar Yanche Charitra Va Kaarya', *Kesari*, 5 July 1940.
43. Marzia Casolari, 'Hindutva's Foreign Tie-up in the 1930s: Archival Evidence', *Economic and Political Weekly*, 22 January 2000, p. 226.
44. Ibid.
45. Ibid.
46. Home Department (Political), File No. 190-P (S), 1943, p. 2, NAI, New Delhi.
47. Home Department (Political), File No. 220-P/42 (Sec), 1942, p. 5, NAI, New Delhi.
48. Ibid.
49. S.H. Deshpande, *My Days in the RSS*, Quest, July–August 1975, p. 22.
50. Mahatma Gandhi Murder Case, Statement of Accused in Original, File No. 23, p. 19, NAI, New Delhi.

6. ஒரு இராணுவக் கனவு

1. Mahatma Gandhi Murder Case, Statement of Accused in Original, File No. 23, p. 135, NAI, New Delhi.
2. Ibid., p. 134.
3. N.D. Apte to V.D. Savarkar, cited in K.L. Gauba, *The Assassination of Mahatma Gandhi*, Jaico Publishing House, Bombay, 1969, pp. 90–91.
4. Ibid.
5. Ibid., pp. 86–88 and 94–95.
6. Ibid., pp. 86–87.
7. Ibid., p. 87.
8. Ibid., p. 88.
9. Ibid.
10. Ibid.
11. Ibid., p. 94.
12. Ibid., pp. 94–95.

13. Tapan Ghosh, *The Gandhi Murder Trial*, Asia Publishing House, New Delhi, 1974, p. 38.
14. Ibid.
15. Mahatma Gandhi Murder Case, Statement of Accused in Original, File No. 23, p. 20, NAI, New Delhi.
16. Mahatma Gandhi Murder Trial Papers, Special Branch, CID, Bombay, File No. 5, Crime Report No. 2, pp. 9–10, NAI, New Delhi.
17. Mahatma Gandhi Murder Case, Statement of Accused in Original, File No. 23, p. 20, NAI, New Delhi.
18. Ibid.
19. Mahatma Gandhi Murder Trial Papers, Special Branch, CID, Bombay, File No. 5, p. 228, NAI, New Delhi.
20. Vasudev Balwant Gogate, *Hotson-Gogate: Atmavritta*, published by Anil Vasudev Gogate, Pune, 2006, p. 94.
21. Ibid.
22. Ibid., p. 95.
23. Jawaharlal Nehru, *The Discovery of India*, Penguin Books India, New Delhi, 2008, p. 454.
24. Ibid., pp. 460–464.
25. Ramachandra Guha, *Gandhi: The Years that Changed the World, 1914—1948*, Penguin Random House India, Gurgaon, 2018, p. 684.
26. S.H. Deshpande, *My Days in the RSS*, Quest, July–August 1975, p. 23.
27. Ibid.
28. Interview with ninety-three-year-old RSS member Shrinivas D. Acharya, who lived in Pune since 1941, was done on 11 October 2019. He passed away in 2021.
29. N.C. Chatterjee to B.S. Moonje, 14 August 1942, cited in Ramachandra Guha, *Gandhi: The Years that Changed the World, 1914–1948*, Penguin Random House India, Gurgaon, 2018, pp. 684–685.
30. File No. F-3-53, Home Political–I, 1942, Repository II, pp. 7–8, NAI, New Delhi.
31. Ibid.
32. Ibid.
33. Ibid.
34. Interview with ninety-three-year-old RSS member Shrinivas D. Acharya, who lived in Pune since 1941, was done on 11 October 2019. He passed away in 2021.

7. நாதுராமும் நாளிதழும்

1. B.S. Moonje Papers, Sub File No. 75, p. 68, Records Section, NMML, New Delhi.
2. Mahatma Gandhi Murder Case, Statement of Accused in Original, File No. 23, p. 21, NAI, New Delhi.
3. B.S. Moonje Papers, Sub File No. 75, p. 68, Records Section, NMML, New Delhi.

4. Ibid.
5. Ibid., p. 67.
6. Ibid.
7. Interview with ninety-three-year-old RSS member Shrinivas D. Acharya, who lived in Pune since 1941, was done on 11 October 2019. He passed away in 2021.
8. Ibid.
9. B.S. Moonje Papers, Sub File No. 75, p. 67, Records Section, NMML, New Delhi.
10. Neela Vasant Upadhye (ed.), *D.V. Gokhale: Vyaktitva Va Krititva*, Navachaitanya Prakashan, Mumbai, 2013, p. x.
11. B.S. Moonje Papers, Sub File No. 75, p. 67, Records Section, NMML, New Delhi.
12. S.H. Deshpande, *My Days in the RSS*, Quest, July–August 1975, p. 28.
13. D.R. Goyal, *Rashtriya Swayamsevak Sangh*, Radhakrishna Prakashan, New Delhi, 2000, p. 17.
14. Home Pol (I), File No. 220-P/42 (Sec), 'Summery of a report on the Officers' Training Camp of the Rashtriya Swayam Sevak Sangh held in April/May 1942 at Poona' p. 83, NAI, New Delhi.
15. S.H. Deshpande, *My Days in the RSS*, Quest, July–August 1975, p. 21.
16. B.S. Moonje Papers, Sub File No. 75, p. 67, Records Section, NMML, New Delhi.
17. Walter K. Andersen and Shridhar D. Damle, *The Brotherhood in Saffron: The Rashtriya Swayamsevak Sangh and Hindu Revivalism*, Westerview Press, Boulder and London, 1987, pp. 43, 65.
18. D.P. Mishra Papers, I & II Inst., Sub File No. 18, p. 122, Records Section, NMML, New Delhi.
19. Narhari N. Kirkire, *Sangliche Diwas* (1937–1945), N.N. Kirkire (publisher), Satara, 2008, p. 62.
20. Based on an interview with ninety-three-year-old Bapusaheb Pujari, who joined the RSS in 1933 at the age of seven under the influence of Kashinath Bhaskar Limaye, in Sangli on 14 October 2019.
21. File No. 190-P (S), 1943, p. 51, Home Department (Political), Government of India, NAI, New Delhi.
22. File No. 28/5/46–Pol (I): Home Department, Government of India, P. 15, NAI, New Delhi.
23. File No. 28/5/46–Pol (I): Home Department, Government of India, P. 15, NAI, New Delhi.
24. File No. 190-P (S), 1943, Home Department (Political), Government of India: Extract from Daily Report No. 36 of 1943, received from Central Intelligence Officer, the Central Provinces and Berar, NAI, New Delhi.
25. Mahatma Gandhi Murder Case, Statement of Accused in Original, File No. 23, p. 20, NAI, New Delhi.
26. Godse's letter to Savarkar, cited in K.L. Gauba, *The Assassination of Mahatma Gandhi*, Jaico Publishing House, Bombay, 1969, p. 83.

27. Gandhi Murder Trial Papers, File No. 5, p. 232, NAI, New Delhi.
28. Mahatma Gandhi Murder Case, Statement of Accused in Original, File No. 23, p. 21, NAI, New Delhi.
29. Gandhi Murder Trial Papers, File No. 5, P. Crime Report No. – 38, p. 101, NAI, New Delhi.
30. Mahatma Gandhi Murder Case, Statement of Accused in Original, File No. 23, p. 21, NAI, New Delhi.
31. Ibid., p. 135.
32. Ibid.
33. J. Natarajan, *History of Indian Journalism*, Publications Division, New Delhi, 1955, p. 236.
34. Mahatma Gandhi Murder Case, Statement of Accused in Original, File No. 23, pp. 23–25, NAI, New Delhi.
35. Ibid., pp. 24–25.
36. Ibid., p. 23.
37. Interview with ninety-three-year-old RSS member Shrinivas D. Acharya, who lived in Pune since 1941, was done on 11 October 2019. He passed away in 2021.
38. J. Natarajan, *History of Indian Journalism*, Publications Division, New Delhi, 1955, p. 236.
39. Based on an interview with ninety-three-year-old Bapusaheb Pujari, who joined the RSS in 1933 at the age of seven under the influence of Kashinath Bhaskar Limaye, in Sangli on 14 October 2019.
40. Interview with ninety-three-year-old RSS member Shrinivas D. Acharya, who lived in Pune since 1941, was done on 11 October 2019. He passed away in 2021.
41. Mahatma Gandhi Murder Case, Statement of Accused in Original, File No. 23, pp. 25–26, NAI, New Delhi.
42. Ibid., p. 26.
43. Sumit Sarkar, *Modern India: 1885–1947*, Macmillan India Limited, New Delhi, 1983, p. 415.
44. Mahatma Gandhi Murder Case, Statement of Accused in Original, File No. 23, p. 27, NAI, New Delhi.
45. Ibid.
46. Ibid., p. 29.
47. Ramachandra Guha, *Gandhi: The Years that Changed the World, 1914–1948*, Penguin Random House India, Gurgaon, 2018, p. 732.
48. Ibid.
49. The *Times of India*, 23 July 1944, cited in Justice J.L. Kapur, Report of Commission of Inquiry in to Conspiracy to Murder Mahatma Gandhi, Part–I, 1969, pp. 116–117.
50. Mahatma Gandhi Murder Case, Statement of Accused in Original, File No. 23, pp. 30, 136, NAI, New Delhi.

8. பாலுணர்வுளப் பிரச்சனை

1. Larry Collins and Dominique Lapierre, *Freedom at Midnight*, Vikas Publishing House Pvt Ltd, Delhi, 1976, p. 366.
2. D.P. Mishra Papers, I & II Inst., Sub. File No. 18, Statement of Narain Vithal Paranjpe, p. 17, NMML, New Delhi.
3. Dhananjay Keer, *Veer Savarkar*, Popular Prakashan, Bombay, 1988, p. 230.
4. Ibid., pp. 210, 213.
5. Ibid., p. 213.
6. Ibid.
7. Ibid., p. 214.
8. Vasudha Ganesh Paranjpe, *Ek Jhunjar Stri: Shantabai Gokhale*, Ram Laxmi Mandal, Pune 2003, p. 101.
9. Statement of Manorama Salvi, cited in K.L. Gauba, *The Assassination of Mahatma Gandhi*, Jaico Publishing House, Bombay, 1969, pp. 225–226.
10. Ibid., p. 226.
11. Ibid., p. 226.
12. Ibid.
13. Ibid.
14. Ibid.
15. Ibid.
16. Ibid.
17. Ibid., p. 228.
18. Based on interview with a close relative of Manorama Salvi conducted on 17 October 2019 at Ahmadnagar. As the interviewee preferred anonymity, the name has not been disclosed.
19. Ibid.
20. Interview with ninety-three-year-old RSS member Shrinivas D. Acharya, who lived in Pune since 1941, was done on 11 October 2019. He passed away in 2021.
21. M.S. Dixit, *Mi, Ma. Shri*, Utkarsh Prakashan, Pune, 2004, pp. 44–45.
22. Interview with ninety-three-year-old RSS member Shrinivas D. Acharya, who lived in Pune since 1941, was done on 11 October 2019. He passed away in 2021.
23. Ibid.
24. *Sunday Standard*, 15 February 1948: Story of 'Brooding Little Fanatic'.
25. Mahatma Gandhi Murder Trial Papers, File No. 5, 'History of the Hindu Mahasabha', p. 32, NAI, New Delhi.
26. N.D. Apte to V.D. Savarkar, cited in K.L. Gauba, *The Assassination of Mahatma Gandhi*, Jaico Publishing House, Bombay, 1969, p. 90.
27. Delhi Police Record, V Inst., File No. 137, p. 43, Records Room, NMML, New Delhi.

28. Mahatma Gandhi Murder Case, Statement of Accused in Original, File No. 23, p. 44, NAI, New Delhi.
29. Morarji Desai, *The Story of My Life*, Vol. I, Macmillan India, Delhi, 1974, p. 248.
30. Ibid., p. 250.
31. Mahatma Gandhi Murder Trial Papers, File No. 5, 'History of the Hindu Mahasabha', p. 26, NAI, New Delhi.
32. Ibid.
33. Mahatma Gandhi Murder Case, Statement of Accused in Original, File No. 23, p. 43, NAI, New Delhi.
34. Mahatma Gandhi Murder Trial Papers, File No. 5, 'History of the Hindu Mahasabha', p. 40, NAI, New Delhi.
35. Ibid.
36. Ibid., p. 41.
37. 'Godse and Apte Threatened to Stab Mr. Bhopatkar', The *Times of India*, 24 July 1948, p. 8.
38. Tapan Ghosh, *The Gandhi Murder Trial*, Asia Publishing House, New Delhi, 1974, p. 59.
39. Mahatma Gandhi Murder Case, Statement of Accused in Original, File No. 23, p. 95, NAI, New Delhi.

9. 'தற்கொலை செய்துகொள்ளுங்கள் காந்தி'

1. Mahatma Gandhi Murder Trial Papers, File No. 5, 'History of the Hindu Mahasabha', p. 41, NAI, New Delhi
2. Mahatma Gandhi Murder Trial Papers, File No. 5, 'History of the Hindu Mahasabha', pp. 41–42, NAI, New Delhi.
3. Ibid.
4. Ibid., pp. 42–43.
5. Mahatma Gandhi Murder Case, Statement of Accused in Original, File No. 23, p. 137, NAI, New Delhi.
6. Mahatma Gandhi Murder Trial Papers, File No. 5, 'History of the Hindu Mahasabha', p. 43, NAI, New Delhi.
7. Mahatma Gandhi Murder Case, Statement of Accused in Original, File No. 23, p. 45, NAI, New Delhi.
8. Justice J.L. Kapur, Report of Commission of Inquiry in to Conspiracy to Murder Mahatma Gandhi, Part II, Government of India, New Delhi, 1969, p. 61.
9. Mahatma Gandhi Murder Trial Papers, File No. 5, 'History of the Hindu Mahasabha', p. 44, NAI, New Delhi.
10. Mahatma Gandhi Murder Trial Papers, Special Branch, CID, Bombay, File No. 5, Crime Report No. 62, pp. 170–171.
11. Mahatma Gandhi Murder Case, Statement of Accused in Original, File No. 23, p. 169, NAI, New Delhi.

12. Ibid., p. 172.
13. G.D. Khosla, *The Murder of the Mahatma: And Other Cases from a Judge's Note-book*, Chatto & Windus, London, 1963, p. 222.
14. Mahatma Gandhi Murder Case, Statement of Accused in Original, File No. 23, p. 176, NAI, New Delhi.
15. Ibid.
16. Ibid.
17. Ibid., pp. 176–177.
18. Ibid., p. 177–178.
19. Ibid., p. 177.
20. Ibid., p. 137.
21. Ibid., p. 177.
22. Tapan Ghosh, *The Gandhi Murder Trial*, Asia Publishing House, New Delhi, 1974, p. 87.
23. Ibid.
24. Statement of Dada Maharaj, cited in K.L. Gauba, *The Assassination of Mahatma Gandhi*, Jaico Publishing House, Bombay, 1969, p. 330.
25. Tapan Ghosh, *The Gandhi Murder Trial*, Asia Publishing House, New Delhi, 1974, pp. 87–88.
26. Larry Collins and Dominique Lapierre, *Freedom at Midnight*, Vikas Publishing House Pvt Ltd, Delhi, 1976, p. 365
27. Tapan Ghosh, *The Gandhi Murder Trial*, Asia Publishing House, New Delhi, 1974, p. 88.
28. Ibid.
29. Statement of Dada Maharaj, cited in K.L. Gauba, *The Assassination of Mahatma Gandhi*, Jaico Publishing House, Bombay, 1969, p. 331.
30. Ibid.
31. Statement of Manorama Salvi, cited in K.L. Gauba, *The Assassination of Mahatma Gandhi*, Jaico Publishing House, Bombay, 1969, p. 229.
32. Ibid., p. 228.
33. Ibid.
34. Ibid.
35. Ibid., pp. 228–229.
36. Ibid., p. 228.
37. Based on interview with a close relative of Manorama Salvi conducted on 17 October 2019 at Ahmadnagar. As the interviewee preferred anonymity, the name has not been disclosed.
38. M.S. Dixit, *Mi Ma Shri*, Utkarsh Prakashan, Pune, 2004, p. 45.
39. Ibid., p. 46.
40. Ibid.

10. திட்டம்

1. Mahatma Gandhi Murder Case, Statement of Accused in Original, File No. 23, p. 66, NAI, New Delhi.
2. Mahatma Gandhi Murder Trial Papers, File No. 5, Crime Report No. 82, pp. 205–206, NAI, New Delhi.
3. Ibid., p. 206.
4. Mahatma Gandhi Murder Case, Statement of Accused in Original, File No. 23, p. 138, NAI, New Delhi.
5. Ibid., p. 185.
6. Ibid.
7. Mahatma Gandhi Murder Case, Statement of Accused, File No. 47, pp. 23–24, NAI, New Delhi.
8. Ibid., pp. 30–45.
9. Ashis Nandy, *Regimes of Narcissism, Regimes of Despair*, Oxford University Press, New Delhi, 2013, p. 75.
10. Mahatma Gandhi Murder Case, Statement of Accused, File No. 47, p. 48, NAI, New Delhi
11. Ibid.
12. Based on interview with Sumanbai, an acquaintance of Shewanti till the time she died in 1988, conducted on 17 October 2019 at Ahmednagar.
13. Ibid.
14. Ibid.
15. Ibid.
16. Mahatma Gandhi Murder Case, Statement of Accused, File No. 47, pp. 49–50, NAI, New Delhi.
17. Ibid., p. 50.
18. Ibid., pp. 50–51.
19. Ibid., p. 55.
20. Ibid.
21. Ibid., pp. 56–58.
22. Ibid., p. 72.
23. Ibid.
24. Mahatma Gandhi Murder Case, Statement of Accused in Original, File No. 23, p. 66, NAI, New Delhi.
25. Gopal Godse, *Why I Assassinated Mahatma Gandhi?*, Surya Bharti Parkashan, Delhi, 1993, pp. 110–111.
26. M.S. Golwalkar, *We or Our Nationhood Defined*, Bharat Prakashan, Nagpur, Fourth Edition, 1947 (First published in 1939)
27. M.S. Golwalkar, *We or Our Nationhood Defined*, Bharat Prakashan, Nagpur, 1947, p. 43.

28. Ibid., pp. 55–56.
29. Rashtriya Swayam Sewak Sangh—Source Report, Delhi Police Records, V Instalment, File No. 138, p. 82, Records Section, NMML, New Delhi.
30. Ibid.
31. Mahatma Gandhi Murder Case, Statement of Accused in Original, File No. 23, pp. 68–69, NAI, New Delhi.
32. Mahatma Gandhi Murder Case, Statement of Accused, File No. 47, pp. 58–60, NAI, New Delhi.
33. Ibid., p. 60.
34. Mahatma Gandhi Murder Case, Statement of Accused in Original, File No. 23, p. 189, NAI, New Delhi.
35. Ibid.
36. Ibid.

11. பொய்யும் புரட்டும்

1. Mahatma Gandhi Murder Case, Statement of Accused in Original, File No. 23, p. 71, NAI, New Delhi.
2. D.P. Mishra Papers, I & II Inst., Sub. File No. 18, Statement of P.T. Marathe, p. 61, NMML, New Delhi.
3. Ibid., p. 82.
4. Ibid., p. 17.
5. Ibid., p. 104.
6. Mahatma Gandhi Murder Trial Papers, File No. 5, Crime Report No. 12, p. 43, NAI, New Delhi.
7. Mahatma Gandhi Murder Case, Statement of Accused in Original, File No. 23, p. 72, NAI, New Delhi.
8. Statement of Shanta Modak, cited in K.L. Gauba, *The Assassination of Mahatma Gandhi*, Jaico Publishing House, Bombay, 1969, p. 69.
9. Ibid., p. 70.
10. Mahatma Gandhi Murder Case, Statement of Accused in Original, File No. 23, p. 140, NAI, New Delhi.
11. Ibid.
12. Ibid.
13. Ibid., p. 101.
14. Ibid., pp. 101–102.
15. Ibid., p. 141.
16. Ibid.
17. Ibid.
18. Ibid.

19. Mahatma Gandhi Murder Case, Statement of Accused, File No. 47, pp. 71–72, NAI, New Delhi.
20. Ibid., p. 72.
21. Ibid., p. 73.
22. Prof. J.C. Jain, *The Murder of Mahatma Gandhi: Prelude and Aftermath*, Chetana Limited, Bombay, 1961, p. 17.
23. Ibid., p. 18.
24. Mahatma Gandhi Murder Case, Statement of Accused, File No. 47, p. 73, NAI, New Delhi.
25. Mahatma Gandhi Murder Case, Statement of Accused in Original, File No. 23, p. 103, NAI, New Delhi.
26. Ibid.
27. Ibid., p. 73.
28. Ibid., pp. 73–74.
29. Ibid., p. 105.
30. Ibid., p. 107.
31. Ibid.
32. Statement of Dada Maharaj, cited in K.L. Gauba, *The Assassination of Mahatma Gandhi*, Jaico Publishing House, Bombay, 1969, p. 331.

12. உளவு பார்த்தல்

1. Alex Von Tunzelmann, *Indian Summer: The Secret History of the End of an Empire*, Simon & Schuster UK Ltd, London, 2007, pp. 270–271.
2. Foreign Office Files for India, Pakistan and Afghanistan, 1947–1964, Foreign Office, File: FO 371/69729, p. 3, The National Archives, Kew, London.
3. Horace Alexander, *Gandhi through Western Eyes*, Asia Publishing House, New Delhi, 1969, p. 166.
4. Foreign Office Files for India, Pakistan and Afghanistan, 1947–1964, Foreign Office, File: FO 371/69729, p. 4, The National Archives, Kew, London.
5. Pyarelal, *Mahatma Gandhi: The Last Phase, Vol. X*, Navajivan Publishing House, Ahmedabad, 1997, p. 705; Also see Larry Collins and Dominique Lapierre, *Freedom at Midnight*, Vikas Publishing House Pvt Ltd, Delhi, 1975, p. 376.
6. Larry Collins and Dominique Lapierre, *Freedom at Midnight*, Vikas Publishing House Pvt Ltd, Delhi, 1975, pp. 378–379.
7. Pyarelal, *Mahatma Gandhi: The Last Phase, Vol. X*, Navajivan Publishing House, Ahmedabad, 1997, p. 707.
8. Alex Von Tunzelmann, *Indian Summer: The Secret History of the End of an Empire*, Simon & Schuster UK Ltd, London, 2007, pp. 308–309.
9. Ibid., p. 309.

10. Ramachandra Guha, *Gandhi: The Years That Changed the World*, Penguin Random House India, Gurgaon, 2018, p. 869.
11. Pyarelal, *Mahatma Gandhi: The Last Phase, Vol. X*, Navajivan Publishing House, Ahmedabad, 1997, p. 733.
12. Foreign Office Files for India, Pakistan and Afghanistan, 1947–1964, Foreign Office, File: DO 133/93, p. 32, The National Archives, Kew, London.
13. Mahatma Gandhi Murder Case, Statement of Accused in Original, File No. 23, p. 146, NAI, New Delhi.
14. Ibid.
15. Ibid.
16. Ibid., pp. 146–147.
17. Ibid., p. 147.
18. Ibid., p. 148.
19. Ibid., p. 125.
20. Ibid., p. 148.
21. Ibid., p. 70.
22. English translation of Shewanti's letters in Marathi, cited in K.L. Gauba, *The Assassination of Mahatma Gandhi*, Jaico Publishing House, Bombay, 1969, pp. 232–233.
23. Ibid., pp. 233–234.
24. Ibid., p. 234.
25. Mahatma Gandhi Murder Case, Statement of Accused, File No. 47, pp. 74–75, NAI, New Delhi.
26. Ibid., pp. 75–76.
27. Ibid., pp. 76–78.
28. Based on an interview with Sumanbai, an acquaintance of Shewanti till she died in 1988, conducted on 17 October 2019 at Ahmadnagar.

13. வேட்டைக்காரன்

1. Mahatma Gandhi Murder Case, Statements of Accused, File No. 47, p. 79, NAI, New Delhi.
2. Ibid.
3. Mahatma Gandhi Murder Case, Statement of Accused in Original, File No. 23, p. 77, NAI, New Delhi.
4. Ibid., p. 113.
5. Ibid., pp. 113–114.
6. Ibid., p. 114.
7. Ibid.
8. Ibid., p. 115.
9. Ibid., pp. 115–116.

10. Mahatma Gandhi Murder Case, Statements of Accused, File No. 47, p. 82, NAI, New Delhi.
11. Mahatma Gandhi Murder Case, Statement of Accused in Original, File No. 23, p. 78, NAI, New Delhi.
12. Pyarelal, *Mahatma Gandhi: The Last Phase, Vol. X*, Navajivan Publishing House, Ahmedabad, 1997, p. 747.
13. Ibid.
14. Robert Payne, *The Life and Death of Mahatma Gandhi*, Rupa & Co., Calcutta, 1997, pp. 567–568.
15. Ibid., p. 568.
16. Pyarelal, *Mahatma Gandhi: The Last Phase, Vol. X*, Navajivan Publishing House, Ahmedabad, 1997, p. 748.
17. Robert Payne, *The Life and Death of Mahatma Gandhi*, Rupa & Co., Calcutta, 1997, p. 569.
18. Mahatma Gandhi Murder Case, Statement of Accused in Original, File No. 23, p. 78, NAI, New Delhi.
19. Ibid., p. 79.
20. Ibid., p. 118.
21. Ibid.
22. Mahatma Gandhi Murder Case, Statements of Accused, File No. 47, pp. 83–84, NAI, New Delhi.
23. Brijkrishna Chandiwala, *At the Feet of Bapu*, Navajivan Publishing House, Ahmedabad, 1954, p. 244.
24. Pyarelal, *Mahatma Gandhi: The Last Phase, Vol. X*, Navajivan Publishing House, Ahmedabad, 1997, p. 749.
25. Mahatma Gandhi Murder Case, Statements of Accused, File No. 47, p. 85, NAI, New Delhi.
26. Tapan Ghosh, *The Gandhi Murder Trial*, Asia Publishing House, Bombay, 1974, p. 83.
27. Ibid.
28. Mahatma Gandhi Murder Case, Statement of Accused in Original, File No. 23, p. 129, NAI, New Delhi.
29. Ibid.
30. Ibid., p. 119.
31. Ibid.

14. துப்பாக்கியைக் கண்டடைந்த கோட்சே

1. Statement of Gaya Prasad, cited in K.L. Gauba, *The Assassination of Mahatma Gandhi*, Jaico Publishing House, Bombay, 1969, pp. 332–333.
2. Ibid.

3. Mahatma Gandhi Murder Case, Statement of Accused in Original, File No. 23, p. 85, NAI, New Delhi.
4. For details see Ashis Nandy, *At the Edge of Psychology: Essays in Politics and Culture*, Oxford University Press, Delhi, 1980, pp. 70–98.
5. Mahatma Gandhi Murder Case, Statement of Accused in Original, File No. 23, p. 82, NAI, New Delhi.
6. Ibid., p. 85.
7. Tushar A. Gandhi, *'Let's Kill Gandhi': A Chronicle of His Last Days, the Conspiracy, Murder, Investigation and Trial*, Rupa Publications India Pvt. Ltd., New Delhi, 2011, p. 97.
8. Mahatma Gandhi Murder Case, Statement of Accused in Original, File No. 23, p. 154, NAI, New Delhi.
9. Statement of Gaya Prasad, cited in K.L. Gauba, *The Assassination of Mahatma Gandhi*, Jaico Publishing House, Bombay, 1969, pp. 332–333.
10. Mahatma Gandhi Murder Case, Statement of Accused in Original, File No. 23, p. 130, NAI, New Delhi.
11. Ibid., p. 214.
12. Ibid., pp. 214–215.
13. Statement of Dada Maharaj, cited in K.L. Gauba, *The Assassination of Mahatma Gandhi*, Jaico Publishing House, Bombay, 1969, p. 331.
14. Mahatma Gandhi Murder Case, Statement of Accused in Original, File No. 23, p. 155, NAI, New Delhi.
15. Vinayak Chaturvedi, 'Vinayak & Me: Hindutva and the Politics of Naming', *Social History*, Vol. 28, No. 2 (May 2003), p. 163.
16. M.A. Sreenivasan, *Of the Raj, Maharajas and Me*, Ravi Dayal Publisher, Delhi, 1991, pp. 219–220.
17. Mahatma Gandhi Murder Case, Statement of Accused in Original, File No. 23, pp. 86–87, NAI, New Delhi.
18. Ibid., p. 156.
19. Ibid., p. 217.
20. Ibid., p. 218.
21. Ibid., p. 219.
22. Ibid., p. 220.
23. Ibid., p. 221.
24. Tapan Ghosh, *The Gandhi Murder Trial*, Asia Publishing House, Bombay, 1974, pp. 92–93.
25. Mahatma Gandhi Murder Case, Statement of Accused in Original, File No. 23, pp. 89–90, NAI, New Delhi.
26. Ibid., p. 90.
27. Ramchandra Guha, *Gandhi: The Years that Changed the World, 1914–1948*, Penguin Random House India, Gurgaon, 2018, p. 875.

28. Pyarelal, *Mahatma Gandhi: The Last Phase*, Vol. X, Navajivan Publishing House, Ahmedabad, 1997, p. 768.
29. Ibid.
30. Manuben Gandhi, *Last Glimpses of Bapu*, Shiva Lal Agarwala & Co. (P) Ltd., Agra, 1962, p. 301.
30. Pyarelal, *Mahatma Gandhi: The Last Phase*, Vol. X, Navajivan Publishing House, Ahmedabad, 1997, p. 767.
32. Manuben Gandhi, *Last Glimpses of Bapu*, Shiva Lal Agarwala & Co. (P) Ltd., Agra, 1962, pp. 305–306.
33. Ibid., p. 306.

15. குளிர்கால மாலையை நடுங்கவைத்த வெடிச்சத்தம்

1. Mahatma Gandhi Murder Case, Statement of Accused in Original, File No. 23, pp. 157–158, NAI, New Delhi.
2. Ibid., p. 158.
3. Ibid.
4. Ibid., p. 224.
5. Morarji Desai, *The Story of My Life*, Vol. One, Macmillan India, Delhi, 1974, p. 248.
6. Tapan Ghosh, *The Gandhi Murder Trial*, Asia Publishing House, Bombay, 1974, p. 47.
7. Ibid.
8. Based on an interview with ninety-three-year-old Bapusaheb Pujari, who joined the RSS in 1933 at the age of seven under the influence of Kashinath Bhaskar Limaye, in Sangli on 14 October 2019.
9. Narhari N. Kirkire, *Sangliche Diwas (1937–1945)*, N.N. Kirkire (publisher), Satara, 2008, p. 64.
10. M.S. Dixit, *Mi Ma Shri*, Utkarsh Prakashan, Pune, 2004, pp. 63–64.
11. 'Godse Told Friends of Murder Plot', *National Standard*, 1 February 1948.
12. Ibid.
13. Vasudha Ganesh Paranjpe, *Ek Jhunjar Stri: Shantabai Gokhale*, Ram Laxmi Mandal, Pune 2003, p. 122.
14. Craig Baxter, *The Jana Sangh: A Biography of an Indian Political Party*, University of Pennsylvania Press, Philadelphia, 1969, p. 41.
15. Tapan Ghosh, *The Gandhi Murder Trial*, Asia Publishing House, Bombay, 1974, p. 48.
16. Gyanendra Pandey, *Remembering Partition: Violence, Nationalism and History in India*, Cambridge University Press, Cambridge, 2001, p. 145.
17. Gopal Godse, *Gandhiji's Murder & After*, Surya Prakashan, Delhi, 1989, p. 278.
18. Ibid., p. 278.
19. Ibid., p. 279.

20. Ibid., p. 286.
21. Ibid.
22. Vasudha Ganesh Paranjpe, *Ek Jhunjar Stri: Shantabai Gokhale*, Ram Laxmi Mandal, Pune 2003, p. 133.
23. D.P. Mishra Papers, I & II Inst., Sub File No. 18, Statement of Prabhakar Trimbak Marathe, p. 61, NMML, New Delhi.
24. Ibid., p. 63.
25. Craig Baxter, *The Jana Sangh: A Biography of an Indian Political Party*, University of Pennsylvania Press, Philadelphia, 1969, p. 43.
26. 'Assassin not connected with R.S.S.', *Hindustan Times*, 2 February 1948.
27. Dhananjay Keer, *Veer Savarkar*, Popular Prakashan, Bombay, 1988, p. 403.
28. Mahatma Gandhi Murder Trial Papers, File No. 5, Crime Report No. 2, p. 10, NAI, New Delhi.

16. காவல்துறை விசாரணைகள்

1. 'Story of Brooding Little Fanatic', *Sunday Standard*, 15 February 1948.
2. Medical Examination Report by Dr Gurbakhsh Rai, cited in K.L. Gauba, *The Assassination of Mahatma Gandhi*, Jaico Publishing House, Bombay, 1969, p. 374.
3. Gopal Godse, *Gandhiji's Murder & After*, Surya Prakashan, Delhi, 1989, p. 291.
4. Ibid.
5. Ibid.
6. ' Story of Brooding Little Fanatic', *Sunday Standard*, 15 February 1948.
7. Gopal Godse, *Gandhiji's Murder & After*, Surya Prakashan, Delhi, 1989, p. 291.
8. Ibid.
9. 'Godse Remanded', *National Standard*, 1 February 1948.
10. P.L. Inamdar, *The Story of the Red Fort Trial, 1948–49*, Popular Prakashan, Bombay, 1979, p. 201.
11. Larry Collins and Dominique Lapierre, *Freedom at Midnight*, Vikas Publishing House Pvt Ltd, Delhi, 1976, pp. 416–417.
12. Mahatma Gandhi Murder Trial Papers, File No. 5, Crime Report No. 12, p. 41, NAI, New Delhi.
13. Ibid.
14. Ibid., p. 42.
15. Ibid.; See also Statement of Gaya Prasad, cited in K.L. Gauba, *The Assassination of Mahatma Gandhi*, Jaico Publishing House, Bombay, 1969, p. 333.
16. Mahatma Gandhi Murder Trial Papers, File No. 5, Crime Report No. 13, p. 44, NAI, New Delhi.
17. Mahatma Gandhi Murder Trial Papers, File No. 5, Crime Report No. 14, p. 46.
18. Ibid., p. 47.
19. Ibid., pp. 47–48.

20. Based on interview with a close relative of Manorama Salvi's, conducted on 17 October 2019 at Ahmadnagar. As the interviewee preferred anonymity, the name has not been disclosed.
21. Ibid.
22. Ibid.
23. Ibid.
24. Ibid.
25. Gopal Godse, *Gandhiji's Murder & After*, Surya Prakashan, Delhi, 1989, p. 298.
26. Ibid., p. 299.
27. Ibid., p. 298.
28. Mahatma Gandhi Murder Trial Papers, File No. 5, Crime Report No. 30, p. 90, NAI, New Delhi.
29. Gopal Godse, *Gandhiji's Murder & After*, Surya Prakashan, Delhi, 1989, p. 299.
30. D.P. Mishra Papers, I & II Inst., Sub File No. 18, Progress Report No. 12, pp. 83–84, Records Section, NMML, New Delhi.
31. See for details D.P. Mishra Papers, I & II Inst., Sub File No. 18, Records Section, NMML, New Delhi.
32. Ibid., pp. 15–18.
33. Gopal Godse, *Gandhiji's Murder & After*, Surya Prakashan, Delhi, 1989, p. 299.
34. Tushar A. Gandhi, 'Let's Kill Gandhi': A Chronicle of His Last Days, the Conspiracy, Murder, Investigation and Trial, Rupa Publications India Pvt. Ltd., New Delhi, 2011, p. 536.

17. நீதிமன்ற விசாரணைகளும் இறுதித் தீர்ப்பும்

1. P.L. Inamdar, *The Story of the Red Fort Trial, 1948–49*, Popular Prakashan, Bombay, 1979, p. 23.
2. Ibid., p. 141.
3. Tushar A. Gandhi, 'Let's Kill Gandhi': A Chronicle of His Last Days, the Conspiracy, Murder, Investigation and Trial, Rupa Publications India Pvt. Ltd., New Delhi, 2011, p. 539.
4. Gopal Godse, *Gandhiji's Murder & After*, Surya Prakashan, Delhi, 1989, pp. 125–126.
5. Ibid., p. 142.
6. Ibid., pp. 142–143.
7. Ibid., pp. 143–144.
8. Ibid., p. 143.
9. P.L. Inamdar, *The Story of the Red Fort Trial, 1948–49*, Popular Prakashan, Bombay, 1979, p. 197.
10. Gopal Godse, *Why I Assassinated Mahatma Gandhi?*, Surya Bharti Parkashan, Delhi, 1993, p. 16.

11. Ibid., p. 21.
12. Ibid., p. 102.
13. 'He did not leave the RSS', *Frontline*, 28 January 1994.
14. Ibid., p. 25.
15. Ibid., p. 118.
16. Tapan Ghosh, *The Gandhi Murder Trial*, Asia Publishing House, New Delhi, 1974, pp. 280–281.
17. Tushar A. Gandhi, *'Let's Kill Gandhi': A Chronicle of His Last Days, the Conspiracy, Murder, Investigation and Trial*, Rupa Publications India Pvt. Ltd., New Delhi, 2011, p. 692.
18. P.L. Inamdar, *The Story of the Red Fort Trial, 1948–49*, Popular Prakashan, Bombay, 1979, p. 25.
19. Ibid., p. 141.
20. Ibid., pp. 141–142.
21. Ibid., 143.
22. Gopal Godse, *Why I Assassinated Mahatma Gandhi?*, Surya Bharti Parkashan, Delhi, 1993, p. 338.
23. Ibid.
24. Ibid., pp. 339–340.
25. P.L. Inamdar, *The Story of the Red Fort Trial, 1948–49*, Popular Prakashan, Bombay, 1979, p. 203.
26. Ibid.
27. Ibid., p. 206.
28. G.D. Khosla, The Murder of the Mahatma And Other Cases from a Judge's Notebook, Chatto & Windus, London, 1963, p. 243.
29. Ibid., p. 214.
30. Ibid., p. 243.
31. Ibid.
32. Robert Payne, *The Life and Death of Mahatma Gandhi*, Rupa & Co., Calcutta, 1997, p. 643.
33. P.L. Inamdar, *The Story of the Red Fort Trial, 1948–49*, Popular Prakashan, Bombay, 1979, p. 206.
34. Nathuram Godse's letter to Ramdas Gandhi, cited in Robert Payne, *The Life and Death of Mahatma Gandhi*, Rupa & Co., Calcutta, 1997, pp. 643–644.
35. Gopal Godse, *Why I Assassinated Mahatma Gandhi?*, Surya Bharti Parkashan, Delhi, 1993, p. 349.
36. Robert Payne, *The Life and Death of Mahatma Gandhi*, Rupa & Co., Calcutta, 1997, p. 644.
37. Ibid.
38. Ibid., p. 645.

39. Tapan Ghosh, *The Gandhi Murder Trial*, Asia Publishing House, New Delhi, 1974, p. 300.
40. Gopal Godse, *Why I Assassinated Mahatma Gandhi?*, Surya Bharti Parkashan, Delhi, 1993, p. 347.

18. தூக்குமேடை

1. The *Leader*, 26 June 1949.
2. The *Times of India*, 'Granting Clemency to Godse, 31 October 1949, p. 9.
3. The *Tribune*, 'Thate to Fast in Front of Ambala Jail', 7 November 1949.
4. File No. 119–10 (II), Letter No. 12466–67, Ambala Division of Haryana State Archives, Ambala.
5. File No. 119–10 (II), Letter No. 763–S.T., Ambala Division of Haryana State Archives, Ambala.
6. Nathuram Godse's letter to Dattatreya Vinayak Godse, cited in Gopal Godse, *Why I Assassinated Gandhi?*, Surya Bharti Prakashan, Delhi, 1993, p. 188.
7. Ibid.
8. Ibid.
9. Ibid.
10. Ibid.
11. Gopal Godse, *Gandhiji's Murder & After*, Surya Prakashan, Delhi, 1989, pp. 14–141.
12. The *Times of India*, 'Godse & Apte Executed, 16 November 1949, p. 5.
13. Gopal Godse, *Gandhiji's Murder & After*, op. cit., p. 139.
14. Ibid., p. 160.
15. G.D. Khosla, *The Murder of the Mahatma and Other Cases from a Judge's Note-book*, Chatto & Windus, London, 1963. P. 244.
16. Ibid., p. 245.
17. Ibid.

19. ஆசிரியர் குறிப்பு

1. D.V. Kelkar, 'The R.S.S.', *Economic Weekly*, 4 February 1950, p. 133.
2. Ibid., p. 132.

உதவிய நூல்கள்

Archival Materials and Reports

B.S. Moonje Papers, Nehru Memorial Museum and Library (NMML), New Delhi.
D.P. Mishra Papers, NMML, New Delhi.
Gandhi Murder Trial Papers, National Archives of India (NAI), New Delhi.
Hindu Mahasabha Papers, NMML, New Delhi
N.B. Khare Papers, NAI, New Delhi.
N.B. Khare: Oral History Transcripts, NMML, New Delhi.
Sardar Patel Papers, NAI, New Delhi.
Delhi Police Record, V & IX Installments, NMML, New Delhi.
File No. F–3–53, Home Political–I, 1942, Repository II, NAI, New Delhi.
File No. 190–P (S), 1943, Home Department (Political), Government of India, NAI, New Delhi.
File No. 28/5/46–Pol (I): Home Department, Government of India, NAI, New Delhi.
Government of India, Home Department (Political), File No. 220–P/42 (Sec), 1942, NAI, New Delhi.
Government of India, Home Department (Political), File No. 88/33, 1933, NAI, New Delhi.
Government of India, Home Department (Political), File No. 28/3/43, NAI, New Delhi.
Foreign Office Files for India, Pakistan and Afghanistan, 1947–1964, Foreign Office, Files: FO 371/69729 & DO 133/93, The National Archives, Kew, London.
Haryana State Archives, Ambala Division, File No. 119–10 (II), Ambala.
Justice J.L. Kapur, Report of Commission of Inquiry in to Conspiracy to Murder Mahatma Gandhi, Part–I & II, New Delhi: Government of India, 1969.
The Collected Works of Mahatma Gandhi, Volumes XXXIII and IX, The Publications Division, Government of India, Delhi.

Newspapers

Kesari, 5 July 1940.
National Standard, 1 February 1948.
New York Herald Tribune, 1 February 1948.
Hindustan Times, 31 January 1948.

Hindustan Times, 2 February 1948.
National Standard, 1 February 1948.
Sunday Standard, 15 February 1948.
The *Leader*, 26 June 1949.
The *Mahratta*, 23 May 1947.
The *Times of India*, 27 December 1938.
The *Times of India*, 23 July 1944.
The *Times of India*, 24 July 1948.
The *Times of India*, 31 October 1949.
The *Times of India*, 16 November 1949.
The *Tribune*, 7 November 1949.

Books and Periodicals

Alex Von Tunzelmann, *Indian Summer: The Secret History of the End of an Empire*, Simon & Schuster UK Ltd., London, 2007.
Antony Copley, *Religions in Conflict: Ideology, Cultural Contact and Conversion in Late Colonial India*, Oxford University Press, Delhi, 1997.
A.S. Bhide (ed.), *Whirlwind Propaganda: Extracts from President's Diary of His Propagandist Tours, Interviews from December 1937 to October 1941*, All India Hindu Mahasabha, Bombay, 1941.
Ashis Nandy, *Regimes of Narcissism, Regimes of Despair*, Oxford University Press, New Delhi, 2013.
Ashis Nandy, *At the Edge of Psychology: Essays in Politics and Culture*, Oxford University Press, Delhi, 1980.
A.G. Noorani, 'Savarkar & the BJP', *Frontline*, 17 January 2020, vol. 37, Number 01.
A.G. Noorani, *Savarkar and Hindutva: The Godse Connection*, LeftWord Books, New Delhi, 2015.
Balraj Madhok, *R.S.S. and Politics*, Hindu World Publications, Delhi, 1980.
Bipin Chandra, *Communalism in Modern India*, Vikas Publishing House, Delhi, 1987.
Brijkrishna Chandiwala, *At the Feet of Bapu*, Navajivan Publishing House, Ahmedabad, 1954.
B.V. Deshpande and S.R. Ramaswamy, *Dr Hedgewar The Epoch-Maker: A Biography*, Sahitya Sindhu, Bangalore, 1981.
Chetan Bhatt, *Hindu Nationalism: Origins, Ideologies and Modern Myths*, Berg, Oxford-New York, 2001.
Chitragupta, *Life of Barrister Savarkar*, Veer Savarkar Prakashan, Bombay, 1987, (first published in December 1926).

C.H. Philips and Mary Doreen Wainwright (ed.), *The Partition of India: Policies and Perspectives 1935–1947*, George Allen and Unwin Ltd, London, 1970.
Colonel L.W. Shakespear, *A Local History of Poona and its Battlefields*, Macmillan and Co. Limited, London, 1916.
C.P. Bhishikar, *Dr. Hedgewar: The Master Man-Maker*, Jagarana Prakashana, Bangalore, 1989.
Craig Baxter, *The Jana Sangh: A Biography of an Indian Political Party*, University of Pennsylvania Press, Philadelphia, 1969.
Christophe Jaffrelot, *The Hindu Nationalist Movement and Indian Politics 1925 to the 1990s: Strategies of Identity-Building, Implantation and Mobilisation*, Viking Penguin India, Delhi, 1996.
C.V. Mathew, *The Saffron Mission: A Historical Analysis of Modern Hindu Missionary Ideologies and Practices*, Indian Society for Promoting Christian Knowledge, Delhi, 1999.
David Ludden (ed.), *Making India Hindu: Religion, Community and the Politics of Democracy in India*, Oxford University Press, Delhi, 1996.
D.E.U. Baker, *Changing Political Leadership in an Indian Province: The Central Provinces and Berar 1919–1939*, Oxford University Press, Delhi, 1979.
D.G. Tendulkar, *Mahatma: Life of Mohandas Karamchand Gandhi, Volume Eight*, The Publications Division, New Delhi, 1963.
Dhananjay Keer, *Veer Savarkar*, Popular Prakashan, Bombay, 1966.
Dhananjay Keer, *Savarkar and His Times*, Published by A.V. Keer, 1950.
Dhirendra K. Jha, 'The Apostle of Hate', The *Caravan*, vol. 12, Issue 1, January 2020.
D.P. Karmarkar, *Bal Gangadhar Tilak: A Study*, Popular Book Depot, Bombay, 1956.
D.R. Goyal, *Rashtriya Swayamsevak Sangh*, Radhakrishna Prakashan, Delhi, 1979.
D.S. Harshe, *Adarsh Hindu Sanghatak: Ka. Bha. Limaye*, published by Sudha Dattatreya Harshe, Satara, 1981.
D.V. Kelkar, 'The R.S.S.', *Economic Weekly*, 4 February 1950
G.D. Khosla, *The Murder of the Mahatma And Other Cases from a Judge's Note-book*, Chatto & Windus, London, 1963.
Gopal Godse, *Why I Assassinated Mahatma Gandhi?*, Surya Bharti Parkashan, Delhi, 1993.
Gopal Godse, *Gandhiji's Murder & After*, Surya Parkashan, Delhi, 1989.
Gyanendra Pandey, *Remembering Partition: Violence, Nationalism and History in India*, Cambridge University Press, Cambridge, 2001.
Horace Alexander, *Gandhi through Western Eyes*, Asia Publishing House, New Delhi, 1969.
Ian Copland, '"Communalism" in Princely India: The Case of Hyderabad, 1930–1940', *Modern Asian Studies*, vol. 22, No. 4, 1988.

Indra Prakash, *A Review of the History and Work of the Hindu Mahasabha and the Hindu Sanghatan Movement*, Dharmarajya Press, Delhi, 1952.

Indulal Yagnik, *Shyamaji Krishnavarma: Life and Times of an Indian Revolutionary*, Lakshmi Publications, Bombay, 1950.

Jagat S. Bright, *Guruji Golwalkar & R.S.S.*, New India Publishing House, Delhi, 1950.

Jawaharlal Nehru, *An Autobiography*, The Bodley Head, London, 1958.

Jawaharlal Nehru, *The Discovery of India*, Penguin Books India, New Delhi, 2008.

J.A. Curran, Jr., *Militant Hinduism in Indian Politics: A Study of the R.S.S.*, Institute of Pacific Relations, New York, 1951.

J.E. Llewellyn, *The Arya Samaj as a Fundamentalist Movement: A Study in Comparative Fundamentalism*, Manohar, Delhi, 1993.

J. Natarajan, *History of Indian Journalism*, Publications Division, New Delhi, 1955.

K.K. Gangadharan, *Sociology of Revivalism: A Study of Indianisation, Sanskritisation and Golwalkarism*, Kalamkar Prakashan, Delhi, 1970.

K.L. Gauba, *The Assassination of Mahatma Gandhi*, Jaico Publishing House, Bombay, 1969.

K.L. Panjabi, *The Indomitable Sardar*, Bharatiya Vidya Bhavan, Bombay, 1964.

K.N. Panikkar, *Communalism in India: History, Politics and Culture*, Manohar, Delhi, 1991.

K.R. Malkani, *The RSS Story*, Impex India, Delhi, 1980.

Larry Collins and Dominique Lapierre, *Freedom at Midnight*, Vikas Publishing House Pvt Ltd, Delhi, 1976.

Louis Fischer, *The Life of Mahatma Gandhi*, Jonathan Cape, London, 1951.

M.A. Sreenivasan, *Of the Raj, Maharajas and Me*, Ravi Dayal Publisher, Delhi, 1991.

Manuben Gandhi, *Last Glimpses of Bapu*, Shiva Lal Agarwala & Co. (P) Ltd., Agra, 1962, p. 308.

Marzia Casolari, 'Hindutva's Foreign Tie-up in the 1930s: Archival Evidence', *Economic and Political Weekly*, 22 January 2000.

Maulana Abul Kalam Azad, *India Wins Freedom*, Orient Longman, Bombay, 1955.

Michael Edwards, *The Last Years of British India*, World Publishing Company, New York, 1965.

M.J. Akbar, *India: The Siege Within*, Penguin Books India, New Delhi, 1985.

Morarji Desai, *The Story of My Life, Volume 1*, Macmillan India, Delhi, 1974.

M.S. Dixit, *Mi, Ma. Shri*, Utkarsh Prakashan, Pune, 2004.

M.S. Golwalkar, *We or Our Nationhood Defined*, Bharat Prakashan, Nagpur, 1947.

Mushirul Hasan, *Nationalism and Communal Politics in India 1885–1930*, Manohar, Delhi, 1991.

Myron Weiner, *Party Politics in India: The Development of a Multi-Party System*, Princeton University Press, Princeton, 1957.
Narhari N. Kirkire, *Sangliche Diwas (1937–1945)*, N.N. Kirkire (publisher), Satara, 2008.
Neela Vasant Upadhye (ed.), *D.V. Gokhale: Vyaktitva Va Krititva*, Navachaitanya Prakashan, Mumbai, 2013.
N.G. Dixit (ed.), *Dharmaveer Dr. B.S. Moonje Commemoration Volume*, Centenary Celebration Committee, Nagpur, 1973.
N.H. Palkar (ed.), *Dr. Hedgewar: Patraroop-Vyaktidarshan*, Archana Prakashan, Indore, 1989.
Nilanjan Mukhopadhyay, *The RSS: Icons of the Indian Right*, Tranquebar, Chennai, 2019.
Papia Chakravarty, *Hindu Response to Nationalist Ferment*, Subarnarekha, Calcutta, 1992.
P.L. Inamdar, *The Story of the Red Fort Trial, 1948–49*, Popular Prakashan, Bombay, 1979.
Prof. J.C. Jain, *The Murder of Mahatma Gandhi: Prelude and Aftermath*, Chetana Limited, Bombay, 1961.
Pyarelal, *Mahatma Gandhi: The Last Phase, Volume X*, Navajivan Publishing House, Ahmedabad, 1997.
Rajendra Prasad, *At the Feet of Mahatma Gandhi*, Asia Publishing House, Bombay 1961.
Rajendra Prasad, *Satyagraha in Champaran*, Navajivan Publishing House, Ahmedabad, 1949.
Ramchandra Guha, *Gandhi: The Years that Changed the World, 1914–1948*, Penguin Random House India, Gurgaon, 2018.
Ramnarayan Choudhary, *Bapu as I Saw Him*, Navajivan Publishing House, Ahmedabad, 1959.
Robert Payne, *The Life and Death of Mahatma Gandhi*, Rupa & Co., Calcutta, 1997.
S.H. Deshpande, *My Days in the RSS*, Quest, July–August 1975.
Shri Prakash Narhar Godse (editor and publisher), *Godse Kulvritant*, Mumbai, 2006.
S.K. Biswas, *Hindu Raj: Today-Yesterday-Tomorrow*, Orion Books, Bangalore, 1996.
Sumit Sarkar, *Modern India: 1885–1947*, Macmillan India Limited, New Delhi, 1983.
Tapan Ghosh, *The Gandhi Murder Trial*, Asia Publishing House, New Delhi, 1974.
Trailokya Nath Chakraborty, *Thirty Years in Prison: Sensational Confessions of Revolutionary*, Alpha-Beta Publications, Calcutta, 1963.

Tushar A. Gandhi, *'Let's Kill Gandhi': A Chronicle of His Last Days, the Conspiracy, Murder, Investigation and Trial*, Rupa Publications India Pvt. Ltd., New Delhi, 2011.

Vaibhav Purandare, *Savarkar: The True Story of the Father of Hindutva*, Juggernaut Books, New Delhi, 2019.

Valmiki Choudhary, *Dr. Rajendra Prasad: Correspondence and Select Documents*, Volume X, Allied Publishers Private Limited, Delhi, 1988.

Vasudev Balwant Gogate, *Hotson-Gogate: Atmavritta*, published by Anil Vasudev Gogate, Pune, 2006.

Vasudha Ganesh Paranjpe, *Ek Jhunjar Stri: Shantabai Gokhale*, Ram Laxmi Mandal, Pune, 2003.

V.D. Savarkar, *The Story of My Transportation for Life*, Sadbhakti Publications, Bombay, 1950.

V.D. Savarkar, *Hindutva: Who is a Hindu?*, Hindi Sahitya Sadan, New Delhi, 2005.

Vinayak Damodar Savarkar, *Samagra Savarkar Vangmaya*, Volume 6, Hindu Mahasabha, Poona, 1963.

Vinayak Chaturvedi, 'Vinayak & Me: Hindutva and the Politics of Naming', *Social History*, vol. 28, No. 2 (May 2003).

V.N. Datta, *Madan Lal Dhingra and the Revolutionary Movement*, Vikas Publishing House Pvt Ltd, New Delhi, 1978.

Walter K. Andersen and Shridhar D. Damle, *The Brotherhood in Saffron: The Rashtriya Swayamsevak Sangh and Hindu Revivalism*, Westerview Press, Boulder and London, 1987.

Yasmin Khan, *The Great Partition: The Making of India and Pakistan*, Penguin Books India, New Delhi, 2007.